தமிழவனின் மாற்றுக்குரல்

தமிழ் மொழி, இலக்கியம், பண்பாடு பற்றிய 1970 முதல் 2020 வரையிலான தமிழவன் எழுத்துக்கள் மீதான கட்டுரைகளின் தொகுப்பு

தொகுப்பாசிரியர்
ப.சகதேவன்

The views and opinions expressed in this book are the author's own. The facts contained here in were reported to be true as on the date of publication by the author to the publishers of the book, and the publishers are not in any way liable for their accuracy or veracity.

தமிழவனின் மாற்றுக்குரல் (தமிழ் மொழி, இலக்கியம், பண்பாடு பற்றிய 1970 முதல் 2020 வரையிலான தமிழவன் எழுத்துக்கள் மீதான கட்டுரைகளின் தொகுப்பு) தொகுப்பாசிரியர்: ப.சகதேவன் * முதல் பதிப்பு: ஏப்ரல் 2022

காப்புரிமை: அந்தந்த ஆசிரியர்களுக்கு

Thamizhavanin Maarrukkural (Thamizh mozhi, Ilakkiam, Panpaadu 1970 muthal 2020 varaiyilana Thamizhavan Ezhuthukkal Meethana Katturaikalin Thokuppu (The Alternative Voice from Thamizhavan - A collection of essays on the writings of Tamizhavan concerning Language, Literature and Culture written by various authors) * First Edition : April 2022

Copy Right: Respective Authors

Pages : 516
Price : 620

Cover design: Y creations
Inside design: Santhosh Kolanji

Published by :

Yaavarum Publishers
24, Shop no - B, S.G.P Naidu Complex,
Dhandeeswaram Bus Stop
Opp: Bharathiar Park
Velachery Main Road
Velachery, Chennai - 600 042
Url : www.yaavarum.com; www.be4books.com

Ideas/ Opinions expressed in this collection are exclusively those of the respective authors

தொகுப்பாசிரியர் ப.சகதேவன் கொங்கு நாட்டைச் சேர்ந்தவர். ஒய்வுபெற்ற தமிழாசிரியர். தமிழ்ப் புனைகதைக்குப் பெரும் பங்களிப்புச் செய்திருக்கும் புதுமைப்பித்தன், மௌனி, ஜெயகாந்தன், க.நா.சுப்ரமணியம் ஆகியோரைப் பற்றிய விமர்சனக் கட்டுரைகளை 'இலக்கியத்தடம்' என்ற வரிசையில் தனித்தனியாகத் தொகுத்து வெளியிட்டிருக்கிறார். இவரது 'அடிவாழை' என்னும் சிறுகதைத் தொகுப்பு பரவலாகக் கவனம் பெற்றது. சமீபத்தில் வெளியான நாவல் 'அந்திமம்' (யாவரும் பதிப்பகம்) இவரது நாற்பதாண்டு கால பெங்களூர் வாழ்க்கையின் சாரத்தைத் தருகிறது. சாரம் சூனியத்தை நோக்கிப் போனாலும் அதைத் தடுத்தாட்கொள்ளும் சக்திகளைக் குறிக்கும் புனைவெளி அது... பூர்ண சந்திர தேஜஸ்வி எழுதிய 'சிதம்பர ரகசியம்' என்னும் கன்னட நாவலை மொழிபெயர்த்ததற்காக நடுவண் இலக்கியக் கழகம் (செண்ட்ரல் சாகித்திய அகாதமி) இவருக்குப் பரிசு வழங்கியிருக்கிறது. திரைப்படங்கள், நாட்டார் காப்பியங்கள், நாட்டார் சமயம் குறித்து பண்பாட்டு நோக்கில் பல கட்டுரைகள் எழுதியிருக்கிறார். தமிழவன் என்னும் ஆளுமையைப் புரிந்துகொள்ள தேவைப்படுகிற எல்லாக் கருத்துப் பலகணிகளையும் திறந்து வைக்கும் சகதேவனது முயற்சியே இத்தொகுப்பு.

மின்னஞ்சல்: krishnaswamip@yahoo.com

ஒரு பூர்வாங்க முன்னுரையும், நன்றி நவில்தலும்

தமிழவன் ஒரு சிந்தனையாளராக, படைப்பாளியாக, கல்வியாளராக கடந்த ஐம்பதாண்டுகளுக்கும் மேலாகச் (1970–2021) செயல்பட்டுக் கொண்டிருப்பவர், அவரது பங்களிப்புகள் புதிய பாதைகளைத் திறந்து பல இளம் படைப்பாளிகளுக்கு ஆர்வமும், ஊக்கமும் ஊட்டிக்கொண்டிருக்கின்றன. இலக்கியம், பண்பாட்டியல் என்னும் தளங்களில் செய்யப்படும் இத்தகைய பங்களிப்புகளை ஆவணப்படுத்துவது தமிழில் அரிதாகவே நிகழ்ந்து வந்திருக்கிறது.. இவற்றை ஆவணப்படுத்த வேண்டும் என்கிற கடமை உணர்வே இத்தொகுப்புக்கு முதன்மையான காரணம்.

தமிழவன் என்னும் ஆளுமையைப் பற்றியதோ, அவரது பங்களிப்பைப் பற்றியதோ ஆன முழுமையான தொகுப்பாக இதைக் கருதக் கூடாது. அவரது கட்டுரைகள், படைப்புகள், செவ்விகள் சில விடுபட்டுப் போயிருக்கின்றன. பல காரணங்களால் அவற்றைக் கண்டடைய முடியவில்லை. அதேசமயம் தமிழவனது பங்களிப்பைப் பிரதிநிதித்துவப் படுத்தும் முக்கியமான பகுதிகள் இத்தொகுப்பில் கவனிக்கப்பட்டிருக்கின்றன என்று நம்பிக்கையோடு சொல்லலாம்.

இத்தொகுப்பிற்கு அனுமதி தந்ததோடு தொகுப்புக்குத் தேவைப்பட்ட, தன்னிடமிருந்த தரவுகள் பலவற்றை கேட்ட உடனே தந்துதவிய தமிழவன் அவர்களுக்கும், தொகுப்பு யோசனையை ஊக்கப்படுத்திய திருமதி லிண்டா கார்லோஸ் அவர்களுக்கும் மிக்க நன்றி

தொகுப்பிற்கான திட்டம் உருவாகியதிலிருந்து அது புத்தகமாக வெளிவரும் வரை எல்லாக் கட்டங்களிலும் உடன்நின்று உதவிய கவிஞர் எஸ்.சண்முகம் (யாமங்காடி சுப்பிரமணிய சண்முகனார்) எமது முதல் நன்றிப்பூங்கொத்தைப் பெறுகிறார்

தொகுப்பிற்கு மிகவும் தேவையாக இருந்த சிற்றேடு இதழ்த் தொகுப்புக்களைத் தந்துதவியதோடு மேலும் பல தரவுகளைத் தந்துதவிய கவிஞர் முனி அரசு அவர்களுக்கு நன்றி

தமிழவன் பற்றிய நீண்ட விவாதங்கள் ஜமாலன் அவர்களோடு நடத்தப்பட்டன. அதன் மூலம் பல புதிய சிந்தனைகள் கிடைத்தன. அவருக்கு நன்றி.

கட்டுரையாளர்கள், கட்டுரை பெறுவதற்கு உதவியவர்கள் எல்லோருக்கும் எமது நன்றி உரியது.

எனது துணைவி மல்லிகாவும், மகன் சின்னத்தம்பியும் பல வகைகளில் உதவினார்கள். அவர்கள் நன்றிக்குரியவர்கள்

இந்நூலை வெளியிடும் தமிழின் முன்னோடிப் பதிப்பகமான 'யாவரும்' பதிப்பகத்தாருக்கும் அதன் புரவலர், சகப் பயணி ஜீவ. கரிகாலன் அவர்களுக்கும் எமது நன்றியை உரித்தாக்குகிறோம்.

ப.சகதேவன்
ஐப்பசி (நவம்பர்) மாதம், 2021

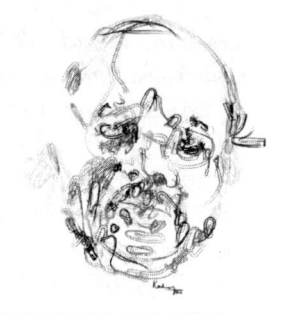

தமிழவன்

கார்லோஸ் (17-10-1945) என்னும் இயற்பெயர் கொண்ட தமிழவன் கன்னியாகுமரி மாவட்டம், கல்குளம் வட்டம், மணலிக்கரை கிராமத்தில் ஒரு கத்தோலிக்கக் குடும்பத்தில் பிறந்தவர். மணலிக்கரை கிராமம் பழைய திருவிதாங்கூர் சமஸ்தானத்தைச் சார்ந்தது. அதன் பழைய தலைநகர் பத்மனாபபுரம் இந்த கிராமத்திலிருந்து ஐந்து கிலோமீட்டர் தூரத்தில் தான் இருக்கிறது.

தமிழவனின் தந்தை சபரிமுத்து. தாயார் அன்னம்மாள். பள்ளிப்படிப்பை அருகிலுள்ள மரிய கொரட்டி உயர்நிலைப்பள்ளியிலும், இளங்கலைப் பட்டப்படிப்பை பாளையங்கோட்டை புனித சவேரியார் கல்லூரியிலும் முடித்தார். பட்டவகுப்பில் விலங்கியல் படித்தவராயினும் பட்டமேற்படிப்புக்கு தமிழிலக்கியத்தைத் தேர்ந்தெடுத்து கேரளப் பல்கலைக்கழகம் திருவனந்தபுரத்தில் அதை நிறைவு (1968) செய்தார். பேராசிரியர்கள் வ.அய்.சுப்பிரமணியம், ச.வே.சுப்பிரமணியம் ஆகியோர் அவரது ஆசிரியர்கள். இவர் இரண்டாம் வருடத்தில் இருந்தபோது பேராசிரியர் கி.நாச்சிமுத்து முதல் வருடத்தில் இருந்தார்.

அவர் படித்த சவேரியார் கல்லூரியிலேயே சில காலம் பணிபுரிந்தாலும் பணி நிரந்தரம் ஆகவில்லை. பாலக்காடு சித்தூர் கல்லூரியில் சில மாதங்கள் பணிபுரிந்த அவர் 1970-ம் ஆண்டு பெங்களூர் கிறித்து கல்லூரியில் (இப்போது கிறித்து நிகர்நிலைப் பல்கலைக்கழகம்) தமிழாசிரியராகச் சேர்ந்தார். பத்தாண்டுகள் அங்கு பணிபுரிந்த பின்னர் பெங்களூர்ப்

பல்கலைக்கழகக் கன்னட ஆய்வு மையத்தில் தமிழாசிரியாகப் பணி அமர்த்தப்பட்டார். எழுபதுகளில் தொடங்கிய கன்னட கலை, இலக்கிய மறுமலர்ச்சி அப்போது உச்சத்திலிருந்தது. பல்கலைக்கழக வளாகத்திலேயே கன்னடத்துறையில் சிவருத்ரப்பா, சிதானந்த மூர்த்தி, சித்தலிங்கையா, பரகூர் ராமச்சந்திரப்பா எனவும், ஆங்கிலத்துறையில் பி.லங்கேஷ், டி.ஜி.வைத்தியநாதன், சமூகவியல் துறையில் ராஜகோபால், ஜி.எஸ்.ஆர்.கிருஷ்ணன் எனவும் கல்வித்துறை மட்டுமல்லாமல் பொதுவெளியும் காத்திரமான பங்களிப்புச் செய்த பேராசிரியர்கள் அப்போது இருந்தார்கள். பல்கலைக்கழகத்திற்கு வெளியேயும் உறுப்புக்கல்லூரிகளில் ஹெச்.எஸ்.ராகவேந்திர ராவ், ஹெச். எஸ். வெங்கடேச மூர்த்தி, ஜி.கே.கோவிந்த ராவ். கே.வி.நாராயண் ஆகியோர் கன்னடப் பண்பாட்டுப் புலத்திற்கு பாரிய பங்களிப்பைச் செய்து கொண்டிருந்தார்கள் கிரீஷ் காசரவள்ளி, கிரீஷ் கார்நாடு, பி.வி. காரந்த் ஆகியோர் மூலமாக சிலிர்ப்பூட்டும் படைப்புகள் வந்து கொண்டிருந்தன. சமுதாயா நாடகக்குழுவும், ஹெக்கோடு நீநாசம் நாடக, கலை இயக்கமும் கன்னடப் பண்பாட்டின் புதிய அத்தியாயங்களை எழுதிக்கொண்டிருந்தன. யு.ஆர். அனந்தமூர்த்தி என்னும் ஆளுமை பொதுவெளி அறிவுசார் வாழ்வி என்னும் பதத்திற்குண்டான உண்மையான அர்த்தத்தைத் தந்துகொண்டிருந்தது.

தனது இலக்கிய, பண்பாட்டு அக்கறைகளை வளர்த்துக்கொள்வதற்கு இந்தச் சூழல் தமிழவனுக்குப் பெரிதும் உதவியிருக்கும் என்பதில் ஐயமில்லை. இவர்கள் எல்லோருடனும் ஏதாவது ஒரு வகையில் தமிழவனுக்குத் தொடர்பிருந்தது. இந்தச் சூழல் தனக்குக் கிடைக்காமல் போயிருந்தாலும் தமிழவன் தன்னை இதே மாதிரி வளர்த்துக் கொண்டிருக்கக் கூடும். அவரது பாளையங்கோட்டைச் செயல்பாடுகள் அதை உறுதி செய்கின்றன. ஒருவகையில் பார்த்தால் தொழில்வழிப்பட்ட அவரது பெங்களூர் வாழ்க்கை தமிழ்க் கல்விப்புலத்திற்கு ஒரு இழப்பையே ஏற்படுத்தி இருக்கிறது. தமிழவன் எப்போதும் தன்னையொத்த சிந்தனையுடையவர்களுடன் ஆழமான விவாத்தில் ஈடுபடும் வழக்கமுடையவர். அதிலும் மாணவர்கள் அவருடன் பேசிக்கொண்டிருக்கும்போது ஏராளமான தகவல்களைப் பெற்றுக் கொள்வதோடு 'எதையாவது சாதிக்க வேண்டும்' என்கிற ஊக்கமும், புத்துணர்ச்சியும் பெறுவார்கள். என்ன இருந்தாலும் பெங்களூர்ப் பல்கழகத்தில் கன்னட முதுகலை

இலக்கியம் படிப்பவர்களுக்கு 'திராவிட இலக்கியம்' என்ற பிரிவின் கீழ் தமிழ் இலக்கியம் கற்பிப்பவராகவே அவர் இருந்தார். அது தமிழ்ச்சிந்தனை உலகுடன் நேரடியாகத் தொடர்பில்லாதது தானே! ஏதாவது ஒரு தமிழ்நாட்டுப் பல்கலைக் கழகத்தில் இருந்திருந்தால் கல்விப்புலத்திலேயே அவரது வழிப்பட்ட ஒரு சிந்தனைப் பள்ளி உருவாகியிருந்திருக்கும்

தமிழ் கன்னட நாட்டுப்புறக்கதைகள் பற்றிய ஒப்பாய்வு என்னும் ஆய்வுக்கட்டுரைக்காக பெங்களூர்ப் பல்கலைக்கழகம் அவருக்கு முனைவர் பட்டம் அளித்தது (1985) பணியிலிருக்கும்போதே நடுவண் சாகித்திய அகாதெமியின் மொழிபெயர்ப்பு மையமான ஷப்தனா வின் இயக்குநராக இருந்தார் (1999–2001) போலந்தின் வார்ஸாப் பல்கலைக்கழகத்திற்கு வருகைதரு பேராசிரியராகப் போனது இன்னொரு கட்டம் (2001–2005) போலந்திலிருந்து திரும்பி வந்த பின் குப்பம் திராவிடப் பல்கலைக்கழகம் அவரை ஏற்றுக்கொண்டது. தமிழ் முதுகலை மற்றும் ஆய்வு மாணவர்களுடம் நேரடியாகப் பழகும் வாய்ப்பு இந்தக் கட்டத்தில் தான் அவருக்குக் கிடைத்தது. இதன் மூலமாகத் தங்களுக்குக் கிடைத்த பலனை அவரது மாணவர்கள் வருங்காலத்தில் சொல்லிக்கொண்டிருப்பார்கள்

தமிழவனின் துணைவியார் பேராசியர் லிண்டா கார்லோஸ் கர்நாடகக் கல்லூரிக் கல்வி இயக்குநராக இருந்து பணி ஓய்வு பெற்றவர். இவர்களுக்கு கோஹன் சுஜய் என்ற மகன் உண்டு.

தமிழவனது விரிவான நூலடைவு இப்புத்தகத்தின் இறுதியில் கொடுக்கப்பட்டிருக்கிறது.

தற்போது பெங்களூரில் வசிக்கிறார்.

பொருளடக்கம்

பகுதி ஒன்று

அறம் – அக்கறை – செயல்பாடு:
தமிழவனின் ஆளுமை உருவாக்கம்

1. தொடர்ந்து ஒலிக்கும் மாற்றுக்குரல் : தமிழவன் எழுத்துக்கள் மீதான உள்நோட்டமும், ஒரு தொகுப்புரையும் – *ப.சகதேவன்* 15

2. படிகள் - தமிழவன் – நாங்கள் – *ஜி.எஸ்.ஆர்.கிருஷ்ணன்* 84

3. படிகள் பத்திரிகையும் தமிழவனும் – *ஜி.கே.ராமசாமி* 101

4. தமிழவன்: ஓர் இலக்கியச் செயல்பாட்டாளர் – *கனல்மைந்தன்* 116

5. படிகள் சிறுபத்திரிகையின் புது வரையறை –*ஆர்.சிவகுமார்* 127

6. தமிழவனின் சிந்தனைப்புலம் – *ஜமாலன்* 137

7. கன்னடம் – தமிழ் என்னும் உறவுப்பாலம் – *ரஹமத் தரீகெரெ* 165

பகுதி இரண்டு

தமிழவனின் புனைகதை உலகம்

8. தமிழவனின் புனைகதை வெளி – *எஸ்.சண்முகம்* 175

9. ஒருருவில் ஈருரு நவீனங்களாகும் அரூபக்கதையாடல் – *கோணங்கி* 217

10. ஏற்கனவே சொல்லப்பட்ட மனிதர்கள்: ஒரு பார்வை – *நாகார்ஜுனன்* 245

11. ஜி.கே.எழுதிய மர்ம நாவல் :தமிழவன் படைப்புக்கலை – *கி.நாச்சிமுத்து* 257

12. தமிழவனின் வார்ஸாவில் ஒரு கடவுள் :
    கலாச்சார எதிர்ப்புணர்வும் செயற்பாடும் – முபீன் சாதிகா   267

13. தமிழவனின் வார்ஸாவில் ஒரு கடவுள் நாவல்:
    ஒரு கன்னடப்பார்வை – ஹெச்.எஸ்.ராகவேந்திர ராவ்   277

14. தமிழவனின் வார்ஸாவில் ஒரு கடவுள் நாவல்: ஒரு கன்னட
    விமர்சனம் – வெங்கடேஷ் நெல்லிகுண்டே   291

15. தமிழவனின் முஸல்பனி நாவலை எப்படி வாசிப்பது? :
    ஒரு பார்வை – நிதா எழிலரசி   306

16. தமிழவனின் முஸல்பனி : தேசிய எல்லைகள் கடந்த நாவல்
    –பாலசுப்ரமணியன் பொன்ராஜ்   319

17. அகப்புறப்பாவியமும், தமிழவனின் ஆடிப்பாவைபோல நாவலும்
    – மேலும் சிவசு   322

18. ஆடிப்பாவைபோல – அனாதைத் தன்மையும்,
    தாய்மைத் தன்மையும் – நிதின் திருவரசு   335

19. இருமைக்குள் பாலையும் வாகையும்: தமிழவனின்
    ஆடிப்பாவைபோல நாவலை முன்வைத்து – வினோதா   344

20. தமிழவனின் ஷம்பாலா : எதேச்சாதிகாரத்தின் பின் இயங்கும்
    உளவியலைப் பேசும் நாவல் – ஜி.குப்புசாமி   353

21. புனைவாகும் வரலாறு:தமிழவனின்
    சிறுகதைகளை முன்வைத்து – வெளி ரங்கராஜன்   358

22. தமிழவனின் சிறுகதை காரல் மார்க்சும் தாணு ஆசாரியும்
    :இன்மைகளைக் கட்டமைக்கும் பிரதி – க.பஞ்சாங்கம்   360

23. தமிழவனின் நடனக்காரியான 35 வயது எழுத்தாளர்
    – அழகிய சிங்கர்   369

24. தமிழவன் சிறுகதையில் பல மையங்கள் – ஆ.முத்தையன்   373

பகுதி மூன்று

சமூகமும், கோட்பாடும்: தமிழவனின் இலக்கியத் திறனாய்வும், பண்பாட்டுத் திறனாய்வும்

25. தமிழவனின் படைப்பும், விமர்சனமும் : 'புறக்கணிக்க இயலாதது, பொருட்படுத்தத் தக்கது !' – *நாகார்ஜுனன்* *381*

26. தமிழவன்: தமிழ்ச்சிந்தனையின் மடிப்பு முனையில் – *ஜெயமோகன்* *389*

பகுதி நான்கு

மரபுசார் தேடல்களும், நவீன மரபுருவாக்கலும்

27. தமிழவனும் திராவிட நாட்டுப்புறவியல் ஆய்வுகளும் – *சு. சண்முகசுந்தரம்* *415*

பகுதி ஐந்து

தமிழவனின் செவ்விகள்

28. 'மார்க்சியம் கற்றுவிட்டால் மற்ற துறைகளைப் புரிந்துவிடலாம்' – செவ்வி கண்டவர்: *ப்ரதிபா ஜெயச்சந்திரன்* *429*

29. 'சினிமாக்காரர்கள் பெரியாரைத் தொலைத்துவிட்டார்கள்' – செவ்வி கண்டவர்: *கடற்கரய்* 465

30. தமிழ்த்துறைகள் தொழிற்சங்கங்கள் போலச் செயல்படுகின்றன' – செவ்வி கண்டவர்: *ப.சகதேவன்* *487*

பிற்சேர்க்கை

- தமிழவன் மற்றும் தமிழவன் பற்றிய எழுத்துக்கள் – ஒரு பட்டியல்
- 'வக்கிரங்கள்' – 'படிகள்' இயக்கச் செயல்பாட்டின் ஒரு வரலாற்று ஆவணம்
- கட்டுரையாளர் குறிப்பு

பகுதி ஒன்று

அறம் - அக்கறை - செயல்பாடு:
தமிழவனின் ஆளுமை உருவாக்கம்

தொடர்ந்து ஒலிக்கும் மாற்றுக்குரல் : தமிழவன் எழுத்துக்கள் மீதான உள்நோட்டமும், ஒரு தொகுப்புரையும்

ப.சகதேவன்

1970–ம் ஆண்டு ஜுலை மாதம். கேரளாவின் பாலக்காடு மாவட்டம் சித்தூர் அரசினர் கல்லூரியில் புதிய கல்வியாண்டு தொடங்கியிருந்தது.. இளங்கலை தமிழ் இலக்கிய முதலாமாண்டு மாணவர்கள் நாங்கள் ஆறு பேர் இருந்தோம். இதில் மூன்று பேர் கேரளத்தமிழர்கள். நான் உள்பட மூன்று பேர் 'வெளியிலிருந்து' வந்தவர்கள். எங்கள் எல்லாரது கண்களிலும் ஒரு மிரட்சி இருந்தது. அதுவரை வகுப்பெடுத்திருந்த ஆசிரியர்கள் எல்லோரும் தமிழ் நாட்டு 'தமிழ் வாத்தியார்களாகவே' இருந்தார்கள். துறைத்தலைவர் பேராசிரியர் ஜேசுதாசன் மூன்றாம் வருடம் தான் வகுப்பெடுப்பார். முதுகலை முதலாமாண்டில் கன்னியாகுமரிப் பக்கமிருந்து ராஜமார்த்தாண்டன் வந்து சேர்ந்திருந்தார்.

மாநிறமுடைய, உயரம் அதிகமில்லாத இளைய வயதுடைய ஒருவர் உள்ளே நுழைந்தார். தன்னை 'கார்லோஸ்' என்று அறிமுகப்படுத்திக் கொண்டார். அவரது கையில் புத்தகம் எதுவுமில்லை.. எழுத்து என்ற ஒரு பத்திரிகை மட்டுமே இருந்தது.. தன்னிடம் எந்த வகையிலும் கூச்சப்பட வேண்டாம் எனவும், மனதில் இருப்பதை வெளிப்படையாகப் பேசலாம் எனவும் சொன்ன அவர் எங்களிடம் ஏன் இந்தப் பிரிவைத் தேர்ந்தெடுத்தீர்கள் எனக் கேட்டார். 'வேறு போக்கத்தவர்கள்' தான் இந்தப் பிரிவை எடுப்பார்கள் என்பது எங்களுக்கும், அவருக்கும் தெரியும் என்றாலும் அதை சொல்லிக்கொள்ளவில்லை. வேறு ஏதேதோ காரணங்கள் சொன்னோம்.

நாங்கள் எடுத்திருந்த தமிழ் இலக்கியப் பிரிவு எந்த வகையிலும் பிற பிரிவுகளை விடத் தாழ்ந்ததில்லை என்றும், எந்தப் பிரிவை எடுத்துப் படித்தாலும் அதில் சோபிக்கலாம் என்றும் நம்பிக்கை

கொடுத்தார். வழக்கம்போலவே நாங்கள் அதை நம்பவில்லை. அடுத்ததாக அவர் சொன்னது பாடத்திட்டத்தை மட்டுமே நம்பி— யிருக்கக் கூடாதென்றும், பாடத்திற்கு வெளியிலும் முக்கியமான பல விஷயங்கள் இருப்பதாகவும் கூறி தான் கொண்டு வந்திருந்த எழுத்து பத்திரிகையைப் பற்றியும், தற்கால இலக்கியம் பற்றியும் பல விஷயங்கள் சொன்னார். விஷயங்கள் புரிந்தும் புரியாமலும் இருந்தன.

மேலும் ஒன்றிரண்டு வகுப்புகள் வந்த பிறகு அவர் காணாமல் போனார்.. நான் 'நன்றாகப் படித்து' அங்கேயே முதுகலை வகுப்பிலும் சேர்ந்திருந்தேன். திருவனந்தபுரம் போன பிறகு ராஜமார்த்தாண்டனுடன் அவர் நடத்திய பத்திரிகைகளான 'கோகயம்', 'கொல்லிப்பாவை' போன்றவற்றின் தயாரிப்பில் எனக்கும் கொஞ்சம் வேலை கொடுப்பார். அவரது இலக்கியப்பார்வையும், எனது இலக்கியப்பார்வையும் ரசனை அடிப்படையில் ஒத்துப் போனாலும் சமூக விமர்சனம், பண்பாட்டு விமர்சனம் என்ற அடிப்படைகளில் வேறு பட்டிருந்தன. தாமரை, செம்மலர் பத்திரிகைகள் முன் வைத்த இலக்கிய ரசனையிலோ, விமர்சனக்கோட்பாடுகளிலோ எங்கள் இருவருக்குமே நம்பிக்கையிருக்கவில்லை. ஆனால் இதற்கு இடையிலான ஒரு விமர்சனத்தை அப்போது இருவர் செய்து கொண்டிருந்தார்கள். ஒருவர் கோவை ஞானி.. இன்னொருவர் தமிழவன்.. அப்போது தமிழவனின் *புதுக்கவிதை: நாலு கட்டுரைகள் (1977)* வெளியாகியிருந்தது. என்னைப்போலவே தற்கால இலக்கியத்தில் ஈடுபாடு கொண்டிருந்த அக்கால இளைஞர்களிடம் அது மிகப்பெரிய தாக்கத்தை ஏற்படுத்தியிருந்தது. அதில் கூறப்பட்டிருந்த சில கருத்துக்களை முன் வைத்து விவாதித்த போது ராஜமார்த்தாண்டனால் பெரிதாக எதிர்விவாதம் செய்யமுடியவில்லை.

நான் பெங்களூர் வந்த பிறகு படிகள் குழுவோடும், இலக்கு கலாச்சார இயக்கத்தோடும் சேர்ந்து பணியாற்றினேன். ஒரு கட்டத்தில் அது நின்றுவிட்டது. இருப்பினும் அவரது சிந்தனைக்கும், செயலுக்கும் ஈடு கொடுப்பது மாதிரியான நட்பும், துணையும் அவருக்குக் கிடைத்துக் கொண்டுதான் இருந்தன. செயல் நோக்கி இல்லாத வெறும் உணர்வு சார்ந்த நட்பில் அவருக்கு நாட்டம் இருப்பதாக எனக்குத் தெரியவில்லை. ஆனாலும் அவரது அறிவுசார் வாழ்க்கை முழுதும் அவரோடு கூட நின்றவர்கள் என்று சிலர் இருக்கத்தான் செய்தார்கள். அவர்களில் மேலும்

சிவசுகுறிப்பிட்டுச் சொல்லப்பட வேண்டியவர். தமிழவனின் விமர்சனக் கட்டுரைகளைப் போலவே அவரது படைப்புகளும் சிவசுவுக்குப் பிடித்துப் போயிருந்தன. சொல்லப்போனால் தமிழவன் பற்றிய இக்கட்டுரைத் தொகுப்புக்கு சிவசு தான் ஆசிரியராக இருந்திருக்க வேண்டும். நான் முந்திக்கொண்டேன்.

எழுபதுகளில் புத்திலக்கிய ஆர்வம் கொண்டிருந்த பல இளைஞர்களது பின்னணி ஒரே மாதிரியாகத் தான் இருந்தது. மத்திய தர அல்லது கீழ்மத்தியதர வர்க்க குடும்பச்சூழல், வேலையின்மை, சீரழிந்து கொண்டிருக்கும் பொருளியல் மற்றும் பண்பாட்டுச்சூழல் எனவாக. கிட்டத்தட்ட இதே மாதிரியான ஏன் இதை விட மோசமாகத்தான் இங்கிலாந்தின் சூழல் இருந்தது. அக்காலத்தில் பதின்ம வயதில் இருந்த ரேமண்ட் வில்லியம்சுக்கு இரண்டாம் உலகப் போரில் பங்கு பெற வேண்டிய கட்டாயமும் இருந்தது.. வேல்ஸ் பிராந்தியத்தில் ஒரு ரயில்வே தொழிலாளியின் மகனாகப் பிறந்து தொழிலாளர்களுக்கிடையிலேயே வளர்ந்த வில்லியம்சுக்கு இலக்கியத்தை சமூகத்துடனும், பண்பாட்டுடனும் இணைத்துப் பார்க்க வேண்டும் என்று தோன்றியதில் வியப்பேதுமில்லை.. அவரது குறிப்பிடத்தக்க முதல் புத்தகமே பண்பாடும், சமூகமும் (1958) (கல்ச்சர் அண்ட் சொசைட்டி) என்பதாகத்தான் இருந்தது. அவருக்குப் பின் வந்த அவரது மாணவர் டெரி ஈகிள்டன் தனது குருநாதர் வில்லியம்சைப் பின் தொடர்ந்து அந்த இடது சாரிச் சிந்தனையை பின் நவீனத்துவம் வரை எடுத்துச் சென்றார். இவர்கள் இருவருமே பாரம்பரிய விமர்சனப் போக்கைப் பின் தொடர்ந்திருந்தால் மெத்யூ ஆர்நல்டு, எஃப்.ஆர்.லீவிஸ் போன்றோ, ஹேரல்டு ப்ளூம், கிளெந்த் ப்ரூக்ஸ் போன்றோ தான் வந்திருக்க முடியும். இதே பாதையில் தமிழவன் பயணிக்கத் தொடங்கியிருந்தால் பரதனிலிருந்து தொடங்கி அபிநவ குப்தர், ஆனந்த வர்த்தனர் வழியினராகவோ, பரிமேலழகர் தொடங்கி வழியாக வந்த ஒரு உரையாசிரியராகவோ, அல்லது இரண்டுக்கும் இடைப்பட்டவர்களாக, எதிலும் சேராத மு.வ, இரா.தண்டாயுதம், எழில்முதல்வன் ஆகியோரைப் போலவோ தான் வந்திருக்க முடியும். இடதுசாரிச் சிந்தனையாளர் என்று ஒரேயடியாக ஒதுக்கிவிட முடியாத அடையாளத்தைப் பெற்றது தமிழவனின் வாழ்நாள் சாதனை தான். இலக்கியத்திலிருந்து தொடங்கிய அவரது பண்பாட்டு விமர்சனம் அவருக்கு அந்த அடையாளத்தைக் கொடுத்தது. இங்கிலாந்து விமர்சகர்களிலிருந்து தொடங்கி லெவி ஸ்ட்ராஸ், அல்த்தூசர், ரோலாந்த் பார்த்,

தெரிதா என்று பல ஐரோப்பியர்களைத் துரத்திப் பிடித்தும் தனது அடையாளத்தை தமிழவன் தக்க வைத்துக் கொண்டார்.

புழங்கு பொருள், நுகர் பொருள் என்பதில் நல்லவற்றைப் பயன்படுத்த வேண்டும் என்பதற்காக வெளிநாட்டுப் பொருள்களைத் தேடிப்போகும் சுதேசிகளைப் போலவே சமதர்ம வழியான, அறத்தின் வழிப்பட்ட பண்பாட்டை நிலை நிறுத்துவதற்காக இடது பக்கம் சாய்வது என்பது இங்கிலாந்தானாலும், இடையான் குடியானாலும் இயல்பாகத்தான் இருக்கிறது. இலக்கிய விமர்சனத்திலும், பண்பாட்டு விமர்சனத்திலும் மூலச் சொல்லாக்கங்களை (கீ வேர்ட்ஸ்) உருவாக்குவது விமர்சகர்களது கடமை. துருப்பிடித்துப்போன சொற்களுக்கு மெருகூட்டி அவற்றுக்கு புதிய பொருள்களைக் கொடுப்பது அதனில் ஒரு பகுதி. கலை, பண்பாடு, அதிகார வர்க்கம், மேலாண்மை என்பன இப்படிப்பட்ட சில சொற்கள். ரேமண்ட் வில்லியம்சினுடைய 'மூலச்சொற்கள்' (கீ வேர்ட்ஸ்) அகராதி அவரது காத்திரமான பங்களிப்புகளில் ஒன்று.. தனது நீண்ட நெடும் பயணத்தில் தமிழவன் பல மூலச்சொல்லாக்கங்களை உருவாக்கிச் சென்றிருக்கிறார். எல்லாமும் இலக்கிய, பண்பாட்டு விமர்சனத்தின்பாற் பட்டவை.. அந்தச் சொல்லாக்கங்கள் உங்களுக்குப் புரியாமல் போகலாம். பிடிக்காமல் போகலாம். ஆனால் அப்படிப்பட்ட சொல்லாக்கங்களை அவரைப் போன்ற மிகச்சிலரே உருவாக்கியிருக்கிறார்கள். இதுவும் இல்லாமலிருந்திருந்தால் தமிழ்ப் பண்பாட்டு விமர்சன பூமி வறண்டதாக இருந்திருக்கும்.

ஒரு தலைமுறை தனது சிந்தனை உருவாக்கத்தை, கருத்தியல் உருவாக்கத்தை அடுத்த தலைமுறைக்குக் கையளிக்க வேண்டிய கடமை அத்தலைமுறைக்கு இருக்கிறது என்று சி.சு.செல்லப்பா அடிக்கடி சொல்வார். அதை ஒரு கடமையாக தனது எழுத்து பத்திரிகை மூலமாகவும், பிற புத்தக வெளியீடுகள் மூலமாகவும் செயல் படுத்தினார். இந்தத் தலைமுறை அதை மறந்து விட்ட மாதிரித் தெரிகிறது.. தமிழவனைப் பற்றி மட்டுமல்லாமல் தமிழவன் காலச் சிந்தனைப் போக்கை அடுத்த தலைமுறைக்கு எடுத்துச் செல்ல வேண்டியதன் இன்றியமையாமையை உணர்ந்து இத்தொகுப்பு தயாரிக்கப் பட்டிருக்கிறது. கட்டுரைகளைப் படிக்கும்போது ஓரளவுக்காவது நீங்கள் அதை உணர்ந்தீர்களானால் இத்தொகுப்பின் நோக்கம் நிறைவேறியதாக ஆகும்.

அறம் - அக்கறை - செயல்பாடு: தமிழவனின் ஆளுமை உருவாக்கம்

பிறப்பால் தமிழவன் ஒரு கத்தோலிக்கர்.. கத்தோலிக்கக் குடும்பங்களில் அறம், இறையியல், புனிதச்சிந்தனை முதலியவை தாய்மார்கள் மூலமாகவே குழந்தைகளுக்கு போதிக்கப்படுகின்றன. இந்தியாவின் முதல் சுதேசி கிறித்தவ துறவற சபையாகிய 'அமலோற்பவ மேரியின் கார்மலித்தாக்கள் சபை' (கார்மலைட்ஸ் ஆஃப் மேரி இம்மாக்குலைட்)யை நிறுவியவர்களில் ஒருவரான புனிதர் சாவரா தனது தாயின் போதனைகளே தனது அர்ப்பணிப்புக்கும், எல்லா செயல்பாடுகளுக்கும் காரணம் என்று கூறியிருக்கிறார். நவ மார்க்சீய விமர்சகர் டெரி ஈகிள்டன் தேவாலயத் திருப்பலிப் பூசைகளில் பங்கு கொண்டவர் தான். தமிழவனது அறம் சார்ந்த சிந்தனை அவரது கத்தோலிக்கப் பின்னணி காரணமாகவோ, அவரது பகுதியில் செல்வாக்கோடிருந்த நாயர் நிலப்பிரபுத்துவ மேலாதிக்கத்தின் மீதிருந்த வெறுப்பின் காரணமாகவோ அல்லது அப்போது தான் முளைத்து வேர் விடத்தொடங்கியிருந்த கம்யூனிச இயக்கத்தின் தீவிரத்தைப் பார்த்ததிலிருந்தோ தோன்றியிருக்கலாம். வழி எப்படிப்பட்டதாக இருந்தாலும் எல்லோரும் தன்மானத்தோடு, கௌரவமாக வாழ வேண்டும், எல்லோருக்கும் சம உரிமை கிடைக்க வேண்டும், அது மேன்மையான பண்பாட்டின் அடித்தளமாக இருக்க வேண்டும் என்ற அடிப்படையான அறவழிப்பட்ட சிந்தனையே தமிழவன் சிந்தனையின் மூலக்கூறாக இருக்கிறது. இந்த அவரது அக்கறை – தான் ஈடுபாடு கொண்ட இலக்கியம்-கல்வி என்பதன் மூலமாக செயல்பாடுகளுக்கு இட்டுச்சென்றிருக்கிறது. இதற்கான அவரது வழித்தடத்தைப் பின் தொடர்ந்து பார்ப்பது தான் இத்தொகுப்பின் நோக்கம்.

***

தமிழில் பேரிதழானாலும், சிற்றிதழானாலும் அதன் உள்ளடக்கம் ஒரு பண்பாட்டின் எல்லா அம்சங்களையும் உட்கொண்டிருக்க வேண்டும் என்கிற கோட்பாடு தமிழவன் மனத்தில் உதித்தபோது அது ஒரு செயல்வடிவமாக உருப்பெற்றது தற்செயலானது தான். புதுக்கோட்டையில் பிறந்து அங்கேயே பள்ளிப்படிப்பை முடித்து பிறகு பெங்களூர் வந்து கல்லூரிப் படிப்பை முடித்து மல்லேஸ்வரத்திலுள்ள ஒரு தனியார் கல்லூரியில் சமூகவியல் பேராசிரியராகப் பணிபுரிந்து கொண்டிருந்த ஜி.

சிவராம கிருஷ்ணனைச் (ஜி.எஸ்.ஆர்.கிருஷ்ணன்) சந்தித்தது அவரது எண்ணம் செயல் வடிவம் பெற உதவியது. ஒரு நிகழ்ச்சியில் கிருஷ்ணனையும், ஜி.கே.ராமசாமியையும் ஒன்றாகவே சந்தித்தார் தமிழவன். இந்த சூழலை மிக உயிரோட்டத்துடன் விளக்குகிறார் கிருஷ்ணன். இருபதாம் நூற்றாண்டு மனிதனுக்கு மானுடவியல், சமூகவியல், பண்பாட்டியல் முதலியவை அறிவுத்தேடலின் இன்றியமையாத பகுதிகளாக இருக்க வேண்டும். அதற்கு மாறாக அது முற்றிலுமாக வணிக அம்சத்திலிருந்து வந்ததாக, பொழுதுபோக்கு அம்சத்தை மட்டுமே உட்கொண்டதாக, எல்லா அறிவுத்தேட்டங்களையும் மழுங்கடிப்பதாக இருந்த 1970–களின் சூழ்நிலையை ஒரு சமூகவியல் கண்ணோட்டத்தில் பார்ப்பதற்கு கிருஷ்ணனின் தொடர்பு தமிழவனுக்கு உதவியது. ஏற்கனவே பல சமூகவியல் கோட்பாடுகளுடன் தமிழவனுக்கு அறிமுகம் இருந்தது. அவற்றை விவாதங்கள் மூலமாக மேலும் தெளிவு படுத்திக்கொள்வதற்கும், அதை தமிழ்ச் சமூகத்திற்கு அறிமுகப்படுத்தும் வழிமுறைகளையும் உருவாக்க இந்தத் தொடர்பு உதவியது. படிகள் மூலமாக என்ன செய்ய முடிந்தது என்பதை கிருஷ்ணன் சொல்கிறார்:

மற்ற மாநிலங்களில் அரசியல் தலைவர்கள் எப்படி நல்ல எழுத்தாளர்களை மதித்து கௌரவிக்கின்றனர் என்பதை அடிக்கடி சுட்டிக்காட்டினோம்..அதாவது தமிழுக்கு, தமிழகத்திற்கு புதிதாகத் தெரியும், அந்நியமாகத்தெரியும் விஷயங்களைக் குறிப்பிட்டுக் காண்பிக்க விரும்பினோம்.. அவ்வப்போது தமிழ்ச்சிறு பத்திரிகைகள் எடுக்கும் தவறான முடிவுகளை, மொத்த கலாச்சாரத்தையும் பார்க்காமல் தங்கள் குறுகிய துறைகளைப் பற்றியே ஆதங்கப்படுவதை கேலிக் குள்ளாக்கினோம்.... முற்போக்குகள் என்ற போர்வையில் தொடர்ந்து ஆளும் வர்க்கத்துடன் சமரசம் செய்து கொண்ட கட்சிகளை, நபர்களை தொடர்ந்து தாக்கினோம்....

1970–80களில் தமிழ் அரசியல், பண்பாட்டு வரலாற்றில் இது எவ்வளவுக்கு முக்கியத்துவம் வாய்ந்தது என்பதைப் புரிந்து கொள்ளலாம். இலக்கு கலாச்சார இயக்கம் உருவான விதத்தையும் கிருஷ்ணன் விரிவாகக் கூறுகிறார்..

கிருஷ்ணனைப் போலவே படிகள் இதழோடு தொடர்புடையவாக இருந்த இன்னொரு சமூகவியல் பேராசிரியர் ஜி.கே.ராமசாமி. சேலம் மாவட்டத்தைச் சேர்ந்த ராமசாமி இந்தியாவில் பொதுவுடமைக் கட்சிகளின் செயல்பாடுகள், தமிழக

விவசாயிகள் போராட்டம், எம்.ஜி.ஆர் போன்ற நிகழ்வுகளுக்குப் பின்னாலுள்ள சமூகவியல் உண்மைகள் முதலியவை அவருடைய ஆய்வு அக்கறைகளாக இருந்தன.. பிராமணரல்லாதார் வாழ்வியல் பற்றியும் அவர் தனதேயான சில கருத்துக்களைக் கொண்டிருந்தார். ராமசாமி சொல்கிறார்:

பண்பாடு எங்கிருந்து தோன்றுகிறது? சமுதாயத்தை மனிதர்கள் கட்டமைப்பது போன்றே கலாச்சாரத்தையும் மனிதர்களே படைக்கின்றனர். அந்தக் கலாச்சாரம் மனிதர்களைப் படைக்கிறது. இங்கும் நாம் காண்பது இயங்கியல் உறவே... முதல் தலைமுறை— யினரின் அனுபவங்களும், உணர்ந்தவைகள், அறிந்தவைகள், நம்பியவைகள் அடுத்த தலைமுறையினருக்கு வழங்கப்படுகின்றன. இப்போது வழங்கப்படும் அனுபவங்களும், அறிவும்... மூன்றாம் தலைமுறையினருக்கும் வழங்கப் படுகின்றன.... இந்தச் சங்கிலித் தொடர் வாழையடி வாழையாக நடப்பது தான்...

ஆரோக்கியமாக இருக்க வேண்டிய இந்தத் தொடர் அறுபட்டுப்போகும் சூழலையே படிகள் சுட்டிக் காண்பித்தது. தமிழவன் இதற்கு உருவம் கொடுத்தார். இப்போதும் அவரது முயற்சி தொடர்ந்து கொண்டிருக்கிறது..ஒரு கருத்துருவம் செயல்பாடாக மாறுவதற்கான சூழல் உருவாவது ஒத்த சிந்தனையுடையவர்கள் கூடிப்பேசும்போது தான். படிகள் என்கிற கருத்துருவம் இலக்கு என்கிற செயல்வடிவமாக உருப்பெறுவதற்கு காரணமாக இருந்த காந்திபுரம் கூட்டத்தை ஒழுங்கு செய்தவர் ராமசாமி தான்..

வானம்பாடி கவிதை இயக்கத்தோடு தொடர்புடையவர்களில் ஒருவரான கனல் மைந்தன் (அக்னிபுத்திரன்) தமிழவனின் சமகாலத்தவர்..படிகள் சிற்றிதழ் இலக்கு கலாச்சார இயக்கமாக உருவானபோது அதில் தீவிரமாக ஈடுபாடு கொண்டிருந்தவர்..சென்னை ராயப்பேட்டையிலிருந்த அவரது இல்லமே ஒரு பாசறையாகச் செயல்பட்டது. தொடக்கத்தில் கவிதை எழுதுபவராக அறிமுகமான தமிழவன் எப்படி ஒரு செயல்பாட்டாளராக உருவானார் என்பதை காலமுறைப்படி விளக்குகிறார். தமிழவனின் முதன்மையான லட்சியம் கனல் மைந்தனுக்குத் தெளிவாகத் தெரிகிறது.'தமிழ் சிற்றிதழ் இயக்கச் சிந்தனைகளையும், பல்கலை அளவில் நடக்கும் தமிழ் ஆய்வியல் சிந்தனைகளையும் இணைக்கும்' தமிழவனது முயற்சி தமிழாய்வை மேல்நிலைக்குக் கொண்டு செல்லும் என்பது இவரது நம்பிக்கை

தமிழவனின் ஒட்டுமொத்தப் பங்களிப்புக்கான ஒரு பொருத்தமான அறிமுகமாக இருக்கிறது ஜமாலனின் கட்டுரை. மரபான மார்க்சீய அடிக்கட்டுமானம் மேற்கட்டுமானம் என்கிற பொருளியல்வாதப்பார்வை போதாது என்று சொல்லி இலக்கியத்துக்குள் அமைந்திருக்கும் அழகியல் பார்வையின் முக்கியத்துவத்தை எடுத்துச்சொல்லிய தமிழவனின் ஆய்வுமுறையை சரியாக அடையாளம் காண்கிறார் ஜமாலன். இந்த விமர்சனப்பார்வையை ஒரு வரலாற்றுப் போக்கில் அவர் வைத்துப் பார்க்கும்போது மணிக்கொடி யிலிருந்து தொடங்கிய தமிழ்ச்சிந்தனை வரலாறு புலப்படுகிறது. இயல்பாகவே அது தமிழவனின் அமைப்பியல் அக்கறைக்குக் கொண்டு வந்து விடுகிறது. ஜமாலனும் அமைப்பியல் போன்ற கோட்பாடுகளில் ஈடுபாடு கொண்டிருப்பவராதலால் இந்நிலையில் அவரது மதிப்பீடுகள் சரியான அளவுகோல்களைக் கொண்டிருக்கின்றன.. தமிழவன் தொடர்பு கொண்டிருந்த சிற்றிதழ்கள், படைப்பு முயற்சிகள், பங்கு கொண்ட விவாதக் களங்கள், அவர் எடுத்துரைத்த வாசிப்பு முறைகள், உருவாக்கிய கலைச்சொல்லாக்கங்கள் என்னுமிவையெல்லாம் இத்தொகுப்புக்கு ஒரு நல்ல நுழைவாயிலாக இருக்கின்றன..

தமிழில் கோலோச்சிவந்த ரசனைவாத, இயல்புவாத, அனுபவமுதல்வாத, யதார்த்தவாத கோட்பாட்டுப் பார்வைகளின் போதாமையைச் சுட்டிக்காட்டி சிந்தனைத்துறையில் அவற்றின் ஆதிக்கம் உருவாக்கும் மனிதவியல் சிக்கல்கள், அறிதல்கள், புரிதல்கள் எப்படி தமிழ்ச் சமூக வாழ்வை பாதிக்கிறது என்பதை அறிவுறுத்தியவர்.

என்ற ஜமாலனின் முடிவுரை மேலும் பல விவாதங்களுக்கு இட்டுச்செல்லும்.

தமிழ்க் கருத்துலகில் தமிழவனின் நுழைவு, அதற்கு முன்னும் பின்னுமாக படைப்புலகிலும், ஆய்வுலகிலும் ஏற்பட்ட மாற்றங்கள் என்பதைச் சரியாகக் கணிக்கிறார் ஆர்.சிவகுமார். உலகின் பல பகுதிகளிலும் ஏற்பட்ட அரசியல், பண்பாட்டு மாற்றங்களுக்கு பத்திரிகைகள் காரணமாக இருந்திருக்கின்றன. அந்த வகையில் தமிழவன் முயற்சியில் வெளிவந்த படிகள் பத்திரிகையின் பங்களிப்பை எல்லாக்கோணங்களிலிருந்தும் ஆய்கிறது சிவகுமாரின் கட்டுரை. 'பிரக்ஞை க்கு அடுத்து வந்த படிகள் மிகப்பெரிய பாய்ச்சலை நிகழ்த்தியது. ஒட்டுமொத்த

சமூகம் குறித்த அரசியல், பண்பாட்டு ஆய்வுகளின் மையமாக சிறுபத்திரிகைகள் இருக்க வேண்டும் என்ற சட்டகத்தைப் படிகள் முன்வைத்ததோடன்றி அதை நிறுவியும்விட்டது. அதன் சரித்திர முக்கியத்துவம் இதுதான்' என்று கூறும் சிவகுமார் தமிழ்ச் சமூகத்தின் சிந்தனை மேம்பாட்டுக்கு அவ்வப்போது தொடங்கிய சிறுபத்திரிகைகள் மூலம் தமிழவன் அளித்த பங்களிப்பு கணிசமானது என்கிறார். அவரது கட்டுரை ஒரே சமயத்தில் ஒரு காலகட்டத்திய தமிழ்ச்சமூகத்தின் கருத்துலக வரலாறாகவும், தமிழவனின் எழுத்துக்கள், செயல்பாடுகள் பற்றிய குறிப்பாகவும் இருக்கிறது.

கன்னடப்பேராசிரியர் ரஹமத் தரீகெரெ ஒரு வரலாற்றுப் பின்னணியில் தமிழ்–கன்னட உறவைப் பார்த்திருக்கிறார்.தாய் மொழி வேறாக இருந்தும் கன்னட மொழி இலக்கியத்திற்குப் பெருமை சேர்ந்த த.ரா.பேந்த்ரே, மாஸ்தி வெங்கடேச ஐயங்கார் ஆகியோரைச் சுட்டிக்காட்டி அந்த வரிசையில் தமிழவனையும் சேர்க்கிறார். தமிழவனின் கன்னட நூலான தமிளு காவ்ய மீமாம்சே (தமிழ்க் கவிதையியல்) அவர் சுட்டிக்காட்டும் புத்தகங்களுள் ஒன்று. கூடவே வடநாட்டு மேலாதிக்கம், கன்னடம் திராவிடத்திசை நோக்கிச் செல்ல வேண்டிய அவசியம் என்பவற்றையும் பார்க்கிறார். இவை தமிழவனுடைய தற்போதைய தேசீயப்பண்புகள் பற்றிய விவாதத்தோடு ஒட்டியவையாக இருக்கின்றன

ஏற்கனவே சொல்லப்பட்ட மனிதர்கள், சரித்திரத்தில் படிந்த நிழல்கள் ஆகிய இரு நவீனங்களையும் மடக்கு ஓலைகளால் பின்னிய புனைவுமொழி ஈருரு மடிப்புகள் என்று கூறும் கோணங்கி அவற்றின் கதாபாத்திரங்கள் தொல்மரபுகளிலிருந்து உருவாக்கப்பட்டவை என்று கூறுவது பொருத்தமானது தான். தனது புனைகதையின் மொழிநடையிலேயே தமிழவனின் புனைகதைச் சூத்திரத்தை அடையாளம் காணும் அவர் இச்சூத்திரம் தமிழுக்குப் புதிது என்றும், வளமான ஒன்று என்றும் கூறுகிறார். 1980–களில் தமிழவனுடன் ஏற்பட்ட தொடர்பை நினைவு கூறுவதன் மூலமாக அவர் எவ்வாறு அக்கால கட்டத்தில் புதிதாக எழுத வந்தவர்களுக்கு ஆதர்சமாக இருந்தார் என்பதையும், இதற்காக தனிப்பட்ட முறையிலும் எந்த அளவுக்கு தொடர்புகளை ஏற்படுத்தியிருந்தார் எனவும் சொல்கிறார். 'தமிழவனும் நானும் எதிரெதிர் உப்புப் பாதையில் ஒரே தண்ணீரின் பிணக்கான சுனைகள் வழியே வேறு வேறான புனைவுலகை அடைகிறோம்

அவ்வளவே' என்னும் கோணங்கி தமிழ் வரலாறு முழுவதும் நிறைந்து கிடக்கும் வாழ்முறைகளையும், விழுமியங்களையும், தொன்மங்களையும் ஒரு தமிழ்ப்படைப்பில் காணவேண்டும் என்று வாதிடுகிறார். இது திணைக்கோட்பாட்டின் பிரிவிலிருந்து, புவியியல் ரீதியாகத் தொடங்குகிறது. படைப்பிலாகட்டும், திறனாய்விலாகட்டும் இத்தகைய அணுகுமுறை இருக்கும்போது நடை இயல்பாகவே செறிவாகி விடுகிறது.. கோணங்கி இத்தோடு நின்று விடாமல், படைப்புகளில் ஒரு பொதுவான பிரபஞ்சத்தன்மை தென்பட வேண்டுமே என்று யூகித்து இதே அம்சங்களை உலக இலக்கியங்களில் பார்க்க முடியுமா எனவும் கேட்கிறார்.. இவையெல்லாமும் புதிய அணுகு முறைகள்.. புதிய அடிவானங்களைத் தேடுபவை..

புத்தகம் பேசுது இதழுக்காகத் தமிழவனின் செவ்வி எடுத்த ப்ரதிபா ஜெயச்சந்திரன் தமிழவனின் சமூக பண்பாட்டு விமர்சனம் கால் கொண்ட தருணங்கள், படைப்பு மூலமாக அது வெளிப்பட்ட முறை என்பவற்றை அவருடனான ஒரு நீண்ட உரையாடலின் மூலம் வெளிக்கொணர்கிறார். ஒரு படைப்பாளி தனது படைப்பின் சூட்சுமங்களைப்பற்றிப் பேசுவதற்கு ஒரு வாய்ப்பாக இது அமைந்திருக்கிறது. புத்தகம் பேசுது இதழ் தமிழக மார்க்சிஸ்ட் கட்சியின் வெளியீடாக இருந்தாலும் கட்சி சாராத ஒரு மார்க்சிஸ்ட் ஆய்வாளர், ஒரு படைப்பாளி மார்க்சிஸ்ட் சித்தாந்தத்தின் பலவேறு தற்கால முகங்களை எடுத்துக் கூறி—யிருப்பது நிச்சயமாக கருத்து சுதந்திரத்தின் வரவேற்கத்தக்க வெளிப்பாடு தான். தமிழவனது நாவல்களின் இயங்கியல் வளர்ச்சியைக் கோடிட்டுக்காட்டி அவை தமிழ்ச்சூழலில் ஏற்படுத்திய மாற்றத்தையும் சுட்டிக்காட்டுகிறார் பிரதிபா ஜெயச்சந்திரன்.

ஒரு படைப்பு எந்த மொழியில் தோன்றினாலும் அதற்கு இருக்க வேண்டிய அனைத்துலகத்தன்மை (யுனிவெர்சல் கேரக்டரிஸ்டிக்ஸ்) குறித்து எழுத்தாளர் கடற்கரய் தீராநதி இதழுக்காக தமிழவனுடன் எடுத்த செவ்வியில் மிக ஆழமாக விவாதிக்கிறார். விமர்சகர் எஸ்.சண்முகம் இதை பிரபஞ் சத்தன்மை என்கிறார். தமிழ் மரபு சார்ந்த பாரம்பரியம், அதன் செழுமை என்பவற்றை சர்வதேசப் பின்னணியில் வைத்துப் பார்க்கும் தமிழவன் இப்போதும் ஜீவனோடு இருக்கும் அதன் செவ்வியல் தன்மை உலக அங்கீகாரம் பெறாதது குறித்து ஆதங்கப் படுகிறார்.. தமிழ்ச்சூழலில் கலாச்சாரத்திற்கும்,

அழகியலுக்கும் உள்ள தொடர்பு குறித்த விவாதத்தில் கடந்த ஐம்பதாண்டு காலமாக தான் பங்கு கொண்டிருந்ததையும், அவை குறித்து தனது அணுகுமுறையில் ஏற்பட்ட மாற்றங்களையும் குறிப்பிடும் தமிழவன் இந்த விவாதங்கள் மேலும் முன்னெடுத்துச் செல்லப்படவேண்டியதன் அவசியத்தையும் சுட்டுகிறார்.. பெண்ணியம் குறித்த நிகழ்காலப் போக்குகளையும் இந்தச் செவ்வி குறிப்பிட்டுச் செல்கிறது.

சமீபத்தில் இந்த நூலின் தொகுப்பாசிரியர் ப.சகதேவனுக்கு அளித்த செவ்வியில் தனது ஐம்பதாண்டுக்கால அறிவுசார் பயணத்தின் முக்கிய கட்டங்களை நினைவு கூர்கிறார். தமிழ்ப்புனைகதையையும், விமர்சனத்தையும் மேலும் பல உயரங்களுக்குக் கொண்டு செல்ல வேண்டியதன் அவசியம், இதில் கல்விப்புலத்தைக் கூட இணைத்துக்கொள்வதன் இன்றியமையாமை, மேலும் மேலும் எண்ம வழி நோக்கிப் போகும் சமுதாயத்தில் பண்பாட்டு விமர்சனத்தின் அலகுகளைத் திருத்திக்கொள்வதன் கட்டாயம் என்பவை இந்தச் செவ்வியின் உட்பொருள்களாகியிருக்கின்றன

தமிழவனின் புனைகதை உலகம்

தமிழவன் நாவல்கள்

தமிழவனது முதல் நாவல் ஏற்கனவே சொல்லப்பட்ட மனிதர்கள் (1985) வருவதற்கு முன்பாக ஹெப்சிபா ஜேசுதானின் புத்தம் வீடு (1964) திருவிதாங்கூர் தமிழர்களின் வாழ்க்கையைச் சொல்லியிருந்தது. தற்போது கன்னியாகுமரி மாவட்டம் என்று அழைக்கப்படும் அந்த தென் தமிழ்நாட்டுப் பகுதி தனது வரலாற்றுப் போக்கில் வேறெந்த தமிழ்நாட்டுப் பகுதியையும் விட பண்பாட்டு அளவில் பாரிய மாற்றங்களைக் கண்ட ஒரு பகுதி...அதனால் இயற்கையாகவே பல முரண்பாடுகளையும், சிக்கல்களையும் அப்பகுதி காலந்தோறும் எதிர்கொண்டிருந்தது. புத்தம் வீடு இந்த மாற்றங்களை மென்மையாகப் பதிவு செய்திருந்த போது ஐசக் அருமைராஜனின் கீறல்கள்(1975) இதன் ஒரு பகுதியைக் கூர்மையாகச் சொல்லியது.

ஆனால் ஒவ்வொரு வம்சத்திற்கும் நூற்றாண்டுக்கால வரலாறு இருக்கிறது. அந்த வரலாறு சாதனைகளாலும், துரோகங்களாலும் நிரம்பியிருக்கிறது.. ஒவ்வொரு வம்சமும் தனது வாழ்நிலங்களில் இருக்கிற மரம், செடி கொடிகளோடும்,

விலங்குகள், பறவைகளோடும், சக மனிதர்களோடும் உறவு கொண்டிருக்கிறது.. இவற்றோடு மட்டுமல்லாமல் ஆவிகளும் அவர்கள் வாழ்வைக் கட்டுப்படுத்துகின்றன.. 'நான் இரண்டா—யிரம் வருஷங்களின் ஞாபகத்தை நினைவில் ஒன்று திரட்டிப் பேசுகிறேன்' *(ஏற்கனவே சொல்லப்பட்ட மனிதர்கள்: 1985: 09)* என்று மூத்த தலைமுறையைச் சேர்ந்த ஒருவர் சொல்லுகிறார்.. அதுவே தமிழவனின் நோக்கமாகவும் இருக்க வேண்டும்..முந்தைய நாவலாசிரியர்களைப் போல அல்லாமல் அவர்களை விலகி இருந்து பார்க்க வேண்டும் என்பது தமிழவனின் திட்டமாக இருந்தது.. ரஷியாவிலும், ஸ்லாவிக் நாடுகளிலும் பல ஆண்டுகளுக்கு முன்னதாகவே பிரபலமாகியிருந்த உருவவாதம் *(ஃபார்மலிசம்)* இத்தகைய விலகியிருந்து பார்த்தல் *(டி ஃபெமிலியரைசேஷன்)* என்பதை ஒரு உத்தியாக வைத்திருந்தது என்பதை இங்கு குறிப்பிடலாம்.

கிட்டத்தட்ட 36 வருடங்களுக்குப் பிறகு இப்போது (2021) பார்க்கும்போது இச்சோதனை முயற்சி இன்னும் புதுமையாகத்தான் இருக்கிறது.. இதற்கு முக்கியக்காரணம் இதன் மொழி புராணங்களின் மொழியும், நாட்டார் கதையாடல்களின் மொழியும், மதம் சார்ந்த புனித நூல்களின் மொழியும் கலந்த ஒரு கலவையாக இருப்பதனால் தான். இது வாசகனை ஒரு நெருக்கத்திற்குக் கொண்டு வருகிறது.

ஒரு பாரம்பரிய சமுதாயத்தில் சுதந்திரத்திற்கு ஒரு வருடத்திற்குப் பிறகு நடப்பதாக இக்கதை சொல்லப்படுகிறது. ஜான் என்னும் பத்து வயது பள்ளிச்சிறுவன் வண்ணாத்திப்பூச்சி பிடிக்கப்போகும்போது தெருவில் வௌவாலின் நிழல் விழும் செய்தி வருவதாக கதை ஆரம்பமாகிறது. அவனது தாய் சிநேகப்பூ, தந்தை ராசப்பன், சகோதரன் பால் மற்றும் சிநேகபுரம் என்னும் அந்த ஊரில் வாழும் பல்வேறு சமூகத்தினர் தத்தமது செயல்பாடுகள் மூலமாக அக்காலத்திய (எக்காலத்தியதும்?) வாழ்க்கை முறையினைச் சொல்லுகிறார்கள். மையக்கதை என்ற ஒன்று இல்லாமலிருந்தாலும் 'கழுகு தம் வம்சத்தவரின் குலப்பி—ரிவைச் சார்ந்ததென்றும், தன் மகனின் வௌவால் விரோதிகளின் குலப்பிரிவைச் சார்ந்ததென்றும்' (ஏ.சொ.ம: 17) முத்துப்பிள்ளை கூறுவது அப்பிரதேசத்தின் இனக்குழு வேர்களைச் சொல்கிறது

தமிழவன் தனது ஊரிலிருந்து வெளியே வந்து சுமார் பதினைந்தாண்டு காலத்திற்குப் பிறகு இந்த நாவல் வெளிவருகிறது,

இந்த இடைக்காலத்தில் இருபதில் கவிதை (1971) புதுக்கவிதை நாலு கட்டுரைகள், (1977) ஸ்ட்ர்க்சுரலிசம், (1982) என்னும் மூன்று திறனாய்வு நூல்களை வெளியிட்டிருந்தார். இதன் மூலமாகவே அவரது படைப்புத்தொகுப்பறிவு (க்ரியேடிவ் சென்சிபிலிடி) உருவாகியிருந்தது.. அவர் தமிழாசிரியராக இருந்தமையால் தமிழ் நாவல் என்கிற இலக்கிய வடிவத்தின் வீச்சும், பரப்பும் குறித்த மதிப்பீடு இருந்தது.. அதே சமயம் உலக இலக்கியத்தில் நாவல் அடைந்திருக்கும் உச்சமும் அறிமுகமாகி இருந்தது.. இதே காலகட்டத்தில் சித்தாந்தங்களுடனும், கோட்பாடுகளுடனும் அவர் அறிமுகமாகியிருந்தார். எனவே ஒரு படைப்பாளி என்ற முறையில் புதிய உத்தியைப் பயன்படுத்தி ஒரு புதிய இலக்கிய மற்றும் கலாச்சார அனுபவத்தைத் தரவேண்டும் என்று அவர் நினைத்ததில் ஆச்சரியமில்லை.

அவரது உத்திகளில் தொன்மங்கள் பெரும்பங்கு வகிக்கின்றன. முதல் நாவலில் இந்தத் தொன்மங்கள் கதையாடலோடு ஒட்டிப்போகின்றன. இத் தொன்மங்கள் மிகுதியும் இயற்கையிறந்த நிகழ்வுகளாகவும், மீஎதார்த்தப் பொருளிலும் அமைந்திருக்கின்றன.

இதுவரை எழுதப்பட்டிராத ஒரு புதியவகை நாவல் என்பதினால் இதன்வழி வெளிப்படும் புதிய அம்சங்களை பட்டியலிடுவது அவசியமாகிறது. இந்தப்பாணி இப்போது தமிழ் நாவல் உலகில் பெரிதும் கையாளப்படுவதால் அவை பற்றிய திறனாய்வு ஒருவழிப்பட்டதாகலாம் அல்லது நீர்த்துப்போகலாம். இங்கே குறிப்பிடப்படும் தனிப்பண்புகள் மிகுதியும் கதையாடலோடு ஒட்டிப்போகின்றன. இது தமிழவனின் பிற நாவல்களிலோ அல்லது இதே பாணியைக் கொண்ட பிறரது நாவல்களிலோ காணக்கிடைப்பதில்லை என்பதையும் இங்கே குறிப்பிடவேண்டும். அவரது கதை சொல்லும் பாணி படைப்புக்குப் படைப்பு வேறுபடுகிறது.

நீண்ட பயணம் போகும் தொன்மங்கள்

புனித நூல்கள், தலபுராணங்கள், அவதார புருஷர்களின் வரலாறுகள், பாட்டி–தாத்தாக்களின் வாய்மொழிக் கதைகள் என்பவற்றிலேயே கலந்திருந்த தொன்மங்கள் அல்லது கட்டுக்கதைகள் தமிழர்களின் கதையாடலுக்கு வரும்போது அவற்றைப் பட்டியலிடுவது அவசியமாகிறது. இதன் மூலம் ஓர் இனக்குழுவின் இறந்தகாலமும், நிகழ்காலமும் ஒன்றிக்கலந்து எதிர்காலக் காட்சிகளுக்கு முன்னோட்டமாக இருக்கிறது

மனிதர்கள் மிருகங்களாவது இயல்பாக நடக்கிறது முத்துப்பிள்ளை அப்பா நாய்க்குட்டியாக மாறுகிறார் (1985:26)

முத்துப்பிள்ளையின் அக்காவான முத்துமாரி வானம் அடிக்கடி இருட்டிய ஒரு நாளில் தன் தந்தையின் தலை நிழலாய் மாறிப்பூமியுடன் பூமியுடன் பூமியாய் ஒட்டிக்கிடப்பதைக் கண்டான்(1985:29)

தன் மகனை தன் அண்ணன் கொலை செய்ததைக்கூட அறியாதபடி கிடந்த அம்மனிதர் ஆவி உலகத்திலும் மிருகபட்சிகளின் உலகத்திலும் பரிச்சயம் செய்து கொண்டவர் (1985:40)

நம் வம்ச உயிருக்கு உள்ள துர்நாற்றம் பற்றி இத்தனை வருஷ அனுபவத்தில் இன்று தான் முதன் முதலாக அறிகிறேன் (1985:41)

நிலத்தில் தலை நன்றாக வேர்விட்டுவிட்டது (1985:41)

முத்துமாரியின் அழகு அந்தச் சினேகபுரத்தில் பிரசித்தம்...... தெருவில் அலையும் ஆவிகளும், மற்றும் வானலோகத்தில் சஞ் சரிக்கும் தேவாதிதேவர்களும் அவளைக் கெடுத்து விடுவார்கள் என்று ஊர் முழுவதும் கருதியது (1985:48)

பயணம் செய்த ஆயாசம் ஒரு ராட்சசக் கழுகின் அலகாய் உள்நுழைந்து அவனையும் அவன் உடலில் அடையுண்டு கிடந்த உயிர்ப்பட்சியையும் வருத்த, சற்று நேரத்தில் நித்திரை என்னும் ஆலகால விஷம் ஏறப்பெற்றவனாய் துயின்று கொண்டிருந்தான். (1985:70)

ஊருக்குப்பழக்கப்படாத ஒரு கொடியும், ஒரு மதுரைக்காரர் தோற்றமும்... அதிக சர்ச்சையைக் கிளப்பாமல் மறைந்துவிட்டது. அக்காலங்களில் தேவதைகளோ ஆவிகளோ வழக்கமாக ஊரில் வெளவால் ரூபத்தில் வந்து மலஜலம் கழித்ததன்றி வேறெதுவும் செய்யவில்லை (1985:95)

ஜானுக்குக் குழந்தை முண்டமாகப் பிறந்தது என்பதை அறிந்தவுடன் வெளவால் நிழலாய் அலையும் முத்துப்பிள்ளை குழந்தையைக் கொன்று தின்றுவிட்டு வேறொரு மாமிசத்தை அனுப்பிவிட்டார் என்று புலம்பினாள் ஸ்நேகப்பூ (1985:148)

தன் வீட்டினுள் முத்துமாரி ஒரு பெரிய நினைவின் சிறையில் வாடியபடி பாடிக்கொண்டு பாதிபாகம் உயிருடன்

உள்ள உடம்பைத் தூக்கிக்கொண்டு ஆடையின்றி வலம்வர, ஒரு சாட்டையுடன் கிழிந்த சட்டைக்காரனொருவன் அவளைக் குதிரைப்பாகனின் லாகவத்துடன் நடத்திக்கொண்டிருப்பதைக்கண்டார் (1985:177)

இயற்கையாகத் தோன்றியவையும், வலிந்து புனைந்தவையுமான தொன்மங்கள் நிறைந்த இந்தியப் பண்பாட்டுச் சூழலில் இத்தகைய தொன்மங்கள் தொடர்ச்சியற்றுப் போயிருந்தன. மீண்டும் தமிழ்ப்புனைவுலகிற்கு வரும் இத்தொன்மங்கள் ஒரு இனக்குழுவின் விட்டுப்போன வரலாற்றைப் பிடித்திழுக்க முயல்பவை. மேலும் ஒரு இனக்குழுவின் இந்தத் தேடல் பிற இனக்குழுக்களுக்கும் பொருந்துகிற மாதிரி தொன்மங்களின் தன்மை அமைந்திருக்கும்போது அதில் பிரபஞ்சத்தன்மை வந்து விடுகிறது

மரபோடு மல்லுக்கட்டும் தொன்மங்கள்

தொன்மங்கள் ஒருபோதும் எதையும், யாரையும் புகழ்பாடுகிற மாதிரி வந்து அமைவதில்லை. வேதனையின் குரலாக இருக்கும்போதும் அவற்றில் புலப்படும் எள்ளல் அதன் ஜீவிய நியாயத்தைச் சொல்லுகிறது

தாத்தாவின் முதுகுப்பகுதி எருமை மாட்டின் முதுகு போல் மரத்துப்போன நிலையில் எந்த மாற்றமும் இல்லை (119)

தாத்தாவின் உடலிற்குள் நம் குலத்தின் பல ரகசியங்கள் பாழ் கிணற்றில் கிடக்கும் இருள் போல மறைந்து கிடக்கின்றன (120)

புராதன சுயமோகங்கள் பாதி கருகியும் பாதி பூத்தும் தரையில் பாறை போல் இறுகிய சிலந்திக்கூடுகளுடன காணப்பட்டன (179)

இங்கு கையாளப்படும் தொன்மங்கள் தமிழ் நாட்டார் கதை சொல்லும் மரபிலிருந்து வருகின்றன.இத்தொன்மங்கள் லட்சிய நோக்கில் அல்லாமல் ஊரக சமுதாயம் தனது கூட்டு நனவிலி மனதில் காண்கிற மாதிரியும் கூடக் காணப்படுகின்றன

பன்முக அரசியலின் பொருளின்மை

புனைகதை ஆசிரியன் உபதேசியார் இல்லை தான். ஆனால் அவனது கண்களும், காதுகளும் எப்போதும் திறந்தே இருக்கின்றன. அவை பல செய்திகளை மூளைக்கு அனுப்பிக்கொண்டே இருக்கின்றன..பொருள் உள்ளவையும், பொருள் அற்றவையுமான

அச்செய்திகளில் முரண்பாடுகளும் உண்டு. எல்லாச் செய்திகளும் தன்மானத்தை நோக்கியே இருக்கின்றன என்பதே செய்திகளின் தனித்தன்மை

நேரு பேய்ப்பாறை அணையைத் திறப்பதற்காக வந்த தினத்திற்கு ஒரு கல்லூரி மாணவன் ஜானின் பள்ளிக்கு வந்து சொல்கிறான்: 'கடவுள் இல்லை.. கடவுள் இல்லவே இல்லை... கடவுள் இல்லவே இல்லை.. (1985:37)

கம்யூனிசமும், நாத்திகமும் இரண்டு விஷப்பாம்புகளாய் உலகை எப்படி அழிக்கின்றன என்பதைப் பற்றி மறுநாள் சர்ச்சில் உணர்ச்சி வசப்பட்டுப் பேசினார் பாதிரியார்.(1985:37)

நேசமணி நாடாரைப் போலீஸ் வந்து கைது செய்துவிட்ட செய்தியை அஞ்ஞாபகத்தால் அவர்கள் ஒரே குரலில் ஊரில் அப்போது பரப்பினார்கள் (1985:59)

மலையாள நாயர் சாதியினர் தங்கள் ராஜமரியாதையை ஜனங்கள் மறந்ததைக் கண்டு விசனித்துச் செருப்பும் முருக்குத்தடியும் கட்டித்தொங்க விட்டபோது வெகு ரோஷம் கொண்ட நாடார் ஜனங்கள் முருக்குத்தடிக்குள் குடியேறியிருந்த தங்கள் சாதி ராஜகுமாரி அகௌரவப்படுத்தப் பட்டதற்காய் பக்கத்து ஊர் நாயர் பெண்களை மானபங்கப் படுத்தியதையும் கூறினான் (1985:60)

நேசமணி நாடாரின் குமரிமாவட்டத்தைத் தமிழகத்துடன் சேர்க்க வேண்டுமென்ற கொள்கை.. வெகுவாய் சூடுபிடித்துப் பரவ ஆரம்பித்தது (1985:60)

சிநேகபுரத்தில் ஆறேழு கடைகளில் 'தினமலர்' பத்திரிகை தென்படலாயிற்று (1985:61)

கனவைப்பரப்பும் அவனது பணி அந்த ஊரில் மிகவும் புகழ்பெற்றிருந்ததால் கனவைப்பரப்பும் இன்னொரு கட்சி ஆட்சியில் இருப்பது தனக்கு எளிதான காரியம் என்று கருதி அந்த ஜில்லாவின் கனவு வழங்கும் கட்சியின் தலைவரைச் சென்று கண்டான் (1985:123)

மாற்றங்கள் நிகழும்போது அவை மனதுக்குள் பதிந்தும் பதியாமலுமே தான் கடந்து செல்கின்றன. விரும்புகிற மாற்றங்கள் நிகழும்போது அந்த மக்களின் மொழியிலேயே மாற்றங்கள் ஏற்படுகின்றன. மொழியே மாற்றத்திற்கான வாகனமாக அமைகிறது

விலகிப்போனாலும் தொடரும் மரபு

புராதனத்தை இனக்குழு சுமையாகக் கருதவில்லையென்றாலும் புராதனம் இனக்குழுவை விடுவதாக இல்லை. ஆனால் புராதனத்தை எப்படி எதிர்கொள்ள வேண்டும் என்று எப்போதும் இனக்குழுவிற்குத் தெரிகிறது. மதம் என்ற குறுக்கீடு வரும்போது சாதி என்ற எதிர்க்குறுக்கீட்டைப் போட்டு அதைத் தாண்டிச் சென்று கொண்டே இருக்கிறது

திருவிதாங்கூர் வந்து கிறிஸ்தவராகிப்போன தாத்தாவிற்கும், இந்துவாகவே இருக்கும் அவரது சகோதரனுக்கும் எந்த உறவு பேதமும் இல்லையென்றாலும் இருவரும் பல வருடங்களாகப் பார்த்ததுமில்லை; பேசியதுமில்லை; என்றாலும் அன்பு இருந்தது (1985:32)

வீட்டினுள்ளிருக்கும் சிலுவை வடிவத்தில் மடக்கி கட்டப்பட்ட, பாதிரியாரால் மந்திரிக்கப்பட்ட குருத்தோலையை அந்த அறையிலிருந்து நீக்க வேண்டுமென்று மந்திரவாதிகள் கேட்டுக்கொண்டனர் (1985:43)

அப்படி எல்லோரும் வந்த ஒரு நாள் அங்கே புராதனக்குடியைச் சார்ந்த அவனது தாத்தா ஏற்கனவே உயிரை அனுப்பிவிட்டு உடலை வைத்து வாழ்ந்து கொண்டிருக்கிறார் என்ற உணர்வு கூட ஊரார் யார்க்கும் இருக்கவில்லை (1985:141)

தன் புராதனக் குடும்பத்தைப் போன்று புராதனப்பெருமைகளை மண்டைக்குள் ஏற்றிக்கொண்டு அதன் கனத்தைத் தாங்க முடியாமல் இன்று பல குடும்பங்கள் தொந்தரவுக்கு ஆளாகியுள்ளன என்று ராசப்பன் எண்ணினார் (1985:159)

ராசப்பன் மறைந்தது போல் பலவித மனிதர்களும் ஊரின் புராதன வம்சங்களிலிருந்து அடிக்கடி காணாமல் போக ஆரம்பித்தார்கள் (1985:166)

ஆனால் புராதனம் தங்களை கை விட்டுவிடக்கூடாது என்கிற அச்சம் இனக்குழுவுக்கு இருந்து கொண்டேயிருக்கிறது. அந்த அச்சத்தைக் களைய ஒரே வழி புதிய புராணங்களை உருவாக்குவது தான். அதற்கான முயற்சி இங்கே நடக்கிறது.

அதிர்ச்சி தராத ஒழுக்கமின்மை

எந்த சமூக நிறுவனத்தினுடையவும் பவித்திரத்தைக் காப்பாற்ற வேண்டும் என்கிற நிர்ப்பந்தமில்லாத இந்தக் கதையாடல் தனது போக்கிலேயே இயல்பான விவரணைகளைக் கொண்டு செல்கிறது.

காம்ரேட் ஆகிய பவுலோஸ் ஃபாதரின் மீதான கள்ளக்காதல் விவகாரம் பற்றி எல்லோருடனும் பேசினான் (1985:38)

ராசப்பன் ஊர்வேசி கன்னிமரியின் வீட்டில் இருந்தான் (1985:39)

இது நாவலாசிரியனுக்குக் கொடுக்கப்பட்டிருக்கும் சுதந்திரம் என்று சொல்வதை விட நிகழ்வுகளை மதிப்பீட்டு நோக்கில் பார்க்க மறுக்கிற நோக்கு என்று சொல்லலாம்

அர்த்தமில்லாத வர்க்கப்போர் – மோகம் தாண்டிய தத்துவங்கள்

சமூக வரலாறு அல்லது அரசியல் வரலாறு என்பது போராட்டங்களைக் கொண்டதாக இருப்பினும் அதனுடைய உட்கூறுகள் எப்போதும் முற்றிலும் விரும்பத்தக்கதாக, ஏற்கத் தகுந்ததாக இருந்ததில்லை..திருவிதாங்கூர் சமஸ்தானத்தின் ஒரு பகுதியாக இருந்த தமிழ் பேசும் எல்லைப் பகுதிகளில் இத்தகைய போராட்டங்கள் பல பரிமாணங்களை உடையதாகத்தான் இருக்கும். ஆனால் கதைசொல்லிக்கு இவையெல்லாம் ஒரே பரிமாணம் கொண்டவை தான்.. மனித வரலாற்றின் பரிமாணம்..

மறுநாள் கிறிஸ்தவர்களான நாடார்களுக்கும், கம்யூனிஸ்டுகளான முஸ்லீம்களுக்கும், நாயர்களுக்கும் இரண்டு மூன்று இடங்களில் மோதல் ரூபத்தில் வர்க்கப்போர் நடந்தது (1985:94)

தலைமை தாங்கிய நபர் முன்பொரு முறை வாழைக்குலை திருட்டில் மாட்டி இப்போது வசதியுடனிருக்கும் எ.சார்லஸ் என்ற கிறிஸ்தவ நாடாராகும் (1985:94)

(மலையாளத்தில் அந்த மனிதர் கூறியது)..அவரது மனதில் நிறைந்திருந்த விஷம் வார்த்தைகளின் ரூபத்தில் சிறு சிறு புழுக்களுடன் வெளிப்பட்டது... கம்யூனிஸ்டுகள் என்பது அந்த ஊரில் நாடார்களுக்கு எதிரானவர்களைக்குறிக்கும் வார்த்தை (1985:96)

இப்போது ரஷியாவில் ஒரு சமதர்ம பூமி பூத்திருக்கிறதென்றும், பணக்காரர்கள், ஏழைகள் என்ற – பாகுபாடு கொஞ்சம் கூட இல்லையென்றும், தெய்வங்களையெல்லாம் கால், கை கட்டி ஜெயிலில் போட்டுவிட்டார்கள் என்றும் அந்தக் கம்யூனிஸ்டு மீசை எல்லோருக்கும் சொல்லிவைத்து விட்டார் (1985:102)

சுபாஷ் சந்திரபோஸின் நினைவை மனதிற்குப்பதிலாய் பல ஆண்டுகள் வைத்திருந்த அம்மனிதர் ஒரு நாள் தன்னைப் புகைப்படம் எடுத்த போது சுபாஷ் சந்திரபோஸிற்குப்பதில் அந்த இடத்தில் காந்தி மகாத்மா இருந்தது கண்டு மிகுந்த வியப்பு அடைந்தாராம் (1985:115)

முடிவில் எல்லாமும் அபத்தமாகத்தான் போகின்றன..அந்த அபத்தத்தில் தான் அவலமும், அங்கதமும் கலந்திருக்கின்றன

கோபம் விளைவிக்கும் இறந்தகாலம், எரிச்சல் கொண்ட நிகழ்காலம்

ஒரு சண்டைக்குப் பிறகான மாற்றங்கள் இரு தரப்பிலும் கசப்பையே வடிகட்டி நிறுத்துகின்றன.. தீவிரமான நம்பிக்கைகள் முன்னேற்றத்திற்குத் தடையாக இருக்கின்றன. தொன்மங்களும் தான். இவற்றை ஜீரணித்து முன்னேறுகிற போது கடைசியில் சூனியம் தானே மிஞ்சுகிறது?

தனது மனதிற்குள் பாஷையைச் சிறை பண்ணும் நிர்பந்தம் ஜானுக்கு ஏற்பட்டது.... தனது சாதியின் ரத்தமும் அதனுடன் கலந்த ஒரு விதமொழி சார்ந்த இன உணர்வும், ஒரு மலையாளம் பேசும் நல்ல நாயர் நண்பனைப் பகைவனாக்கியிருக்கிறது என்று எண்ணினான் (1985:62)

ஒரு தெய்வத்தைக் கூட ஏவல் செய்ய வைக்க முடியாத ஆங்கிலக்கல்வி பிரயோஜனமற்றது என்ற அவர் வாதத்தை இன்று வரை யாரும் முறியடிக்கவில்லை (1985:74)

ஆங்கிலக்கல்வியின் மாயவலை பாலை நன்கு மயக்கி விட்டது..அந்தக் கன்னியால் மனவசியம் செய்யப்பட்டுத் தன்னைக் கெடுத்துக் கொண்டவன் என்று பல முதியவர்கள் ஏகமனதாக முடிவு செய்து விட்டிருந்தார்கள் (1985:78)

பால் பிறந்தபோது ஊர் தன் தோலை ரொம்பவும் உரித்து நிறைய மாறி இருந்ததோடு கரண்டு கம்பியும் வந்துவிட்டது (1985:79)

இவற்றினூடே காலம் என்னும் சிற்றோடை அல்லது பேராறு ஓடிக்கொண்டேயிருக்கிறது

மெதுவாக உள்ளிறங்கும் எதிர்காலம்

துணிச்சல் நிறைந்தவர்களால் மட்டுமே மாற்றத்தைக் கொண்டுவர முடிகிறது. அது பெரும்பாலும் தனி

மனிதர்களாலேயே சாத்தியமாகிறது. தொடக்கத்தில் சிறிது தடுமாற்றம் ஏற்பட்டாலும் போகப்போக துணிவு கிடைத்து மாற்றம் சாத்தியப்படுகிறது

பழங்காலத்தின் இருப்பிலிருந்து விடுபட முடியாமல் பழமையின் நிழலிருந்து வழியும் விஷம் ஏறி நீலம் பாரித்துச் சித்ரவதைகள் படும் அவனுடைய குடும்பத்தாரைப் போன்றவனல்ல பால் (1985:125)

அறிவு அவர்கள் மனதிற்குள் புகுந்து நெருப்புக்கதிர்களை எழுப்பியுள்ளதாகக் கூறிக்கூறிக் கோபப்பட்டார்கள் (1985:152)

அப்போது பாலின் முகத்தில் வேதனையுணர்வுகளின் வேர் ஓட அவன் மனக்குகைக்குள் மறதியும், வௌவால்களும், துப்பாக்கிகளின் மருந்து நெடியும் எழுந்து சஞ்சாரமிட்டன. புராதனக்குடியினர் கூடும் ஊர் சத்திரத்தின் இடிந்த மணிக்கூண்டில் ஏறி ஊரைப்பார்த்தான் பால் (1985:180)

ஒட்டு மொத்தமாகப் பார்க்கிறபோது ஏற்கனவே சொல்லப்பட்ட மனிதர்கள் நாவல் பால் போன்ற மாற்றத்தை நோக்கிய மனிதர்களையே குறிப்பதாக இருந்தாலும் அதற்கு முன்னால் பேசப்படுகிற நிகழ்வுகளும், திருப்பங்களும் எந்த விதத்திலும் ஒதுக்க முடியாதவை

ஏற்கனவே சொல்லப்பட்ட மனிதர்கள் நாவலை அறிமுகப்படுத்தும்போது நாகார்ஜுனன் மேற்கூறிய இந்த அம்சங்களை சரியாக இனம் கண்டார்: *'எந்த ஒரு கலாச்சாரமும் தன்னிடமுள்ள தொல்கதை போன்ற வரலாற்றைத் தனக்கே கதையாக சொல்லிக்கொள்வதுண்டு. அந்தக் கலாச்சார மக்களின் கூட்டு மனத்தை வெளிக்காட்டுவதாக அக்கதை அமைந்து விடுகிறது' (முன்னுரை, ஏற்கனவே சொல்லப்பட்ட மனிதர்கள்: 1985)* தமிழவனின் புனைகதைப் பயணம் முக்காலத்தையும் தொட்டுச்செல்வது முதலிலேயே கண்டு சொன்னவர் நாகார்ஜுனன் தான். நேர்கோட்டிற்கு எதிரான திசையில் செல்லும் இப்பயணம் கதைக்குள் கதையாக மையங்களைத் தவிர்த்து பல வட்டங்களைப் போட்டுக்கொண்டே போகிறது.. இத்தகைய தமிழவனின் இந்த முயற்சி தமிழ் நாவல் இலக்கியத்திற்கு ஒரு வேறுபட்ட புதிய வரவாக அமைந்திருக்கிறது

ஏற்கனவே சொல்லப்பட்ட மனிதர்கள் நாவல் வெளியாகி முப்பது ஆண்டுகளுக்குப் பிறகு அந்நாவல் பற்றிய ஒரு கருத்தரங்கு நடந்தது. நாவலின் வெளியீட்டு சந்தர்ப்பத்தில் தான் பங்கு

கொண்ட சில கட்டங்களை நாகார்ஜுனன் அதில் பகிர்ந்து கொள்கிறார். நாகார்ஜுனன் தனது முன்னுரையில் தெரிவித்த பல சொல்லாடல்களே தமிழவனது பிற்கால நாவல்கள் பற்றிய மதிப்புரைகளில் தெரிவிக்கப்பட்டிருப்பது அவரது முன்னோக்கிய பார்வையைக் காட்டும். இந்தக் கருத்தரங்கு நடந்த சூழ்நிலையில் நாவலைப்பற்றிக்கூறும்போது,

நாவல் என்ற வடிவம் தேச–எல்லைகளைக் கடந்துசெல்லும் அதே நேரத்தில், ஒரு நாடு என்ற நிலப்பரப்பின், அது சூழ வாழும் மனிதர்களின் விதியையும் எதிர்–விதியையும் சுட்டும் களமாக, அறிவும் உணர்வும் சேரும் புலமாக, கட்டமைந்து இயங்குகிறது

என்று அவர் சொல்வது தமிழவனது மொத்த புனைகதைகளுக்கும் சொல்லப்படுவதாக எடுத்துக்கொள்ளலாம்.

முதல் நாவல் தமிழ்நாட்டின் ஒரு பகுதியின் வரலாறு, சமூகம். மதம், மொழி. இனம், பண்பாடு என்பவற்றை தொன்மம் என்னும் கண்ணாடி வழியாகப்பார்த்தபோது அவரது இரண்டாவது நாவல் *சரித்திரத்தில் படிந்த நிழல்கள் (1993)* முற்றிலுமாக ஒரு அரசியல் நாவலாக இருக்கிறது. ‘இயற்கையும், சரித்திரமும் எதிர்பார்க்க முடியாத ஆச்சரியங்களாலும், வியப்பான நியதிகளாலும் மிகவும் குழம்பியிருந்தன’ *(சரித்திரத்தில் படிந்த நிழல்கள்: 2010:176)* என்கிற கருதுகோளை ஏற்கனவே சொன்ன மாதிரி ஆனால் குறைந்த அளவிலான தொன்மங்களால் சொல்ல முயல்கிறார். ‘தெகிமொலாக்கள்’ என்கிற ஓர் இனத் தலைவன் பச்சைராஜன் அவனது முதல் மனைவி பாக்கியத்தாய், இரண்டாவது மனைவி சங்கல்பராணி ஆகியோர் நடத்தும் ஆட்சி எவ்வாறு எல்லா ஆட்சிமுறைகளையும் கேலிக்கூத்தாக்குகிறது என்பதனையும், குடிமக்கள் எப்படி எப்போதும் போலவே மடையர்களாகவும், பேடிகளாகவும் இருந்தார்கள் என்பதனையும் சொன்னாலும் குறிப்பாக ‘பல்கலைக்கழகத்தவர்களும், மொழித்துறையினரும் தாய் மீது பாசுரங்கள் பாடி அவற்றை எடுத்துக்கொண்டு அரண்மனைக்கு முன்பிருந்த நீண்ட மக்கள் வரிசையில் வந்து நிற்கின்ற *(2010:46)* செய்தியைச் சொல்வதில் அவருக்கு வேதனை இருக்கிறது. மனிதர்கள் கரப்பான் பூச்சிகளாக மாறுவது, ஏரோது மன்னனின் குரூரம், மகாத்மா காந்தி கொலை செய்யப்பட்டது, தமிழின் மிகப்பெரிய நூலகம் ஒன்று எரிக்கப்பட்டது, ’புராதன மனதுடைய’ பாக்கியத்தாய்க்கு முதல் குழந்தையாக ஒரு அம்மிக்கல் பிறப்பது, என்ற பரிச்சயமான பல செய்திகள்

இருப்பினும் சரித்திரம் என்பது எப்போதும் கடைசியில் ஒரு நகைச்சுவையாகத்தான் முடிகிறது. 'அதனால் தான் அகராதிகளும், கலைக்களஞ்சியங்களுமாக எழுதி, தன் சிந்தனையையும், நினைவின் ஒவ்வொரு ரேகையையும் சரித்திரத்தில் பதிக்க நினைத்த ஓரினம் கடைசியில் சில கரிந்த தாள்களின் கருணையால் மட்டுமே உலகின் முன் அறியப்பட வேண்டியதாக' (2010:191) இருப்பதாக குறிப்பிட்ட ஓர் இனத்தை (தன் இனத்தை) தமிழவன் நினைத்தாலும் அது பொதுவாக எல்லா இனங்களுக்கும் பொருந்துவதாகத்தான் இருக்கிறது.

தமிழவனோடு அறிவு சார் ரீதியாக நீண்டகாலம் தொடர்பு கொண்டவரும். அவரைப் போலவே கோட்பாட்டு அடிப்படை—யிலான ஆய்வுகளில் ஈடுபாடு கொண்டவருமான எஸ்.சண்முகம் அவரது எல்லா நாவல்களைப் பற்றியும் விரிவாக எழுதியிருக்கிறார். இந்தக் கட்டுரைத் தொகுப்பின் நோக்கம் கருதி அந்தக் கட்டுரைகளிலிருந்து சில பகுதிகளை எடுத்து ஒரே கட்டுரையாக ஆக்குவதற்கு பெருந்தன்மையுடன் அனுமதி கொடுத்தார். பல கட்டுரைகளிலிருந்து தொகுக்கப்பட்ட கட்டுரையாதலால் ஏதேனும் தொடர்பின்மை இருப்பின் அதற்கு இந்தத் தொகுப்பாசிரியரே பொறுப்பாவார்.

'கதை சொல்லி' என்கிற பதம் இலக்கியத்திறனாய்வில் புழக்கத்—திலிருக்கிறது. தமிழவனின் புனைகதைகளப் பொறுத்த அளவில் 'புராதனக்கதை சொல்லி' என்பது பொருத்தமாக இருக்கும் என்பது சண்முகத்தின் கருத்து. அவரது ஒவ்வொரு நாவலையும் தீவிரமாக அலசிப்பார்க்கும் சண்முகம் ஒவ்வொரு நாவலிலும் கையாளப்பட்டிருக்கும் உத்திகளை உற்று நோக்குகிறார்

பல்வேறு கதைகளை உபகதைகளாகக் கொண்ட இப்பாலிம்ஸெஸ்ட் (வரைதோல் சரித்திரம்) நாவலான 'சரித்திரத்தில் படிந்த நிழல்கள்' என்பது தமிழில் ஒரு புதிய முழு அளவிலான எதிர் மேலாண்மை அழகியலை, காலனிய அழகியலுக்கு எதிராகத் தமிழ்மொழியின் மூலம் முன்மொழிந்துள்ளது. இதுவே தமிழில் புதிதாக சொல்லப்பட்ட வாய்மொழி நாவல்.

பல்வேறு பின் நவீனத்துவக் கோட்பாடுகளைக் கொண்டு தமிழவன் நாவல்களை அளக்கும் சண்முகம் இந்த நாவலை 'மிதக்கும் குறிகளைக் கொண்ட ஒரு மாயப்பிரதி' என்கிறார்

தமிழவனின் மூன்றாவது நாவல் ஜி.கே.எழுதிய மர்ம நாவல் (1999) ஒரு புதுமையான கதை உத்தியைக் கொண்டது.. மர்மநாவலும் ஒரு வரலாற்றின், ஒரு பண்பாட்டின் அழிப்பாக்கமாக, ஒரு நவ வரலாற்றிற்கான, நவப் பண்பாட்டிற்கான வழிமுறையைக் காண்பிக்கக் கூடியதாக அமையலாம் என்கிற நம்பிக்கையைத் தருவதாக இருக்கிறது. ஒரு புத்த மத அறிஞரும் அவரது மெய்க்காப்பாளரும் என இருவர் 'சுருங்கை' என்ற நாட்டில் சந்திக்கும் வரலாற்றாசிரியர், கிரேக்கச்சிற்பி, சார்வாகன் என்பவர்கள் மூலமாக ஒரு நாகரிகத்தின் பல்வேறு அம்சங்களான மதம், சிற்பம், ஓவியம், கட்டிடம், இலக்கணம் என்பவை குறித்த ஒரு சொல்லாடலாகச் செல்கிறது.

மதம், இறையியல் என்பவற்றின் சாதக, பாதகங்கள் பற்றிய விவாதமாகத் தோன்றினாலும் இது ஒற்றைத்தன்மையான வரலாற்றைச்சொல்வதையும், ஒரு குறிப்பிட்ட சமூகத்தின்வரலாற்றைச் சொல்வதையும் தவிர்க்கிறது. இதன் விளைவாக விவரங்கள் எந்த விதப் பாசாங்குமின்றிச் சொல்லப்படுகின்றன.. இந்தக் கதையாடலில் வரலாற்றுத் துல்லியத்தைத் தேடுவதை விட இது எந்த அளவுக்கு நிகழ்காலப் பொருத்தம் கொண்டிருக்கிறது என்று பார்ப்பதே சரியாக இருக்கும்.

மனிதன் மட்டுமே சாவைக்கண்டு பயப்படுபவன் (2011:12)

பௌத்தர்களுக்கு பிராமணர்கள் மீது மரபான வெறுப்பு (2011:43)

சார்வீகர்களும், வைதீகர்களும் அரசனுக்குத் தத்துவத்துணை தேட நூல்களும், பட்டயங்களும் எழுதியதும் பிரபலமாய் அந்தக்காலத்தில் அரசவைக்கவிஞர்களால் பரப்பப்பட்டன (2011:61)

என்ன தான் பெரிய சிற்பி என்றாலும் என் அகம்பாவம் என்னை என் அழிவுக்குக் கொண்டு வந்தது என்று கூடச் சொல்லலாம் (2011:103)

சூரிய வழிபாடு எல்லா மதங்களின் மூல ஆராதனையாக அந்தக் காலத்தில் இருந்தது (2011:187)

முந்நூற்று அறுபத்தைந்து என்பது அண்டகோளங்களை ஆராய்ந்த ரிஷிகள் சொன்ன எண்ணிக்கை (2011:266)

மனித சாதனைகளின் ஊற்றுக்கண், அதன் வளர்ச்சி, அதன் எல்லைகள், அதன் முடிவுகள் என்பவை எப்போதும்

அதிர்ச்சி தரும் சம்பவங்களாகவே நடந்து முடிகின்றன. இதனை சாத்தியமான பல்வேறு கற்பனைச் சம்பவங்கள் மூலமாக தமிழவன் விளக்க முயல்கிறார்.

இந்த நாவலில் வரும் நகரமான 'சுருங்கை' யின் தமிழ் வரலாற்று வேர்களை எஸ்.சண்முகம் கண்டுபிடிக்கிறார். அவரது விமர்சனக் கண்ணோட்டம் பின் நவீனத்துவப் போக்கிலேயே இருக்கிறது. இந்தியாவில் கட்டப்படும் கதைநகரம் ஒற்றைத்தேசம் என்பது இங்கே ஏற்றுக்கொள்ளப் படுவதில்லை. குறிப்பீடு அற்றுப்போவது என்ற நிலையில் அது ஒருவித நுண்ணிய சொல்லுதலை முன்னிறுத்துகிறது என்பது சண்முகத்தின் வாதம்.

இந்த நாவலுக்கு ஒரு சரியான அறிமுகமாகவும், மதிப்புரையாகவும் அமைந்திருப்பது கி.நாச்சிமுத்து எழுதிய கட்டுரை..தமிழவனின் ஒருசாலை மாணாக்கரான நாச்சிமுத்து இந்த நாவல் உத்தியின் மூலாதாரங்களை தமிழ் இலக்கிய மரபிலிருந்தே கண்டுபிடிக்கிறார். கலிங்கத்துப்பரணி யில் வரும் குள்ளக்கூளிகள், கள்ளக்கூளிகள், திருவிளையாடபுராணத்தில் வரும் தடம் பூதங்களே எல்லாம் சமகால மனிதனின் மாயக்காட்சி உருவங்கள் தானே! மேலும் கலிங்கத்துப்பரணி யில் வரும் கள்ளக்கூளி இமயமலை சென்று ஒரு முனிவர் அருளால் இமயமலையில் எழுதியிருந்த சோழர் வரலாற்றை எல்லாம் படித்து வந்து இராச பாரம்பரியமாக மற்றவர்களுக்குச் சொல்லும்போது அது ஒரு அழித்தெழுதும் உத்தி என்றும் பல சிக்கல்களுக்குத் தேர்வு கிடைக்கக் கூடும்' என்பதுவும் உத்தி என்ற அளவில் பல நூற்றாண்டுகளுக்குப் பிறகு தமிழ் இலக்கியச்சூழலுக்கு தமிழவன் பொருத்திப்பார்க்கும் உத்தி என்று படுகிறது

கோட்பாட்டுச் சார்புடையவராயினும் தமிழில் இதற்கு முன்னால் வெளியான கோட்பாட்டுச்சார்புடைய எழுத்துக்களைப் போல இவை தட்டையாயிருக்கவில்லை. ஏற்கனவே சொல்லப்பட்ட மனிதர்கள் மற்றும் சரித்திரத்தில் படிந்த நிழல்கள் நாவல்கள் கறுப்பு–வெள்ளைப் பாணியில் அமைந்த கதாபாத்திரங்களைக் கொண்டிருக்கவில்லை. கோட்பாடுகள் பற்றிய பரப்புரையாகவும் இல்லை. இதன் தொடர்ச்சியாகவே வார்ஸாவில் ஒரு கடவுள் (2008) வருகிறது

வார்ஸாவில் ஒரு கடவுள் தலைப்பிலேயே பல உட்பொருட்களைக் கொண்டிருக்கிறது. வார்ஸா போலந்து நாட்டின் தலைநகரம். சந்திரன் என்கிற தமிழர் தனது

கம்ப்யூட்டர் தொழில் சம்பந்தமாக அங்கே ஓராண்டு வசிக்கிறார். பூகோள ரீதியாக ரஷியாவுக்கும், ஐரோப்பாவுக்கும், ஸ்லாவிய நாடுகளுக்கும் அருகில் இருப்பதால் அதன் அடையாளம் மாறிக்கொண்டே இருக்கிறது. அடிப்படையில் அது ஒரு தீவிரமான கத்தோலிக்கத் தேசம். ஆனால் அதற்குள் கம்யூனிசம் வலிந்து திணிக்கப்பட்டது. இந்தியாவைப் போலவே தொடர்ந்த காலனீயப் பாதிப்புக்குட்பட்டிருந்ததால் அது தன் அடையாளத்தைத் தக்க வைத்துக்கொள்ள எப்போதும் போராட வேண்டியதாக இருந்திருக்கிறது. இருபதாம் நூற்றாண்டின் மிகக்கொடிய அவலங்களுக்குச் சாட்சியாக இருந்த போலந்து தேசத்தின் அசாதாரண அமைதி தமிழவனுக்குள்ளும் பல கேள்விகளை எழுப்பியதில் ஆச்சரியமில்லை.

முந்தைய நாவல்களைப்போல அல்லாமல் வார்ஸாவில் ஒரு கடவுள் நாவலின் மொழிநடை லகுவாக இருக்கிறது. கதை சொல்லல் நேர்கோட்டுப்பாணியில் அமைந்திருக்கிறது. ஓரிரு சந்தர்ப்பங்களைத்தவிர தொன்மங்களிலிருந்தும் கோட்பாடுகளிலிருந்தும் விலகியிருக்கிறது. இடது சாரிச்சிந்தனையின் வெளிப்பாடாக சமூக நீதிக்கான போராட்டம் மட்டும் கவனம் பெறுகிறது. செல்வந்தப் பின்னணியில் இருந்து வந்தவர்களாக இருந்தாலும் இரண்டு இளைஞர்கள் தாங்கள் நம்பும் கோட்பாட்டுக்காக உயிரிழப்பது இரண்டு நாடுகளிலும் நடக்கிறது. ஆனால் அதை விட முக்கியமானது இந்தக் கதையாடலர் மற்றும் அவரது இன அடையாளம். தந்தை வழியில் தமிழக விவசாய சமூகமாகவும் தாய் வழியில் பர்மீய இனமாகவும் இருக்கிறது. 'என் இரத்தத்தில் ஓடுகிற இரண்டு மகா பேராறுகளான இரண்டு ஜன அடையாளங்களின் சங்கமம் எத்தனை பெரிய விஷயம்?' (வார்ஸாவில் ஒரு கடவுள்: 2017:40) என்ற கதையாடலர் சந்திரன் ஆச்சரியப்படுகிறார். சந்திரன் எல்லா விருப்பு வெறுப்புகளும் கொண்ட சாதாரண மனிதனாக, திறந்த மனதுடையவனாக, எப்போதும் ஆச்சரியத்தை எதிர்கொள்ளுபவனாக இருக்கிறான். ஒரு புனைகதை வடிவத்தில் இருந்தாலும் இந்த நாவலை கருத்து சார் நாவல் (நாவல் ஆஃப் ஐடியாஸ்) என்று சொல்லலாம்

இந்திய அளவிலும் உலக அளவிலும் எப்போதும் பேசப்பட்டுக்கொண்டிருக்கிற பல வாழ்வியல் அம்சங்களை தனது விவாதத்திற்கு எடுத்துக்கொண்டாலும் ஒரு சார்பான நிலைப்பாட்டை இந்த நாவலில் எடுத்துக்கொள்ளவில்லை. அத்தோடு பிரபஞ்சத்தன்மை கொண்டிருக்கிற அம்சங்கள்,

ஒவ்வொரு சமூகத்திற்கும் பொருந்தக்கூடிய அம்சங்கள் – அவற்றின் தனித்த அம்சங்கள் என்பதையும் கவனிக்கிறார்

பிடிபடும் இந்திய வாழ்க்கை

இருமை எதிர்வுகள் என்கிற தாந்திரிகச் சொற்களைப் பயன்படுத்தாத போதிலும் இந்த நாவலில் எதிரெதிர் நிகழ்வுகளை அதன் ஒப்பீடுகளைக் கவனிக்காமல் இருக்க முடியாது. விரும்பினாலும், விரும்பாவிட்டாலும் மேற்கத்திய வாழ்க்கைக்கும், கிழக்கத்திய வாழ்க்கைக்குமான ஒப்புமையைச் செய்து கொண்டு தான் போகிறார். இரண்டு பண்பாடுகளிலுமே அவரது தொடர்பு பெண்களுடனேயே இருக்கிறது. பெண்கள் மூலமாகவே ஆண்கள் அறிமுகப்படுத்தப்படுகிறார்கள். எந்தப்பண்பாட்டிலும் நடை முறை எதார்த்தம் என்பது முக்கியமானது

பெண்களைப் பொத்திப்பொத்தி இந்தக் கிழக்கிந்திய சமூகம் பாதுகாத்ததற்கான காரணம் இப்போது முழுதும் எனக்கு வேறு கோணத்தில் தோன்ற ஆரம்பித்தது. யுத்தங்களால் புற உலகம் அழிக்கப்பட்டபோது குழந்தைகளைத் தாய் தந்தையர் அற்றவர்களாய் ஆக்காமல் இருக்கவும், ஒரு மனித குலத்தைத் தொடர்ந்து இந்தப்பூமியில் வைத்திருக்கவும் பழைய சமூகத்திற்கு என்ன வழி? (2017:250)

எப்போதும் கேட்டுக்கொண்டிருக்கும் கலகக்குரல்கள்

இயல்புறுமாற்ற வளர்ச்சியில் (ஆர்கானிக் க்ரோத்) நம்பிக்கை கொள்ளும் எவரும் நிறுவனங்களின் அமைப்பையும், செயல்பாடுகளையும் கூர்ந்து கவனிக்கத்தான் செய்வார்கள். புனிதத்தின் பெயரால் நடத்தப்படும் மத நிறுவனங்கள் இந்த கவனத்தை அதிகமாகப் பெறும். போலந்து நீண்ட பாரம்பரியமுள்ள ஒரு கத்தோலிக்க நாடு என்பதால் அங்குள்ள இளைஞர்கள் நிறுவனங்களைப் பார்க்கும் கண்ணோட்டம் தீவிரமாக இருப்பதில் வியப்பில்லை.

அவன் எந்த அளவு அந்தப்பாதிரிப் பயிற்சியை வெறுத்தான் என்றால் அந்தக் குருமடத்தில் ஒரு ரகசியமான குழு ஒன்றை உருவாக்க ஆரம்பித்தான். அந்தக்குழுவினர், சாத்தானை வணங்குபவர்கள் என்று தங்களை அழைத்துக் கொண்டனர் (2017:95)

சாத்தானை வணங்குதல் என்கிற வழமையான சிந்தனைக்கு மாற்றான சிந்தனை தமிழுக்குப் புதியதல்ல. இது எல்லாப்

பண்பாடுகளிலும் உள்ளது தான். ஆனால் லிடியாவின் சகோதரன் மிகுந்த லட்சியத்தோடு ஆரம்பித்து வைத்த அந்த இயக்கம் மேலும் வளராமல் அவனது மரணத்தோடு முடிந்துவிடுவது கலகக் குரல்களின் பலவீனமா அல்லது நிறுவனங்களின் பலமா எனத்தெரியவில்லை

அரசு போன்ற நிர்வாக நிறுவனங்களின் மீதும் தமிழவனின் பார்வை கருணையற்றதாக இருக்கிறது. சற்றுப்பொருந்தாததாகவும் இருக்கிறது. 'மூன்றாம் உலக நாடுகளில் ஒரு வித காட்டாட்சி நடைபெறுவதன் ஒரு குறியீடு இந்தப்பதம்' (என்கவுண்டர்)' (2017:112) இது ஆப்பிரிக்கா, தென் அமெரிக்கா போன்ற நாடுகளுக்கு அதிகம் பொருந்தக்கூடும். இந்தியாவில் அடக்குமுறை இல்லை எனச்சொல்லவில்லை. ஆனால் 'காட்டாட்சி' என்னும் விமரிசனம் இந்தியாவுக்குப் பொருந்துமா? இந்தியா இப்போது ஒரு 'மூன்றாம் உலக நாடு' இல்லை என்ற வாதமும் இருக்கிறது.

எல்லோருக்கும் பொருந்தும் சித்தாந்தம்

பொருளியல் வழிப்பட்ட ஐரோப்பிய வாழ்க்கைக்கும், ஆன்மீக வழிப்பட்ட இந்தியவாழ்க்கைக்குமான ஒப்பீடு எல்லாக்கால கட்டங்களிலும் செய்யப்பட்டு வருகிறது. இதை மூலப்பொருளாக்கி செல்வமும், புகழும் பெறுகிறவர்களும் அவ்வப்போது தோன்றுகிறார்கள். ஆனால் மரபு என்ற பெயரில் தங்களை மூடியிருக்கிற கனத்த போர்வைகளை விலக்கிவிட்டு வேறு கலாச்சாரங்களைப் பார்க்கிற மனிதர்களும் இல்லாமலில்லை. அப்படி ஒருவரைத் தமிழவன் பார்ப்பது பன்முகத் தேசீயத்தை அங்கீகரிப்பதன் காரணமாக இருக்கலாம்.

போலந்தின் கத்தோலிக்கத் தூய்மைவாதத்தில் லியோனை ஒரு வறட்டு இந்திய ஆன்மீகவாதி என்று மட்டும் சிலர் கணிப்பதும் தவறு..வேறு சிலர் ஒரு வித மாயமந்திர தந்திர காலகட்டத்தை லியோனின் இந்தியா பற்றிய ஈடுபாட்டில் காண்பதும் தவறு. லியோன் ஒரு புதுவிதமான ஐரோப்பிய கலாச்சாரத்துக்காக இந்தியாவைத் தேடியவர்.. அது இந்தியாவுக்கு இன்று பயன்படாது.. ஆனால் ஐரோப்பாவுக்குப் பயன்படும் என்பது லியோனின் அடிப்படை எண்ணம்' (2017:200)

தமிழ் மொழியின், தமிழ் இலக்கியத்தின் பாரம்பரியச் சிறப்பை முறையான அளவில், சரியான அளவில் நாம் வெளிநாட்டில் அறிமுகப்படுத்தியதைத் தவறியதைப் போலவே இந்தியப் பண்பாட்டின் தனித்த அம்சங்களை, சிறப்பு அம்சங்களையும்

அறிமுகப்படுத்தத் தவறிவிட்டோம் என்பதற்கு 'லியோனின் இந்திய ஈடுபாடு' ஒரு நல்ல எடுத்துக்காட்டுத்தான்

புலன் வழி காணும் அழகும், ஞானமும்

கட்சி மார்க்ஸிஸ்டுகளோ, தீவிரமான கொள்கைப்பற்றுதல் கொண்டிருக்கிற கம்யூனிஸ்டுகளோ கொண்டிருக்கிற அழகியலுக்கு எதிரான அம்சங்கள் தமிழவனிடம் இல்லை. கோணல் தனமான பழக்க வழக்கங்கள் இருந்தால் தான் அவன் ஒரு இலக்கியவாதி என்ற வார்த்தையில் அவருக்கு நம்பிக்கை இல்லை.. ஒழுக்கவாதம் மட்டுமே நல்ல இலக்கியத்தைப் படைத்து விடும் என்றும் அவர் வாதிப்பதில்லை. இப்படியிருக்கும்போது வார்சாவில் ஒரு கடவுள் நாவலில் புலன் வழி காணும் அழகுக்கும், அழகு வழிப் பெறும் ஞானத்திற்கும் இடம் கொடுத்திருக்கிறார்.

அழகைக்காணும் பயணத்தை பூக்களிடமிருந்து தானே தொடங்க வேண்டும்?

பஞ்சாபில் எங்கள் கிராமத்தில் இருந்த ஒரு சீக்கியமதபோதகர் ஒருமுறை பூக்களை எப்படிப்பார்ப்பது என்பதைக் கற்றுக்கொடுத்தார். அதன் பிறகு பூக்களை எப்படிப்பார்ப்பது என்பதை மறக்கவே இல்லை நான்.. (2017:262)

இதே அனுபவத்தை மேலும் கூட்டி பூக்களை நமது தோழமையின் ஒரு பகுதியாகப் பார்க்கும் செய்தியை ஒரு பெண் தருவதாகச் சொல்லும் குறிப்பும் நாவலில் வருகின்றன. 'பூக்களுக்கு நாம் பேசுவது கேட்கும் என்ற விஷயத்தை எனக்கு முதன் முதலில் சொன்னவள் அவள் தான்' *(2017:358)*

வார்ஸாவில் தமிழவன் பார்க்கும் கடவுள் அழகை மட்டுமல்லாமல் அனுபவம் மூலமாகக் கண்டறியும் சில ஞானங்களையும் தெரிய வைக்கிறார். இந்தியத்தத்துவம் கொண்டாடும் அர்த்த நாரீஸ்வரர் கருத்தாக்கத்தையே வேறு மொழியில் கூறுகிறார். 'எந்த ஆண் தனக்குள் இருக்கும் பெண்ணை அறிகிறானோ அவன் தான் முழு மனிதன்.. அது போல் எந்தப் பெண் தனக்குள் இருக்கும் ஆணைப் புரிகிறாளோ அவளே முழுமையானவள்' *(2017:383)* இந்திய வழிபடு மரபில் இருக்கக் கூடிய குறியீடுகளும் அவற்றின் உள்ளர்த்தங்களும் பற்றிய அவரது புரிதல்களும் கவனம் பெறுபவை. சூலத்திற்கு மனிதர்களைப்போல தனியான ஜீவிதம் உண்டு என்றும், இருபக்கமும் வளைந்து கூர் முனைகளில் முடியும் சூலத்தின் பக்க முனைகள் மனிதனின்

இரண்டு கண்கள் என்றும், நடுப்பகுதியின் முக்கோணம் நெற்றி என்றும் ஐதீகம் உண்டு, (2017:310–311) தமிழவனின் எழுத்துக்கள் மேலும் மேலும் இந்தியத்தன்மை உடையவையாக மாறும் போக்கைக் கவனிக்க முடிகிறது

ஆண்–பெண் இணைவின் பொருளையும் இந்திய தந்திர யோகிகளின் பார்வையில் பார்க்கப்படுகிறது:

புணர்ச்சி என்பது என்ன ?... ஒரு மனோவேகம்... முற்றிலும் உடல் சார்ந்ததும் அல்ல.. முற்றிலும் மனம் சார்ந்ததும் அல்ல காமம்.... இந்திய தந்திர யோகிகள் .புணர்ச்சியின் தெய்வத்தன்மையைப் பற்றி யோசித்தவர்கள்.. மனிதன் எந்திரமாகிப்போன இன்று மீண்டும் தந்திரயோகம் கூறும் தத்துவத்துக்குத் தேவை போலிருக்கிறது... (2017:217)

இந்த அணுகுமுறை இருக்கும்போது போலந்து நகரை ஒரு உல்லாசப்பயணியின் நோக்கில் சந்திரனால் எப்படிப் பார்க்க முடியும்? இரண்டாம் உலகப்போரின் கொடுமைகளை வெறும் வாய்வழியாகவே அறிந்த ஒரு தமிழனுக்கு அந்த ருத்ரதாண்டவம் நடந்த பூமியைப் பார்க்கிறபோது இப்படித்தான் தோன்றும்:

இரண்டாம் உலகப்போரில் மயானமயமாக்கப்பட்ட இந்த நகரில் ஒரு பேய் போல வளைய வளைய வருகிற நானும் ஒரு பேயோ என்ற நினைப்பு வராமலில்லை.. எனக்குத் தெரிந்த அந்த நீண்ட நிலத்தடி பாதையில் தூரத்தில் போகப்போக இருள் மட்டுமே தெரிகிறது (2017:354)

நாகரிகம் அதன் கீழ்ப்படி நிலைக்குக் கொண்டுவரப்பட்டதற்கு ஒரு காரணத்தையும் கண்டு பிடிக்கப்பட வேண்டியதாக இருக்கிறது.. தமிழவன் ஏற்கனவே கொண்டிருந்த சில முடிவுகள் மறு பரிசீலனைக்கு உட்படுகின்றன

அப்போது ஓர் உண்மை எனக்கு நன்கு விளங்கியது..... அது அடிமைத்துவம் வரலாற்றிலிருந்து அழிக்க முடியாதது என்று (2017:388) ஆனால் அழகு தான் இன்றைய கால முதலாளித்துவத்தின் உந்துசக்தி' (2017:286) என்று சொல்வதைப் புரிந்து கொள்ள முடியவில்லை

எப்போதும் மறையாத புதிர்த்தன்மைகள்

நேர்கோட்டுப் பாணியிலில்லாத மொழிநடை, கொண்டு மாய எதார்த்தப் புனைவப் படைக்கும் போது அவை பகுத்தறிவினால்

புரிந்து கொள்ளும் எல்லைக்கப்பால் நிற்கின்றன. ஆனால் தற்செயலாக நிகழும் சில சம்பவங்களும் அவ்வாறே பகுத்தறிவின் எல்லைக்கு அப்பால் நிற்கும் போது அது வாழ்க்கையின் புதிர்த்தன்மைகளுள் ஒன்றாக மாறிவிடுகிறது.

நெருப்பு எங்கு பற்றினாலும் அதனை அறிந்து சொல்வார் என்ற பண்பு தவிர வேறு எந்த விஷயத்திலும் 'அப்நார்மலாக' அவர் (அம்மா) நடந்து கொண்டதில்லை (2017:246) தண்ணீரைக்குறித்தும் இப்படியான ஒரு குறிப்பு இருக்கிறது.

அன்றிலிருந்து இன்று வரை கடவுள் பற்றிய மிகப்பெரும் விளக்கம் (நீரூற்றில் வரும் நீர் எங்கிருந்து வருகிறது என்பது கடவுளுக்கு மட்டுமே தெரிந்த விஷயம்) அந்தச் சிறுவன் சொன்னது தான் என்று நான் கருதினேன். நீரூற்று எங்கிருந்து வருகிறது என்பதை அறிந்தவர் கடவுள் (2017:357)

இந்திய வாழ்க்கை குறித்த சொல்லாடலில் நெருப்பும், நீரும் இடம் பெறுவதில் ஆச்சரியமில்லை

மனித இனத்திற்கு எதிராக மாபெரும் குற்றங்களைச் செய்தவர் என்று ஹிட்லரை மட்டும் சொல்ல முடியாது. அவருக்கு உதவிய எல்லோரையும் தான் சொல்ல வேண்டும். நேரடியாகவும், மறைமுகமாகவும் உதவியவர்கள் எல்லோரும் குற்றவாளிகள் தான். அப்படியானால் ஒட்டுமொத்த ஜெர்மனியுமே குற்றம் செய்ததாகக் கருதப்பட வேண்டும். இது எப்படி சாத்தியமாகும்? அப்போது அவரது உத்தரவுக்குக் கீழ்ப்படிந்தவர்கள் பிறகு குற்றத்தை உணர்ந்திருப்பார்களா? இப்படியாக ஒரு தர்மசங்கடமான நிலையில் சிக்கியவர்களைப் பற்றிக் கூறும் போது 'அறம்' என்பதன் சுழியில் சிக்கி அல்லலுறுபவர்களையும் தமிழவன் பார்க்க வைக்கிறார். அதுவும் ஒரு தமிழர் மூலமாகவே சாத்தியமாகிறது. உரிய ஆவணங்கள் இல்லாமல் போலந்திற்கு வந்த தமிழர் சிவநேசம் காசநோயால் பாதிக்கப்பட்ட போது அவரை நன்றாகக் கவனித்துக் கொண்டவர் அந்த நாட்டைச் சேர்ந்த ஒரு முதிய நர்ஸ்..அந்த நர்ஸைப் பற்றிய சிவநேசத்தின் அபிப்பராயம் நமது பல முன்முடிவுகளுக்குச் சவாலாக இருக்கிறது.

(அந்த நர்ஸ்) ஒருவேளை ஆஷ்விஷ் கொலைக்கூடத்தில் சிவிக்ளான் – பீஎன்ற விஷ மருந்தைக் கலந்து குளிப்பதெற்கென்று குழாயைத் திறந்தபோது மனிதர்கள் எல்லோரும் இறந்து போவார்கள் என்பதை அறிந்தவளின் கையாகக் கூட

இருக்கலாம்...... அந்தக் கைகளில் ஜீவனை அறியும் ஆற்றல் இருந்தது என்று மட்டும் நான் கூற முடியும் (2017:346)

அடியாழத்திலிருக்கும் ஆதிவாசி மனம்

தமிழவனின் அறிவுசார் சொல்லாடலில் ஆதிவாசி மனம் என்பது ஆரம்பகாலத்திலிருந்து இடம் பெற்று வருகிறது. வார்ஸாவில் ஒரு கடவுள் போலந்து நாட்டைக் களமாகக் கொண்டு புனையப்பட்டு மேலை நாகரிகம் மற்றும் இந்திய நாகரிகம் பற்றிய ஒரு விவாதக்களமாக அமைந்து இரண்டுக்குமிடையிலான, இரண்டையும் உட்கொண்ட சில விஷயங்களை முன் வைக்கிறது. அவற்றில் ஒன்று ஆதிவாசி மனம்.

எனக்கு மனதில் அந்த ஆதிவாசி ராஜாவின் மரக்கட்டிடம் மற்றும் ஆதிவாசிகள் முகர்ந்து அவர்களின் எல்லையைக் கண்டுபிடிக்கும் முறை போன்றவை மிகுந்த பிரமிப்பையும், குதூகலத்தையும் கொடுத்தன (2017:428)

நகர நாகரிகம் உச்சத்தை அடையும்போது அதற்கு விலையாக மனிதன் கொடுக்க வேண்டிய விலையையும் ஒரு ஆதிவாசி மன நிலையிலிருந்தே பார்க்கிறார் தமிழவன். '(ஆதிவாசிகள்) நிலத்தையும், காற்றையும் பிறர் அபகரிப்பதை விரும்ப மாட்டார்கள்... எங்கள் நிலமும் எங்கள் காற்றும் எங்களுக்கு உயிர் போல என்பது பொருள்.. (2017:435)

இந்தியாவில் உலகமயமாதல் நிலைபெற்ற பிறகு வெளிவந்த நாவல் வார்ஸாவில் ஒரு கடவுள் இருபதாம் நூற்றாண்டின் இறுதிவரை நிலவிய வணிக இலக்கியம் - நல்ல இலக்கியம், வணிகத் திரைப்படம் - நல்ல திரைப்படம் என்கிற பாகுபாடுகள் மறைந்து இரண்டுக்கும் இடைப்பட்ட ஒரு ரசனை தோன்றிய கால கட்டம். இப்போது தோன்றிய ஒரு தலைமுறையின் ரசனை வேறுபட்டதாக இருந்தது. சிற்றிலக்கிய வட்டத்துக்குள் மிகத்தீ—விரமாகப் பின்பற்றப்பட்டு வந்த பவித்திரமும், தூய்மைவாதமும் மறைந்து இலக்கியவாதிகள் பொது வெளி ஊடகத்துக்குள்ளும், அதன் பண்பாட்டு வெளிகளுக்குள்ளும் கலந்து தங்களது அடையாளத்தை வெளிச்சம் போட்டுக் காட்டுவதும், அல்லது அந்தப் பொதுவெளியில் தங்களது ஒளியை இழந்ததுமான ஒரு நிலைமை வந்தது. இந்தக் கணினி சகாப்தம் அமெரிக்கக் கலாச்சாரத்தை ஒரு தீவிரத்தோடு உள் நுழைத்ததனால் எல்லாமே நுகர்பொருளாயின. இணைய இதழ்கள் பெருகியவையா—

யினும் அச்சு இதழ்களுக்கிருந்த மதிப்பும், நம்பகத்தன்மையும் இல்லாமலாயிற்று. வலைப்பூக்கள் வழியாக நடக்கும் விவாதங்கள் பல சமயங்களில் இலக்கியத்திற்குப் புறம்பானவையாக ஆயின. இது மூத்த தலைமுறை எழுத்தாளர்களான மேலும் சிவசு போன்றவர்கள் தங்களது அக்கறையை வெளிப்படுத்த இலக்கியங்கள் குறித்த விவாதங்களை நடத்தி அவற்றை ஆவணப்படுத்த வேண்டும் என்று திட்டமிட்டார்கள். சிவசு ஒரு பதிப்பாளராகவும், இதழாசிரியராகவும் தற்காலத் தமிழிலக்கியத்திற்குக் கணிசமான பங்களிப்பைச் செய்தவர். விவாதங்கள் மூலம் தோன்றும் புதிய சிந்தனைகளைத் தனது 'மேலும் பதிப்பகம்' மூலமாகப் பதிவு செய்யத் திட்டமிட்டார்.

முதல் நூலாக தமிழவனின் வார்ஸாவில் ஒரு கடவுள் நாவலைப்பற்றி பல இடங்களில் நடந்த கருத்தரங்குகளில் வாசிக்கப்பட்ட கட்டுரைகளின் தொகுப்பாக 'வார்ஸாவில் ஒரு கடவுள்' : தமிழவனின் நாவல் மீதான விமர்சனங்கள்' (2009) என்னும் தலைப்பில் வெளிவந்தது. நாவலைப்பற்றிய ஒன்பது கட்டுரைகள் அதில் சேர்க்கப்பட்டிருந்தன. (இப்படிப்பட்ட இலக்கிய விமர்சன நூல்கள் 1970-களில் சென்னை கிறித்தவ இலக்கியச் சங்கம் சார்பில் டேவிட் பாக்கியமுத்து-சரோஜினி பாக்கியமுத்து ஆகியோரது முயற்சியில் வெளியிடப்பட்டன. ஆண்டுதோறும் கருத்தரங்குகள் நடத்தி அதில் வாசிக்கப்பட்ட கட்டுரைகளைத் தொகுத்து வெளியிட்டார்கள்)

இந்த நாவலை மதிப்பீடு செய்யும் சண்முகம் இதில் 'அழிப்பாக்கம்' (Erasure) கையாளப் பட்டிருக்கிறது என்று கூறி அது 'தன்' என்பதற்கும் எழுதப்படும் பிரதிக்கும் இடையே ஏற்படும் ஒரு வகையான மாற்றம் என்கிறார்.. அத்தோடு நாவலின் கட்டமைப்பிற்கு உதவக்கூடிய இரட்டைகள் (twins)(இரட்டைப் பிறவி அல்லாத இலக்கிய இரட்டைகள்) நாவலெங்கும் விரவி— யிருப்பதாகவும், அவை நேரடியாகவும், சற்று பூடகமாகவும், சில இன்மைகளில் சஞ்சரிப்பதாகவும் கூறுகிறார். இதற்கு உதாரணமாக சண்முகம் காண்பிப்பது ராஜேஷ்-அன்பழகன் என்னும் இரட்டைப் பாத்திரங்கள். இந்த நாவலில் பல 'கனவு வெளி' களும் இருப்பதாகச் சொல்கிறார் சண்முகம். இதன் மூலம் தென்படும் சூட்சுமம் நிறைந்தவை..இந்த சூட்சுமங்கள் பரஸ்பர பிரதியாக்கம் (இண்டர் டெக்சுவாலிடி) என்னும் உத்தியின் மூலம் தெளிவாக்கப்படுகின்றன...

வார்ஸாவில் ஒரு கடவுள் நாவலில் காணப்படும் சில உள்ளார்த்தமான அம்சங்களை முபீன் சாதிகா கூர்ந்து கவனித்திருக்கிறார். எந்த நாடாக இருந்தாலும் அங்கு பின்பற்றப்படும் பெரும்பான்மை கலாச்சாரத்தோடு உடன்பட முடியாமல், அதில் காணப்படும் மனிதாயத்திற்கு எதிரான அம்சங்களைச் சுட்டிக்காட்டுபவர்கள் இருந்தே இருக்கிறார்கள். அதற்கான எதிர்ப்புணர்வை வெளிப்படுத்துகிறார்கள். தமிழவன் காணும் சமூகங்களிலும் 'கலாச்சார எதிர்ப்புணர்வு என்பது ஓர் எல்லை மீறலாக மற்றொரு எல்லை உருவாக்கத்தைக் காட்டுவதாக' சில இடங்களை உதாரணங்களோடு காட்டுகிறார். இந்த எதிர்ப்பு கூர்மையடையும்போது கட்டமைப்புகள் குலைகின்றன.. அரசியல், மதம், அதிகாரம், பாலியல் என்னும் நிலைகளில் நிகழும் 'கட்டுக்குலைவு' கள் எவ்வாறு இந்த நாவலில் பிரபஞ் சத்தன்மையோடு சொல்லப்பட்டிருக்கின்றன என்று முபீன் சாதிகா விளக்குகிறார்

வார்ஸாவில் ஒரு கடவுள் நாவலின் கன்னடப்பதிப்புப் பற்றிக் குறிப்பிட்ட கன்னட விமர்சகர் ஹெச்.எஸ்.ராகவேந்திர ராவ் வார்சாவில் ஒரு கடவுள் போன்ற ஒரு நாவல் கன்னடத்திலும் இல்லாத, தமிழிலும் இல்லாத ஒன்றைத் தன் உள்ளே சேர்த்துக் கொண்டு வேறுஒன்றைப் படைப்பதாகவே தெரிகிறது.' என்று குறிப்பிடுகிறார். இந்த நாவல் ஒருவரது வாழ்க்கைப் பார்வையையே மாற்றும் சக்தி கொண்டது என்று கூறும் ராவ் இந்தப் புத்தகத்திற்கு (வார்ஸாவில் ஒரு கடவுள்) மிக நெருக்கமாக வரும் படைப்பாக தேவனூரு மகாதேவா எழுதிய புகழ் பெற்ற கன்னட நாவலான குசுமபாலே வைச் சொல்லுகிறார்

கன்னடத்தில் மொழிபெயர்க்கப்பட்ட தமிழவனின் ஏற்கனவே சொல்லப்பட்ட மனிதர்கள் நாவலைப் படித்திருந்த வெங்கடேஷ் நெல்லிகுண்டே கன்னடத்தில் மொழிபெயர்க்கப்பட்ட இன்னொரு நாவலான வார்ஸாவில் ஒரு கடவுளை யும் படித்து அதை கன்னட நாவலாசிரியர்கள் குவெம்பு, அனந்தமூர்த்தி, தேஜஸ்வி ஆகியவர்களின் படைப்புக்களோடு ஒப்பிடுகிறார்.

ஒரு நாவலாசிரியருக்கு தேசம் சுற்றிய, நூல் படித்த ஒருவரின் அறிவின் தீவிரத்திற்குப் பதில், கலைஞனுக்கிருக்கும் மாந்திரீக தொடு உணர்வு இருக்க வேண்டும். அது தமிழவனுக்கு இருப்பதால் நூலில் வரும் சமூக நூல் அறிவு, சரித்திர, அரசியல், பொருளாதார விவரங்கள் கலைப்படைப்பாக மாறுகின்றன.. இவ்வித படைப்பு,

தமிழ் தெரியாத எங்கள் கன்னட பிரக்ஞைக்கு ஆச்சரியத்தை உருவாக்குகிறது

என்பது ஒரு நாவல் தான் எழுதப்படும் சூழலுக்கு அப்பால் ஏற்படுத்தும் தாக்கங்களைக் குறிப்பதாகச் சொல்லலாம்.

அவரது அடுத்த நாவல் *முஸல்பனி (2012).* அளவில் சிறியதாக இருந்தாலும் அவரது நாவல்களிலேயே மிகக்கடினமான நாவல் என்று சொல்லலாம்.

தமிழ்மொழி மூலமாக இன்று உருவாகும் இலக்கியம், தன் சகோதரர்கள் கொல்லப்பட்டதைப் பற்றிப் பேசத்தக்க வலிமையான மொழியையும் கற்பனையையும் புனைவையும் படிமத்தன்மையையும் பெற்று வளர்ந்துள்ளதா என்பது சந்தேகமாக உள்ளது.... அதனால் தான் இந்த நாவல் படிமத்தை அடிப்படையாகக் கொண்டு உருவாகிறது.. இது ஒரு குறிப்பிட்ட இலக்கிய மரபு... தர்க்கத்திலிருந்து... உள்ளுணர்விலிருந்தல்ல– கற்பனையை உருவாக்குவது (முஸல்பனி, 2012: முன்னுரை)

ஆரியர்கள் வருவதற்கு முன்பு அத்திரிகப்பா இருந்தான்.. அத்திரிகப்பா ஒரு வடிவமா, ஒரு நிகழ்வா, ஒரு தனிநபரா என்று கூற முடியாது.. ஓர் ஓவியமா, இசையா என்பதும் நிச்சயமில்லை.. (முஸல்பனி, 2012: 1)

பின் பக்கத்திலிருந்து வாசிக்கப்படும் தெகிமோலா சரித்திரம் அத்திரிகப்பா என்னும் முதல் அரசன் பற்றிக் கூறுவதுடன் ஆரம்பிக்கிறது (முஸல்பனி, 2012: 2)

அவளுக்குக் காரணமின்றி வெளிநாட்டுப் பெயர் வைக்கப்பட்டிருந்தது: முஸல்பனி (முஸல்பனி, 2012: 4)

அவை என்ற சொல் தமிழ்ச்சங்கத்தைக் குறிக்கிறா *?*

தமிழர் வரலாற்றில் சங்ககாலம் பொற்காலம் என்கிற சொல்லாடல் நீண்ட காலமாக நிலவிலிருந்து வருகிறது. இந்த நாவலில் வருகிற பல குறிப்புகள் அது பற்றிய விவாதத்திற்குத் தொடக்கப்புள்ளிகளாக அமைகின்றன

அத்திரிகப்பா ஆண்ட நாடு ஞாபகத்திற்குள்ளும் பல்வேறு நூல்களின் பக்கங்களுக்குள்ளும் ஆழ்ந்து விட்டது.. அவனது தோல்வியை அறியாத சைன்யம் காலத்தின் தொடர் சங்கிலியில் மறக்கப் பட்டு விட்டது (2012: 18)

அவனுக்குக் காதல் பாடல்கள் பிடித்தாலும் அப்பாடல்களில் யார் பெயரும் வருவது பிடிக்காது 'நீங்கள் கல்லைப் பார்த்துக் கொண்டிருந்தால் நீங்கள் நாயைப் பார்க்க முடியாது (2012: 28)

தொல்காப்பியர் அறிவு ரீதியாக அகப்பாடல்களுக்கு விளக்கம் கொடுத்தாரா?

மொத்தம் ஐந்து பாத்திகள். எனவே இம்மக்கள் 'பயிர் போல வாழ்பவர்கள்' என்று தங்களை அழைத்துக் கொள்வார்கள். மேலும் இவர்கள் நித்தியமானவர்கள் (2012: 36)

இந்தச்சிலையானது அம்மக்களின் எல்லா ஞானத்தையும் (புராதன காலத்தையும், மத்திய காலத்தையும், நவீன காலத்தையும் சேர்ந்த எல்லா ஞானமும் இதில் அடங்கும்' கொண்டிருக்கிறதென்பது தலைமுறை தலைமுறையாக மனதில் பதிய வைக்கப்பட்டிருக்கிறது (2012: 56)

பெரும்பாலும் இலக்கியங்களின் மீது கட்டமைக்கப் பட்டிருக்கும் ஒரு நாகரிகத்தின் மீதான விசாரணை என்பதற்கு முஸல்பனி நாவலில் பல குறிப்புகள் இருக்கின்றன

இரண்டு தலைமுறை கடந்து செயல்பட்டுக்கொண்டிருக்கும் தமிழவனின் படைப்புக்களில் ஈடுபாடு கொண்டிருக்கும் தற்காலத்தலைமுறையைச் சேர்ந்தவர் நிதா எழிலரசி. முஸல்பனி நாவலை எவ்வாறு வாசிப்பது என்பதற்குரிய வழிமுறைகளைச் சொல்லும் எழிலரசி பனிப்பாறைகளின் அடியில் ஆறு மறைந்திருப்பதைப்போல பண்டைய இலக்கியம் முதல் நவீன இலக்கியம் வரை பல இலக்கியப்பிரதிகளின் தாக்கத்தைச் சில வரிகளில் தமிழவன் சொல்லுவதாகக் கூறுகிறார். ஆசிரியனின் நேரடிக்கூற்றுக்கு முக்கியத்துவம் கொடுக்காமல் வாசகனின் பார்வைக்கு முதன்மையிடம் கொடுக்கும் இந்நாவல் 'வாசகன் பிரதியை சவாலுக்கு அழைப்பதும், பிரதி வாசகனை சவாலுக்கு அழைப்பதுமாக அமைந்திருப்பதாக' கூறுகிறார்.

முஸல்பனி நாவலில் தமிழவனது முந்தைய நாவல்களின் கதையாடல்களின் தர்க்கவெளி தென்படுவதாக எஸ்.சண்முகம் கூறுகிறார். இக்கதையாடலில் வாசகனது பங்கு மேம்பட்டதாக இருக்கும் என்று கூறும் சண்முகம் கலைத்துப்போடல்–வாசித்தல்–அழிப்பாக்கம் என்ற முறைப்பாடுகளுக்குப் பிறகு தோற்றமுறுதல் நிகழ்ந்து கொண்டே செல்லும் கதையாடல் முறைமை முஸல்பனியை ச் சாத்தியப்படுத்துவதாகச் சொல்கிறார்.

முஸல்பனி நாவலை எந்த முறையில் வாசிக்கலாம் என்பதை மிக சுருக்கமாக, எளிமையான வார்த்தைகளில் சொல்லியிருக்கிறார் பாலசுப்பிரமணியன் பொன்ராஜ். இது இரண்டாயிரத்திற்குப் பிறகு தோன்றிய இளைய தலைமுறையின் ரசனையையும், எதிர்பார்ப்புகளையும் குறிப்பதாக இருக்கிறது. ஆசிரியர் தரும் பிரதியூனாடாகச் சென்று வேறொரு பிரதியை உருவாக்கும் சுதந்திரத்தையும், பெருமிதத்தையும் பெறும் தலைமுறை இது.

ஆடிப்பாவை போல (2017) நாவலும் வார்ஸாவில் ஒரு கடவுள் நாவலைப்போலவே நேர்கோடான, மரபான நடையில் எழுதப்பட்டது.. இதுவும் ஒரு அரசியல் நாவல் என்று சொல்வதை விட அரசியல் வரலாற்று நூல் என்று சொல்லலாம். கதை நடக்கும் 1960–களின் மத்திய காலம் தமிழ்நாட்டு வரலாற்றில் ஒரு திருப்புமுனையாக இருந்தது, மக்களின் கலகக்குரல்கள் தெருவுக்கு வந்த காலம்.. மொழி எதிர்ப்புப் போராட்டம் என்ற வகையில் ஒரு தேசீய இனத்தின் எழுச்சி என்பதாகவும், காங்கிரஸ் எதிர்ப்பு என்ற வகையில் ஒரு தேசீயக் கட்சியின் போதாமையை வெளிக்காட்டுவதாகவும் அது அமைந்தது. இந்த நாவலை அப்போதே எழுதியிருந்தால் தமிழவனுக்கு இதில் விவாதிக்கக் கிடைத்த பல பிரச்சினைகள் கிடைத்திருக்காது.. காலம் பல உண்மைகளை உணர்த்தியிருக்கிறது..

கதையின் அடிநாதமாக ஒலிப்பது ஒரு புதிய தலைமுறையின் குரல்.. உயர்கல்வி கற்பதற்காக முதல் முறையாகக் கல்லூரிக்கு வந்தவர்களின் குரல்.. இதில் அமர்ந்த குரல்கள், , ஓசை குறைந்து நிதானமாக ஆனால் உறுதியாக ஒலிக்கும் குரலகள், ஓங்கி ஒலிக்கும் குரல்கள் எனப்பல குரல்கள் கேட்கின்றன.. புதிய லட்சியங்கள் தோன்றுவதும், பழைய லட்சியங்கள் நிறம் மங்கித்தோன்றுவதுமான காட்சிகள் உள்ளடங்கியது இந்தக் கால கட்டம்.. இந்த நாவல் எழுதப்பட்ட காலத்தில் அந்தப் புதிய லட்சியங்களும் நிறம் மங்கித் தோற்றமளித்தது வேறு விஷயம்.. லட்சியங்களுக்குப் பூசப்படும் நிறங்கள் அந்தந்தக் கால தேவைகளின் அடிப்படையிலேயே நிகழ்கின்றன.

எங்க கால அரசியல் , அப்போ வேற. இப்போ எல்லாம் மாறிப்போச்சு.... நான் டெல்லி போனப்ப தான் நேரு போனவுடன் அரசியலும் மாறிப்போய்விடும்னு நெனச்சன்.. வட இந்தியாவில் கொள்ளைக்காரனும், ராஜாக்களும் எம்.பி.யா வந்து பக்கத்தில... பக்கத்தில உக்கார ஆரம்பிச்சாங்க..எல்லாம் டெல்லியில

உற்பத்தியாக ஆரம்பிச்சிட்டுது.. இந்தி எதிர்ப்பு எந்த அளவுக்கு மக்களுக்கு பிரயோஜனமாகும்னு எனக்குத் தெரியல்ல.. (2017:310)

இந்த ஆரியனை விரட்டிட்டீங்க.. திராவிடக்கட்சிக்கும் பிராமணன் வேண்டாமாம்.. கட்சித்தேர்தலில் மாவட்டச் செயலாளராக நேற்று வேற ஒருத்தரு வந்திட்டாரு.. ஊரின் பெரிய பிசினஸ்மேன்.. தேர்தல் வந்தால் இப்போதைய எதிர்க்கட்சி ஆளும் கட்சியா வந்திடுமாம்.. சூத்திரத்தமிழில் சொன்னார் பிராமணரான அரங்கநாதன் (2017:311)

முடிவுறாத இந்தச் சொல்லாடல் இன்னும் வெவ்வேறு தளங்களில் தொடர்ந்து கொண்டுதான் இருக்கிறது.. நாவல் ஐம்பதாண்டுகளுக்கு முந்தைய கதையைச் சொன்னாலும் இச்சமூகம் எதிர்கொள்ளும் சிக்கல்கள் இன்னும் தொடர்ந்து கொண்டுதானிருக்கின்றன

பண்பாட்டுச் சிடுக்குகள்

இருபது வயது இளைஞன், தன் தங்கை அல்லது அக்காளுக்கு அப்புறம் தன் வயது ஒத்த இளம் பெண்களிடம் நட்பு கொள்வதற்கு, பேசுவதற்கு அல்லது பழகுவதற்கு வாய்ப்புகள் இருப்பதில்லை. இது போலவே பெண்களுக்கும். பெண்கள் மனது இன்னும் பெரும் சிக்கல்கள் கொண்டதாகவே இருக்கிறது..(ஆடிப்பாவை போல:2017:57)

பெண்ணுடலுக்கான தனிப்பட்ட இயல்புகளையும் சுற்றிப் பல நம்பிக்கைகளையும் சார்ந்து தாய், மற்றும் பாட்டிமாரின் பழங்கால ஆலோசனைகளுடன் வளரும் பெண் தன் மன உலகத்தில் தான் பெரும்பாலும் வாழ்கிறாள்..(2017:61)

மேற்கத்திய சமூகங்களைப்போல பெரியவர்கள் கடந்து செல்லும் சாலையோரத்தில் எல்லோர் முன்னிலையிலும் கட்டிப்பிடித்து முத்தம் கொடுக்க இந்த சமூகத்தில் பிறந்தவர்களுக்கு சாத்தியப்படாது, , (2017:63)

நடைமுறை அரசியல்

அரசியலுக்குப் பழக்கப்படாத நமது மக்களும் தலைவர்களும் கற்பனைக் கதைகளையெல்லாம் விஞ்சக்கூடிய வகையில் நடந்து கொள்கிறார்கள்..அது தான் அரசியல் நடவடிக்கை என்றும் அவர்கள் நம்புவதால் அவர்கள் கற்பனைப் பாத்திரங்களைக் கூட தோற்கடித்து விடும் சாமார்த்தியம் கொண்டவர்களாய் நடந்து கொள்கிறார்கள் (2017:92)

'நம்ம கம்யூனிஸ்டுகளைப் பாருங்க.. முதலாளித்துவத்தைப் புரிஞ்சுக்கல்ல..அதுக்குப் பதிலா இன்று பொருத்தமில்லாத க்ளாஸ் அனாலிசஸ் ஒன்றைத் தூக்கிக்கிட்டு அலையறாங்க.. கம்யூனிஸ்டுகளில் பலர் பிராமின்ஸாக இருப்பதுக்கும் கிளாஸ் அனாலிஸிஸை அவர்கள் தூக்கிப்பிடிப்பதுக்கும் தொடர்பில்லைன்னு நினைக்கிறீங்களா? முந்தி சம்ஸ்கிருதம்... இப்போ கம்யூனிசம் .." (2017:326)

'அயோக்கிய நாயுங்க.. தமிழ்நாட்ட நாசம் பண்ணவே வந்தவனுக.. எத்தன ஆயிரம் மாணவர்களை ஏமாத்தி ஆட்சியைப் பிடிச்சானுக..... அத்தன பேரு தியாகத்தையும் வெல பேசிட்டானுகல்ல...' (2017:360)

சாதீயம்

காந்திமதியைத் தனியாய் கூப்பிட்ட அவள் தாய், 'ஆமா.. அவ என்ன சாதி?' என்று கேட்டாள்.... 'சீ... என்று அம்மாவைப் பார்த்துக் கோபப்பட்ட காந்திமதி சட்டை செய்யாமல் ஓடிப்போய்த் துணிப்பையைத் தன் அறையில் வைத்துவிட்டு வந்து ஹெலனுக்காகக் காத்திருந்தாள்(2017:109)

(கிருபாநிதி) பெரிய சண்டைக்கே வந்து விட்டான், 'என்ன ஊர் கோத்திரம்.. சாதின்னு பாத்துத்தான் ஒரு பெண்ணை விரும்பனுமா? எந்தச்சாதியானாலும் எனக்கு விருப்பம்னா கட்டி வைக்கணும், , ஓங்களுக்கு விருப்பம் இல்லேண்ணா என்னை யாரும் தடுக்க முடியாது' (2017: 294)

சந்தோஷம் தன் சாதியை யாரிடமும் சொல்வது இல்லை..... தான் தாழ்த்தப்பட்டவன் என்பதற்கு அனுதாபம் காட்டியோ, அல்லது நாசூக்காய் அவமதிப்புக்காட்டியோ பழக்கம் இல்லாமல் தன்னை உண்மையான சக மாணவனாய்க் கருதும் ஓரிரு வேறு சாதி மாணவர்களில் வின்செண்டும் ஒருவன்' (2017:138–139)

செத்துப்போன தாழ்த்தப்பட்ட சாதியைச் சேர்ந்த சந்தோஷத்தின் பெட்டியை எடுத்துப்போக ஒருவன் வந்தான். வந்தவன் வின்செண்டிடம் ஏதோ சொன்னான்....' வின்சென்ட் வந்தவன் சொன்ன வார்த்தைகளை மெதுவாக எழுத்துக் கூட்டிச் சேர்க்க முயன்று முதலில் தோற்றான்..எழுத்துக்களுக்கு இதுவரை இருந்து வந்த ஒழுங்கு ஏன் சிதைந்து போனது என்று எண்ணும்படி இருந்தது. அவைகளுக்குச் சக்தியும் இல்லாமலாகிப்போனது ஏன் என்று நினைத்தான்.. (2017: 304)

தேசீயம் – பல முகங்கள்

காம்ரேட்டோட நிறைய முரண்பாடு இருக்கு.. நாடு பல்வேறு தேசீய இனங்களின் சிறைக்கூடம். சிறையைத் திறந்தா போதும்..புரட்சிக்கு அடிப்படை அது தான் என்கிறார்' என்று சுபாஷ் ராஜின் தேசீய இன விடுதலைத் தத்துவத்தைக் குறிப்பிட்டார் சட்டர்ஜி (2017:120)

அப்போது அமரன் கூரைக்கருகில் மேலே கட்டப்பட்ட கொடியில் பாதிரியார்கள் அணியும் ஆடை தொங்கியதைப்பார்த்து வியப்போடு அந்த ஆடை பற்றியே நினைத்துக் கொண்டிருந்தான் (2017:122)

இந்தி எதிர்ப்பு என்பது இந்தியாவின் ஏகாதிபத்திய அதிகாரத்தை எதிர்க்கும் பழங்குடி வழிவந்த தமிழ் மக்கள் நடத்தும் போர்..தலைவர்களுக்கே புரியமாட்டேங்குது.. வெறும் மொழி எதிர்ப்பாகப் பார்க்கிறார்கள்.. மொழி எதிர்ப்பின் சாக்கில் தமிழன் ஒரு வரலாற்றுக் கடமையைச் செய்ய நடத்தும் போர்..'(2017:152)

தத்துவப்பிடிப்பாலும் ஒரு வித திராவிடப் பைத்தியத்தாலும் இவரு–அரங்கநாதன்–திராவிடக் கட்சியிலே தான் இருப்பேன்னு இங்கே வந்தாரு. அப்பவே சொல்வாரு... நான் வ.ரா.வின் சிஷ்யன்னு..அப்போ ஒரே ஒரு பிராமணனையும் திராவிடம் வெளியேற்றி விட்டது..தூய்மை வாதம் எங்கேயும் நல்லதுக்கில்ல...' நீலவானத்தைப் பார்த்தபடியே சொன்னார் பெரியவர் தர்மலிங்கம்

சின்னச்சின்ன இந்தியாக்களைப் பலப்படுத்தும் மாநில சுயாட்சி போன்ற அரங்கநாதனின் கருத்துக்களோ, இந்தியாவைச் சாதிகளின் அடிப்படையில் வளர்ச்சிக்கு வரையறுக்கும் ஒரு புதிய தத்துவமாய் திராவிடத்தத்துவத்தைக் கருதும் அரங்கநாதனின் வாதங்களோ கொஞ்சமும் அவனுக்குப் புரிந்ததில்லை

நாக்கில சரஸ்வதி நடனம் ஆடுறா.. இப்போ உள்ள தலைமுறைக்குப் பேசக்கத்துக்குடுத்துட்டானுக நம்ம திராவிடத்தலைமுறையினர்...

தமிழ்ப் பேராசிரியர் மேலும் சிவசு தமிழவனுடன் பாளையங்கோட்டை காலத்திலிருந்தே தொடர்பிலிருப்பவர். தமிழவன் படைப்புகளைப் பற்றி கருத்தரங்குகள் ஒழுங்கு செய்து, அக்கருத்தரங்குகளில் வாசிக்கப்பட்ட கட்டுரைகளை தொகுப்பாக வெளியிட்டிருக்கிறார். ஆடிப்பாவை போல நாவலை மற்ற எல்லாரையும் விட சிவசுவால் நன்றாகப் புரிந்துகொள்ள

முடியும். தமிழ் நாட்டின் அரசியல் மற்றும் பண்பாட்டுச் சரித்திரத்தில் தொடர்புடையதாக அந்த நாவலில் வரக்கூடிய பல நிகழ்வுகளை அவர் தன்னோடு தொடர்பு படுத்திப்பார்க்க முடியும். அவற்றைப் பல தளங்களில் வைத்து மறுவிளக்கங்கள் தர முடியும். இத்தொகுப்பில் சேர்க்கப்பட்டிருக்கும் கட்டுரையில் அதையே செய்திருக்கிறார்.

ஆடிப்பாவை போல நாவலை அகப்புறப்பாவியம் என்னும் நோக்கில் பார்க்கும் சிவசு சங்க இலக்கியத்தின் இன்னொரு பக்கமாகவே அதைக் கருதுகிறார். புதிதாகத் தோன்றியவை, அவற்றிலிருந்து மாறியவை, இல்லாமல் போனவைகளைக் கண்டறிந்து அதற்கான காரணிகளின் பின்னணியில் அவற்றைப் பார்க்கிறபோது நாவலின் இன்னொரு தளம் வாசகனால் உணரப்படும் என்பது அவரது நம்பிக்கை..

இருபதாம் நூற்றாண்டுத் 'தமிழ்ச் சமுதாய மனம்' என்பதை ஓர் இனவரைவியலாளன் எழுதும்போது ஆடிப்பாவை போல நாவல் இலக்கிய பூர்வமான ஆவணமாக இருக்கும்

என்பது அவர் முடிவு..

மொழிச் சரித்திரத்தில் காணப்படும் அகம்-புறம் என்ற இருவேறு புலங்களை இந்நாவல் கையாளுவதாகக் கூறும் எஸ்.சண்முகம் பிரதிகளுக்குள் இயங்கும் இடைவெளிகள் விரிவாக்கம் பெறுவதனால் வேறொரு பிரதியியத் தன்மையை உணர முடிவதாகச் சொல்லுகிறார். சரித்திரத்தில் இடம் பெறாதவர்களைப் பற்றிச்சொல்லும் இந்நாவல் அவர்களெல்லாம் சரித்திரத்திற்குள் தம்மைத் தொலைத்து விட்டவர்களாகவே உலவுவதாகக் கருதுகிறார். இதனாலேயே பெயர்கள் கூட ஒரு பிரதியியல் சமிக்ஞை போலத் தெரிவதாகக் கூறுகிறார்.

தமிழவனின் மாணவர்களில் ஒருவரும், அவரது படைப்புகளைப் பற்றிக் கட்டுரைகள் எழுதியவருமான நிதின் திருவரசு ஆடிப்பாவை போல நாவலில் தென்படும் அனாதைத் தன்மையும், தாய்மைத் தன்மையும் பற்றிக்கூறுவது புதுமையாக இருக்கிறது. மௌனியின் கதைகள் பற்றிய ஆய்வின் தொடர்ச்சியாகவே இந்த நாவலைத் தமிழவன் படைத்திருப்பதாக திருவரசுக்குத் தோன்றுகிறது. ஒன்றுக்கொன்று தொடர்பில்லாத ஆனால் ஒரு மையத்தை நோக்கி நகர்கிற காட்சிப்படிமங்களை அதற்கான ஆதாரங்களாகத் தருகிறார்.

மொத்தக்கதையாடலுக்குள்ளும் உடல், மனம், சமயம், சாதி என்ற பல அடுக்குகளான சமூகத்தின் விளிம்புகளில் இருந்து தமிழ் அடையாளம் ஒன்று உருவாக்கப் படுகின்றது..

என்பது திருவரசுவின் கருதுகோள். தமிழவனின் ஒட்டு மொத்தப் படைப்புகளுக்கும் இந்தக் கருதுகோளைப் பொருத்திப் பார்க்கலாம் என்று தோன்றுகிறது

எந்த சித்தாந்தையும், கோட்பாட்டையும் மரபோடு இணைத்துப் பார்ப்பது என்பது தமிழவனின் எல்லா எழுத்துக்களிலும் காணப்படுகிறது. சங்க இலக்கியத்தின் திணைக் கோட்பாடு என்பது தமிழ்ச் சமூகத்தின் நீண்ட நெடிய வரலாற்றில் வற்றாத ஆய்வுக்களங்களைத் தந்தபடி இருக்கிறது.. விஞ்ஞானம், தொழில் நுட்பம் என்பவை அந்த மரபையே அசைத்துப் பார்க்கும் அதிர்வுகளை ஏற்படுத்தினாலும் எந்த ஆய்வாளனாலும் எதற்காவது ஒரு விடை தேடி அதற்குள் போவதைத் தவிர்க்க முடிவதில்லை.. இளம் ஆய்வாளர் வினோதா தமிழவனின் ஆடிப்பாவை போல நாவலை எடுத்துக்கொண்டு பாலை, வாகை என்னும் இருமைகள் ஒரு சிந்தனா உத்தியாக நாவலுக்குள் ஊடாடுவதைக் கவனிக்கிறார். 'தமிழ் சிந்தனை அடிப்படையில் பொதுநிலையில் இயங்கும் பாலையின் உரிப்பொருளான பிரிவையும் இதனின் புறத்திணையான வாகையின் உரிப்பொருளான வெற்றியையும் வைத்து வாசிக்கலாம். பிரிவும் வெற்றியும் இந்த அகம் புறம் என்பதற்குப் பொதுத்தன்மையில் இயங்க கூடியது' என்னும் அவர் அதை ஆடிப்பாவை போல நாவலுக்குப் பொருத்திப் பார்க்கிறார்.

ஷம்பாலா: ஓர் அரசியல் நாவல் (2019) கருணையின் மையமான இடம் எனவும், உலகில் அதிகமான அதிகாரம் உள்ள இடமென்றும், உலகத்தை ஆக்கவும், அழிக்கவும் வல்லது எனவும் அறியப்படுவது ஷம்பாலா.

ஷம்பாலா மிகவும் எளிமையான ஓர் அரசியல் நாவல். இதில் ஒடுக்குமுறையும், ஒடுக்கப்படுபவர்களும் உளவியல் ரீதியாக செயல்படுவது எவ்வாறு என்பது சொல்லப் படுகிறது

இந்திய சூழ்நிலையில் கருத்து வெளிப்பாட்டுக்காக கவனிக்கப்படுபவர்களின் மனநிலை எவ்வாறு இருக்கும்?

நான் மத்தியதர வர்க்கத்தவன்' என்றார் அமர்நாத்.. அத்துடன் நிறுத்திக் கொண்டார். அவர் சொல்லாத இன்னொரு வாக்கியமும்

அவர் மனதில் தோன்றியது. 'எதற்கும் முதலில் பயப்படுபவர்கள் இந்த மத்தியதர மனிதர்கள்' என்ற வாக்கியத்தை மனதில் நினைத்தாலும் அமர்நாத் சொல்லவில்லை' (ஷம்பாலா, 2019:17)

அமர்நாத்துக்கு யோசனைகள் தன் கட்டுப்பாட்டை மீறித்தோன்றின..தன் மூளையில் உற்பத்தியாகும் சிந்தனைகள் இவர்கள் அறியாதபடி முதலில் நடந்துகொள்ள வேண்டும் என்று நினைத்தார்..' (2019:42)

அடக்குமுறைக்கு எதிரான சிந்தனைகளைக் கவனிப்பவர்களின் சிந்தனைப்போக்கும் சொல்லப்படுகிறது

நம் தலைமை அதிகாரியிடம் சொல்ல வேண்டும். வார்த்தைகள் மீது கட்டுப்பாடு உள்ளவர்களுக்கு நகைச்சுவை உணர்வும் இருப்பது ஆபத்து..'(2019:37)

இவை இரண்டுக்கும் அப்பாற்பட்ட ஒரு சமூகம் பழங்குடிச்சமுதாயமாக இருக்கிறது..

ஒரு பக்கம் தன் எழுத்துக்களையும், தன் மூளையையும் வேவு பார்க்கும் சிந்தனைப்போலீஸ்.. இன்னொரு பக்கம் முற்றிலும் மாறுபட்ட ஓர் உலகம் காட்டுக்குள் இருந்து கொண்டிருக்கிறது..இந்த நாட்டின் சர்வ வல்லமை உள்ளவன் தானென்று நினைக்கிற ஒரு மனிதனைப் பொருட்படுத்தாத பழங்குடிகள்..' (2019:74)

பாரம்பரியம், குடும்பம், மதம் என்பது காடுகளுக்குள் வாழும் ஒரு கூட்டத்திற்கு வேறு மாதிரியானது (2019:75)

மொழி, இனம் சார்ந்த தமிழவனின் அக்கறைகள் கூர்மையடையத் தொடங்கியது 2009–ல் இலங்கை முள்ளிவாய்க்காலில் நடந்த இனப் படுகொலைக்குப் பிறகு தான். பாலஸ்தீனியர்களின் உரிமைக்குக் குரல் கொடுத்த அறிவுசார் வாழ்வி எட்வெர்டு செய்து வைப் போல ஊடக வெளிச்சம் தமிழவனின் மீது படியவில்லையாயினும் இந்திய அரசுவும், உலக சமுதாயமும் இந்த மானுடக் கொடுமை கண்டு வாளாவிருந்ததைச் சுட்டிக்காட்டுகிறார். இனம், மதம் கடந்த ஒரு எழுத்தாளனின் மனித நேயமாகவும் இதைக் கொள்ளலாம். தமிழவனின் இந்த மொழி வழி, இன வழித் தேசியம் அவரது தீராநதி இதழ் கட்டுரைகளில் பிற்பாடு வெளிப்பட்டது.

பிரச்சாரங்கள், கட்டுரைகள் மூலம் முன்வைக்கப்படும் விமர்சனங்களை விட ஓர் இலக்கியப்படைப்பின் குரல் கூர்மையானது என்பதை தமிழவனின் ஷம்பாலா 'நிரூபிக்கிறது என்று ஷம்பாலா நாவலைப்பற்றி ஜி.குப்புசாமி கூறுகிறார்.

இறந்தகாலம், நிகழ்காலம், எதிர்காலம் என்று மூன்று காலங்களுக்கிடையே பயணிக்கக் கூடியவை தான் தமிழவனின் கதையாடல்கள் என்று வலியுறுத்திக்கூறும் எஸ்.சண்முகம் ஷம்பாலா நாவலில் அது கூர்மையாகச் செயல்படுவதைக் காண்கிறார். அறிதல் ஒத்திசைவின்மை (Cognitive Dissonance) என்பது இந்த நாவலின் உத்தியாகப் பயன்படுத்தப்பட்டிருக்கிறது. ஓர் அதிகாரத்தின் சிந்தனைப் போலீஸ் அடக்குமுறையைக் கையாளும்போது அதற்கெதிராக தன்னிலையைத் தற்காத்துக் கொள்ள பலவீனமான ஒரு மத்தியதர வர்க்க மனிதன் நடத்தும் எதிராடலாக இந்த நாவல் அமைந்திருக்கிறது எனக்கூறும் சண்முகம் ஒரு பின்நவீனத்துவ நாவலுக்கு மரபான துவக்கம்–முடிவு என்பவை தேவையற்றவை எனக் கூறுகிறார்.

தமிழவனின் நாவல் முயற்சிகளின் பொதுமைக் குணங்களை சண்முகம் வரையறுத்திருக்கும் முறை சரியாக இருக்கிறது.

நாவல் எழுதுதலுக்கும் சரித்திரத்திற்கு இடையே உள்ள வெளியில் தமிழவனின் புனைவுகள் பிறக்கின்றன. ஆகையால் அதர்க்கம் நிறைந்தவைகளாக இருக்கின்றன. இந்த தர்க்கமழிப்பு என்பது பொருண்மையின் எல்லையை விரிவடையச் செய்கிறது. ஒரு கதையாடலில் நாம் மூழ்கியிருக்கும் தருவாயில் ஊடே அதை அர்த்தப்படுத்திக் கொள்ளும் முறை கேள்விக்குள்ளாகிறது

தமிழவன் புனைகதைப் பயணத்தின் திருப்பு முனைகள்

அனைத்து சிந்தனைப்போக்குகளையும் உள்ளடக்கிய அறிவுருவியல் (எபிஸ்டெமாலஜி), நெகிழ்ந்து கொடுக்கக்கூடிய வரையறைகளையுடைய அழகியல் என்பது தமிழவனுடைய எதிர்பார்ப்பாக இருந்தது. மனித நேயம் என்ற ஒன்றை மட்டுமே அடித்தளமாகக் கொண்டு திறந்த மனதுடன் சமூக நிகழ்வுகளையும், அரசியல் திருப்பங்களையும், இலக்கியப் போக்குகளையும் அவர் கவனித்துக் கொண்டிருந்தார். இதனால் ஒரு நோக்கில் மட்டுமே இவற்றைப் பார்ப்பது என்பது அவருக்கு இயலாததாக இருந்தது. துரதிர்ஷ்டவசமாக தமிழ்ச்சூழல் மேற்கண்டவற்றில் ஒருநோக்குப் பார்வையை மட்டுமே கொண்டதாக இருந்தது.

திராவிடஇயக்கச் செயல்பாடுகளாகட்டும், பொதுவுடமைக் கட்சிகளின் அணுகுமுறையாகட்டும், இலக்கியவாதிகளின் மதிப்பீடுகளாகட்டும் இந்த ஒற்றைப் பார்வையிலிருந்து விலகவில்லை. ஆரவாரமான பொதுவெளியிலிருந்து ஒதுங்கியிருக்கிற ஆனால் அதே சமயம் பொது வெளியின் எல்லாப்பிரச்சினைகள் குறித்தும் தனக்கான ஒரு பார்வையைக் கொண்டிருக்கிற ஒரு அறிவுசார் வாழ்வி (இண்டெலெக்சுவல்) யாகவே தமிழவன் இருந்தார். அறிவுசார் வாழ்விகள் தங்களது சிந்தனைப் போக்கில் ஏற்படுத்தும் மாற்றங்கள் இயல்புறு மாற்றங்களாக (ஆர்கானிக்) இருக்க வேண்டும். இது மிகவும் கடினமானது. காரணம் தமிழவனது அடிப்படைக் கல்வி பல்கலைக்கழகம் சார்ந்த தமிழ்ப்படிப்பு.

தமிழ் மொழியின் பாரம்பரியச்சிறப்பே தமிழனது பலமும், பலவீனமுமாக இருந்து வந்திருக்கிறது. தமிழ் இலக்கியம் படிப்பவர்கள் இந்தப் பாரம்பரியச் சிறப்பை விதந்தோத வேண்டும் என்பதே எதிர்பார்க்கப் படுகிறது. இப்படி எதிர்பார்ப்பது மனித இயல்புக்கு மாறானது. உயர்கல்வியில் விமர்சன பூர்வமான கண்ணோட்டத்தை அறிமுகப்படுத்தாதது ஒரு வேளை தமிழிலக்கியப் படிப்பில் மட்டும் தானாக இருக்க வேண்டும். தனிப்பட்ட வாழ்வில் ஏமாற்றம், விரக்தி, தடுமாற்றம் என்பவற்றிற்கு ஆள்பட்ட ஒரு இளைஞன் இந்தப் பாரம்பரியச் சிறப்பைத் தூக்கிப்பிடிக்கத் தயங்குவான். அது வலியுறுத்தப்படும்பொழுது அதிலிருந்து அன்னியப்பட்டுப் போவான். அது தமிழவனுக்கு மட்டுமல்ல தமிழவன் தலைமுறையைச் சேர்ந்த இளைஞர்கள் பலருக்கும் நிகழ்ந்தது.. இதனால் எல்லாவற்றிலும் ஒரு வேறுபட்ட வடிவத்தைப் பார்க்க அவர்கள் ஆசைப்பட்டார்கள். அது அவர்களுக்கு அகப்படவில்லை. அகப்பட்ட வடிவங்களும் பல போதாமைகளைக் கொண்டிருந்தன இதற்குக் காரணங்கள் உண்டு.

மேலை நாகரிகம் ஒரு தத்துவப்பார்வையை அடித்தளமாகக் கொண்டு வளர்ந்திருக்கிறது. பழங்காலம், தொன்மங்களின் காலம், கிரேக்கத் தத்துவக்காலம், மத்தியக்காலம், மறுமலர்ச்சிக்காலம், அறிவொளிக்காலம், மனோரஞ்சிதக்காலம், லட்சியவாதக்காலம், நவீன காலம் என்று அது நேர்வரிசை (லீனியர்) யான வளர்ச்சியைக் கொண்டிருக்கிறது. இந்தியாவில், தமிழகத்தில் அது சாத்தியமில்லாமலிருந்தது. காரணம் காலனீயத்தாக்கம்.. நமது உளத்தளம் (சைக்கி) எப்போதுமே அசலாக இருந்ததில்லை.. கடன் வாங்கியவையும், வலிந்து புகுத்தப்பட்டவையுமாக

பல அம்சங்கள் அதில் இருந்தன.. இருக்கின்றன. அப்படி—யிருக்கும்போது அதில் பாசாங்கித்தனம் இயல்பாகவே வந்து கலந்துவிடுவதில் ஆச்சரியமில்லை.. சமூகத்தின் மேல் தட்டிலிருந்தவர்கள் இந்தத் தாக்கங்களைத் தமது அறிவுக்கூர்மை கொண்டும், தந்திரம் கொண்டும் எதிர்கொண்டார்கள். அதற்கான பலன்களையும் அனுபவித்துக் கொண்டார்கள். அதற்கு ஈடாக தங்கள் மொழியையும், பண்பாட்டையும் அடகு வைத்தார்கள். தாழ்த்தப்பட்ட மக்கள் உயர்பதவிகளில் இல்லாமல் இருந்ததால் அவர்கள் தங்கள் தனித்தன்மையைக் காத்துக்கொண்டார்கள். தமிழ் மொழியும், பாரம்பரியக் கலைகளும் இப்போது தங்கி—யிருப்பது தாழ்த்தப்பட்ட மக்களிடம் தான். இது உலகம் முழுவதும் நடக்கிற விஷயம் தான். ஜார் மன்னர்களின் காலத்தில் பிரபுக்கள் குடும்பங்களைச் சேர்ந்தவர்கள் வேலைக்காரர்களிடம் மட்டுமே ரஷிய மொழி பேசும் வழக்கம் இருந்தது..

எழுபதுகளுக்குப் பிறகு தோன்றிய மத்தியதர வர்க்க சமுதாயத்தில் முதல் தலைமுறைக்கல்வி பெற்ற இளைஞர்களில் விஞ்ஞானம், தொழில் நுட்பம், வணிகவியல் தவிர்த்த இலக்கியம், மனிதாயவியல் மற்றும் சமுக அறிவியல் கல்வி பயின்றவர்களுக்கு ஒரு பெரும் சிக்கல் ஏற்பட்டது. அவர்கள் கற்ற கல்விக்கும், நடைமுறை எதார்த்தத்திற்கும் சம்பந்தமே இல்லாமல் இருந்தது. காலனியாதிக்கத்தாரின் வசதிக்குத் தகுந்தபடி உருவாக்கப்பட்ட இந்தப் பாடத்திட்டங்கள் அதற்குப் பிறகு வந்த ஆட்சியாளர்களுக்கும் வசதியாகப் போய்விட்டன. காரணம் இந்தப் படிப்புப் பிரிவுகளெல்லாம் ஒன்று சிந்தனையைத் தூண்டும் இல்லையென்றால் சிந்தனையை மழுங்கடிக்கும். சிந்தனையைத் தூண்டுபவை கலகத்தை உண்டாக்கும். கலகத்தைத் தூண்டும் சிந்தனையை எந்த ஆட்சியாளன் விரும்புவான்?

தனது மொழியைப்பற்றி, இலக்கியத்தைப் பற்றி, வரலாற்றைப் பற்றி, அதில் இழையோடும் தத்துவத்தைப் பற்றித் தான் சிந்திக்க முடியும். ஒரு மையப்புள்ளியில் நின்று கொண்டு அவரது பார்வை நாலாபக்கமும் சுழல்கிறது. அது படைப்பிலக்கியமாகவும், விமர்சனமாகவும் வெளிப்படுகிறது. மொழிபெயர்ப்பு மற்றும் பத்திரிகைப் பணி எல்லாம் அதனோடு இணைந்து வருபவை

தமிழ்ப் புனைகதை உருவ அமைப்பில் பிரபஞ்சத்தன்மையைக் கொண்டுவரவேண்டும் என்பது தமிழவனின் ஆவல். பிரபஞ் சத்தன்மை என்பது எஸ்.சண்முகத்தின் சொல்லாக்கம்.

படைப்பில் பிரதேசத்தன்மை இருந்தாலும் அது மனிதனின் அடிப்படையான பிரச்சினைகளைப் பற்றிய ஆழமான பரிசீலனையாக இருக்கும்போது அதில் உலகளாவிய தன்மை வந்து விடும் என்பது என்பது அவரது வாதம். மா.அரங்கநாதன் எழுத்துக்களை மதிப்பிடும்போது இதைச் சுட்டுகிறார் (உண்மை, அனுபூதி, இலக்கியம்:2013) இதை 'குவலயமாக்கல்' தன்மை என்று தமிழவன் குறிக்கிறார். அதற்கு எடுத்துக்காட்டாகவே அவரது புனைகதைகள் அமைந்திருக்கின்றன.. ஏற்கனவே சொல்லப்பட்ட மனிதர்கள் (1985) என்கிற முதல் நாவலில் தொடங்கிய அது சமீபத்திய நாவலான ஷம்பாலா (2021) வரை தொடர்ந்து சோதனை செய்யப்பட்டு வந்திருக்கிறது. உலக புனைகதைப் போக்குகளைக் கூர்ந்து கவனித்து வந்த தமிழவன் தனது புனைகதையாக்கத்திற்கான தாக்கங்களைக் குறிப்பிடுகிறார். கொலம்பிய நாட்டு எழுத்தாளர் கப்ரியா மார்க்வெஸ்சிலிருந்து அது தொடங்குகிறது. அர்ஜெண்டினா நாட்டின் போர்ஹெஸ் அவரது கவனத்திற்குள்ளான இன்னொரு எழுத்தாளர். ஒரு இலக்கிய உத்தியாகத் தொடங்கிய இது பின் நவீனத்துவ வெளிச்சத்தில் கவனம் பெறத்தக்க இலக்கிய மரபாகவும் ஆகிப்போனது, .

ஏற்கனவே சொல்லப்பட்ட மனிதர்கள் நாவலில் தயக்கத்துடன் தொடங்கிய இந்தப் பரிசோதனை முயற்சி சரித்திரத்தில் படிந்த நிழல்கள் (1993) நாவலில் இன்னும் தீவிரமாக்கப்பட்டு அதைத் தொடர்ந்து வந்த எழுத்துக்களில் நிரந்தரமாக வேறு வடிவத்தை அடைந்து விட்டது. இத்தனைக்கும் ஏற்கனவே சொல்லப்பட்ட மனிதர்கள் அதனுடைய வாசிப்பு அனுபவத்திற்காக பரவலான கவனத்தைப் பெற்றிருந்தது. அதில் 'மயங்கி விடாமல்' தனது சோதனை முயற்சியை மேலும் தீவிரமாக்குவதற்கு தமிழவனுக்கு அசாத்திய துணிச்சல் இருந்திருக்க வேண்டும்.

தமிழவனின் சிறுகதைகள்

இரட்டைச்சொற்கள் (சிறுகதைத் தொகுப்பு)

பெருநகரங்களில் வசிப்பவர்கள் சந்திக்கும் பிரச்சினைகளில் முக்கியமானது அடையாளப்பிரச்சினை. எவ்வளவு தான் அடையாளமில்லாத பெருநகரத்தில் வாழ்ந்தாலும் மதம், இனம், மொழி என்னும் அடிப்படைகளில் ஒரு பெருநகரவாசி பெரும்பான்மை அடையாளத்தோடு மாறுபடுபவனாக இருந்தால் சில சந்தர்ப்பங்களில் அவன் படும் மனவேதனை சொல்லி மாளாது. இதை 'கிருஷ்ண கெளடா என்ற பெயர்' என்னும் கதையில் (இரட்டைச் சொற்கள்:2011) பார்க்கிறோம். இது

ஒரு பெருநகர வாசிக்கு ஏற்படும் தாற்காலிகமான பிரச்சினை என்றால் எந்த மனிதனுக்கும் பின்னால் இருக்கும் அவனது வரலாறு மற்றும் பிற மரபுகள் எப்படி அவனைத் தொடர்ந்து இம்சித்துக்கொண்டிருக்கின்றன என்பதையும் அவரது கதைகள் சொல்லுகின்றன. இந்த இம்சை பல வழிகளில் அந்த மனிதனைத் தொடர்ந்து வருவதை அந்தத் தொகுப்புச் சொல்லியது.

அழித்தழித்து எழுதப்படும் வரைதோல் சரித்திரம் (பேலிம்ப்செஸ்ட்) கொண்ட ஒரு நாட்டில் முதல் தலைமுறை கல்வி கற்று ஒரு பெருநகரத்திற்கு வரும் மனிதனுக்கு அந்த வரலாறுகளில் விடுபட்டுப்போன அம்சங்கள் வந்து தாக்கும். இந்த வரைதோல் சரித்திரம் (பேலிம்ப்செஸ்ட்) பற்றி தமிழவன் ஏற்கனவே ஒரு கட்டுரையில் குறிப்பிட்டிருப்பதாக நினைவு. இந்த வரலாறு ஆதிவாசி மனிதர்களின் பிரபஞ்ச உண்மையை நம்புவதை அடிப்படையாகக் கொண்டது. காட்டு மனிதர்களின் நியாயத்துக்கும், மலைக்குக் கீழிருக்கும் மனிதர்களின் நியாயத்துக்கும் உள்ள வேறுபாட்டை அறிந்தவர்களே இதில் நம்பிக்கை வைக்க முடியும்..(பொறி:2011) துன்பம் தரும் சடங்குகள் மூலமாகவே ஆதிமனிதர்கள் சமூகத்தின் உண்மையை உணர்த்துகிறார்கள் என்று தமிழவன் கதை சொல்கிறது..

ஐந்திணைப் பாகுபாட்டுப்பாரம்பரியம் கொண்ட தமிழ்ச் சமூகத்தினர் எதற்காகத் தொண்டைக்குழி ஆரவாரங்களை எழுப்புகிறார்கள்? இழந்து போன சங்ககாலப் பொற்காலத்தை மீட்க வேண்டும் என்பதற்காகவா? என்னும் கேள்வியும் எழுகிறது (ஐந்து தேச ராஜாக்களும், தங்க எழுத்துக்களும்: 2011) தமிழரின் பாரம்பரியம் என்ற தமிழ்த்தேசீயக் கருத்தாக்கத்தின் அடிநாதமான ஐந்திணைகள் தமிழவனின் கவனத்தில் எப்போதும் இருக்கிறது..பின் அமைப்பியலின் அடிப்படையான மாறிச்செல்லும் அர்த்தங்கள், ஆதிக்கக் கருத்தியலுக்கு எதிரான போராட்டம், எதிர்மறையான பொருளையும் உட்கொண்ட பிரதிகள் என்பது தமிழர் பாரம்பரியத்தில் இருக்கிறது என்பது அவரது கணிப்பு.'புராதனத் தமிழ்க்கவிதையியல் படித்தவர்களுக்கு எல்லாக்கற்பனையும் தமிழர்களின் உள் இலக்கணம் மற்றும் புற இலக்கணம் என்ற இரண்டிலும் எதிரும், புதிருமாக ஒரே நேரத்தில் நடை இடுவது தெரிந்திருக்கும்' குறிஞ்சித்திணயின் புணர்தலும் புணர்தல் நிமித்தமும் மிக இயல்பாக, இயற்கையாக நடக்கும் மனிதச்செயல்பாடு. 'தமிழில் பாவம் என்ற கருத்து இல்லாததால் அவனும் அவளும் சேர்வது பாவம் என்று கூறும் மேற்கத்தியக்

கருத்தை உதாசீனப்படுத்தலாம்' என்ற முடிவுக்கு வருகிறார்.. *(ஐந்து பூ கதை: 2011)* மருத நிலத்திற்கான உரிப்பொருளான 'ஊடலும், ஊடல் நிமித்தமும்' என்பதற்கும் புதிய அர்த்தம் கொடுக்கப்படுகிறது. 'அவன் இன்னொரு பெண்ணுடன் தன் மனைவியை அறிகிறான்... வரையறைகள் என்று போடப்பட்ட எல்லைகள் அழியும் காலமற்ற தன்மை இங்கு பிரதானமாகிறது' *(ஐந்து பூ கதை: 2011)* மருத நிலத்தின் இந்த உரிப்போருள் எக்காலத்திலும் நடக்கக் கூடிய ஒன்று என்னும் தொனி இங்கே கேட்கிறது.. அடையாளத்தை அழிப்பதுவும், அடையாளத்தைப் படைப்பதுமான கற்பனையின் பாகங்கள் இவை..

பதினைந்தாம் நூற்றாண்டுக்குப் பிறகு இந்தியாவின் தென்மேற்குக்கடற்கரை வழியாக வந்த போர்ச்சுக்கீசிய வணிகர்களின் வருகையாலும், கிட்டத்தட்ட அந்தக் காலகட்டத்திலேயே வந்த கிறித்தவ அருட்பணியாளர்களால ஏற்பட்ட கலாச்சார மாற்றங்கள் இவரது கதைகளில் விவாதத்துக்கு உள்ளாகின்றன. வெளிநாட்டினர், 'மதச்சண்டைக்காகப் பிணங்களைக்கூட தொல்லைக்கு ஆளாக்குபவர்கள்' *(ஜோக்கிம் பர்னாந்துவின் செயல்:2011)* என்ற ஒரு விமரிசனத்தை அவர் முன் வைத்தாலும் கூட ஜோக்கிம் ஃபெர்னாண்டஸ் என்கிற மேலை நாட்டுப் பெயர் ஜோக்கிம் பர்னாந்து என்று தமிழ்ப்பெயராக மாறிய பின் அந்தப் பெயருக்குரியவர் ஒரு வெளிநாட்டு மதத்தின் கூறுகளைத் தனக்குள் சுவீகரித்துக்கொண்டிருந்தாலும் தன்னுடைய தமிழ் அடையாளத்தை மறக்காதவாறு, மறைக்காதவாறு தன்னை வெளிப்படுத்திக்கொண்டிருக்கிறார். ஒரு கட்டத்தில் ஃபெர்னாண்டசும், பர்னாந்துவும் ஒரே குணாம்சங்களைக் கொண்டவர்கள் தான் என்று நம்பும் அளவுக்கு அவர்களது தனி அடையாளம் அழிந்து போகிறது. தூத்துக்குடி மக்களுக்குப் போலவே, 'நிரூபணத்தை விட கற்பனை உவப்பானதாக இருக்கிறது' *(ஜோக்கிம் பர்னாந்துவின் செயல்:2011)* புதிது புதிதாக மனிதர்களைப் படைக்கும் தமிழவன் அவர்கள் மூலமாக தீர்வுகளைக் கண்டுபிடிப்பதை விட பிரச்சினைகளை அதிகமாக உருவாக்குகிறார்.. பெயருக்குத்தகுந்த மாதிரியே 'இரட்டைச் சொற்கள்' சிறுகதைத் தொகுதியில் இது வெளிப்படையாகத் தெரிகிறது..

எல்லாச்சமூகங்களும் வேறுபாடு கொண்டு தான் இருக்கின்றன.. ஆனால் நாடுகளுக்கிடையேயான வேறுபாடுகள் தீவிரம் கொண்டால் அது மனிதனுக்கு ஒட்டுமொத்தமான

அழிவைக் கொண்டு வரும் என்ற அச்சமும் மனிதனுக்கு இருக்கிறது (நான்காவது உலகயுத்தம்: 2011) ஆனால் அதற்காக சமூகம் ஒரே காலகட்டத்தில் நின்று உறைந்து விடவேண்டும் என்று அர்த்தமில்லை.. இதைச் சொல்வதற்காக தமிழவன் ஒரு புகழ்பெற்ற அமெரிக்கக் கதையான 'பீட்டர் பான்–வெண்டி' கதையை எடுத்துக் கொள்கிறார். (இன்னொரு பீட்டர் பான் கதை:2011) இந்தக் கதையைச் சொல்வது பெஹலவி என்பவர். இது ஒரு புனைப்பெயர்..இவர் யாருமில்லை. நமது தமிழ்நாடு பெரிய குளத்தைச் சேர்ந்த சி.பி. துரைராஜ் தான். அவர் தேவர் சாதியில் மறவர் பிரிவைச் சார்ந்தவர். இது ஒரு அடிப்படைத் தகவல். மறவனான ஒரு தமிழன் பீட்டர் பான் கதையில் மாற்றத்தைச் செய்ய விரும்புகிறான். பீட்டர் பான் கதை நம்முள் எப்போதும் மறைந்திருக்கும் குழந்தைத்தன்மையைப் பற்றிப் பேசுவது.. பீட்டர் சிறுவனாக இருந்தாலும் அவனுக்குள் சாகசங்கள் புரியும் ஒரு மாவீரன் இருக்கிறான். வெண்டி அவனது சாகசத்தை மெச்சுபவள்..அனாதிகாலமும், அநித்தியமும் கலந்த ஒரு யுகத்தைச் சார்ந்தவர்களாக இவர்கள் இருக்கிறார்கள். யூதவியம் என்பது நூற்றாண்டுகளுக்குப் பிறகும் அடையாளமிழக்காமல் துள்ளிக்குதிப்பதைப் போல.... தமிழ் மறவர் சாதியில் பிறந்த ஒரு தமிழன் யூதனாக மாற முடியுமா? தமிழவன் அவனை யூதனாக மாற்றுகிறார்.. (யூதர்களின் நல்ல பண்புகளையே அவன் கொள்வானாக!) அவன் பீட்டர் பான் கதையையே மாற்றி முன்னெடுத்துச் செல்கிறான். சாக்ரடீசும், அரிஸ்டாட்டிலும், ஆதிசங்கரனும், ஜார்ஜ் ஆர்வலும், பிரகலாதனும், ஃப்ராய்டும், கதேயும் கொண்ட வாழ்க்கைத் தத்துவத்தை இந்த மறவன் துரைராஜும் பெறவேண்டுமென்பது எதிர்பார்ப்பாக இருக்கலாம். ஒருவேளை எல்லாமும் கட்டுக்கதைகள் தானோ?

தத்துவம் ஒரு பக்கம் இருந்தாலும் நடைமுறையில் வாழ்க்கை வன்முறைகள் நிறைந்ததாகத்தான் இருக்கிறது. காலங்காலமாக இந்த வன்முறை தொடர்ந்து கொண்டு தான் இருக்கிறது..இது உயிர்ப்பித்தலின் ஒரு பாகமென்றால் 'உயிர்ப்பித்தலில் இறந்தவர்கள் மட்டுமின்றி உயிரோடிருப்பவர்களும் அடங்குவார்கள்' என்பது தான் வாழ்க்கையின் நியதியா? (தத்வமஸி: 2011) எனவே இந்த வன்முறையை நிச்சலனமற்ற மனத்தோடு ஏற்றுக்கொள்ள வேண்டியதாக இருக்கிறது. பெங்களூர் நகரத்தில் வழக்கமாகக் காணும் ஒரு காட்சி இருசக்கர வாகனங்களுக்கள் பழுது பார்க்கும் கடைகளில் வேலை பார்க்கும் சிறுவயதுப் பையன்கள். குடும்ப

வறுமையின் காரணமாக இந்த வேலைக்கு வரும் பையன்கள் மிக மோசமாக நடத்தப்படுவார்கள். அவர்கள் பெரியவர்களானதும் இதே வன்முறையை அப்போது வேலைக்கு வரும் சிறு பையன்களிடம் வெளிப்படுத்துவார்கள். இந்த வன்முறை ஏன் தொடர்கதையாக இருக்கிறது?

இதே வன்முறை தான் வரலாற்றின் பல நூற்றாண்டுகளின் பக்கங்களை நிறைத்துக்கொள்கின்றன. விஜய நகர சாம்ராஜ்யம் பெறாத கீர்த்தியா? ஏன் அந்த ஒட்டுமொத்த சரித்திரம் வரலாற்றின் ஒரு சில பக்கங்களில் அடைந்து போனது? மன்னனாக இருந்தாலும் மன உறுதியிருந்ததால் இந்த சாம்ராஜ்யம் சாத்தியமாயிற்று.. *(பழஞ் சுவடி அலுவலகத்தில் ஒரு ராஜா: 2011)* மைசூர் சமஸ்தானமாக இருந்தாலும் இதே கதை தான்.

தமிழவனுக்குள் பல மனிதர்கள் இருக்கிறார்கள். இவர்களெல்லாம் வரலாற்றின் மனிதர்கள். தங்களது ஏக்கங்கள் நிறைவேறாமல் போன மனிதர்கள். ஏக்கங்கள் நிறைவேறியும் மன நிம்மதி கிடைக்காமல் போன மனிதர்கள். சில வேளைகளில் தற்கால மனிதர்களுக்குள்ளும் இத்தகைய வரலாற்று மனிதர்கள் தட்டுப்படுகிறார்கள். அவர்களிடத்திலும் இத்தகைய தீராத பிரச்சினைகள் இருக்கின்றன. 'பழைய ஜியோமிதிப்பெட்டிகளும், அவற்றினுள்ளே தாளில் ஒட்டிய சிவப்புச் செம்பருத்திப்பூவிதழும்' இப்படிப்பட்ட வரலாற்றின் இடையிடையாக வருகிற பக்கங்கள். எல்லா மனிதர்களுக்கும் நிழல்கள் இருக்கின்றன. 'அவன் நிழல்' என்பது இருபொருள் தரும். ஒன்று, அவனது நிழல் என்பது.. இன்னொன்று அவனே நிழல் என்பது' *(அவன் நிழல்: 2011)*

வரலாறு கட்டடங்களில் உறைந்திருக்கிறது. காடு மலைகளில், நதிகளில் உறைந்திருக்கிறது. தமிழவனின் மனிதர்கள் இவற்றினூடாக இடையறாத பயணத்தை மேற்கொள்கிறார்கள். சிறுகதைகளில் இத்தகைய பயணங்கள் பலவாக இருக்கின்றன. தமிழர்கள் பெருமிதப்படும் சோழ சாம்ராஜ்யமும் இதனூடு வருகிறது. 'கனவையும் சோழ நாட்டையும் ஒரு சேர இழந்த வீரன் தெற்குத்திசையில் பயணமானான்.... .அவன் புறப்பட்ட காலத்திற்கும், நடந்து கொண்டிருக்கும் காலத்திற்குமான வேறுபாட்டை நினைத்தபடி சில வேளைகளில் ஓய்வெடுத்தான்..' *(பயணமும், பாடலும்: 2011)* வானிலிருந்து விழும் விண்மீன்கள் அந்த யாத்ரிகனுக்கு கலவரத்தை உண்டு பண்ணியது என்பதையும் இங்கே சொல்ல வேண்டும், மன்னர்களைத்தவிர

சோழசாம்ராஜ்யம் தனிமனிதர்களையோ, அவர்களது மானசீகப் பிரச்சினைகளையோ கவனத்தில் எடுத்துக்கொள்ளவில்லை.இது இந்த யாத்ரிகனுக்கு மட்டுமல்லாமல் இவனுக்கு முன்னால் புறப்பட்ட ஒருவனின் 'இறப்புக்கும், பிறப்புக்கும் நடுவிலான ஒரு பிரமை..' *(பயணமும், பாடலும்: 2011)* இங்கே வரலாறு என்பது பிரமைகளின் தொகுப்பாக இருக்கிறது.

சூழ்நிலை ஏற்படுத்திக்கொடுக்கும் சிக்கலுக்கு ஏற்ப, அப்போதைய மனநிலைக்கு ஏற்ப, அவரது சிந்தனைப்போக்கு மாற்றங்களை ஏற்படுத்திக்கொள்கிறது.' என் உடல் பொய்யாய் பொருத்தப்பட்ட உடல்.. அதன் அங்கங்களான கண்கள் செவிகள், புலன்கள் ஒவ்வொன்றும் தனித்தனியாய்ப் பொருத்தப்பட்டவை என்பது உண்மை' *(கல்லச்சில் ஒரு கடிதம்: 2011)* என்பதாக ஒரு அவநம்பிக்கை அவரது எழுத்து நெடுகிலும் விரவிக்கிடக்கிறது.. நேரில் பார்க்கும் யதார்த்த நிலைக்கும் அதன் உண்மையான வடிவத்திற்கும் இடையிலிருக்கும் வேறுபாட்டை எப்படிக் கண்டுபிடிப்பது என்கிற போராட்டம் அவர் மனதில் தொடர்ந்து நடைபெற்றுக்கொண்டே இருக்கிறது.. இந்த இருமை நிலை எப்போதும் ஒன்றுக்கொன்று எதிரானவை அல்ல. சில சமயம் அதன் இருப்பின் அவசியம் கருதி ஒன்றையொன்று சார்ந்திருக்க வேண்டியதாகவும் இருக்கிறது..ஒரு புலிக்கு இருக்கும் இரண்டு தலைகளைப்போல சினேகமும் துரோகமும் ஒன்றுக்கொன்று இணையாகவே செல்கின்றன..போன தலைமுறையில் தனது குடும்பத்திற்கு இழைக்கப்பட்ட வஞ்சனைக்கு இப்போது பழிவாங்குவது அவசியமற்றது என உணரும்போது இருமைகளுடனே வாழ்ந்தாக வேண்டும் என்கிற புரிதல் உண்டாகிறது. *(புலிக்கு இருந்த இரண்டு தலைகள்: 2011)*

நடனக்காரியான 35 வயது எழுத்தாளர்

இரட்டைச்சொற்கள் (2011) தொகுப்பிற்குப் பிறகு நான்காண்டுகள் கழித்து வெளியான *நடனக்காரியான 35 வயது எழுத்தாளர் (2015)*

விசித்திரமான வரலாற்றுணர்வைக் கொண்ட பாரதத்தின் பண்பாட்டுக்கூறுகள் பெரிதும் வாய்வழியாகவே பின்பற்றப்பட்டு இன்னும் உயிர்த்துடிப்போடு இருக்கின்றன. காஷ்மீரிலிருந்து கன்னியாகுமரி வரைக்கும், எல்லாப்பிரதேசங்களுக்கும், எல்லா இனத்தவர்களுக்கும் இது பொருந்தும். ஆனால் இரண்டு தலைமுறைகள் தாண்டிய குடும்பத்தின் வரலாறு

பெரும்பாலானவர்களுக்குத் தெரியாது. இந்தியாவின் புராதன வரலாற்றுச் சின்னங்கள் மட்டுமல்ல மத்திய கால, முன் நவீன கால வரலாற்றுச்சின்னங்கள் கூட, மேற்கத்திய நாடுகளுடன் ஒப்பிடும்போது இங்கு மிக மோசமாகப் பராமரிக்கப் படுகின்றன. மரபும், வரலாறும் ஒரே சமயத்தில் அனாதைகளாவதும், வாரிசுகளாவதும் இந்தியாவில் இயல்பாக நடக்கக் கூடியவை.

குறிப்பிட்ட நிலப்பகுதியிலிருந்து புலம் பெயர்ந்து உலகம் முழுவதும் பரவியிருப்பவர்களானாலும் தங்களது பண்பாட்டு வேர்களைத் தக்க வைத்துக்கொண்டிருக்கும் பாலக்காட்டுப் பிராமணர்களாகட்டும் *(உங்களுக்குப் பாரம்பரியம் இல்லையென்பது உண்மையா ?:2015)* தனது இந்தியத்தனத்தையும் புரிந்து கொள்ளாமல் தனது முன்னாள் மனைவியின் போலிஷ் தனத்தையும் புரிந்து கொள்ளாமல் தடுமாறும் இந்திய இளைஞனாகட்டும் *(நீ புரிந்து கொள்வாய் இறுதியாக: 2015)* இந்த முரண்பாட்டை மௌனமாகவே ஏற்றுக்கொள்கிறார்கள். வேறு நாட்டைச் சேர்ந்தவர்களாக இல்லாமல் ஒரே நாட்டைச் சேர்ந்தவர்களாக இருந்தாலும் உணவுப்பழக்கம் காரணமாகக் கூட தம்பதிகளுக்கிடையில் மன வேறுபாடு வருகிறது. திருமணத்தை மீறிய உறவுகளும் ஓடிப்போகும் பெண்களும், வறுமை காரணமாக வேலைக்குப் போகும் சிறுவர்களுமாக இந்த உலகம் ஓடிக்கொண்டேயிருக்கிறது. *(கணேசன் மனைவி பறந்துபோனாள்: மூவரும் மௌனமானார்கள்: மொழிபெயர்ப்பு நிறுவனம்: 2015)*

எந்தத் தேசமாக இருந்தாலும் எல்லோரும் தங்கள் குடும்பத்தில் ஏற்பட்ட இழிவுகளை, அவை எப்போதோ நடந்தவையாக இருந்தாலும் அவற்றை மறக்கவே, மறைக்கவே முயற்சிக்கிறார்கள். இலங்கைத்தமிழர்களைப் போல தங்கள் வேர்களிலிருந்து ஒரு பூகம்பச்சிதறல் போலத் தூக்கி எறியப்பட்ட போதும் குடும்பம் என்கிற சங்கிலித்தொடர் அறுபட்டுப்போகாமலிருப்பதற்கு பெரிதும் பாடுபடுகிறார்கள். தங்களுக்காகவும் தங்கள் குழந்தைகளுக்காகவும் கண்ட கனவுகள் உடைந்துபோகும் போது வேதனையுறுகிறார்கள்.

எந்த விதத்திலும் மாசுபடாத சுற்றுப்புறச்சூழலைக்கொண்ட பின்லாந்து நாட்டில் தான் லென்னனின் தங்கை திருமணமாகாமலே கர்ப்பமாகியிருக்கிறாள். அது லென்னனுக்கு பெருத்த அவமானமாக இருக்கிறது. குடும்ப கௌரவம் என்ன ஆவது? *(நாற்பதாண்டுகளுக்கு முன்பு: 2015)* இதற்கு விடை

தெரியாமல் தான் காற்றுக்கும், ஆகாயத்திற்கும், நீருக்கும் தனித்தனியாகக் கடவுள்களைப் படைத்துக் கொண்டிருக்கிறோம். இதற்கிடையில் சொல்லப்படாத கதைகள் மேலும் மேலும் குவிந்துகொண்டே போகின்றன. மனது தாங்காத துயரத்தைச் சுமந்து கொண்டிருப்பவர்கள் ஒரு கட்டத்தில் தாங்களாகவே இந்த உலகத்திலிருந்து விடை பெற்றுக் கொள்கிறார்கள். முகம் தெரியாத காதலுக்கும், முழுமையான லட்சியத்திற்குமிடையில் இளைஞர்கள் தத்தளித்துக் கொண்டே இருக்கிறார்கள். வரப்புத்தகராறுக்காகக் கொலை செய்பவர்கள் இன்னும் கிராமங்களில் இருக்கிறார்கள். நாமும் கூட நம் கனவுகளில் கொலை செய்கிறோம். நீட்சே சொன்னது மாதிரி முட்டாள் மனிதர்கள் எப்போதும் நல்லது எது கெட்டது எது என்று அந்த இரண்டில் மட்டுமே அர்த்தத்தைத் தேடுகிறார்கள், துன்பங்களுக்குள் மறைந்திருக்கிற அர்த்தங்களைத் தேடுவதில் அவர்களுக்கு அக்கறை இல்லை. இவர்களைச் சகித்துக்கொள்ள முடியாமல் போனதினால் தானே கடவுள் செத்துப்போனார்?

நாயும், பல்லியும், காற்றும், இலையும் கதாநாயகர்களாகும் நாட்டுப்புறக்கதை மரபுகளைக் கொண்ட இந்நாட்டையும், அதன் மொழியையும் புரிந்துகொள்ள ஆர்வமில்லாத இளைய தலைமுறை எவை எவையெவற்றையோ தேடி உலகம் முழுவதும் அலைந்து கொண்டிருக்கிறது. கணேஷ் தெவி போன்றவர்கள் எவ்வளவோ வலியுறுத்திச் சொல்கிறபோதும் ஒரு மொழியின், அது எவ்வளவு குறைந்த எண்ணிக்கையுள்ள மனிதர்களால் பேசப்படுவதாக இருந்தாலும், தத்துவத்தை அறிவதில் அவர்களுக்கு ஆர்வமில்லை. (மொழி:2015) நடனக்காரியாக இருந்தாலும் ஒரு முப்பத்தைந்து வயது பெண் எழுத்தாளருக்கு அவரது சிறுபான்மை மொழியின் பெருமை தெரிந்திருக்கிறது..

இரட்டைச்சொற்கள் (2011) சிறுகதைத் தொகுப்பிற்கும், நடனக்காரியான 35 வயது எழுத்தாளர் (2015) தொகுப்பிற்குமிடையில் வேறுபாடுகளைப் பார்க்க முடிகிறது.

அடையாளம் கண்டு பிடிக்க முடியாத, அடையாளத்தைப் பற்றிக் கவலைப்படாத மனிதர்களை முந்தைய தொகுப்பில் உலாவவிடும் தமிழவன் தெளிவான அடையாளம் உடையவர்களாக, இயல்பான உணர்வுகளுக்கு பழக்கப்பட்டவர்களாக இருப்பவர்களை பிந்தைய தொகுப்பில் சேர்த்திருக்கிறார்..இதைக் குழப்பம் என்று சொல்வதை விட, தனது உத்திகளை தொடர்ந்து மாற்றிக்கொண்டிருக்கும் போக்கு என்று

சொல்லலாம். எதிர்வினைகளைப் பற்றிக்கவலைப்படாமல் இந்த மாற்றங்களை அவர் செய்து கொண்டே இருந்தார்.

தமிழர்களின் தமிழிலக்கிய வாசிப்பில் அவர்களது இலக்கியத் தொகுப்பறிவில் (லிடரரி சென்சிபிலிடி) ஒரு பெரிய மாற்றத்தைக் கொண்டுவரவேண்டும் என்பது தமிழவனின் நோக்கமாக இருந்தது.

இச்சிறுகதைகளைப் பற்றிய அழகிய சிங்கரின் கருத்துக்கள் எளிமையாகவும், நேர்மையாகவும் இருக்கின்றன. தனக்குப் பிடித்த சில கதைகளை எடுத்துக்கொண்டு அதில் புரியும் அம்சங்கள், புரியாத அம்சங்கள் என்பதைச் சொல்லிக்கொண்டிருக்கும்போதே ஒரு நல்ல சிறுகதையில் நம்மை ஈர்க்கக் கூடிய விஷயங்கள் யாவை என்பதைக் கணித்துச் சொல்கிறார். இதே தொகுதியைப் பற்றி தமிழவன் சிறுகதைகள்: அபத்த உலகத்தைப் படம் பிடித்துக் காட்டுகிறாரா? எனும் தலைப்பில் தான் ஆசிரியராக இருக்கும் நவீன விருட்சம் இதழில் ஒரு மதிப்புரை எழுதியிருக்கிறார். இக்கட்டுரை இந்தத் தொகுப்பிற்காகவே எழுதப்பட்டது. ஹர்ஷவர்த்தனர் அறிவு என்ற சிறிய கதை அவரை மிகவும் ஈர்த்திருக்கிறது. மிகச்சிறிய அளவுடையதாக இருந்தாலும் எளிதில் விடை காண முடியாத பல வினாக்களை அந்தக்கதை எழுப்பியிருப்பதாகச் சொல்கிறார்.

தமிழவன் சிறுகதைகளின் தனிப்பட்ட குணாம்சங்களை மிகச்சுருக்கமாகவும், துல்லியமாகவும் சொல்லியிருக்கிறார் வெளி ரங்கராஜன். 'மரபைத் தொலைத்தது, மொழியின் மரணம், புராதனத்தின் மாயம், அழகின் மரண ஈர்ப்பு ஆகியவை தொடர்ந்து உணர்வலைகளை எழுப்பியபடி உள்ளன' என்ற அவரது கூற்று சிறுகதைகளுக்கு மட்டுமல்லாமல் எல்லாப்புனைவுகளுக்கும் பொருந்துவதாக உள்ளது

தமிழவனின் சிறுகதைகளில் ஒன்றான காரல் மார்க்சும் தாணு ஆசாரியும் சிறுகதையைக் குறித்து விமர்சனம் செய்யும் க.பஞ் சாங்கம் அந்தப் பிரதி, 'சந்தேகங்களும் நிச்சயமற்ற தன்மைகளும் கொண்டு, முழுவதும் இன்மைகளால் – இடைவெளிகளால் – நிறைந்து கிடக்கிறது' என்று கூறி, 'பிரதியை வாசித்தல் என்பது சுகமாக அனுபவித்தல், அதன் ருசியைத் துய்த்தல் என்ற பழைய பார்வைகள் ஒதுக்கி வைக்கப்பட்டு பிரதியோடு வாசகரும் பயணம் செய்து தனக்கான பிரதியைத் தானே உருவாக்கிக் கொள்ளுதல் என்கிற புதிய பார்வையை முன் வைக்கிறது' என்கிறார்.

மரபின் கதை சொல்லும் முறையையே பின்பற்றி எழுதும் தமிழவனின் படைப்புக்களில் இன்மை, இடைவெளி, நிலைபெறாத்தன்மை முதலிய பண்புகளைக் காணும் ஆ.முத்தையன் அதற்கு எடுத்துக்காட்டாக கணேசன் மனைவி பறந்து போனாள் எனும் கதையைக் காட்டுகிறார். கல்விப்புலத்தில் அமைப்பியல் ஆய்வு முறை பின்பற்றப்படுவதற்கு முத்தையனின் கட்டுரையைச் சுட்டலாம்

தமிழவனின் இலக்கியத்திறனாய்வும், பண்பாட்டுத் திறனாய்வும்

ஒரு தமிழாசிரியர் என்ற முறையில் தமிழவனின் கவிதைத் திறனாய்வு நூல் *புதுக்கவிதை: நான்கு கட்டுரைகள் (1977)* கல்விப்புலத்திலும், பொதுவெளியிலும் மிகுந்த கவனம் பெற்றது. மரபு–கோட்பாடு–அழகியல் என்பவற்றிற்கிடையிலான சிக்கலான உறவை அதில் மிகவும் லாவகமாகக் கையாண்டிருந்தார். அந்த நான்கு கட்டுரைகளின் தலைப்புக்களே இது வரை பார்த்திராத புதிய விமர்சன அலகுகளைக் காண்பித்திருந்தன

1. ஆதி நிலைகளைத் திரும்பிப்பார்க்கும் இன்றைய கவிஞன்
2. மொழி உருவாக்கத்துக்குரிய மொழி அறிவு ஏற்படாமையும், சமுதாயப் பிரக்ஞைக் கவிஞர்களும்
3. உடைபடும் புதுப் பிராந்தியங்கள்
4. வாழ்தலில் உள்ள துக்கமும், விமர்சன யதார்த்த வெளியீடும்

என்பவை இலக்கியத் திறனாய்வுக்கு என்றென்றைக்குமான அளவுகோல்களைத் தருவதாக இருந்தன. அன்றைய காலகட்டத்தில் மிக முக்கியமான கவிதைக் குரலாகத் தோன்றிய ஞானக்கூத்தன் கவிதைகள் பற்றிய பொருத்தமான விமர்சனம் அதில் இருந்தது. பொதுவுடமைக் கோட்பாட்டு விமர்சன அளவுகோள்களின் போதாமையைச் சுட்டிக்காட்டியதோடு அக்காலத்தில் பெரும் வெகுசன வரவேற்பைப் பெற்ற வானம்பாடிக் கவிஞர்கள் பற்றிய சரியான மதிப்பீட்டையும் காண்பித்தார். அவர்களுக்குள் ஒரு மாயாக்கோவ்—ஸ்கி உருவாக முடியாமல் போனதையும், பாரதிதாசனைத் தாண்டி ஏன் அவர்களால் வரமுடியவில்லை என்பதையும் தர்க்கபூர்வமாக நிரூபித்தார் (1977:26) ‘ இவர்கள் பிரச்சினையை உணர்ந்து தவிக்கிறார்கள். மொழி தான் இன்னும் கை

கொடுக்கவில்லை' என்று அவர் சொல்வது எல்லாக்காலத்திற்கும் பொருந்துவதாகத்தான் இருக்கிறது. 'அழகியல் கல்வி தன்னைக் கொச்சைப் படுத்தாததோடு சென்று சேரும் மனிதனையும் கொச்சைப் படுத்தாது' (1977:113) என்பது தமிழவனின் அழகியல் பற்றிய பிரகடனமாகவே இருக்கிறது.

1970-களில் தமிழ் இலக்கிய விமர்சனம் கோட்பாட்டுத் தளங்களை அடியொட்டிய பயணத்தை மேற்கொண்டபோது அது இலக்கிய விமர்சனம் என்பதைத் தாண்டி பண்பாட்டு விமர்சனம் என்கிற நிலையை அடைந்தது. ஆனால் அப்படிப்பட்ட விமர்சனத்தைக் கையாள்வதற்குரிய கருவிகள் இல்லாமலிருந்தன. உலகார்ந்த அளவில் விவாதிக்கப்படும் கோட்பாடுகளைப் பற்றிய அறிவும் அப்போது இல்லாமலிருந்தது. இதனைப்போக்கும் விதமாக எழுபதுகளின் மையப்பகுதியில் எஸ்.வி.ராஜதுரை எக்ஸிஸ்டென்ஷியலிசம் என்னும் நூலை அறிமுகப்படுத்தினார். அதைத் தொடர்ந்து அந்நியமாதல் புத்தகமும் வெளிவந்தது. ஆனால் இவற்றில் இலக்கிய விமரிசனத்துக்கான தரவுகள் மிகவும் குறைவாகவே இருந்தன. இருபதாண்டுக்கால காங்கிரஸ் ஆட்சி முடிந்து திராவிடக்கட்சிகளின் ஆட்சியும் ஒரு சுற்று வந்து போன பின் தமிழகச் சூழல் சொல்லிக்கொள்ளும் படியான முன்னேற்றம் எதையும் காணவில்லை. இது கல்விப்புலம் மட்டுமல்லாமல் பொதுவெளியிலும் தெரிந்தது என்பதற்கான முதல் அறிகுறி மக்கள் புழங்கும் மொழியிலுள்ள சொற்கள் தங்கள் பொருள்களை இழந்து வெறும் கூடுகளாக மாறி— யிருந்தது தான். சொல் என்பதற்கும் அதைக்குறிக்கும் பொருள் என்பதற்குமான உறவு என்ன என்பதைப் பற்றிய சிந்தனை எழுந்தது. திராவிடக்கட்சிகளின் பழம்பெருமை வெளிப்படுத்தும் பேச்சுக்கள் வெட்டிப்பேச்சுக்களாகப் பார்க்கப்பட்டன. பெரும்பாலும் பிராமணர் கட்டுப்பாட்டில் இருந்த ஊடகங்கள் வெளிக்காட்டிய அக்கறைகள் முதல் தலைமுறை கல்வி கற்று வந்த தலைமுறையினருக்குச் சற்றும் தொடர்பில்லாதவையாகவும், ஏற்றுக்கொள்ள முடியாதவையாகவும் இருந்தன.

சமகால இலக்கிய அறிவும், மொழியியல் பரிச்சயமும், பரவலான வாசிப்பும் கொண்டிருந்த தமிழவன் இந்தப் பிரச்சினைக்கான தீர்வுகளைத் தேடிக்கொண்டிருந்தபோது தான் அப்போது ஐரோப்பாவில் பரபரப்பாகப் பேசப்பட்டுக்கொண்டிருந்த அமைப்பியல் வாதம் அவரது கண்ணில் பட்டிருக்க வேண்டும். மொழியியல், மானுடவியல்.

இலக்கியம், மார்க்சீயம் என்னும் கோணங்களிலிருந்து அமைப்பியல் கருத்தாக்கத்தை அணுகி எழுதப்பட்டது தான் தமிழவனின் ஸ்ட்ரக்ட்சுரலிசம் (1982) நூல்.. லெவி ஸ்ட்ராஸ், லூயி அல்த்தூசர், அவரது மாணவர் பியர் மாஷெரி, ரோலண்ட் பார்த் ஆகியோரது கருத்தாக்கங்கள் நூலில் விரிவாக விவாதிக்கப் பட்டிருந்தன.

ஆதிவாசிகள் என்று அழைக்கப்படுபவர்கள் ஐரோப்பியர்களைப் போல உயர்ந்த மக்களே என்று, ரூசோ வழிநின்று சிந்தித்த லெவி ஸ்ட்ராஸ் விஞ்ஞான அடிப்படையைத் தன் மானுடவியலில் இருந்து அளிக்கிறார் (1982:45)

என்ற தமிழவனின் கூற்றை கிட்டத்தட்ட நாற்பதாண்டுகளுக்குப் பிறகு தமிழ்ச்சூழலில் வைத்துப் பார்க்கும்போது உண்மையாகத் தெரிகிறது. நாகரிக எல்லைக்கு அப்பாலிருந்தவர்களாகக் கருதப்பட்ட பல சமூகங்களைச் சேர்ந்த தமிழர்கள் இப்போது தாங்கள் தேர்ந்தெடுத்த துறைகளில் சிறப்பாகச் செயல்படுவது மட்டுமல்லாமல் வாய்மொழிச் சமூகத்தினரது பண்பாட்டு வடிவங்களும் மதிக்கப் படுபவையாகக் கருதப்படுகின்றன..

இந்தத் தொகுப்பாசிரியருக்கு சித்தாந்தங்கள் மற்றும் கோட்பாடுகள் மீது ஈடுபாடும், ஞானமும் குறைவு. எனவே ஸ்ட்ரக்ட்சுரலிசம் நூல் பற்றிய முழுமையான அறிமுகத்தையோ, மதிப்பீட்டையோ தர இயலாது. ஆனால் ஒரு நிகழ்ச்சியைப் பற்றி இங்கே குறிப்பிடலாம். இப்புத்தகம் எழுதப்பட்டுக் கொண்டிருந்த கால கட்டத்தில் (1980–82) படிகள் கூட்டங்களில் தமிழவன் தான் எழுதிக்கொண்டிருந்த புத்தகத்திலிருந்து சில அத்தியாயங்களை வாசிப்பார். அவரது கட்டுரையில் குறிப்பிடப்படும் சில புத்தகங்களை நண்பர்கள் தனியாக விவாதிப்பதும் உண்டு.. ஒரு முறை ரோலண்ட் பார்த் எழுதிய மிதாலஜீஸ் (தொன்மங்கள் அல்லது மாயைகள்) என்னும் நூலை பிரக்ஞை ரவிசங்கர் விரிவாக அறிமுகம் செய்தார்..பொதுவாக தொன்மங்கள் எனப்படும் கட்டுக்கதைகள் ஆதிவாசி சமூகங்களிலும், இனக்குழு சமூகங்களிலும் காணப்படுபவை.. அவை ஒரு பண்பாட்டைப் பிரதிபலிப்பவையாக இருப்பவை ஆனால் தொழிற்புரட்சிக்குப் பிந்தைய சமூகத்தில் பெருவணிக நிறுவனங்கள் எப்படி தங்கள் வணிக லாபத்திற்காக இப்படிப்பட்ட மாயைகளை உருவாக்குகின்றன என்பதை அந்த நூல் சொல்லியிருந்தது. இப்போது கூட தொலைக்காட்சிகள் உருவாக்கி வைத்திருக்கும் மாயைகளோடு ஐ.பி.எல், பெரிய எசமான் (பிக் பாஸ்) முதலிய

மாயைகளும் நம் கண் முன்னேயே உருவாகி நடமாடுகின்றன என்பதையும் பார்க்கிறோம்.

தனது விமர்சனக்கட்டுரைகள் மூலமாகவே தமிழவன் இலக்கிய உலகுக்கு அறிமுகமானார். அப்போது கல்விப்புலத்தில் மு.வ, வ.சுப.மாணிக்கம், அ.ச. திருஞானசம்பந்தம், எழில்முதல்வன், இரா.தண்டாயுதம் ஆகியோர் வரைவிலக்கண நோக்கிலும், பாராட்டுரை நோக்கிலும் எழுதிக்கொண்டிருந்தார்கள். பொதுவெளியில் க.நா.சு, சி.சு.செல்லப்பா, தருமு சிவராம் ஆகியோரது அணுகுமுறை ரசனை நோக்கில் பட்டதாக இருந்தது. பொதுவுடமை நோக்குத் திறனாய்வும் தனிப்பாதையில் போய்க்கொண்டிருந்தது. இரண்டுக்கும் எதிரான நிலையில் கோவை ஞானி, அ.மார்க்ஸ், கோ.கேசவன் முதலியோரும் இலக்கிய விமர்சனமும், சமூக விமர்சனமும் செய்து கொண்டிருந்தார்கள். இவையெல்லாமும் தனித்தனிப்பார்வை கொண்டவையாக இருந்தனவே அல்லாமல் ஒருங்கிணைந்த பார்வையாக இருக்கவில்லை. தீவிரமான அழகியல் பார்வை என்று வரும்போது 'ஓ.. அது பிராமண அழகியல் என்று மிக எளிதாக முத்திரை குத்தப்பட்டது... அப்படி இருக்க வேண்டும் என்கிற அவசியமில்லாமலிருந்த போதும் அது அப்படியாகிப் போனது.

பண்பாடு என்பது வெறும் எழுத்து வடிவிலானது.. கொஞ்சம் கொஞ்சம் வாய்மொழியையும் சேர்த்துக் கொள்ளலாம் என்கிற மிக மிகப் பாரம்பரியமான (பத்தாம் பசலித்தனமான) நோக்குமுறையைக் கொண்டிருந்த தமிழ்க்கருத்துலகத்தில் எழுத்து வுக்குப் பிறகு வந்த கசடதற, நடை போன்ற சிற்றிதழ்கள் அப்பார்வையை விரிவு படுத்தினாலும் அவை தனி மனிதனின், சமூகத்தின் எல்லாப்பிரச்சினைகளையும் பேசுகிற ஒருங்கிணைந்த (இன்குலூசிவ்) பார்வையாக மாறவில்லை. அதற்குக் காரணம் இருந்தது. காங்கிரசின் ரொமேண்டிக் தனமான சுதேசிய ஆட்சிக்கனவுகள் கரைந்து போய்க்கொண்டிருந்தபோது, திராவிட ஆட்சியும் கூட அப்படிப் போய்விடுமோ என்ற பயம் வந்தது, நுண்ணுணர்வு (கான்சியஸ்நெஸ்) என்பது, அது தனி மனிதனுடையதாக இருந்தாலும் சரி, சமூகத்தினுடையதாக இருந்தாலும் சரி, அது சத்தியமானதாக இருக்க வேண்டும், நேர்மையானதாக இருக்க வேண்டும் என்கிற எதிர்பார்ப்புத் தோன்றத் தொடங்கியிருந்தது. காரணம் முதல் தலைமுறைக் கல்வி பெற்றவர்கள் அப்போது கிராமங்களிலிருந்து நகரத்திற்கு வரத்தொடங்கியிருந்தார்கள்... பெங்களூருக்கு தமிழவன் வந்த அதே காலகட்டத்தில் தானே பாரதிராஜாவும் சென்னைக்கு

வந்தார்... இவர்களுக்கு கடன் வாங்கிய நுண்ணுணர்வும், அழகியல் கொள்கைகளும் போதுமானதாக இல்லை.

சுருங்கச் சொன்னால் அதுவரையிலான வெளிப்பாடுகள் ஒற்றைத்தன்மை உடையனவாக இருந்தன. குரலும் ஒற்றைத்தன்மை உடையதாக இருந்தது. காலமாற்றத்திற்குத் தகுந்தபடி அனுபவ வெளிப்பாடுகளில், ஒலித்த குரல்களில் பன்முகத்தன்மை இருக்கவில்லை. இந்த சூழ்நிலையில் தமிழவனது குரல் பன்முகத்தன்மை கொண்டதாக, ஒருங்கிணைக்கும் நோக்கம் கொண்டதாக இருந்தது. காவ்யா வெளியீடாக வந்த தமிழவன் கட்டுரைகள்: இலக்கிய விமர்சனங்களும், இதர கட்டுரைகளும் (2010) அவரது தேர்ந்தெடுத்த 57 கட்டுரைகளை உள்ளடக்கியதாக இருந்தது.. புனைகதை, திரைப்படம், நாடகம், நாட்டுப்புறவியல், தலித் இலக்கியம், திறனாய்வுக் கோட்பாடுகள் எனும் தளங்களில் அவர் பல்லாண்டு காலமாக எழுதிய கட்டுரைகளை ஒட்டுமொத்தமாகப் பார்க்கும்போது மேற்கூறிய பன்முகப் பார்வையும், ஒருங்கிணைக்கும் நோக்கும் இருப்பதைப் பார்க்கலாம்.

இங்கு பன்முகப்பார்வை என்பது வேறுபட்ட பார்வைகளையும் உள்ளடக்கியதாகும். இந்தப் பார்வைகளை வெளிப்படுத்தும் குரல் தமிழ் வரலாற்றில் பலகாலம் கேட்காத குரலாக இருந்தது. பல்வேறு படைப்பு வடிவங்களிலிருந்து சேர்த்துத் தொகுக்கப் பட்டதாக இருந்தது..இதுவரை கேட்ட குரல்கள் நன்னோக்கம் கொண்டவையல்ல என்று சொல்ல முடியாது. அவை பிற குரல்களை அமுக்கி வைத்திருந்தன என்று சொல்வதிலும் நியாயம் இல்லை.. புதிய குரல்கள் கேட்பதற்கான காலம் பொருந்தி வரவில்லை என்று மட்டும் சொல்லலாம்.

தமிழ் சூழ்நிலையில் இருவித பார்வைகள் இருக்கின்றன.ஒன்று தனிமனிதனின் பிரதிபலிப்புத்தான் படைப்பு என்ற கருத்துடன் தனிமனிதனின் வாழ்க்கை முறை சரியாக அமையாதபோது படைப்பும் சரியில்லை என்ற மதிப்பீடு..... இரண்டு சமூகத்தின் பிரதிபலிப்புத்தான் படைப்புக்குக் காரணம் என்ற கோட்பாட்டாளர்கள் தனிமனிதனைப் பற்றிக் கவலைப் படவில்லை... இரண்டுமே தப்பு... (2010: 36)

என்ற நிலைப்பாடு எடுத்த தமிழவன் இதை நிலை நாட்டுவதற்காக வலது சாரிகள் (குறிப்பாக வெங்கட் சாமிநாதன்) இடதுசாரிகள் (பெரும்பாலும் கட்சி சார்ந்தவர்களும், கைலாசபதி போன்ற கட்சி சாராதவர்களும்) என்று எதிர் எதிரான இரண்டு

குழுவினருடனும் ஒரு கருத்துப்போரை நிகழ்த்த வேண்டியதாக இருந்தது..

...... இந்தக் கணமான வாழ்வு நிலையான அழகியல் நிலையை, எழுத்தில், ஓவியத்தில், பூரண நிலையாக விகசிக்க வைக்க முடியாது.அது தான் படைப்பின் எல்லை.. இங்கு தான் படைப்பு வேறு, படைக்கும் மனிதன் வேறு என்கிற கோட்பாடு வருவது ..உறுதி பெறுவது...(2010: 53)

என்ற இந்த நிலைப்பாடும் தமிழ் இலக்கிய விமர்சனத்தில் புதிய பாதையைத் திறந்து விட்டது..

அவரது எந்த நிலைப்பாடும் ஏற்புடையது, ஏற்புடமை இல்லாதது என்ற விவாதத்துக்குள் போவதற்கு முன்னால், அந்த நிலைப்பாட்டை எடுப்பதற்கான காரணத்தைக் கூறுவதற்கு முன்னால் அவற்றைப் பற்றிய சரியான விவரங்களைக் கொடுத்து அவற்றை ஆவணப்படுத்தி விடுகிறார்.. 1982-ல் எழுதப்பட்ட் 'சிறுபத்திரிகைக்காலம்:1970-1980'... (2010:103-128) என்கிற கட்டுரை தமிழ் இதழியல் பற்றிய ஒரு வித்தியாசமான வரலாறு என்பதோடு தமிழ்ப்பண்பாட்டு வரலாற்றில் ஒரு மைல் கல் என்று சொல்வதற்கான எல்லாத் தரவுகளையும் கொண்டிருக்கிறது. .2002-ல் எழுதப்பட்ட 'நானும் என் எழுத்தும்' (2010: 418-428) என்னும் கட்டுரை இப்படிப்பட்ட ஒருங்கிணைந்த நுண்ணுணர்வு தோன்றுவதற்கான காரண-காரியங்களை எளிதான மொழியில் எடுத்துரைக்கிறது. இவற்றினூடாகத்தான் அவர் பெரிதும் நம்பிக்கை கொண்டிருக்கும் அமைப்பியல், பின் நவீனத்துவம் போன்ற கோட்பாடுகள் உருக்கொண்டு சமூக நிகழ்வுகளையும், பண்பாட்டு நிகழ்வுகளையும் அலசிப்பார்க்க அவருக்கு உதவுகின்றன..

பெருநகர வாசம் இதற்கு உதவியாக இருந்தது என்பது உண்மை தான்.. இந்தப் பெருநகரம் தனித்த கலாச்சாரங்கள் ஒன்றோடொன்று மோதிக் கலந்து ஒரு புதிய கலாச்சாரம் உருவாக உதவி செய்கிறது.. அதுவும் பெங்களூர் போன்ற ஒரு பெருநகரத்தில் தென்னிந்தியா மட்டுமல்லாமல் இந்தியாவின் பிற மாநிலக் கலாச்சாரங்களும் கலந்து வருகிறபோது அங்கே யு.ஆர்.அனந்தமூர்த்தி போன்ற ஆளுமைகள் உருவாகிறார்கள். வாழ்க்கையையும், சமூகத்தையும் புரிந்துகொள்ள உலகத்திரைப்பட விழாக்கள் நடக்கின்றன. பர்டன் ஸ்டைன் போன்ற வரலாற்று ஆய்வாளர்கள் வருகை புரிந்து உரையாடிச்செல்கிறார்கள்..

பலவகைச் சமூகங்களும் சமதளத்தில் கூடி வாழ்கிறபோது கிராமத்தில் மட்டுமே செல்லுபடியாகக் கூடிய சாதீய அடக்குமுறை முனை மழுங்கிப்போகிறது.. தலித்தியம் பற்றிய சொல்லாடல்கள் வேகம் பெறுகின்றன. நகர்மயமானாலும் அழியாமலிருக்கிற பாரம்பரிய பண்பாட்டு அம்சங்கள் புதிய விளக்கங்களைப் பெறுகின்றன. இவை நாட்டுப்புறவியல் (அல்லது ஊரகவியல்) அம்சங்களோடு ஒப்பிடப்படுகின்றன. இவற்றையெல்லாம் புரிந்துகொள்வதற்கு புதிய ஆய்வுக்கருவிகள் தேவைப்படுகின்றன. இதற்கு இலக்கியம் மட்டுமல்லாமல் மானுடவியல், சமூகவியல், பண்பாட்டியல் என்னும் துறைகளில் உலக அளவில் இப்போது புழக்கத்திலிருக்கும் சொல்லாக்கங்களுடன் பரிச்சயம் தேவையாக இருக்கிறது. தமிழவன் தனது விமர்சனப் பார்வையையும், விமர்சன மொழியையும் இவ்வாறு தான் உருவாக்கிக் கொள்கிறார்.

உள்ளிருப்பு விமர்சகர் (க்ரிட்டிகல் இன்சைடர்) என்று தன்னை அழைத்துக்கொண்டவர் யு.ஆர்.அனந்தமூர்த்தி. தமிழ் மரபுக்குள் அத்தகைய சுயவிமர்சனம் இருந்தது. ஒரு கட்டத்தில் அது காணாமல் போனது. அனந்தமூர்த்தி தான் எழுதிய அவஸ்தை நாவலில் கர்நாடக அரசியலின் ஒரு காலகட்டத்திய வரலாற்றை அத்தகைய சுயவிமர்சனத்தோடு பார்த்திருப்பது தமிழவனின் கவனத்தைக் கவர்ந்ததால் அதை மொழிபெயர்த்தார், அழகியலைத் தாண்டிய அல்லது அழகியல் உட்கொண்ட பண்பாட்டு விமர்சனக்கூறுகள் ஒரு படைப்பில் இருக்க வேண்டும் என்பது தமிழவனின் எதிர்பார்ப்பாக இருந்தது.

கலாச்சாரத்தின் ஆற்றலைப் பயன்படுத்திக் கலை படைக்கப்படும்போது கலாச்சாரத்தின் வீரியம் தொடப்படுகிறது.. கலாச்சாரம் செத்த சவமாய்ப் படைப்பில் வந்து பிரச்சாரமாகாமல் கலாச்சாரத்தையே உயிர்ப்பிக்கிறது. வாழ்க்கை சலனமுள்ளதாய் மாறுகிறது. வாசகர்கள் அந்த சலனத்தில் பங்கேற்பாளர்களாகிறார்கள் ('நமக்குள் ஒருவராய் இருக்க வேண்டிய அனந்தமூர்த்தி, 2010:605)

1952-லிருந்து உலகத்திரைப்பட விழாக்கள் இந்தியாவில் நடத்தப்பட்டு வந்தாலும் 1970-களிலும், எண்பதுகளிலும் அது பரவலான கவனத்தைப் பெற்றது. தமிழ்ச் சிறுபத்திரிகைச் சூழல் அதைப் பற்றிய விவாதங்களை நடத்தியது.. பெங்களூரில் 1980-ம் ஆண்டு நடந்த விழாவில் பார்க்கக் கிடைத்த படங்களைப் பற்றிய விரிவான கட்டுரை ஒன்றை (2010:678-700) எழுதிய தமிழவன்

அது மேற்கூறிய மொழி உருவாக்கத்திற்கு எந்த வகையில் உதவும் எனவும் சொன்னார்.

உலக கலை, ஓவிய, இலக்கிய, இசை போன்ற துறைகளின் மிகப்பிந்திய உலகப் பரிச்சயத்திற்கான குறுக்கு வெட்டுத் தோற்றமாக இப்படங்களை அணுக முடிந்ததும், அறிவு பெற்றதும் திருப்திக்குரிய காரியமாகவே படுகிறது (2010:700)

சோமனதுடி, பல்லவி போன்ற கன்னட செவ்வியல் திரைப்படங்களை அறிமுகப்படுத்தி விமர்சனம் எழுதியதும் இதே மாதிரியான கண்ணோட்டத்தில் தான்.

தேசீய அளவில் பேசுபொருளாயிருந்த தலித்தியம், நாட்டுப்புறவியல் குறித்த ஒரு குறுக்கு வெட்டுத் தோற்றத்தையும் தரும்போது அவரது பண்பாட்டு விமர்சன மொழி மேலும் உரத்து ஒலிக்கிறது. இன்றும் தொடர்ந்து கேட்டுக்கொண்டிருக்கிறது..

தமிழவனின் ஆரம்பகால அறிவுசார் விவாதத்தோழமைகளில் ஒருவர் நாகார்ஜுனன். தமிழவனின் விமர்சன நூல்களில் ஒன்றான படைப்பும் படைப்பாளியும் நூலுக்கு எழுதிய மதிப்புரையில் நாகார்ஜுனன் அவரது விமர்சனப் பாணியையும், அதற்குப் பின்னணியாக அமைந்து நின்ற கோட்பாட்டு அம்சங்களையும் தெளிவாக்கியிருந்தார்.. மாறி வரும் காலத்துக்குத் தக்கவாறு தமிழவன் புதிய விமர்சன மொழிகளைக் கண்டுபிடித்துக் கொண்டே போகிறார். அந்த விமர்சன மொழி வெளிசார் தர்க்கத்தை (spatial logic) உள்ளடக்கியது. 'மொழி—யியல் சொல்லாடல்களை, தர்க்கங்களின் இயங்குபோக்கை, பொருண்மைத் தன்மையை' தன்னுள் வைத்துக்கொண்டிருப்பது..' இந்த விமர்சன மொழியில் தொல்மனப் படிவங்கள் நிகழ்காலச் சமிக்ஞைகளாக உருவெடுப்பதைத் தமிழவன் விவாத ரூபத்தில் விளக்குகிறார்.'உருவத்தில் புதுமையும் உள்ளடக்கத்தில் பழமையும் சேரும்போது காலம் என்பது இடவயப்படுவதைத் (spatialized) தமிழவன் குறிக்கிறார்' என்பது நாகார்ஜுனனின் கணிப்பு

படைப்பு, விமர்சனம் என்ற இருபெரும் துறைகளில் படைப்பை விட விமர்சனத்திலேயே தமிழவனின் பங்கு குறிப்பிடத்தக்கதாக இருக்கிறது என்று கூறும் ஜெயமோகன் தமிழவனின் விமர்சனக் கோட்பாடுகளை விளக்கிச் சொல்வதற்கு முன்னால் தமிழிலக்கிய விமர்சனத் தளத்தில் நடந்த இரு விவாதப் போக்குகளை வரலாற்று நோக்கிலிருந்து பார்க்கிறார். என்றும் ஒன்று சேராதவை

என்று கருதப்பட்ட அழகியல்-கோட்பாட்டியல் என்னும் இரண்டு போக்குகளிலிருந்து மூன்றாவதாக ஒரு போக்கை உருவாக்க விரும்பியவர்களில் ஞானியின் முயற்சிகளைக் குறிப்பிட்டு பிறகு தமிழவனின் பங்களிப்புக்கு வருகிறார். கலை, இலக்கியம் தொடர்பான கட்சி சார்ந்த மார்க்சீயர்களின் இறுகிய, கெட்டிப்பட்ட அணுகுமுறைக்கு எதிராகத் தோன்றிய ஐரோப்பிய மார்க்சீயர்களின் அணுகுமுறையை எவ்வாறு தமிழவன் தமிழ்ச்சூழலுக்கு அறிமுகப்படுத்தினார், அதுவரை மார்க்சீயர்கள் தொட்டு அறிந்திராத பல படைப்புகளை எவ்வாறு தனது நோக்கில் பரிச்சயம் செய்து கொடுத்தார் எனவும் விளக்குகிறார்.. இந்த முயற்சியில் அமைப்பியல் எந்த அளவுக்கு அவருக்கு உந்துகோலாக இருந்தது என்பதையும் சுட்டிக்காட்டுகிறார். இறுதியாக தனது நிலைப்பாட்டை ஓங்கி உரைக்கவும் ஜெயமோகன் தவறவில்லை..

‘புனைவின் உருவாக்கமும் வாசிப்பும் எந்நிலையிலும் தன் மர்மங்களை முழுமையாக கடந்துவிடுவதில்லை என நான் நினைக்கிறேன். அது ‘புனிதமானது’ அல்ல. அது ஒருசிலருக்கு மட்டுமே உரியது என்பது அசட்டுத்தனம். ஆனால் சொல்லித்தீராத ஒரு மர்மம் கொண்ட, வருங்காலங்களிலும் முடிவில்லாமல் , விவாதிக்கப்படுகிற ஒன்று அது என்பதே என் புரிதல்’

என்பது அவரது நிலைப்பாடு மட்டுமல்லாமல் ஒரு சிந்தனைப் பள்ளியினுடைய நிலைப்பாடுமல்லவா? இரண்டு நிலைப்பாடுகளுமே கலை, இலக்கியம் குறித்த ஆரோக்கியமான விவாதத்தின் பாகங்களாக இருக்கின்றன. இதற்கான வரலாற்று ஆதாரத்தையும் ஜெயமோகன் குறிப்பிடத்தவறவில்லை.

‘இந்தியாவில் வரலாறுகள் எழுதப்பட்டுக் கொண்டே இருக்கின்றன...... புராண வரலாற்றிலேயே அசுர வரலாறு, நாக வரலாறு போன்றவை பிற வரலாறுகளுக்கு நேர் எதிரானவையாக உள்ளன. மகாபாரதம் என்னும் பெரும்பிரதியே ஒன்றையொன்று மறுத்து பின்னி விரியும் பலவகையான வரலாற்றுச் சரடுகளின் களம்தான்..’

என்று சொல்லும் ஜெயமோகன் மொழியியல், குறியியல் சார்ந்த பல ஆய்வு முறைமைகளை முதல் முதலாகத் தமிழுக்கு அறிமுகப்படுத்தி விமர்சன அளவுகோல்களின் எண்ணிக்கையையும். தரத்தையும் உயர்த்தியவர் என்ற அளவில் தமிழவனின் பங்களிப்பை முறையாக அங்கீகரிக்கிறார்.

திராவிடத்தேசியம் மற்றும் தமிழ்த்தேசியம் குறித்த தமிழவனது பார்வை

தீராநதி இதழில் தொடராக வெளிவந்து 2014-ல் புத்தகமாக வெளிவந்த *திராவிடம்—தமிழ்த்தேசியம்—கதையாடல்*` தமிழவனது சிந்தனைப் போக்கில் ஒரு சட்டக மாற்றத்தைக் (பேரடைம் ஷிஃப்ட்) காண்பித்தது. தமிழ் நாட்டில் சிறு பத்திரிகைச் சிந்தனையை ஒரு இயக்கமாக மாற்றுவதற்கு முயற்சி செய்தவர்களில் முதன்மையானவர் அவர். 'இலக்கு கலாச்சார இயக்கம்' என்ற பெயரில் அது உருக்கொள்ளவும் செய்தது. எண்பதுகளின் ஆரம்பத்தில் அந்த இயக்கம் தோன்றியபோது அதில் மொழி, இனம், மதம் உள்பட்ட எந்த தேசியப் பண்புகளும் முன் நிறுத்தப் படவில்லை. இன்னும் சொல்லப்போனால் அக்காலத்திய தீவிரமான சிந்தனைகள் எல்லாமே சிற்றிதழ்கள் வழியாகவே வெளிப்பட்டன. அவற்றில் பெரும்பாலும், இந்தியச்சிந்தனை, உலகச்சிந்தனை உள்ளிட்ட எல்லா சிந்தனைப் போக்குகளையும் அறிமுகப்படுத்தும் விதமாகவும், அவை குறித்த விவாதங்களைத் துவக்கி வைப்பவையாகவும் இருந்தன. குமுதம், ஆனந்தவிகடன், சாவி, இதயம் பேசுகிறது போன்ற இதழ்கள் பெரும் செல்வாக்குச் செலுத்திய காலங்கள் அவை. அதற்கு முன்னோடியாக இருந்தது தினத்தந்தி தின இதழ். இந்த எல்லா இதழ்களும் அப்போது புதிதாக உருவாகியிருந்த முதல் தலைமுறை வாசகர்களை இலக்காகக் கொண்டிருந்தவை. நான்காவது, ஐந்தாவது வரை மட்டும் படித்தவர்களுக்காகத் தினத்தந்தி யும், அதற்கும் மேல் படித்தவர்களுக்கு வார இதழ்களுமாக இருந்தன. வார இதழ் புரவலர்களில் பெரும்பாலானவர் பெண்கள்..தலை நகரில் சபா நாடகங்களும், திரைப்படத்தில் எம்.ஜி.ஆர், சிவாஜி, ரஜனி, கமல் என இவையே ஆட்சி செய்தன. மேன்மையான ரசனை உணர்வும், தீவிரமான வாழ்வியல் விவாதங்களும் உட்புக முடியாத இருண்ட கோட்டையாக தமிழ்ச்சமூகம் இருந்த போது தான் தமிழ்ச் சிறுபத்திரிகைகள் ஒரு தவிர்க்க முடியாத மாற்றாக வந்தன.

தமிழவன் மிகுதியும் கோட்பாட்டு அடிப்படையிலமைந்த இலக்கிய விமரிசனம் செய்து கொண்டிருந்தவர் இத்தொகுப்பில் சமுதாய, அரசியல் வரலாறு சார்ந்த விமர்சனங்களை முன் வைக்கிறார்

பாரதியார் வேதகாலத்து யுகதர்மத்தைத் தூக்கிப்பிடித்தார் (2014:7)

பாரதிதாசன் சங்ககால நாகரிகத்தை முன்நிறுத்தினார் (2014: 14)

அண்ணாவும், பெரியாரும் மதத்தை தமிழ் அடையாளத்திலிருந்து நீக்கினார்கள் (2014: 20)

சங்க இலக்கியத்தில் வெளிப்படுவது ஆதிவாசி மனப்பான்மை (2014: 39)

தமிழ் தேசீயம் வீரமாமுனிவரிலிருந்து தொடங்குகிறது (2014: 58)

பாரதிதாசன் சங்க இலக்கியத்தின் தொடர்ச்சியாக வரும் முக்கியமான கவிஞர் (2014: 76)

திராவிட முன்னேற்றக்கழகம் திராவிடப் பண்பாட்டினை முழுமையாகப் புரிந்து கொண்டிருக்கவில்லை (2014: 90-110)

பாரதி மங்குகிறான்

இந்தியாவுக்கு ஒரு மையப்பட்ட வரலாறு கிடையாது

'இலக்கு' பிராமணீயத்தை எதிர்த்தது

தமிழ்ச்சிறு பத்திரிகைகள் பிராமணர்களால் ஆக்கிரமிக்கப்பட்டிருந்தன

இக்கருத்துக்கள் எல்லாமும் தீவிர விசாரணைக்கு உட்படுத்தப்பட வேண்டியவை. இவற்றை தமிழவன் மேலும் விரித்தெழுதக்கூடும்

மரபுசார் தேடல்களும், நவீன மரபுருவாக்கலும்

நாட்டுப்புறவியல் ஆய்வுக்கு தமிழவனின் பங்களிப்பு

தமிழ் இலக்கியம், பண்பாடு என்பவற்றை ஒரே நேர்கோட்டில் இணைக்க வேண்டும் என்கிற எண்ணம் கொண்டவர்களில் ஒருவர் சு.சண்முகசுந்தரம். இத்தகைய எண்ணம் கொண்டவர்கள் கல்விப்புலம், பொது வெளி எனப் பிரிந்து கிடக்கிறார்கள். இந்த இரண்டிலும் செயல்படும் மிகக் குறைவானவர்களில் சண்முகசுந்தரமும் ஒருவர். 'காவ்யா' பதிப்பகத்தின் மூலம் இதைச் செயல்படுத்த முயல்கிறார். நாட்டுப்புறவியல் அல்லது நாட்டார் வழக்காற்றியல் இவர் தத்தெடுத்த குழந்தை.. தமிழவனின் எழுத்துக்களில் காணப்படும் நாட்டுப்புறவியல் கூறுகளை அவரது இருபதில் கவிதை நூலிலிருந்தே அடையாளம் காட்டும் அவர் எவ்வாறு தமிழவனின் ஈடுபாடு நாட்டுப்புற நம்பிக்கைகளிலிருந்து தொடங்கியது எனக்காண்கிறார். அது மேலும் தொடர்ந்து தமிழ் நாட்டுப்புறவியலைத்தாண்டி கன்னட நாட்டுப்புறவியலுக்குச் சென்று அமைப்பியல் அடிப்படையில் தமிழ்-கன்னட நாட்டுப்புறக்கதைகளை தனது முனைவர் பட்ட ஆய்வுக்கு எடுத்துக்கொள்ளுமளவுக்குச் சென்றது. தமிழவனது பல முயற்சிகளைப் போலவே இதுவும் ஒரு முன்னோடியான முயற்சி தான். 1980-களிலும் 1990-களிலும் நாட்டார் வழக்காற்றியல் ஒரு தனி ஆய்வுத்துறையாக வளர்ந்து வந்த போது தேசீய அளவிலும்,

பன்னாட்டு அளவிலும் நடந்த கருத்தரங்குகளில் கலந்து கொண்டு பல நாட்டார் வழக்காற்றியல் அறிஞர்களுக்கு ஒரு தரவு மையமாகவும் விளங்கினார்..சண்முக சுந்தரம் குறிப்பிடுவது போல ஒரு திராவிட நாட்டுப்புறவில் அறிஞராகக் கருதப்படவேண்டிய அளவுக்கு அவரது முயற்சிகள் இருந்தன..

தமிழவனின் தொகுப்பாசிரிப்பணி

தன்னுடைய சொந்த குணத்தை ஒரு சமூக மாற்றும்போது அல்லது இழக்கும்போது முந்தைய நடைமுறைகள் நம்பிக்கைகளாய் எஞ்சுகின்றன என்பது நாட்டுப்புற நம்பிக்கைகள் (1976) என்ற தொகுப்பு நூலுக்கு தமிழவன் எழுதிய முன்னுரையில் வருகிறது.. மிகுதியும் பெங்களூர் வாழ் தமிழர்களிடமிருந்து சேகரித்த 1025 நம்பிக்கைகள் அவர் தொகுத்த நூல்களில் முதலாவது.. இந்த நம்பிக்கைகளை அவர் அமைப்பியல் முறையில் ஆராய்ந்து எழுதிய கட்டுரை இதில் சேர்க்கப் பட்டிருக்கிறது..

தேவனூர் மகாதேவா, சித்தலிங்கையா, அரவிந்த மாளகத்தி, மொகள்ளி கணேஷ் ஆகியோர் கன்னட தலித் இலக்கியத்தில் குறிப்பிடத்தகுந்த பெயர்கள்..இவர்களோடு இன்னும் சில தலித் எழுத்தாளர்களின் படைப்புகளையும் சேர்த்து தமிழவன் வெளி—யிட்ட கன்னட தலித் இலக்கியம் (2003) அவ்வகை இலக்கியத்தின் போக்கை வெளிக்காட்டும் சாளரமாக இருக்கிறது. கன்னட தலித் இலக்கியம் தனக்கேயான ஓர் உரைநடையை உருவாக்கிக் கொண்டு வளர்ந்த விதத்தையும், அந்த உருவாக்கத்தில் சமண மதத்தின் பங்கு என்ன என்பதையும் சொல்லும் தமிழவன் தலித் இயக்கம் ஒரு அரசியல் சக்தியாக உருமாறும்போது ஏற்பட்ட சீரழிவையும் குறிப்பிடத்தவறவில்லை

தமிழவன் தொகுத்த ஸ்ரீலங்காத தமிளு கவனகளு (2000) என்கிற ஈழத்தமிழ் கவிதைகளின் கன்னட மொழிபெயர்ப்பு வெளியிடப்பட்டு ஐந்தாண்டுகளுக்குப் பின்னரே ஈழத்தின் புதிய தமிழ்க்கவிதைகள் (2005) என்ற தொகுப்பு வந்தது. தாள முடியாத அவலச்சூழ்நிலையிலும் கூட ஒரு கவிஞனுக்குள் அவனது மரபுச்சார்புகள் வெளிபடுவதைக் கவனிக்க முடியும் என்று கூறும் தமிழவனது இந்த முயற்சி இப்போது திரும்பிப்பார்க்கும்போது ஒரு கால கட்டத்திய மிக முக்கியமான ஆவணமாகத் தெரிகிறது.

இளைய வயதில்
உலகை வெறுத்தா

நிறங்களை உதிர்த்தன
வண்ணத்துப்பூச்சிகள்?

என்கிற சேரனின் கவிதை வரிகளைப் போல எல்லாமும் நடந்து முடிந்து விட்டது. ஓர் இலக்கியவாதி என்னும் நிலையில் தமிழவனுக்குள் இருக்கும் தமிழ்த்தேசியம் வெளிப்பட்ட தருணங்கள் இவை.

எந்தத் தமிழாசிரியரின் கனவிலும், நனவிலும் எப்போதும் இழையோடிக்கொண்டிருப்பது சங்க இலக்கியம்.. தீராத ஆய்வுக்களங்கள் தோன்றிக் கொண்டேயிருப்பது அதன் தனித்தன்மை.. திராவிடப் பல்கலைக்கழகத்தில் பணியாற்றும் வாய்ப்புக் கிடைத்தபோது சங்க இலக்கியம் பற்றிய ஒரு கருத்தரங்கம் நடத்த தமிழவன் திட்டமிட்டதில் வியப்பேதும் இல்லை. 2008-ம் ஆண்டு நடந்த அக்கருத்தரங்கில் வாசிக்கப்பட்ட 29 கட்டுரைகள் 2010-ம் ஆண்டு சங்க இலக்கியக் கருத்தரங்கக் கட்டுரைகள் என்னும் தலைப்பில் திராவிடப் பல்கலைக் கழகத்தின் வெளியீடாக வந்தது. 16 தமிழ்க்கட்டுரைகளும், 13 ஆங்கிலக் கட்டுரைகளும் உள்ளடக்கிய அப்பதிப்பில் சங்க இலக்கியம் அரசு, சமூகம், பண்பாடு என்னும் மூன்று கருத்தாக்கங்களில் பல்வேறு கோணங்களில் அணுகப்பட்டிருந்தது. சங்க இலக்கிய நூல்களுக்குப் பதிப்புச் சிக்கல்கள் எத்தகைமையானவை என்பதை ஒரு கட்டுரை விவாதித்தது. ஒரு இனக்குழு சமுதாயம் என்ப— திலிருந்து தொடங்கி நகரச் சமுதாயமாக மாறுவது வரையிலான தரவுகளை எப்படி சங்க இலக்கியத்திலிருந்து பெறலாம் என்பதை வரலாற்று ஆய்வாளர்கள் எடுத்துச் சொன்னார்கள்.

கர்நாடக அரசின் அமைப்பான 'குவெம்பு பாஷா பாரதி' கன்னடத்திலிருந்து பிற மொழிகளுக்கும், பிற மொழிகளிலிருந்து கன்னடத்திற்குமான ஒரு இணைப்புப்பாலமாக விளங்கி வருகிறது. கன்னடத்தின் பெருமை மிகு எழுத்தாளர்களில் ஒருவரும், ஞானபீடப்பரிசு பெற்றவருமான குவெம்பு (கே.வி.புட்டப்பா) வின் படைப்புகளை உள்ளடக்கிய தமிழவனின் தொகுப்பு நூல் குவெம்பு வாசிப்பு 2016-ம் ஆண்டு வெளிவந்தது.

இருபத்தொன்றாம் நூற்றாண்டு பிறந்ததிலிருந்து தமிழில் நல்ல நாவல்கள் வெளியாகி வருகின்றன. இது வரை வாசக உலகம் சந்தித்திராத பல சமூக வெளிகளும், படைப்புத் தளங்களும் அவற்றில் காணக்கிடைக்கின்றன. மரபு சார்ந்தும் அதற்கு இணையாகவும் பல விவாதங்களை அந்த நாவல்கள் முன்

வைக்கின்றன. இத்தகையதொரு விவாதத்திற்காக தமிழவன் ஒரு கருத்தரங்கை தமிழவன் முன்னெடுத்துச் செய்தார். சாகித்திய அகாதெமியும், தஞ்சைத் தமிழ்ப்பல்கலைக்கழகமும் இணைந்து நடத்திய என்னும் அந்தக் கருத்தரங்கு தமிழ் நாவல் எழுத்தில் அண்மைக்காலப் போக்குகள் என்னும் அந்தக் கருத்தரங்கு 2019-ம் ஆண்டு நடந்தது.. வாசிக்கப்பட்ட கட்டுரைகள் அதே தலைப்பில் 2020-ம் ஆண்டு சாகித்திய அகாதெமி வெளியீடாக வந்தது. இதில் தமிழ் நாவல்கள் பற்றிய ஒரு பருந்துப் பார்வை பார்க்கும் தமிழவன் வரலாற்றுக் கண்ணோட்டத்தில் சில கருத்துக்களை முன் வைக்கிறார்.

பொருள்முதல் வாதமானது மொழிமுதல் வாதத்தை நிராகரிக்காமல் செல்லவேண்டும் (2020:19)

நம் நவீன காலமானது 20-ம் நூற்றாண்டில் அண்ணா கொண்டு வந்த தமிழ் அரசியல் அளவு தமிழ்த்தன்மை கொண்டதல்ல.. தமிழ்மயச் சிந்தனை பல துறைகளில் வரவில்லை (2020:20)

நாட்டுப்புறவியல் உள்ளடங்கிய மரபுப்பார்வையை ஒட்டிய சிந்தனை, பரிசீலிக்கத்தகுந்த காவியக்கதை முறைகள் முதலியவை தமிழ்நாவலின் பிரிக்க முடியாத அம்சங்களாக இருக்க வேண்டும் என்ற தமிழவனின் எதிர்பார்ப்பு ஒரு நீண்ட விவாதத்தை முன்னெடுக்கக் கூடியது.

கடந்த ஐம்பதாண்டுகளாக சமகால இலக்கியத்தித்தின் போக்குகளை ஊன்றிக்கவனித்து எதிர்வினை செய்து வரும் தமிழவன் நாவலை அடுத்துக் கவனம் செலுத்தியிருப்பது கவிதையின் மீது... 1970-களில் எழுத்து மூலமும், வானம்பாடி மூலமும் ஜனநாயகப் படுத்தப்பட்ட தமிழ்க்கவிதை தற்போது பல திரிவுகளைக் கண்டிருக்கிறது.. அந்த நீரோடையில் பல மண் வகைகளும், வாழ்வி வகைகளும் கலந்து போகின்றன. இருபத்தொன்றாம் நூற்றாண்டில் எழுத வந்த இளைஞர்களின் மொழி உலகு எப்படிப்பட்டது, மொழிக்கும், உலகத்துக்கு (வாழ்க்கைக்கு) மான விளையாட்டை அவர்கள் எப்படி நடத்துகிறார்கள் என்பதை அறிவதற்காகத் தமிழவன் மேற்கொண்ட முயற்சியின் விளைவாக வந்தது தான் இளையவர்களின் புதுக்கவிதைகள் என்னும் கவிதைத் தொகுப்பு. இத்தொகுப்பு 2021-ல் சாகித்திய அகாதமி வெளியீடாக வந்தது.. புதுக்கவிதை வடிவத்தில் காவியங்கள் தோன்றுவதற்கு வாய்ப்பில்லை என்ற உண்மையைச் சொல்லும் தமிழவன்

இத்தொகுப்பில் உள்ள இளைஞர்கள் '....புறமும் அல்லாத, அகமும் அல்லாத ஒரு தனித்தன்மை கொண்ட மொழிவடிவத்தை அளித்திருக்கிறார்கள்..' என்று முடிவுரை கூறுகிறார

தமிழவனும், தமிழ்க்கல்விப்புலமும்

தமிழ்க்கல்விப்புலச்சீர்திருத்தம் என்பது ஆரம்ப காலத்— திலிருந்தே தமிழவனின் கவனம் பெற்ற ஒரு நோக்கமாக இருந்தது. மேலும், சிற்றேடு போன்ற இதழ்கள் அதையே நோக்கமாகக் கொண்டிருந்தன.

'தமிழ்த்துறைகளில் ஒரு புரட்சிகர சிந்தனை மாற்றம் தோன்ற வேண்டும். கீழ்த்தட்டு மாணவர்களை அதிகம் கொண்டிருக்கும் தமிழ்த்துறைகளில் ஆசிரியர் மாணவர் உறவு இன்னும் ஆண்டான் - அடிமை உறவாகவே உள்ளது.. ஆசிரியர்கள் நண்பர்களாக மாற வேண்டும்..மாணவ/மாணவையரின் வாழ்வைக் கவனிக்க வேண்டும்.. கணிணி அறிவும், ஆங்கில மொழி (இலக்கியமல்ல) தேர்வில் புகுத்தப்பட வேண்டும்.. இந்த மாற்றத்தைக் கொண்டு வராதவர்கள் தமிழ்த்துறைகளில் புரட்சிச்சிந்தனையைத்தர முடியாது.. சைவ மடங்களின் தொடர்ச்சியாகத்தான் பல்கலைக்கழகத் தமிழ்த்துறைகளும், வாழ்க்கை மதிப்பீடுகளைப் பொறுத்த வரையில் அமைந்துள்ளன. ஆய்வுகளும் சைவமடத்தின் தொடர்ச்சியே.' *(சிற்றேடு எண்:12, அக்டோபர் -டிசம்பர் 2013)*

தமிழவனின் எண்ணம் ஈடேறும் பட்சத்தில் தமிழ்ச்சமுதாயம் காலத்திற்கேற்ற நாகரிகம் கொண்ட சமுதாயமாக மாறும்.

***

படிகள் - தமிழவன் நாங்கள்

ஜி.எஸ்.ஆர். கிருஷ்ணன்

எழுபதுகளின் இறுதியில்தான் எனக்கு தமிழவன் அறிமுகமானார். அவசரநிலைக் காலம் முடிந்து பொதுவாழ்வில் பல குழுக்களும் நபர்களும் மீண்டும் புதிய உற்சாகத் துடன் செயல்படத் தொடங்கியிருந்தனர். நானும் என் பங்குக்கு ஆசிரியர் சங்கம், இடதுசாரிக் கூட்டங்கள் என்று உற்சாகமாக இருந்தேன். கூடவே முனைவர்பட்ட ஆய்வுக் காக இந்திய பாரம்பரிய மருத்துவங்களைப் பற்றிய தகவல் சேகரிப்புகளிலும் ஈடுபட்டிருந்தேன். தமிழ் கலை இலக்கிய உலகத்தோடு எனக்கிருந்த ஒரே தொடர்பு விகடன், கல்கி, குமுதம் வார இதழ்களைத் தவறாமல் படிப்பதோடு முடிந்ததாக இருந்தது. தமிழ் நாளிதழ் வாங்கிப் படிக்கும் வழக்கம் இருக்கவில்லை. தினத்தந்தி நாளிதழை எப்போதாவது எங்காவது பார்த்து 'மகிழ்ந்ததுண்டு', 'இன்று தீபாவளி' என்று கார்ட்டூன் போடும் நாளிதழைக் கண்டு 'மகிழாமல்' இருக்க முடியுமா?

பொது இடங்களில் தமிழில் பேசுவது அரிதாகவே இருந்தது. நான் வசித்த ஜெய நகரில் தமிழர்கள் நிறையவே இருந்தனர் என்றாலும், தமிழில் நிகழ்ச்சிகள் நடந்ததாகத் தெரியவில்லை. அறுபதுகளில் ஒருமுறை கம்பராமாயணத்தைத் தமிழ்நாட்டிலிருந்து வந்திருந்த பாகவதர் கதாகாலஷேபம் செய்த நினைவு இருக்கிறது. பல நாட்கள் நடந்த அந்த நிகழ்ச்சியைத் தினந்தோறும் கேட்டு மகிழ்ந்தேன். பொதுஇடங்களில் தமிழில் பேசுவதை நான் பெருமளவுக்குத் தவிர்த்து வந்தேன் என்று கூடச் சொல்லலாம். மற்றவர் கவனம் நம்மீது விழுவதை விரும்பாததால் அல்லது நடுத்தர வர்க்க கன்னடியர்கள் தமிழ் மீது ஒருவிதமான வெறுப்பை உமிழ்வதைக் கண்டதால் பொதுஇடங்களில் தமிழில் பேசுவதைத் தவிர்த்தேன் என்று நினைக்கிறேன். நடுநிலைப் பள்ளி மாணவனாகப் புதுக் கோட்டையில் இருந்தபோது வீட்டில் புழங்கும் பிராமணத் தமிழைப் பொது இடங்களில் முற்றிலும்

தவிர்த்து வந்தேன். பிராமணத் தமிழ் கேலி செய்யப்பட்டதும், வகுப்பில் ஆசிரியர்கள் பிராமணத் தமிழைக் கிண்டல் செய்வது வழக்கமாக இருந்ததும் நான் என்னைப் பிராமணன் என்று காட்டிக்கொள்ளாமல் இருக்கத் தூண்டியது. நான் என்னைப் பிராமணன் என்று வெளிப்படுத்திக்கொள்ள வெட்கப்பட்டேன் என்றும் கூறலாம்.

நான் பணியாற்றி வந்த கல்லூரிக்கு மிக அருகே இருந்த மல்லேஸ்வரத்தில் தமிழ் இலக்கியக் கூட்டம் ஒன்று நடப்பதாக என்னுடன் பணியாற்றிவந்த சக கன்னடமொழிப் பேராசிரியர் குறிப்பிட்டு அதற்கு என்னை அழைத்துச் சென்றார். அந்தப் பேராசிரியர் முற்போக்குச் சிந்தனையாளர்களில் முக்கியமானவர் என்று கருதப்பட்டவர். என்னிடம் அடிக்கடி 'உங்கள் ஊருக்கு அருகேயுள்ள சித்தன்னவாசலுக்குக் கூட்டிக்கொண்டு போங்கள்' என்று கேட்பார். நானும் 'அதற்கென்ன, போய் வரலாமே' என்பேன். இப்படி பலமுறை அவர் கேட்பதும் அதற்கு நான் 'போகலாமே' என்பதும் நடந்தேறியது. ஆனால் நான் அவருடன் சித்தன்னவாசலுக்குப் போய்வரவேயில்லை. அவர் பணி ஓய்வு பெற்று, சித்தன்னவாசலைப் பார்க்காமலே இந்த உலகைவிட்டுப் போய்விட்டார்.

அந்தக் கலை இலக்கியக்கூட்டத்திற்குத் 'தீக்கதிர்' இதழின் ஆசிரியர் தணிகைச் செல்வன் வந்திருந்தார். அவர் முழங்கிய முழக்கம் எனக்குக் கொஞ்சம் புதியதாக இருந்தது. புதுக்கோட்டையில் சில அரசியல் தலைவர்கள் பேசிக் கேட்டதுண்டு. பெரும் பாலும் திமுக பேச்சாளர்களாக இருப்பார்கள். ஒருமுறை கம்யூனிஸ்ட் கட்சியின் சார்பில் தேர்தலில் நின்று ஜெயித்த தோழர் உமாநாத் அவர்கள் பேச்சைக் கேட்ட நினைவு உள்ளது. ஆனால் அந்த பெங்களூர் கூட்டத்தில் நாள் முழுவதும் பேச்சுமழை, கவிதை மழை, இடிமின்னல் ரகத்தில், எனக்குப் புதிய அனுபவமாக இருந்தது. என்னைக் கூட்டத்திற்க அழைத்துச் சென்ற கன்னடப் பேராசிரியர் அன்று நடந்த நிகழ்ச்சிகளைப் பார்த்து திக்குமுக்காடிப் போனார்.

அவர் என்னிடம் 'என்ன இப்படி தங்கு தடையில்லாமல் பெருமழையாகக் கொட்டித் தீர்க்கிறார்களே!' என்ற வியப்புடன் கேட்டார். எனக்குக் கொஞ்சம் பெருமையாகவே இருந்தது! 'இது என்ன சார் பிரமாதம். இதைவிட இடிமுழக்கம் எல்லாம் பார்த்திருக்கிறேன்' என்று கூறிவைத்தேன். அந்தக் கூட்டத்தில்தான்

தமிழவனை யாரோ அறிமுகம் செய்வித்தனர். என் வீட்டுக்கு மிக அருகிலேயே அவர் வசிப்பதையும், கிறிஸ்து கல்லூரியில் பணியாற்றுவதையும் அறிந்தேன். ஜி.கேராமசாமி எனக்கு முதுகலை வகுப்பில் ஜூனியர். எழுபதுகளின் தொடக்கத்திலிருந்தே பழக்கம். அவருடன் அவர் சொந்த ஊருக்கு ஒரு கோடை விடுமுறையில் 10 –15 நாட்கள் சென்று வந்திருந்தேன். அவர் ஊருக்கு அருகேயிருந்த கொல்லிமலையில் என் முனைவர்பட்டத்திற்கான களப்பணி செய்ய விரும்பி ராமசாமியுடன் சேந்தமங்கலம், காந்திபுரம், நாமக்கல் என்ற பல இடங்களுக்குச் சென்று வந்திருந்தேன். ராமசாமிக்கு பெங்களூரில் பல தமிழர்களோடு நல்ல பழக்கம் இருந்தது. தனித்தமிழ் பற்றாளர்கள் பலர் அவருடைய நெருங்கிய நண்பர்களாக இருந்தனர். அவரும் முற்போக்கு இயக்கங்களுடன் தொடர்பு உடையவராக. அரசியல், சமூக அக்கறைகள் உள்ளவராக இருந்தார். தமிழ்நாட்டின் முற்போக்கு இயக்கங்கள், தமிழக விவசாயிகள் சங்கம் என்றெல்லாம் தொடர்புகளுடன் இருந்தார். என்னைப் போலன்றி தமிழ்நாட்டுடன் தொடர்பு துண்டிக்கப்படாமல் அவர் இருந்தார் என்பதைவிட தன் சொந்த ஊருடன் நெருங்கிய தொடர்பு கொண்டு வருடத்தில் பலமுறை சொந்த ஊருக்குச் சென்றுவருவதை வழக்கமாக்க கொண்டிருந்தார்.

ராமசாமியும் தமிழவனும் ஒருமுறை என் வீட்டுக்கு வந்து, தமிழ் கலை இலக்கியம் பற்றி தொடர்ந்து நண்பர்கள் சிலருடன் சந்திப்புகள் நடத்தலாமா என்று கேட்டனர். ராமசாமியின் நண்பர்களான வெ.கிழார் முதலியவர்களும் சேர்ந்து தமிழ்நாட்டு நடப்புகளைப் பற்றியும், கலை இலக்கியம் குறித்த அக்கறைகளையும் பகிர்ந்துகொள்வ தென்று முடிவுசெய்தோம். ராமசாமி, நான் மற்றும் தமிழவன் ஜெயநகர்வாசிகளாக இருந்ததால் அடிக்கடி சந்தித்துக்கொள்ள முடிந்தது. கிழாரும் வேறுசிலரும் இரண்டு மூன்று பஸ்கள் மாறித்தான் ஜெயநகர் வரமுடியும் என்பதால், நாங்கள் மூவரும் சந்திப்பது வழக்கமாகவும், அவ்வப்போது மற்றவர்களும் இணைந்துகொள்வதும் நடந்தது. எங்கள் பேச்சு பெரும்பாலும் தமிழக அரசியல், கலை இலக்கிய போக்குகள் எனத் தொடங்கி, கன்னட கலை இலக்கியப் போக்குகள், கேரள/ மலையாள இலக்கிய போக்கு கள் என்று ஒப்புநோக்குவது தவிர்க்கமுடியாமல் இருந்தது. யு.ஆர்.அனந்தமூர்த்தி அல்லது கிரிஷ் கார்னாடு போன்றவர்களை மதித்து மரியாதை செய்யும் கர்நாடக அரசியல்வாதிகளை தமிழ்நாட்டு அரசியல்வாதிகளின்

அறிவின்மையுடன் ஒப்பிட்டுப் பார்க்காமல் இருக்கமுடியவில்லை. அதேபோலே கன்னட நாடகங்களின் தரம், பரிசோதனை முயற்சிகளைத் தமிழில் நாடகம் என்று மேடையில் புலியைக் கொண்டுவந்து காண்பிப்பது அல்லது மட்டரகமான துணுக்குத் தோரணங்களை வாய்வலிக்கக் கூறி மகிழ்வது போன்றவற்றுடன் ஒப்பிட்டுப் பார்க்காமல் இருக்க முடியவில்லை. அன்றைய நாட்களில் தான் கன்னடத் திரைப்படங்கள் தேசியவிருதுகளைத் தொடர்ந்து பெற்று வந்தன. தமிழ்ப்படங்கள் ஆபாசமான காட்சிகளுடன் கீழ்த்தரமான நகைச்சுவையுடன் தொடர்ந்து போய்க்கொண்டிருந்தன. தமிழ்க்கலை இலக்கியத்திற்கு விடிவே இல்லையா என்ற கேள்வியுடன் நாங்கள் சலிப்போடு பேசிக்கொண்டிருந்த அந்த நாட்களில் ஒருமுறை தமிழவன் எங்களுக்குத் தமிழ்ச் சிறுபத்திரிகைகளின் வரலாற்றைப் பற்றிக் கூறலானார்.

மணிக்கொடி காலம் தொடங்கி, எழுபதுகளின் இறுதிவரை தமிழ்க் கலை இலக்கியத்தில் சிறுபத்திரிகைகள் ஆற்றியுள்ள பணியைப் பற்றியும் பல எழுத்தாளர்கள், சிந்தனையாளர்கள் பெரும் வணிக பத்திரிகைகளைப் புறக்கணித்து ஒருவித வீம்புடன் சிறுபத்திரிகைகளில் மட்டுமே எழுதி வந்துள்ளதையும் தமிழவன் சொல்லச் சொல்ல எனக்கும், ராமசாமிக்கும் அவை வியப்பாக மட்டுமல்ல மகிழ்ச்சியைத் தருவதாகவும் இருந்தன.

எங்கள் சலிப்பும் கவலையும் கொஞ்சம் விலகி, புதுநம்பிக்கையும் உற்சாகமும் தோன்றத் தொடங்கின. மணிக்கொடி எழுத்தாளர்கள். அவர்கள் செய்த சாதனைகள், புதுக்கவிதையின் தோற்றம், வளர்ச்சி, சி.சு.செல்லப்பா போன்றவர்களின் முயற்சிகள், புதுக்கவிதைக்கு அங்கீகாரம் எழுத்து, கசடதபற இதழ்கள், சிறுகதைகளில் பரிசோதனை முயற்சிகள், நாவல்களில் ஏற்பட்ட புரட்சி, முற்போக்கு இயக்கங்களின் பாதிப்பு, வானம்பாடிகளின் முயற்சிகள். தமிழ்ச் சிறுபத்திரிகைகளில் தோன்றிய புதிய எழுத்தாளர்கள், கலைஞர்கள், டஜன் கணக்கில் உருவான சிறுபத்திரிகைகள், தமிழவன் விவரமாக எல்லாவற்றையும் பற்றிக் கூறக்கேட்ட எங்களுக்குப் பிரமிப்போடு உற்சாக மாகவும் இருந்தது. தமிழவன் ஒவ்வொரு படைப்பாளியாக அறிமுகம் செய்வார். அவரது சாதனைகளைப் பற்றிக் கூறுவார். ஒவ்வொரு கவிஞரும், கதாசிரியரும் எவ்வளவு கஷ்டங்களைச் சந்தித்துள்ளனர் என்பதையும் கூறுவார். ஒவ்வொரு எழுத்தாளரின் குணாதிசயங்களையும் குறிப்பிடுவார். தமிழின் மிகச்சிறந்த

படைப்புக்களை, படைப் பாளிகளை அறிமுகம் செய்த தமிழவன் அந்தந்த படைப்பாளியின் சிறப்புகளையே முன்வைப்பார். தமிழின் நடப்புக்களைப் பற்றி கொஞ்சமும் அறியாமலிருந்த என் போன்றவர்கள் மீது மிகவும் சுலபமாகத் தனக்கு வேண்டியதை, விருப்பமானதை மட்டும் தமிழவன் திணித்திருக்க முடியும். தன் பார்வையை மட்டும், விருப்புவெறுப்புகளை மட்டும் எங்களுக்குக் கொடுத்திருக்கலாம். ஆனால் தமிழவன் அப்படிச் செய்யாமல் எல்லா எழுத்துக்களையும், எழுத்தாளர்களையும் பாரபட்சமின்றி எங்களுக்கு அறிமுகம் செய்தார். அதற்காக விமர்சனங்களே இல்லாமல் மொட்டையாக அறிமுகம் செய்தார் என்பதில்லை.

வல்லிக்கண்ணன் பாரபட்சமின்றி எல்லாவற்றையும் பாராட்டுவார்

'அஃ' பரந்தாமன் எதைப் பார்த்தாலும் உணர்ச்சிவசப் பட்டு விடுவார்

என்று கிண்டல் அடிக்கவும் தறவமாட்டார். அவர் சிறுபத்திரிக்கை எழுத்தாளர்களைப் பற்றி கொடுத்த அறிமுகம் எனக்குப் பேருதவியாக இருந்தது, அவர்களை நான் சந்திக்க நேர்ந்தபோது ஏதே பல ஆண்டுகள் பழகியவர் போன்றே ஒவ்வொருவரும் கண்டனர். அக்கினிபுத்திரனையோ, ஞானியையோ, ராஜதுரையையோ முதன்முறையாக சந்தித்தபோது அவர்களை எற்கனவே நன்றாக அறிந்தது போன்ற உணர்வே இருந்தது.

தமிழவனிடம் காணப்பட்ட மற்றொரு சிறப்பு, அவர் புதிய கருத்துக்களை சிந்தனைகளை, பார்வைகளை. எப்போதும் வரவேற்றது அவர் எங்கள் சந்திப்பு நிகழும் போதெல்லாம் புதிய செய்தியாக, புதிய கருத்தாக, சிந்தனையாக அவர் கண்டதைக் கூறாமல் இருந்ததில்லை. ஒரு பத்திரிகையையோ, கட்டுரையையோ, ஓவியத்தையோ, கவிதையையோ எங்கள் முன் வைத்து 'இத பாருங்க. எவ்வளவு வித்தியாசமா இருக்கு' என்றோ, 'இப்படி பதுசு' பார்க்காரங்க. ரொம்ப வித்தியாசமாக இருக்கு' என்றோ கூறாமல் இருந்ததில்லை. இலக்கியம் தவிர பிற விஷயங்களிலும் அதே ஆர்வத்துடன் பேசுவார். ஐரோப்பிய சிந்தனையாளர்கள், மார்க்சியத்தில் புதிய முயற்சிகள், லத்தீன் அமெரிக்க எழுத்தாளர்கள், மலையாள நாவல்களில் புதிய முயற்சி, சிற்பத்தில் நவீனத்துவம், ஓவியம் பற்றிய புதிய கண்ணோட்டம் என்று தமிழவன் தொடர்ந்து தேடிப் பிடித்து எங்களுடன் பகிர்ந்துகொள்வார்.

தமிழவன், ராமசாமி, நான் மூவரும் வாரத்தில் இரண்டு மூன்று நாட்கள் மணிக் கணக்கில் பேசுவது வழக்கமாகியது. வெ.கிழார் அவ்வப்போது கலந்துகொள்வார். சில ஆண்டுகளுக்குப் பிறகு கிருஷ்ணசாமியும், அன்று பாரதஸ்டேட் வங்கிக்கு மாற்றலில் வந்திருந்த 'பிரக்ஞை' இதழுடன் தொடர்புடைய ரவிசங்கரும் எங்கள் கூட்டங்களில் கலந்துகொள்வது நடந்தது. நஞ்சுண்டன் பெங்களூர் பல்கலைக்கழகத்தில் பணியில் அமர்ந்த பிறகு அவரும் படிகள் கூட்டத்தில் அவ்வப்போது தலைகாட்டுவார். தமிழவனின் நெருங்கிய நண்பரும், சிறுபத்திரிகைகளில் முக்கியமான விமர்சகராக காணப்பட்ட கௌதமனும் ஒரு சில கூட்டங்களில் கலந்து கொண்டுள்ளார்.

தமிழவனுக்கு நானும் ராமசாமியும் முறையாகக் கற்றிருந்த சமூகவியல் மானுட வியல் பார்வையில் நாட்டம் இருந்தது. நாங்கள் எங்கள் பார்வையில் தமிழக அரசியல், சமூகம் பற்றிக் கூறும் கருத்துக்களை அவர் மிகவும் ரசித்துப் பாராட்டுவார். 'இதெல்லாம் ரொம்ப புதிதாக இருக்கு. தமிழ்ச் சூழலில் இதெல்லாம் பேசப்படவேண்டும்' என்று கூறுவார்.

ராமசாமி அப்போதுதான் தனது இளம் முனைவர் (M.Phil) பட்டத்திற்காக எம்.ஜி.ஆர் ரசிகர் மன்றங்கள் பற்றி ஆய்வுக்கட்டுரை சமர்ப்பித்த பிறகு தொடர்ந்து தமிழக விவசாயிகள் சங்கத்தின் போராட்டங்கள் குறித்து முனைவர் பட்டத்திற்கான ஆய்வு மேற்கொண்டிருந்தார். தமிழவன் எங்கள் இருவரையும் தமிழில் நாங்கள் கற்றுத் தெரிந்தவற்றை எழுதத் தூண்டினார். தமிழில் எழுதுவது எனக்கு மிகவும் விருப்பமாக இருந்தாலும், சுமார் 20 ஆண்டுகளுக்கு மேலாகத் தமிழில் ஒரு வாக்கியம்கூட எழுதாமல் இருந்துவிட்டு திடீரென்று தமிழில் கட்டுரை எழுதுவது எப்படி என்று கவலையிருந்தது. நான் பள்ளி மாணவனாக இருந்தபோது கண்ணன், ஆதவன் போன்ற சிறுவர் பத்திரிகைகளில் கதை, கவிதை என்று சிலவற்றை எழுதியதுண்டு என்ற அடிப்படையில் தமிழில் கட்டுரைகள் எழுத முற்பட்டேன். தமிழவன் அப்போதுதான் ஒருநாள் நாங்கள் சந்தித்துக் கொண்டபோது நாமே ஒரு சிறுபத்திரிகையைத் தொடங்கலாமே என்ற எண்ணத்தை விதைத்தார்.

தமிழவன் விதைத்தது மிகவிரைவில் செடியாக வளரத் தொடங்கியது. நாங்கள் தொடங்கும் பத்திரிகை வித்தியாசமானதாக, மற்ற சிறபத்திரிகைகளிலிருந்து

மாறுபட்டு, வெறும் கலை இலக்கிய உன்னதத்தை விரும்பும் ஒன்றாக இல்லாமல் வாழ்வின் எல்லா அம்சங்களையும் தொடுவதாக இருக்க விரும்பினோம். கலாச்சாரம் என்பதற்கு மானுடவியலாளர்கள் தரும் மனிதனால் உருவாக்கப்பட்ட எல்லாமே அடங்கியது என்ற பரந்த விளக்கத்தை முன்வைத்தோம். குண்டூசியிலிருந்து கவிதை வரை எல்லாமே கலாச்சாரம்தான் என்பது எங்கள் புரிதலாக இருந்தது. தமிழில் கலை இலக்கியம் தேங்கிப் போயுள்ளதற்கு, அதற்கு மற்ற துறைகளின் வெளிச்சமும் உரமும் இல்லாமல் இருப்பதும் ஒரு காரணம் என்று நினைத்தோம். ஆகவே கலை இலக்கிய உன்னதம் என்பவர்களும் மற்ற துறைகளின் வெளிச்சம் அவசியம் என்பதை உணர வலியுறுத்தினோம்.

பல சிறுபத்திரிகைகள் வேறு துறைகள் என்று ஓவியம், சிற்பம், சங்கீதம், நாட்டியம் என்று மட்டும் பேசுவதைக் சுட்டிக்காட்டினோம். அரசியல் வேண்டாம் என்ற நிலைப்பாடும் இத்தகைய குறுகிய பார்வையின் வெளிப்பாடு என்று உணர்ந்தோம். ஆகவேதான் வாழ்வின் மொத்தத்தையும் உள்ளடக்கிய கலாச்சாரம் என்ற மானுடவியல் விளக்கத்தை ஏற்றுக்கொண்டோம். தமிழ்க் கலாச்சாரத்தின் வளர்ச்சிக்காக பெங்களூரி லிருந்து பத்திரிகை வெளியிடுவது என்பதே எங்கள் மொத்தக் கருத்தின் உருவகமாகக் கூடத் திகழ்ந்தது எனலாம். பத்திரிகையைத் தொடங்க முடிவு செய்ததும் மிக உற்சாகத்துடன் மளமளவென்று வேலைகளில் ஈடுபட்டோம். முதலில் பத்திரிகைக்குப் பெயர் சூட்ட வெண்டி—யிருந்தது. மிகவும் குறுகிய காலத்தில் நல்ல பெயர் ஒன்றைத் தெரிவு செய்தோம். படிகள் என்ற பெயரை நான் முன்மொழிந்ததாக நினைக்கிறேன். எல்லோரும் அதை ஏற்றுக்கொள்ளவே படிகள் உருவாகத் தொடங்கியது.

படிகள் இதழை மிகவும் வித்தியாசமான சிறுபத்திரிகையாக உருவாக்க விரும்பினோம். கதை, கவிதைக்கு மிகவும் குறைந்த இடம் தருவது, மற்ற துறைகளைப் பற்றிய தகவல்கள். சிந்தனைகள் என்பனவற்றிற்கு முன்னுரிமை என்றெல்லாம் முடிவு செய்தோம். ஆசிரியர் குழுவே பல பக்கங்களை நிரப்புவது என்றும் முடிவாகியது. முதல் இதழிலேயே மானுடவியல் பற்றிய நீண்ட கட்டுரையொன்றை மொழியாக்கம் செய்து வெளியிட்டொம். ஒரு சிறுகதையும் முதல் இதழில் இடம்பெற்றது. இரண்டாவது இதழில் அதேபோல சமூகவியல் பற்றிய கட்டுரை. தமிழ் கிராமத்தில் நடந்த கள ஆய்வு என்பன இடம்பெற்றன. மூன்றாவது இதழில் ஒரு பெரிய அதிர்ச்சிச் செய்தி (Scoop) என்பதுபோல, தமிழ்ச் சிறுபத்திரிகைகள்

தீண்டத்தகாதவராக ஒதுக்கியிருந்த எழுத்தாளர் சுஜாதாவுடன் ஒரு பேட்டியை வெளியிட்டோம். அதற்காக பல நண்பர்களிடம் கொஞ்சம் வாங்கிக் கட்டிக் கொண்டோம் என்றாலும் எங்கள் நிலைப்பாடு குறித்த எங்களுக்குச் சந்தேகங்கள் எதுவும் எழவில்லை. அதே இதழில் அவசரநிலையில் சிறைசென்றவர்களைப் பற்றிய ஆவணப்படம் ஒன்றை மனசாட்சியின் கைதிகள் என்ற தலைப்பில் ஒரு எழுத்துப்பிரதி (Script)யையும் வெளியிட்டோம். ஆனந்த் பட்டவர்த்தன் எடுத்திருந்த அந்த ஆவணப்படத்தை நான் நந்தனா ரெட்டியுடன் (சினேகலதா ரெட்டியின் மகள். பல அறப்போராட்டங்களை முன்னின்று நடத்தியவர்) கல்லூரிகளுக்குக் கொண்டு சென்று திரையிட்டு அதுபற்றிய விவாதத்தையும் நடத்தியிருந்தேன்.

இப்படி ஒவ்வொரு படிகள் இதழிலும் புதிதாக, வித்தியாசமாக ஏதாவது ஒன்றைப் பற்றி எழுதுவது ஒரு கொள்கையாகவே செயல்பட்டது எனலாம். தமிழவனின் தூண்டுதலில் ஒவ்வொரு இதழிலும், இப்படி தமிழ்ச் சிறுபத்திரிகை வட்டாரத்தில் அதுவரை வெளிவராத விஷயங்களைத் தேடித்தேடி வெளி—யிட்டோம். தமிழவனிடம் தமிழாசிரியர் களுக்கேயான 'பண்புகள்' எதுவும் இல்லாதிருந்ததை குறிப்பிட வேண்டும். அவர் தோற்றம், உடையணியும் பாணி, தமிழ் ஆசிரியர்கள் என்று நான் கற்பனை செய்திருந்த பிம்பத்தை உடைப்பதாக இருந்தது. அவர் வேட்டி சட்டை அணிந்து நான் பார்த்ததே யில்லை. இலக்கணத்தைப் பிடித்துக்கொண்டு தொங்கும் ஆசிரியர்களையே பார்த்து அலுத்திருந்த எனக்கு அவர் இலக்கணத்தைப் பெரிதாக்காமல் உள்ளடக்கத்தின் மீது அதிக கவனம் செலுத்தியது பிடித்திருந்தது. தனித்தமிழில் எழுதவேண்டுமென்று பிடிவாதம் செய்யாமல் இருந்ததோடு, தனித்தமிழாளர்களைக் கொஞ்சம் கிண்டலும் செய்தார் அவர். படிகளில் 'கலாச்சாரம்' என்றே எழுதினோம். பண்பாடு என்பதைவிட கலாச்சாரம் என்ற சொல் பொருத்தமுள்ளதாகத் தோன்றியது எங்களுக்கு. பார்ப்பனர் என்ற சொல்லைத் தவிர்த்து, பிராமணர் என்ற சொல்லையே உபயோகித்தோம். ராமசாமிதான் அதை வலியுறுத்தினார். பார்ப்பனர் என்ற சொல் திராவிடக் கட்சியினரால் ஒரு வசைச்சொல்லாக மாறியிருந்ததால் அதைத் தவிர்த்து பிராமணர் என்ற எழுதுவது என்று முடிவு செய்தோம். எங்களுக்கு நெருக்கமாக இருந்த கோவை ஞானியும் அவரது நண்பர்களும் படிகளின் சொற்தேர்ச்சியை அவ்வப்போது

விமர்சித்தது உண்டு. தமிழவனின் எழுத்துக்களில் தனித்தமிழ் தவிர்க்கப்பட்டு தனித்தமிழ் ஆர்வலர்கள் கோபம் அடையும் அளவுக்குச் சொற்கள் கையாளப்பட்டுள்ளதை படிகள் இதழ்களை இப்போது திரும்பிப் பார்க்கும்போது உணரமுடிகிறது.

படிகள் இதழில் எல்லோரும் விரும்பிப் படிக்கத் தோன்றிய பத்திகள் ‘படிகள் நாங்கள், நீங்கள் என்பதும் ‘உள்ளும் வெளியும்’ என்பதும் எல்லோரும் ஏற்கும் ஒன்று. இரண்டையும் பெரும்பாலும் தமிழவன்தான் எழுதினார். நாங்கள் அவற்றை விவாதித்து ஒரு சில மாற்றங்கள் செய்ததுண்டு என்றாலும் அவற்றில் தமிழவன் தொடர்ந்து நான்கு ஐந்து விஷயங்களை முன்னிறுத்தி எழுதினார். பழம்பெருமை பேசியே காலத்தை ஓட்டும் தமிழ்த்துறைகளை, திராவிடக் கொழுந்துகளைக் கடுமையாகவே விமர்சித் தோம். நல்ல எழுத்தாளர்களை மதிக்காமல் போலிகளையும் இரண்டாந்தர, மூன்றாம்தர எழுத்தாளர்களைக் கௌரவிப்பதும் அவர்களைப் புகழ்ந்து ‘சிந்தனையாளர்கள்’ என்றெல்லாம் பட்டம் சூட்டுவதையும் கண்டித்து எழுதினோம். பெரும்அறிஞர்கள், தலைவர்கள், அமைப்புகள் செய்யும் மடத்தனங்கள் கோமாளித்தனங்கள், பேராசைகள் எப்போதும் ‘சுவையான’ விஷயங்களாக இருந்தன எனலாம். எங்கோ, எப்பொழுதோ நடக்கும் ஆபூர்வமான நல்லதுகளையும் கண்டுபிடித்து இரண்டுவரிகள் பாராட்டுவது. குறிப்பாக மற்ற மாநிலங்களில் அரசியல் தலைவர்கள் எப்படி நல்ல எழுத்தாளர்களை மதித்து கௌரவிக்கின்றனர் என்பதை அடிக்கடி சுட்டிக்காட்டினோம். அதாவது தமிழுக்கு, தமிழகத்திற்குப் புதிதாகத் தெரியும், அந்நியமாகக் காணப்படும் விஷயங் களைக் குறிப்பிட்டுக் காணபிக்க விரும்பினோம். அவ்வப்போது தமிழ்ச் சிறுபத்திரிகை கள் எடுக்கும் தவறான முடிவுகளை, மொத்த கலாச்சாரத்தையும் பார்க்காமல் தங்கள் குறுகிய துறைகளைப் பற்றியே ஆதங்கப்படுவதைக் கேலிக்குள்ளாக்கினோம். அதே போல சிறுபத்திரிகைகளில் சீரிய கருத்துக்களை உதிர்த்துக்கொண்டே வணிக சக்திகளுடன் சமரசம் செய்துகொண்டு, விருதுகளுக்கும் பாராட்டுகளுக்கும் சுலபமாகத் தங்கள் கொள்கைகளைக் கைவிடுவதைக் கொஞ்சம் கடுமையாகவே தாக்கினோம். முற்போக்குகள் என்ற போர்வையில் தொடர்ந்து ஆளும் வர்க்கத்துடன் சமரசம் செய்து கொண்ட கட்சிகளை நபர்களைத் தொடர்ந்து தாக்கினோம் என்று சொல்லத் தேவை யில்லை. இவைதவிர தமிழ்ச்சினிமா, நாடகம் என்பவற்றின் கீழ்த்தரம்

பற்றியும். 'பட்டிமன்றக் கலாச்சாரம்' என்ற ஒன்றை மாபெரும் அறிவார்த்தச் செயல்பாடாகக் (intellectual activity) காட்டிவரும் ஊடகங்களை விமர்சித்தோம். தமிழ்க் கலாச்சாரத்தில் உயர்ந்த இடத்தில் வைக்கப்பட்டு துதிக்கப்பட்டிருந்த நபர்களைப் பெயர்சொல்லி விமர்சித்தோம். கருணாநிதி தொடங்கி, க.ப. அறவாணன், பெருஞ்சித்திரனார், சாலமன் பாப்பையா, வைரமுத்து, காளிமுத்து, வலம்புரி ஜான் என்று ஒரு பெரிய பட்டியலையே தரலாம். குமுதம், விகடன் போன்ற பெரும் பத்திரிகைகள்மீது தொடர்ந்து விமர்சனங்களை வைத்தோம் என்பதை கூறத் தேவையில்லை. இலங்கையிலிருந்து வெளிவந்த அலை இதழில் கைலாசபதி விமர்சிக்கப்பட்டதைப் பாராட்டும் வண்ணம் 'அலையில் மிதக்கும் கைலாசபதி' என்று தமிழவன் எழுதியது ஈழ நண்பர்களிடையே பெரும் வரவேற்பைப் பெற்றது.

என்னையும் ராமசாமியையும் சமூகவியல் பார்வையை உள்ளடக்கிய கட்டுரை களை எழுதத் தூண்டினார் தமிழவன் என்பதோடு, சமூகவியலின் கருத்துருவங்களான 'கும்பல் கலாச்சாரம்', 'மீட்புவாதம்' என்பவற்றையே ஆயுதமாக்கிப் பெரும் பத்திரிகை களைக் கடுமையாக விமர்சித்தார். நல்ல தமிழ் கலை இலக்கியத்திற்கு பெரும் எதிரிகளாக கும்பல் கலாச்சாரத்தை வளர்க்கும், வணிக நோக்கத்தையே பிரதானமாகக் கொண்டு ஆபாச எழுத்துக்களைத் தாங்கி வந்த எல்லா பெரும் பத்திரிகைகளையும் படிகள் கடுமையாகத் தொடர்ந்து தாக்கியுள்ளது. பல சிறுபத்திரிகைகள் தாங்கள் உண்டு, தங்கள் உன்னதமான எழுத்துக்கள் உண்டு என்று 'தவம்' செய்வதையும் படிகள் கண்டித்தது. வணிகப் பத்திரிகைகளையும் சந்தை இலக்கியத்தையும் அது உருவாக்கி உள்ள கும்பல் கலாச்சாரத்தையும் எதிர்த்துப் போராடாமல்நல்ல இலக்கியம், ரசனை என்ற எதுவும் இந்த மண்ணில் செழிக்க முடியாது என்றும், அதற்காக சிறுபத்திரிகைகள் சேர்ந்து போராட வேண்டும் என்றும் கூறலானோம் எல்லா சிறுபத்திரிகைகளையும், சிறு குழுக்களையும் இணைத்த அமைப்பை உருவாக்குவது அவசியம் என்று உணர்ந்தோம். அந்த முக்கியமான பணியை படிகள் தொடங்க வேண்டும் என்று முடிவு செய்தோம் உடனே சுறுசுறுப்புடன் அதற்கான ஆயத்தங்களில் ஈடுபட்டோம். படிகள் குழுவின் முடிவுகளைக் கொண்ட கடிதம் ஒன்றை நான் பல சிறு பத்திரிகைகளுக்கும், சிறு குழுக்களுக்கும் எழுதினேன். ஒரே ஒரு பத்திரிகையைத் தவிர எல்லாப் பத்திரிகை களும் எங்கள்

முயற்சிக்கு ஆதரவு தருவதாகக் கூறின. யாத்ரா பத்திரிகை மட்டும் எங்கள் முயற்சியை விமர்சித்ததோடு, தங்கள் பார்வையிலேயே கோளாறு இருப்பதாகக் கூறியது. யாத்ரா குழுவினருடன் கலந்து பேசி யாத்ரா வுக்குத் தகுந்த பதில் எழுதினேன். அந்தக் கடிதத்தில் என்னவெல்லாம் எழுதினேன் என்பது நினைவில் இல்லை என்றாலும் யாத்ரா வின் பார்வையை, அதாவது ‘உண்மையைத் தேடும் தவப்பணியில் தனித்துப் பயணிக்க வேண்டும். கூட்டணியெல்லாம் எடுபடாது’ என்ற வாதத்தை மறுத்துக் கொஞ்சம் கடுமையாகவே பதில் அளித்ததாக நினைவு.

சிறுபத்திரிகைக் குழுக்களும், சிறு நாடக அமைப்புகளும், மிகுந்த நஷ்டங்களை அனுபவித்தும் கூட தரமான நூல்களை வெளியிட்டு வந்த பதிப்பகங்களும், நல்ல கலை இலக்கிய உருவாக்கத்தில் ஆர்வம் கொண்டிருந்த பலரும் கலந்துகொண்ட கூட்டம் ஒன்றை ராமசாமியின் ஊரான சேலம் பக்கமுள்ள காந்திபுரம் என்ற கிராமத்தில் 1979-ம் ஆண்டு டிசம்பர் 29, 30 தேதிகளில் நடத்தினோம். சுமார் 50 – 60 நபர்கள் கலந்துகொண்ட அந்தக் கூட்டத்தில் சிறுபத்திரிகைகளைச் சேர்ந்தவர்கள், எழுத்தாளர்கள், நாடகக் குழுக்கள் என எல்லோரும் ஒருங்கிணைந்து அன்றைய கும்பல் கலாச்சாரத்திற்கு, வணிகநோக்கத்தை மட்டுமே கொண்டு சந்தை இலக்கிய வியாபாரத்தை உருவாக்கியவர்களுக்கு எதிராகப் போராடுவது என்று முடிவு செய்தோம். இலக்கு என்ற பெயரில் அந்தக் கூட்டமைப்பை உருவாக்கியதில் படிகள் முன்னின்று செயல்பட்டது என்பதைக் குறிப்பிடுவது தற்பெருமையாகாது.

ஆபாசமான சந்தை இலக்கியத்தை வெறும் கட்டுரைகள் மூலம் எதிர்ப்பது போதாது. அவ்வப்போது நேரடியாகக் களத்தில் இறங்கி அந்த எதிர்ப்பை வெளிப்படுத்தவும் வேண்டும் என்று கருதினோம். அதற்கு முன்மாதிரியாக பெங்களூர் தமிழ்ச்சங்கத்தில் நடைபெற்ற ஒரு கூட்டத்தில் கோஷங்கள் எழுப்பி, கூச்சலிட்டு, குழப்பம் விளைவித்தோம். துண்டுப்பிரசுரத்தை வீசியெறிந்து ஆர்ப்பாட்டம் செய்தோம். அதில் பங்கேற்ற யாரும் கைது செய்யப்படவில்லை! மேடையில் அமர்ந்திருந்த அப்போதைய பெங்களூர் காவல் துறை ஆணையர் டி.ஆர்.கார்த்திகேயன் கொஞ்சம் தடுமாறிப் போனார் என்றே கூறவேண்டும். சாவி என்ற பெரும்பத்திரிகைகான விழா அது. தமிழவன், ராமசாமி, நான் மூவருமே கல்லூரி ஆசிரியர்கள் என்பதால் மாணவர்களுக்குப் பஞ்சமில்லை. போராட்டங்களுக்கு சில மாணவர்களைத் தயார்படுத்துவது மிகவும் கடினமல்ல. பெங்களூர் தமிழ்ச்சங்கம்

சிறிதும் எதிர்பார்க்காத அந்த எதிர்ப்பு பல மாதங்களுக்குப் பேசுபொருளாக மாறியது.

இலக்கு உருவானதும் படிகளின் பொறுப்பு மேலும் அதிகரித்தது. கருத்தரங்குகள் நடத்துவது, எதிர்ப்புக் கூட்டங்களுக்கு ஏற்பாடு செய்வது என்பன குறித்து தீவிரமாக சிந்தித்துச் செயல்பட முனைந்தோம். தமிழவன் கருத்தரங்குகளை ஒழுங்கு செய்வதற்கு மிகவும் உழைத்தார். தலைப்புகள், அமர்வுகள், கட்டுரையாளர்கள், கருத்துரையாளர்கள் என்று முடிவுகள் செய்வதில் பெரும் பங்கு அவருடையதாக இருந்தது. நானும் ராமசாமி யும் சிறுபத்திரிகைககளில் எழுதி வந்தவர்களை, முக்கியமான கதை, கவிதைகளைப் பற்றியெல்லாம் அறியாமல் இருந்தோம் என்பதால் தமிழவனின் ஆலோசனைகளின் மீதே பெரும்பாலும் செயல்பட்டோம்.

அப்போது நடந்த உலகத்தமிழ் மாநாடு என்ற கேலிக்கூத்தை எதிர்த்து எழுதினோம். இலக்கு அமைப்பின் முக்கிய செயல்பாடாக உலகத்தமிழ் மாநாட்டு எதிர்ப்பு இருக்க வேண்டும் என்று நினைத்தோம். உலகத் தமிழ்மாநாட்டை எதிர்ப்பதை ஆக்கப்பூர்வமானதாகச் செய்ய, நாங்களே போட்டியாகக் கருத்தரங்குக்கு ஏற்பாடு செய்யலாம் என்று கருதினோம். மற்ற சிறுபத்திரிகை நண்பர்கள் எங்கள் திட்டத்தை ஏற்றனர். மதுரை— யிலேயே போட்டிக் கருத்தரங்கு ஏற்பாடு செய்தால் பலரது கவனத்தைக் கவர முடியும் என்று முதலில் நினைத்தோம். பிறகு அப்படி மதுரையிலேயே போட்டியாக கூட்டம் நடத்துவது உகந்ததல்ல என்ற பலர் கருதினர். ஆளும் கட்சியின் கோபத்திற்கும், போலீஸ் கெடுபிடிகளுக்கும் தாக்குப்பிடிக்கமுடியாது என்று தெளிவாகத் தெரிந்தது. சில நண்பர்கள் இலக்கு அமைப்பாளர்கள் உயிர்பிழைப்பதுகூட கடினம் என்றெல்லாம் பயமுறுத்தினர்! மதுரையைவிட சென்னையில் போட்டிக் கருத்தரங்கு ஏற்பாடுகள் செய்வது என்று குழு முடிவு செய்தது. உலகத்தமிழ் மாநாடு நடக்கும் அதே தேதிகளில் சென்னையில் ஒரு போட்டி (எதிர்ப்பு) மாநாடு நடத்த ஆயத்தங்கள் செய்வதற்காக நான் சென்னையில் பத்து நாட்களும் அதிகமாகத் தாங்கி பல நண்பர்கள், குழுக்களின் உதவியுடன் வேலைகளைத் தொடங்கினேன். சென்னையில் பீட்டர்ஸ் காலனியில் வசித்துவந்த அக்கினிபுத்திரனின் வீடுதான் இந்த வேலைகளுக்கு அலுவலகமாகச் செயல்பட்டது. அக்கினிபுத்திரனோடு, சுரேஷ்குமார் இந்திரஜித், பிரபஞ்சன், ஞாநி. அவருடைய நாடகக்குழுவினர் என்று பலரும் சேர்ந்துகொள்ள

உற்சாகத்துடன் செயல் பட்டோம். தி.நகரிலுள்ள திருமண மண்டபம் ஒன்றை கருத்தரங்குக்கு ஏற்பாடு செய்தோம். பனகல் பார்க் அருகே இருந்த அந்த மண்டபம் மிகவும் வசதியாக இருந்தது. நல்ல கூட்டம் சேர ஏதுவாக அமைந்தது. ஜனவரி 1, 2, 3 தேதிகளில் எங்கள் போட்டி மாநாடு / கருத்தரங்கு நடந்தது. திருமண மண்டபம் நிறைந்து வழியும் அளவுக்கு நல்ல கூட்டம். 300பேர்களுக்கும் அதிகமாக கருத்தரங்குகளில் காலை முதல் மாலைவரை அமர்ந்து பங்கேற்றனர். டிசம்பர் 31 இரவு போட்டிக் கருத்தரங்குக்கான போஸ்டர்களைப் பல இடங்களில் ஒட்டுவதுண்டு. நாங்கள் 15 – 20 பேர் 2 – 3 குழுக்களாக பல இடங்களில் அந்த இரவு முழுவதும் போஸ்டர்களை ஒட்டினோம். ஞாநியின் கைவண்ணத்தில் உருவான அந்தப் போஸ்டர்களை ஒட்டும்போது புத்தாண்டை வரவேற்க அண்ணாசாலையிலிருந்த பெருங்கூட்டத்தில் நாங்களும் மாட்டிக்கொண்டோம்! போலீஸ் புத்தாண்டு கேளிக்கைக்காக இருந்தவர்களை விரட்டியடிக்க, தடியடிக்குப் பயந்து நாங்கள் சிலர் சந்துபொந்துகளில் ஓடித் தப்பினோம். பிறகு எங்கள் இருப்பிடத்திற்குச் செல்லும் வழி தெரியாமல் கொஞ்சம் திண்டாடினோம்! இரவு 3 மணிக்கோ அல்லது 4 மணிக்கோ விடுதிக்கு வந்து சேர்ந்தோம். எதிர்ப்பு மாநாட்டை முடித்துக்கொண்டு பெங்களூர் திரும்பியவுடன் சென்னையிலிருந்து உளவுத்துறையினர் என் வீடு தேடிவந்து கொஞ்சம் விவரங்களைத் திரட்டிச் சென்றனர் என்பதையும் இங்கே குறிப்பிடலாம்.

இலக்கு அமைப்பின் சார்பில் பல கருத்தரங்குகள் நடைபெற்றன. ‘எழுபதுகளில் தமிழ் கலை இலக்கியம்’ என்றமுதல் கருத்தரங்கு சென்னையில் வில்லிவாக்கத்திலுள்ள திருமண மண்டபம் ஒன்றில் விமரிசையாக நடந்தேறியது. கருத்தரங்குக்காக நான் முன்னதாகவே சென்னை வந்திருந்து அக்கினிபுத்திரனின் அதே வீட்டில் தங்கி ஏற்பாடுகள் செய்தேன். மூன்று நாட்கள் நடந்த அந்த கருத்தரங்கு மாபெரும் வெற்றி எனக் கூறவேண்டும். தமிழின் மிகச்சிறந்த எழுத்தாளர்கள் கவிஞர்கள், கலைஞர்கள் மூன்று தலைமுறையினர் ஒரே இடத்தில் கூடிப் பேசியது அதுவரை நடந்ததாகத் தெரியவில்லை. இலக்கியம் இலக்கியத்துக்காக என்பவர்களிடமிருந்து இலக்கியம் சமூகமாற்றத்தைக் கொண்டு வரவேண்டும் என்பவர்கள்வரை பல்வேறு தத்துவப் பார்வையுடையவர்களும் பங்கேற்ற, நாகரிகமாக விவாதித்த கூட்டமாக அது அமைந்தது. இலங்கை நண்பர்கள் சிலரும்

பங்கேற்றனர். சி.சு.செல்லப்பா மூன்று நாட்களும் எங்களுடன் தங்கி சண்டைபோட்டு தன் கருத்துக்களை இளைஞர்களைப் போலவே மிக உரக்கக் கூறினார். பெரும் பத்திரிகைகளில் எழுதிப் புகழ்பெற்ற நல்ல எழுத்தாளர்கள் சிலரும் அழைக்கப்பட்டிருந்தனர். பல தலைப்புகளில் அமர்வுகள் நடந்தன. பெண்ணியம், மார்க்சியம், புதுக்கவிதை, சிறுகதை, நாவல், நாடகம் என்று பல அமர்வுகள். எல்லாவற்றிலும் நல்ல பங்களிப்புகள். உற்சாகமான கருத்துப் பரிமாற்றங்கள். கருத்தரங்குக்கான தயாரிப்புகள், கட்டுரையாளர்கள் தேர்வு, தலைப்புகள் போன்ற விஷயங்களில் ஒரு குழுவாகப் பேசி முடிவுகள் எடுக்கப்பட்டன என்றாலும் தமிழவனின் பங்கு சிறப்பானது என்பது வெளிப்படை.

படிகள்–தமிழவன்–நாங்கள் என்ற இக்கட்டுரையை நிறைவு செய்யும்முன் தமிழவனைப் பற்றி, எனக்கும் அவருக்குமான உறவு பற்றி என் மனதில் ஆழமாகப் பதிந்துள்ளவற்றைக் கூறத்தோன்றுகிறது. தமிழவன் தமிழாசிரியர் போலச் செயலாற்ற வில்லை என்று குறிப்பிட்டிருந்தேன். எப்போதும் பாண்ட் முழுக்கை சட்டையுடன் காணப்படுவார். இரண்டுமே அவருக்குக் கொஞ்சம் இறுக்கமாக இருப்பதாகத் தோன்றும். அதிக உயரமும் இல்லாமல் குள்ளமாகவும் இல்லாத தோற்றம். குனிந்தபடியே நடப்பார். பேசும்போது அடிக்கடி மீசைமேல் கைபோகும். தலைமுடியை (கொஞ்சம் வழுக்கை தோன்றத் தொடங்கியிருந்தது) அடிக்கடி ஒழுங்கு செய்து கொள்வார். 'இது எவ்வளவு வித்தியாசமா இருக்கு பாருங்க' இப்படி புதுசு புதுசா பாக்கறாங்க, எழுதுறாங்க' 'எல்லாத்தையும் தூக்கி வீசி' என்ற சொற்தொடர்கள் அவர் அடிக்கடி உபயோகிப்பவை. அவர் மிகவும் கோபப்பட்டு உணர்ச்சிவசப்பட்டு நான் பார்த்த தில்லை. அமைதியாகவே காணப்படுவார். மிகவேகமாக எழுதுவார். ஒரு சன்னமான கண்ணாடிக் (Manifold Paper) காகிதத்தில் தான் எழுதுவார். எனக்கு மிகவும் ஆச்சரியமாக இருக்கும்.அந்தத் தாள்களில் எழுதுவது சிரமம் என்று எனக்குப்படும். கொஞ்சம் அழுத்தி எழுதினால் கிழிந்துவிடுகிற மாதிரியான காகிதம் அது. தட்டச்சு செய்பவர்கள் மட்டும் உபயோகிக்கும் வஸ்துவாக அதை எண்ணியிருந்தேன். தமிழவன் அந்தத் தாள்களில் பக்கம்பக்கமாக எழுதிக்கொண்டு வருவார். அவற்றை சுருட்டி, மடித்து வைத்திருப்பார். எழுத்தாளர்கள் தங்கள் எழுதியவற்றை கவனமாக, தாள்கள் கசங்காமல் வைத்துக்கொள்வதை மட்டுமே பார்த்திருந்த எனக்கு அவர் செய்கை வித்தியாசமாகத் தோன்றியது.

அவர் இலக்கணத்தைப் பெரிது படுத்தியதில்லை. வாக்கியங்கள் சிலவேளைகளில் எங்கே தொடங்கி எங்கே போகின்றன என்ற புரியாதவாறு இருக்கும்! ஒருமுறை க்ரியா ராமகிருஷ்ணனிடம் படிகள் பற்றிக் கேட்டுவிட்டேன். அவர் வாயால் 'நல்லா எழுதுறீங்க' என்று கேட்டு விட்டால் 'வசிஷ்டர் வாயால் பிரும்மரிஷி' என்பதுபோல என்று நினைத்திருந்தேன். அவர் ஒன்றும் சொல்லாமல் மழுப்பினார். கொஞ்சம் வலியுறுத்திக் கேட்டதும் 'என்ன எழுதுறீங்க. அடிப்படையான எழுவாய். பயனிலை என்பதுகூட தெரியாமல். என்ன சொல்கிறீர்கள் என்றே புரியவில்லை' என்றார். எனக்குக் கொஞ்சம் அதிர்ச்சியாகவே இருந்தது. ஆனால் வேறு சிலரும் படிகளில் வரும் கட்டுரைகள். குறிப்பாக தமிழவனின் எழுத்து புரியவில்லை என்ற குற்றச்சாட்டை அடிக்கடி கூறியுள்ளனர். நாங்களும் ஓரிரு முறை நாகார்ஜுனன் எழுதுபவை புரியவில்லை என்பது கூறியபோது தமிழவன் அதற்கு விஷயஞானம் இல்லாத வாசகர்கள் கூறுவதாக அதை எதிர்கொண்ட நினைவு உள்ளது. தமிழவனின் ஸ்டரக்சுரலிசம் நூல் வாசிக்க முடியவில்லை. அதற்கு ஆங்கிலத் திலேயே படித்துத் தெரிந்து கொள்ளலாம் என்றெல்லாம் சிலர் கூறியதுண்டு. எனக்கும் தமிழவனின் எழுத்து கொஞ்சம் குழப்பமாக இருந்ததாகவே தோன்றியது. அதற்கு தமிழவன். நாகார்ஜுனன் போன்றவர்கள் கூறும் பதிலும் ஏற்கத் தக்கதாகவே தோன்றுகிறது. அதாவது தீவிர வாசகர்கள் தாங்கள் அறியாத விஷயங்களைப் பற்றி தெரிந்து கொள்ள முனையவேண்டும் அப்படி முயற்சி செய்யாமல் ஒரு விஷயத்தைப் புரிய வில்லை என்று முத்திரையிடுவது தவறு. சிறுபத்திரிகையின் வாசகர்கள் எழுத்தாளர்களாகவும் இருப்பவர்களே. ஆகவே அவர்கள் கொஞ்சம் முயற்சிகள் எடுத்துப் புதிய விஷயங்களைக் குறித்த கட்டுரைகளை வாசிக்கப் பழகவேண்டும்.

புதியதையும் வித்தியாசமானதையும் எப்போதும் வரவேற்கும் தமிழவன் மனப் பாங்கு பற்றிக் குறிப்பிட்டிருந்தேன். ஒவ்வொருமுறை நாங்கள் சந்தித்தபோதும் தமிழவன் தவறாமல் புதிய தகவலை, எழுத்தை, பத்திரிகையைக் குறித்துப் பேசாமல் இருந்ததில்லை. வேறு மொழியில் வந்த எழுத்தையோ, புகைப்படத்தையோ, கருத்தையோ, கட்டுரையையோ குறிப்பிடாமல் அவரால் இருக்கமுடியாது. புதியதும் வித்தியாசமானதும் அவரை உறுத்திக்கொண்டே இருக்கும்போலத் தோன்றும். இந்தத் தணியாத தாகம், புதிதுபுதிதாக விஷயங்களைத்

தெரிந்துகொண்ட அவற்றைத் தமிழில் சொல்லிவிடத் துடிக்கும் மனம் தமிழவனை மற்றவர்களிடமிருந்த வேறுபடுத்திக் காட்டுவதாக நினைக்கிறேன்.

படிகள் நின்றபோன பிறகு எங்கள் சந்திப்பு மிகவும் குறைந்துபோனது. 1985 வருடம் ஜுலை மாதத்திலிருந்து ஒரு வருடம் நான் மைசூர் பல்கலைக்கழகத்தில் பணியாற்றினேன். அந்த வருடம் நவம்பர் மாதம் என் திருமணம் நடந்தது. 1986 முதல் பெங்களூர் பல்கலைக்கழகத்தில் பணிமேற்கொண்டேன். நானும் தமிழவனும் அடுத்தடுத்த கட்டிடங்களில் பணியாற்றினோம் என்றாலும் சந்தித்துப் பேசுவது அபூர்வமாகவே நிகழ்ந்தது. எங்காவது பார்க்கும்போது ஒரு புன்னகை. தலையசைப்பு. 'நல்லா இருக்கிறீங்களா ?' என்ற கேள்வியுடன் எங்கள் தொடர்பு குறுகிப்போனது. நான் என் துறைத் தலைமை ஏற்று படாதபாடு பட்டுக்கொண்டிருந்தபோது ஒருமுறையோ. இரண்டுமுறையோ தமிழவன் அதுபற்றிக் கேட்டதாக நினைவு. எனக்கு தமிழவன் தென்தமிழகத்திலிருந்து வந்தவர் என்று மட்டுமே தெரியும். அவர் ஊர் குடும்பம் பற்றிய விவரங்கள் தெரியாது. நாங்கள் அவற்றைப் பற்றி பேசியதே இல்லை. ஏழு – எட்டு ஆண்டுகள் படிகள் நடத்திய காலத்தில் நாங்கள் வாரத்தில் இரண்டு மூன்று நாட்களாவது மணிக்கணக்கில் சந்தித்துப் பேசுவது வழக்கம். ஆனாலும் எங்கள் சொந்த வாழ்க்கை பற்றி எதுவும் பேசியதில்லை. அவருக்கு அப்பா, அம்மா இருக்கிறார்களா என்றுகூடத் தெரியாமல் இருந்தேன். அவர் வீட்டுக்கு எப்போதாவது சென்றபோதும் அவர் மனைவி, மகனிடம் இரண்டு வார்த்தைகள் பேசியதோடு சரி. அவர் என் வீட்டுக்கு அதிகம் வந்துள்ளார். காரணம் படிகள் முகவரியாக என் வீடுதான் பல வருடங்கள் இருந்தது. அவரும் என் அப்பா, அம்மா, தம்பியிடம் அதிகம் பேசியதாக நினைவில்லை. ஒன்றிரண்டு வார்த்தைகள் மட்டுமே பேசியுள்ளார். நானும் ராமசாமியும் தமிழவனும் சேர்ந்து சாப்பிட்டதாகவோ. ஒன்றாகப் பயணம் செய்ததாகவே எனக்கு நினைவில்லை. எப்போதாவது மூவரும் காபி, டீ அருந்தியதுண்டு. தமிழவனுடன் எனக்கு இருந்த தொடர்பு படிகள் இதழ் மட்டுமே. அது நின்றவுடன் தொடர்பு முற்றிலும் நின்றுபோனது.

படிகள் மூலம் ஏற்பட்ட உறவு படிகள் நின்றவுடன் துண்டித்தது என்று நினைக்கும் போது வியப்பாக இருக்கிறது. அவர் பணி ஓய்வு பெற்ற பின்பு ஓரிரண்டு ஆண்டுகள் குப்பம் என்ற ஊரிலுள்ள திராவிட மொழிகளுக்கான பல்கலைக்கழகத்தில் பணியாற்றி

னார் என்று தெரியும். அதேபோல கிழக்கு - ஐரோப்பிய நாடுகள் சிலவற்றில் இரண்டு மூன்று ஆண்டுகள் பணியாற்றியதும் தெரியும். அவர் எழுதுவதை நான் படிக்கும் வாய்ப்புகள் இல்லாமலே போயிற்று. அவர் புதிய பத்திரிகை ஒன்றைத் தொடங்கியுள்ள தாக ராமசாமியோ வேறுயாரோ கூறியது நினைவில் உள்ளது. அதில் என்ன எழுதுகிறார் என்றோ. அவர் சிந்தனைப் போக்கு என்ன என்பதோ கொஞ்சமும் தெரியாமலே சுமார் 20 ஆண்டுகளுக்கும் மேலாகிவிட்டது.

படிகள் நாட்களில் கண்ணாடிக் காகிதத்தில் (Manifold Paper) பக்கம் பக்கமாக எழுதிக் குவிப்பார். இன்று கணினியில் டைப் செய்பவராக இருக்கலாம். அதேவேகத்தில் இன்றும் புதிய, வித்தியாசமான சிந்தனைகளை எழுத்துக்களை ஆர்வத்துடன் உள்வாங்கி அவற்றைத் தமிழுக்குத் தந்துவிட வேண்டும் என்று அவர் செயல்படுவதை என் மனக்கண்ணில் காட்சிப்படுத்த முடிகிறது.

படிகள் பத்திரிகையும் தமிழவனும்

ஜி.கே.ராமசாமி

தமிழவனுடன் இணைந்து படிகள் ஆசிரியர் குழுவில் செயல்பட்ட அனுபவம் எப்போதும் நினைவு கூரத்தக்கது. வெறும் வெகுஜனப்பத்திரிக்கை வாசிப்பும். அவைகள் காண்பித்ததையே இலக்கியம் எனவும் பெரிதாகக் கருதிக் கொண்டிருந்த ஒருவனுக்கு தமிழிலக்கியச் சூழலையும் அதிலுள்ள மேலான படைப்புக்களையும், படைப்பாளிகளையம் அறிமுகப்படுத்தியது தான் அந்த அனுபவம். அன்றுவரை ஜெயகாந்தனின் படைப்புக்களையே அதிகம் போற்றிப் பேசிவந்த நிலைமாறி. பல இளைய தலைமுறை எழுத்தாளர்களையும். மூத்த எழுத்தாளர்களையம் அறிந்துகொண்டது மகிழ்ச்சியான அனுபவம். இந்த வெகுஜன பத்திரிக்கைவாசகனுக்கு சமூக - கலாச்சார அக்கறை, செயல்பாடுகளில் தெளிவும், விரிவும் ஏற்பட காரணமாக இருந்தது. ஆசிரியர் குழுவில் ஒருவனாக இருந்து இதழுக்கு வந்த கடிதங்களை, கட்டுரைகளை விவாதிப்பதும், இதழ் தயாரிப்புச் செயல்பாடும் அறிவுத் தளத்தை விரிவுபடுத்தியது. இதழின் உந்து சக்தியாக தமிழவன் இருந்தார். அது செயல்பட வேண்டிய திசையையும் அவர் காட்டினார். படிகள் இதழ் வெளிவந்த சூழல், அதனுடன் சம்பந்தப்பட்டவர்கள், அதன் நோக்கம் ஆகியவற்றைச் சற்று விரிவாக நாம் பேசவேண்டும்.

இதழ் தொடங்குவதற்குச் சில மாதங்களுக்கு முன்பிருந்தே பெங்களூர் சென்ட்ரல் காலேஜ் புல்வெளியில் அடிக்கடி நண்பர்கள் கூட்டம் நடைபெற்று வந்தது. இவர்களுக்கிடையே நடைபெற்ற உரையாடல்கள், விவாதங்கள் பெரும்பாலும் அரசியல், தமிழ் இலக்கியம், கலாச்சாரம் சார்ந்தவைகளாக. தமிழ் உணர்வு, சமூகநீதி, சுதந்திரம் என்ற விஷயங்களை ஒட்டியே இருந்தன. இந்தியாவில் அவசரநிலைச் சட்டம் (எமர்ஜென்சி) நீக்கப்பட்டு, 1977 ஏப்ரலில் பொதுத் தேர்தல் நடத்தப்பட்டது, ஜெயப்பிரகாஷ் நாராயண் தலைமையில் ஜனதாகட்சி என்று

(வலதுசாரி மைய கட்சி கள் இணைந்தது) கூட்டணி அமைத்து வெற்றிபெற்று, முதன்முதலாக காங்கிரசல்லாத ஒரு மத்திய அரசு அமைந்தது. தமிழ்நாட்டிலும் மாற்றம் தான். கருணாநிதி மாறி எம்.ஜி.ஆர். வந்தார். இந்த ஆட்சி மாற்றங்கள் ஏற்படுத்திய எதிர்பார்ப்புகளின் சூழலில்தான் நாம் மேலே குறிப்பிட்ட விவாதங்கள் நிகழ்ந்தன.

இந்தக் கூட்டங்களில் கலந்துகொண்டவர்களில் பெரும்பாலானவர்கள் இளைஞர்கள். 1960–70 காலகட்டம் இவர்களுக்குள் பெரும்தாக்கத்தை .ஏற்படுத்தியிருந்தது. 60-களில் தமிழ்நாட்டில் திராவிட இயக்கச் செயல்பாடுகள், இந்தி எதிர்ப்புப் போராட்டம் இளைஞர்களை, குறிப்பாக பிராமணரல்லாதார் இளைஞர்களை, வெகுவாகக் கவர்ந்திருந்தது; அவர்களை அரசியல் நோக்கி இழுத்தது. 1967-ல் தி.மு.க. ஆட்சியைக் கைப்பற்றிய சூழலில், பிராமணரல்லாத மேல்சாதியினருக்கு அரசியல் அதிகாரம் தங்களுக்க அருகாமையில் உள்ளது என்ற உணர்வு ஏற்பட்டது. பின்னாளில் அது மறையத் தொடங்கியது என்றும் சொல்லலாம்.

திராவிடஇயக்கத் தாக்கம் இருந்ததைப் போலவே இவர்களிடம் மார்க்சிய சிந்தனைத் தாக்கமும் இருந்தது. இந்திய பொதுவுடைமைக் கட்சி வரலாற்றில் 1960-70 காலக் கட்டம் பல திருப்பங்களை ஏற்படுத்தியிருந்தது. 1962-ல் நடந்த இந்திய – சீன எல்லைப்போர்; அதேசமயம் உலக அரங்கில் ரஷ்ய தலைமை, சீனத் தலைமை என்று இரண்டாகப் பிளவு பட்ட நிலைமை. இதனால் பல நாட்கள் நடந்த உள்கட்சி விவாதத்திற்குப் பிறகு, 1964-ல் கட்சி இரண்டாகப் பிரிந்து சி.பி.ஐ, சி.பி.எம் என்று ஆனது. அப்போது சி.பி.எம் புரட்சிகரக் கட்சியாகத் தோன்றியிருந்தாலும், 1967 தேர்தலுக்குப் பிறகு அந்தப் பிம்பம் உடைந்துபோயிற்று. சி.பி.எம் பல கட்சிகளுடன் கூட்டணி அமைத்து வங்காளத்தில் வெற்றிபெற்று, ஆட்சிஅமைத்தது. புரட்சிக்கான பாதை போராட்டப் பாதையே என்று கட்சிக்குள் ஒரு பகுதியினர் இந்த முயற்சியை எதிர்த்தனர். 1968-ம் ஆண்டு நக்சல்பாரி பகுதியில் கூலி விவசாயிகளுக்கம் பண்ணையார்களுக்கும் கூலி வழங்கும் விஷயத்தில் மோதல் ஏற்பட்டு, பெரிய போராட்டமாக வெடித்தது. விவசாயிகளுக்கும் போலீசுக்குமான மோதலாக அது மாறியது. இந்தப் போராட்டத்தில் சில விவசாயிகள் இறந்தனர். ஒரு போலீஸ் அதிகாரி கொல்லப்பட்டது பெரிய செய்தியாக, இந்திய பாராளுமன்றம் வரை பேசப்பட்டது. சி.பி.எம் கட்சி,

அதிகாரத்தில் இருந்தபடியால், இந்தப் போராட்டத்தை ஆதரிக்க வில்லை. மாறாக, போராட்டத்தைக் கைவிட்டுவிட வேண்டும் என்று தோழர்களை வலியுறுத்தியது. போராட்ட வழியை ஏற்ற தோழர்கள். 1969-ல் லெனின் பிறந்தநாளன்று கல்கத்தாவில், புதிய கட்சியை தோற்றுவித்தனர். அதுவே சி.பி.எம் (எம்.எல்) என்றும், பின்னாளில் மாவோயிஸ்ட் கட்சி என்றும் செயல்பட்டு வருகிறது. கோட்பாட்டு ரீதியாக பல தெளிவின்மைகள் இருந்தபோதிலும். இந்தப் புதிய கட்சி இந்திய இளைஞர்கள் மத்தியில் பெரும் வரவேற்பைப் பெற்றது. வெகுவிரைவிலேயே கேரளா, ஆந்திரா, தமிழ்நாடு. வங்காளம், பஞ்சாப், பீகார், ஒரிசா. மத்தியபிரதேசம் என்று இந்தப் போராட்ட அரசியல் பாதை வலுவடைந்தது. தேங்கியிருந்த பொதுவுடைமை இயக்கம், இப்போது புதுத் தெம்பு பெற்றது. சி.பி.ஐ. சி.பி.எம், கட்சிகள் தேர்தல் பாதையே தங்களுடைய பாதை என்று சமூக, ஜனநாயக (Social democratic) கட்சிகளாக தங்களை வடிவமைத்துக் கொண்டன.

இந்த நண்பர்கள் கூட்டத்தில் கலந்துகொண்டவர்களில் இருவர் சமூகவியல் துறை சார்ந்தவர்கள், பிறர் இலக்கியம் மற்றும் பிற துறை சார்ந்தவர்கள். ஆனால் எல்லோருமே மார்க்சீய சிந்தனை உடையவர்கள் எனலாம். இதில் ஒருவரைத் தவிர மற்றவர்களை வறட்டு மார்க்சீயர்கள் என்பதை பின்னாளில் உணரமுடிந்தது. (பின்வரும் பகுதியில் இதனைக் கொஞ்சம் விரிவாகப் பேசுவோம்). படிகள் இந்த இரண்டு கூறுகளையும் – திராவிட இயக்கம் சார்ந்த தமிழ் உணர்வு, சாதிஒழிப்பு அல்லது சமூகநீதி ஆகியவையோடு மார்க்சீய உணர்வான அடக்குமுறைக்கு எதிர்ப்பு, சமத்துவ சமுதாயம், சுதந்திரம் என்ற நோக்கில் செயல்பட்டு வந்ததைப் பார்க்க முடிந்தது. இவைகள் அரசியல் மற்றும் கலாச்சார தளம் சார்ந்தவை என்பதை உணர்ந்திருந்த படிகள் அதன் முதல் இதழ் 1978 டிசம்பர் தலையங்கத்தில் 'தமிழ்ச் சூழலில் தோன்றியுள்ள நோய்க் கூறுகள்' என இவ்வாறு விளக்கம் தந்தது:

நம் தமிழ்க்கலாச்சார உருவாக்கத் தொடர்ச்சிக்குள்ளேயே இன்று மலைபோல் குவியும், ஜனரஞ்சகத்தனமான, ஆழமற்ற தேடலற்ற எழுத்துக்கான கூறுகளின் குணாம்சங்கள் அடங்கியுள்ளனவோ என்று ஆய வேண்டியுள்ளது. இந்த நோய்க்கூறுகளை ஏதோ ஒருவகையில் சிறுபத்திரிகைகள் புரிந்துகொண்டுள்ளன. ஆனால் தீர்வுகள் தான் ஒவ்வொரு பத்திரிகையிலும் மாறுபடுகின்றன. இப்பிரச்சினைகளைச் சந்திக்கும் போதெல்லாம், பேசுகின்ற, சிந்திக்கின்ற, அலசுகின்ற ஒரு சிலரின் செயல்பாட்டு வடிவமே படிகளின் வெளிப்பாடு

தமிழ்க்கலாச்சாரத்தினைப் பீடித்துள்ள நோய்க் கூறுகளை அடையாளம் கண்டது மட்டுமல்லாது, அதனைக் களைந்தெறிய மேற்கொள்ள வேண்டிய செயல்பாடுகளிலும் தெளிவு கொண்டிருந்தது என்பதை அதே தலையங்கதின் பிற்பகுதியில் காணலாம்.

'படிகள்' பத்தோடு பதினொன்றாக வெளிவரும் பத்திரிகையல்ல. சில அடிப்படைகளைப் புரிந்துகொண்டு பொறுப்புடன் இந்தத் தமிழ்ச்சூழலில் நடந்துகொள்ளும் இயல்பான செயல்வடிவ எழுத்து ரூபமே 'படிகள்'. எனவே படிகள் எதிர்நோக்க வேண்டிய இடர்களை இடைஞ்சல்களை முன்யோசனையுடன் சந்திக்கும் திராணியுடன்தான் வெளிவருகிறது.....ஒரு சில ஆயிரம் ஆண்டுகளின் சரித்திரத்தைக் கொண்ட தமிழ்மொழியில் காணப்படும் இன்றைய விசனத்துடன் நாம் கவனிக்கும் போக்குகளைக் களைந்தெறிய 'படிகள்' ஆழமான சிந்தனைகளை மேற்கொள்ளுகிறது.

தமிழ்மனங்கள் உருவாவதன் தன்மையை நோக்கும்போது உலக அறிவுத்துறைகளை வெறுக்கும் போக்கு காணப்படுகிறது. ஓர் மொழி வளர்வது, வெறும் சொற்கூட்டத்தின் அதிகரிப்பால் மட்டுமல்ல; சிந்தனையின் அதிகரிப்பாலும் ஆகும். சிந்தனையால் மொழியும். மொழியால் சிந்தனையும் விருத்தி அடைகின்றன என்ற இயங்கியல் பார்வை கொண்ட 'படிகள்' உலகின் பிற அறிவுத்துறைகளைச் சார்ந்த ஞானம் மட்டுமே நம் அறிவை விசாலமாக்க முடியும் என்று நம்புகிறது

நம் எண்ணம் வெறும் மொழிவளர்ச்சியுடன் மட்டும் சார்ந்தது அல்ல. மனிதவளர்ச்சியுடன் சார்ந்தது; அந்த வளர்ச்சி அறிதலில் அடங்கியுள்ளது போலவே அறிதலின் உயர்ந்தபட்ச அறிதலாகிய செயல்முறையிலும் அடங்கியுள்ளது. படிகள் செயல்பாட்டிலிருந்து அகலாதிருக்கும் மனிதனையே படைக்க விரும்புகிறது

இந்தப் புரிதலுடன் படிகள் செயல்பட்டு வந்ததையும், அது எடுத்த புதிய முயற்சி களையும் காணவேண்டும்.

II

இதழின் ஆசிரியர் குழுவாக தமிழவன், ஜி.எஸ். சிவராமகிருஷ்ணன் (ஜி.எஸ்.ஆர்.கிருஷ்ணன்) ஜி.கே.ராமசாமி ஆகியோர் செயல்பட்டனர். அவ்வப்போது, இதழ் தயாரிப்பு விவாதங்களில் சிலர் கலந்தகொண்ட போதிலும், ஆசிரியர்

குழு என்பது இந்த மூவரை மட்டுமே குறிக்கும். 1978 டிசம்பரில் முதல் இதழ் வந்தது; 1985ல் தனது இருபத்திரண்டாவது இதழுடன் அது முன் செல்லாது நின்றுவிட்டது. தமிழவன் தமிழ் இலக்கியம், தமிழ்நாட்டின் இலக்கியச் சூழல் இவைகளை நன்கு அறிந்திருந்தவர் என்பதுடன் அவரே படைப்பாளியாகவும் இலக்கிய விமர்சகராகவும் இருந்தார். மற்ற இருவரும் சமூகவியல் துறை சார்ந்தவர்கள். ஆனால் அவர்களின் இலக்கியப் பின்புலம், முன்பே குறிப்பிட்டதுபோல ஜெயகாந்தனை மெச்சும் அளவில்தான் இருந்தது. இந்த மூவரிடமும் மார்க்சிய சிந்தனை இருந்தது. மார்க்சீய சிந்தனை இயல்பாகவே சமூகமாற்றம் நோக்கிய செயலுக்கு உந்தும்.

சமூகவியல் துறைசார்ந்த, தமிழகத்தின் இலக்கியச் சூழலை அவ்வளவாக அறிந்திராத இருவருக்கும் சிறுபத்திரிகை ஒன்றை தொடங்கலாம் என்ற எண்ணமே கிளர்ச்சி ஊட்டுவதாகவும் சமூகமாற்றம் தொடர்பான செயல்பாடு என்ற அளவில் உற்சாகம் தருவதாகவும் இருந்தது. அந்தச் சமயத்திலேயே தமிழவனுக்கு அமைப்பியல் சிந்தனை அறிமுகமாகி இருந்தது. (பிறகு தான் இதைத் தெரிந்து கொண்டோம்) எனவே அவருக்குச் சமூகவியல். மானுடவியல் சிந்தனை அந்நியமாக இருக்கவில்லை. மாறாக, அப்படியான சிந்தனை, இன்றைய சூழலில், நமக்குத் தேவை என்பதை வலியுறுத்தினார். எனவேதான் முதல் இதழ் தலையங்க இறுதியில், இப்படியான அறிவிப்பைச் செய்தது.

'படிகளு'க்குச் சமூகவியல், தத்துவம், தமிழிலக்கியம், மார்க்சீயம் ஆகிய துறைகளில் ஈடுபாடுள்ள சிலர் ஆசிரியர் குழுவாய் இருந்து ஆலோசனைகளை ஆசிரியருக்கு வழங்கவும், கட்டுரை, விமர்சனங்கள், படைப்புக்கள் தேர்ந்தெடுக்கவும் ஒத்துழைப்பதாய்க் கூறியுள்ளனர். இந்தப் பின்புலத்தில் நிற்பது 'படிகளுக்கு ஓர் பிரத்யேகத் தன்மையைக் கொடுக்கிறது.

படிகள் பிற சிறுபத்திரிகைகளைப்போல அல்லாமல். தனித்தன்மையுடன் கலாச்சாரத் தை அணுகியது என்பதை கவனிக்க வேண்டும். அடுத்த பகுதியில் கலாச்சாரம் பற்றிய கருத்துக்களை விரிவாக பேசலாம். இதழ் தொடக்கம் பிறகு அதன் ஓட்டம் என்பவற்றில் தமிழவனது பங்களிப்பு என்பது குறிப்பிட்டுச் சொல்லத்தக்கது.

கலாச்சார சீர்கேட்டினைக் களைய பலரின், பல தனிக்குழுக்களின் ஒன்றிணைக்கப்பட்ட, இயக்க வழிப்பட்ட

ஒத்துழைப்புத் தேவை என்பதை உணர்ந்த படிகள் குழு அதை முன் வைத்து தனது முதல் நடவடிக்கையை எடுத்தது. அதுவே இலக்கு கலாச்சார இயக்கம் என்று உருவானது. இயக்கம் வெளி—யிட்ட முதல் அறிக்கை தெளிவாக இருந்தது.

தேடலற்ற அறிவார்ந்தமற்ற போக்குகள் அறிவுத்துறைகளை நச்சுப்படுத்தி வருகின்றன. வெகுஜன கவர்ச்சியே கலை இலக்கியத்தின நோக்கமாகி உள்ளது. தமிழகத்தின் கடந்த பத்தாண்டுகளின் வரலாற்றை ஊன்றி கவனிக்கும்போது ஆதாயமே குறியான வியாபார சக்திகளும் அதன்பிம்பமான சமுதாய பிரக்ஞையற்ற, அரசியல் நடைமுறைகளும் இந்த சீரழிவுச் சூழலில் முக்கியப் பங்கேற்று வந்திருப்பது தெளிவாகும். இச்சக்திகளின் கோரப்பிடியிலிருந்து விடுபடவும் ஆரோக்கியமான தன்மை ரீதியில் மேலான கலாச்சாரம் தழைக்கவும் அச்சம் தரும் இச்சூழலை உணருவோர் ஒன்றிணைந்து செயல்பட வேண்டி பல சிறுபத்திரிக்கை, நாடக. சினிமா மற்றும் பதிப்பகக் குழுக்கள் 1979 டிசம்பர் 29, 30 தேதிகளில் காந்திபுரத்தில் (நாமக்கல்மாவட்டம்) கூடி, விவாதித்து, இலக்கு கலாச்சார இயக்கத்தினைத் தோற்றுவித்தனர்

இது அரசியல் இயக்கமல்ல. ஆனால் கலாச்சாரச் சீரழிவை எதிர்த்துப் போராடி, மாற்றுக் கருத்துக்களை, மதிப்பீடுகளை, முன்னிறுத்தும் பண்பாட்டு இயக்கம். தமிழ்ச் சூழலில் மேலான இலக்கிய அறிவும், படைப்பும் தரும் ஆளுமைகள் இருந்தனர்; குழுக்கள் இருந்தன. ஆனால் எழுத்து வணிகமயமாக்கப்படும் போக்கு நாளுக்குநாள் பெருகி வருவதை இவர்கள் கவலையுடன் கவனித்து வந்தனர். எது சந்தையில் அதிகம் விற்பனை ஆகிறதோ அதுவே உயர்ந்த எழுத்து என்ற கருத்தைப் பரப்பி, படைப்பை மலினப்படுத்தும் வணிகமுயற்சியில் பெரிய முதலீடு அடங்கியுள்ளது. எனவே இதன் வளர்ச்சி என்பத சமூகக் கேடாகத்தான் முடியும். நாம் சீரழிவு, கேடு என்று குறிப்பிடுவது, அது மக்களிடையே ஒற்றுமையை குலைப்பதாக இருக்கலாம். பெண்களை கொச்சைப் படுத்தும் பார்வையாக இருக்கலாம். அறிதலில் ஆய்வில் நுனிப்புல் மேயும் பண்பாக இருக்கலாம். மனித வாழ்வை, முன்னேற்றத்தைத் தடுக்கும் எந்த செயல்பாடும் கேடு தான். இது அரசியல் வடிவத்தில் வந்தாலும், சாதி மத வடிவத்தில் முன்னிறுத்தப்பட்டாலும் அவைகள் மனித இனத்திற்கு எதிரானதுதான். இந்தச் சீரழிக்கும் சக்திகளைக் கூட்டு செயல்பாடுகளால் (Collective Action) மட்டுமே எதிர்கொள்ளமுடியும்.

தனித்தனியாக, தீவுகள் போல் செயல்பட்டுவந்த ஆளுமைகளும், குழுக்களும் இணைந்து செயல்பட தோற்றுவிக்கப்பட்ட களம் எனலாம். இதற்குமுன்பு இருந்திராத இயக்கம் இது. ஆளுமைகள் ஒரு இடத்தில் சந்தித்து, தங்கி கருத்துக்களை விவாதிக்க, பரிமாறிக் கொள்ள வழிசெய்தது இலக்கு இயக்கம். அடுத்த ஐந்து ஆண்டுகளில் இந்த இயக்கம் சார்ந்த குழுக்கள் சென்னை, கோவை, திருச்சி, மதுரை, பெங்களூர் என பல்வேறு இடங்களில் கூடி இலக்கியம், விமர்சனம், சினிமா. தத்துவம். வரலாறு என விவாதித்தனர். அந்தக் கட்டுரைகள் நூல்களாகவும் வெளிவந்தன. ஐந்தாண்டு செயல்பாடுகளைப் பற்றிக் கூற வேண்டுமானால் அதற்குத் தனிக்கட்டுரை தேவை. ஆனால் அது நடத்திய இரண்டு எதிர்ப்புக் கூட்டங்கள் பற்றி இங்குக் குறிப்பிடவேண்டும்.

1. உலகத்தமிழ் மாநாடு என்ற பெயரில் (எம்.ஜி.ஆர். அரசுவினால் 1981-ல் மதுரையில் நடத்தப்பட்ட மாநாடு) அரசு நடத்திய கோமாளித்தனத்தை எதிர்த்தது; அதற்கு எதிராக மாற்றுக்கூட்டம் நடத்தியது.

எதிர்ப்பைக்காட்ட இலக்கு சார்பில் சென்னையில் சுவரொட்டிகள் நகர் முழுதும் ஒட்டப்பட்டன. மாலையில் பனகல் பார்க் திருமண மண்டபத்தில் கூட்டம் நடந்தது. இதில் ஞானக்கூத்தன், அசோகமித்திரன், சேவற்கொடியோன், அறந்தை நாராயணன், ஞாநி, ந.முத்துசாமி, பிரபஞ்சன், ராஜ்கௌதமன், ஞானி, தமிழவன், சிவராமன் ஆகியோர் கலந்து கொண்டு. அரசியல்வாதிகளின் ஏமாற்றுவேலையை விளக்கிப் பேசினார்கள். இவர்களுடன் ஜனகப்பிரியா, நிர்மலா, ராஜன்சர்மா, எஸ்.ராமகிருஷ்ணன் ஆகியோரும் பேசினார்கள். படிகள் மேல் காவல்துறை கெடுபிடியும் இருந்தது. இவர்கள் யார்? நக்ஸலைட்டுகளா? என்ற விசாரணை பெங்களூர் வரை வந்தது.

1983-ல் சென்னையில், எழுபதுகளில் கலை இலக்கியம் என்ற தலைப்பில் மூன்று நாட்கள் கருத்தரங்கம் நடத்தப்பட்டது. இதில் சிறுகதை, நாவல், கவிதை, ஓவியம், தத்துவம். சினிமா, நாடகம், பத்திரிக்கை துறை என்ற பல தளங்களை உள்ளடக்கிய கருத்தரங்கு. இதில் பெரும்பத்திரிக்கை எழுத்தாளர்களும், சிறுபத்திரிகைப் படைப்பாளிகளும் என 150-க்கும் மேற்பட்டோர் பங்கேற்றனர். முதல்நாள் தொடக்கமாக சி.சு.செல்லப்பாவை கௌரவித்து அமர்வுகள் தொடங்கின. கட்சி சார்புடையவர்களும் இதில் கலந்துகொண்டனர்.

எழுபதுகளில் தமிழ் கலை, இலக்கிய நிலை பற்றிய தீவிரமான விவாதங்கள் நடந்தன. இந்தக் கருத்தரங்கைப் பற்றி கோவை ஞானி பரிமாணம் இதழில் கீழ்க்கண்டவாறு குறிப்பிட்டிருந்தார்.

கருத்தரங்கு முடியம் போது இத்தகைய கருத்தரங்கின் தேவை பலரால் உணரப்பட்டது என்று கருதுகிறோம். வித்தியாசமான கோணங்களிலிருந்து, நிறைய கருத்துக்கள் கூறப்பட்டன. மதிப்பீடுகளிலும் நிறைய வேறுபாடுகள். பார்வைகளிலும் நிறைய வேறுபாடுகள் .... ஒரு சந்திப்பு பலர் பற்றிய அறிமுகம்; பல கருத்து வேறுபாடுகள் என்ற அளவில் பிரிந்திருக்கிறோம். இனிதான் கவனமாக, பொறுப்பாக இப்பிரச்னைகள் பற்றி, நாம் விரிவாக ஆழமாக ஆராயவேண்டும்.

அன்றைய பெருவாரிப் பத்திரிகையான துக்ளக் இக்கருத்தரங்கைப் பற்றிக் குறிப்பிட்டிருந்தது:-

கருத்தரங்கத்துக்கு ஏற்பாடு செய்தவர்கள் எவ்வித பாரபட்சமுமின்றி பல்வேறு தரப்பினரையும் அழைத்திருந்தனர். அகிலன், சிவசங்கரி, பாலகுமாரன், கோமல் சுவாமிநாதன், சி.சு.செல்லப்பா முதல் இடதுசாரிக் கவிஞரான இன்குலாப் வரை பாரபட்சமின்றி தங்கள் கருத்துக்களைச் சொல்ல வாய்ப்பளித்திருந்தனர்.

கருத்தரங்கின் போது ஒரு கட்டிடத்தொழிலாளி அவர்களைப் போன்றவர்களைப் பற்றி எத்தகைய அக்கறையையும் இக்கருத்தரங்கு காண்பிக்கவில்லையே என்று எழுப்பிய கேள்வியைச் சுட்டிக்காட்டியிருந்தது. (துக்ளக் இதழ்: 15.01.82)

கருத்தரங்குகள், சந்திப்புக்கள், நடத்தப்பட்டது போலவே ஆபாச எதிர்ப்பு நடவடிக்கை களும் மேற்கொள்ளப்பட்டன. பெங்களூர்த் தமிழ்ச்சங்கத்தில், சாவி பத்திரிக்கையின் வாசகர் விழா எனும் கூட்டத்தில் பெரிய அளவில் எதிர்ப்புக் காட்டப்பட்டது. அதேபோல் சேலத்தில் இந்துமதி கலந்துகொண்ட கூட்டத்திலும், மதுரை, சென்னை, திருநெல்வேலி போன்ற நகரங்களிலும் பெரும்பத்திரிகைகளில் ஆபாச படங்கள் வெளியிடுதலை எதிர்த்து கூட்டங்கள் நடந்தன. வணிக நோக்கமே இவைகளின் உத்தி. இவைகள் படிகளின், இலக்கு கலாச்சார இயக்கத்தின் செயல்பாடுகள். அடுத்த பகுதியில் நாம் விவாதிப்பது படிகள் குழுவின் அரசியல், கலாச்சார பார்வை மற்றும் நிலைப்பாடு பற்றி.

III

படிகள் முதல் இதழிலேயே தன்னை ஒரு 'கலாச்சார இதழ்' என்று அழைத்துக்கொண்டது. இதன் ஆசிரியர் குழுவினரிடம் கலாச்சாரம் பற்றிய கருத்தில் வேறுபாடுகள் இல்லை எனலாம். ஆனால் இவர்களின் அரசியல் பார்வை அப்படி இருந்தது என்று கூறமுடியாது. இதழ் தொடங்கிய கட்டத்தில், சமூகவியல், மானுடவியல் கருத்துக்களைப் பிரதிபலிக்கும் விதமாக கட்டுரைகளும், பிற கருத்துக்களும் முன்னுரிமை பெற்றன. கலாச்சாரச் சீரழிவைச் சுட்டித்தானே, மாற்றுக் கருத்துக்களை, சமூக அறிவியலை மக்களிடம் கொண்டு செல்ல முடியும்? படிகள் இதழைத் தொடங்கியதோடு தங்களது கடமை முடிந்தது என்று குழு கருதவில்லை. எனவே எதிர்காகச் செயல்பாடுகளுக்கு, ஒன்றிணைந்த கூட்டு முயற்சிக்குத் தன்னை ஆயத்தம் செய்துகொண்டது. கலாச்சாரம் பற்றிப் பேசும்போது வெளிப்பட்ட ஒற்றுமை, அரசியல் பற்றிப்பேசும்போது ஏற்படவில்லை. இந்த வேறுபாடு படிகள் குழுவினுள்ளும், பின்பு இலக்கு சார்ந்த சில குழுக்களுடனும் நீறுபூத்த நெருப்பாக இருந்தது. ஆனால் இணைந்த செயல்பாட்டிற்கு அது தடையாக இருக்கவில்லை. சிலசமயம் எதிர்நிலையிலும் கருத்துக்கள் வந்தன.

சமுதாயம், கலாச்சாரம் என்பவைகள் சமூகப் பருபொருள் எனலாம். இந்தப் பொருளைச் சற்று தெளிவுபடுத்திக்கொண்டு மேலே செல்லுவது உதவியாக இருக்கும். சமுதாயம் என்ற சொல் நம்முடைய உரையாடல்களில் அடிக்கடி பயன்படுத்தப் பட்டாலும், பெரும்பான்மையோர் அதை அரைகுறை அர்த்தத்துடனேயே பயன்படுத்துகின்றனர். இவர்கள் பார்வையில் தனி மனிதர்கள் சேர்ந்த கூட்டமே சமுதாயம்; மனிதர்களைத் தாண்டி சமுதாயம் இல்லை என்பார்கள். இதன் காரணமாகவே, சமூகப் பிரச்சினைகளுக்குத் தீர்வ என்பதை தனி மனிதர்களிடமிருந்தே தொடங்குவார்கள். மனிதர்கள் மாறினால் சமுதாயம் சீர்பட்டுவிடும் என்பார்கள். இது ஒரு அரைகுறைப் பார்வை. சமுதாயம் என்பது ஒரு அமைப்பு; இந்த அமைப்பு சமூக உறவுகளால் கட்டப் பட்ட அமைப்பு. இந்த உறவுகள் இரண்டு மனிதர்களுக்கிடையே அல்லது இரண்டு குழுக்களுக்கிடையே - சாதிகள், வர்க்கம் - உள்ள உறவுகள், இந்த உறவுகள் சமூக நெறிகளால் பின்னப்பட்டது. சமுதாயமும், உறவுகளும் மனிதனுக்கு வெளியில் உள்ள சமூகப் பருப்பொருள் (Social Fact or Social Matter)எனப்படும். இந்தச் சமூக அமைப்பை மனிதர்கள் படைக்கின்றனர் என்பதும் மனிதர்களை இந்தச்

சமூக அமைப்புப் படைக்கிறது என்பதும் உண்மையே. இந்த உறவு இயங்கியல் தன்மை கொண்ட உறவு. சமூகப் பிரச்சினை என்பது இந்த அமைப்பினுள் ஏற்படும் ஓர் ஒவ்வாத நிலை. இதனைச் சரிசெய்ய (சமூக) அமைப்பில் மாற்றம் கொண்டு வரவேண்டும்; தனிமனிதர்களிடத்தில் அல்ல. இந்தப் புரிதல் தான் சமூக அறிவியல் புரிதல்.

அடுத்தது, சமுதாயம் எனும் பருப்பொருளை, மனிதனுக்கு வெளியில் உள்ள புறவய எதார்த்தம் (objective reality) என்ற புரிதல், 18-ம் நூற்றாண்டிலிருந்து தான் ஏற்பட்டது. அதற்கு முன்வரை, இது கடவுளின் படைப்பாக, அது அப்படித்தான் இருக்கும் என்றும், ஒருவருடைய பிரச்சனைக்குத் தீர்வாக கடவுளிடம் வேண்டிநிற்பதும்தான் என்று அறிவுறுத்தப்பட்டது.

கலாச்சாரம் என்பது பண்பாடே. இதுவும் ஒரு கலைச்சொல் தான். இதன் வரலாறு, உழவுத் தொழிலிருந்து தொடங்குகிறது என்பதை ரேமண்ட் வில்லியம்ஸ் (Raymond Williams) தனது மார்சீயமும். இலக்கியமும் (Marxism and Literature) என்ற நூலில் விளக்குகிறார். "மண்ணைப் பண்படுத்திப் பயிர் செய்" நிலத்தைத் திருத்தி விவசாயம்செய்" என்ற கருத்துக்களின் பொருள் 'பண்படுத்து; இயல்பாக உள்ளதைத் திருத்தி அமைத்திடு' என்பதே.

மனிதர்களும் பண்படுத்தப்படுகின்றனர்; அவர்களைப் பண்படுத்துவது பண் பாடாகும். இது ஒரு நவீனக் கருத்து. மனிதர்கள் பிறவியிலேயே ஒழுக்கம், மொழி, நல்லது, கெட்டது, சரி, தப்பு போன்ற மனஅமைப்புடன் பிறப்பதில்லை. அப்போது அந்தக் குழந்தையிடம் எதுவும் எழுதப்பட்டிராத சிலேட் பலகை போன்ற மனம் மட்டுமே இருக்கும். அந்த எதுவும் எழுதப்பட்டிராத சிலேட் பலகையின் மேல் பண்பாடு எழுதுவதுதான் மேலே குறிப்பிட்டவைகள். குழந்தை வளர்ப்பில் நடக்கும் இந்தச் செயல்களை ஒரு குழந்தை தனது உணர்வற்ற (Unconscious) நிலையிலேயே ஏற்றுக்கொண்டு சமூக ஜீவியாகிறது. அப்படியெனில் பண்பாடு தான் மனிதர்களைத் தீர்மானிக்கிறதா? பண்பாடு எங்கிருந்து தோன்றுகிறது? சமுதாயத்தை மனிதர்கள் கட்டமைப்பது போன்றே கலாச்சாரத்தையும் மனிதர்களே படைக்கின்றனர். அந்தக் கலாச்சாரம் மனிதர்களைப் படைக்கிறது. இங்கும் நாம் காண்பது இயங்கியல் உறவே. முதல் தலைமுறை— யினரின் அனுபவங்கள், உணர்ந்தவைகள், அறிந்தவைகள், நம்பியவைகள் எல்லாம் அடுத்த தலைமுறையினருக்கு வழங்கப்படுகின்றன. இப்போது வழங்கப்படும் அனுபவங்களும்,

அறிவும் இந்தத் தலைமுறையினரின் அனுபவங்களும் அறிவும், நெறிப்படுத்தப் பட்டவைகளும் மூன்றாம் தலைமுறையினருக்கு வழங்கப்படுகின்றன.. சிலவற்றைத் தவிர்த்தோ, சேர்த்தோ, மாற்றியோ இத வழங்கப்படுகிறது. இந்த சங்கிலித் தொடர் வாழையடி வாழையாக நடப்பது தான்.

1930-களிலிருந்து கலாச்சாரம் பற்றிய புரிதலில் கவனிக்கப்படாத சில விஷயங்கள் கவனம் பெறுகின்றன. புதுச்சிந்தனைகள் முன்வைக்கப்படுகின்றன. மொழியியலும், அமைப்பியலும் முன்வைத்த கருத்துக்களே, சமூக பொருள்களாக கட்டமைக்கப்படுகின்றன. ஆண்மை, பெண்மை என்பனவும், குடும்பம், நல்ல ஒழுக்கம், சடங்குகள் என்பனவுமாக எல்லாமே இப்படித்தான் கட்டமைக்கப்படுகின்றன. இவ்வாறே அர்த்தங்களும் கட்டமைக்கப்படுகின்றன. இப்படி கட்டமைப்பதும் அர்த்தங்களை படைக்கும் செயல்பாடுகளே பண்பாடு/ கலாச்சாரம் என கலாச்சார ஆய்வுகள் கூறுகின்றன. நாம் முன்பு தெரிவித்த அறநெறிகள், நம்பிக்கைகள், சட்டங்கள், நிறுவனங்கள், மதம், மொழி போன்றவை மறை நிலையான பகுதி (Passive side) ஆன பண்பாடு எனில், அர்த்தங்கள் படைக்கும் செயல்பாடுகள் தீவிர செயல்பாட்டுப்பகுதி (Active side) எனலாம்.

கலாச்சார ஆய்வுப்புலம் கலாச்சாரம் என்பதை 'பொருள் உருவாக்கும் முறைமை' (the meaning making Process) என்கிறது. அமைப்பியல், பின் அமைப்பியல், பின்நவீனத்துவம், பெண்ணியம், நவகாலனியச் சிந்தனை என்று புதுப்புது சிந்தனைகளும், விளக்கங்களும் கலாச்சாரத் தளத்தை விரிவுபடுத்தி வருகின்றன. படிக'ளின் நோக்கம், இந்தப் புரிதல்களை மக்களிடம் கொண்டு சேர்ப்பது; ஆரோக்கியமான கலாச்சாரத்தை கட்டமைப்பது என்பதே. இந்தச் சிந்தனைகளைப் பெரிய அளவில் உள்வாங்கி—யிருந்த தமிழவனுக்கு தமிழ் கலை, இலக்கிய சூழல் கவலையைத் தந்தது. அதை எதிர்க்கவும், மாற்றவும் படிகள் எடுத்த முயற்சி என்பது தமிழவன் எடுத்த முயற்சியே. மற்ற இருவரும அவருடன் துணைநின்றனர் எனலாம். இலக்கு இயக்கம் இந்த முயற்சியை விரிவுபடுத்தியது. இந்த முயற்சியில் எந்த அளவுக்குப் பலன் கிடைத்தது என்பதை தனியாக விவாதிக்க வேண்டும்.

படிகள் குழுவின் அரசியல் நிலைப்பாடு முக்கியமானது. குழுவிலிருந்த மூவருமே மார்க்சீய சிந்தனைக் கொண்டவர்கள் தான். அன்றைய நிலையில் தமிழவனை ஒரு வறட்டு மார்க்சீய

சிந்தனையாளர் என்று சொல்ல முடியாது. கம்யூனிஸ்ட் கட்சியை சேர்ந்தவர்கள் எல்லோரையும் மார்க்சீயத்தை முழுமையாக அறிந்தவர்கள் என கூறமுடியாது. இன்றும் அதேநிலை தான். மார்க்ஸ், சமூக அமைப்பை அடிக்கட்டுமானம் – மேல் கட்டுமானம் கொண்ட அமைப்பு என்றார். அதாவது உற்பத்தி சக்தி, உற்பத்தி உறவுகள் என்பவற்றை உட்கொண்ட பொருளாதாரத் தளத்தை அடிக்கட்டுமானம் என்றும் அரசு எந்திரம், சட்டம், சித்தாந்தம், குடும்பம், மதம் போன்ற அம்சங்கள் கொண்டவற்றை மேல்கட்டுமானம் என்றார். அடிக்கட்டு மானத்திற்கும், மேல்கட்டுமானத்திற்கும் நெருங்கிய உறவு உண்டு. அடிக்கட்டுமானம் மேல்கட்டுமானத்தைத் தீர்மானிக்கும் அளவுக்குப் பாதிப்பை ஏற்படுத்தும். அவரின் விளக்கத்தில் கட்டுமானம் என்பதை ஒரு உவமையாகத்தான் கூறினார். கலாச்சாரத்தை பொருளாதாரம் தீர்மானிக்கிறது என்ற பொருள்பட கூறவில்லை. உண்மையில் மார்க்ஸுக்கு பிறகு எங்கெல்ஸ் 1890-செப்டம்பரில் ப்ளோக் என்பவருக்கு எழுதிய கடிதத்தில், பொருளாதாரம் கலாச்சாரத்தைத் (மேல்கட்டுமானத்தை) தீர்மானிக்கிறது என்ற பொருளில் நாங்கள் கூறவில்லை என்கிறார். இதை ரேமண்ட் வில்லியம்ஸ் (Raymond Williams) தனது நூலில் சான்றாக தருகிறார். மார்க்சீயர்களில் பெரும்பாலானோர், இன்றும், மார்க்சியக் கோட்பாட்டின் ஒரு பகுதியான அடிக்கட்டுமானம் (பொருளாதாரம்) பற்றி மட்டும் தான் பேசுவார்கள். இவர்களுடன் உரையாடும்பொழுது, சுரண்டல், தொழிலாளி வர்க்கம், நிலவுடைமை, முதலாளி வர்க்கம், ஏகாதிபத்தியம், ஆதிக்கம் இப்படியான சொல்லாடல் கள் தான் முதன்மை பெறும். ஒரு பகுதி மார்க்சியத்தை மட்டுமே முழுமையானது எனக்காட்டுவார்கள். இப்படியான மார்க்சியர்களை சி.டபிள்யு. மில்ஸ் (C.W. Mills) கொச்சை (Vulgar) மார்க்சீயர்கள் என்றார். நாம் இவர்களை வறட்டு மார்க்சீயவாதிகள் என்கிறோம். காரணம் இவர்களிடம் படைப்பாக்கச் சிந்தனை (Creative Thinking) இல்லை என்பதால். வறட்டு மார்க்சீயர்களில் பலர் கட்சித் தலைவர்களாகவும் இருக்கிறார்கள்.

தமிழவனின் மார்க்சீயப் புரிதல் அடிக்கட்டுமானம் – மேல்கட்டுமானம் இரண்டையும் உள்ளடக்கியது. மனித வாழ்விற்கு அர்த்தம் தரும் கலாச்சாரத் தளத்தில் (மேல் கட்டுமானம்) படைப்பிலக்கியம், விமர்சனம் என்று பலமாக நிற்கிறார். இந்தத் தளத்தில், பழைய சிந்தனைக்கு மாற்றாக, நவீன சிந்தனைப்

போக்குகளை மக்கள் முன் வைக்கிறார். புரட்சிக்குப் பின் அதிகாரத்தைக் கைப்பற்றிப் புதிய கருத்துக்களை பரப்புவதல்ல; கிராம்ஷியின் பார்வையில், குடிமை சமூகத்தில் (Civil Society) புரட்சிகர வர்க்கம் தனது மேலாண்மையை (Hegemony)ஏற்படுத்தும் நடவடிக்கையாக இந்தக் கலாச்சார செயல்பாட்டினைக் காணலாம். வெங்கட் சாமிநாதன், க.நா.சு. இவர்களின் இலக்கிய விமர்சனத்திற்குப் பதில் தரும் வகையிலும் மார்க்சீய இலக்கிய விமர்சனத்தை இவர் முன்வைத்ததை நாம் காணலாம். படிகள் இதழின் அரசியல் பார்வையாக தமிழவன் இருந்தார் என்று சொல்லலாம்.

படிகள் இதழில் வெளியாகும் கட்டுரைகள் இடதுசாரித் தன்மை உடையவையாக இருந்தன. அதன் ஆசிரியர் குழுவில் இருந்த மூவரும் மார்க்சீய சிந்தனை உடையவர்களாக இருந்தனர். காலப்போக்கில் இதில் மாற்றம் ஏற்பட்டது. மார்க்சியம் மேற்கத்திய சிந்தனை, நமக்கு நமது மரபிலான சிந்தனை தேவை என்ற மாதிரியான சிந்தனை கிருஷ்ணனுக்கு ஏற்பட்டது.. இப்படியான ஒரு அடிப்படை மாற்றத்திற்குக் காரணமாக இருந்தது தரம்பால் ஏற்படுத்திய பி.பி.எஸ்.டி. (PPST (Patriotic Peoples Science and Technology)யுடன் கிருஷ்ணனுக்கு ஏற்பட்ட தொடர்பு தான்.. இந்த மாற்றம் அவர் அம்ஷன்குமார் நூலின் மேல் வைத்த விமர்சனத்தின் வழியாகத் தெரிந்தது.. பின்னர் *படிகள் 22-ல் (1985)*, அவரது விமர்சனக் கட்டுரை மீதான விவாதத்தில் தான் பி.பி.எஸ்.டி (PPST) குழுவின் கருத்திற்கே முதலிடம் கொடுப்பதாகவும், மார்க்சிய சிந்தனைக்கு அல்ல என்றும் தெரிவித்திருந்தார்.

நமது மரபு, நமது கலாச்சாரம், நமது சிந்தனை என்பவற்றிலிருந்து தான் இனி நம்மடைய எதிர்காலத்திற்கு வழிதேட வேண்டும் என்று கிருஷ்ணன் நம்பினார்.. காலனி ஆட்சியால்தான் நம்முடைய மரபும், சமூகவாழ்வும் கெட்டுவிட்டது என்பது அவரது வாதம். இந்த நிலைப்பாடு அவரை படிகள் பத்திரிகையிலிருந்து கொஞ்சம் கொஞ்சமாக ஒதுங்கிப் போக வைத்தது.

ஆசிரியர் குழுவிலிருந்த இன்னொரு ஆய்வாளர் ஜி.கே. இராமசாமி. மற்ற இருவரைப் போலவே, படிகள் தொடங்கும் முன்பாகவே, மார்க்சிய சிந்தனை அவருக்கு இருந்தது. அதற்கும் முன்பு தீவிர திராவிட இயக்க ஆதரவாளராக இருந்தார்.. இளமைப்பருவத்தில் அனுபவித்த வறுமை அவரை இடதுசாரிச்

சிந்தனைக்குத் தள்ளியிருந்தது. மற்ற தோழர்களைப் போலவே அவரும் எந்திரத்தனமான சிந்தனையைத் தான் கொண்டிருந்தார் எனச் சொல்லலாம். அதாவது வறட்டு மார்க்சீயம்.

படிகள் வெளிவரும் காலம் வரை அவர் அப்படியே தான் இருந்தார். பின்னாளில், பண்பாட்டின் சமூகவியல் (Sociology of Culture) என்ற ஒரு பாடத்தை முதுகலை மாணவர்களுக்கு விளக்கிச் சொல்ல வேண்டி வந்த போது படிக்க நேர்ந்த பல சிந்தனையாளர்களின் கருத்துக்கள் அவருக்குப் புதிய புரிதலைக் கொடுத்தன. அடிக்கட்டுமானம், மேல்கட்டுமானம் என்ற எந்திரத்தனமான புரிதல் மாறியது. இந்த இரண்டிற்கும் உள்ள உறவு இயங்கியல் உறவு என்பதும், கலாச்சாரத் தளம் என்பது முக்கியமான தளம் என்பதையும், அதை கட்சி மார்க்சீயர்கள் கவனம் கொடுக்காமல் உள்ளனர் என்பதையும் உணர முடிந்தது. நவ மார்க்சீய சிந்தனை என்பது தேக்க நிலையில் இருந்த மார்க்சீயம் வளர வழி வகுத்தது.

இந்திய மார்க்சீயர்களிடம் உள்ள பெரும் குறை என்பது அவர்கள் எந்த ஒரு சித்தாந்தத்தையும் இயங்கியல் நோக்கில் பார்க்கத் தவறுவது என்பது தான். காலங்காலமாக ஒரே சூத்திரத்தையே கூறி திரும்பத்திரும்பக் கூறுகிறார்கள். ஒரு படைப்பாக்க நோக்குடன் மார்க்சீயத்தை வளர்த்தெடுக்க முடியாத நிலைக்கு ஒரு காரணம் இவர்களிடம் தொடர்ந்த ஆய்வு இல்லை. இவர்கள் மாற்றமுனையும் ஒரு சமூக அமைப்பை அறிந்து கொள்ளத் தேவையான அளவுக்கு ஆழமான புரிதல் இல்லை. மார்க்சீயம் இங்கு வேரூன்ற முடியாமல் போனதற்கு இதுவே காரணம்.

மூன்று பேராக இருந்த மைய ஆசிரியர் குழுவில் இந்த நிலைப்பாட்டு மாற்றங்கள் ஏற்பட்டபோது படிகள் இதழை எந்தத் திசையில் கொண்டு செல்வது என்ற சிக்கல் ஏற்பட்டது. சிந்தனைகளை மக்களிடம் கொண்டு செல்வதற்கான வழிமுறைகள் குறித்தும் ஒரு தெளிவின்மை இருந்தது. தமிழவன் தனது படிப்பு, ஆய்வு, செயல்பாடுகள் என்பவற்றில் முன் நோக்கிப் போய்க்கொண்டிருந்தார். சிற்றிலக்கிய இதழ் வழியாக மக்களை அணுகுவதை விட ஒரு இடைநிலைப் பத்திரிகை மூலம் அணுகுவது இன்னும் எளிதாக இருக்கும் என்ற ரீதியில் அவரது சிந்தனை சென்று கொண்டிருந்தது. இப்படியாக முன்னோட்டங்களில்

வேறுபாடு கண்ட நிலையில் 1985 தொடக்கத்தில், தனது 22-வது இதழ் வெளிவந்த நிலையில் *படிகள்* தனது பயணத்தை நிறுத்திக் கொண்டது.

***

தமிழவன்: ஓர் இலக்கியச் செயற்பாட்டாளர்

கனல் மைந்தன்

20-ம் நூற்றாண்டுத் தமிழ் இலக்கிய வரலாற்றில் குறிப்பிடத்தக்க சிலரில் தமிழவனும் ஒருவர். 1970-களில் நிகழ்ந்த இலக்கிய எழுச்சியின் உடன் நிகழ்வாகத் தோன்றிய சிற்றிதழ்களில் பெங்களூரிலிருந்து வெளியான படிகள் அன்றைய சிற்றிதழ்களிடையே ஒரு தனித்தன்மையைக் காட்டியது. மற்ற சிற்றிதழ்கள் படைப்பு இலக்கியத்திற்கு முதன்மை தந்தன. படிகள் நாம் சார்ந்திருக்கும் சமூகம் பற்றிய புரிதலை மையமாகக் கொண்டது. நீரளவு ஆகுமாம் நீராம்பல் என்பது போல் எந்த அளவுக்கு ஓர் எழுத்தாளன் தான் வாழும் சமூகம் பற்றிய தன் புரிதலில் ஆழம் மிக்கவனாக இருக்கிறானோ, அந்த அளவுக்கே தன் படைப்பின் வீரியம் கணிக்கப்படும் என்ற கருத்தினை முன் வைத்து படிகள் வெளிவந்தது. எனவே. சமூகம் பற்றிய சமூகவியல் அடிப்படையிலான புரிதலைக் கூர்மைப்படுத்தவும் ஆழப்படுத்தவுமான ஆய்வுகள், திறன் மதிப்பீடுகள், கோட்பாடுகள் பற்றிய அறிமுகங்கள் ஆகியன தொடர்ச்சியாக அந்த இதழில் வெளி வந்தன.

படிகளின் இந்த அடித்தளத்திற்குக் காரணமானவர்களில் தமிழவன், படிகள் சிவராமன் (ஜி.எஸ்.ஆர்.கிருஷ்ணன்) ராமசாமி, காவ்யா சண்முகசுந்தரம், ப.சகதேவன் (கிருஷ்ணசாமி) ஆகியோர் குறிப்பிடத்தக்கவர்கள். இவர்களில் முதல் மூவரும் சமூகவியலில் ஏற்கனவே தமக்கிருந்த ஈடுபாட்டாலும் செயல்பாட்டாலும் படிகளின் தோற்றத்திற்குக் காரணமானார்கள். நண்பர் தமிழவனைப் பொறுத்தவரை எழுபதுகளின் தொடக்கத்தில் படைப்புத்துறையில் தம் பங்கை கலகச்செயல்பாட்டின் வழியே நிகழ்த்திக் காட்டியிருந்தார். ஏறத்தாழ ஈராயிரம் ஆண்டுக்கான மரபின் பளு நவீன தமிழ் இலக்கியத்தின் தோற்றத்திற்படும் வளர்ச்சிக்குத் தடையாக இருந்ததை புத்திலக்கிய வாதிகள் மணிக்கொடி காலத்திலிருந்தே சுட்டியும்

எதிர்த்தும் வந்திருந்தனர். பாரதி, பாரதிதாசன், வ.ரா. தமிழ்ஒளி, புதுமைப்பித்தன் ஆகியோர் மரபை உரமாக்கிக் கொள்ளும் உத்தியைக் கையாண்டனர். ஆனால். ந.பி., க.நா.சு., சி.சு.செல்லப்பா ஆகியோர் தமிழ் இலக்கிய மரபையும், தமிழனின் வரலாற்று மரபையம் உரமாக்கிக் கொள்ளாமல் இந்திய தேசிய மரபின் சார்பாக நின்று, தமிழ்த்தேசிய மரபைப் புறக்கணித்ததால் இவர்களில் பெரும்பாலோர் தொடக்கத்தில் ஆங்கிலத்திலேயே தம் படைப்புப் பணியைத் தொடங்கினர். ந.பி., தமிழ்ச்செய்யுள் மரபைப் பின்பற்றியும் அதில் வெற்றி பெறத்தவறியதால் அதை விட்டுவிட்டு பாரதி அறிமுகப்படுத்திய வசன கவிதையைப் பின்பற்றி தம் படைப்புப் பணியைத் தொடங்கினார். உண்மையில் பாரதி வால்ட் விட்மனின் வசனகவிதை மரபைத் தமிழில் அறிமுகப்படுத்தினாலும், தொடக்கத்தில் தமிழின் செழுமையான செய்யுள் மரபைப் புறக்கணிக்காமல் விட்மனின் வசன கவிதையால் கவிதை வெகுவாகச் சுருங்கிவிடும் ஆபத்துள்ளது என்ற எச்சரிக்கையும் செய்தார். ஆனால் 1908இல் அவர் புதுவைக்குப் போனபின்னர், அரவிந்தர் தொடர்பால் வேதமரபைக் கற்ற நேரத்தில் ரிக்வேதத்தின் வசன நடையைப் புகழ்ந்து அதைப் பின்பற்றி காட்சி, என்ற பெயரில் வேதத்தின் உரிப்பொருளை தமிழ்மரபில் அறிமுகப்படுத்தும் பணியை மேற்கொண்டார் என்பது குறிப்பிடத்தக்கது.

க.நா.சு., சி.சு.செ., ஆகியோரின் இலக்கிய முயற்சிகள் ஒரு முடிவுக்கு வந்தபின் அறுபதுகளின் கடைசியிலும் எழுபதுகளின் தொடக்கத்திலும் வெளிவந்த நடை, கசடதபற முதலிய சிற்றிதழ்கள் க.நா.சு.வின் பாதையைத் தேர்ந்தெடுத்தன. அதாவது தமிழனின் மரபைப் புறக்கணிக்கும் போக்கைத் தொடர்ந்தன. இதற்குக் காரணமாக இருந்தது 1916-இல் தொடங்கிய பார்ப்பனர் அல்லாதார் இயக்கமான திராவிட இயக்கம். இது பார்ப்பனர்களை இருவிதமாகச் சிந்திக்க வைத்தது.

அண்ணாமலைப் பல்கலைக்கழக மாணவரான ந.முத்துசாமி திராவிட மாணவர் அமைப்பிலிருந்து தம் பொதுவாழ்வைத் தொடங்கினார். தமிழரசுக் கழகத்தில் தீவிர ஈடுபாடு காட்டிய அரங்கநாதன் (ஞானக்கூத்தன்) மரபுக் கவிதைகளில் தம் படைப்புப் பணியைத் தொடங்கினார். இவர்கள் தத்தம் பணிகளின் நிமித்தம் அறுபதுகளின் இறுதியில் சென்னைக்கு வந்தபின் தத்தம் அரசியல் ஈடுபாட்டைத் தவிர்த்ததுடன், திராவிட எதிர்ப்பையும் மேற்கொண்டனர்.

தமிழவன், தமிழ் இலக்கியத்திற்குள் காலடி வைத்தபோது தமிழகத்தில் நிலவிய சமூக, இலக்கியப் போக்குகளை அறிவது தேவையாகிறது. மேனாட்டுத்தாக்கம் 20ஆம் நூற்றாண்டுத் தமிழ் இலக்கியப் போக்கைத் தீர்மானிப்பதில் வகித்த பங்கு குறிப்பிடத் தக்கது. புதுமைப்பித்தன் புரட்சிகரமான பிரெஞ்சு மரபைப் பின்பற்றினார். ஆனால் க.நா.சு. வழிவந்தோர் ஆங்கில அமெரிக்க மரபைப் பின்பற்றினர். எனவே வசன கவிதையைத் தேர்ந்தெடுத்தனர். புதுமைப்பித்தன் வசனகவிதையை ஏற்கவில்லை. வசன கவிதையை விட்மன் சுதந்திரச் செய்யுள் (Free Verse)என்று அழைத்தபோது, பிரெஞ்சுக் கவிஞர்கள், அதை விடுநிலைப்பா (Verse libre) என்றழைத்தனர். தமிழறிஞர் தெ.பொ.மீ. தான் விடுநிலைப்பாவுக்கு அந்தப் பெயரிட்டார்.

இந்தியாவில் இந்த மேலைய இலக்கியப் போக்குகள் இரண்டும் தத்தம் தாக்கங் களை நிகழ்த்தின. நடை, கசடதபற ஆகிய சிற்றிதழ்கள் எழுத்து இதழின் தாக்கத்தால் தன்னிச்சையாகவே ஆங்கில – அமெரிக்க மரபைப் பின்பற்றினர். இவர்களின் தாக்கம் தமிழ் இலக்கியப் போக்குகளைத் தீர்மானிப்பதில் பெரும்பங்காற்றின. கன்னட மொழியில் புதிய கவிதையை அறிமுகப்படுத்தியவர்கள் ஆதிக்கச் சாதியில் பிறந்திருந்தாலும் அவர்கள் கன்னட இலக்கிய, வரலாற்று மரபைப் புறக்கணிக்க வில்லை. கன்னடத்தில் புதிய கவிதைப்போக்கை அறிமுகப்படுத்தியதற்காகவும் மற்றவர்களும் தம்மைக் கன்னடர்களின் பிரதிநிதிகளாகவே கருதியே எழுத்துப் பணியை மேற்கொண்டனர். மலையாளத்தில் அய்யப்பப்பணிக்கரின் பதிய கவிதை முயற்சிகளில் மலையாள மரபின் செழுமை இடம்பிடித்தது. ஆனால் தமிழ்நாட்டில் திராவிட இயக்கம் மையம் கொண்ட இடமானதால், புத்திலக்கியவாதிகள் அதாவது பார்ப்பன எழுத்தாளர்கள் ஆரம்பித்திலிருந்தே அதை எதிர்க்கும் வெறுக்கும், மறுக்கும் போக்கு இடம்பிடிக்கத் தொடங்கிவிட்டது.

இப்போது நாம் தமிழவனுக்கு வருவோம். எழுபதுகளின் தொடக்கத்தில் தமிழவனும், மு.ராமசாமி போன்றோரும் வெளியிட ஆக்டோபசும் நீர்ப்பூவும் என்ற கலகக்கவிதைகளில் பிரெஞ்சு மரபின் தொடர்ச்சியாக தமிழ்க்கவிதையின் நீட்சி யாகவே அமைந்தது. இதன் தொடர்ச்சியாகத்தான் எழுபதுகளில் வானம்பாடி கவிதை இயக்கமும் தோன்றியது. மூன்றாம் உலகம் முழுவதிலும் உள்ள புரட்சிகர மரபை உயர்த்திப் பிடிக்கும் எதிர்ப்பு இலக்கியத்தின் ஒரு பகுதியாகவே வானம்பாடி தோன்றியது.

இதில் இடம்பெற்ற அனைவரும் தமிழாசிரியர்களாகவும் மார்க்சிய ஈடுபாடுள்ளவர்களாகவும் தமிழை வெளிப்படுத்திக் கொண்டனர்.

திருநெல்வேலி ஆராய்ச்சி ஆசான் நா.வானமாமலையின் சிந்தனைப் பள்ளியில் தோன்றிய எஸ்.கார்லோஸ் தமிழவனானது வியப்பிற்குரிய ஒன்றல்ல. அவர் ஆக்டோபசும் நீர்ப்பூவும் என்ற தொகுதியில் எழுதிய 'மிஸ்.தமிழ்த்தாயே' என்ற அடை மொழி 'இன்றும் எத்தனை காலத்திற்குத்தான் நீ கன்னியாகவே இருக்கச் சம்மதிப்பாய்? என்ற தமிழ்த்தாயைக் கேட்கும் கேள்வி தமிழ் இலக்கிய வளாகத்தில் ஒரு திருப்பு முனையைத் தோற்றுவித்தது. வானம்பாடி இதழில் ஞானியும், படிகள் இதழில் தமிழவனும் தமிழ்த்திறனாய்வு இலக்கியத்திற்குத் தம்மை ஒப்படைத்துக் கொண்டவர்கள் வெறுமனே படைப்பில் மட்டும் கவனத்தைச் செலுத்தாமல் திறனாய்வையும் இலக்கியமாக்கிய பெருமை தமிழவனுக்கு உண்டு.

தமிழவனின் விமர்சன நூல்கள் ஒரே நேரத்தில் திறனாய்வின் அளவுகோல்களையும் இலக்கியக் கோட்பாடுகளின் இன்றியமையா இடத்தையும் தமிழ் கூறு நல்லுலகிற்கு அறிமுகப்படுத்தின. ஏற்கனவே கோட்பாட்டு அடிப்படையில் மார்க்சியம் இலக்கியத்தை மதிப்பிடும் அளவுகோலாக இருந்தாலும், மேலைநாட்டில் அறிமுகமாயுள்ள பதிய கோட்பாடுகளை அறிமுகம் செய்யும் அடித்தள முயற்சிகளைத் தமிழவன் ஒருவரே மேற்கொண்டார் என்பது குறிப்பிடத்தக்கது. மேனாட்டு திறனாய்வாளர்கள் சமூகவியல் அடிப்படையைத் தாண்டி, மொழியியல் அடிப்படையில் இலக்கியத்தை மதிப்பிடும் அணுகுமுறைகளைப் பின்பற்றும் போக்கைத் தமிழில் அறிமுகப்படுத்தியவர் தமிழவன் என்பது குறிப்பிடத்தக்கது. அவர்தம் 'குறியியல்' தமிழ்த்திறனாய்வைப் புதிய இடங்களை நோக்கி நம்மைப் பயணிக்க வைக்கிறது. இவற்றைப் பற்றிய தொடர்ச்சியான தேடலை நிகழ்த்த வேண்டிய பல்கலைக்கழக ஆய்வுத்துறைகள் தொடர்ந்து ஆர்வம் காட்டாமல் அமைதியா— யிருப்பதைச் சகிக்காமல்தான் அவர் இன்றும் சிற்றேடு என்ற சீரிய சிற்றிதழை நடத்திக்கொண்டிருக்கிறார்.

தமிழ்ச் சிற்றிதழ் இயக்கச் சிந்ததனைகளையும் பல்கலை அளவில் நடக்கும் தமிழ் ஆய்வியல் சிந்தனைகளையும் இணைக்கும் முயற்சியில் சிலர் இன்று புரியும் பணிகள் எதிர்காலத்தில்

தமிழாய்வை இவர் விரும்பியவாறு கொண்டுசெல்லும் என்ற நம்பிக்கை எனக்கிருக்கிறது. 'குறியியல்' என்ற தமிழ்ச்சொல்லுக்குச் சமமான இருசொற்கள் உள்ளன. ஒன்று சீமியாலஜி (Semiology) மற்றது சீமியாடிக்ஸ் (Semiotics) சைன் (Sign–குறி) என்ற சொல்லிலிருந்து இவை தோன்றுகின்றன. குறியியலைப் பலரும் அறிய வைத்த மொழியியல் அறிஞரான பெர்டினான்ட் சஸூர், 'நம் சமூகத்தில் உள்ள குறிகளின் பொருளைப் பற்றி ஆராயும் ஓர் அறிவியல் சமூக உளவியலும் அதன் ஊற்றான பொதுஉளவியலும் சேர்ந்ததே' என்கிறார். சஸூர் வழியே அறிமுகமானாலும் அமெரிக்கத் தத்துவவியலாளர் சார்லஸ் சாண்டர்ஸ்பியர்ஸ் என்பவர் வழியே தான் இதை உலகம் அறிந்துகொள்ள முடிந்தது. தருக்கத்திற்கு மற்றொரு பெயர் சீமியாடிக்ஸ். அதுதான் குறிகள் பற்றிய கோட்பாடு என்ற அறிமுகத்திற்குப்பின், குறியியலை விளக்குகிறார் தமிழவன். ஒரு பொருள் ஒருவருக்கு ஒருவிதமாக ஏதோ ஒரு முறையில் தன்னை விளக்கிக் கொள்கிறது. அதாவது ஒரு பொருள் ஓர் பட்டறிவு சார்ந்த இடைவிளக்கத்தின் வழியே தன் தனித்த பொருளை அடையாளம் காட்டுகிறது.

சிவப்பு என்ற நிறப்பொருள் ஒரு குறிப்பிட்ட பொருளாகி (thing) அதன்பின் தெருக்கள் சந்திக்கும் முக்கில் அது ஓர அடையாளப் பொருள் (Identity)ஆகிறது. அதாவது அது 'நிற்க' என்ற குறிப்பொருளைத் தருகிறது. எனவே பியர்ஸ், குறி(Sign) என்பது தானே ஒரு பொருளாகவும் அது சமூகத்தில் இடம்பெறும்போது மற்றொரு பொருள் (Meaning) தரும் (அபாயம்) பொருளாகவும் (thing) குறிப்பிட்ட இடத்தில் அது இடம்பெறும் போது அது குறிப்பிட்ட பொருளைக் (நிற்க) (meaning) குறிப்பதாகவும் அமைகிறது. எனவே இம் மூன்றின் உறவில் குறிச்செயல்பாடு (Semiotics) நிகழ்கிறது என்கிறார். இவ்வாறு பியர்ஸின் விளக்கத்திற்குப்பின் தமிழவன் சஸூர் தரும் விளக்கத்தைத் தருகிறார். சஸூர் குறியை (Sign) குறிப்பான் (Signifier) என்றும் குறிப்பீடு (Signified) என்றும் இரண்டாகப் பிரிக்கிறார். எது குறிப்பீடு என்ற ஐயம் எழும் நிலையில், தமிழவன் பிரெஞ்சு திறனாய்வாளர் ரோலான் பார்த்தின் சான்றைக் காட்டி விளக்குகிறார். செடியில் இருக்கும்போது அது ஒரு பூ. ஒரு காதலனின் கையில் வந்தபின் காதலை வெளிப்படுத்தும் அடையாளம். அதைக் காதலி ஏற்கம்போது அதே பூ சம்மதத்தின் அடையாளம். இப்படித்தான் அது குறிப்பான் ஆகிறது. அவ்விருவர்க்கிடையிலான காதல் குறிப்பீடு ஆகிவிடுகிறது.

இதன்மூலம் நாம் அறிவது, குறிகளே நம் வாழ்வையும் வரலாற்றையும் வழிநடத்துகின்றன. தனித்தன்மை மிக்க இனமாக்குகின்றன. தொல்காப்பியர் குறிப்பிடும் 56 வகையான கருப்பொருள்கள் ஒவ்வொன்றும் குறிகளே. அவை சங்கப்பாடல்களில் ஆங்காங்கே குறிப்பான்களாக, குறிப்பீடுகளாக அமைகின்றன. எருமையூர் என்று தோழி மருதநிலம் சார்ந்த தலைவனை விளிக்கையில் (அவன் வேறு திணை சார்ந்தவன்) என்ற குறிப்பானும், வரைவு நீட்டித்தவிடத்தில் அது அலர் பலரிடம் பரவக் காரணமாகிவிடும் என்ற குறிப்பீடும் வெளிப்படுகின்றன. இப்படி சங்க இலக்கிய ஆய்வுகள் மேற்கொண்டு தொடர வழி அமைத்த தமிழவனின் நுண்மாண் நுழைபுலனாற்றலைத் தமிழ்கூறு நல்லுலகம் எப்போது கண்டு கொள்ளுமோ, என்ற ஆதங்கமே ஏற்படுகிறது. உள்ளுறை ஆய்வும், இறைச்சி ஆய்வும் இதே குறிகளின் ஆய்வை மெற்கொண்டால் மேலும் பல புதிய செய்திகளும் கருத்துக் களும் கிடைக்கக்கூடும். இத்தகைய குறியியலை நமக்குக் கற்றுத்தந்த தமிழவனுக்குத் தமிழ் ஆய்வுலகம் என்றும் கடமைப்பட்டுள்ளது.. திறனாய்வுத் துறையிலும், படைப்புத்துறையிலும் ஒருசேர சோதனைகளும் சாதனைகளும் நிகழ்த்தியிருக்கிறார் தமிழவன்.

1970களின் பிற்பகுதியில் வானம்பாடி இதழ்கள் வெளியானபோது தமிழவன் ஒரு கவிதை அனுப்பியிருந்தார்.

நாங்கள்
பசியை வெல்வது எப்படி தெரியுமா?
பட்டினி கிடந்து... ... ...

இக்கவிதை ஆழ்ந்ததொரு அங்கதத்தைத் தன்னுள் பொதிந்து வைத்துள்ளது. ஆக்டோபசும் நீர்ப்பூவும் தொகுப்பில் சில கவிதைகளுக்குப் பின் தமிழவன் தம்மைத் திறனாய்வளராக வளர்த்துக் கொண்டார். அதன் வெளிப்பாடுதான் இருபதில் கவிதை யாக 1971-இல் வெளிவந்தது.

பிராய்டைத் தாக்கமாகக் கொண்டு வெளிப்பட்ட எழுத்தின் தொகுப்பான புதுக்குரல்கள் – 'அகஉலகை ஆழமாகச் சித்தரித்தது. உணர்வு உலகத்தை இன்னும் ஆழத் துளாவிப் பார்த்தனர்' என்கிறது. தாமரை இதழில் வெளிவந்த கவிதைகள் மார்க்சை முன்நிறுத்தியதால் அதற்கு எதிர்வினையாக எழுத்து பிராய்டை முன்நிறுத்தி யது என்பதே உண்மை. இதைப்புரிந்து கொண்டதால், தமிழவன் எழுத்திலும் பிற கட்டுரைகளிலும் க.நா.சு. மேற்கத்திய

சிந்தனையை முன்வைத்தார் என்று சரியாக மதிப்பிடுகிறார். 'இதே கட்டத்தில் வானம்பாடி மரபில் கவிதை எழுதியவர்கள் எழுத்து பின்பற்றிய சுயேச்சா கவிதையை ஆதரித்தாலும் இவர்கள் தமிழ் இலக்கியத்தின் வாரிசுகள். புதுக்கவிதை மேற்கின் எந்திரத் தன்மையைச் சொல்ல வேண்டும் என்றோ யாப்பிலிருந்து முழுமையாக விடுபட வேண்டும் என்றோ இவர்கள் கூறவில்லை என்று வானம்பாடிகளைச் சரியாகக் கணிக்கிறார். அதே நேரத்தில் வானம்பாடி களிடத்தில் நிலவிய ரொமான்டிக் பண்பைச் சுட்டிக்காட்டுகிறார். மக்கள் தம்மை வெளிப்படுத்துவதற்கான ஒரு சாத்தியப்பாடு வானம்பாடி வகை கவிதைகள் வழியே தமிழர்களுக்கு வசமாயிற்று என்று கூறுகிறார். ரொமான்டிக் தன்மையை ஓர் கனவுத் தன்மைஎன்ற பொருள்படுத்திக் கொள்கிறார். இத்தன்மை தமிழ்த்திரைப்படங்களின் வழியே இவர்களுக்குள் வந்து புகுந்திருக்க வேண்டும் என்று மதிப்பிடுகிறார். க.கைலாசபதி, இதே ரொமான்டிக் என்ற சொல்லாட்சிக்கு கற்பனாவாதம் என்கிறார். ஷெல்லி, கீட்சு, வேர்ட்ஸ்வொர்த் முதலிய ஆங்கிலக் கவிஞர்களை ரொமான்டிக் என்கிறோம். சமூக மாற்றத்தை ஏற்றவர்கள் அவர்கள். எந்தத் தாக்கத்தால் இப்படி ஆனார்கள்? இந்த கனவு – கற்பனைப் பண்புகள் கவிதைக்கோ, கவிஞருக்கோ, சமூகத்திற்கோ எதிரானதல்ல. மாறாக இந்தப் பண்புதான் (புத்துணர்வு) அவர்களை புரட்சிகர சிந்தனையாளர்களாக்கி புதிய சமூகம் காணும் தகவலை மிகுதிப்படுத்தின. எனவே இவர்களைப் புத்துணர்வுக் கவிஞர்கள் என்றே கூறலாம்.

ஒருபுறம் புதிய கோட்பாடுகளின் அடிப்படையில் சிந்திக்கத் தொடங்கிய தமிழவன் பாம்பைப்போல் சட்டைகளை உரித்து உரித்து தன் வளர்ச்சியை இன்றளவும் சாத்தியப்படுத்தி வருகிறார். 1991–இல் வெளிவந்த அமைப்பியல்வாதமும் தமிழ் இலக்கியமும் என்ற நூலில் அவர் கூறுகிறார். 'தமிழவனின் புதுக்கவிதை நாலு கட்டுரைகள்' என்ற படைப்பில், 'தமிழில் அதுவரை வலியுறுத்தப்பட்டு வந்த கட்சி சார்ந்த அறிவுவாத மரபைக் கொண்ட மார்க்சிய அடிப்படையிலமைந்த கட்டுரைகள், சர்ரியலிசத்தை மறுப் பன, காப்காவை ஒதுக்குவன. இத்தகைய நிறுவன மயமாக்கப்பட்ட சிந்தனைகளையும் அணுகுமுறைகளையும் இவ்வாசிரியர் விட்டுவிலகினார். இந்நிலையில் அந்நியமாதல், தனிமனிதத் துக்கம் போன்றவற்றை ஏற்றதால் மேற்கு நோக்கிய சாய்வு தவிர்க்க முடியாமல் நிகழ்ந்தது.

இறுதியில் திசைமாறி வட்டார அல்லது மூன்றாவது உலக நோக்கு ஒன்றைத் தேடும் முயற்சி தொடங்கியது' என்கிறார் (ப.18).

'மேற்கத்திய வாசல்திறப்பு இறுதியில் இந்திய மரபுக்குள் இவர்களை (க.நா.சு. பள்ளி) சேர்த்துவிட்டது. இவர்களிடம் இந்தியத் தத்தவங்கள், மதங்கள், மறைந்து வெளிப் படும் சாதிகள், வருணம், மூடநம்பிக்கைகள் போன்றவை சேர்ந்தன. இவற்றுடன் (இணைந்த) இந்திய தேசியவாதத்தைக் கணக்கில் கொள்ள வேண்டும்' என்கிறார்.

கருத்துருவம் என்றால் என்ன என்று கேட்டு விளக்குகிறார். கருத்துருவம் என்பது பல சிந்தனைகளின் ஒட்டுமொத்தம். பல வருக்கங்கள் தமக்கேற்ற விதமாய்ப் படைத்துக் கொண்ட கருத்துக்களின் இணைவு. ஒடுக்கும் வருக்கம் உருவாக்கும் மிகக்கொடிய கருவிகளில் ஒன்று என்கிறார். தொடர்ந்து எழுத்து வில் இந்திய தேசிய 'கருத்துருவம்' இருந்ததுபோலவே, திராவிடத்திலும் இருந்தது. (தமிழ்த்) தேசிய கருத்துருவம் இருந்தது. (அடிமைப்படுத்தும் கருத்துருவமும் அடிமைநிலையை எதிர்க்கும் கருத்துருவமும் ஒன்றா ?) அவரே இரண்டும் ஒன்றல்ல என்ற விளக்கமும் தருகிறார். இது நவீனமானதும் சற்று வித்தியாசமானதுமாகும். தமிழ்க்கருத்துருவத்தின் ஜனநாயகத்தன்மையே அது. முதலில் ஆளும் வருக்கத்தின் மிகக்கொடிய கருவிகளில் ஒன்று என்று கூறியவர் பிறகு நாங்கள் தமிழ்க் கருத்துருவம் ஜனநாயகப் பண்பைக் கொண்டது என்கிறார்(ப.19). இவற்றுள் எதை எடுத்துக் கொள்வது என்றொரு சிக்கல் தோன்றுகிறது. அப்படியானால் இந்திய தேசியவாதக் கருத்துருவம் பற்றிய விளக்கம் என்ன ?

அரசியலைப் பற்றி அவ்வளவாக அக்கறை காட்டாத க.நா.சு. 1985ல் வெளியான இலக்கியத்துக்கு ஓர் இயக்கம் என்ற தம் நூலில், தேசிய இலக்கிய சங்கம் என்ற தலைப்பிட்ட கட்டுரையில் எல்லா எழுத்துமே ஒருவிதத்தில் பிரச்சாரமே. பிரச்சாரத்துக் கென்று நல்ல எழுத்தாளர் நால்வர் ஒரு கட்சிக்குக் கிடைத்தால் ஆக்கமாக உருப்படி யாக இருக்கும். சிலர் கட்டுப்பாட்டுக்கு உட்பட்டுவிடுவர். பெரும்பாலோர் (நல்ல எழுத் தாளர்) கட்டுப்பாட்டுக்கு உட்படமாட்டார். தேசிய இலக்கிய சங்கம் இருக்குமானால் அது நல்ல குறிக்கோளுடன்அமைவது நல்லது. அதுதவிர, இன்றைய நடப்புகள் பற்றித் தெளிவாகச் சிந்தித்து எழுதுபவர்களைக் கொண்டு பிரச்சாரம் செய்வது அவசியமாகும்.

இலக்கியத்தில் பல விசயங்கள் பற்றி மௌனம் சாதிப்பதுபோல் நாட்டுநடப்பில் பல விசயங்கள் பற்றி மௌனம் சாதிப்பது சரியல்ல. காங்கிரசு கட்சி சார்பில் தேசிய பிரச்சாரம் செய்வது குற்றமல்ல, தவறுமல்ல!' இப்படி வெளிப்படையாகக் கலையில் கருத்துப் பிரச்சாரம் பற்றி கதைப்பவர் கலை இலக்கியத்தில் பிரச்சாரத்திற்கு இடமில்லை என்று கூறும் சிந்தனைப் பள்ளிக்குத் தலைவர் ஆனது எப்படி என்று தெரிய வில்லை. அந்த வகையில் பார்த்தால், கசடதபற கவிஞர்களை அரசியல் ரீதியாக தமிழவன் அலசினால் புதிய கருத்துக்கள் கிடைக்கும்.

ஞானக்கூத்தனின் பல கவிதைகள் (தவளைக் கூச்சல், தமிழ் மாநாடு, பெரியோர்களே.... முதலான கவிதைகள்) பார்ப்பனர் பார்வையில் திராவிட இயக்கத்தை எதிர்த்து எழுதப்பட்ட கவிதைகள் என்பது புலனாகும். அதிலும் குறிப்பாக,

எனக்கும் தமிழ்தான் மூச்சு
ஆனாலதைப் பிறர் மீது
விடமாட்டேன்

என்று நக்கலாகக் கூறும் ஞானக்கூத்தன் பற்றியும் இந்த கசடதபற கவிஞர்களைப் பற்றி, தர்மு சிவராமுவின் (லயம் மில் வெளியான) பேட்டி பற்றியும் தமிழவன் எழுதுவார் என்று எதிர்பார்க்கிறேன்.

எழுத்து காலத்தில் எழுத்தாளர்கள் திராவிட இயக்கத்தைப் பற்றி கள்ள அமைதியைக் கடைப்பிடித்தனர். கம்யூனிச எதிர்ப்பை வெளிப்படையாகக் காட்டினர். *அமைப்பியல்வாதமும் தமிழ் இலக்கியமும்* என்ற நூலில் தமிழவன் பின்வருமாறு எழுதுகிறார். 'எழுத்தில் இருந்த கம்யூனிச எதிர்ப்பு நடையில் வெளிப்படையாகிறது. அதாவது இலக்கியவாதிகள் என்றாலே கம். சித்தாந்தத்திற்கு (கருத்தியலுக்கு) இயல்பிலேயே எதிர்ப்பாளர்கள் என்ற எண்ணம் இக்காலத்தில் இருந்து வந்துள்ளது'(ப.10) இதில் வேடிக்கை என்னவென்றால், அதையும் தமிழவனே வெளிப்படுத்துகிறார்.

'இளைஞர்களான பல பிராமணர்களைக் கொண்ட கசடதபற மிகப்பெரும் கவர்ச்சியாக மாறுகிறது....... திமுக அனுதாபிகளான பிராமணரல்லாத வாசகர் கூட்டம் ஒன்றை இவ்விதழ் உருவாக்குகிறது' (ப.10). இந்தப் போக்கை எழுபதுகளில் தோன்றிய பார்ப்பனரல்லாதாரான படைப்பாளிகள் ஒன்று சேர்ந்து தாமரை, செம்மலர், வானம்பாடி, மனிதன், பிரச்னை(பிரக்ஞை), விடியல்,

விவேகசித்தன், நீலக்குயில், மகாநதி. வண்ணங்கள்(புதுவை) முதலிய சிற்றிதழ்களின் வழியே இடதுசாரி நோக்குடன் நா.காமராசன், இன்குலாப், சிற்பி, புவியரசு, தமிழன்பன், மீரா, ஞானி, அக்கினிபுத்திரன், கங்கைகொண்டான், மு.மேத்தா, பூமணி, மு.இராமசாமி, பிரபஞ்சன், இராசேந்திர சோழன்(அஸ்வகோஷ்), பரிணாமன், தமிழவன், சி.ஆர்.ரவீந்திரன் முதலியோர் எழுபதுகளின் எழுச்சியில் தோன்றி மடைமாற்றம் புரிந்தனர். இம்மாற்றத்தை இவ்விதழ்களும், எழுத்தாளரும் அதுவரை இடதுசாரி எதிர்ப்புச்சூழலில் இருந்த இலக்கியப்போக்கை மாற்றினர். 'அதுவரை கம்யூனிச எதிர்ப்பு என்ற சிலந்தி வலை— யிலிருந்து சிறுபத்திரிகையை ஒரு தூக்கு தூக்கி வெளியில் விடுகிறது'(ப.11). இத்துடன் வேறொரு மாற்றமும் இலக்கிய போக்கில் நிகழ்ந்ததை தமிழவன் கூர்மை யான கணிப்புடன் வெளிப்படுத்துகிறார். இந்திய தத்துவங்களின் பின்னணியில் மார்க்சியத்தைப் பார்ப்பதற்கான முன்முயற்சிகளில் எஸ்.என். நாகராசன், ஞானி, எஸ்.வி.ஆர் ஆகியோர் ஈடுபடுகின்றனர். அதனால் மார்க்சியப் பார்வைக்குள் ஒரு சுதந்திரப்போக்கு உருவாக வழி ஏற்பட்டிருக்கிறது. அவ்வழி மேற்கத்திய தத்துவப் பாதைகளின் தேடலாய் இருத்தலியலாய் (எக்கிஸ்டென்சியலிசம்) உருப்பெறுகிறது. இம்முயற்சிகளின் விளைவு என்னவாயிற்று?

கட்சி சாராத கம்யூனிச ஆதரவு எழுத்தாளர்களை ஓர் அணியாய் உருவாக்கியது. ஞானியின் பங்கு இதில் குறிப்பிடத்தக்கது. அவர் ஒரு பேட்டியில் கூறுகிறார். 'இலக்கியத்தின் நோக்கம் கட்சி அரசியலாக இருக்க வேண்டும் என்று மார்க்சியர் கூறுவதை நான் எப்போதும் ஒப்புக்கொண்டதில்லை. கட்சிக்குள் இருந்து என்னை நானே இழந்துவிட எனக்கு இயலாது. அரசியலுக்கு இலக்கியம் சேவை செய்ய வேண்டும் என்ற பார்வையும் எங்களுக்கு உடன்பாடில்லை...'(பக். 20-21 ஞானி நேர்காணல் - கோவைவாணன், தமிழ்நேயம்.)

தமிழவனும் நா.வா. சிந்தனைப் பள்ளியில் உருவானவர் என்றாலும் தற்சுதந்திரச் சிந்தனையாளராகவும், தற்சுதந்திரத் திறனாய்வாளராகவும் விளங்கி வருகிறார். அதனாலேயே அவரால் திறனாய்வுத் துறையிலும் படைப்புத் துறையிலும் பல சோதனைகளையும் சில சாதனைகளையும் சாதிக்க முடிந்தது. தென் அமெரிக்க எழுத்துக்களில் வெளிப்பட்ட மந்திர நடப்பியலை (Magical Realism) அடிப்படை யாகக் கொண்டு புதினம் படைக்க முடிந்தது. அதேபோல சின்னஞ்சிறு சிறுகதை

வடிவத்துக்குள்ளும் அவரால் படைப்பிலக்கியச் சோதனைகளை நிகழ்த்த முடிந்திருக்கிறது.

அவரை ஓர் இலக்கியச் செயற்பாட்டாளர் (Literary Activist) என்பது சரியாக இருக்கும்.

1982-ல் சென்னை வில்லிவாக்கத்தில் படிகள், பரிமாணம், வீதிநாடக இயக்கம், பரீக்ஷா நாடக இயக்கம் இன்னும் பல இலக்கிய அமைப்புகள் சேர்ந்து ‘இலக்கு’ என்ற பண்பாட்டு இயக்கத்தைத் தொடங்கி அதன் சார்பில் ஒரு மாபெரும் கருத்தரங்கை நடத்தினோம். சிற்றிதழ் இயக்கமும். சிறுநாடக இயக்கங்களும் சேர்ந்து நடத்திய அந்த கூட்டுக் கருத்தரங்கில் தமிழகத்தில் அனைத்துச் சிந்தனைப் பள்ளிகளைச் சேர்ந்த எழுத்தாளர்கள், கலைஞர்கள், கவிஞர்கள், திறனாய்வாளர்கள், பேராசிரியர்கள், ஓவியர்கள் கலந்துகொண்டு தத்தம் கருத்துக்களைப் பரிமாற்றம் செய்தனர். இக்கருத்தரங்கில் தமிழவனின் பங்கும் பணிகளும் குறிப்பிடத்தக்கவை. பெங்களூரி லிருந்து எழுத்தாளர்கள், சிந்தனையாளர்கள், இளைஞர்கள், ஓவியர்கள் என்றொரு படையையே திரட்டிக்கொண்டு வந்திருந்தார்.

இக்கருத்தரங்கில் நான் வரவேற்புரை நிகழ்த்தினேன். இக்கருத்தரங்கில் தி.ஜானகிராமன், நா.பார்த்தசாரதி, பா.செயப்பிரகாசம். சமுத்திரம், அசோகமித்திரன், இன்குலாப், பிரபஞ்சன், பூமணி, ஞானி, ஞாநி, இந்திரா பார்த்தசாரதி, ஜெயந்தன். சாருநிவேதா, சிவசங்கரி போன்ற இலக்கிய ஆளுமைகள் பலரும் கலந்துகொண்டனர். எழுத்தாளர்கள் தம் கருத்துக்களையும் கருத்து முரண்பாடுகளையும் வெவ்வேறு கலையியல், அழகியல், அரசியல் போக்குகளின் அடிப்படையில் வெளிப்படையாகவும் சுதந்திரத்துடனும் கலந்து பேசும் ஓர் பொதுவெளி காலத்தின் தேவை என்பதை இக்கருத்தரங்கு வற்புறுத்தியது. ஆனால் புதிய கலாச்சாரம் இதழ் சார்பில் தோழர் வீராச்சாமி தம் அணி—யினரோடு வெளியில் நின்று முழக்கம் எழுப்பினர்.

இக்கருத்தரங்கைத் திறனாய்வு செய்த வீதி நண்பர் ஒருவர், ‘வண்ணான் கஞ்சி’ என்றார். அதனால் என்ன, அழுக்குப் போகிறதா, இல்லையா என்பதே பிரச்சனை, என்பதை ’இலக்கு பண்பாட்டு இயக்கம்’ என்றும் நினைவூட்டிக் கொண்டிருக்கிறது. நண்பர் தமிழவன் தொடர்ந்து ஒற்றை வீரனாய் நின்று சிற்றேடு வழியே திறனாய்வு இலக்கியத்தை வளர்க்கும் போரில் இடையறாது பணிபுரிந்து வருகிறார். விதைத்த விதைகள் வீண் போவதில்லை. விதைகளைச் செரித்த மண் சும்மா இருப்பதில்லை!

***

படிகள்: சிறுபத்திரிகையின் புது வரையறை

ஆர். சிவகுமார்

வகுப்பறைக்கு அப்பால் எனக்கு வாய்த்த ஆசான்களில் முக்கியமானவர் தமிழவன். சிறுபத்திரிகை வாசிப்பால் உருவான குணநலன்கள் கொண்ட எனக்கு ஒரு தமிழாசிரியர் அப்படி ஆனது உண்மையில் ஒரு நகைமுரண். ஏனென்றால் அவர் வழக்கமான தமிழாசிரியர் கிடையாது. என் வகுப்பறை ஆசானான கவிஞர் அபி மூலமும் ஞானி மூலமும் அன்றி பிற தமிழாசிரியர்கள் வழி நான் கற்றது மிகச் சொற்பம். சிறுபத்திரிகைகளின் இயங்கியலுக்கும் தமிழாசிரியர்களின் மன அமைப்புக்கும் இடையே பல பெரும் சமுத்திரங்களும் நீண்ட மலைத்தொடர்களும் அந்தக் காலத்தில் இருந்தன. இப்போது அந்தப் பிரம்மாண்டத் தொலைவு கொஞ்சம் குறைந்துள்ளது. அப்படி குறைந்ததற்கும் தமிழவன் ஒரு முக்கியக் காரணி. ஆங்கில இலக்கியம் கற்றதால் இலக்கிய எழுத்தாளர்களின் அறிமுகம் மட்டுமே பெரும்பாலும் இருந்த காலத்தில் பெரும் சிந்தனையாளர்கள் எனக்கு அறிமுகமானது அவர் மூலமே. அதாவது படிகள் (1978 – 1985) மூலமே. அதன் பிறகே ஆங்கிலத்தில் படித்து மேலும் அறிந்துகொண்டேன். ஜி. கே. ராமசாமி, ஜி. எஸ். ஆர். கிருஷ்ணன் (சமூகவியல் பேராசிரியர்கள்), தமிழவன் ஆகியோரின் கூட்டு முயற்சிதான் படிகள் என்றாலும் தமிழவனே அதன் மைய விசையாக இருந்தார் என்பது என் கணிப்பு. எனவே, படிகள் பற்றிப் பேசுவது தமிழவனைப் பற்றிப் பேசுவதுதான். அதுவே இந்தக் கட்டுரையின் நோக்கமும்கூட. ஆக்டோபஸும் நீரப்பூக்களும் என்ற கவிதைத் தொகுப்பில் (1972) எஸ். கார்லோஸ் என்ற அவர் இயற்பெயர் முதன்முதலாகக் காணக் கிடைத்தது. வேறு கவிஞர்கள் சிலரும் அதில் இடம்பெற்றிருந்தார்கள்.

இந்த
இரவின் நட்சத்திரங்கள்
எங்கே போச்சு?
இந்த

மரத்தின் பூக்களெல்லாம்
ஏன் கருகிற்று?
கண்களுக்கு
இரண்டு நாள் பட்டினியை
ஜீரணிக்க முடியவில்லையோ?

என்ற அவருடைய கவிதை நினைவில் உள்ளது. அடுத்து, ஞானக்கூத்தன், பிரமிள் கவிதைகள் குறித்து பிரக்ஞை யில் (1976) அவர் வெங்கட்சாமிநாதனுடன் நடத்திய சர்ச்சை மனதில் நிற்கிறது. அந்தக் கட்டுரையில் லெவி-ஸ்ட்ராஸ் பற்றிச் சொல்லும்போது நாட்டாரியல், மானிடவியல் என்ற அறிவுத் துறைகளைக் குறிப்பிடுகிறார். லெவி-ஸ்ட்ராஸ் என்ற பெயரை முதன்முதலாக அதில்தான் கண்டேன். பிறகு புதுக்கவிதை: நாலு கட்டுரைகள் வந்தது. அதுவரை அவர் எஸ். கார்லோஸ்தான். அந்தத் தயாரிப்புக் காலம் முடிந்ததும் 1978 டிசம்பரில் படிகள் முதல் இதழ் வெளியாகிறது. அப்போது 'தமிழவன்' தோன்றுகிறார் என்று நினைக்கிறேன்.

ஜெயகாந்தன் ஆசிரியத்துவத்தில் வந்த ஞானரதம் பிறகு கசடதபற, அஃக், வானம்பாடி, பிரக்ஞை என்ற வரிசையில் வந்த சிறுபத்திரிகைகளைப் படித்து வளர்ந்த வாசகன் நான், அதாவது அவை வெளிவந்த சமகாலத்திலேயே. நடை ஒரு சில இதழ்களைத்தான் படித்திருக்கிறேன். எல்லாமே கல்லூரிக் காலத்தில்தான். எழுத்து பத்திரிகையைத் தொகுப்பாகப் பின்னாளில் தான் பார்த்தேன். ஜெயகாந்தன் மூலம் இலக்கியத்துக்கு வந்து பின் அவரைத் தாண்டிப் போக வைத்தவை இந்தப் பத்திரிகைகளே. வாசகனாக, இலக்கியம் மட்டுமே அதிகமாகக் கவனத்தில் இருந்த பருவம் அது. பொதுவாகப் பார்த்தால், வானம்பாடி நீங்கலாக, அவற்றின் ஒரே கரிசனம் இலக்கியம் மட்டுமே என்று தோன்றும். ஆனாலும்கூட, கசடதபற வின் முதல் இதழில் (அக்டோபர், 1970), 'புரட்சியாளர்கள் அல்லாத கலைஞர்களும் இலக்கிய ஆசிரியர்களும் புரட்சியின் அமைப்புக்குள்ளேயே தங்கள் படைப்புகளை உருவாக்குவதற்கு நாம் வசதி செய்து கொடுக்க வேண்டும். அவர்கள் படைப்புத் தத்துவத்திற்கும் சுதந்தரமாய் செயல்படவும் நாம் மேடை அமைக்க வேண்டும்' என்று 'அறிவு ஜீவிகளுக்குச் சில வார்த்தைகள்' (Words to the intellectuals) என்ற தலைப்பில் ஃபிடல் காஸ்ட்ரோ ஆற்றிய உரை ஒன்றின் எழுத்து வடிவம் ('ஒரு கம்யூனிஸ்டின்

வார்த்தை') வெளியானது. பிறகு, சால்செனிட்ஸின் 1970-ல் நோபல் பரிசு பெற்றபோது எழுத்தாளனுக்குரிய கருத்துச் சுதந்தரம் குறித்த கட்டுரையையும் அவருடைய நோபல் ஏற்புரையையும் கசடதபற வெளியிட்டது. ஜூன், 1971-ல் வெளியான ஒன்பதாவது இதழில் 'ஒரு கம்யூனிஸ்டின் செயல்' என்ற தலைப்புள்ள கட்டுரை, கியூபக் கவிஞர் ஹெபர்டோ கெடிலா புரட்சிக்குப்பின் வந்த அரசின் செயல்பாடுகளை விமர்சித்ததற்காக சிறைப்பட்டதை ஆட்சேபித்தது. இரண்டு தலைப்புகளூடே ஒரு விமர்சனக் குறிப்பு இருப்பதைக் கவனிக்கலாம். சோஷலிஸ அரசுகளில் எழுத்தாளனுக்குரிய சுதந்தரம் என்ற அரசியலில் கசடதபற வும் ஈடுபட்டிருந்தது என்பதைச் சுட்டவே இந்தக் குறிப்புகள். எழுத்தாளனுக்கான சுதந்தரம் சோஷலிஸ அரசுகளில் அச்சுறுத்தலுக்கு உள்ளாவதை எதிர்க்கும் போக்கு சிறுபத்திரிகை உலகில் தொடர்ந்து இருந்து வரும் ஒரு அம்சம். சிறுபத்திரிகைகளுக்கு இருக்க வேண்டிய அரசியல் உணர்வு என்பது இதையும் தாண்டியது என்று தமிழவன் சொல்வார். இலக்கியத்துக்கென்று தொடங்கப்பட்ட பிரக்ஞை சில இதழ்கள் தாண்டி பெரிதும் இடதுசாரிப் பத்திரிகையாக மாறியது. இப்பத்திரிகைகள் இலக்கியம் அன்றி ஓவியம், நாடகம், திரைப்படம் போன்ற சகக் கலைகளிலும் கவனம் செலுத்தியவை. பிரக்ஞை க்கு அடுத்து வந்த படிகள் மிகப்பெரிய பாய்ச்சலை நிகழ்த்தியது. ஒட்டுமொத்த சமூகம் குறித்த அரசியல், பண்பாட்டு ஆய்வுகளின் மையமாக சிறுபத்திரிகைகள் இருக்க வேண்டும் என்ற சட்டகத்தைப் படிகள் முன்வைத்ததோடன்றி அதை நிறுவியும்விட்டது. அதன் சரித்திர முக்கியத்துவம் இதுதான்.

பட்டப்படிப்பில் தமிழவன் படித்த உயிரியல், புதிய அறிவுத் தளம் ஒன்றை வகைப்படுத்திப் புரிந்துகொள்ள அவருக்கு உதவியிருக்கலாம். அசட்டு உணர்ச்சிக்கு ஆட்படாமல் தமிழ் ஆய்வை மேற்கொள்ள உரிய இடமாக, மு. ராகவ அய்யங்கார், எஸ். வையாபுரிப் பிள்ளை போன்றோர் நிறுவிய மரபின் காரணமாக, இருந்த திருவனந்தபுரம் பல்கலைக்கழகத்தில் அவர் உயர்கல்வி பெற்றார். சிறிதுகாலம் வ. அய். சுப்பிரமணியத்திடம் பயின்றிருக்கிறார். நா. வானமாமலையிடமும் பாளையங்கோட்டையில் மார்க்சியப் பயிற்சி பெற்றிருக்கிறார். எளிய குடும்பப் பின்னணியையும் மீறி கற்ற ஆங்கிலம் அவரைப் பல புதுப் பிரதேசங்களுக்கு இட்டுச் சென்றிருக்கிறது. தமிழ் ஆசிரியர்களுக்கு இருக்கும் தடைகளை

இளம் வயதிலேயே பிரக்ஞைபூர்வமாகத் தாண்டியிருக்கிறார். ஆசிரியரானதும் பெங்களூருவில் கல்விப்புலத்திலும் வெளியிலும் நிலவிய அறிவியக்கத்தில் அவர் இணைந்தது படிகளின் பக்கங்களில் வெளிப்பட்டது. பெங்களூரு, ஒகேனக்கல், தர்மபுரி, ஒசூர், சென்னை ஆகிய இடங்களில் அவர் பேச்சுக்களைக் கேட்டும் அங்கெல்லாம் தனிப்பட்ட உரையாடல்களை அவரோடு மேற்கொண்டும் பலதும் தெரிந்துகொள்ள வாய்ப்பு கிடைத்தது. ஒவ்வொரு முறையும் ஒரு புது விஷயத்தோடு வருவார். அவருடைய தொடர் கற்றல் வியப்பைத் தரும். கற்றதைத் தொடர்ந்த பரிசீலனைக்கு உட்படுத்திக்கொண்டே இருப்பார். தமிழ்ச் சமூகத்தின் சிந்தனை மேம்பாட்டுக்கு சிறுபத்திரிகைகள் மூலம் அவர்போல பங்களித்தவர்கள் எண்ணிக்கை மிகக் குறைவு.

இந்திய மொழிகளில் தமிழில்தான் சிறுபத்திரிகை என்ற நிகழ்வு ஒரு வலுவான இயக்கமாக இருந்தது. முதல்தர இலக்கிய எழுத்தைக் கவனப்படுத்தியதோடு பிற கலைகள் மீதும் கவனம் குவித்தாலும் அரசியல், சமூகவியல் போன்றவைமீது அக்கறை கொள்ளத் தேவையில்லை என்று அதுவரை வந்த சிறுபத்திரிகைகள் எண்ணியிருந்தன. அந்தப் போக்கு ஒருவகை மேட்டிமைவாதம் என்று படிகள் சுட்டிக் காட்டியது. இதைத் தாண்டிப் போக வேண்டும் என்ற அழுத்தத்தைப் படிகள் தமிழ்ச் சிறுபத்திரிகைகளுக்கு உண்டாக்கியது. சிறுபத்திரிகை இயக்கத்தின் பயணத்தில் இது ஒரு திருப்பம். சிறுபத்திரிகையின் வரையறை அதனால் மாறி விரிவுகொண்டது. எம். ஜி. ஆர். ரசிகர் மன்றங்கள் தொடர்பான சர்வே, சிறுபத்திரிகைகள் பற்றிய சர்வே ஆகியவை சமூகவியல் ஆய்வில் படிகள் கொண்ட அக்கறையைக் காட்டுகின்றன. அதற்கு முந்தைய சிறுபத்திரிகைகள் கனவிலும் காணாத நிகழ்வுகள் அவை. பண்பாட்டு ஆய்வே சமூகத்தைப் புரிந்துகொள்ள உதவும் என்பதில் ஆழ்ந்த நம்பிக்கை கொண்டு அது தன் பயணத்தைததொடங்கி மேற்சென்றது.

படிகள் சில 'முதல்க'ளுக்கு உரியது. பொதுவாக தமிழில் சிறுபத்திரிகைகளுக்கும் கல்விப்புலத்துக்கும் ஏழாம் பொருத்தம்தான். முன்னது சிந்தனைத் தளத்தில் முன்னோடி என்றால் பின்னது தலையைத் தூக்கி வெளி உலகத்தைப் பார்க்காத நெருப்புக்கோழி. படிகளை இயக்கியவர்கள் கல்விப்புலத்தைச் சேர்ந்தவர்கள். இது தமிழ்ச் சிறுபத்திரிகை உலகத்தில் முதன்முதலாக நிகழ்ந்தது. அதற்கு முன்பு சிறுபத்திரிகைகளை நடத்தியவர்களில் கல்விப்புலம் சார்ந்து யாரோ ஒருவர்

இருந்திருக்கலாம். பெரும்பாலும் இல்லாமலும் இருக்கலாம். இன்னொரு 'முதல்' வேறு மாநிலத்து ஊர் ஒன்றிலிருந்து (பெங்களூரு) வெளியான தமிழ்ச் சிறுபத்திரிகை, அதன் உரிய இலக்கணத்தோடு, படிகள் தான். இதில் ஒரு அனுகூலம் இருந்தது. சொந்த ஊர்ச் சரக்கை ஒப்பிட்டுப் பார்க்க வெளியூரில் தரமான மாதிரிகள் கிடைத்தன. தூரத்திலிருந்து காண புறவயப் பார்வையும் வாய்த்திருக்கும். அடுத்து, தமிழ்த் துறையினரின் கட்டுப்பெட்டித் தனத்தைத் தமிழவன் அளவுக்குத் தாக்கிய இன்னொருவர் கிடையாது. அதைத் தீவிர அக்கறையோடுதான் செய்தார். 'ஆழ்ந்து பார்க்கும் சிரமம் மேற்கொள்ளாமல் பட்டிமன்ற மனநிலையில்' ஆய்வுநூல்களை எழுதுகிறார்கள் என்றும், 'சிலப்பதிகாரத்தில் சமூகநிலை என்பவனுக்கு சமூகவியல் (Sociology) பற்றிய ஆரம்ப ஞானம்கூட இருப்பதில்லை. சங்க இலக்கியத்தில் போர்கள் பற்றி பார்ப்பவனுக்கு மானுடவியல் (Anthropology) அறிவு வேண்டியது என்று வலியுறுத்தும் சூழல் இல்லை,' என்றும் 'ஆய்வு என்ற பெயரில் கடந்த பத்து ஆண்டுகளில் நடந்ததெல்லாம் வெறும் குப்பை கொட்டல்கள்' என்றும் (படிகள் 4, 1979)) வருத்தப்படுகிறார். கன்னடரான பி. ஜி. எல். ஸ்வாமி என்ற தாவரவியல் பேராசிரியர் (சென்னை மாநிலக் கல்லூரியில் முதல்வராக இருந்துள்ளார். தமிழ் ஆய்வுச் சூழல் தெரிந்தவர்.) தமிளு தலைகள நடுவே என்ற தன் நூலில் ஆய்வு என்ற பெயரில் தமிழில் நடக்கும் கோமாளித்தனங்களை அங்கதப் பாணியில் சித்தரித்துள்ளதாகக் குறிப்பிட்டு 'உள்ளும் வெளியும்' (படிக'ளின் மிக சுவாரசியமான, விஷயம் பொதிந்த பக்கங்கள்) பகுதியின் இரண்டு பக்கங்களில் நூலின் சில பகுதிகளை மேற்கோள் காட்டி—யிருக்கிறார்கள் (படிகள் 5, 1980). பக்க வரையறை காரணமாக இங்கு அவற்றைப் பதிவு செய்ய இயலாது. தயவுசெய்து தேடிப் படிக்கவும். முதல்தர நகைச்சுவை. (தமிழ்த் துறையினரைக் குறித்த எல்லாக் குற்றச்சாட்டுகளையும் தயக்கமில்லாமல் ஆங்கிலத் துறையினர் மீதும் ஓரளவுக்குச் சுமத்தலாம். இன்னும் விஸ்தரித்து எல்லாத் துறையினரின் ஆய்வுகள்மீதும் சுமத்தலாம்.) இதழ் 4-ன் தலையங்கம், ஆய்வு செய்யப் பல்கலைக்கழகங்கள் இருக்கும்போது உலகத் தமிழ் மாநாடு நடத்துவதெல்லாம் - கும்பாபிஷேகம், வாணவேடிக்கை, ஊர்வலம் என்று - வறிய நாட்டில் பண வீணடிப்பு என்றும் அந்த ஆபத்தை அகற்ற தமிழ்நாட்டுப் புத்திஜீவிகள் செயல்பாட்டில் இறங்க வேண்டும் என்றும் சொல்கிறது. தொடர் தாக்குதலின் விளைவாக தமிழ்த் துறைகள், தமிழ் ஆய்வு போன்றவற்றில் சில மேம்படல்களைத்

தமிழவன் கண்டிருக்கலாம். அவற்றோடு வெறுப்புக்கொண்டு புறக்கணிப்பதற்குப் பதிலாக அவற்றையும் சாத்தியமான வகையில் உள்ளே இழுத்து உரையாடலை மேற்கொள்ளலாம் என்று முடிவுசெய்து பல்கலைக்கழகக் கருத்தரங்குகளில் பங்குபெற்றார். 1995-ல் தஞ்சாவூரில் நடந்த உலகத் தமிழ் மாநாட்டில் தமிழவன், நாகார்ஜுனன், எஸ். சண்முகம் போன்றோர் கலந்துகொண்டு ஆய்வுக் கட்டுரை வாசித்தார்கள். நடைமுறை சார்ந்த இந்த மாற்றம் முக்கியமானது. தமிழ்த் துறைகள் ஓரளவுக்கு நவீனமானதற்கு இதெல்லாம் முதல் படிகள். அமைப்பியல், கட்டுடைப்புக் கோட்பாடு, அவை சார்ந்த விமர்சனம், மறுவாசிப்பு என்பவற்றைக் குவிமையங்களாகக் கொண்டு ஒத்த சிந்தனைகொண்ட கல்விப்புல சகாக்களோடு இணைந்து சில பத்திரிகைகளைத் தொடங்கினார். சிறுபத்திரிகைகளின் குறுகிய வாழ்வு உலகளாவிய அம்சம். தீவிரத்தை நீண்ட காலத்துக்குப் பராமரிக்க முடியாது. அப்படி எரிந்து அடங்குவதுதான் அதன் இயங்கியல். தொலைதல் அல்ல, தொடர்ச்சிதான் முக்கியம். படிகள் தன் வெளியீட்டை 1985-ல் நிறுத்த, அதன்பின் வந்தது மேலும் (1989 – 92). ஒத்த கருத்தியல் கொண்ட நாட்டின் பிற பகுதித் தமிழ்ப் பேராசிரியர்களையும் உள்ளடக்கிய குழு அதை நடத்தியது. பிறகு, வித்யாசம் (1994 – 95), அடுத்து சிற்றேடு (2014) என்று தொடர்வது அவருடைய சோர்வறியாத உழைப்பைச் சுட்டும்.

படிக'ளின் முக்கிய அக்கறைகளில் ஒன்றான கல்விப்புல நிகழ்வுகள் குறித்த பதிவுகளின் மாதிரிக்கு ஒன்று. தமிழ்ப் பாடநூல்களை ஒப்பிட கன்னடப் பட்ட வகுப்புப் பாடநூல்கள் எந்த அளவுக்கு சமகாலச் சிந்தனைகளை உள்ளடக்கியவையாக உள்ளன என்பதை 'உள்ளும் வெளியும்' (படிகள் 4, 1979) குறிப்பிடுகிறது. இரண்டாம் வருடத்துக்கான பாடநூல், மார்க்சிய அறிஞரான தேவி பிரசாத் சட்டோபாத்யாயாவின் மொழிபெயர்த்த கட்டுரை, பல்கலைக்கழகத்திலேயே ஆங்கிலத் துறையில் பணியாற்றிய ஆசிரியரும் திரைப்படம், கவிதை, விமர்சனம் போன்ற துறைகளில் முனைப்புடன் செயல்பட்டவருமான பி. லங்கேஷின் கட்டுரை, சிறுபத்திரிகை மட்டுமே தாங்கக்கூடிய கனமான விஷயம் கொண்ட அனந்தமூர்த்தியின் காம்யூ, சார்த்தர் குறித்த கட்டுரை போன்றவற்றை உள்ளடக்கமாகக் கொண்டுள்ளதாம். பல்வேறு பாணிகள் (style) கொண்ட உரைநடைப் பகுதிகள் அவை. முதலாண்டு மாணவன் சமகாலக் கன்னடக் கவிதைகளை,

இலக்கியப் பத்திரிகைகளில் அவற்றுக்கு வந்த விமர்சனங்களோடு சேர்த்து, படிக்கும் வாய்ப்பு உண்டாம். 'நவ விமர்சனத்தின் கதை' என்ற தலைப்பிலான கன்னடப் பாடநூல், க்ளெந்த் ப்ரூக்ஸ், டி. எஸ். எலியட், ஏலன் டேட் போன்றோர் செயல்பாட்டில் கொண்டு வந்த நவ விமர்சனம் (New Criticism) பற்றியும் சமகாலக் கன்னடக் கவிதைகளை அதன் வெளிச்சத்தில் விளங்கிக்கொள்ளும் வழிமுறை குறித்தும் பேசுகிறதாம். ஆனால், அங்கே நடைமுறையில் உள்ள தமிழ்ப் பாடநூல் வழக்கமான பாணியிலேயே உள்ளது என்பதையும் அறிந்துகொள்கிறோம்.

'மூன்றாம் உலக அறிவியல்' (ஜி. எஸ். ஆர். கிருஷ்ணன்), 'விடுதலை இறையியல்' போன்றவை தொடர்பான அறிமுகங்கள், எம். ஜி. ஆர். ரசிகர்கள் குறித்த சமூகவியல் ஆய்வு (ஜி.கே.ராமசாமி) போன்றவை அதுவரை சிறுபத்திரிகைகளின் எல்லைக்குள் வராதவை. சோழர் கால பிராமண, வெள்ளாள ஆதிக்கம், வேளாண் அமைப்புமுறை தொடர்பான பர்ட்டன் ஸ்டைனின் நூல் அறிமுகம், மார்க்சிய சமூகவியலாளர் ரைட் மில்ஸ் (ஜி. எஸ். ஆர். கிருஷ்ணன்), நவீன கல்விப்புல சமூகவியலின் தந்தையான எமில் தர்க்ஹைம் (ஜி. எஸ். ஆர். கிருஷ்ணன்), 1960 களின் இளைஞர், மாணவர்களின் ஆதர்சமான ஹெர்பர்ட் மார்க்யூஸ், பிரதி, ஆசிரியன் தொடர்பான பின்நவீனத்துவச் சிந்தனையாளர் ரோலண்ட் பார்த், அதிகார அமைப்புகளை ஆராய்ந்த ஃபூக்கோ, மனித உள்ளுணர்வைக் கணக்கில் கொண்ட மார்க்சியச் சிந்தனையாளர் கிறிஸ்டஃபர் காட்வெல் என்று அன்றைய மேற்கத்திய அறிஞர்கள் பலரைப் படிகள் தான் முதலில் அறிமுகப்படுத்தியது. ஃபிரேங்க்ஃபர்ட் மார்க்சியக் குழுவின் சிந்தனைகளை அவ்வப்போது படிகள் கவனப்படுத்தியது. 1982-ல் நோபல் பரிசு பெற்றவுடன் ஸ்டாக்ஹோமிலிருந்து நேராக பெங்களூருக்கு வந்தவர் போல சுடச்சுட இரண்டு முறை உயிர்ப்புடன் அறிமுகமானார் மார்க்கேஸ். 1990 களுக்குப் பிறகு தமிழ் வாசகக் கவனத்துக்கு வந்த தலித் இலக்கியம் பற்றிய அறிமுகமாக 1983 லேயே படிகள் வெளியிட்ட ஒரு பக்கக் கட்டுரை ஒன்றில் தேவனூரு மகாதேவா, சித்தலிங்கையா, அரூண் காம்ப்ளே, தேஷ்பாண்டே போன்ற கன்னட, மராத்திய, குஜராத்தி தலித் எழுத்தாளர்களைக் குறிப்பிட்டது. '.இன்றைய தமிழிலக்கியம் வெள்ளாளர்களுக்கும் பிராமணர்களுக்கும் சேவை செய்வதாகத் தெரிகிறது' என்று சொல்லி, தலித் இலக்கியத்தைத் தலித்துக்களே எழுத வேண்டும் என்ற ஆரம்பக் கருத்தியலை முன்வைத்த அது,

தலித் படைப்பு முயற்சிகளை மேற்கொள்வோர் தன்னைத் தொடர்புகொள்ளலாம் என்ற அறிவிப்பையும் வெளியிட்டது. 1980-களின் தொடக்கத்தில் தமிழ்நாட்டின் வட மாவட்டங்களில் நிகழ்ந்த நிலஉடமையாளர்களின் அட்டூழியங்களை எதிர்த்துப் போராடிய இளைஞர்களுக்கு எதிரான காவல்துறையின் அத்துமீறல்களையும் அவை தொடர்பாக மதுரையில் நடந்த ஊர்வலத்தில் பங்கேற்ற பம்பாய் உயர்நீதிமன்ற முன்னாள் நீதிபதி தார்குண்டே உள்ளிட்ட மனித உரிமை செயல்பாட்டாளர்களைக் காவல்துறை குண்டாந்தடியால் தாக்கியதையும் கண்டித்து படிகள் மூன்று, நான்கு முறை எழுதியது. தமிழ்ச் சிறுபத்திரிகை வரலாற்றில் அரச பயங்கரவாதத்துக்கு எதிரான முதல் குரல் இது. புதுச் சிந்தனை முறைகளில் கொண்ட ஈடுபாட்டின் அழுத்தத்தால் படைப்பிலக்கிய வெளியீட்டில் படிகள் அதிகக் கவனம் கொல்லவில்லை போல. பிந்தைய இதழ்களில் ஈழ அரசியல் கவிதைகள், ஆத்மாநாம் கவிதைகள், மார்க்கேஸின் ஒரு செவ்வாய் பகல் தூக்கம், சார்த்தரின் சுவர் ஆகிய சிறுகதைகள், மராத்தி தலித் கவிதைகள் போன்றவற்றின் மொழிபெயர்ப்புகள் வெளியாயின. ஜே.ஜே: சில குறிப்புகள், நாளை மற்றுமொரு நாள ஆகிய இரண்டு நாவல்களையும் அமைப்பியல் ரீதியில் முறையே தமிழவனும் நாகார்ஜுனனும் விமர்சித்தார்கள். மாரக்கேஸ் கதையின் மொழிபெயர்ப்பு (விசாலாக்ஷி – அமரந்தா) பின்னால் வந்த பல லத்தீன் அமெரிக்கச் சிறுகதை, நாவல் மொழிபெயர்ப்புகளுக்கு ஒரு தொடக்கம்.

1979 டிசம்பர் கடைசியில் சேலம் மாவட்டம், சேந்தமங்கலத்துக்கு அருகில் உள்ள காந்திபுரம் என்ற ஊரில் சிறுபத்திரிகைகள், நாடக, திரைப்பட அமைப்புகள், பதிப்பகங்கள் போன்றவை இணைந்த இலக்கு என்ற கலாச்சார அமைப்பு தோன்றியது. ஜி. கே. ராமசாமியின் ஊர் அது. அவரும் ஜி. எஸ். ஆர். கிருஷ்ணனும் க்ரியா ராமகிருஷ்ணனும் தமிழவனும் இலக்கு அமைப்பின் பிரகடனத்தைத் தயாரிப்பதில் காட்டிய முனைப்பை நான் கண்டேன். தமிழகச் சூழலில் வியாபார நோக்கில் செயல்படுகின்ற அறிவியல் பூர்வமற்ற, மீட்புவாத, தேடலற்ற போக்குகளை எதிர்த்தல், கலாச்சாரத்தில் தன்மை ரீதியான மாற்றங்களை உண்டாக்குதல் ஆகியவற்றை செயல்திட்டங்களாகக் கொண்ட அமைப்பாக அது வீரியமுடன் செயல்பட்டது. உலகத் தமிழ் மாநாட்டு எதிர்ப்புக் கூட்டமும், ;புதுக் கவிதையும் புதுப்பிரக்ஞையும்', 'எதார்த்தவாதமும் தமிழ்

நாவலும்', 'எழுபதுகளில் கலை இலக்கியம்', 'தமிழ் சினிமா, தமிழ் விமர்சகர்கள்' ஆகிய தலைப்புகளில் கருத்தரங்குகளும் இலக்கு அமைப்பால் நடத்தப்பட்டன. இது வெறும் பட்டியலல்ல. அந்த அரங்குகளுக்குப் பின்னால் செயல்பட்ட அறி—வியக்கம் நம் கவனத்துக்குரியது. அரங்குகளில் வாசிக்கப்பட்ட கட்டுரைகளெல்லாம் பெரும்பாலும் தொகுக்கப்பட்டு நூல்களாக வெளிவந்தன. அவை ஒரு காலகட்டத்தின் முக்கியப் பண்பாட்டு ஆவணங்கள்.

பல 'முதல்க'ளுக்கு உரிமைகொண்ட தமிழவனையும் படிக' ளையும் பிரித்துப் பார்க்க முடியாது. பத்திரிகையை இயக்க மேற்கொண்ட செயல்பாடுகள் அவரை முக்கியச் சமகால அறிதல்முறைக்கு இட்டுச் சென்றிருக்கிறது. விளைவாக, தமிழ்க் கருத்துலகுக்கு அவருடைய ஆகச் சிறந்தப் பங்களிப்பாக 1982-ல் ஸ்ட்ரக்சுரலிசம் என்ற அவருடைய நூல் வெளியானது. இந்திய மொழிகளில் அந்த புதுச் சிந்தனை பற்றித் தமிழில் தான் முதன்முதலாக ஒரு நூல் எழுதப்பட்டது. முப்பது ஆண்டுகளில் அந்த அறிதல் முறையில் ஏற்பட்டிருந்த மாற்றங்களைப் பதிவு செய்யும் அந்நூலின் விரிவாக்கப்பட்ட இரண்டாம் பதிப்பை அமைப்பியலும் அதன் பிறகும் என்ற தலைப்பில் 2008-ல் வெளியிட்டார். ஒரு குறிப்பிட்ட கோட்பாட்டின் விஸ்தரிப்பை, மாற்றத்தைப் பின்பற்றித் தொடரும் அவருடைய நடைமுறைக்கு அது சான்று. 1980-களுக்குப் பிறகு பின்நவீனத்துவம், கட்டுடைப்பு, ஆசிரியத்துவம், ஆசிரிய மரணம், படைப்பின் பல்குரல் தன்மை, வாசகப் பிரதியாக்கம் போன்ற கருத்தாக்கங்கள் சாதாரணமாகப் புழக்கத்துக்கு வந்திருப்பதற்கு அந்த நூலே தோற்றுவாய். படைப்பாக்கம் தொடர்பான மரபான சிந்தனைக்குப் பழக்கப்பட்டிருந்த எழுத்தாளர்கள் சிலருக்கு அந்த அறிதல் முறை அதிர்ச்சியைத் தந்தது. சிலர் அதைக் கண்டுகொள்ளவே இல்லை. சிலரை அது ஈர்த்ததால் புதுவகை எழுத்துமுறை உருவானது. காலப்போக்கில் அது கல்விப்புலத்தினர் சிலரையும் ஆட்கொண்டதால் ஆய்வுமுறையில் மாற்றம் உண்டானது.

தமிழவன் சிந்தனைப் பள்ளி ஒன்று அவரை மையமாக வைத்து உருவாகியிருக்கிறது. அதன் பிரதான அக்கறையாக இருப்பது கோட்பாடு. கோட்பாடு என்ற பதம் முதன்முதலாக பொது வாசகத்தளத்துக்கு அறிமுகமானது அவரால்தான். அதற்கு முன் அது, இலக்கியம், மொழியியல் போன்ற துறைகளில் கல்விப்புலச் சுவர்களுக்குள் அடைபட்டிருந்தது. தமிழ்ச் சமூகத்தையும்

இலக்கியத்தையும் பண்பாட்டையும் ஆய்வுசெய்ய பல அறிவுத் துறைகளின் கோட்பாட்டுப் பரிச்சயம் வேண்டும் என்பதை விடாப்பிடியாக வலியுறுத்திக்கொண்டே வந்திருக்கிறார். குறிப்பாக தத்துவம், சமூகவியல், மானிடவியல், நாட்டாரியல் போன்ற துறைகள் குறித்த அறிவால்தான் இலக்கியத்தை, பண்பாட்டைப் புரிந்துகொள்ளவோ ஆய்வு செய்யவோ இயலும் என்பதைத் தொடர்ந்து தன் எழுத்தின் மூலம் நினைவுபடுத்திக் கொண்டேயுள்ளார். 1990 களுக்குப் பிறகே தமிழ்நாட்டு ஆங்கிலத் துறைகளில் பண்பாட்டு ஆய்வு என்ற பதம் அறிமுகமாயிற்று. இலக்கியக் கோட்பாடு, மொழியியல், பண்பாட்டு மானிடவியல் போன்ற பல்துறை அறிவைக்கொண்டு சமூகத்தை, கலாச்சாரத்தை, ஊடகத்தை, பால் அடையாளங்களை ஆராய்வதே பண்பாட்டு ஆய்வு என்று அழைக்கப்படுகிறது. இதை 1980 – வாக்கிலேயே படிகள் செயலில் கொண்டுவந்திருந்தது. தமிழவனின் தாக்கத்தால் சாரு நிவேதிதா (ஒரு கட்டம்வரை), நாகார்ஜுனன், எஸ். சண்முகம், ஜமாலன், எம். டி. முத்துக்குமாரசாமி, மேலும் சிவசு என்று தொடங்கி இன்று இளைய தலைமுறையிரான சண்முக விமல்குமார் (றாம் சந்தோஷ்), திருநாவுக்கரசு, நிதா எழிலரசி, க. ஜவகர் என்று ஒரு அணி கோட்பாட்டை செயல்முறைப் பயன்பாட்டில் ஈடுபடுத்துகிறது. அவரவர் வழியில் இவர்கள் எல்லாரும் தனித்துவம் கொண்டவர்கள் என்பதையும் குறிப்பிட வேண்டும். இந்த மரபுச் செல்வம் தமிழவனை சரித்திரத்தில் நிரந்தரப்படுத்தியுள்ளது.

தமிழ்ச் சிறுபத்திரிகைக்குப் புது வரையறையைத் தமிழவன் தம் நண்பர்களோடு இணைந்து வழங்கினார். சாத்தியமான வகையில் அதற்குப் படிகள் மூலம் உருவமும் கொடுத்தார். அவ்வரையறையின் அடுத்த கட்ட விரிவுக்குச் சிறந்த சான்றாகத் தோன்றியது நிறப்பிரிகை (1990 – 2000). சோவியத் வீழ்ச்சி, உலகமயமாக்கல், அம்பேத்கர் நூற்றாண்டு போன்ற நிகழ்வுகளுக்கு முகம் கொடுத்த அவ்விதழ், கூட்டு விவாதங்கள் மூலம் நவ மார்க்சியம், மாற்றுக் கலாச்சாரம், மாற்றுக் கல்வி, மாற்று மருத்துவம், பெண்ணியம், தலித் இலக்கியம், விளிம்புநிலையினருக்கான சொல்லாடல்கள் என்று அடுத்த கட்ட சிந்தனைகளுக்குக் களமாகச் செயல்பட்டது. சிறுபத்திரிகை இயக்கத்தின் தொடர்ச்சிக்கு அது நிரூபணம்.

***

தமிழவனின் சிந்தனைப்புலம்

ஜமாலன்

அறிமுகம்

'தமிழவனின் சிந்தனைப்புலம்' என்ற தலைப்பின் கீழான இந்த ஆய்வு, தமிழ் சிந்தனைப்புலத்தில் நிகழ்ந்த மாற்றம் பற்றிய ஒரு விசாரணை. 'தமிழவன்' என்ற குறிப்பானைக் கொண்டு அதன் குறிப்பீடுகளை வாசிக்க முயல்கிறது. தமிழில் விமர்சனம் என்ற ஒரு தீவிர ஆய்வு மனநிலை கட்டமைக்கப்பட்ட வரலாற்றையும், கலை, இலக்கிய உன்னதங்கள் என்ற சொல்லாடல் புலம் ஒரு அபௌதீகமாக (metaphysics) உருவமைந்து, கலை இலக்கியங்கள் என்பது ஒரு அனுபூதியான படைப்பாக்க நிலை என்கிற ஒரு மெய்யுணர்வு நிலை ஆதிக்கமாகி, வெகுசனமும், அறிவுத்தளமும் பிரிந்த புள்ளிகளை 'தமிழவன்' என்ற குறியை முன்வைத்து வாசித்து பார்க்கிறது இக்கட்டுரை.

'கம்யுனிஸ்டுகளாக இருப்பதற்குக்கூட குடும்பம் கொஞ்சம் வசதியாக இருக்க வேண்டும்' (சிற்றேடு: ஜன-மார்ச் 2017:19) என்று தனது வறுமையைப்பற்றிக் கூறும் தமிழவன் குமரி மாவட்டத்தைச் சேர்ந்த ஒரு கத்தோலிக்கக் குடும்பத்தில் பிறந்தவர். எஸ். கார்லோஸ் என்ற இயற்பெயரைக்கொண்டவர். சிறந்த தமிழாய்வியல் அறிஞர், கோட்பாட்டாளர், தனித்துவமான சிந்தனைகளைக் கொண்டவர். 2016-ஆம் ஆண்டு தி.சு. நடராசன் அறக்கட்டளையால் 'திறனாய்வுச் செம்மல்' விருதுபெற்றவர். எழுபதுகளில் எழுதத் துவங்கியவர். தமிழ் அறிவுத்தளத்தில் ஒரு புதிய போக்கை உருவாக்கியவர். தனது பல்துறை சார்ந்த அறிவுடன் தமிழ் இலக்கியப் புலத்தில் பல பரிமாணங்களில் இயங்கியவர்..

தமிழவனின் புதிய திறனாய்வுமுறை

தமிழவனின் முதல் கட்டுரை 1972-ல் கசடதபற என்ற இலக்கியச் சிற்றிதழில் வெளிவந்த எட்டு ஞானக்கூத்தனின் கவிதை பற்றிய திறனாய்விலிருந்து துவங்குகிறது (தமிழவன்:2011:3).

தனது முன்னுரை ஒன்றில் அவரது ஆய்வுப்பார்வை மார்க்சிய இடதுசாரிப் பார்வை என்கிறார். அதன் வளர்ச்சிநிலைகள் பற்றியும் தனது கருத்துக்களை முன்வைக்கிறார் (தமிழவன்:2011:6). அவர் படித்த இளங்கலை விலங்கியல் படிப்பு அவரது வகைப்படுத்தும், பகுப்பாயும் ஆய்வறிவை எப்படி வளப்படுத்தியது என்பதைச் சொல்கிறார். கீழ்திசையியல் சிந்தனைமுறையான தொகைப்படுத்தல் என்பதை அவரது முதுகலைத்தமிழ் படிப்பு ஏற்படுத்தியிருப்பதை உணரலாம். இந்த மேற்கத்திய பகுப்பாய்வு முறையும், கீழ்திசையியல் தொகுப்பாய்வு முறையும் கலந்து உருவான ஒரு புதிய பார்வையே தமிழவனின் ஆய்வுமுறைக்கான அடித்தளமாக அமைந்துள்ளது.

தமிழ்த் திறனாய்வு மற்றும் விமர்சன மரபு வரலாற்றில் தமிழவன் அறிமுகப்படுத்திய இவ் விமர்சன நோக்கு மிக முக்கியமானது. மார்க்சீய நோக்கு என்கிற வர்க்கப்பார்வையின் அடிப்படையில், பொருளியல் நலனை முன்வைத்து அழகியலைப் பின்னுக்கு தள்ளிய பார்வையிலிருந்து இது ஒரு முக்கியமான மாற்றுப் பார்வையை உருவாக்கியது. மரபான மார்க்சீய அடிக்கட்டுமானம் மேற்கட்டுமானம் என்கிற பொருளியல்வாதப்பார்வை போதாது என்று ரஷ்ய உருவவியல்வாதத்தை அடிப்படையாகக் கொண்ட ஒரு அழகியல் சார்ந்த சமூகநலன் விளைவுகளை வாசித்து வெளிப்படுத்தும் பார்வை அது.

தமிழ் இலக்கிய விமர்சன மரபு குறித்த வரலாற்றை புரிந்துகொண்டால்தான் இப்பார்வையின் முக்கியத்துவத்தை அறியமுடியும். தமிழ் விமர்சனமரபு, இந்திய குறிப்பாக தமிழகத்தில் நிகழ்ந்த காலனிய விடுதலைப்போருடன் துவங்குகிறது. இந்திய விடுதலைப் போராட்டத்தின் விளைவாய் முகிழ்ந்த தேசீயம் என்ற கருத்தியலோடு இந்திய நவீன இலக்கியம் தோற்றம் கொள்கிறது. வடக்கில் அது தாகூரிலிருந்து துவங்கினால் தமிழகத்தில் அது பாரதியில் துவங்குகிறது. அல்லது இவ்விரு இலக்கிய சிற்பிகளினைக் குறியீடாகக் கொண்டு அறியப்படுகிறது.

மேலும், இந்தியாவில் காலனியக்கால பிராமண துபாஷிகள் உருவாக்கத்தோடு இந்திய நவீன இலக்கியத் தோற்றம் தொடர்புகொண்டது. பிராமண துபாஷிகள் தங்களது பழம் மரபுகளை கைவிடாமல், புதிய மொழியான ஆங்கிலத்தைக் கற்று, அதன் நெறிமுறைகளையும் அது கொண்டுவந்த நவீனத்தையும் ஏற்றுக்கொண்டு, ஒரு இரண்டக–மனமும், வாழ்வும் கொண்டவர்களாக ஒரு மத்தியதரவர்க்கமாக உருவானார்கள்.

அம்மத்தியதரவர்க்கத்தின் இரண்டாம் அலையில் உருவான காலனிய எதிர்ப்பு அரசியலுக்கான குரலாக உருவானதே இன்றைய நவீன இலக்கியம் என்பது. இது தவிர்க்கமுடியாமல் பிராமணிய-அழகியலை, அறத்தை உள்வயப்படுத்தியே உருவாக்கம் பெருகிறது. தமிழவன் தனது இளமைக்காலத்தில் அறுபதுகளில் பிராமணர்கள் பாரதியை முன்வைத்து பாரதிதாசனைப் புறக்கணித்ததை தனது கட்டுரை ஒன்றில் சுட்டிக்காட்டுகிறார் .

அதனால்தான் நவீன இலக்கியம் எப்போதும் வெகுமக்களிடமிருந்து விலகி ஒரு மத்தியதரவர்க்க உளவியல் சார்ந்த அடையாளம் கொண்டதாக அமைந்துள்ளது. அல்லது அது ஒரு மேட்டிமை ரசனை சார்ந்த ஒன்றாக அமைகிறது. உலக அளவில் நிகழ்ந்ததும் இதுவே. தமிழ்ச்சூழலில் இந்த மத்திய தரவர்க்கம் ஒரு இலக்கிய இயக்கமாகவே தன்னை கட்டமைத்துக் கொண்டது. தமிழில் முப்பதுக்களில் 'கற்பனை விற்பனைப் பொருளன்று' என்ற முழக்கத்தோடு கல்கி, விகடன் போன்ற பாப்புலிஸ நோக்கு எனப்படும் வெகுசன இதழ்களுக்கு எதிராக வெளிவந்த மணிக்கொடி என்ற சீரிய இலக்கிய இயக்கம், சமூக உணர்வோடு விடுதலைக்கு குரல்கொடுத்த ஒரு இயக்கமாக இருந்தது. இது சீரிய சமூகவிமர்சனம் கொண்ட கதைகளை, கற்பனாவாதத்திற்கு அப்பால் யதார்த்தம் சார்ந்த கதைகளை வெளியிட்ட ஒரு இயக்கம். முதன்முதலாக தமிழ் விமர்சனமும் வேர் கொண்டது இவ்வியக்கத்தில்தான். இதில் அக்கால இலக்கியத்தின் அடிப்படைகள் விவாதிக்கப்பட்டன. தமிழ் நடையின் காலத்திற்கேற்ற மாறுதல் வற்புறுத்தப்பட்டது. இவ்வியக்கம் தமிழின் நவீனத்துவ இலக்கிய பிதாமகர்களை உருவாக்கியதொரு முக்கிய இயக்கம். இது 30-களின் இறுதியில் நின்றுபோகிறது.

அதன்பின் ஐம்பதுகளில் துவங்கியது எழுத்து என்ற சிற்றிதழின் இயக்கம். மணிக்கொடி, கதைகளுக்கு அளித்த முக்கியத்துவம்போல இவ்விதழ் புதுக் கவிதைகளுக்கு முக்கியத்துவம் அளித்தது. தமிழவன் எழுத்து பத்தரிக்கைகளை வெளிவந்த காலங்களில் வாங்கி வாசித்து வந்ததையும், ஆனால் அதில் அவர் எழுதுவதற்கான எண்ணமற்று இருந்ததையும் சுட்டிக்காட்டுகிறார். எழுத்து துவக்கத்திலேயே திராவிட எதிர்ப்பும், இந்திய தேசிய உணர்வும் கொண்டதான ஒரு அரசியலை முன்வைத்தும், சுயமரியாதை அமைப்புகளுக்கு எதிராக ஒருவித மேற்கத்திய பாணியிலான ஆன்மீக, உள்ளொளி கவிதைகளையும் வெளியிட்டது. இதில்

மணிக்கொடி யைத் தொடர்ந்து புதுக்கவிதைகள் குறித்த திறனாய்வுகளாக தமிழ் விமர்சனமரபு அதன் ஆசிரியரான சி.சு. செல்லப்பா வழியாக தொடர்கிறது. இம்மரபு அமெரிக்க புது விமர்சன மரபை உருவாக்கிய ஐ.ஏ.ரிச்சர்ட்ஸ், எஃப்.ஆர்.லெவிஸ் போன்றவர்களின் வழிமுறைகளைப் பின்பற்றி புதுத்திறனாய்வு அல்லது செயல்முறைத் திறனாய்வாக அறிமுகமாகிறது. இதில் இலக்கியவடிவம், கலைத்தன்மை, அழகியல் எனக் கவிதைகளை தனிமனித நோக்குநிலையில் ஆராயும் தன்மை உருவானது.

மணிக்கொடி, தேசியம் என்ற கருத்தியல் வழியாக உருவாக்கிய விமர்சனமுறை இதில் தனிமனிதன் சார்ந்த விமர்சனமாக மாற்றமுறுகிறது. இவ்விரண்டு குழுக்களுமே முன்பு சொன்ன பிராமண துபாஷிகள் வழியாக உருப்பெற்ற ஆங்கிலக்கல்வி பெற்ற, மரபுகள்மீதான ஆர்வம் கொண்ட ஒரு காலனீயக் கலப்பின மத்தியதரவர்க்க அறிவுஜீவிகள் இயக்கமாகவே இருந்தது. இவ்விரு குழுக்களும் தன்னளவில் இந்திய தேசியம் என்ற கருத்துருவத்தை ஏற்ற குழுக்களே. இக்குழு கலை என்பது தனிமனிதனின் ஒரு ஆன்ம வினை என்பதான கருத்தை முன்வைத்தது. ஒருவகையில் தனிமனிதவாதம் என்ற கருத்தியலை இவை உருவாக்கின. இச்சூழலில் உருவான வடமொழி எதிர்ப்பு, தனித் தமிழ் இயக்கம் என்பது இக்குழுவிற்கான எதிர்நிலையில் மொழியை முக்கியத்துவமாகக் கொண்டு மரபிலக்கியங்களை உயர்த்திப் பிடிப்பதாக வெளிப்பட்டது. நுட்பமாகப் பார்த்தால் நவீன இலக்கியமும் மரபு இலக்கியமும் எதிர் முரணாக நிற்க வைக்கப்பட்ட நிலை உருவானது. நவீனத்துவம் முற்றிலுமாக ஒரு மத்தியதரவர்க்க கலைப்பார்வையாக மாறியது. தமிழ் மரபிற்கு எதிரான ஒரு மௌனக் கலகமாக நவீனத்துவம் என்பது முன்னெழுந்து வந்தது. வாசகர் எழுத்தாளர் விமர்சகர் என்கிற அடையாள அமைப்பு உருவானது. பாப்புலிசம் என்பது வாசகர்களைப் பெருக்கிக் கொண்டிருந்தது. வாசகக் கூட்டமே முதன்மை என்கிற போக்கை அது பிரதிபலித்தது.

இங்கு தமிழ் இலக்கியத்தில் ஒரு தொடர் சுழற்சி வாசகரை மையமாக வைத்து நிகழ்வதைக் காணலாம். விகடன், சுதேசமித்திரன் போன்ற விடுதலைக்கு முந்தைய இதழ்கள் வாசக அங்கீகாரத்தை முன்வைத்துபோது விமர்சகர் அங்கீகாரத்தை முதன்மைப்படுத்தி வாசகனை பயிற்றுவிக்கும் உயர் ரசனை சார்ந்ததாக மணிக்கொடி முன்வந்தது. அதன் தொடர்ச்சியாக விடுதலைக்குப் பின் உருவான திராவிடக் கருத்தியல் உருவாக்கிய

பிராமணிய எதிர்ப்பை எதிர்கொண்டு எழுத்து சிற்றிதழ் மீண்டும் விமர்சன அங்கீகாரத்தை முதன்மைப்படுத்திய உயர் வாசக ரசனையை உருவாக்கியது. இவ்விதழ்தான் முதன்முதலாக தமிழ் இலக்கியத்தை முற்றிலும் தனிமனித சஞ்சாரமாக மாற்றியது என்றால் மிகையாகாது. தமிழில் சுத்தஇலக்கியம் என்ற கருத்தையும், இலக்கியத்தின் அழகியலாக பிராமண அழகியலையும் கட்டமைத்தது எழுத்து சிற்றிதழும், அதைத் தொடர்ந்து வந்த பல இலக்கிய இதழ்களுமே. இந்த சுத்த இலக்கிய அரசியலற்ற போக்கிற்கு எதிராக பெருவாரியான மக்கள் சிந்தனையை குறிப்பாக மரபிலக்கியத்தை உயர்த்திய திராவிட இயக்க சிந்தனையை பிரதிபலிப்பதாக 'வானம்பாடி' என்ற இயக்கம் எழுபதுகளில் வெளிப்பட்டது. அது மார்க்சியம்-பெரியாரியம்-திராவிட இயக்கச் சிந்தனையை முன்னெடுக்கும் ஒரு கவிதை இயக்கமாக இருந்ததால் கலை என்பது மக்களுக்கானது என்பதை முன்வைத்தது.

இந்தப் பிரிவினையை சரியாக கோடிட்டால் பிராமண-ஆரிய-சிந்தனையை முன்வைத்து தனிமனிதன், அகஉலகம், உன்னத உணர்வுகள் என்பதாக உருவான கலையின் தேவை, கலை சார்ந்த அழகியலுக்கே என்கிற கலை கலைக்காகவே என்ற இயக்கம் ஒருபுறம், பிராமணரல்லாத-திராவிட-மார்க்சிய-சிந்தனையை முன்வைத்து சமூக மனிதன், அக உலகம் என்பது புற உலகின் பிரதிபலிப்பே, கலை மக்களுக்காக, மக்கள் திரளை, அரசியல் படுத்தி விடுதலைக்கு இட்டுச் செல்வதாக இருக்கிறது என்ற இயக்கம் ஒருபுறம் என இரண்டு பிரிவுகளாக தமிழ் இலக்கிய உலகம் பிளவுபட்டிருந்தது.

இந்த பிளவுபட்ட சூழலில்தான் 70-களின் துவக்கத்தில் கலை X மக்கள், அகம் X புறம், கருத்து X பொருள் என்பதான பிரிவினைகளைக் களைந்து அவற்றின் பிணைப்பாக கலையின் சமூக-அழகியல்-அரசியல் பயனை முன்னிலைப் படுத்திய ஒரு விமர்சனமுறையை அறிமுகப்படுத்துகிறார் தமிழவன். கசடதபற என்ற கவிதைக்கான இதழில் எழுதிக்கொண்டிருந்த ஞானக்கூத்தன் கவிதைகள் குறித்து ஒரு விமர்சனத்தை தாமரை என்கிற மார்க்சிய இதழுக்கு எழுதித் தருகிறார். இந்த இணைவுப்புள்ளி தமிழக இலக்கிய இயக்கத்தில் முக்கியமான ஒரு பண்பு மாற்றத்தை ஏற்படுத்தியது. இலக்கிய அழகியலையும், சமூக அரசியலையும் இணைக்கும் இந்த புள்ளியே தமிழவன் என்கிற திறனாய்வு நிகழ்வின் துவக்கம். அதன் முக்கியத்துவத்தை

உணர வைக்கவே மேற்கண்ட விரிவான இலக்கியத் திறனாய்வு வரலாற்றை எடுத்துரைக்க வேண்டியதாயிற்று.

தமிழவனின் அமைப்பியல் அறிமுகமும் அதன் தாக்கமும்

தமிழ் விமர்சனமரபில் தமிழவன் ஏற்படுத்திய இந்த புதிய ஆய்வுமுறை, ஒரே நேரத்தில் இலக்கியத்தின் சமூகப் பயன்பாட்டையும், அழகியல் பயன்பாட்டையும், அரசியல் பயன்பாட்டையும் விவரிக்கும் ஒரு அறிவியல் தர்க்கமாக அமைந்தது. தமிழின் விமர்சனப் புலத்தில் இந்த ஆய்வுமுறை ஒரு முழுமையான பார்வையைத் தருவதாக, இலக்கியத்தின் பயன்பாட்டுவாதத்தை தாண்டி அதன் சமூகக்கட்டுமான அமைப்பை விவரிப்பதாக மாறியது. இப்பார்வையின் நீட்சியாக தமிழவன் இலக்கியம் என்பது ஒரு மொழிச்செயல்பாடு மற்றும் பிரதியியல் செயல்பாடு என்பதை முன்வைப்பதற்கான முறையியிலாக 'ஸ்டரக்சுரலிஸம்' என்ற அமைப்பியல்வாதத்தை எண்பதுகளில் அறிமுகப்படுத்துகிறார். இப்பார்வை தமிழ் இலக்கியப் புலத்தில் ஒரு ஆழ்தள இயக்கியாக, இலக்கிய நனவிலியாக மாறியது. இலக்கியத்தை அதன் ரசனை தாண்டி பன்மையான மொழியியல் மற்றும் பிரதியியல் கட்டுமான வடிவம், அரசியல், சமூகவியல் என, புறநிலையில் சமூகத்தையும், அகநிலையில் தனிமனித உளவியலையும் ஆராய்வதாக அமைந்தது. தமிழ் இலக்கியம் அகத்தையும் புறத்தையும் இணைக்கும் ஒரு வெளியாக மாற்றம் கொள்கிறது.

தமிழ் இலக்கியச் சிந்தனையில் தமிழவனின் ஸ்டரக்சுரலிஸம் ஒரு புரட்சி என்று சொல்லும் அளவிற்கு ஒரு அறிதல் மாற்றத்தை நிகழ்த்தியது. அதுவரை இலக்கியம் என்பது புறநிலையில் சமூக வர்க்க நலன் பேசுவதாக, அல்லது அகநிலையில் ஆசிரியனின் அனுபவம், உள்ளொளி, பொறி போன்றவற்றால் உருவானதாகவும் சொல்லப்பட்டவை அனைத்தும் மறுக்கப்பட்டு இலக்கியம் ஒரு உற்பத்தியாக, பிரதியாக, மொழிச்செயல்பாடாக பார்க்கும் நவீனப்பார்வை உருவானது. எல்லாம் அமைப்புகள் என்றும் அதற்கான தர்க்கத்தையும், மையத்தையும் கொண்டவை என்றும் இலக்கியத் திறனாய்வு ஒரு புதிய முகத்தைப் பெற்றது.

தமிழில் புழங்கிய கோட்பாட்டுச் சிந்தனைகளான ரசனைவாதம், மார்க்சீயம், இருத்தலியம், அந்நியமாதல், சிம்பலிசம் ஆகியவற்றிற்கு ஒரு மாற்றான சிந்தனைமுறையை

தமிழவனின் திறனாய்வுகள் முன்வைத்தன. அதை தொடர்ந்து யதார்த்தவாதம் என்ற ரஷ்ய மற்றும் ஐரோப்பிய நாவல்களின் பாணியில் உருவான தமிழ் நாவல்களின் மீதான ஒரு பகுப்பாய்வு நிகழ்த்தப்பட்டு, யதார்த்தவாதத்திற்கு எதிரான அதன் உண்மைத்தன்மை மற்றும் பிரதிநிதித்துவம், பிரதிபலிப்பு உள்ளிட்ட கோட்பாட்டுச் சட்டகங்கள் உடைந்து, அது ஒரு புனைவு என்கிற தளத்திற்கு நகர்த்த தமிழவனின் அமைப்பியல் அறிமுகம் முக்கியமான பங்களிப்பைச் செய்தது. அதை தொடர்ந்து தமிழ் இலக்கியச் சூழலில் லத்தீன் அமெரிக்க இலக்கியங்கள் குறித்த அறிமுகங்கள் வாசிப்புகள் நிகழ்ந்தன. மற்றொருபுறம், பிரஞ்சு சிந்தனைமுறைகளான அல்தூஸரின் மார்க்சீயம், லெவிஸ்டராஸின் நாட்டுப்புறத் தொன்மங்கள் பற்றிய கோட்பாடுகள், மிஷல் பூஃக்கோவின் அதிகாரம், ஒப்புமை மற்றும் கண்காணிப்பு பற்றிய சிந்தனைகள், தெரிதாவின் கட்டுடைப்பு அல்லது சிதைவாக்கம் பற்றிய உரையாடல்கள், பக்தினின் மொழிதல் கோட்பாடு என்பவை தமிழக அறிவுச் சூழலில் பேசுபொருளாக மாறின.

தமிழின் தொன்மையான கதைசொல்லும் மரபும், மாயப்புனைவுகளும், படைப்பில் யதார்த்தத்தைமீறிய சுதந்திரமான குரல்களும், புனைவுகளும் உருவாயின. தன்வரலாற்று, தன் அனுபவக்கதையாடல்கள் வழியாக தன்னையறியாமல் அதிகாரத்தின் குரலாக ஆசிரியன் இருப்பதை அம்பலப்படுத்தி வாசகனை முதன்மைப்படுத்தி பிரதிகளை கலைத்துப்போட்டு வாசிக்கும் சுதந்திரமும், பிரதிகளைக் கலைத்தே எழுதும் சுதந்திரமும் தமிழில் உருவாகியது.

தமிழில் அமைப்பியல், பின்–அமைப்பியல், பின்–நவீனத்துவ சிந்தனைகள், ஆய்வுமுறைகள் மற்றும் அதன் முறையியல்கள் அறிமுகமாகியதும், பயிலப்பட்டதும், பயன்பட்டதும் தமிழவனின் அமைப்பியல் துவங்கி தொடர்ந்து அவர் எழுதிய நூல்களும் கட்டுரைகளுமே காரணம். அதன் தொடர்ச்சியாக அவரது ஆய்வுமுறை ஒரு குறியியக்கமாக தமிழ் இலக்கியத் தளத்தில் மாறியது. அவரது தமிழும் குறியியலும் என்ற உலகத்தமிழ் ஆராய்ச்சி நிறுவனம் வெளியிட்ட நூல் தமிழவனின் இத்தகைய புதிய சிந்தனைகளுக்கான களத்தை இலக்கிய உலகிலும், அவர் சார்ந்து நின்ற பல்கலைக்கழக உலகிலும் உருவாக்கியது. எழுபதுகளில் துவங்கிய தமிழவனின் புதுக்கவிதைகள் பற்றிய கட்டுரைகள் முதல் இன்றைய தமிழ் உணர்வின் வரைபடம் வரை தொடர்ந்து புதியதொரு சிந்தனைவெளியை திறந்து காட்டியது

தமிழுக்கு அவர் செய்த பெரும் பங்களிப்பு மட்டுமல்ல தமிழ் சிந்தனையில் ஏற்படுத்திய மிகப்பெரிய பாய்ச்சல்.

தமிழவனின் தொடர் இயக்கத்தில் மொழி குறித்த ஒரு சிந்தனை தொடர்ந்துவரக் காரணம் நெல்லையில் அவரது சிறுவயதில் நிகழ்ந்த மொழிப்போரே. மொழிப்போர், திராவிட இயக்க பெரியார் அலை, மார்க்சிய இயக்க ஜீவாவின் அலை என அவரது அகஉலகம் என்பது தமிழ் சமூக அரசியலின் புறநிலைகளால் உருப்பெற்ற ஒன்று. தமிழ் என்கிற கருத்துருவத்தை அடிப்படையாகக் கொண்ட குமரி மாவட்ட இணைப்புப் போராட்டம், மொழிப்போர், திராவிட இயக்க பகுத்தறிவுச் சிந்தனை, இந்தி எதிர்ப்பு, ஈழப்போர் என அவரது அறிவுத் தோற்றவியலில் தமிழ் சமூக புற உலகு ஒரு தொடர் உடைசலை உருவாக்கியது. தமிழ் என்ற கருத்துருவத்தின் அகிலம்சார் கோட்பாட்டுப் பின்னணியின் தேடலாகவே அவரது அமைப்பியல் அறிமுகம் வெளிப்பாடு கொள்கிறது. ஒருவிதமான மொழிகுறித்த ஒரு பிம்பச் சிந்தனை அவரது ஆழ்மனதில் கட்டமைந்திருப்பதே அமைப்பியலைத் தேடிச் சென்றதற்கான உந்துதல் எனலாம்.

தமிழவனின் பல்துறைப் பங்களிப்புகள்

தமிழின் அறிதலில் ஒரு உடைசலை உருவாக்கி புதியதொரு அறிதலுக்கு நகர்த்திய தமிழவனின் ஆய்வுமுறைகள் ஒரு சிந்தனைப்பள்ளியாக உருவான பல்துறைப் பங்களிப்புகளை கீழ்கண்ட தலைப்புகளின் கீழ் காணலாம்.

1. சிறுபத்திரிக்கைப் பங்களிப்புகள்

அ) படிகள் : தமிழவன் ஆசிரியக் குழுவில் இருந்து எண்பதுகளில் வெளிவந்த சிறுபத்திரிக்கை. முன்பு விவரித்த சிறுபத்திரிக்கைகளில் இருந்து மாறுபட்டு, அழகியல், அரசியல், சமூவியல் மற்றும் நுண்கலைகள் என அனைத்து தளங்களிலும் ஒரு விமர்சனமரபை நிகழ்த்திக்காட்டி வெளிவந்த இதழ். தமிழ் சிற்றிதழில் படிகள் ஒரு முன்மாதிரி இதழாக இலக்கிய திறனாய்வுடன் சமூகவியல், அறிவியல் சார்ந்த ஆய்வுகள் என பரந்த தளத்திலான ஒரு இதழாக வெளிவந்தது.

ஆ இங்கே இன்று : தமிழவனை ஆசிரியராகக் கொண்டு வெளிவந்த நடுவகை இதழ். தமிழில் முதன்முதலாக ஒரு இடைநிலைப் பத்திரிக்கைக்கான முயற்சி இது. இன்று இடைநிலைப் பத்திரிக்கைகளாக பலவும் வருகின்றன. முதன்முதலாக

தமிழவனே அதற்கான தேவையை முன்வைத்து ஒரு இதழை நடத்திக்காட்டினார். சீரிய இலக்கியத்திற்கும், வெகுசனப் பத்திரிக்கை எழுத்திற்கும் இடையிலான வாசகப் பயிற்றுவிப்பாக ஒரு இடைநிலைப் பத்திரிக்கை தமிழ் சமூகத்திற்கு அவசியம் என்பதை உணர்ந்து உருவாக்கப்பட்ட பத்திரிக்கை.

இ) மேலும் : பாளையங்கோட்டையிலிருந்து தமிழவன் ஆலோசகர் பொறுப்பில் வெளிவந்த ஆய்விதழ். தமிழில் பல்கலைக்கழக ஆய்வுகளையும், அதற்கு வெளியிலான ஆய்வுகளையும், அறிவுஜீவிகளையும் இணைத்து உருவாக்கப்பட்ட ஒரு இதழ். பல்கலைக்கழக அறிவுத்துறை என்பது ஒரு இலக்கிய அதிகார பீடமாக இல்லாமல், வெளியிலான சிந்தனைகளையும் உள்ளடக்கிய ஒரு சுதந்திர வெளியாக மாற்றுவதற்கான முன்முயற்சியை சோதித்து பார்த்த இதழ்

ஈ) வித்தியாசம் : நவீன கோட்பாட்டுச் சிற்றிதழாக தொண்ணூறுகளில் வெளிவந்த அவ்விதழில் ஆசிரியக்குழுவில் பொறுப்பு வகித்தார் தமிழவன். நாகார்ஜுனன், எஸ். சண்முகம், தி. கண்ணன் மற்றும் நஞ்சுண்டனுடன் இணைந்து நடத்திய இதழ். தமிழில் பின்-நவீனம் சொன்ன வித்தியாசங்களின் அரசியலையும், பன்மைத்துவத்தையும், அடையாள அரசியலாகவும், பல் குழுவாத அரசியலாகவும் இலக்கியப் போக்கை மாற்றியதற்கு எதிராக வெளிவந்த கோட்பாட்டு இலக்கிய இதழ்.

உ) சிற்றேடு : தமிழவனது ஆலோசனையில் மேலும் இதழின் தொடர்ச்சியாக வெளிவந்து கொண்டிருக்கும் இதழ். "நவீனத் தமிழ்வழி, அறிவோம் தமிழ் மொழி" என்று தமிழியல் ஆய்வுகளை அடிப்படையாகக் கொண்டு வெளிவரும் இதழ். தமிழில் பல உரையாடல்களுக்கான புள்ளிகளையும், கோட்பாட்டு ஆய்வுகளையும் வெளியிடும் இச்சிற்றிதழ் தமிழ் மரபு குறித்த நவீன ஆய்வுப் பார்வைகளை அறிமுகப்படுத்துகிறது.

இலக்கு என்ற அமைப்பின் வழியாக சிற்றிதழ்கள் மற்றும் தமிழ் இலக்கியப் போக்குகள் குறித்த ஆய்வுகளை முன்னின்று நடத்தினார். இலக்கு கருத்தரங்குகள் தமிழ் இலக்கிய நியதியாக்கத்தில் (Literary Canonization) முக்கியப் பங்கு வகித்தது. தமிழ் இலக்கியப் போக்குகளை ஆய்வு செய்வதும். அதிலிருந்து இலக்கிய நியதிகள், நெறிமுறைகள், விதியமைப்புகள் பற்றிய ஒரு உரையாடல் புள்ளிகளை உருவாக்கித் தருவதுமாக அக்கருத்தரங்குகள் நடத்தப்பட்டன. தமிழவனின் சிற்றிதழ்கள்

பங்களிப்பு என்பது தமிழ் சிற்றிதழ்ப்போக்கில் பல பண்பு மாற்றங்களைச் செய்த ஒன்று. முக்கியமான தமிழ் ஆய்வுகளையும், இலக்கியச் சிந்தனைகளையும் இணைக்கும் ஒரு பாலமாக இவ்விதழ்கள் செயல்பட்டு வந்தன. இன்றுவரை தமிழ் பாப்புலிச வெகுசன பண்பாடாக முன்வைக்கப்படும் நுகர்வுப் பண்பாட்டிற்கு மாற்றாக, சீரிய இலக்கிய, தத்துவ, அரசியல், கலைகளை முன்வைத்து ஒரு பண்பாட்டுப் போரை நிகழ்த்தி வருபவை இச்சிறு பத்திரிக்கைகளே.

2. கோட்பாட்டுப் பங்களிப்புகள்

தமிழவனின் கோட்பாட்டுப் பங்களிப்புகளை சில முக்கியத் தலைப்புகளில் சுருக்கியுரைக்க முயலலாம்.

அ) அமைப்பியல்: 1980–ல் தமிழவனின் புத்தகம் ஸ்டரக்சுரலிஸம் வெளிவருகிறது. முதன்முதலாக தமிழில் வெளிவந்த அமைப்பியல் அறிமுக நூல் மட்டுமல்ல, அன்றைய தமிழ்ச்சூழலில் நிலவிய மூன்று ஆதிக்கச் சிந்தனைப் போக்குகளுக்கான பதிலாக அது அமைந்ததே முக்கியமானது. முதலாவது சிந்தனை, மார்க்சிய சிந்தனையாக கோலோச்சிய வர்க்கவாதம் மற்றும் பொருளாதார வாதம். அது கலை இலக்கியத்தை பொருளியல் அடித்தளத்தால் தீர்மானிக்கப்படும் கலாச்சார மேற்கட்டுமானம் என்றது. கலை இலக்கியத்தின் அழகியலைவிட அதன் அரசியலை முதன்மைப்படுத்தியது. இரண்டாவது சிந்தனை, இருத்தலியம் என்கிற மனிதனின் இருப்பை முதன்மைப்படுத்தி, மனித சாராம்சம் என்ற ஒன்றை மையப்படுத்தி கலை இலக்கிய அழகியல் என்பது இந்த சாராம்சத்தின் வெளிப்பாடாக மனித இருப்பின்வழி தீர்மானிப்பதாக முன்மொழிந்தது. மூன்றாவது சிந்தனை கலைமுதல்வாத அல்லது அழகியல்முதல்வாத சிந்தனை. இது கலையும், அழகியலுமே முக்கியமானது என்று தனிமனிதவாதத்தை முன்வைத்தது.

இவை அனைத்தும் ஒரு சாராம்சவாத சிந்தனையாக மனிதனை மையப்படுத்தி முன்வைக்கப்பட்ட மனிதமுதல்வாத சிந்தனையாக இருந்தபோது, பிரஞ்சில் அறிமுகமான அமைப்பியல் தமிழில் தமிழவனால் அறிமுகப்படுத்தப்படுகிறது. அமைப்புகளின் ஊடாட்டமே உலகத் தோற்றமாக இருப்பதையும், எல்லா சிந்தனைகளும், அறிதல் முறைகளும் அமைப்புகளால் ஆளப்படுகிறது என்பதை விவரித்தது. இந்நூல் பிரஞ்சில் அல்தூஸர், கிளாட் லெவிஸ்டராஸ், பியெர் மாஷெரி உள்ளிட்ட

சிந்தனையாளர்களால் பிரஞ்சு சூழலில் முன்வைக்கப்பட்ட வாதங்களை, தமிழ் சூழலில் பொருத்தி விளக்கிய ஒரு முக்கியமான நூலாகும். இந்நூல் தமிழ் சிந்தனை உலகில் நிகழ்ந்த ஒரு புரட்சி என்று வர்ணிக்கத்தக்க முக்கியத்துவம் கொண்ட ஒன்றாகும். இச்சிந்தனை ஏற்படுத்திய தாக்கமே இன்றுவரையிலான தமிழ் இலக்கியப் படைப்புகள், திறனாய்வுகள், விமர்சனங்கள் உள்ளிட்டவற்றை பாதிப்பதாக அல்லது ஒரு உரையாடலை நிகழ்த்துவதாக அமைந்துள்ளது. தமிழவனின் பங்களிப்புகளில் இந்த அறிமுகம் முக்கியமானது மட்டுமல்ல, ஒரு பெரும் மாற்றத்தை தமிழ் அறிவுத்தளத்தில் உருவாக்கியது.

ஆ) நாட்டுப்புறவியல்: நாட்டுப்புறவியல் குறித்து தமிழவன் சில தனிக்கட்டுரைகள் எழுதியிருந்தாலும், அவரது பல கட்டுரைகளில் அத்துறை குறித்து விவாதித்துள்ளார். கதைப்பாடல்கள் பற்றிய அமைப்பியல் ஆய்வு, புராணவியல் புதிர்மைப் பண்பு, வெகுசனக்கலாச்சாரத்தில் நாட்டார் வழக்குகள் என நாட்டுப்புறவியல் துறையில் முக்கியமான கட்டுரைகள் எழுதியுள்ளார். லெவிஸ்ட்ராஸ் மற்றும் ரஷ்ய அறிஞரான விளாடிமர் பிராப் ஆகியோரின் கோட்பாடுகளைக் கொண்டு நாட்டுப்புறக் கதைகள் நம்பிக்கைகள் பற்றிய ஆய்வு குறிப்பிடத்தகுந்த ஒன்று.

இ)பின்–அமைப்பியல்: தமிழவன் ஸ்ட்ரக்சுரலிஸத்தைத் தொடர்ந்து பின்–அமைப்பியல் சிந்தனையாளர்களின் கோட்பாடுகளை அறிமுகப்படுத்துகிறார். அதில் முக்கியமானது ரோலான் பார்த் என்ற பிரஞ்சு பின்–அமைப்பியல்வாதியின் 'ஆசிரியன் இறந்துபோனான்' என்ற கோட்பாடு. இக்கோட்பாடு ஆசிரியனை முதன்மைப்படுத்திய தமிழ் இலக்கியப் போக்கில் பிரதியை, எழுத்தை முதன்மைப்படுத்தும் விமரிசன முறையை உருவாக்கியது. ஒருபுறம் இது பெரும் சர்ச்சைகளை உருவாக்கியபோதும், இக்கோட்பாட்டை முழுமையாக உள்வாங்கவோ ஏற்கவோ தமிழ் இலக்கியச் சூழல் முன்வரவில்லை என்றே சொல்லலாம். பின்–அமைப்பியல் சிந்தனையாளரான பூஃக்கொவின் ஒப்புமை கருத்தாக்கத்தை பயன்படுத்தி தொல்காப்பியத்திலிருந்து தமிழில் உருவாகும் சிந்தனைமுறைகளை சுட்டிக்காட்டியது தமிழவனின் முக்கிய பங்களிப்புகளில் ஒன்று.

ஈ) பின்–நவீனத்துவம்: பின்–நவீனத்துவத்தை அறிமுகப்படுத்தும் சில கட்டுரைகளை தமிழவன் எழுதியுள்ளார். அதில் 'பின்–

நவீனத்துவ அரசியல்' என்கிற கட்டுரை ஒரு முக்கியமான அறிமுகக்கட்டுரை. குறிப்பாக லியோதார்த்தின் 'பிகரல்' என்ற கருத்தாக்கம், 'லிபிடோ' (பாலுந்தம்) மற்றும் 'மெட்டா நெரேட்டிவ்' (பெருங்கதையாடல்) பற்றிய அறிமுகங்கள் அதில் பேசப்பட்டுள்ளன. அவரது சட்டவயமாதல் (legitimization) பற்றிய அறிமுகமும் எளிமையாக சொல்லப்பட்டுள்ளதே தவிர, அக்கருத்தாக்கங்கள் வளர்த்தெடுக்கப்படவில்லை. குறிப்பாக மார்க்சீயரும் பின்நவீனக் கோட்பாட்டாளருமான பிரடரிக் ஜேம்சனின் 'அரசியல் நனவிலி' என்கிற கருத்தாக்கத்தை தமிழ்ச் சூழலில் பொருத்தி அறிமுகம் செய்கிறது அக்கட்டுரை. ஜேம்சனின் மார்க்சிய அடிப்படையிலான பின்நவீனச் சூழல் பற்றிய விவரணை, பண்பாட்டுத்தளத்தில் அதன் தாக்கங்களை விவரித்து இந்தியச் சூழலில் மார்க்சீயர்கள் அதை ஏற்க வேண்டியதன் தேவை பற்றிப் பேசுகிறார். "மேற்கத்திய அதே பண்புடன் இன்றையத் தமிழ் பின்நவீனத்துவ அம்சங்கள் காணப்பட முடியாது. அதனால் பின்-நவீனத்துவக் கூறுகளே நம்மிடமில்லை என்றும் சொல்லமுடியாது" (தமிழவன்:2010:271) என்கிறார். பின்-நவீனத்தை பொதுவாக அப்படியே ஏற்காமல் குறிப்பான கருத்தாக்கங்களை தமிழ் சூழலில் பொருத்துவதற்கான ஒரு உரையாடலாகவே அணுகுகிறார்.

உ)பின்-காலனீயம்: பின்-காலனீயக் கோட்பாட்டு முறை—யியலை சில கட்டுரைகளில் சுட்டிக்காட்டுகிறார். குறிப்பாக எட்வர்ட் சைத்தின் பண்பாட்டு ஏகாதிபத்திய தாக்கம், 'ஓரியண்டலிஸம்' என்கிற கிழக்கத்தியவாதம் குறித்தும் பேசுகிறார். 'வீரமாமுனிவர் - பின்நவீனத்துவப் பார்வை' (தமிழவன்:2010:319) என்ற கட்டுரை, பின்-காலனீயப் பார்வையில் எழுதப்பட்டுள்ள ஒன்று. பின்காலனீயத்தின் பன்மையாதல் என்பது பின்-நவீனக் கோட்பாட்டிலும் பயின்றுவருவதால் கட்டுரையின் தலைப்பில் பின்-நவீனத்துவப் பார்வை என்பதாக சொல்லப்பட்டுள்ளது. பின்-காலனீயப் பார்வையான சைத்தின் மேற்கு, கிழக்கை தனக்கான மற்றமையாக (other) எப்படிக் கட்டமைத்தது என்பதைச் சொல்வதுடன் ஷெல்டன் போலக் என்ற அமெரிக்க ஆய்வாளரின் கிழக்கத்தியவாதம் என்ற கருத்தை இணைத்து 'இரட்டைச் சட்டகம்' என்ற புதியதொரு கருத்தாக்கத்தை முன்வைக்கிறார். மேற்கு என்பது கிழக்கில் தனது அதிகாரத்தைத் திணிப்பது மட்டுமல்லாமல், மேற்கே தனக்கான அதிகாரமாகவும் அதைக் கைக்கொள்கிறது என்று 'ஜெர்மனியில் சமஸ்கிருத மொழி அறிவை தொகுப்பதன் வழியாக

எப்படி ஜெர்மானிய தேசியவாதம் உருவானது' என்பதைச் சுட்டிக்காட்டுகிறார். பின்–காலனீய இந்தியாவில் பின்–நவீனம் சொல்லும் பன்மைத்துவம் என்பது இப்படியான வேறுபட்ட மனச்சட்டகங்கள் இணைந்த ஒன்றாக இருப்பது குறித்த தமிழவன் கருத்து நுட்பமானதும் வளர்த்தெடுக்கப்பட வேண்டிய ஒரு பின்–காலனிய அணுகுமுறையாகும்

ஊ)பேரரசு அறிமுகம்: அமைப்பியலும் அதன் பிறகும் என்ற புத்தாக்கப் பதிப்பாக ஸ்டரக்ச்சுரலிஸம் இரண்டாம் பதிப்பு வெளிவந்துள்ளது. அமைப்பியல் எண்பதுகளில் அறிமுகமானபின்பு வளர்ந்து வந்துள்ள சில கோட்பாடுகளை அதில் அறிமுகப்படுத்துகிறார். முக்கியமானது மைக்கேல் ஹார்டன்ட், அண்டனியோ நெக்ரி என்ற இரட்டையர்கள் எழுதிய "த எம்பயர்" (The Empire) என்ற நூல் பற்றிய அறிமுகம். தற்போதைய சர்வதேச அளவிலான ஒரு முக்கிய அரசியல் நூலாக அறியப்பட்ட பேரரசு என்ற அந்நூல் புத்தாக்கம் செய்யப்பட்ட மார்க்சிய அடிப்படையில் இன்றைய சர்வதேச பொருளியல் உறவுகள் பற்றி விவாதிக்கிறது. அதைத் தமிழில் முதலில் அறிமுகம் செய்திருப்பது தமிழவன் தான். புதிய சிந்தனைகளை தமிழுக்குக் கொண்டு வந்து சேர்ப்பதில் அவரது முன்முயற்சி முக்கியமானது. தமிழ் என்ற கருத்துருவத்தை தொடர்ந்து நவீனப்படுத்துவதில் அவரது செயல்பாடுகள் தொடர்ந்து நிகழ்ந்து வருகின்றன.

எ)இலக்கிய/ஆன்மீக உள்சட்டகம்: இந்திய சமூகத்தில் குறிப்பாக தமிழ் சமூகத்தில் இலக்கியம் என்ற ஒன்றின் உருவாக்கம் குறித்தும், அப்பாலை ஆன்மீக கருத்தாக்கம் மொழியின் உள்தளவிளைவாக உருவானது பற்றியும், தமிழவன் முன்வைக்கும் கருத்து மிகவும் விரிவான தளத்தில் வளர்த்தெடுக்கப்பட வேண்டிய ஒன்று. மொழி மனித அமைவுகளை, ஆதிக்க கருத்தியல்கள் வழியாக சமூக உள்தள கருத்தமைவாக எப்படி உருவாக்குகிறது என்பது குறித்து அறிய இக்கருத்தாக்கம் முக்கியமானது 'பதினெட்டு, பத்தொன்பதாம் நூற்றாண்டுகளுக்கு முன்பு இலக்கியம் என்ற கருத்தாக்கம் எங்கும் இல்லை. பிரக்ஞை, மனம், அதன் குணங்கள் என்ற கருத்தாக்கம்தான் இருந்தது. பதினெட்டாம நூற்றாண்டில் அச்சகமும், ஜனநாயக மரபுகளும், நாத்திகமும் சேர்ந்து பிரக்ஞை, மனம், கடவுள் என்ற பதங்களை மாற்றி இலக்கியம் என்ற புதுப்பெயரால் அவற்றை அழைக்கலாயின. 'இலக்கியம்' பிறந்த கதை இதுதான்' (தமிழவன்:2010:98) என்று கூறும் தமிழவன் அடுத்து முன்வைக்கும் கருத்தாக்கம் மிகவும் முக்கியமானது.

தமிழ் நாத்திக சிந்தனையாளர்களும், அப்பாலை, கடந்துசெலல் என்று பேசும் ஆன்மீக–இலக்கியவாதிகளும் அடையமுடியாத ஒன்று. தமிழவனின் மொழி குறித்த ஆழ்ந்த கோட்பாட்டுப் புலமையே தர்க்கரீதியாக இம்முடிவிற்கு அவரைக் கொண்டு செல்கிறது. 'சமஸ்கிருதத்தில் தொனியும், தமிழில் இறைச்சி, குறிப்புமொழி போன்ற வார்த்தை கடந்த தளங்களும் பிற்காலத்தில் 'அருள்', 'தெய்வீகம்' போன்றவைகளால் இடமாற்றம் பெற்று, இருபதாம் நூறறாண்டில் மீண்டும் 'இலக்கியம்' ஆகியுள்ளன." (தமிழவன்:2010:98) மொழிவழியாக அப்பாலை உலகு என்ற கருத்தமைவு உள்ளிருத்தப்பட்டு ஆன்மா என்பது மனித மையமாக மாறியதன் மொழிச்செயல்பாடு பற்றிய ஒரு முக்கியக் குறிப்பு இது. அல்தூஸர் முன்வைக்கும் 'இண்டர்பெலேஷன்' interpellation என்ற கோட்பாட்டோடு இணைந்து வெளிப்படும் கருத்தாக்கம். தமிழவனின் கோட்பாட்டுப் பார்வை என்பது ஒரு உள்ளார்ந்ததாக (immanent) அவருள் உறைந்திருப்பதிலிருந்து வெளிப்படும் கருத்தாக்கம் இது.

ஏ) தமிழ் நவீனத்துவம்: 'தமிழ்ச் சூழலில் நவீனத்துவம் (மாடர்னிசம்) புகுந்த காலகட்டம் பற்றிய சரித்திர சமூகவியல் பார்வைகள் தேவை. அப்போது பிராமணர்களின் படைப்புலகக் குணவரையறைகள் தெளிவுற வாய்ப்புள்ளது. இவர்களின் அதீத நோக்கு மற்றும் தனிநபர்வாதம் போன்ற திறப்பற்ற வளைவுகளுக்குள் தமிழ்ச் சிந்தனை சென்று முடங்க இருந்த ஒரு திரிபு, நல்ல காலம் அமைப்பியலால் காப்பாற்றப்பட்டது' (தமிழவன்:2010:506) என்று ஒரு கட்டுரையில் குறிப்பிடுகிறார். தமிழ் நவீனத்துவம் என்பது தமிழில் பிராமணமயமாகி தமிழ் கலை இலக்கியப் போக்கை தீர்மானிப்பதிலிருந்து ஒரு புறவய நோக்காக அமைப்பியல் வந்து தமிழ் மரபை மேலெடுத்து வந்தது. அமைப்பியல் அறிமுகமான எண்பதுகள் துவங்கி இன்றுவரை அதை எதிர்ப்பதில் உள்ள உள்தர்க்க சிந்தனை என்பது ஒருவகை பிராமணிய அகவய கலைநோக்குப் பார்வைதான் என்பதற்கான தடம் இக்கூற்றில் வெளிப்படுத்தப்பட்டுள்ளது. மற்றொன்று எழுத்தாளனின் தன்மையவாத, தன்முனைப்பு கொம்புகளை, தனிநபர்வாதத்தை ஒழித்தது அமைப்பியல்.

'தி.மு.க. மற்றும் தி.க. இயக்கம் மேடையில் பிராமணர்களுக்கு எதிரான பிரச்சாரத்தை முடுக்கியபோது உள் ஒடுங்கவும் மாநிலத்தை விட்டு வெளியேறவும் செய்த தமிழ் பிராமணர்களின் சங்கேத கலாச்சார ஒருங்கமைப்பு தமிழ் நவீனவாதம்'

(தமிழவன்:2010:528). தமிழவனின் முக்கிய தமிழ் இலக்கிய வரலாற்று அவதானங்களில் ஒன்று இது. தமிழ் நவீனவாதம் கலை இலக்கியத் தோற்றம் ஒருவகையான பிராமண ஆதிக்க வெளியாக மாறியது. இந்த ஆதிக்கவெளி தமிழ் மரபிற்கு எதிராக சமஸ்கிருத ரசனை மரபை மேற்கத்திய ரசனை மரபுடன் ஒருங்கிணைந்து ஒரு கலைவெளியை கட்டமைத்துக் கொண்டது. இக்கட்டமைப்பினை அம்பலப்படுத்திய ஒரு அரசியல் செயல்பாடே தமிழவன் முன்வைத்த திறனாய்வு மற்றும் விமர்சனமுறையியல்.

தமிழவனின் கோட்பாட்டுப் பங்களிப்புகளில் தொடர்ந்து வரும் சரடு மார்க்சியக் கோட்பாட்டை அடியொற்றிய ஒரு சமூவியல் பார்வையே. ஒருவிதமான பகுத்தறிவு சார்ந்த அவரே சொல்வதைப்போல பாசிட்டிவிச நேர்காட்சிவாதப்பார்வை, எம்பரிசிச அனுபவமுதல்வாதப் பார்வை தவிர்த்த புற அமைப்புகள் அல்லது புற உலகு சார்ந்த அகஉலகு பற்றிய பார்வை அடிப்படையாக இருக்கிறது. மொழி குறித்த கோட்பாடுகள், தத்துவங்கள் அவரது கோட்பாட்டுப் பார்வைக்கான அடிப்படையாக அமைந்துள்ளது.

3. திறனாய்வுப் பங்களிப்புகள்

தமிழவனின் திறனாய்வுப் பங்களிப்புகளை கீழ்கண்ட தலைப்புகளில் வகைப்படுத்தி உரைக்கலாம்.

அ) குறியியல் திறனாய்வு: பிரஞ்சு சிந்தனையாளரான பெர்டினான்ட் டி சசூரின் குறியியலை அறிமுகப்படுத்தியதோடு, பல தமிழ்ப் பிரதிகளை குறியியல் ஆய்வுமுறையில் செய்முறைத் திறனாய்வாக செய்து காட்டியுள்ளார். மேலும் இதழில் வெளிவந்த ஆண்டாள் பற்றிய கட்டுரை முக்கியமானது. அதேபோல் குறியியலை அறிமுகப்படுத்தும் பழந்தமிழில் அமைப்பியல் மற்றும் குறியியல் ஆய்வுகள் என்பது ஆய்வு மாணவர்கள் மட்டுமின்றி சாதாரண இலக்கிய மாணவனுக்கும் குறியியலை எளிமையாக முன்வைக்கும் ஒரு நூலாகும். தமிழவனின் குறியியல் சிந்தனைகள் பெரும்பாலும் சசூரிய குறியியலை அடிப்படையாகக் கொண்டது. அமெரிக்கக் குறியியலாளரான சார்லஸ் ஷாண்டர்ஸ் பியர்ஸின் மும்மைக் குறியீட்டு முறையை ஒரு சில இடங்களில் சுட்டினாலும், தமிழவனின் ஆய்வுப்பார்வை அமைப்பியலும் அதற்கு அடிப்படையான சசூரிய குறியியலும்தான். தமிழில் பல குறியியல் ஆய்வுகள் நடத்தப்பட்டது தமிழவனின் இந்த அறிமுகப் பங்களிப்பிற்கு பிறகுதான்.

ஆ) மொழிதல் கோட்பாட்டுத் திறனாய்வு: தமிழவனின் முக்கியமான பங்களிப்புககளில் ஒன்று ரஷ்ய மொழியியல் சிந்தனையாளர்களான பக்தின் மற்றும் வலசினோவின் மொழிதல் கோட்பாட்டை தமிழ் மரபில் உள்ள கூற்று, முன்னம் ஆகியவற்றைக் கொண்டு தமிழ்வயப்படுத்தி உருவாக்கிய திறனாய்வு. இக்கோட்பாட்டைக் கொண்டு தமிழ் இலக்கியப் புலத்தில் கதைகள், நர்வல்கள் மற்றும் கவிதைகள் பற்றிய ஒரு ஆய்வையும், கதைசொல்லி யார்? என்கிற உரையாடலையும் முன்னுக்குக் கொண்டுவந்தார். பிரதியின் பலகுரல்தன்மை, கதைசொல்லியின் குரல் என்பதாக இலக்கியப் பிரதியின் அமைப்புகளை ஆராயும் திறனாய்வு தமிழில் இக்கோட்பாட்டால் அறிமுகமானது. தமிழ்க்கவிதையும் மொழிதல் கோட்பாடும் என்ற கட்டுரை முக்கியமானது. மொழிதல் என்கிற உரையாடலில் நான் Xநீ என்கிற எதிர்மை ஒரு அமைப்பாக செயல்படுவதைச் சுட்டி அதைத் திறனாய்விற்கான பொதுச் சட்டகமாக மாற்றிக்காட்டி— யிருப்பது தமிழ்த் திறனாய்வில் ஒரு முக்கியமான நகர்வு.

இ) திணைக்கோட்பாட்டுத் திறனாய்வு: தமிழில் திணைக்கோட்பாடு பற்றி எண்ணற்ற கட்டுரைகள், நூல்கள் வந்துள்ளன. காரணம் பழந்தமிழ் சிந்தனையில் தொல்காப்பியம் முன்வைக்கும் ஐந்திணைக் கோட்பாடு என்பது தமிழின் தனித்துவமான தனிச்சிறப்பான சிந்தனை முறையாகும். மொழிக்கும் நிலத்திற்கும் உள்ள உறவை மிகவும் நுட்பமாகச் சொல்வது திணைக்கோட்பாடு. தமிழவன் அளவிற்கு தமிழில் திணைக்கோட்பாட்டை நவீன சிந்தனைக்கு உட்படுத்தி ஆய்ந்தவர்கள் உள்ளனரா என்பது சந்தேகமே.

தமிழவன் கருத்துப்படி 'ஐந்திணைக்கோட்பாடு உலகளாவிய மானுடவியல் பாகுபாட்டு முறைகளோடு (Classification among tribes) ஒப்பிடப்பட்டுப் புது உருவம் பெற்றால் இன்றைய அமைப்பியல் தரவுகளுடன் இணைக்கப்பட முடியும். உதாரணமாக குறிஞ்சி என்பதை ஒருவித குறி என்று எடுத்துக்கொண்டு முதற்பொருள், கருப்பொருள், உரிப்பொருள் என்பவற்றை அதன் துணைக்குறிகளாகக் கொண்டு இன்றைய அமைப்பியல் சிந்தனைகளுடன் இணைத்து அமைப்பியல்போல ஒரு ஐந்திணைக் கோட்பாடு, இன்றைய இலக்கியத் திறனாய்வுக்குச் சமைத்தெடுக்க முடியும். பிறர் மத்தியில்கூட தமிழர்கள் கொடையாக இத்தகைய ஐந்திணைக் கோட்பாட்டைக் கொண்டு செல்லமுடியும்." (தமிழவன்:2010:186) என்று தமிழுக்கேயுரியதாகக் கருதப்படும்

ஐந்திணைக்கோட்பாட்டை அகிலம்சார் கோட்பாட்டு சட்டகமாக விரிவுபடுத்துகிறார்.

தொல்காப்பியச் சிந்தனைமுறையை குறியியல், அமைப்பியல் துவங்கி பின்–நவீனம் வரை ஒப்பிட்டு விரிவாக கோட்பாட்டாக்கம் செய்துள்ளார். தெரிதாவின் 'டிகன்ஸ்ட்ரக்ஷன்' எனப்படும் சிதைவாக்கம் அல்லது கட்டுடைப்புக் கோட்பாட்டின் அடிப்படையான சொல்லின் அர்த்தம் ஒத்திப்போடுதலை தொல்காப்பிய பொருள்கொள்முறையில் பொருத்திக் காட்டியுள்ளார். பூஃக்கோவின் 'மொழி என்ற அடையாளத்திற்கும் அர்த்தத்திற்கும் நடுவில் ஒரு உறவு உள்ளது. அந்த உறவு ஒப்புமையின் அடிப்படையில் செயல்படுகிறது' (தமிழவன்:2009:55) என்ற ஒப்புமை சிந்தனை வழியாக பொருட்களின் ஒழுங்கமைப்பை திணைக்கோட்பாட்டில் உள்ள முதல், கரு, உரிப் பொருள்களின் இட, கால ஒப்புமைகளைக் கொண்டு அவற்றின் உறவை விளக்கியுள்ளார்.

அகம், புறம் என்பவை இரண்டு குறிகள். அவை எதிர்மைப் பண்பைக் கொண்டதல்ல என்று எடுத்துக்காட்டி அது ஒரு பிரதியில் உத்தி என்கிறார் (தமிழவன்:2009:38). இதை உத்தியாக அறியாமல் மொத்தத் தமிழ் சமூகமும் இந்த இருமை எதிர்வு சிந்தனைமுறைக்குள் ஆட்படுத்தப்பட்டுள்ளதை எடுத்துக்காட்டி தமிழ் மனம் என்ற ஒன்றை ஆராய்வத்கான அடிப்படைகளை உருவாக்கித் தருகிறார். 'மொழியின் உறுப்புகள் உலக உண்மைகளை ஒப்புமை அடிப்படையில் கூறுகின்றன என்ற எண்ணம் உருவாகுகிறது.' (தமிழவன்:2009:61). திணைக்கோட்பாட்டிற்கும் ஒப்புமைச் சிந்தனைக்கும் உள்ள உறவைக் கொண்டு தமிழ் மொழியின் அர்த்தப் படிவுகளை அகழ்ந்து ஆராய்வதற்கான ஒரு உத்தியை தமிழவன் அறிமுகப்படுத்துகிறார். இந்த உத்தியின் வழியாக மொழிச் செயல்பாடுகள் வழியாக கட்டப்பட்ட 'தமிழ் மனம்' என்ற ஒன்றினை ஆராய்ந்த அறியமுடியும்.

ஈ) கவிதைத் திறனாய்வு: கவிதைத் திறனாய்வே தமிழவனின் அதிகம் கவனம் குவிக்கப்பட்ட பகுதி. எழுபதுகள் முதல் இன்றுவரை தொடர்ந்து கவிதைகள் குறித்த திறனாய்வை ஒரு இலக்கியச் செயல்பாடாக முன்னெடுத்து வருகிறார். கவிதைத் திறனாய்வு என்பது சமஸ்கிருத ரசா கோட்பாட்டைக் கொண்டு ரசனைவாதத் திறனாய்வாக சுவை, அழகுணர்ச்சி சார்ந்த இருந்ததை தமிழின் உரைமரபு சார்ந்து ஒரு அமைப்பியல்

திறனாய்வு முறையாக மாற்றியது தமிழவனின் முக்கியமான பங்களிப்புகளில் ஒன்று. கவிதைகளின் கற்பனை என்பதை தாண்டிய ஒரு உள் அமைப்பியல் உறவுகளை ஆராய்ந்து அதன் குறியியல் வழியாக சமூக ஆழ்தள அமைப்பின் உறவில் வைத்து வாசித்துக் காட்டும் இடையீட்டு விமர்சனமுறை அது.

குறிப்பாக ரஷ்ய உருவவியல்வாதி யாக்கப்சனின் ஆகுபெயரன் (metanomy), பதிலியன் (metaphor) என்கிற இரு கருத்தாக்கங்களைக் கொண்டு தொல்காப்பியத்தின் உவமை அணிகளோடு இணைத்து கவிதைத் திறனாய்வை நிகழ்த்தியுள்ளார். இவ்விரு கருத்தாக்கத்தை பிரஞ்சு உளவியல்–மொழியியல் அறிஞரான மூாக் லக்கான் உளவியல் தளத்தில் வளர்த்தெடுத்துள்ளார். இவ்விரு அறிஞரின் கருத்தாக்கங்களைக் கொண்டு கவிதையில் உருவாகும் பேச்சு, மௌனம், சொல்லப்பட்டது, சொல்லப்படாதது, வெளிப்படுவது, அமுக்கப்பட்டிருப்பது என அதன் பல்தள அமைப்புகளை ஆய்வு செய்யும் முறையியலை தமிழில் செய்து காட்டியுள்ளார். ஞானக்கூத்தன், ஆத்மாநாம், சி.மணி, விக்ரமாதித்தியன், கலாப்ரியா, எஸ். சண்முகம், அழகிய சிங்கர், அமிர்தராஜ், இளவேனில் போன்றவர்களின் கவிதைகளையும், புதிதாக எழுதும் இளங்கவிஞர்கள் பலரின் கவிதைகளையும் ஆராய்ந்து கவிதைத் திறனாய்வில் ஒரு முன்மாதிரியை உருவாக்கியுள்ளார். பாரதி, பாரதிதாசன் மற்றும் ஆண்டாள் குறித்த இவரது ஆய்வுக்கட்டுரைகள் மரபான செய்யுள்களில் உள்ள கவித்துவத்தை அமைப்பியல் முறை கொண்டு வெளிப்படுத்திக் காட்டியவை.

உ) கதைத் திறனாய்வு: கதைத்திறனாய்வில் 1. கதைசொல்லியின் குரல் 2. மொழிநடை 3. கதைத்துவம். 4. மொழித்தளங்களை அகல்தல் என்ற திறனாய்வு உத்திகளை முன்வைக்கிறார். தற்கால சிறுகதைகள், நாவல்கள் ஆகியவற்றில் உள்ள கதைசொல்லியின் குரல் என்பது எழுத்தாளனின், ஆசிரியனின் குரலாக இல்லாமல் அந்த நாவலை, கதையை நடத்திச் செல்பவனின் குரலாக இருப்பதையும் அது அதற்கான அரசியலைக் கொண்டிருப்பதையும் ஆராயவேண்டும் என்று புதுமைப்பித்தன், மௌனி, சுந்தர ராமசாமி, நீல.பத்மநாபன், அசோகமித்திரன், பூமணி போன்றவர்களின் கதையை ஆராய்ந்து மாதிரிகளை உருவாக்கிக் காட்டுகிறார். மொழிநடை என்பது கதை வடிவத்திற்கு ஏற்ப அமையும் ஒன்று என்பதை புதுமைப்பித்தன் கதைகளை ஆராய்ந்து மொழிநடை எப்படி கதைகளோடு சேர்ந்து அர்த்தம் தருபவையாக இருக்கின்றன என்று எடுத்துக்காட்டியள்ளார்.

கவிதைகளுக்குக் கவித்துவம்போல கதைகளுக்குக் கதைத்துவம் அவசியம். கதை என்பது நேர்க்கோட்டு நிகழ்வுகளில் மட்டுமல்ல, அதில் வரும் குத்துக்கோட்டு நிகழ்வுகளில்தான் உருவாகுகிறது. இத்தகைய நிகழ்வுகளே கதைத்துவம் என்கிறார். 'கற்பனை அல்லது கவித்துவம் கதைத்துவமாய் மாறும் நிலை' (தமிழவன்:2010:65) பற்றிய ஆய்வு கதைத் திறனாய்வில் கவனம் செலுத்த வேண்டிய ஒன்று. மௌனி மற்றும் அசோகமித்திரன் கதைகளைத் திறனாய்ந்து அதில் உள்ள மொழித்தளங்களின் அடுக்கமைவை வெளிப்படுத்திக் காட்டியள்ளார். மௌனியன் கதை உருவாக்கமும் தகர்ப்பும் கொண்ட மொழித்தளங்களை அகழ்ந்து காட்டியிருப்பது கதை ஆய்விற்கான ஒரு மாதிரி.

தமிழவனின் திறனாய்வுப் பங்களிப்புகள் தமிழ்ச் சமூகத்தின் கலைஇலக்கியத் தளத்தில் ஒரு பண்புமாற்றத்தை நிகழ்த்தியவை. எழுத்தை, பிரதியை முதன்மைப்படுத்தியவை. சமூக, கலாச்சார, அரசியல், உளவியல் போன்ற பல தளங்களில் இலக்கியத்திறனாய்வை வளப்படுத்தியவை. மனிதமையவாத சிந்தனைகளுக்கு மாற்றாக மொழியை முதன்மைப்படுத்தி இலக்கியத்தை ஒரு சமூக உற்பத்தியாக, அறிவியல் அடிப்படையில் ஆராய்வதற்கான ஒரு முறையியலை வழங்கியவை.

4. வாசிப்புமுறை பங்களிப்புகள்

தமிழவன் பிரதியை எப்படி வாசிப்பது என்பது குறித்து ஒரு பார்வையை முன்வைத்து வாசகமைய விமர்சன முறையை அறிமுகப்படுத்தியுள்ளார். இது மரபான உரைகூறும் உத்தியையும், ரோலான் பார்த் போன்ற பின்–அமைப்பியல்வாதிகள் முன்வைத்த அணுக்க வாசிப்பையும் அடிப்படையாகக் கொண்டது. பிரதி எழுத்தாளன், சமூகம், மொழி, வாசகன் ஆகியோர்களால் உற்பத்தி செய்யப்படும் ஒன்று, அதை வாசகனே தனக்கான பிரதியாகக் கட்டமைக்கிறான் என்று வாசகனின் விடுதலையை முன்வைத்தது. தமிழவன் முன்வைத்த வாசிப்பு முறைகளை கீழ்கண்டவாறு வகைப்படுத்தலாம்.

அ) மொழியை முதன்மைப்படுத்திய வாசிப்பு: பிரதியின் மொழிக் கட்டுமானத்தை, மொழிக்களங்களை, எழுத்தாளனின் மொழிநடையை கண்டுபிடித்து வாசித்தல்.

ஆ) பிரதியை கட்டமைத்த கூறுகளின் வாசிப்பு: ஒரு பிரதியைக் கட்டமைத்த நிகழ்வுகள், பிரதிக்குள் உள்ள அடுக்கமைவுகள்,

அது பிற பிரதிகளுடன் கொள்ளும் உறவு ஆகியக் கூறுகளைக் கண்டுபிடித்து வாசித்தல்.

இ) தமிழ் மரபைக்கொண்ட நவீன வாசிப்பு: தமிழ் மரபான தொல்காப்பியம் முன்வைக்கும் அணி—யிலக்கணம், பொருளிலக்கணம் கொண்டு வாசித்தல். ஐந்திணைக்கொட்பாட்டைக் கொண்டு இட, கால, உணர்வடிப்படையிலான குறியியல் வாசிப்பு.

ஈ) வாசக முதன்மை வாசிப்பு: வாசகன் தனக்கான பிரதியை உருவாக்கி வாசித்தல். பிரதியின் மையத்தைக் கலைத்து தனக்கான பிரதியாகக் கட்டி வாசித்தல். ஆசிரியனின் நோக்கைக் காண்பதாக பிரதியை வாசிக்காமல், தனக்கான சூழலமைவிற்கான பிரதியாக வாசக முன்னுரிமை அர்த்தங்களைக் கொண்டு வாசித்தல்.

5. படைப்பிலக்கியப் பங்களிப்புகள்

தமிழவன் திறனாய்வு, கோட்பாடுகள் மட்டுமின்றி தனது கோட்பாட்டுச் சிந்தனைகளை படைப்பிலக்கியங்களாக எழுதிய தமிழின் குறிப்பிடத்தகுந்த படைப்பாளியும்கூட. அவரது சிறுகதைகள், நாவல்கள் மற்றும் மைக்ரோ நாவல் பல சோதனை வடிவங்களை படைப்பில் நிகழ்த்திக்காட்டியவை. யதார்த்தவாத இலக்கியம் என்பது ஒரு இலக்கியப் பாணியே தவிர அது உண்மை நிலையை அப்படியே பிரதிபலிப்பதோ, படம் பிடித்துகாட்டுவதோ அல்ல என்பதைத் திறனாய்வில் செய்து காட்டியதைப்போல யதார்த்தம் மீறிய புனைவுகளை படைப்புகளாக எழுதிக்காட்டியவர். அவரது நாவல்களில் புனைவுத்தன்மை இல்லை, அது கதைமொழி, நாவல்மொழியில் குறைவாகவே உள்ளது என்ற விமர்சனங்கள் எழுந்தபோதும், அது வாசிப்பாளனின் இடையீட்டைப் பொறுத்தே அமைகிறது என்பது முக்கியம். இதுதான் புனைவு என்று அறிதியிடவும், எல்லையிடவும் ஒரு வரையறையை உருவாக்கமுடியாது. அவ்வகையில் தமிழவனின் புனைவு உலகம் வாசிப்பாளனுக்கு திறந்த பிரதியாக, அவனது பிரதியை உருவாக்கிக் கொள்ளும் பல்முனை சாத்தியம் கொண்டதாக உள்ளது.

அவரது படைப்பிலக்கியப் பங்களிப்புகள்...

அ)சிறுகதை தொகுப்புகள்: தமிழவன் சிறுகதைகள், இரட்டைச் சொற்கள், நடனக்காரியான 35 வயது எழுத்தாளர்.

ஆ)நாவல்கள்: ஏற்கனவே சொல்லப்பட்ட மனிதர்கள், சரித்திரத்தில் படிந்த நிழல்கள், ஜே.கே. எழுதிய மர்மநாவல், வார்சாவில் ஒரு கடவுள், ஷம்பாலா

இ)மைக்ரோ நாவல்: முஸல்பனி

6. கலைச்சொல்லாக்கப் பங்களிப்புகள்

தமிழவன் தொடர்ந்து எழுதிவரும் திறனாய்வுகள், கோட்பாட்டு அறிமுகங்கள், படைப்புகள் வழியாக அறிமுகப்படுத்திய/ உருவாக்கிய முக்கியமான தமிழ் கலைச் சொற்கள்:

அ) சொன்மை–பொருண்மை: பிரஞ்சு மொழியில் அறிஞர் பெர்டினான்ட் டி சசூரின் குறிப்பான் (signifier) மற்றும் குறிப்பீடு (signified) என்ற சொற்களுக்கு இணையாக தொல்காப்பியத்—திலிருந்து எடுத்தாளப்பட்ட சொற்கள். ஒரு சொல்லின் சப்தம் அல்லது ஒலிப்பு சொன்மை (குறிப்பான்) என்றும் பொருள்/ அர்த்தம் (குறிப்பீடு) பொருண்மை என்றும் குறிக்கப்படுகிறது.

ஆ) மொழிக்கிடங்கு–தனிப்பேச்சு: சசூரின் அமைப்பு மொழியியலை விளக்கும் லாங் (langue) மற்றும் பரோல் (parole) என்பதற்கான தமிழ்ச்சொல்லாக பாவிக்கப்படுவது. ஒருவரது மொழி என்பது இவ்விரண்டு அமைப்புகள் வழி உருவானதே என்கிறார் சசூர். சமூகத்தில் உருவான மொழியானது லாங் என்கிற மொழிக்கிடங்கில் சேகரமாகிறது. இம் மொழிக்கிடங்கிலிருந்து ஒருவர் தனக்கான பரோல் என்ற தனிப்பேச்சை அமைத்துக் கொள்கிறார்.

இ) மொழிதல்/கூற்று: இருவருக்கிடையில் நிகழும் உரையாடல் அல்லது மொழிக்குறிப் பரிமாற்றம் மொழிதல் எனப்படும். தமிழில் இது கூற்று எனப்படுகிறது. இரண்டு நபர்கள் இல்லாதபோதும் ஒரு கற்பனையான முன்னத்திடம் சொல்வதாக அமைவதே 'கூற்றுமுறைக் கற்பனை' (Dialogiacal Imagination). மொழி இந்த உரையாடும் மொழிதல் அல்லது கூற்று இல்லாமல் சாத்தியமில்லை. மொழிக்கு மொழிதல் முக்கியமானது. நான் Xநீ என்ற இரண்டு மூலங்களின் பிரசன்னம் இன்றி மொழியில்லை. இவை இரண்டிற்கும் இடையில் நிகழ்வதே கூற்று.

ஈ) சொல்லாடல்: சொல்லாடல் குறிகளால் ஆனது என்றாலும், அது சமூகத்தில் இருக்கும் உள்ளடக்கத்தை சுட்டும் குறிகள் மட்டுமல்ல, அது ஒரு சமூக ஒழுங்கமைப்பில்

மொழியைக் கட்டுப்படுத்தும் ஒன்று. அதை வெறும் மொழியாக குறுக்கிவிட முடியாது. மொழியாகவும், உலக யதார்த்தமாகவும் இருக்கும் ஒன்று. வரலாற்றின், சமூகத்தின் எந்தச் சூழலில் உருவாகுகிறதோ அச்சூழலை தனது பண்பிற்கு ஏற்பக் கட்டுப்படுத்தக்கூடியது சொல்லாடல். அது சமூக அறிவை உற்பத்தி செய்வது. அதன் விதிகள் முன் தீர்மானிக்கப்பட்டவை, விதியாக, சட்ட ஒழுங்கமைப்பைக் கொண்டது. சொல்லாடலை மீறிய ஒரு பேச்சு சாத்தியமற்றது என்கிறார் பூஃக்கோ.

உ) கதையாடல்/ எடுத்துரைப்பு: கதையை எடுத்துரைக்கும் முறை. கதை என்பது எடுத்துரைக்கும் முறையில் மாறுபட்ட கதைத்துவத்தை ஏற்படுத்தக்கூடியது. இந்த எடுத்துரைப்பில் உள்ள வரிசை ஒழுங்கு கதையின் அர்த்தத்தை மாற்றக்கூடியது என்பதால் எடுத்துரைப்பியல் (Narratology) ஆய்வுகள் கதை ஆய்வில் முக்கியமானவை.

தமிழவனின் அமைப்பியல் சிந்தனையின் தாக்கமும் வளர்ச்சியும்

தமிழவனின் திறனாய்வுமுறையும், அமைப்பியல் கோட்பாட்டு அறிமுகமும் தமிழ்ச் சமூகத்தில் மூன்று நிலையில் எதிர்கொள்ளப்பட்டது.

1. வழக்கமாக கண்டுகொள்ளாததைப்போல புறக்கணிக்கும் மௌனப் பேச்சு
2. கடுமையான எதிர்ப்பை மார்க்சிய இடதுசாரி ஆய்வாளர்கள் மற்றும் தூய கலை இலக்கியவாதிகள் இருவரிடமும் சந்தித்த எதிர்பேச்சு
3. தமிழவன் விமர்சனமுறையால் உந்தப்பட்டு தங்கள் ஆய்வுப்பார்வையை உருவாக்கிக் கொண்ட இணைப்பேச்சு.

இம்மூன்று நிலைகளிலும் உள்ளோடும் சரடு தமிழவனை ஏதோ ஒருவகையில் எதிர்கொள்ளுதல் என்பதே. மௌனப்பேச்சால் அறிந்தோ அறியாமலோ தமிழ்த் திறனாய்வில் அறிவியல் சார்ந்த படைப்பின் கட்டமைப்பை ஆய்வு செய்யும் போக்கு முக்கியத்துவம் பெற்றது. எதிர்ப்பேச்சால் அமைப்பியல், பின்-அமைப்பியல், பின்-நவீனத்துவத்தை முற்றிலுமான நீர்த்த அடையாள அரசியலுக்குப் பின்பற்றிப் பிரச்சாரம் செய்தது. மற்றொரு எதிர்பேச்சு தமிழவன் சுட்டியதைப்போல பிராமணீய

தமிழ் நவீனத்துவத்தை உயர்த்திப் பிடித்தவர்களால் உருவானது. இச்சிந்தனைமுறையை ஏதோ ஒருவகையில் பிராமண எதிர்ப்பு மரபாக உணர்ந்து அதை பெரும்பாலான பிராமண அறிவுஜீ—விகள், இலக்கியவாதிகள் எதிர்த்தனர். இணைப்பேச்சு என்பது தமிழவனின் திறனாய்வு முறையை ஏற்று, அமைப்பியல், பின்–அமைப்பியல், பின்–நவீன, பின்–காலனீயப் போக்கை ஏற்றுவர்கள் தொடர்ந்து தமிழவனின் சிந்தனைப்போக்கைத் தங்களது விருப்பமான துறைகளில் மேற்கொண்டு தங்களது தனித்துவமான வாசிப்பிலும் வளர்த்தெடுத்தனர். அவ்வாறு வளர்த்தெடுத்தவர்கள் பற்றிய சிறுகுறிப்பை வாசிக்கலாம்.

அ) தமிழவனின் சொல்லாடல் விமர்சனத்தை முன்னெடுத்தவர் தமிழின் குறிப்பிடத்தகுந்த அமைப்பியல், பின்–அமைப்பியல் ஆய்வாளரான நாகார்ஜீனன். அரசியல் அமைப்பிற்கும் சொல்லாடலுக்கும் இடையிலான உறவை இவரது முக்கியமான போபால் மற்றும் அக்னி ஏவுகணை பற்றிய கட்டுரைகளில் காணலாம். புறநானூறு பற்றிய இவரது கட்டுரை மற்றும் ஜி. நாகராஜன், சம்பத் நாவல்கள் பற்றிய இலக்கியத் திறனாய்வுக் கட்டுரைகள் தமிழவனின் ஆய்வுப்பரப்பை மேலெடுத்துச் சென்றவை.

ஆ) நாட்டார் வழக்காற்றியல் சிந்தனைகளை முன்னெடுத்துச் செல்லும் ஆய்வாளரும், படைப்பாளருமான எம்.டி. முத்துக்குமாராசாமி (எம்டிஎம்) யின் சங்க இலக்கியத்தில் அறிவுத் தோற்றவியல் மற்றும் ஜீலியா கிறித்தவாவின் கவிதையியல் பற்றிய கட்டுரைகள் இத்துறையின் ஆய்வுமுறையை வளர்த்தெடுத்துச் சென்றவை. பின் அமைப்பியல் பற்றிய இவரது அறிமுக நூல் தமிழவனின் தொடர்ச்சியாக இச்சிந்தனைகளின் அடுத்தகட்ட வளர்ச்சியை தமிழில் அறிமுகப்படுத்தியது.

இ) கவிஞரும், விமர்சகருமான எஸ். சண்முகம் கதைமொழி என்ற கருத்தாக்கத்தை தனது திறனாய்வுக் கட்டுரைகளில் வளர்த்தெடுத்தவர். கவிதைகள், நாவல்கள், சிறுகதைகள் பற்றிய குறிப்பிடத்தகுந்த அமைப்பியல் ஆய்வுகளையும், பின்–அமைப்பியல் ஆய்வுகளையும் செய்தவர். பாப்லோ நெருடா கவிதைகளையும் குறுந்தொகையையும் ஒப்பிட்டுச் செய்த இவரது திறனாய்வு தமிழவனின் ஆய்வுமுறையினை அடியொற்றி நிகழ்ந்த ஒன்று. மௌனி பற்றிய இவரது கட்டுரை தமிழில் முதன்முதலாக ஜான் கேஜ் என்பவரின் வரைபட மாதிரி ஆய்வடிப்படையில் நிகழ்த்தப்பட்டது.

ஈ) படைப்பாளியும், விமர்சகரும், கோட்பாட்டாளருமான பிரேம் அமைப்பியல் ஆய்வுமுறையைக் கொண்டு நிகழ்த்திய ஆண்டாள் பற்றிய கட்டுரை முக்கியமானது. அமைப்பியலிலிருந்து பின்–அமைப்பியல்–பின்நவீனத்துவம் நோக்கி நகரும் இவரது ஆய்வுக் கட்டுரைகள் தமிழில் உடலரசியலை அறிமுகப்படுத்தும் அடுத்த கட்ட வளர்ச்சியாக அமைந்தது.

உ) இக்கட்டுரையாசிரியர் ஜமாலன் தமிழவனின் ஆய்வுமுறையை பயன்படுத்தி மொழியும் நிலமும், முகமது தார்விஸின் கவிதைகள், சங்கக்கவிதைகள் – அகமும் புறமுமாய் வரையப்பட்ட தமிழ் உடல்கள், தமிழ் கவிதையியல் மற்றும் உடலரசியல் சார்ந்த கட்டுரைகளை எழுதியுள்ளார். அரசியல் சார்ந்த எழுத்துக்களில் தமிழவனின் ஆய்வுமுறையைப் பின்பற்றி கட்டுரைகள் எழுதிவருபவர். தெல்யுஸ்–கத்தாரியின் சினிமாக் கோட்பாடுகளைக் கொண்டு தமிழ் சினிமா குறித்த ஆய்வுக் கட்டுரைகள் இதன் தொடர்ச்சியாக எழுதியுள்ளார்.

ஊ) கவிஞரும், பெண்ணிய ஆய்வாளருமான முபின் சாதிகா எழுதியுள்ள சாமுவேல் பெக்கெட், உம்பர்ட்டோ ஈகோ பற்றிய கட்டுரைகள் தமிழவனின் திறனாய்வுப் பாதிப்பைக் கொண்டவை. இவரது பேரெந்திர உடல்கள் பற்றிய கட்டுரை அடுத்தகட்ட வளர்ச்சியாக தெல்யுஸ்–கத்தாரியின் சிந்தனைகளை ஆய்வுமுறையாகக் கொண்டு எழுதப்பட்ட ஒரு கட்டுரை.

எ) தமிழ்த்துறை ஆய்வாளரும், கவிஞருமான றாம் சந்தோஷ் தமிழவனின் ஆய்வுமுறையைப் பின்பற்றி தொல்காப்பிய ஆய்வுமுறையைக் கொண்டு ஓவியங்கள் பற்றி எழுதியக் கட்டுரை முக்கியமானது. தொடர்ந்து தமிழவனின் ஆய்வு முறையியலைப் பயன்படுத்தி எழுதிவருபவர்.

தமிழவனின் ஆய்வுமுறையைக் கொண்டும், அவரது கோட்பாட்டுச் சிந்தனைகளின் தாக்கத்திலும், தங்களின் தனித்துவமான தொடர் வாசிப்பிலும் சுட்டிக்காட்டப்பட்ட ஆய்வாளர்கள் தங்களுக்கென்று தனிப்பாணியிலான கட்டுரைகளையும் சிந்தனைகளையும் வளர்த்தெடுத்துக் கொண்டுள்ளனர். தமிழவனின் திறனாய்வு மற்றும் கோட்பாட்டு பங்களிப்பில் இவர்களது எழுத்துக்கள் அடுத்த தளம் நோக்கி தமிழ்த் திறனாய்வை நகர்த்திச் செல்வதில் முக்கியப் பங்காற்றக் கூடியவை.

தொகுப்புரை

தொகுப்புரையாக, தமிழவன் இயங்கிய பரிமாணங்களின் முக்கிய புள்ளிகளைச் சுட்டலாம்:

1. தமிழ்ப் புதுக்கவிதையை கோட்பாட்டுத் தளத்தில் வைத்து அதற்கான மொழிக் கட்டுமானங்களை வாசித்துக்காட்டி புதுக்கவிதையின் வரலாற்றாளராகவும், கோட்பாட்டாளராகவும் இருந்தவர். தமிழ் புதுக்கவிதைக்கான சில அடிப்படைகளை இவரது கட்டுரைகள் உருவாக்கித் தந்துள்ளன.

2. தமிழில் சிறுபத்திரிக்கை இயக்கத்தினை முன்னெடுத்து, பல பரிசோதனைக் கட்டுரைகள் வழியாக இலக்கியம் என்பது சமூகத்தின் சகல தளங்களையும் ஆராயக்கூடிய, பாதிப்பை நிகழ்த்தக்கூடிய ஒன்று என்பதை எடுத்துரைக்கும் தளமாக மாற்றியவர். இடைநிலை இதழின் தேவையை தமிழில் முதலில் உருவாக்கி வாசகப்பரப்பை விரிவுபடுத்த வேண்டிய அவசியத்தை வலியுறுத்தியவர்.

3. 'ஸ்டரக்சுரலிஸம்' எனப்படும் அமைப்பியல், பின்–அமைப்பியல் மற்றும் பின்–நவீனத்துவச் சிந்தனைகளை அறிமுகப்படுத்தி தமிழில் புதியதொரு விமர்சன, திறனாய்வு மரபைத் துவக்கிவைத்தவர். அதன் மறுபதிப்பில் அதன் பிறகு நிகழ்ந்த சிந்தனைகளைத் தொகுத்து அமைப்பியலும் அதன் பிறகும் என்று தற்போதைய முக்கிய இலக்கியக் கோட்பாட்டு வளர்ச்சிகளின் அறிமுகத்தை விரிவாக வழங்கியவர்.

4. தமிழ் மரபுகளான தொல்காப்பிய மரபை நவீன குறியியல், மொழியியல் வழியாக புதிய தளத்தில் மீள்கண்டுபிடிப்புச் செய்து, நவீன சிந்தனைகளுக்கான தமிழ் மரபுகளை முன்னெடுத்தவர். தமிழ்க் காப்பிய மரபில் உள்ள கூற்று முறையை பக்தின்–வலசினோவ் முன்வைத்த 'டயலாஜிக்கல் இமாஜினேஷன்' என்ற 'கூற்றுமுறை கற்பனை உரையாடல்' முறையோடு இணைத்து தமிழ் மரபின் சிந்தனைச் செழுமையை எடுத்துக் காட்டியவர்.

5. பல்கலைக் கழக அறிவுத்துறையையும், அதற்கு வெளி—யிலான தமிழ் இலக்கிய எழுத்துக்களையும் இணைத்து சமகாலத் தமிழை இரண்டு தளங்களிலும் இணையாகக்

கொண்டு சென்றவர். தமிழ்ப் பல்கலைக்கழக ஆய்வுகளில் அமைப்பியல், பின்–அமைப்பியல், பின்–நவீனத்துவச் சிந்தனைகளை விரிவாக்கியவர். அதற்கான ஆய்வுத்தளத்தை உருவாக்கியவர்.

6. இலக்கிய விமர்சனம் என்பது ஒரு நிகழ்வு. இலக்கிய நிகழ்வைப்போல அதுவும் ஒரு நிகழ்வு. இலக்கியம் அசல் அதன் நிழலில் உருவாகுவது இலக்கிய விமரிசனம் என்பதை மறுத்து, இலக்கியப் படைப்பிற்கு சம அளவில் இலக்கிய விமர்சனமும் ஒரு நிகழ்வு என்பதை முன்வைத்து, இலக்கிய விமர்சகன் மீதான ஒரு இரண்டாந்தர அணுகுமுறையை அகற்றியவர்.

7. மொழியியல், குறியியல் சிந்தனைகளை அரசியல், சமூவியல், உளவியல், நாட்டுப்புறவியல் போன்ற துறைகளில் விரிவுபடுத்திய அறிமுகங்கள் வழியாக இலக்கியத்தில் 'இன்டர்–டிசிப்பிளனரி' ஆய்வுகளை வளர்த்தெடுத்தவர்.

8. தமிழில் கோலோச்சிவந்த ரசனைவாத, இயல்புவாத, அனுபவமுதல்வாத, யதார்த்தவாத கோட்பாட்டுப் பார்வைகளின் போதாமையைச் சுட்டிக்காட்டி சிந்தனைத்துறையில் அவற்றின் ஆதிக்கம் உருவாக்கும் மனிதவியல் சிக்கல்கள், அறிதல்கள், புரிதல்கள் எப்படி தமிழ்ச் சமூக வாழ்வை பாதிக்கிறது என்பதை அறிவுறுத்தியவர். அதற்கு மாற்றாக, வாசக–எதிர்கொள்ளல் விமரிசனம், மொழிதல், சொல்லாடல், கதையாடல், புனைவாக்கம் உள்ளிட்ட பல மாற்றுக் கருத்தாக்கங்களை முன்வைத்து கோட்பாட்டாக்கம் செய்தவர். தமிழில் கோலோச்சிய வடமொழி சார்ந்த ரசனைவாத, பட்டியலிடும் இலக்கியத் திறனாய்வை முடிவுக்கு கொண்டுவந்தவர்.

9. தமிழில் கடவுள் மையமற்ற, மனிதமையமற்ற, ஆன்மா மையமற்ற ஒரு மதச்சார்பற்ற திறனாய்வு முறை, இலக்கியச் சிந்தனையை தமிழவனே முதன்முறையாக முன்வைக்கிறார். இலக்கியத்தின் படைப்புக் கோட்பாட்டைத் தகர்த்து உற்பத்திக் கோட்பாடாக அதாவது மூலப்பொருள்களின் வழியாக உற்பத்தியாகும் ஒன்றாக முன்வைத்து படைப்பிற்கான உள் ஒளி, பொறி போன்ற ஆன்மீக மட–பீஜங்களை அகற்றியவர்.

10. மேற்கத்தியச் சிந்தனைகள், ஆய்வுமுறைகள், கோட்பாடுகளை தமிழில் அதன் மரபுகளில் உள்ளவற்றோடு ஒப்பிட்டு தமிழ்ப்படுத்தியவர். பல மேற்கத்திய குறிப்பாக பிரஞ்சு மற்றும் அமெரிக்க மொழியியல், அமைப்பியல், பின்-அமைப்பியல், பின்-நவீனச் சிந்தனையாளர்களை தனது கட்டுரைகள் வழியாக எளிமையாக தமிழில் அறிமுகப்படுத்தியவர்.

11. சிறுகதைகள், நாவல்கள் என படைப்பிலக்கியத்தில் புதுமையையும், பல புதிய உத்திகளையும் வெளிப்படுத்தி எழுதிக் காட்டியவர். தமிழின் இரண்டு நாவல் மரபுகளாக அறியப்பட்ட வேதநாயகம் பிள்ளையின் *பிரதாப முதலியார் சரித்திரம்* மற்றும் அ. மாதவையாவின் *பத்மாவதி சரித்திரம்* இரண்டும் கதைசொல்லுதல் மரபில் மேற்கத்திய முன்மாதிரிகளான நாட்டார் கதைப்பாடல் வகை மற்றும் யதார்த்தவாத வகையில் வெளிவந்தவை. இவற்றிற்கு மாற்றாக, தமிழ் காப்பிய வகைகளான *சிலப்பதிகாரம்*, *மணிமேகலை* யைப் பின்பற்றிய கதைசொல்லல் மரபிலிருந்து புதியவகை நாவலை எழுதிக் காட்டியவர். தமிழ் நாவல் தனக்கான ஒரு அசலான வடிவத்தை அதன் மரபுகளில் இருந்து பெறமுடியும் என்பதை எழுதிக்காட்டியவர்.

12. தேசீயம், திராவிட அரசியல், தமிழ் என்ற கருத்துருவ உருவாக்கம் உள்ளிட்டவற்றின் கோட்பாடுகளை, அதன் அரசியல் உள்ளடக்கங்களை புதிய சிந்தனையில் புரிந்துகொள்வதற்கான மறுவரையறைகளை தொடர்ந்து எழுதி வருபவர். மார்க்சீய அடிப்படையிலான எடுத்துரைப்பை விரிவாக அரசியல் கதையாடல்களுக்கு ஏற்ப அதன் உள்ளார்ந்த அரசியலை விளக்கப்படுத்தியவர். மார்க்ஸ் எழுதிய இந்தியா பற்றிய குறிப்புகளைக் கொண்டு தமிழ்க் கதையாடல் ஒன்றை மார்க்ஸ் உருவமைக்கும் விதங்களைச் சுட்டிக்காட்டி மார்க்சீயத்தில் தனது தனித்துவமான பார்வைகளை முன்வைத்தவர்.

இப் பரிமாணங்களை அவரது எழுத்துக்களைக்கொண்டு விரிவாக விளக்குவது தனிநூலுக்கான திட்டம் என்பதால், அவரது தமிழ்த் திறனாய்வு மற்றும் படைப்பு இலக்கியச் சூழலில் உள்ள முக்கிய பங்களிப்பிற்கான புள்ளிகள் மட்டும் சுருக்கமாக தொட்டுக் காட்டுப்பட்டுள்ளன.

தமிழவனின் சிந்தனைப்புலத்தின் முக்கியமானதொரு இணைவுப் புள்ளி இதில் வாசித்துக் காட்டப்பட்டுள்ளது. 'தமிழவன்' என்ற சிந்தனைப்புலத்தை ஒரு குறிப்பானாகக் கொண்டால் மேற்கொண்ட பல குறிப்பீடுகளைத் தரக்கூடியது என்பதும் சுட்டிக்காட்டப்பட்டுள்ளது. தமிழ் சிந்தனைப் புலத்தில் 'தமிழவன்' என்பது ஒரு திறனாய்வு நிகழ்வாக நிகழ்ந்த கணங்கள் இதில் மிகச்சுருக்கமாகத் தொட்டுக்காட்டப் பட்டுள்ளன.

நூற்குறிப்புகள்

1. தமிழவன் கட்டுரைகள் 1 - இருபதாம் நூற்றாண்டு கவிதை - தொகுப்பாசிரியர் பேரா. முனைவர் சு. சண்முகசுந்தரம் - காவ்யா - இரண்டாம் பதிப்பு - 2011

2. தமிழவன் கட்டுரைகள் 2 - இலக்கிய விமர்சனங்களும் இதர கட்டுரைகளும் - தமிழவன் - காவ்யா - 2010

3. பழந்தமிழில் அமைப்பியல் மற்றும் குறியியல் ஆய்வுகள் - தமிழவன் - உலகத் தமிழாராய்ச்சி நிறுவனம் - 2009

கன்னடம் - தமிழ் உறவுப்பால நிர்மாணத்தில் தமிழவனின் பங்கு

ரஹமத் தரீகெரெ

கர்நாடகாவும் தமிழ்நாடும் அண்டை மாநிலங்கள். இங்குள்ள மக்கள் ஒரே மொழிக் குடும்பத்திற்குச் சேர்ந்த மொழிகளைப் பேசுபவர்கள். வரலாறு கூறுவதுபோல தமிழ்நாட்டு அரசர்கள் இன்றைய கர்நாடக பகுதிகளை ஆண்டிருந்தால், கர்நாடக அரசர்கள் இன்றைய தமிழ்நாட்டுப் பகுதிகளை ஆட்சி செய்திருக்கிறார்கள். கர்நாடகாவின் பல ஆறுகள் தமிழ்நாடு வழியாக பாய்ந்து கடலை அடைகின்றன. கர்நாடகாவில் கணிசமான எண்ணிக்கையில் தமிழர்கள் வசிக்கின்றார்கள். கன்னட சினிமாத் தொழில் தொடக்கத்தில் சென்னையில்தான் இருந்தது. கன்னட பண்பாட்டு நாயகன் ராஜகுமார் தமிழ்நாட்டில் பிறந்தவர். கர்நாடக சமுதாய இயக்கங்களுக்குப்; பின்னணியாக தமிழ்நாட்டுப் போராட்டங்களின் தாக்கங்கள் இருக்கின்றன. வங்கம், மகராஷ்ட்ராவுக்கு அடுத்ததாக கர்நாடகாவின் மீது அதிகத் தாக்கம் ஏற்படுத்தியது தமிழ்நாடு. இந்த அளவுக்கு வரலாற்றுப் பின்னணியைக் கொண்ட உறவு இருந்தாலும் கன்னடம்–தமிழ் இலக்கியப் பரம்பரைக்கு இடையேயும், கர்நாடகா–தமிழ்நாடுகளின் பண்பாட்டிற்கு இடையேயுமான கொடுத்துப் பெறும் பரிமாற்றத்தை வங்கத்துடன் நிகழ்ந்த பரிமாற்றத்துடன் ஒப்பிட்டுப் பார்த்தால் வலிமையிழந்து காணப்படுவதை உணரலாம். இந்த பலவீனத்திற்கு வரலாற்றுக் காரணங்களை கண்டறிய வேண்டியுள்ளது.

> மைசூர் அரசர்களின் காலத்தில் திவான் பதவி, அதிகாரப் பதவி விஷயங்களில் மைசூர் மக்களுக்கும் மதராஸ் மக்களுக்கும் இடையே தகராறுகள் இருந்தன. ஆனால் இரண்டு மாகாணங்களுக்கும் இடையே எல்லைத் தகராறு கிடையாது. ஆனால் நதி நீர் பங்கீட்டில் அவ்வப்போது இறுக்கம் ஏற்படுவதுண்டு. ஆனால் இதுபோன்ற அரசியல்

உரசல்களின் நெருக்கடியிலும் இரண்டு மொழிகளின் இடையேயான கலாச்சார உறவை உயிர்ப்புடன் வைக்க பலர் முயற்சி செய்திருக்கிறார்கள். பேராசிரியர் பி.எம். ஸ்ரீகண்டய்யா முதற்கொண்டு பேராசிரியர் கார்லோஸ் (தமிழவன்) வரை பல கல்வியாளர்கள் அந்தத் திசையில் பணியாற்றியுள்ளார்கள். அவர்களை உறவுப் பாலம் அமைப்பவர்கள் என்று சொல்லலாம். இந்த உறவுப் பாலம் அமைக்கும் பணியில் மொழிபெயர்ப்பின் பாத்திரமும் முக்கியமானதாக இருக்கிறது. இந்த இருமொழி மொழியாக்க வேலைக்கு நீண்ட பரம்பரை உண்டு. அவை நான்கு பரிமாணங்கள் கொண்டவை:

1. **பழந்தமிழ் செம்மொழி (Classical) இலக்கிய மொழியாக்கம்:** இதில் ஆர். நரசிம்மாச்சார், பாசா.ஸ்ரீநிவாஸ், எல்.குண்டப்பா போன்றோரைத் தொடர்ந்து, கார்லோஸ் (தமிழவன்), எச்.எஸ்.சிவபிரகாஷ், அன்பன், மலர்விழி, கெதிலாய, சீதா, விதேகா, ஜெயலலிதா, தமிழ் செல்வி, கிருஷ்ணசாமி, கிருஷ்ணமூர்த்தி ஹனூரு–போன்ற பெரும் படையே இருக்கின்றது. இதில் சிறப்பு என்னவென்றால், மிக அதிக அளவில் மொழிபெயர்ப்பான படைப்பு 'திருக்குறள்'. இதை ஜெயராமன், பசுமலை அரசு, நா.முனிசாமி, போன்ற பதினொரு பேர்கள் மொழிபெயர்த்துள்ளார்கள். மொழிபெயர்ப்பாளர்களுக்கு இந்த நூல் எதற்காக அவ்வளவாகக் கவர்ந்தது என்ற இரகசியத்தை இன்னமும் அறியவேண்டும். அநேகமாக சர்வக்ஞரிடமிருப்பது போல அதில் இருக்கும் நீதி சிந்தனைகள் காரணமாக இருக்கக்கூடும். ஆனால் திருக்குறளின் சிந்தனை பெரியாரின் சிந்தனையைப்போல கன்னட சிந்தனையின் பகுதியாக இணைந்தது குறைவு.

2. **நாயன்மார்கள், ஆழ்வார்களின் பக்தி இலக்கிய நூல்கள் மொழிபெயர்ப்பு:** இந்த மொழிபெயர்ப்பைத் தொடங்கியவன் ஹரிஹரன். அவன் 'பெரியபுராண'த்தின் அடிப்படையில் சிவ பக்தர்களைக் குறித்து அவர் கொடுத்த 'தொல்லைகள்' ஆக்கபூர்வமான மொழிபெயர்ப்புகள். ஆனால் அளவில் கன்னடத்திற்கு சைவ இலக்கியத்தை விடவும் அதிகம் வந்தது வைணவ இலக்கியம். அதற்குக் காரணம் இராமானுஜாச்சாரியார் தன் வாழ்க்கையின் ஒரு பகுதியை கர்நாடகாவில் கழித்தது. ஸ்ரீவைணவர்கள்

மைசூர் சீமையில் அதிக எண்ணிக்கையில் இருப்பது. இந்த ஸ்ரீவைணவர்களின் தாய்மொழி தமிழாக இருந்தபோதும். அவர்களுடைய பேச்சுமொழி கன்னடமாகவே இருக்கிறது. அவர்கள் இராமானுஜர், ஆழ்வார்களின் பாடல்களை கன்னடத்தில் மொழிபெயர்த்தார்கள். இதில் ஜி.பி. ராஜரத்தினம், விதேகி, ஆ.நா.ஸ்ரீனிவாசஅய்யங்கார், கிருஷ்ணா தாதாச்சாரியர், ஆனந்தரங்காச்சாரியார், பு.தி, நரசிம்மாச்சார், டி.எல்.நரசிம்மாச்சார் முக்கியமானவர்கள். ஆனால் மனித வாழ்க்கையின் அடிப்படை உண்மையை ஆய்வுசெய்யும் சங்க இலக்கியத்தோடு அல்லது திருக்குறளோடு ஒப்பிட்டுப் பார்த்தால், இந்த மத இலக்கியத்தின் தாக்கம் மிதமானது என்பதை உணரலாம். இந்த மத நூல்களுக்கு ஒப்பிட்டுப் பார்த்தால் ஸ்ரீவைணவத் தொண்டர்களின், பக்தி கவிஞர்களின் வாழ்க்கையின் அடிப்படையில் கன்னடத்தில் இந்த எழுத்தாளர்கள் சுதந்திரமாக இயற்றிய இலக்கியங்கள் மிக ஆக்கபூர்வமானவை. தமிழ் ஸ்ரீவைணவ பண்பாட்டு வரலாற்றிலிருந்து பொருளும், உருவகம் – உவமைகளும் கன்னடத்தில் பொருள் பொதிந்து இணைந்திருக்கின்றன. இதை தமிழ் சைவ பரம்பரை—யிலிருந்து கருவை எடுத்துக்கொண்டு எழுதும் சிவபிரகாஷ் அவர்களிடமும் காணலாம். ஆக்கபூர்வமான மறுபிறப்பின் இந்த வகை உறவுப் பாலம் அமைப்பதில் முக்கியமானது.

3. **நவீன தமிழ் இலக்கியம்:** இதில் ஜெயகாந்தன், சுப்ரமணிய பாரதி, கல்கி போன்ற எழுத்தாளர்கள் கன்னடத்திற்கு வந்தார்கள். இதில் அதிக அளவில் வந்த எழுத்தாளர் கல்கி. கல்கி அவர்களின் பார்த்திபன் கனவு கன்னடத்தில் பிரபலமடைந்தது. நவீன தமிழ் இலக்கியத்தின் சில படைப்புகள் ஆங்கிலத்தின் வழியாக வந்தவை. ஆனால் பொருளுள்ள உறவுப் பாலம் தமிழ்–கன்னடத்திற்கு இடையேயான நேரடி பரிமாற்றத்தில் நடந்திருக்கின்றது. ஆனால் பெண்ணிய தமிழ் பெண் கவிஞர்களின் மொழிபெயர்ப்பு அதிக சலனத்தை ஏற்படுத்தியிருக்கிறது.

4. **தமிழ்ச் சிந்தனைப் புலம் :** வேமண்ணா என்பவர் பெரியார் சிந்தனைகளை முதல் முதலில் கன்னடத்திற்குக் கொண்டுவந்தவர். தமிழ் கதைகள், புனைகதைகள் ஏற்படுத்தாத தாக்கத்தை பெரியார் சிந்தனைகள் செய்தன. அதற்குக் காரணம், அவை கர்நாடகாவின் சூத்திர, தலித

போராட்டங்களுடன் ஆக்கபூர்வமாக இணைந்தது. அதிலும் கர்நாடக பகுத்தறிவு இயக்கங்களை வடிவமைப்பதில் பெரியாரின் சிந்தனைகள் மட்டுமல்ல, அவருடைய கர்நாடக வரவுகளும் பங்களித்தன. இதில் சிறப்பு என்னவென்றால், தமிழிலிருந்து கன்னடத்திற்கு வந்த காவியவியல், இலக்கணம், யாப்பு சிந்தனைகளும் கூட கன்னட இலக்கியச் சிந்தனைகளில் பிராந்திய நிலைப்பாடுடன் அமைந்திருப்பது.

அ. செழிப்பான இலக்கியத்தையும், சிறப்பான சிந்தனைகளையும் அறியும் அறிவுப் பசி. சங்க இலக்கியங்களின் மொழிபெயர்ப்பிற்கு பின்னால் இதைப் பார்க்கலாம்.

ஆ. மொழிபெயர்ப்புக்களின் வழியாக அடைந்த அறிவை ஞானத்தின் பகுதியாக்கிக் கொள்வதும், தன் சமுதாய, அரசியல் போராட்டங்களில் சக்தியாகப் பயன்படுத்திக்கொள்வது அவசியம். இதை பெரியார் சிந்தனைகளில் கவனிக்கலாம். ஆனால் சங்க இலக்கியத்தைப் பெறும் போதும், தமிழ் பண்பாடு எப்படி திராவிட அடிப்படை குணங்களை அதிகமாக வைத்துக்கொள்ள முடிந்தது மற்றும் கன்னட பண்பாடு சமஸ்கிருத பரம்பரையைச் சுமந்துகொண்டு தன் தேசியத்தை எப்படி பலிகொடுத்தது என்ற மதிப்பாய்வும் முக்கியமாகிறது.

இலக்கிய நிலைகளில் கிடைக்கும் இந்த ஊக்கங்கள் சிலசமயம் பண்பாட்டு அரசியல் நிலைகளுக்கும் விரிவடைதுண்டு. கர்நாடக பண்பாடு எடுத்துக்காட்டாகவும் ஊக்கமாகவும் மராத்தி, தெலுங்கு, மலையாளம் பண்பாடுகளை விடவும் அதிகமாக தமிழ் பண்பாட்டின் பக்கம் நோக்கும் இயல்புடையது. ஹம்பி கன்னட பல்கலை கழகத்தின் தொடக்கத்திற்குப் பின்னணியாக தமிழ் பல்கலை கழகத்தின் தாக்கம் இருக்கிறது. தற்போது சமூக வலைத்தளங்களில் நடந்துகொண்டிருக்கும் தமிழ் சினிமாக்களின் விவாதங்கள் கன்னட சினிமாவின் வெற்றுத்தன்மையை சுட்டிக் காட்டுகின்றன. சமீபத்தில் தமிழ் நாட்டு முதல்வர் ஸ்டாலின், ஒன்றிய அரசாங்கத்தின் உள்நாட்டு அமைச்சருக்கு எழுதிய கடிதத்தில், 'மத்திய அரசு' என்பதற்கு பதிலாக 'ஒன்றிய அரசாங்கம்' என்ற சொல்லாடலைப் பயன்படுத்தினார். இது எந்த ஒரு மாநில அரசியலும் தன்னுடைய தனித்தன்மையைக் காப்பாற்றிக் கொள்ளவேண்டிய எச்சரிக்கையையும், புதிய சொல்லாக்கங்களை ஏற்படுத்திக்கொள்ளும் தேவையையும் குறிக்கிறது. இதுபோன்ற ஊக்கங்களைத் தமிழ்நாட்டு வரலாறுகளில் நீதிக் கட்சி, திராவிட

இயக்கம், பெரியார் நாதிதிக இயக்கம், இருமொழிக் கல்வித் திட்டம் போன்றவற்றில் காணலாம். கர்நாடகாவின் நிலைப்பாட்டின் தேடலும் மொழி, இலக்கியத்திற்கு மட்டுமே சம்பந்தப்பட்டதல்ல. இந்தி திணிப்பு, இந்திய அரசாங்கத்தின் மையப்படுத்தும் திட்டம், திராவிட பண்பாட்டின் தேடல், தென்னிந்திய அரசியல், துளு போன்ற மொழிகளை அரசியலமைப்பின் எட்டாவது பிரிவில் சேர்ப்பது. கன்னட காவிய இயல் ஆய்வு, கன்னட வழிக் கல்வியின் முக்கியத்துவம் போன்ற பல முகங்கள் இருக்கின்றன. ஒன்றிய அரசாங்கம் கூட்டாட்சி சித்தாந்தங்களை மீறி இந்தியைத் திணிக்கும் போதெல்லாம் எச்சரிக்கை அளித்து வந்தது தமிழ்நாடு. இந்த எச்சரிக்கை தமிழ் திராவிட நிலைப்பாட்டின் முன்மொழிதலும், சுயத் தேடலின் உணர்வாக மட்டுமல்லாமல், பல மாநில, பல மொழி, பல மத, பல பண்பாடு கொண்ட இந்தியாவில், ஒன்றிய அரசாங்கம் திணிக்கும் எல்லா வகையான மையக் கருத்துக்களையும் கட்டுப்பாட்டில் வைக்கும் செயலாக உள்ளது. குடியரசை காப்பாற்றும் செயலும் கூட.

இந்தப் பின்னணியில் கடந்த நூறாண்டுகளாக கன்னட மற்றும் தமிழுக்கு இடையே நடந்திருக்கும் இலக்கிய மற்றும் சிந்தனைப் பரிமாற்றங்களை கவனிக்கவேண்டும். இந்தத் தேடலைத் தொடங்கியது கவிராஜமார்க்கம். காவேரியிலிருந்து கோதாவரிவரை இருந்த கன்னட நாட்டின் வரைபடத்தையும் மற்றும் அதைப் பற்றிப் படிக்காமலும் காவியம் இயற்றும் கன்னடக்காரர்களை அது அக்கறையுடன் வர்ணித்தது. நாடு, மொழி, மக்கள், தொழில் எல்லாம் தேசியத்தின் முக்கியப் பகுதிகள். கவிராஜமார்க்கத்திற்குப் பிறகு இந்தத் தேடலை சம்ஸ்கிருதத் திணிப்பிற்கு எதிராகவும் மற்றும் வடநாட்டுக் கதைகளைப் பயன்படுத்திக்கொண்டும் பம்பா, ரன்னா போன்றவர்கள் காவியம் இயற்றுவதற்கு எதிராக 12வது நூற்றாண்டின் சரணர்கள் புதிய போக்கைத் தொடங்கி வைத்தார்கள். பிறகு அந்தப் பாதையில் நயனசேனா, அண்டய்யா, மகாலிங்கரங்கா போன்றவர்கள் நடந்திருக்கிறார்கள்.

கர்நாடகத்தின் சிறப்புத்தன்மையின் நிலைப்பாட்டுத் தேடல் திசையில் பி.எம்.ஸ்ரீ அவர்கள் செய்த முயற்சிகள் வரலாற்று முக்கியத்துவம் பெற்றவை. ஸ்ரீ அவர்கள் தங்கள் படைப்புகளில் தமிழ் மகாகாவியங்களைப்பற்றிக் குறிப்பிடுகிறார். தமிழ் வரிவடிவத்தை அனுசரித்து ஒற்றெழுத்துகள் இல்லாமல் எழுதும் வழக்கத்தை சோதனை முயற்சி செய்தார். சங்க இலக்கியத்தில்

‘என் தேனே, என் கரும்பே’ என்ற சொல்லாடலில் காதலன் காதலியை அழைப்பதைக் குறித்துப்பேசி அங்கிருக்கும் திராவிட அழகியலைப் பேசுகிறார். கன்னட யாப்பு மூலங்கள் தமிழ் யாப்புகளில் இருக்கின்றன என்று பி.எம்.ஸ்ரீ கூறுகிறார். சங்க இலக்கிய தோரணைகள் கன்னட யாப்பில் ஒளியாக விழவேண்டும் என்று விரும்புகிறார். இவை எல்லாம் தேவையற்ற சமஸ்கிருதத்தைப் பின்பற்றும் போக்கிலிருந்து விடுவித்துக்கொண்டு கன்னடத்திற்கு சுயமானதை கொடுக்கும் முயற்சிகள். அவர் திருப்பதியில் நடந்த பண்டைய பாரதம் என்ற தலைப்பிலான மாநாட்டில் (1940) சொற்பொழிவாற்றும் போது கீழ்க்கண்டவாறு கூறுகிறார்:

கால்டுவெல் தன் திராவிட மொழிகளின் ஒப்பிலக்கணத்தை எழுதி இவை அனைத்து மொழிக் கூட்டங்களுக்கும் சேர்ந்தது என்று நிறுவிய பிறகு தற்போது நம்மிடம் பல அறிஞர்கள் பணியாற்றினார்கள். ஆனாலும் முக்கிய அம்சங்களில் ஆய்வுகள் முன்னேறவில்லை. இதற்கு தெலுங்கர்களும் கன்னடர்களும் தமிழர்களும் தங்கள் மொழிகளில் மட்டுமல்லாமல் பிற சகோதர மொழிகளிலும் பாண்டித்யம் பெறாமல் இருப்பதே காரணம். சமஸ்கிருதமயமாக்கும் திரையை விலக்கி கன்னட இழைகளைத் திறந்து, அந்த வழியில் அதன் இயல்பான குணத்தைக் கண்டு, மீண்டும் கன்னட இலக்கணத்தைப் படைக்கவேண்டியுள்ளது

இங்கே கவனிக்க வேண்டியது சம்ஸ்கிருதமயமாக்கும் திரையை விலக்குதலும், கன்னடத்தை சம்ஸ்கிருதப் பிடியிலிருந்து விடுவிப்பதும் என்பவையாகும்

பி.எம்.ஸ்ரீ அவர்களின் பணியை சங்கரபட்டர் மற்றொரு வழியில் தொடர்ந்தார். அவருடைய ‘கன்னடத்திற்குத் தேவை கன்னட இலக்கணம்’ என்ற நூல் திராவிட மூலத்திற்கு எடுத்துச் செல்லும் முயற்சியாகவே இருக்கிறது. அவர் இயற்றியுள்ள புதுக் கன்னட எழுத்து வடிவத்திற்கு மாத்திரை அளவுகள் கிடையாது. சமஸ்கிருத வர்க்க எழுத்துக்கள் கிடையாது. இந்தக் கன்னடத்தை இன்று பலர் பயன்படுத்தி எழுதுகிறார்கள். கர்நாடகத் தன்மையின் இந்தத் தேடலில் பேராசிரியர் கார்லோஸ் (தமிழவன்) அவர்கள் கர்நாடகத்தில் இருந்துகொண்டு ஆற்றிய பணிகள் சாதகமாக இருக்கின்றன. அவர் வெறும் தமிழ் இலக்கிய மொழிபெயர்ப்போடு மட்டும் நிற்கவில்லை, தமிழ் இலக்கியத்தின் பகுத்தறிவை கன்னடர்களுக்கு அறிமுகப்படுத்தும் நூல்களை

கன்னடத்திலேயே இயற்றினார். தமிழ் இலக்கணம்-காவிய இயல்-யாப்பு போன்ற செம்மொழி நூல்களையும் காவியப் பரம்பரை வழியாக தமிழ்ப் பண்பாட்டுச் சிறப்பையும் தன் எழுத்துக்களில் கன்னடர்களுக்கு விவரித்தார். தமிழ் இலக்கியப் பண்பாட்டுக்குள் அவ்வப்போது நடந்த திருப்பங்களை வரலாற்று வழிமுறையில் அவர் சுய விமர்சனத்துடன் விவரித்திருக்கிறார். அவர் ஒருமுறை என்னுடன் பேசும்போது கன்னட விமர்சன முதிர்ச்சி தமிழில் தெரிவதில்லை என்று கூறியதுண்டு. அவர் தொல்காப்பியம் பற்றி பேசும்போது கன்னடத்து கவிராஜமார்க்கத்தையும் சப்தமணிதர்பனத்தையும் எடுத்துரைக்கிறார். 'தமிழின் தனிச் சிறப்பைக் காப்பாற்றிக் கொண்டிருக்கும் சங்க இலக்கியத்தையும், தொல்காப்பியத்தையும் கன்னடத்துடன் ஒப்பிட்டுப் பார்ப்பதன் வழியாக "கன்னடத்து தனிச் சிறப்பைப் பற்றியசிந்தனையை அடுத்த கட்டத்திற்கு எடுத்துச் செல்லும் சாத்தியக் கூறுகள் உண்டு" என்று குறிப்பிடுகிறார். இரண்டு மொழிகளின் பண்பாடுகளும் ஒன்றுக்கொன்று ஊக்கம் பெற்று வளரும் கட்டத்திலிருந்து வெளியேறி, பொதுவான எதிரியை அடையாளம் கண்டு, போராடி அதிலிருந்து விடுதலை அடையும் விமோசன சித்தாந்தங்களை அமைத்துக்கொள்ள அவருடைய சிந்தனைகள் உதவியாக இருக்கின்றன. அவருடைய சிந்தனையில், கன்னடமும் சம்ஸ்கிருத தாக்கத்திலிருந்து மீண்டு அந்தத் தாக்கத்தால் இழந்ததைத், தமிழிலிருந்து பெற்றுக்கொள்ளும் கவனம் இருக்கின்றது. அந்தத் திசையில் அவர் தமிழ்க் கவிதையியல் நூல் மற்றும் பண்டைத் தமிழ் இலக்கியங்களின் கன்னட மொழிபெயர்ப்புகளுக்கு அவர் எழுதிய முன்னுரைகள் மகத்துவமானவை. கார்லோஸ் தமிழ்-கன்னடத்திற்கு இடையேயான உறவை பல வழிகளில் நிறுவுவதற்குக் காரணம், இரண்டு மொழி இலக்கியங்களில் அவருக்கு இருக்கும் அடிப்படை அறிவு. அதனால் இரண்டு மொழிகளின் சமமான மனநிலையும் வேறுபாடுகளும் அவருக்கு உடனே புரிந்துவிடும்.

கடந்த அரைநூற்றாண்டில் தமிழ்நாட்டுக்கும் கர்நாடகத்திற்கும் இடையில் காவிரி நதி நீர்ப் பங்கீடு, திருவள்ளுவர் சிலை நிறுவுதல் போன்ற பல விவாத வாக்குவாதங்கள் நடந்திருக்கின்றன. ஆனால் அதுபோன்ற அரசியல் தகராறுகள் இருந்தாலும், கன்னட-தமிழுக்கு இடையே பண்பாட்டுத் தொடர்பு நிற்கவில்லை. அதற்குக் காரணம், தமிழ்-கன்னடத்திற்கு இடையே பிணைப்பாக மக்களின் நலத்தை மனதில் நிரந்தரமாக நிறுத்திக் கொண்டிருக்கும்

கார்லோஸ் போன்ற சிந்தனையாளர்கள். கர்நாடகத்திற்கும், மகாராஷ்ட்ராவுக்கும் இடையே தகராறுகள் இருக்கின்றன. ஆனால் கன்னட மராட்டிக்கு இடையே பேரே, ஷம்பா, பேந்த்ரே போன்ற அறிஞர்களும் கவிஞர்களும் அர்த்தமுள்ள உறவுப் பாலத்தை அமைத்தார்கள். அதுபோலவே சினிமாத் தொழிலுக்கு மதராசுக்குச் சென்ற பல கன்னட நடிகர்கள் தமிழ்நாட்டு பண்பாட்டுடன் ஒன்றாகக் கலந்து போனார்கள். பல்கலைக் கழகத்தில் பணியாற்றவென்று வந்த கார்லோஸ், கன்னடப் பண்பாட்டின் பகுதியானார். தமிழ்நாட்டுப் பல்கலைக் கழகப் பணிக்கென்று போன பி.ஜி.எல் சுவாமி தனது தமிழ் தலைகளின் நடுவே நூலில் சங்க இலக்கியத்தைப் பற்றி அக்கறையுடன் எழுதுகிறார். ஆனால் தமிழர்களின் தற்பெருமையையும், செருக்கையும் கேலி செய்வது ஒரு தப்பெண்ணத்தை உருவாக்கி விடுகிறது. அந்தப் பின்னணியில் கார்லோஸ் இரண்டு பக்கமும் நின்று உறவை இணைத்தவர். இவருடைய புனைப்பெயர் 'தமிழவன்'. ஆனால் அவர் தன் பணியின் வழியாக 'கன்னடவன்' கூட ஆகியிருக்கிறார். அதற்காக கர்நாடகப் பண்பாட்டுலகம் அவருக்கு கடமைப் பட்டிருக்கிறது.

(கன்னடத்தில் எழுதப்பட்ட இக்கட்டுரையைத் தமிழில் மொழிபெயர்த்தவர் கே. நல்லதம்பி)

பகுதி இரண்டு

தமிழவனின் புனைகதை உலகம்

தமிழவனின் புனைகதை வெளி

எஸ்.சண்முகம்

தமிழ் ஜனக்கூட்டத்திற்குள் இதுவரை வந்த ஒரு நாவலாசிரியர், தனது பேனாவால், மொழியையும் சொல்லையும் கொண்டு வாசக மனதில் அழுத்தமான நினைவைத் தனது சித்தரிப்பு எழுத்தாய் பதித்து வந்துள்ளார். எந்த நாவல் குறித்துப் பேசும் வேளையிலும் அந்த ஆசிரியனின் எழுத்து அவரது வடிவத்தின் நிழலாக மாறி நினைவாய் நம்முள்ளே அடைந்துவிடுகிறது. இப்போது பேனாவை அசட்டையாகப் பக்கத்தில் போட்டுவிட்டு, வாய்மொழி கதைசொல்லியாகத் தமிழ் நாவலுக்குள் பிரவேசித்துள்ளார் தமிழவன்.

ஒவ்வொரு மொழியினருக்குள்ளும் ஒரு புராதனக் கதைசொல்லி காலத்தைத் தாண்டிக் குதித்துக்கொண்டே அகாலத்தன்மையுடன், தலைமுறை தலைமுறையிலான தங்களது கதையைத் தனது குழுவினருக்கு சொல்லிக்கொண்டே போவான், செனகலிய மொழி ஆப்பிரிக்காவின் ஆதிமொழிகளில் ஒன்று. அதில் வழிவழியாகக் கதைசொல்லி ஒருவன் இருந்திருக்கிறான். அந்த மக்கள் திரளினர் அவனை கிரியாட் (griot) *எனக் குறிப்பீடு செய்துள்ளனர். இந்த கிரியாட்* (griot) *என்பவன் வாய்மொழி கதைசொல்லியாக, பாடகராக மரபு வரலாற்றுப் பெட்டகமாக இன்றளவும் இருந்திருக்கிறான். பிரேகோ தியோப்* (Birago Diop) *நீக்ரோவிய உரைநடை இலக்கிய முன்னோடிகளில் ஒருவர். அவர் தனது பாட்டியின் குடிசையில் தம் வாழ்வின் பல புராணங்களிலும் செவிவழியாகக் கேட்ட கதைகளை, முதன்முதலில் 1947-ல் பிரான்ஸில் அமதோ கூம்பா* (Tales of Amadou Koumba) *என்று தொகுப்பு நூலாக வெளியிட்டார். இதில் அவர் கூறியுள்ளது மிக முக்கியமானது. இந்த 'வாய்மொழிக் கதைகளை' நான் மறுபடியும் எழுதியுள்ளேன், ஏனென்றால் அதில்தான் என் மொழியினரின் வரலாறு, வாழ்வு, நம்பிக்கை ஆகியவை உறைந்துள்ளன. அதை நான் மறுமுறை படி செய்கிறேன்' என்கிறார்.*

குறிப்பிட்ட நேர்க்கோட்டில் சென்று கொண்டிருந்த மேற்கத்திய நாவல் போக்கிலிருந்து மாறுபட்டு ஆப்பிரிக்கா தனக்கான அழகியலைத் தனது உடலிய நிறத்தோடு உருவாக்கிக்கொள்ள, மற்றொரு மெசயாவைப்போல் கெப்பிரியல் மார்குவஸ் லத்தீன் அமெரிக்காவில் இருந்து மாஜிக்கல் ரியலிசம் என்ற முற்றிலும் புதிய எழுத்துமுறையை வெளிப்படுத்தினார். இதனைத் தொடர்ந்து தென்-அமெரிக்காவில் இருந்து இவரைப் பின்பற்றி, சாரிசாரியாக நாவலாசிரியர்கள் நாவல் இலக்கியத்திற்கு ஆங்கிலமும், வெள்ளை நிறமும் தேவையில்லையென தங்களது படைப்புகளால் நிரூபித்தார்கள். இன்று எல்ஸால்வடோரின்' எதிர்ப்பு எழுத்தாளரான மணிலோ அர்குவெடோ (Manilo Argueto) வின் வாழ்விலே ஒரு நாள் (One Day of Life) வரை இது வளர்ந்துள்ளது.

இதற்கு இடைப்பட்ட காலத்தில் தான் நவீன நாவலாசிரியர்களுள் ஒருவரான கியூபாவில் பிறந்து இத்தாலியில் வாழ்ந்தவரும் இத்தாலிய மொழியில் எழுதுபவருமான இடாலோ கால்வினோ நவீன — நாவலின் ஜிப்ஸியாக மாறி டேரட் கார்டு (Tarot Card) களை குலுக்கிக் கொண்டே நுழைந்து, காஸ்ல் ஆஃப் க்ராஸ்டு டெஸ்டினீஸ் (Castle of Crossed Destinies) என்ற நாவலின் மூலம் மற்றொரு திசைவழியைக் காட்டினார். இவரிடமும் கதை (Tale) மரபு ஆழமாகப் பதிந்திருக்கிறது. உலக இலக்கியத்தின் டேரட் கார்டு (Tarrot Card) களையும் அதன் வரைபடங்களில் புதைந்துள்ள குட்டிக்கதைகளையும் பயன்படுத்தி அவற்றையே 'குறிகளாக' மாற்றி முன்னும் பின்னும் அடுக்கிக் கதை பண்ணும் சாத்தியங்களைக் காண்பித்தார்.

இது ஒரு அமைப்பியல் நாவலாகக் கருதப்படுகிறது. தொடர்ந்து காஸ்மிகாமிக்ஸ் (Cosmicomics) இன்விசிபிள் சிடீஸ் (Invisible Cities) எனத் தொடர்ந்து குட்டிக்கதைகள் போல பல படைப்புகளை எழுதிய கால்வினோ நமது மூதாதையர்கள் என்ற வரிசையில் பேரன் இன் ட்ரீஸ் (Baron In Trees) என்ற போஸ்ட்மாடர்னிசக் கதையை எழுதினார். போஸ்ட்-மார்டனிசக் கருத்துருவத்தைக் கொண்டவரான பூதிலார்-ஐ அது கவர்ந்தது. இங்கிருந்து தான் 'பாலிம்ஸெஸ்ட்' என்ற வரைதோல் சரித்திர வகை நாவல்கள் உருக்கொள்ளத் துவங்கின.

இத்தாலிய மொழியின் மற்றொரு சாத்தியப்பாடாய் அடுத்து வந்தவர் உம்பர்ட்டோ ஈகோ, உலகின் முதல் குறியியல் பேராசிரியராக அறியப்படும் இவர் இரு முக்கியமான போஸ்ட்-

மாடர்னிச நாவல்களை எழுதினார். ஒன்று நேம் ஆஃப் தி ரோஸ் (Name of The Rose) மற்றொன்று ஃப்யூகோ’ஸ் பெண்டுலம் (Foucault’s Pendulum) இந்த நாவல்கள் மேற்கிலும் மிகப்பெரும் அளவில் வரவேற்புக்குள்ளாயின. இந்த நாவல்களை ஈகோவினுடைய குறியியல் தன்மை கொண்ட நாவல்களாகக் கண்டனர். கிரிஸ்டீன் ப்ரூக் ரோஸ் (Christine Brook Rose) இந்நாவல்களை பாலிம்ஸெஸ்ட் சரித்திரமாக வாசித்துக் காட்டியுள்ளார். குறிப்பாக நேம் ஆஃப் தி ரோஸ் (Name of the Rose) கத்தோலிக்க தேவாலயங்களின் வரலாறு, இறையியல் மற்றும் தத்துவங்கள் குறித்த பாலிம்ஸெஸ்ட் ஆக இது இயங்குவதாகக் கூறுகிறார்.

இந்த நோக்கில் பார்த்தால் இருபதாம் நூற்றாண்டின் இரண்டாவது பகுதியின் நாவல், கலை இலக்கியத்தில் அழகியலின் கருத்துருவத்தைத் தீர்மானித்தது ஆங்கிலமல்லாத பிற ஆப்பிரிக்க, ஐரோப்பிய மொழிகளும் அதன் மக்களும்தான், காலனிய அதிகாரம் உடைந்து எதிர்காலனிய அழகியல் இன்று தனது முகத்தை வெவ்வேறு நிறங்களில் காண்பித்துக் கொண்டிருக்கிறது. இதில் கவனிக்க வேண்டிய மற்றொரு விஷயம் இவை யாவுமே ஆங்கிலம் மூலமே மற்ற மொழியினருக்கு முதலில் அறிமுகமாகி—யிருக்கிறது.

இச்சூழலில் தென்கிழக்கு ஆசிய நாடுகளில் இந்தியா-பாகிஸ்தான் போன்ற மூன்றாவது உலக நாடுகள் இரண்டிலும் தனது கலாச்சார வேர்களை உடைய சல்மான் ருஷ்டி நள்ளிரவின் குழந்தைகள் (Midnight’s Children) அவமானம் (Shame) என்ற இரு போஸ்ட்-மார்டன் இதிகாசங்கள் எழுதியுள்ளதாக தோனி பிரெனன் தனது சல்மான் ருஷ்டியின் மூன்றாவது உலகம் என்ற நூலில் குறிப்பிடுகிறார்.

இனி போஸ்ட்மாடர்னிசக் கருத்துருவத்தின் அடிப்படையில் இந்த வாய்மொழிக் கதைசொல்லலையும், தனித்தனி உறுப்புகளாக இயங்கும் இப்புதுவகை நாவலையும் எம்முறையில் அணுகுவது என்பதைப் பார்க்கலாம். அதாவது ஒரு நாவல் என்பது சித்தரிப்பில் தனியொருமை உடையதாக மட்டுமே இருக்க வேண்டிய அவசியமில்லை. அப்படியே நாவல்கள் நுண்ணிய வடிவங்களை விழுங்கும் தனி ஒற்றைக்கோட்டுத் தன்மையுடன் பல மொழி விளையாட்டையும் மாஜிக்கையும் மறுத்துவிட்டு (மொழி விளையாட்டு என்பது இங்கே மொழியின் பிரதியாக்கத்தின் பன்முக சாத்தியப்பாடு) ஒருமைக் கருத்தாக்கம் என்ற பெயரில்

அதிகார ஒருமுகப்படுத்தலுக்கு இட்டுச் செல்கின்றன. அதனால் தனித்த சித்தரிப்பின் உறுப்புகளான கதைகள் தம் ஒருமை அழிக்கின்றன.

இந்தப் பின்னணியில் தமிழவனது நாவல்களைப் பற்றியும், தமிழ்ச்சூழலில் அவை ஏற்படுத்திய தாக்கங்களைப் பற்றியும் பார்க்கலாம்

***

சரித்திரத்தை வளைக்கும் சரித்திரத்தில் படிந்த நிழல்கள்

இதுவரை நாம் பார்த்து வந்த ஒழுங்கில் தமிழில் வந்த முதல் மாஜிக்கல்-ரியலிச நாவல் தமிழவனின் ஏற்கனவே சொல்லப்பட்ட மனிதர்கள் இதைத் தொடர்ந்து இப்போது வந்துள்ள சரித்திரத்தில் படிந்த நிழல்கள் என்ற நாவல் பின் நவீனத்துவம் / வரைதோல் சரித்திரம் (பாலிம்ஸெஸ்ட் சரித்திரம்) என்ற வகையில் வெளிவந்துள்ளது. இந்த நாவலைப் படித்தால் பல்வேறு அற்புதக் கதைகளின் தொகுப்பாகவும் தோன்றுகிறது. இதையே மொத்தமாக வாசித்தால் ஒரு நாவலைப் போலவும் வேறுவகையில் பார்த்தால் நினைவு தவறிப்போன சரித்திர நிகழ்வுகளின் மறு-பிரதியாக்கம் போலவும் தோன்றுகிறது. நாவல் முழுவதும் எந்த ஒருமுகப்படுத்தலுமின்றி பல்வேறு வகையான மாயாஜால விளையாட்டுகளையும் மொழி விளையாட்டுத் தன்மைகளையும் தன்னுள் கொண்டுள்ளது. ஆகையால்தான் இது நேர்கோட்டுத் தன்மையற்ற பிரக்ஞையைக் கொண்டுள்ளது. அதன் மற்றொரு வடிவமாகதான் ஒரே குரலில் பேசாமல் ஒவ்வொரு பகுதிக்கு முன்னேயும் சொல்வோன் / கேட்போர் கூற்று என்ற Dialogism. நேர்கோட்டுத் தன்மையை கீறுறுப்பு செய்துகொண்டே இருக்கிறது. இதுகூட உரையாடல் அல்ல. ஒருவகையான பிரதியியல் விளையாட்டுதான். இதன் அடிப்படையில் பல்வேறு கதை சொல்லுதல்கள் நிறைந்துள்ளன.

தமிழவனின் இப்புதிய நாவலைப் படித்தபோது இவரது நாவலின் எந்த 'குறியும்' உருவகமாக செயல்படவில்லை. எல்லாமே மிதந்தபடியேதான் உள்ளன. இதில்வரும் பாக்கியத்தாய் 'கண்ணை மூடிக்கொண்டே எதையும் பார்க்கக் கூடியவள்.' ஏனெனில், பாக்கியத்தாய் என்ற உடலிய / பாலிய பெயர்க்குறி பார்ப்பது எல்லாம் உண்மை என்பதை மறுக்கிறது. அப்படிப் பார்ப்பதை நம்பும் பட்சத்தில் இந்தக் 'குறி' காலத் தன்மையதாக

மாறிவிடும். ஆகையால்தான் இவளது இருப்பு என்பது கண்ணை மூடியபடியே மிதக்கிறது. அதே பாக்கியத்தாய் மிதந்து பின்பு பச்சைராஜன்' என்ற பிள்ளை பெறாத ராஜனைக் காட்டில் வேறொரு பெண்ணாக கண்ணை மூடிக்கொண்டே 'என்னை மணந்தால் உனக்கு குழந்தை பிறக்கும்' என்றாள். இவளேதான் ராணியாய் ஆனதும் வார்த்தையொன்று மாட்டிக்கொள்ள உப்பி விடுகிறாள். ஆக பாக்கியத்தாய் என்பவள் அகாலத் தன்மையுடையவளாக இருக்கிறாள். அதனாலேயே 'மூன்று பேரைப் பெற்றும் கூட கன்னியாகவே கருதப்பட்டாள்.

காலத்தன்மையற்ற பாக்கியத்தாய் கன்னியாகவே சூட்சுமப்படுகிறாள். இதே 'குறி" ராணியாக மாறும்போது 'ஒவ்வொரு பொருளையும் உள்ளும் புறமும் ஒரே நேரத்தில் பார்க்கும் ஆற்றல் பெற்றவளாய் திகழ்கிறாள்.'

இப்போது பாருங்கள் பாக்கியத்தாய் - வேட்டுவப் பெண் - ராணி ஆகிய மூன்று பேருமே.

1. உள்ளும் X புறமும்
2. திறந்த தன்மையுடைய கண் X மூடிய கண்
3. நிஜத்திலும் x பொய்யிலும்
4. பிள்ளை பெறுதல் X கன்னியாக இருத்தல்

இருமை எதிர்வுகளாக பல்வேறு விதங்களில் இயங்குகின்றனர். இப்படி ஒன்றுக்குள் ஒன்றென முடிவான காலத்தன்மையை இக்குறியானது தகர்த்துவிடுகிறது. எனவே, ஒரு கட்டத்தில் ராணி அவள் பஞ்சுமெத்தை மரக்கட்டிலில் படுத்து உறங்கும்போது வருங்காலத்தில் அந்நிய மொழிகளின் படையெடுப்பைக் கனவிலேயே காண்கிறாள். இந்த எதிரும் புதிருமானவைகள் இவர்களின் கறுப்பு வெள்ளைச் சதுரங்களாக வரைந்த காலம் காட்டியிலும் வருகின்றன இந்த நேரெதிர் பதிலிகள் தான்.

1. மலை மீது ஒளி
2. அம்மிக் குழவி

இவர்கள் இருவரில் ஒருவன் பாக்கியத்தாயின் வயிற்றிலிருந்து, மற்றொருவன் வார்த்தையிலிருந்தும் பிறந்தவர்களாகிறார்கள். பின்பு இவர்கள் தங்களது பதிலிகளை நாவல் முழுதும் பெருக்கிக்கொண்டே போகிறார்கள். இந்த பெருக்கத்தில் ஒரு கவிஞன் உருவாகி, ஒரே நேரத்தில் இரண்டு இடங்களிலும்

பிரசன்னமாகி, கவிதை வாசித்து காலத்தை உடலியல் ரீதியாகவே உடைத்து நாவலின் குறிகளை மிதக்க விடுகிறான்.

நாவலில் கேட்போனும் சொல்வோனும் பேசிக் கொள்கிறார்கள். நீ சரித்திரத்தைச் சொல்ல வருகிறாயா என்று கேட்போன் கேட்க, எந்தக் குறிப்பிட்ட சரித்திர பாத்திரத்தையும் கூறவில்லை என்கிறான் சொல்வோன். சிலர் இதில் வரும் சொற்களை தங்களின் சமகால அரசியல் பாத்திரங்களோடு சம்பந்தப்படுத்தக்கூடும். ஆகையால்தான் இங்கு மறுபடியும் கூறவேண்டிய முக்கிய விஷயம், இதில் வரும்

1. அம்மிக்குழவி
2. சொல்லின் பொருள்
3. காலத்தை வென்றவள்
4. மலை மீது ஒளி
5. ஒற்றைக் கண்ணன்
6. எறும்பு ராணிகள்
7. பச்சை ராஜன்
8. பார்பர்
9. சர்க்கஸ் கோமாளி

ஆகிய அனைத்துமே 'மிதக்கும் குறிகள்' மற்றும் அகாலத் தன்மையுடையவை உருவகங்களல்ல. இந்நாவல் பிரதியாக்கம் என்பதில் அதன் 'வாய்மொழி கதை சொல்லுதல்' என்பது போஸ்ட்-மார்டனிச கருத்துருவ அடிப்படையிலான பாலிம்ஸெஸ்ட் சரித்திரத்தையும் உள்ளடக்கி இருப்பதைக் குறிப்பிட்டாக வேண்டும். இனி இது குறித்துப் பேசலாம்.

***

வரைதோல் சரித்திரம் (பாலிம்ஸெஸ்ட் சரித்திரம்) என்பதை எவ்வாறு அர்த்தப்படுத்துவது என்பதில் சிக்கல்கள் இருப்பினும் அகராதிப் பொருளில் துவங்கிப் பின்। பல்வேறு வகையான பாலிம்ஸெஸ்ட் சரித்திரத்தைப் பற்றிப் பேசலாம். அதற்கு முன்பு இந்த நாவலாசிரியர் சரித்திரம் பற்றிக் கூறியுள்ள சிலவற்றை வாசிக்க வேண்டும். ஏனெனில் இந்த நாவலின் தெகிமொலா மக்களது சரித்திரத்தின் மறு பிரதியாக்கம் என்கிறார் தமிழவன்.

இந்த நாவலில் உரையாடற் பங்காளர் குரலில் கேட்கும் வரிகளை கவனியுங்கள்.

இச்சரித்திரம் தெகிமொலாக்களைப் பற்றியது. எனவே கற்பனையும் நிஜமும் வேறுபாடில்லாமல் எழுதப்பட்டிருக்கின்றன. சம்பவங்கள் நடந்த ஆண்டுகளைப் பற்றி ஆதாரங்களின் அடிப்படையில் அறிவதைவிட யூதங்களின் அடிப்படையில் அறிபவர்களுக்கு சரித்திரம் மிகத்தெளிவாக விளங்கும்

இந்தத் தெகிமொலாக்கள் ஒருவித பயம் கலந்த இரண்டக நிலையில்தான் வாழ்வியலை நடத்தி இருந்திருக்கின்றனர். ஒருவித தொடர் வன்முறை அவர்களைப் பீடித்துக் கொண்டே இருந்துள்ளது.

எதிர்காலத்தில் மக்களின் நினைவுகளிலிருந்தும் கூட விரட்டப்பட்டு விடுவோமோ என்று பயந்தபடி இவர்கள் வாழ்ந்தார்கள்.... எழுதப்பட்ட எல்லா நூல்களிலும் இவர்கள் தங்கள் சரித்திரத்தைப் பற்றியே மீண்டும் மீண்டும் எழுதினார்கள்

இந்த மக்கள் குழுவினர், அடிப்படையில் பிரதியியல் தன்மைமிக்க மனிதர்களாக பாதி நாடோடிகளாக வாழ்ந்துள்ளனர். தங்களைக் காப்பாற்றிக்கொள்ளும் செயல்பாடாக பிரதியியலுக்குள் புகுந்து கொண்டனர்.

இந்த விஷயம்தான் நாவலுக்கான வரைபடம். இங்கிருந்துதான் பாலிம்ஸெஸ்ட் சரித்திரமாக தமிழவன் நாவல் உருமாறுகிறது. இத்தகைய அடிப்படையிலிருந்து இவைகளை மறுபிரதியாக்கம் செய்வதில் ஒன்றுக்குமேல் ஒன்றாக எழுதி, பல்வேறு பிரதிகளுக்கு இடமளிக்கும் வண்ணம் பாலிம்ஸெஸ்ட் பிரதியாக்கச் செயல்பாடு இயங்குகிறது. பாலிம்ஸெஸ்ட் என்பது ஒரு வரைபடம் அல்லது வேறொரு தளத்தில் ஒன்றுக்கு மேற்பட்ட எழுத்துக்கள் காணக் கிடைப்பது. இதில் ஒரு எழுத்து மற்றொன்றின் மீது மேல் பதிவாகி—யிருக்க, முதல் அதாவது மூல எழுத்து என்பது ஏறக்குறைய அழிந்த நிலையினதாக இருந்தும் அதன்மீதே எழுதப்பட்டதைப் போல் அந்த மூலப்பிரதியும் இரண்டாம் பிரதியின் வழி பார்த்தால் தெரியும். இவ்வகையில் தான் பாலிம்ஸெஸ்ட் சரித்திரம் என்பது முந்தைய சரித்திரத்தின் மீதே மற்றொரு முறை அதையே எழுதுவது. இதில் முந்தைய எழுத்தின் முகம் தெரியும். புதிய எழுத்தும் இருக்க, ஒன்றன்மீது ஒன்று படிந்திருக்கும். ஆகையால் இதற்குப் பின்னலாகக் காணப்படும் இரண்டகத் தன்மை ஒன்றும் உண்டு. மூலத்திற்கும் மறு பிரதியாக்கத்திற்கும் உள்ள வேறுபாடுகள் இருந்து கொண்டே தான் இருக்கும். இந்த வேறுபாடுகள் அப்படியே லியோடார்ட் கூறுவதுபோல் அமையும். அவர் போஸ்ட்—

மார்டன் அறிவு நிலை என்பது ஒற்றை அதிகாரத்தின் ஆயுதம் அல்ல. மாறாக அது வேறுபாடுகளை அப்படியே ஏற்றுக்கொள்ள நம்மை மறுதயார் செய்கிறது என்றார்.

இவ்வாறு பாலிம்ஸெஸ்ட் சரித்திரம் என்பது ஒன்றன்மீது ஒன்றாகப் பின்னப்பட்டு மேல் பதிவாகி இரண்டக நிலையில் இயங்கும். இங்கே யூகங்களின் அடிப்படையில் விளங்கிக்கொள்ள வேண்டும் என்பது அடிப்படைப் பிரதிக்கும் மேல் பதிவான பிரதிக்கும் இடையே உள்ள இடைவெளியை ஆதார அடிப்படையில் அறிய முடியாது. இரண்டையும் பொருத்தி யூகிக்கவே முடியும் எனச் சொல்கிறது. லியோடார்ட் இதையே குறியின் அறிவெல்லைக்கப்பாலைத் தோற்றத்துக்கு பலியாகக்கூடாது என, தனது கலாச்சாரத்தின் பிரபஞ்ச வரலாறு (Universal History and Culture) என்ற கட்டுரையில் கூறுகிறார். பூதிலார் என்ற மற்றொரு போஸ்ட்-மாடர்னிஸ்ட் வேறுவிதமாகக் கூறியதையும் இத்தோடு சேர்த்து வாசிக்கலாம்

பல்வேறு கதைகளை உபகதைகளாகக் கொண்ட இப்பாலிம்ஸெஸ்ட் நாவலான சரித்திரத்தில் படிந்த நிழல்கள் என்பது தமிழில் ஒரு புதிய முழு அளவிலான எதிர் மேலாண்மை அழகியலை, காலனிய அழகியலுக்கு எதிராகத் தமிழ்மொழியின் மூலம் முன்மொழிந்துள்ளது. இதுவே தமிழில் புதிதாக சொல்லப்பட்ட வாய்மொழி நாவல். இதில் பன்முகத்தன்மை காப்பாற்றப்பட்டுள்ளது..

இந்த நாவலின் இயக்கம் என்பது வாசகர்களின் கைவசம் உள்ளது. இந்த நாவலை எங்கிருந்தும் ஏதாவது ஒரு பக்கத்தில் 'டக்'கென்று திருப்பி எடுத்தும் வாசிக்கலாம். இதில் 'காலப்பிரக்ஞை' கிடையாது. ஒரு மர்ம நாவல் வாசகன் இதை மர்ம நாவலாகவே வாசிக்கலாம். அற்புதக் கதைகளின் தொகுப்பாகவும், நாடோடி வாய்மொழிக் கதைகளாகவும், சரித்திரப் பெட்டகமாகவும் இன்னும் ரகசிய சமூகங்களின் வரலாறாகவும் ஒக்கல்டிஸ்ட் (Occultist) நாவலாகவும் எதுவாகவும் இந்நாவல் மாறிக்கொண்டே போகும். அதற்குக் காரணம் இது உருவகக்கதை அல்ல. இது மிதக்கும் குறிகளைக் கொண்ட ஒரு மாயப்பிரதி.

கதைமொழியும் கதை நகரமும் - தமிழவனின் ஜி.கே.எழுதிய மர்ம நாவல்

கதை துவக்கமும் முடிவும் கொண்டதல்ல. கதையைச் சொல்லும் மொழி உத்தியான சொல்லுதலில் இருக்கிறது.

சொல்லுதல் என்ற மொழி மூலம் தீட்டப்படும் வரைபடம் போன்றதுதான் கதை. ஒரு கடிதத்திற்கு மட்டுமே துவக்கமும் முடிவும் இருக்கும் என லூயி கரோல் கூறியுள்ளார். மொழி மூலம் சொல்லிக்கொண்டே போகும்போது புனைகதை கேட்கும் / வாசிக்கும் வாசகனின் மனதில் மொழியை உணர்த்தப்படும் வரைபடமான பிரதியே கதை. பாத்திரங்களாலான எதார்த்தத்தின் கோர்வையே வழக்கமாக நமக்கு கதையென பதிந்துவிட்ட நினைவை மீறி எழுந்த புனைகதை மரபு: இதனை நமக்கு விளக்கும்.

கனவில் கண்ட ராணியை நேரில் (எதார்த்தத்தில்) காண கனவைக் கலைத்துவிட்டு பார்க்க வேண்டும் என விரும்பும் ஆலிஸுக்கு லூயி கரோலின் பதில் கனவில் கண்டது போதும்

என்கிறார். புனைகதையின் சொல்லாடலை எதார்த்தத்திற்கு அழைத்து வந்தால் கதைமொழி உரையாடாது. அதோடு மற்றொன்றை பார்க்கலாம். ஜப்பானைப் பற்றிய தனது குறியியல் தன்மையுள்ள உரைநடை மூலம் பிரதி செய்ய விரும்பிய ரோலண்ட் பார்த் தனது பிரதியின் துவக்கத்தில் சொல்வதைக் கேளுங்கள்.

நான் ஒரு புனைகதை தேசத்தை கற்பனை செய்வதென்றால் / அதற்கு நாள் புனைந்துருவாக்கிய பெயரை அளிப்பேன். அதை நான் புனைந்துருவாக்கிய கதையின் பொருளாக நடத்துவேன், புதிய garbage-வை உருவாக்குவேன். ஏனெனில் எந்த நிஜ தேசத்தையும் என்னுடைய புனைவுக்கு சமரசப்படுத்தாமலிருக்க (ஆயினும் அந்த புனைவினை நான் இலக்கியத்தின் குறிகளின் பால் சமரசப்படுத்துவேன்.)

-ரோலண்ட் பார்த், எம்பயர் ஆப் சைன்ஸ்

ஜப்பானை ரோலண்ட் பார்த் தனது பிரதியில் கண்டெடுக்கிறார். அந்தப் பிரதியில் அவர் குறியியல் நோக்கி கட்டிய சொல்லாடல்களில் காணக் கிடைக்கும் ஜப்பான் நிஜ ஜப்பான் தேசம். தனது உரையில் ஜப்பானை குறியியல் ரீதியான பூனை உருவான தேசமாக மாற்றுகிறார். அத்தகைய நகரத்தின் வரைபடம் ஒன்றை குறித்து சொல்லும் போது இந்த நகரம் ஒரு கருத்துருவக் குறியீடுதான். ஆனால் பிரதி தொடர்கிறது என்கிறார். பருண்மையாக இயங்கிக் கொண்டிருக்கும் நகரை தனது பிரதியியல் செயல்பாட்டின் மூலம் குறியியல் நகரமாக மறுஉருவாக்கம் செய்து காட்டுகிறார். இவரது கதை நகருக்கு எதிர்மறையில் மார்வஸ் “மக்காண்டோ என்ற கதை வரை தனது நாவலின்

பலவிதமான விநோதமான நுண்ணிய சொல்லாடல்களால் கட்டியிருக்கிறார். அந்த பிரதியியல் ஊர்தான் மக்காண்டோ, தனது ஒரு நூற்றாண்டு கால தனிமை என்ற நாவலில் கதைமொழி வழியாக வாசகனை ஒரு ஜிப்ஸியாக்கி அந்நகருக்குள் அழைத்துச் செல்கிறார். கர்னல் அர்லியண்டா புயண்டியா தனது மறதியை இயந்திரத் துப்பாக்கிகளின் சத்தத்திற்கு இடையே மீண்டும் நினைவு கொள்கிறார். தனது தந்தை பனிக்கட்டியை காட்டுவதற்கு அழைத்துச் செல்கிறார், அந்த பனிக்கட்டியை கண்டபோது "மக்காண்டோ" ஒரு சிறிய ஊர் எனச் சொல்லுகிறார். அந்த கற்பனை நகரைச் சுற்றி பின்னப்பட்ட சொல்லுதல்களால் தான் 'மக்காண்டோ'வைப் பற்றிய நாவலாக பிரதி செய்யப்படுகிறது.

***

ஜி.கே. எழுதிய மர்ம நாவல் என்ற பிரதியியல் நகரமான 'சுருங்கை' என்ற விந்தையான, மொழியால் கட்டுமானப்படுத்தப்படும் நகரத்தைப் பற்றி வாசிக்கலாம். பல்வேறு இரகசிய வழிகளையும் மூன்று அடுக்குகளாகக் கொண்டு கட்டிடக்கலை சார்ந்து கதைமொழி காட்டும் கதைநகர் தான் கசுருங்கை, இந்த நகரின் பிம்பத்தை அல்லது கட்டுமானத்தை கட்டிடக் கலையின் தொழில்நுட்பம் போல தனது பிரதி மூலம் நிர்மாணிக்கிறார் ஆசிரியர். இதுபோன்ற கதை நகரத்தின் கட்டிட நுட்பத்தைக் கதை சொல்லும் முறைமையில் அகப்படுத்தி பிரதியில் அமைப்புருவாக்கம் செய்துள்ளார். இதன் உள் ஒழுங்கு தனது நாவலின் சொல்லாடல் வலையில் பல தத்துவங்களின், கலாச்சாரங்களின் கருத்துக்களாய் அமைந்துள்ளன. அக்கருத்துக்கள் குறுக்கும் நெடுக்குமாக நாவல் பிரதியில் ஒன்றின்மேல் ஒன்றாய் தன்னை எழுதிக் கொள்வதால் ஒரு மையப்புள்ளியற்ற சரித்திரச் சொல்லல் 'சுருங்கை'யின் சரித்திரமாக நாவலில் உருக்கொள்கிறது.

இந்த 'சுருங்கை' என்ற வார்த்தை இதற்கு முன் எங்கு நமது இலக்கிய மரபில் பயின்று வந்திருக்கிறது என்பதைப் பார்ப்போம். சிலப்பதிகாரத்தில் ஊர்காண் காதை யில்

சுருங்கை விதி மருங்கிற் போகிக்
கடிமதில் வாயில் காவலிற் சிறந்த
அடல்வாள் யவனர்க் கயிராது புக்காங்
காயிரங் கண்ணோன் அருங்கலச் செப்பு

வாய் திறந்த தன்ன மதிலக வரைப்பில்

என்று வருகிறது.

மேற்கண்ட பாடலில் வரும் சுருங்கை என்ற சொல்லுக்கு அடியார்க்கு நல்லார் உரையில்

யானை போகலாம்படி கீழ் சுருங்கையாக அதனை மேலிட்ட வீதி—சுருங்கை—கரந்துறை; ஒழுகுநீர் புகுகையை ஒருத்தரும் அறியாதபடி மறைத்துப்படுத்த வீதிவாய்த்தலை

என்று குறிப்புக் கொடுக்கப்பட்டுள்ளது. இந்த சுருங்கை என்ற வார்த்தையை காணும் பேராசிரியர் எஸ்.வையாபுரிப்பிள்ளை தனது காவிய காலம் என்ற நூலில் இந்தச் சொல்லைக் குறித்து இவ்வாறு எழுதுகிறார். காவியங்களின் வரலாறு என்ற தலைப்பில் சுருங்கை என்னும் கிரேக்கச் சொல் என்பது பற்றி இவ்வாறு விளக்குகிறது.

“ஒரு சொல்லை குறித்து நான் இங்கே சில கூறுதல் அவசியம். ‘சுருங்கை’ என்ற சொல்லே இங்கே கருதப்படுவது. இது சிலப்பதிகாரத்தில் ‘சுருங்கை வீதி மருங்கிற்போகி’(14, 65) எனவும், மணிமேகலையில் ’பெருங்குள மருங்கிற் சுருங்கைச் சிறுவழி’(12, 79) எனவும்,

சுருங்கைத் தூம்பின் மனை வளர் தோகையர்

கருங்குழல் கழீஇயல கலவை நீரும் (28, 5-6)

எனவும் வருகின்றது. இதன் பொருள் பூமியின் கீழ் மறைவாய்ச் செய்து அமைத்த வழி என்பதாகும். இதுபற்றி, ஆசிரியர் பெரிடேல் சீத இந்த சங்கேதப் பொருளில் ‘ஸ்ரிங்க்ஸ்’ என்ற கிரேக்கச் சொல்லை கடன் வாங்கி இந்தியாவின் பிற்காலத்தில் ‘ஸுருங்கா’ என வழங்கினார் என்று கூறியுள்ளார்.

இச் ‘சுருங்கை’ என்ற சொல்லும் கிரேக்க மொழியிலிருந்து தமிழ் சில்ப சாஸ்திரங்களிற் புகுந்து பின்னர் தமிழிலக்கியங்களிற் புகுந்ததாம். இச்சொல் பிற்சங்க நூலாகிய பரிபாடலிலும் (20, 104), சீவக சிந்தாமணியிலும் (142) வந்துள்ளது, கி.பி. 800-க்குச் சற்று முன்பு இச்சொல் தமிழ் வழக்கிற் புகுந்ததெனல் பொருத்தமாகும். இந்நெறியில் நோக்கிலும் சிலப்பதிகாரம் கி.பி.800 அளவில் தோன்றியதெனக் கொள்ளுதல் தக்கதேயாகும்.

(காவிய காலம் காவியங்களின் வரலாறு பக்கம் 114)

என வையாபுரிப்பிள்ளை ‘சுருங்கை’ என்ற சொல்லுக்கான மரபைத்தேடி தனது ஆய்வை நிகழ்த்துகிறார். சிலப்பதிகாரத்தின் காலத்தை நிர்ணயிக்க இதனைப் பயன்படுத்துகிறார். அதன் போக்கிலேயே ‘சுருங்கை’ சில்ப சாஸ்திரங்களிற் பயின்று வந்துள்ளது என வையாபுரிப் பிள்ளை சொல்வதைக் கவனிக்க வேண்டும். ‘சுருங்கை’ என்ற நகர்சார்ந்த சொல் நமது நெடிய மறதிக்கு பின் இந்நாவலில் மீண்டும் நினைவுக்குள்ளாகிறது. தமிழவன் இச்சொல்லை கதை நகரமாக மாற்றும் விதத்திலும்கூட ‘சுருங்கை’ என்ற நகரை சிற்ப வேலைப்பாடுகள் நிறைந்த நகராகவே மறு நினைவுக்கு உட்படுத்துகிறார். இந்நகரை உருவாக்கும் சிற்பியான ‘துபல்’ ஒரு கிரேக்கர். சுருங்கை என்ற சொல் சில்ப சாஸ்திரத்தின் வழியே தமிழுக்கு வந்தடைந்தது என்ற வையாபுரிப்பிள்ளையின் கருத்தையும் இணைக்கும் முகமாக துபலை கிரேக்க சிற்பியாக நாவலில் கொண்டு வருகிறார் நாவலாசிரியர்.

சுருங்கையை நிர்மாணிக்கும் சரித்திரமாக நாவல் உருக்கொள்கிறது. நாவலின் துவக்கப் பக்கத்தில் குதிரை மீது வரும் தேவமித்திரருடனும், அரையநாதருடன், வாசகனும் கதைநகருக்கு முதலில் இவ்வாறு அழைத்து வரப்படுகின்றனர்.

அந்த மணல் பிரதேசத்தில் சீராக ஓடிக்கொண்டிருந்தன. சூரியன் உதிப்பதற்கான அடையாளம் தென்பட்டது... தேவமித்திரரை ஒரு கள்ளன் போல் ஓரக்கண்ணால் பார்த்துக்கொண்ட அரியநாதர், தேவமித்திரர் தூரத்தில் தெரிந்த ஊரை குறியாக்கி, குதிரையை ஓட்டிக் கொண்டிருப்பதைக் கண்டார். சற்று தூரத்தில் சுருங்கை தெரிந்தது. தேவமித்திரர் காட்டிய திசையில் திரும்பியபோது மரங்களுக்கிடையில் அகழிக்கப்பால் ஒரு பழமை கொண்ட நகரம் தென்பட்டது... அந்த நகரின் பெரிய நடுவாசலுக்குக் குதிரைகள் சென்றபோது அவ்வாசலில் செதுக்கப்பட்ட சில உருவங்கள் தென்பட்டன. சுருங்கைக்குள் நுழையும் யாரையும் வரவேற்பது அதன் அந்தப் பெரிய வாசலில் சித்தரிக்கப்பட்டிருக்கும் முகங்கள் தான். அம்முகங்கள் மரமனிதர்களின் சித்திரங்கள் இவ்வாறு இங்கு தமிழ் மரபு என்னும் சொல்லாடலை கதைசொல்லி கதையாடலாக மறுமரபாக்குகிறார்.

தமிழ் சிறுகதையின் போக்கை பல்வேறு கோணங்களில் விரிவுபடுத்திய புதுமைப்பித்தன் கதைகளிலும் இதுபோன்ற

கதை நகரங்கள் உண்டு. புதுமைப்பித்தனைப் படிக்கும் வாசக பழக்கத்திற்கு மாற்றான தன்மையுள்ள ஒருசில கதைகள் நூதன சொல்லுதலைக் கையாண்டுள்ளன கபாடபுரம், சிற்பியின் நகரம், மனக்குகை ஓவியங்கள், பிரம்ம ராக்ஷஸ்' முதலிய கதைகள். இவற்றில் கபாடபுரம் கடலின் அடியில் புதைந்து போன கோயிலைப் பற்றிய பிரதியாக உள்ளது. இந்தக் கோயிலைக் கண்டெடுக்கும் புதுமைப்பித்தன் கதைமொழியின் தொழில்நுட்பம் மிக நூதன கதைமொழி உத்தியாகிறது. இப்படிக் கதைமொழி மூலம் கதை நகரத்தை பிரதி செய்யும் மரபு தமிழ்ப் புனைகதைப் போக்கிலும் காணக் கிடைக்கிறது.

கபாடபுரம் கதைசொல்லல் மரபும், ஜி.கே. எழு, திய மர்ம நாவல் ஒப்புமைகளோடு பயின்று வந்துள்ளமை தமிழ்ப் புனைகதை பிரதி மரபின் நீட்சி எனலாம். சுருங்கையைச் சுற்றிப் பின்னப்படும் சொல்லுதலின் உத்தியிலும்; கபாடபுரத்தின் சொல்லுதலிலும் ஓர் பொதுப்பண்பு கட்டிடக் கலையை விளக்கிச்செல்லும் முறைபோல கதைபேசும் மொழி பின்னப்பட்டுள்ளது. இரண்டு பிரதியிலும் கட்டிடங்களின் புராதன அமைப்பு பற்றிய பிரக்ஞை நாவலின் சொல்லாடல்களின் இணைப்புள்ளியாக உள்ளது. இரண்டு நகரங்களில் ஒன்றான கபாடபுரம் சிறுகதைப் போக்கில் அமைந்திருந்தாலும், கதையை நிகழ்த்தும் பிரதி கடல் படுகையில் பாறைகளில் செதுக்கி வாசகனைக் கடலின் அடியாழத்திற்கு இட்டுச் சென்று கபாடபுரம் வழியே மற்றொரு அடுக்கான

(அ) ஸித்த லோகம் (ஆ) குமரிக்கோடு

ஆகிய பிரதியிய உப நகரங்களுக்குள் வாசகனை இட்டுச் சென்று கடைசியில் 'கபாடபுரத்தின் அழிவு' எனக் கதை சொல்லல் முடிகிறது. சுருங்கை நோக்கி வரும் தேவமித்திரரும் அரையநாதரும் கதை நகரை அடைந்து விடுகின்றனர். பிறகு பல்வேறு உப-கதை நகரங்களைக் கண்டெடுக்கின்றனர்.

(அ) சூரியக் கோயில் கிரந்தக் கோயில் (ஆ) சுருங்கையின் பூமிக்கு அடியிலுள்ள நகரம்

(இ) எண்ணற்ற சுரங்கப்பாதைகள் (ஈ) நூலகம்

இன்றும் விசித்திரமான சிற்பங்கள், வளைவுகள், பல வினோத சித்திரங்கள், அதீத கற்பனையுள்ள பிரதிகள் ஆகியன நிரம்பியுள்ளன.

இந்த நாவலின் கதை சொல்லும் போக்கு ஒவ்வொரு இடத்திலும் முற்றுப் பெறாமல் நிற்கின்றது. தொடர்பின்மையை பிரதியில் உருக்கொண்டுள்ளது. இது ஒருவகையான மொழி விளையாட்டு. சரித்திரம் பற்றிப் பேசும் நாவல் தொடர்ச்சியான தத்துவச் சொல்லாடல்களை முன்வைத்தால் அது சரித்திரவயப்படுத்தலுக்கு இட்டுச்செல்லும் ஆகையால் தான் தொடர்பின்மையும் சொல்லாடல்களை மொழி விளையாட்டுகள் வழியே பிரதி பிரித்துப் போடுகிறது. பின்—நவீனத்துவ சரித்திரம் எழுதும் முறைமையில் கதைசொல்லல் கையாளப்படுகிறது. இந்நாவலின் இடையிடையே தேவமித்ரரும், அரையநாதரும் பேசிக்கொள்ளும் போக்கில் இறுதியில் வரும் கதை அரையநாதர் சொல்லும் வரி இதனைத் தொட்டுச் செல்கிறது.

யாருடைய தேசம் இது என கண்டு பிடிப்பது நம் வேலை அல்ல

இதுவே, பின்-நவீனத்துவ பிரதியியல் நிலைப்பாடு. இந்தியாவில் கட்டப்படும் கதைநகரம் ஒற்றைத்தேசம் குறிப்பீடு அற்றுப்போவது ஒருவித நுண்ணிய சொல்லுதலை முன்னிறுத்துகிறது. பல தொடர்பற்ற மொழி விளையாட்டுக்களை ஒற்றை தேசம் மாற்றும் சரித்திரவயமாக்கலிலிருந்து தகர்ப்பதற்கான மொழி உபாயம்தான் கதை நகரமான "சுருங்கை". இந்நாவலின் இடையிடையே கதைசொல்லியின் குரலில் பதிவு செய்யப்படும் குறிப்புகளும் இதனை பிரதியியல் சாதுரியத்தோடு கையாளுகின்றன.

நாவலைப் படித்துக்கொண்டு போகும்போதே வாசகர்களுக்கு இடையிடையே தட்டுப்படுவது அதில் இடம்பெற்றுள்ள பதினொரு குறிப்புகள். இந்தக் குறிப்புகளுக்கும் நாவலுக்கும் ஊடே என்ன தொடர்பு உள்ளது என யோசிக்கத் தோன்றும். நாவலை நடத்திச் செல்லும் 'சுருங்கை' என்ற கதைநகரம், அதனைப் பற்றிய சொல்லுதலை மொழிப்படுத்தும் கதைசொல்லி அல்லது நாவலாசிரியர் ஒருவரா? இல்லையெனில் பலகுரலில் பின்னப்பட்ட நாவலுக்கு ஒற்றைக் கையெழுத்திட்ட ஆசிரியர் உண்டா? குறிப்புகளில் விரவியிருக்கும் எண்ணற்ற பல்கதைசொல்லிகளின் கண்ணாடி பிம்பங்களாக கதைமொழியில் இயங்குகின்றனர். இப்படி கேள்விகளோடு நாவலை வாசிப்பவர்களுக்கு ஆசிரியர் அல்லது ஆசிரியர்கள் யார்? என்ற கேள்வி எழும். இவ்வாறு நாவலின் இடையிடையே பேசும் கண்ணாடி பிம்பங்களாய் குறிப்புகள் காணக்கிடைக்கின்றன. அந்தக் குறிப்பு ஒன்றில் நாவலை எழுதியவர் யாராக இருக்கலாம் என்ற யூகத்திற்கான முதல் மூன்று பெயர்கள் வருகின்றன.

அ.சி.பெரியநாயகம் பிள்ளை

ஆ. ஆங்கிலேயரான ஜூலியன் வென்சன்

இ. பூவராகவ முதலியார்

ஆகிய மூவரில் யார் இந்த மர்மநாவலை எழுதியிருக்கக் கூடும் என யூகிக்க பல்வேறு சமிக்ஞைகள் பதினொரு குறிப்புகளும் நமக்கு தருகின்றன. இந்த பதினொரு குறிப்புகளும் இலக்கிய ஆசிரியர் கோட்பாடு பற்றிய ஒரு உரையாடலாக நாவலாசிரியருக்கும் வாசகர்களுக்கும் இடையே உருக்கொள்கின்றன. இதிலுள்ள பல பெயர்களைக் கொண்ட ஆசிரியர்கள் ஒவ்வொருவரின் நூதனமான குணாதிசயங்கள், அவர்களின் மர்மப் பண்புகள் மற்றும் அவர்களின் பின்னணி பற்றி இக்குறிப்புகள் பேசுகின்றன. ஆசிரியனைச் சுற்றி உள்ள இத்தகைய வலைப்பின்னலுக்கும் அவன் எழுதிய நாவல் பிரதிக்கும் அவனுக்கும் ஒரு தொடர்பின்மை உள்ளதை நிரூபிக்கும் முகமாகவே இந்நாவலின் ஆசிரியர் தனது குறிப்பில் மேற்கண்ட மூவரும் அல்லாமல் வேறு யூகங்களையும் குறிப்பிடுகின்றனர்.

ஜி..கே. என்ற பெயரில் இந்த மர்ம நாவலை எழுதியிருக்கலாம் என்று கருதப்பட்ட மூன்று பேரையும் ஒதுக்கிவிட்டாலும் நம் பிரச்சனை தீர்ந்து விடாது என்றாலும் அந்த மூன்று பேரும் ஒதுக்கிவிட்டு சில யூகங்களைச் செய்து பார்ப்பதில் தவறில்லை

எனச்சொல்லுகிறது குறிப்பு

இனி மற்றொரு யூகத்தை கவனிக்கலாம்.

கேரளத்திலும் கர்நாடகத்தில் தமிழ்நாட்டிலும் வாழ்வதாகக் கருதப்படும் ஒருவரே இந்த மர்ம நாவலை எழுதியிருக்கலாம் என்பது அவர் மொழியை எல்லாவற்றுக்கும் பிரதானம் என்பவர் இவர் யார் என்பது இன்னொரு முடிவு பெறாத ஆராய்ச்சி. இன்னும் மர்மமான இந்த ஆசாமி தமிழில் சில சோதனை நாவல்களும் புரிய முடியாத உரைநடையும் எழுதியுள்ளார். அவரது ஆராதகர்கள் பலப்பல அலுவல்களில் உள்ளனர். மொத்தம் 300 பேர்

இவ்வாறு பேச முடியும் குறிப்பு *9*-இல் ஓரளவு ஜி.கே. எழுதிய *மர்ம* நாவலின் ஆசிரியரான தமிழவனைப் பற்றிய விவரம் போலத் தோற்றம் காட்டி நான் ஒரு பலவீனன் என்று சொல்லி கற்பனா கதைசொல்லி ஆக மாறி குறிப்பு II இல் இவ்வாறு சொல்லுகிறார். மொழியே எல்லாவற்றுக்கும் முக்கியம் என்ற இவர்,

ஜி.கே. யார் என்று தேடுவதற்காக இந்த குறிப்புகளை எழுதிய நான் யார் என்று அறிய ஆசைப்படுவீர்கள். சரி என்னைப் பற்றி சொல்லிவிடுகிறேன். இவ்வளவு குறிப்புகளையும் எழுதிய நான் ஒரு பலவீனன்

என கற்பனா கதைசொல்லி ஆக குறிப்பு IIஇல் வருகிறார்,

அது குறிப்பின் இறுதியில்;

ஜி.கே. 1983—இல் நடந்த ஈழ இனக்கலவரத்தில் வெளியேறியவர் என்கிறது குறிப்பு.

தான் மேற்கொண்ட ஆராய்ச்சியின் பயணத்தில் எதிர்கொண்ட ஒரு சுவடிப் பிரதியை வாசித்த இருவரில் ஒருவர் பலவீனன். மற்றொருவர் ஜி.கே. அந்த ஜி.கே. தான் எழுதிய பிரதி ஒன்றை திருப்பதியில் இளைஞனிடமிருந்து பலவீனன் பெறுகிறார். இந்த இரண்டு பிரதிகளையும் ஒப்புநோக்கி வாசிக்கும் ஒருவர் பலவீனன். மற்றொருவர் ஜி.கே. இவர்கள் ஒரு யூகத்தில் நாவலை எழுதிய இரட்டையர்கள் என நாம் குறிப்புகளின் வழியே அறியலாம்.

வார்ஸாவில் ஒரு கடவுள் : பரஸ்பர பிரதியாக்கம் இரட்டைகள் இன்மைகள்

தமிழவன் நன்கு அறியப்பட்ட விமர்சனக் கோட்பாட்டாளர்; அவரது விமர்சனக் கோட்பாடுகள் பெற்ற வாசிப்பின் தீவிரத்தால் நவீன விமர்சன மரபில் மிகப்பெரிய அறிதல் மாற்றங்கள் நிகழ்ந்துள்ளன. அதேபோல் அவரது நான்காவது நாவலாக வெளிவரும் வார்ஸாவில் ஒரு கடவுள் என்ற நாவலும் ஒரு கோட்பாட்டு நூலாக வாசிக்கும் சாத்தியத்தைக் கொண்டிருக்கிறது. பொதுவாக நாம் ஒரு நாவலை வாசித்து முடித்துவிட்டு அதில் மொழியப்பட்டுள்ள கதையாடலின் நீட்சியாக கதையின் முழுமையை உள்வாங்கும் மனப்பழக்கம் கொண்டு இயங்கியுள்ளோம். ஆனால், நவீன புனைகதை என்பது அப்படியொரு ஏகத்துவ வாசிப்பை மறுப்பதோடு புனைகதை பிரதியின் பல விளிம்புகளையும் பிரதியுடலைக் கட்டமைக்கும் கூறுகளையும் வாசித்து அதன் ஒவ்வொரு இழையின் மூலம் நாவலை பல பன்மைகளின் சேர்க்கையாகவும் காண்பது ஏகத்துவ வாசிப்பிற்கு எதிரான மாற்றுத் தந்திரம்.

இம்மாற்றுத் தந்திரத்தின் ஒரு பகுதியாகத்தான், இந்நாவல் சந்திரனால் பேட்டி போல் அளிக்கப்பட்டு, அது பிரதியாக்கம்

செய்யப்பட்டு, அன்னாவால் போலிஷ் பத்திரிகையில் வருகிறது. மேலும் நாவலின் பல பகுதிகள் ஃபேக்ஸ் செய்திகளாகவும் மின்னஞ்சல் வடிவத்திலும் சந்திரனால் வாசிக்கப்பட்டு கேட்கிறோம். வார்சா பகுதியை சந்திரனே சொல்லிச் செல்கிறார். இதில் மிக முக்கியமான பிரதியாக்க உத்தியாக வெளிப்படுவது சந்திரனும் அஸ்வினியும் பகிர்ந்து கொள்ளும் 'கனவு வெளி' (Dreams cape) எனலாம். இந்தப் பகிர்வின் சூட்சுமத்தை விளக்குமுகமாக இவர் பயன்படுத்தும் ஒரு பிரதியியல் தந்திரம்தான் பரஸ்பர பிரதியாக்கம் (Inter texuality). இந்த இருவரின் ஒரே கண கனவை விளக்கும் வரிகளாக,

யாரோ ஒரு எழுத்தாளன் மேற்கோள் தான் நினைவுக்கு வந்தது. பரிச்சயமில்லாத அவரது மேற்கோள் எனக்கு மிகவும் பிடித்துப் போனது. தண்ணீருக்குள் போன தண்ணீர் போல எனது கனவு மங்கவும் உருகவும் ஆரம்பித்தது" (ப. 228) 'தண்ணீருக்குள் தண்ணீர் செல்வது கனவு என்பதால்....'(ப. 229)

இந்த யாரோ ஒரு எழுத்தாளன் போர்ஹெஸ். இவரது தி லைப்ரரி ஆஃப் பெபெல் (The Library of Babel) என்ற கதையில் உள்ள நூலகம் பற்றிய கதையாடல் இந்நாவலில் பக்கம் 228-ல் கனவில் ஒரு பெரிய நூலகம் வந்தது என்ற பகுதியில் பரஸ்பர பிரதியாக்கம் பெறுகிறது. இவ்வாறு இந்நாவலில் பயின்றுவரும் பல்வேறு நுட்பமான கூறுகளோடு பரஸ்பர பிரதியாக்கம் இயைந்துள்ளன. சந்திரனின் வம்சம் இடம்பெயர்ந்து வந்தது பர்மாவில் வான் சூயி என்யு மிலானயிர் என்ற கிராமத்தைச் சேர்ந்தவர். அவளை பாலியல் பலாத்காரம் செய்யவரும் பிரிட்டிஷ் கர்னல் ஜான்சென் வைட் ஹெட்டின் ஆண்குறியை கடித்து அகற்றும் கீழறுப்புச் செயலைப் பற்றி வரும் குறிப்பில் பிரிட்டிஷ் காலனிய எதிர்ப்புக் குழுவுடன் வான் சூயிக்கு இருந்த தொடர்பினால்தான், இத்தூண்டுதல் பெற்றதாகக் கூறும் பகுதியில்,

அந்த பிரிட்டிஷ்காரனை ஆண்குறியற்றவனாக ஆக்கும்படி தூண்டியவர்கள் என்று எங்கோ நான் படித்திருக்கிறேன். அவன் ஆண்குறி நீக்கப்பட்டது போல் ஒரு வெள்ளைக்காரனைக் காதலித்ததற்காக வீட்டிலுள்ளவர்களால் கைவெட்டப்பட்ட ஒரு இளம் இந்தியப் பெண் பற்றிய கதை ஒன்றை ருட்யாட் கிப்ளிங் எழுதியிருக்கிறார் (ப. 53)

என்று வருகிறது. இது இந்நாவலில் பெருமளவு வியாபித்திருக்கும் உடல் குறைபாடு எனப்படும் 'உறுப்பின்மை'யை ஒரு பிரதியாக்க

உத்தியாக புரிந்துகொள்ள உதவுகிறது. இதுவும் ஒருவகையான 'Absence of the Prefevee' என்று கூறப்படும் கருதுகோளோடு ஒப்புமையுடையதாகிறது. இந்த 'உறுப்பின்மை' பற்றி கட்டுரையில் வரும் பக்கங்களில் விரிவாக வாசிக்கலாம்.

இந்நாவலின் கட்டமைப்பிற்குப் பெரிதும் உதவும் இரட்டைகள் (double) என்பவை உடலியல் ரீதியான இரட்டைப் பிறவியென்னும் (twins) அல்லாத பிரதியியல் சாத்தியம்தான் இலக்கிய இரட்டை. இசை நாவல் பிரதியெங்கும் விரவியிருக்கின்றன. அவை நேரடியாகவும் சற்று பூடகமாகவும் சில இன்மைகளிலும் சஞ் சரிக்கின்றன. இந்த இரட்டைத் தன்மையை இனங்காணும் விதமாக நாவலில் வரும் மற்றொரு பரஸ்பர பிரதிதான் ஆர்.எல். ஸ்டீவன்சனின் ஜெக்கில் மற்றும் ஹைட்.

இலக்கியங்களில் இரட்டைகள்; ஒருவிதத்தில் எழுத்தாளர் ஸ்டீவன்சனின் ஜெக்கில் மற்றும் ஹைட் பாத்திரங்கள் வேறுபாடுகள் அழிக்கப்பட்ட, ஜெக்கில் மற்றும் ஹைட் பாத்திரம் இருக்கக்கூடாது என்ற விதி ஏதும் இருக்கத் தேவையில்லை தானே! (ப. 196)

ஆக ஜெக்கில் ஹைட் பாத்திரங்களின் வேறுபாடுகள் அழிக்கப்பட்ட பாத்திரங்கள் வார்சா நாவலில் உலவுகின்றன. இதன் வெளிப்பாடாகத்தான் தமிழவனின் முன்னுரையில் "நாவல்களையோ நாவலையோ பார்த்து எழுதுவதுதான் ஒரு புதிய நாவல் என்பது என் பழைய கோட்பாடு" என்கிறார். இதுதான் இந்நாவலின் பிரதியியல் சூத்திரம். இன்னும் சில இடங்களில் வரும் பரஸ்பர பிரதிக் குறிப்புகளைக் கீழே தருகிறேன். லியோன் ஆவியாகத் தோன்றுவதற்கு சற்றுமுன்பு சந்திரன் எலன் டனியலூ (Alain Daniélou)-வின் *தெய்வங்கள் விளையாடும் சமயம்* (While the Gods play) *91* பக்கம் வாசிக்கும் தருணத்தில் தான் லியோன் தோன்றி மஞ்சள் நிறமாகப் பேசுகிறான். ராஜேஷ் அன்பழகன் என்ற இரட்டையின் மறைதலில் கண்ணாடியை உடைத்துப் பறந்து போகும் இடத்தில் கிடக்கும் இறக்கைகள் மார்குவஸின் Innocent Erendira-வில் வரும் இறக்கை சம்பந்தமான கதையாடலை நினைவுபடுத்துகின்றன. பிறிதொரு இடத்தில் மனநோய் ஆலோசகரிடத்தில் பேசும் பியோத்தர் சொல்லும் ஆல்பர் காம்யூவின் அந்நியன், டால்ஸ்டாயின் போரும் வாழ்வும் ஆகியவை இந்நாவலின் பிரதியில் பருண்மையாக வெளிப்பட்டிருக்கும் பரஸ்பர பிரதியாக்கச் சாத்தியப்பாடுகளின் திறவுகோல்கள்.

நவீன நாவல் எழுத்தென்பது 'தன்' என்பதற்கும் எழுதப்படும் பிரதிக்கும் இடையே ஏற்படும் ஒரு வகை 'அழிப்பாக்கம்' (Erasure) என்று கொள்ளலாம். 'தன்' என்ற நிலை மொழியாக்கப்படும் போது இடைப்பட்ட மொழி வெளியில் சுய அழிப்பிற்கும் மறு ஒப்பனைக்கும் ஆட்பட விழைகிறது. இதன் மாற்றுதிசையின் மறுவெளிப்பாடே 'இரட்டை' என்கிற மொழிப்பிறப்பு. அத்தகைய இரட்டைகள் ஒருவகையில் காண விழைந்தால் மொழி உயிரிகள். இத்தகைய இரட்டைகள் நாவல் இலக்கியம் துவக்ககாலப் பிரதிகளான லாரன் ஸ்டெர்னின் Tristram Shandy ரபலாவின் Gargantua and Pantagruel, செர்வாண்டாஸின் Don Quixote, லேடி முராசாகியின் The Tale of Genji ஆகியவைகளில் ஏற்படும் 'தன்' என்பதின் எரேசரில் எழுதப்பட்ட புத்தகத்தின் எதிர் புத்தகம் இரட்டையின் உள் வடிவமாக நாவல் பிரதிக்குள்ளேயே பருண்மைப்பட்டிருக்கிறது. இவ்வாறு நாவலாக்க கொடி மரபுடன் பின்னிப் பிணைந்துள்ள இரட்டைகள் வெளிப்படையாகவும் புலப்படா தன்மையுடனும் இன்மையுடனும் பயின்றுள்ளன.

வார்ஸா நாவலிலுள்ள இரட்டைகள் குறித்து விவாதிக்கலாம். நேரடியான இரட்டைகளாகத் தென்படும் அன்பழகன் ராஜேஷ் என்ற இரட்டைப் பற்றி, நாவல் பகுதியானது அஸ்வினி பிரதாப்பின் என்கௌண்டருக்காக தன் தந்தையை சுட்டுப் பழிவாங்கிய பின்பு சிறைத் தண்டனை அனுபவித்துவிட்டு ஆதிவாசிகளின் நிலமீட்புப் போராட்டத்தில் உயிர்நீத்த தன் காதலன் பிரதாப் செயலாற்றிய மலைப் பிரதேசத்திற்கு செல்கிறாள். அங்கு ராஜேஷ் என்ற இளைஞனுடன் அவள் பழக நேரிடுகிறது. அவன் ஒரு மரக்கட்டுமான அரண்மனையைக் காண்பிக்கிறான். அங்கு ஒரு குறிப்பிட்ட எல்லையைக் கடக்க அஸ்வினி எத்தனிக்கும் போது ஆதிவாசிகளின் பறை ஒலியும் குலவைச் சத்தமும் கேட்க, ராஜேஷ் சொல்கிறான்; குறிப்பிட்ட எல்லைக்குள் அந்நியர் பிரவேசித்தால் ஆதிவாசிகள் நம்மைக் கொன்று விடுவார்கள் என்று மீண்டும் லாட்ஜிற்கு வந்து அடுத்த நாள் காலை பார்க்கும்போது அறையின் மேற்புற கண்ணாடியை உடைத்துக் கொண்டு பறந்து விடுகிறான். சில இறகுகள் மட்டுமே அங்கு காணப்படுகிறது. இந்த சம்பவத்திற்குப் பிறகு தினசரியை கண்ணுற்ற அஸ்வினி அதில், 'அன்பழகன் காணாமல் போன செய்தியும், புகைப்படமும் வந்திருந்தது. அந்தப் புகைப்படம் நான் பின்லே ஹொட்டலில் தங்கியிருந்தபோது சந்தித்த சாட்சாத் ராஜேஷின் புகைப்படம்" (பக். 408-409) விஜயாவின்

தற்கொலைக்கு காரணமான அன்பழகன் இரண்டு ஆண்டுகள் எம்பியாக இருந்தபின் ஆதிவாசி பகுதியில் வாங்கிய தோட்டத்தில் நிலத்தகராறு நீடித்ததாகவும் அது சம்பந்தமாக அவர் அங்கு சென்றதாகவும் நாவல் கூறுகிறது.

நாவலின் இறுதியில் அமலாவை சந்திக்கும் சந்திரனுக்கு எங்கு தேடியும் வார்ஸாவின் ஷாப்பிங் காம்ப்ளெக்ஸில் கிடைக்காத வாஷ்பேசின் அமலாவின் வீட்டில் தென்படுகிறது. அப்போதும் அமலாவுடன் கனவில் ஏற்படும் உடலுறவின் இன்மை அனுபவம், இனி விஜயாவிடம் பெறவியலாத ஒன்றை அமலாவிடம் பெற இயலும் வேட்கையின் சரடு எனலாம். 'உடல் உறுப்பின்மை' தொடர்ந்து நாவலின் பல இடங்களில் பல்வேறு விதமான சொல்லாடல் களங்களை அமைத்துத் தருவதைப் பார்க்க முடிகிறது. சந்திரன் தன் மனைவியின் தற்கொலை சம்பவத்தை அறிந்து ஊருக்குச் செல்லும் இடத்தில், எதிர்பாராதவிதமாய் நேரும் அமலாவின் சந்திப்பில் குறிக்கப்பெறும் வலது கையில் பெருவிரல் இல்லாததைக் கவனித்தேன் (ப.211) என்பதிலிருந்து சந்திரன் அமலா இடையே ஒரு பாலியல் வேட்கைக்கான கதையாடல் கட்டப்படுகிறது. அவளது விரல் மையை பார்க்கும் சந்திரனுக்கு அமலா, என் இந்த விரலில்லாத அங்கஹீனத்தை பார்க்கக்கூடாது நீங்கள் என்றாள். இப்படி யாராவது பார்க்கும்போது என்னை யாரோ அம்மணமாக்கி பார்ப்பதாகப்படும் எனக்கு *(ப. 213)*

ஆனால் சந்திரன் தொடர்ந்து அதை உற்றுப் பார்க்க பார்க்க ஒரு கட்டத்தில் அமலா இயைந்து சொல்கிறாள், இனி நீங்கள் என் காலின் விரலில் அங்கஹீனத்தை எவ்வளவு நேரம் வேண்டுமானாலும் பார்க்கலாம் (ப. 215) எனக்கூறும் அமலாவின் பாலியல் எழுச்சியைக் குறிக்கும் குறியீடாக செயல்படுவதை அவள் சந்திரனுக்கு மறுபடியும் சொல்லும் போது, என் விரலில்லாக் கால்களை நீங்கள் பார்த்தது போல் உலகில் யாரும் பார்க்கமுடியாது. அன்று என் அங்கஹீனத்திற்கு ஒரு பூரணத்துவம் கொடுத்து விட்டீர்கள் என்று நான் இத்தனை ஆண்டுகளாய் மனப்பூர்வமாக நம்பி வாழ்ந்து வந்தேன். என் துபாய் நண்பனிடம் எத்தனை தடவை, நீங்கள் என் விரலில்லாக் கால்களைப் பார்த்த விதத்தைப் பற்றிச் சொல்லிச் சொல்லி அவனைக் காம உணர்வு அடைய வைத்திருக்கிறேன் (ப. 333). காம உணர்வைக் கிளப்ப அமலாவின் விரலின்மையை பருண்மைப்படுத்தலின் மூலம் பிரதியாக்குகிறது. இதேபோல் நாவலில் வரும் பிற உறுப்பின்மைகளைப் பார்ப்போம். சிவநேசம்

இடது கையில் இரண்டு விரல்கள் மட்டுமே இருத்தல் அந்த விரல் மாயத்தன்மை பற்றிய இடத்தில் சிவநேசம், அதோ தெரிகிறதா வானத்தில் வெள்ளையாக, வெள்ளி நிறத்தில் ஒரு சூரியகாந்திப் பூ. அப்போதுதான் அவரது இடது கையின் இரண்டு கை விரல்கள் எனக்கு சுட்டிவிட்டு மின்னல்போல் மறைந்துவிட்டன என்ற உண்மை புரிந்தது. ஒருவேளை அந்த இரண்டு விரல்களும் உற்பத்தி செய்ததோ இந்தக் காட்சி (ப. 296)

இதைத் தொடர்ந்து மாக்தா சொல்லும் கனவில் வரும் என் கனவுகள் அடிக்கடி லியோனையும் ஒற்றைப் ஃபெடல் உள்ள சைக்கிள்களையும் பார்க்கிறேன் என்பதும் (ப. 193) ஒரு விநோதமான இன்மையைக் குறிக்கிறது. தொடர்ந்து பிறரின் உறுப்பின்மையை கவனித்துவரும் சந்திரனுக்கும் உறுப்பிழுக்கு அனுபவம் நேருகிறது. திடீரென்று கனவுபோல தோன்றும் ஒரு காட்சியில் மரணத்தை குறிப்பீடு செய்யும், சிவநேசம் ஒரு க்ஷணத்தில் தோன்றிக் கையைத் துண்டித்த அபூர்வமான காட்சியும் நான் வார்ஸாவுக்கு வந்த அன்று மூர்ச்சை கெட்டு விழுந்ததும் ஞாபகத்துக்கு வந்தன (ப. 266).

சந்திரன் தாய்க்கு 'தீ' பற்றிய அதீத அறிதல் ஆற்றலும் தந்தைக்கு தண்ணீரைக் கண்டறியும் ஆற்றலும் இருந்ததால் சந்திரன் தன்னை நெருப்பாலும் தண்ணீராலும் ஆன கலவை என்கிறான். எதிரெதிர் பண்புகளைக் கொண்டவன் என்பதில் பரஸ்பர ஒருங்கிணைவு (mutually Inclusive) பண்புள்ளவனாக ஒருவகை யின் யேங்க் (yin-yang) என்ற இழை தாவோயிய தன்மையுடையனாகவும் நாம் வாசிக்கலாம். அதன் முக்கியப் பண்புகளான ஆண் பெண் என்ற தனிநிலை கரைந்த ஒரு ரசவாத நிலையை தாவோ மொழிகிறது. ஆண் பண்பும் பெண் பண்பும் ஒன்றோடொன்று இரண்டறக் கலந்து பாலுக்கப்பால் கடந்து செல்லும் உயிரி நிலையென்பதை உரைக்கிறது. இதன் கூறுகள் வார்ஸா நாவலில் பல இடங்களில் வெவ்வேறு விதமாக விகசித்துள்ளதைப் பார்க்க முடிகிறது. தனக்கு ஒரு வாரிசு உருவாக குகையொன்றிற்குள் அழைத்துச் செல்லும் விஜயா ஒரு பச்சிலைச்சாற்றைத் தந்து, தன் பையிலிருக்கும் இரண்டு பழங்களில் ஒன்றை அவளும், ஒன்றை சந்திரனும் சாப்பிட ஒரு பாலியல் தலைகீழ் மாற்றம் நிகழுகிறது. விஜயாவை திரும்பிப் பார்த்தேன். ஒரு அரசன் கிரீடத்தோடு நின்று கொண்டிருந்தாள். என்னை அழைத்தாள். திடீரென்று நான் அவளுடைய ஆடைகள் அணிந்து காணப்பட்டேன். அவள் ஆணாகவும் நான் பெண்ணாகவும் மாறிப் போயிருந்தோம் (ப. 143). ஆண் பாலியல் தன்மை கொண்டவளாய் சந்திரனை

புணர்ந்தாள். அப்போது உடலியலே ஒருவித உருமாற்றமடைந்ததாக கதையாடல் புனைகிறது.

பின்பு ஒரு கட்டத்தில் அவள் அணிந்திருந்த அரச கிரீடம் ஒருமூலையில் சற்று நேரத்தில் போய் விழுந்தது. நான் அணிந்திருந்த அரசியின் கிரீடம் இன்னொரு மூலையில் விழுந்தது

என முடிகின்றது. ஒரு குறிப்பிட்ட காலப்புள்ளியில் பிரதிக்குள் கதையாடல் மொழி இருவரையும் சுய பாலியல் எதிரிடையாக மாற்றும் மாயம் நிகழ்கிறது. இது ஒருவகையான பாலின உருமாற்றம் (Gender Metamorphoses) எனலாம். மேலும் பல நூதனமான பாலினக் குறிப்பீடுகள் இப்பிரதியில் விரவியிருக்கின்றன. கதையாடலின் பல இடங்களில் சந்திரன் பெண்களை சித்திரிக்கும்போது அதிகமாக பிருஷ்டபாகம் என்ற குறிப்பிட்ட அங்கத்தை அதிகபட்சமாக மீண்டும் மீண்டும் அழுத்தம் பெறும்படியாகக் கையாளுகிறான். எங்கிருந்து இந்த பாலியல் அங்க குறி கிளைக்கிறது என்றால் சந்திரனின் பதிமூன்றாம் வயதில் தன் உறவினர் வீட்டிற்கு செல்லும் இடத்தில் சந்திக்கும் ஒரு விநோதமான பெண் போன்றவளுடன் ஏற்படும் பரிமாற்றம் அவள் இவனுக்கு ஊற்றுகளைப் பற்றி நிறைய சொல்கிறாள். அதில் ஒருநாள் திடீரென்று 'சிவப்பு நிற ஊற்று' ஒன்றைக் காண்பிப்பதாக கூறுகிறாள். இதற்கிடையில் ஒருநாள் அவளுடன் நடந்து கொண்டே பேசும் சந்திரன் திடீரென ஒரு சூறாவளிக் காற்றை எதிர்கொள்கிறான். அப்போது முன்னே நடந்து போகும் அப்பெண்ணின் ஆடை பறந்து மேல் கிளம்ப, அவளது வாளிப்பான பிருஷ்டபாகம் எந்த உள்ளாடைகளும் இல்லாமல் வெறுமனே இருந்ததை அன்று முழுதும் மறக்க முடியவில்லை. (ப. 322) சற்று சுதாரித்த பெண் இவனால் தான் இந்தச் சூறாவளி (ப.323) என்கிறாள். இவனது பெண் அங்கத்தைக் காணும் வேட்கைதான் சூறாவளியென எண்ணத் தோன்றுகிறது. பிறகொரு நாள் சிவப்பு ஊற்றைக் காட்டும் அப்பெண், நானும் அந்த உயரமான பெண்ணும் குனிந்து பார்த்த அந்த நேரத்தில், சூரியன் நடுவானில் வந்திருந்ததால் அதிக ஆழமில்லாத அந்தக் கிணறு போன்ற ஒடுகலான பள்ளத்தில் சூரிய ஒளியில் சிவப்பு நீர் கட்டி நிற்பது தெரிந்தது. அது மாயமான ஒரு காட்சியாக எனக்கு பட்டது

ஆச்சரியத்துடன் திரும்பிப் பார்க்கும் சந்திரன் அரைக்கால் சட்டையின் வழி அவளது கையைப் போட்டு நீண்ட விரல்களால் என் உறுப்பை உடும்புப்பிடிபோல் பிடித்துக் கொண்டு இருந்தாள் (பக். 327, 28). இவ்வாறு அப்பெண்ணின் காமவேட்கையும்

பதிமூன்று வயது சந்திரன் பாலியல் உணர்வும் விழிப்பு நிகழுகிறது. இதனால்தான் என்னவோ சந்திரன் மூன்று முறை 'அக்கா' என்று அழைத்ததை அவள் கோபத்துடன் மறுத்தாள்.

பியோத்தரின் பாட்டி காசா போஸ்னான் என்ற போலந்தின் முக்கிய நகரத்தில் வாழ்ந்து வந்தாள். அந்த இடம் நாஜி ஜெர்மானியர்களின் கைவசமிருந்தது. ஜெர்மானிய அதிகாரி கொன்ராட் குருண்டஸிடம் மொழிபெயர்ப்பாளராக வேலை பார்த்து வந்தார். அவள் கம்யூனிஸ்டுகளைக் கூட உடலை விற்று வாழ்பவர்களே நாசிசத்தின் எதிரியாக பிரகடனப்படுத்தப்பட வேண்டும் என்ற கொள்கையுடையவள் (ப.346). காசாவின் தோழி ஒருத்தி பாலியல் தொழில் செய்து வருபவள் அவள் ஒரு விசித்திரமான மனிதனுடன் உடலுறவு கொள்ள நேரிடுகிறது. அதில் அவள் பாலியலுக்கும் நாசிசத்திற்கும் உள்ள ஒரு நுண்ணிய அரூப இழைத்தொடரை அறிகிறாள்.

ஆயிரத்து தொள்ளாயிரத்து முப்பத்தொன்பது செப்டம்பருக்கு முந்திய ஐரோப்பியர்கள் வேறு, அதற்கு பிந்திய ஐரோப்பியர்கள் வேறு. சில ஆண்கள் அது அதற்கான உறுப்புகளைத் திடீரென்று மறந்து ஒவ்வொரு உறுப்பையும் வேறுவிதமாக பயன்படுத்துவதில் இன்பம் காண்பார்கள் (ப.355). இவ்வாறு பாலியல் நாசிசத்தின் அலகுகள் ஒப்புமைப்படுத்திக் காட்டும் கதையாடலில் வரும் அந்த பாலியல் தொழிலாளி ஜெர்மானிய ஸோல்ஜர்களால் கைகுண்டு (கிரனெட்) ஒன்று வெடிக்க வைத்து உடலின் கீழ்பகுதி சிதறி சாகிறாள்.

கும்மாங்குத்துவான இளைஞன் சிவநேசம் நாவல் பிரதியின் மிக முக்கியமான கதையாடல்களைக் கொண்டு வருகிறார். கள்ளத்தனமாக நாடுவிட்டு நாடு போகும் சிவநேசம் பிழைப்பைத் தேடி செல்கிறார். அவர் பலநாட்டு எல்லைகளைக் கடந்துபோகும் பயணம் மிகவும் குறிப்பிடத்தகுந்தது. அவர் அந்த மரணத்தின் எல்லையை நாட்டின் எல்லையோடு கடக்கும் அபூர்வ பயணமாக நாவல் சொல்லிச் செல்கிறது. மரணம் அவருள் ஏற்படுத்தும் பீதியை உணர முடிகிறது

கும்மாங்குத்து இன்மையான கடவுள் பருண்மைப்படுவதை ஏறக்குறைய ஆறு தடவை கடவுள் அவனிடம் பேசுகிறார். குறிப்பாக இப்பயணத்தின் போது பனி ஆற்றில் உள்வாங்கிச் சாகும் சகபயணி பின் மின்சாரம் பாய்ச்சி லாரியின் பெட்டியில் கருகிச் சாகும் மற்றொரு சக பயணியின் மரணமும் அந்தப்

பெட்டிக்குள் பூட்டப்பட்டு நாட்டின் எல்லை தாண்டும் பயணம் 'சவப்பெட்டி' போன்ற ஒரு குறியீட்டை மனக்கண் முன்பு நிறுத்துகிறது. இதிலிருந்து ஜெர்மனியை அடையும் கும்மாங்குத்து நீதிமன்றத்தில் நீதிபதியிடம் கடவுள் என்னுடன் பேசுகிறார் என்று தன்னை நம்ப வேண்டும் என்றும் கூறி கிறிஸ்தவ மத பூஜாரிகள் போன்ற தொழிலைச் செய்யும் குலத்தில் பிறந்தவன் என்று தன்னை அறிவிக்க, நீதிபதி நீ பிராமணனா? என்று கேட்க 'ஆம்' என்று மொழிபெயர்ப்பாளர் சொல்லச் சொல்கிறார். ஆம் என்ற கும்மாங்குத்துவுக்கு நீதிபதி அவனது குலக்குறியான பூணூலைப் பார்க்க ஆசைப்பட கும்மாங்குத்து பூணூலைக் காட்டுகிறான். நீதிபதியிடம் இந்தப் பூணூல் சலுகை ஏதும் கிடைக்குமென்ற தன் எண்ணம் பொய்த்துப் போகிறது. இது இந்தியா என்ற இட பரிமாணத்தை தகர்க்கும் முகம் காட்சி பொருள் போல் பூணூலைப் பார்த்த நீதிபதி தன் வழக்கமான தீர்ப்பைத் தருகிறார். குலக்குறி அதிகாரவயப்படுகிறது. கும்மாங்குத்துவுக்கு சயரோக வியாதிக்காக ஜெர்மனி மருத்துவமனையில் சேர்க்கப்படுகிறார். அங்கு அவர் சந்திக்கும் ஒரு இரவு நேர நர்ஸின் தாயன்பு போன்ற அரவணைப்பைப் பெறுகிறான். அந்த நர்ஸ் ஆஷ்விட்ஸின் காஸ் அறையில் யூதர்களைக் கொன்றபோது வேலைபார்த்தவர் என்பது அங்கு நர்ஸாக அதிர்ச்சியூட்டக் கூடியதாக இருப்பினும் கும்மாங்குத்து மனதில், கொலையும், உயிரைப் பாதுகாப்பதும் ஒரே மனித மூலத்திலிருந்து எப்படி தோன்ற முடியும்? (ப.293) என்ற தன் ஐயம் போக்கும் விதமான அனுபவம் அவனுக்கு ஏற்படுகிறது. அந்த இரவுகளில் பிச்சைக்காரனைப் போல் ஜெயில் ஆஸ்பத்திரியில் கிடந்த என் தலையைக் கோதிவிட்டுப் போன கைகளை எனக்குத் தெரியும். எந்தக் குற்ற உணர்வும் இல்லாத கைகள் அவை

இந்த உணர்வு நிலையோடு ஒப்புமை கொண்ட மற்றொரு பகுதி, சந்திரன் தாய் குழந்தையாக பர்மாவில் காப்பாற்றும் தென்னிந்தியரின் 'அன்பு'. "சரித்திரம், மரபணு, வம்சம், ரத்தம்... இப்படி இப்படி... சொல்லி இரண்டாம் உலக யுத்தத்திற்கு இடப்பட்ட அத்தனை தத்துவ ரீதியான அடிப்படைகளையும் தென்னிந்தியாவில் ஒரு மனிதர், மனித அன்பால் உந்தப்பட்டு ஒரு குழந்தை பரிதாபமாக சாகக் கூடாது என்ற ஒரே எண்ணத்தில் உதறி அறிந்திருக்கிறார் இவ்வாறு இந்த இருவேறு இனத்தவரின் மனித அன்பு தான் இந்நாவலின் வெளியைக் கட்டமைக்கிறது. இதில் ஒரு கீழைத்தேய மானுட விழுமியம் அடிநாதமாக

இழையோடுவதை இப்பிரதியில் காண முடியும். இதைத்தான் நாவலின் 419-ஆம் பக்கத்தில் அதுதான் மனித உறவு பற்றிய ஒரு புதிய தரிசனம் என்கிறது. இந்தக் கருத்தை மாற்றுவடிவில் மனநல மருத்துவரிடம் தன் கனவை விவரிக்கும் பியோத்தர், என் சிநேகிதி யுத்த ஆயுதங்களுக்குப் பதிலாக ஒவ்வொரு நாடும் பூக்களை ஏற்றுமதி இறக்குமதி செய்தால் எவ்வளவு அழகிய இடமாக உலகம் மாறும் என்பதும் ஐரோப்பியர்களின் நாசிச சொல்லாடலில் இருந்து விடுபட எத்தனிக்கும் கீழை பின்நவீனத்துவக் கதையாடலாகக் கொள்ளலாமா? சிவநேசத்தை தன் குருவாக வரித்துக் கொள்கிறார். லியோனின் தங்கை லிபியா. இந்த நிகழ்வின் மூலம் லியோன் என்னவாக ஆகவேண்டும் என்று நினைத்தாரோ அதுவாகவே காட்சியளிக்கிறார் சிவநேசம்.

லியோனின் கதையாடல் இந்நாவலில் அதிமுக்கியத்துவம் வாய்ந்தது. தான் சார்ந்த கத்தோலிக்க மத குருக்களை தயாரிக்கும் குருமடத்தில் மதகுரு பயிற்சிக்கு செல்பவன் அங்கு ஒரு புதிய ஆதியாகமத்தை, அதாவது வழக்கில் உள்ள ஆதியாகமத்திற்கு எதிர் ஆதியாகமம் ஒன்றை எழுத முற்படுகிறான். அதைப்பற்றி லிடியா, அண்ணன் ஆதியாகம்போல் இன்னொரு சாத்தானின் ஆதியாகமம் ஒன்றை எழுத முயற்சி எடுத்தது கண்டுபிடிக்கப்பட்டது (ப. 94) எப்படி கடவுளைவிட சாத்தான் தான் மிகுந்த சக்தியும், சிருஷ்டிக் குணமும் கொண்டவன் என்று வாதிட ஒரு கூட்டம் போலிஷ் இளைஞர்களை என் அண்ணன் உருவாக்கி விட்டான் (ப. 94) என்று கூறும் லிடியா இத்தகைய சொல்லாடலைக் கட்டுவதற்கு அவனுக்கு பின்புலமாக செயல்பட தூண்டிய மூலப்பிரதியாக அண்ணன் நீட்சேயின் சிந்தனைகளையும் ஸ்டாலினிச ஆட்சியின் அரசியல் சமூகக் கூறுகளையும் குருமடங்களில் காணப்படும் பாலியல் அடக்குமுறைகளையும் இணைத்து உருவாக்கிய உருவகம்தான் சாத்தான் வழிபாடு. இதிலிருந்து துவங்கும் லியோனின் கீழை ஞானத்தேட்டம் அவனை தந்திர யோகத்தில் ஈடுபாடு கொண்டவராக மாற்றுகிறது. அடக்கப்பட்ட ஐரோப்பிய பாலியலை விடுவிக்க, மீண்டும் அதை வெளிப்படுத்த, இயல்பாக மாற்ற, இந்த தந்திரயோகம் கூறும் ஸ்கலிதம் வெளிப்படாத செக்ஸ் செயல் ஒரு தீர்வாக முடியுமா? என யோசித்திருக்கிறான். இந்தியத் தத்துவத்தைப் பற்றிய நிறைய புத்தகங்கள், ஆவணங்கள், தாந்த்ரீகத் தகடுகள் ஆகியவைகளைச் சேகரித்து வைத்துள்ளான். அதில் 'சூலம்' ஒன்று உள்ளது. தன் புறச்சமயத் தேடலின் குறிப்பீடாக அதைக் கொண்டிருந்தான் என வாசிக்கலாம். ஒரு கார் விபத்தில்

இறந்துபோகிறான் லியோன். லியோன் ஆக நினைத்தது நீட்சேயின் மீ மனிதனா ? என்ற கேள்வியும் நமக்கு எழுகிறது.

ஒரு 'அ-மனித மைய' கதையாடல் நாவலின் இறுதியில் வருவது நாவல் பற்றிய சில முன் அனுமானங்களைத் தகர்ப்பதாக உருக்கொள்கிறது. பொதுவாக இந்நாவலின் அரைவிகித எதார்த்த (Semi-Realism) மொழிநடையைக் கொண்டிருந்தாலும் வழக்கமாக எதார்த்தவாத தகவல் கையாளப்படும் 'மனித மைய சித்திரிப்புமுறை'; இந்நாவலில் அஃறிணைப் பொருள்கள் உயர்திணைப் பொருள்கள் உடலியல் பருண்மை எல்லை கடந்த ஆவியாக இதில் புதிய இணைவை ஏற்படுத்தும் 'வெள்ளை நிற யோகி' லியோனின் கூட்டோடு புதிய பரிமாணத்தைக் கதையாடல் அடைகிறது. அப்போது நாங்கள் மூவரும் எதிர்பார்க்காத ஒரு யோகி, செய்போர்டில் உள்ள சோல்ஜர் வடிவில் எங்கள் முன் திடீரென்று தோன்றினான். வீட்டை விட சற்று உயரம். ஆனால் பழைய கடிகாரத்தை விட குள்ளம். அவன் எங்களைப் போலவே தரையில் ஒலி எழாமல் நடந்தபடி இருந்தான். குரல் மட்டும் இரும்புச் சாமான்கள் ஒன்றை ஒன்று தட்டும்போது ஏற்படும் ஒலிபோல் கேட்டது (ப.401).

இப்படி வந்த யோகியின் தாய் இறந்திருந்த தருணம் அது. ஒருவேளை தன் தாயின் மரணத்தைக் காண வந்தானோ எனத் தோன்றுகிறது. தன்னை 'லியோன்' என்று வெள்ளைக்கார யோகி அறிமுகப்படுத்திக் கொள்கிறான். இந்த உரையாடல் பயணம் தொடருகிறது. இதற்கிடையில் ஒரு கட்டத்தில் எங்களுக்கு குளோபலைசேஷன் பற்றித் தெரியும் என்கிறது வீடு, சந்திரன், குளோபலைசேஷன் என்றால் என்ன தெரியுமா ? (ப. 391) என்று கேட்டு அது சொல்கிறது. உங்கள் மொழியில் என்ன பொருளோ தெரியாது. எங்கள் மொழியில் உலகமெல்லாம் இருக்கும் வீடுகள் தங்களுக்குள் பேசுவதே குளோபலைசேஷன் (ப. 391). என்று சொல்லிக்கொண்டே நடை தொடருகிறது. ஒரு கம்ப்யூட்டரைப் பற்றி யோகியிடம் பேசும் சந்திரனுக்கு யோகா நீங்கள் ஞான மார்க்கத்தை விட்டு கம்யூட்டர் என்ற தொழில் நுட்பத்திற்கு திரும்பியது பிடிக்கவில்லை என்கிறான். மறுபடியும் வந்த இடத்திற்கு திரும்பலாம் என்று நினைக்கும்போதே யோகியும், வீடும், கடிகாரமும் தட்தட்டென்று பெரிய சாலையின் குறுக்கே பாய்ந்தன. இடது பக்கத்திலிருந்து வந்த கார் கொஞ்சம் தயங்கி

மீண்டும் சீறிப்பாய்ந்தது. மூன்று உயிர்கள் காரில் அடித்து தள்ளப்பட்டன. எந்த ஓசையும் இல்லாமல் மூன்று ஜீவன்கள் காரில் சிக்கி மூன்று இடங்களில் கொஞ்சம் கொஞ்சம் இரத்தத்திட்டு ஏற்பட்டிருந்தது. கார் போன பிறகு தெரு விளக்கில் நன்கு தெரிந்தது விடும் யோகியும் ஓரிடத்திலும் கடிகாரம் கொஞ்ச தூரத்திலும் இரத்த வெள்ளத்தில் இறந்து கிடந்தன" (ப. 403) என்ற சம்பவம் நடந்தேறியது.

இதில் வெள்ளை யோகி ஏற்கனவே கார் விபத்தில் இறந்தவன் மீண்டும் இக்கதைப் பிரதியில் அஃறிணைப் பொருட்களோடு உயிர்ப்புற்று மீண்டும் தன் பழைய விதியைச் சந்திக்கிறான், இந்நாவலில் வரும் இப்பகுதி அஃறிணைகளின் சொல்லாடலை கதைக்களத்திற்குள் எழுதும் பிரதிச்செயல்பாடு பின்-நவீனத்துவ நுண்ணியக் கதையாடல் என்பதற்கு அழுத்தம் தருவதாக அமைகிறது. நவீனத்துவத்திற்கு சற்றே அப்பால் இயங்கும் அஃறிணை, உயர்திணை சொல்லாடல் களம் பெருங்கதையாடல் என்பதை கீழறுப்பு செய்யும் புதிய பிரதியியல் நுட்பமாக ரஸலில் செயல்படுகிறது. இந்நாவலை நாம் வாசித்த முறையை பிரதிபலிக்கும் முகம் நாவலில் வரும் சில வரிகளைக் காணலாம்.

இன்று நாம் பேசுவது எல்லாம் ஃபிரிவலஸ், ஓரமானவை, மார்ஜினல், முக்கியமற்றவை, விளையாட்டு என்று நினைத்தேன். (ப. 252) என்ற வரிகளில் வரும் பதங்கள் ஃபிரிவலஸ் / ஓரமானவை / மார்ஜினல் / முக்கியமற்றவை / விளையாட்டு என்று நாவல் பிரதியியல் புள்ளியிலிருந்து துவங்கி நாவலை வாசிக்கும் முயற்சியே பின் நவீனத்துவ நாவல் வாசிப்பு.

சந்திரன் வார்சாவை விட்டு கிளம்புவதற்கு முன்பு சிவநேசம் அவனுக்குச் சொல்லும் வார்த்தைகள், நடுவில் புகுந்து எதுவும் செய்யாதீங்க இந்த வார்த்தை அவனை அமலாவின் மும்பை சந்திப்பின் முன்பும் பின்பும் தொடர்கிறது. இதன் உள்ளார்ந்த உள்ளீடாய் வரும் வரிகளுடன் இந்த நாவல் வாசிப்பை முடிக்கிறேன். பியோத்தரின் எச்சில்கள் தீம் என்பதில் வரும் குழாயிலிருந்து விழும் நீருக்கடியில் தெரியும் அமைதி வட்டத்தில் நீங்கள் சேர்ந்து கொள்கிறீர்கள்.

நொறுக்கப்பட்ட சொல்லாடல்களின் நூதன சேர்க்கை: தமிழவனின் முஸல்பனி

தமிழவனின் ஐந்தாவது நாவல் முஸல்பனி

முன்பே எங்கோ கண்ணுற்ற தோற்றத்தின் நினைவைத் தொலைத்துவிட்டு அதை மறு உருவாக்கம் செய்ய எழுதிப்பார்த்தல் போன்றது தான் புனைகதையின் பிரதியியல் (Texualization) நுட்பம். நினைவுற்றதை பன்மையில் (trace) படிவப்படுத்தி அழித்துவிட்டு மீண்டும் அந்த அழிப்பாக்கத்திலிருந்து (erasure) மற்றொருமுறை எழுதி அழிப்பதில் உருக்கொள்ளும் தோற்றங்களின் வழியாகக் கதையாடல்களைக் கட்டமைக்கும் நூதன பிரதியியல் தொழில்நுட்பம் இது. தொடர்ந்து வாசிக்கப்படும் முந்தைய நாவலின் கதையாடல்களையும் - பிறிதொரு - இன்னும் எழுதப்படாத நாவலின் மாற்றமைவான அழிப்பாக்கக் குறிப்புகளையும் பயன்படுத்தி உருகொள்வதே தமிழவனின் முஸல்பனி.

இப்பிரதியை எதிர்கொள்ளும் தருணங்களில் தமிழவனது முந்தைய நாவல்களின் கதையாடல்களின் தர்க்கவெளி நமக்குப் புலப்படும். ஒருவகையில் தமிழவனது முந்தைய பிரதிகளின் நீட்சி அல்லது தன் அழிப்பாக்கத்திலிருந்து தோற்றங்கொண்டதுதான் இப்பிரதி. நொறுக்கப்பட்ட சொல்லாடல்களின் நூதன சேர்க்கையின் வழியாகக் குறிக்கப்பெறாத அல்லது அகவயப்படுத்தப்படாத குறித்தோற்றங்களின் 'சேர்க்கை நீ சேர்க்கையற்றுப் போதல்' மீண்டும் கொண்டுகூட்டி (வாசகனே) கதையாடலை நிர்மாணித்தல்; மற்றொருமுறை கலைத்துப் போடல் என்ற தொடர்ச்சியான தொழில்நுட்பத்தில் இது நிகழ்கிறது. 'வாசித்தல் – அழிப்பாக்கம்' - தோற்றமுறுதல் மூலமற்று நிகழும்; நிகழ்ந்து கொண்டே செல்லும் கதையாடல் முறைமை முஸல்பனியை ச் சாத்தியப்படுகிறது.

இதனை வாசிக்கும் போக்கில் நாம் எதிர்கொளும் பிரதியியல் உயிரிகள் மூலமற்ற தோற்றங்களாகத் தென்படுகின்றன. சில சமயங்களில் தமிழவனால் முன்பு எழுதப்பட்ட நாவலில் நாம் வாசித்துப் பார்த்தவை நினைவுக்கு வரலாம். ஆனால் பல நாவலுக்கான அழிப்பாக்கக் குறிப்புகளாகத் தோன்றுகின்றன. முன்-பின் ஒழுங்கு குலைக்கப்பட்ட புதிர்கோர்வை கலைத்துப் போடுதல் (Jumble) தான் தமிழவனின் முஸல்பனி நாவல்.

துடிப்புடன் உள்ள மொழி நினைவின் புறப்பருண்மையே ஆடிப்பாவைபோல நாவல்.

தமிழவனின் நாவல் எழுதுதலின் தத்துவம் என்ன? என்ற வினாவுடன் ஆடிப்பாவைபோல நாவலைக் குறித்து விவாதிக்கத் தொடங்கலாம். சரித்திரத்தின் சொல்லாடல்களை நாவல்கள் எவ்வாறு மீண்டும் அல்லது மறுபடியும் எழுதுகின்றன என்பதை மனதில் கொள்ள வேண்டும். நாவல் எழுத்து மொழியின் உள்ளடுக்குகளுக்குள் சரித்திரத்தின் பாய்வை அகவயப்படுத்திக் கொள்கிறது என்றே நமக்குத் தோன்றுகிறது. குறிப்பாக ஆடிப்பாவைபோல நாவலானது மொழிச் சரித்திரத்தில் இருவேறு புலங்களைக் கையாளுகிறது. இதை அகம் / புறம் என இரு இயல்களாகப் பிரித்திருக்கிறார் தமிழவன். இவை— யிரண்டிற்கும் நடுவே உள்ள இடைவெளிகளும், பிணைவுகளும் சேர்ந்ததே நாவல் பிரதி. புறத்தில் நிகழ்த்தப்படும் காட்சிகளின் ஆழ்தளத்தில் காலத்தன்மையற்ற மொழியின் தொடர் நனவி— லியில் பிரதி நகர்ந்து கொண்டே இருக்கிறது. இந்த உணர்வே கதையாடல்களின் இயக்கத்திற்குக் காரணமாக அமைகின்றது. எண்ணற்ற சொல்லுதல்களை நாவல் உருவாக்கிக் கொண்டே நகர்கிறது. திரளாத உதிரித்தன்மை வாய்ந்த கதைசொல்லல் பண்பு நாவலின் முக்கிய உத்தியாகப் பயன்படுத்தப்படுகிறது.

பிரதானமான தனித்துவப் பண்புகள் நிறைந்த மனிதர்களைத் தவிர்த்து விட்டு சரித்திரத்தின் பிரதிகளில் இடம்பெறாத அல்லது எழுத்துரு பெறாதவர்களைப் பிரதிக்குள் வரவழைத்துள்ளது இந்நாவல். பெரும்பாலும் தன்போக்கில் நிகழ்ந்து கொண்டு செல்லும் நாவலின் அடிநாதமான சொல்லாடல்களின் மீது சிறுசிறு கதையாடல்கள் இடையீடுகளாக எழுதப்பட்டுள்ளன. இது வாசிப்போரின் கவனத்தில் பதியும் விதமாகவும் உள்ளது. பல்வேறு உடலியக் குறையுடையோர் அல்லது முழுநிறை அற்றவர்களின் ஊடாட்டத்தை மொழிய முனைகிறது. மேலும் தமிழகச் சரித்திரத்தை அறியும் சட்டகமும், நாவலின் எழுத்துமுறை சட்டமும் ஒன்றினுள் ஒன்றாய் தன்னை எழுதிக் கொள்கின்றன. நாவலில் ஒரு தன்மறதித் தன்மை இடைவிடாமல் ஓடிக்கொண்டே இருக்கிறது. நாவல் பேசும் சரித்திரப் பரப்பு என்பது அதில் பங்குபெறும் குறைபாடுகள் மற்றும் வழமைக்கு மாறான நடையுடை பாவனைகளைக் கொண்டவரால் இயக்கப்பட்டு அவ்வப்போது தன்மை மாற்றத்தைப் பெறுகிறது. ஒருமை உணர்வைக் குவியவிடாமல் கதையாடல் உடைந்து விலகி மீண்டும் வேறொரு ஒழுங்கில் மீள் அமைவுறுகிறது.

ஜோசப்பின் ஒற்றைக்கால் மறுகாலை விட நீளம் கம்மி, அதனால் தெற்றி தெற்றி நடப்பான். தெற்றி தெற்றி நடந்தபடியே ஊர்வலத்தில் இப்போது ஒரு துண்டு பிரசுரத்தைக் கொடுத்துக் கொண்டிருந்தான்."(பக்கம் 41)

ஒரு முன்பல் இல்லாமல் இருப்பவன். இவன் அதிகம் பேசவில்லை. வழக்கமாக எங்கு கூட்டம் நடந்தாலும் அங்குப் போய்ச் செய்தி கொடுப்பது இவனது வேலை."(பக்கம் 51)

தனது கேலிக்குரிய பொம்மை நடையில், புறப்படலானார் (பக்கம் 5)

இந்த மனிதருக்குள் ஒரு ஒழுங்கும் ஒழுங்கீனமும் சமமாக இருப்பதைக் காண்பாள் காந்திமதி. (பக்கம் 330)அதில் ஓர் ஒற்றைக்கண்ணன் இருக்கிறான்.

வாயில் ஒத்தைப்பல் இல்லாத நெல்சன்(பக்கம் 377)

இவ்வாறாக கதையை நடத்திச் செல்பவர்கள் பிரதியில் ஒருவித வழக்கத்திற்கு மாறான ஈர்ப்பை உருவாக்குகிறார்கள். இதன்வழியே சரித்திரம் சொல்லப்படுகையில் பிரதிக்குள் இயங்கிக் கொண்டிருக்கும் இடைவெளிகள் விரிவாக்கம் பெறுகின்றன. குறிப்பீடற்றதாக நமக்குத் தோன்றும் சித்தரிப்புகளுக்குள்; வேறொரு பிரதியியத் தன்மையை உணர முடிகிறது. வாசிப்பின் இலக்கற்றப் பண்பை அதாவது பன்மை முனைகளிலிருந்து நாவலை அணுக உதவுகின்றது. இத்தகைய உடலியற் பண்புகளின் வழியே நாம் அதை அறிய முடியும். மேலே நான் எடுத்துக்காட்டியிருக்கும் நாவலின் பல்வேறு வரிகளில் ஒரு கலைப்புத்தன்மைச் செயல்படுவதைக் காணமுடியும். ஒழுங்கீனமும் x ஒழுங்கும் ஒருங்கே ஒன்றைப் பிரிதொன்றில் சொல்லிச் செல்கிறது. நாவல் எழுதுதலின் விநோதமான உத்தியாகத் தமிழவனிடம் மாறுகிறது.

இதற்கு முன்பும்கூட ஜி.கே. எழுதிய மர்ம நாவல் பிரதியிலும் இக்கூறுகள் வாசிக்கக் கிடைக்கின்றன. அதுவும் ஒரு சரித்திரத்தை எழுதுவதாகவே புனையப்பட்டுள்ளது.

ஒரு நீண்ட தொடர்போல் செல்கிறது இந்நாவல். ஆயினும் இடையிடையே குறுக்கீடுகள் நிகழ்ந்த வண்ணமாகவே இருக்கின்றன. முன்னிலைப்பெறும் ஒரு சொல்லாடலை வாசிக்க நேரிடும் வாசகனுக்கு அதைக் குறித்த சில குறிப்புகள் மட்டுமே காணக்கிடைக்கின்றன. ஒரு புராணத்தின் தர்க்கமற்ற

தன்மையுடன் சம்பவிக்கத் தொடங்குகிறது நாவல். என் வாசிப்பில் ஆடிப்பாவைபோல தமிழ்ச் சரித்திரத்தின் தொடரோட்டத்தின் ஓர் அலைவை அல்லது அதன் அசைவச் சுட்டுகிறது எனத் தோன்றுகிறது.

காலையில் கைகூப்பி வணங்கப்படும் இருபொருள்கள் உண்டு. அவை இரண்டும் மலையில் இருந்து பிறந்து வருபவை. ஒன்று தமிழ் மொழி. இன்னொன்று சூரியன் என்று அதன் பொருள் இருந்தது." (பக்கம் 43)

இதில் வரும் மலையில் என்ற சொல் தமிழ் புராண நினைவின் ஆழ்மையில் 'பொதிகை' என்பதாக இருக்கிறது. எழுதப்பட்ட புராணம் எனும் கதையாடல்கள் நாவலின் இறுதியில் தன்னைச் சுய அவிழ்த்தல் செய்து கொள்கிறது. நாவலின் ஒற்றை மனித குறிப்பீடு உருக்கொள்ளாமல் இயங்குகிறது. சுய அவிழ்த்தல் சொல்லாடல்களை கொண்டதாக ஆடிப்பாவைபோல நாவல் பிரதியாக்கப்பட்டுள்ளது.

தமிழவனின் இந்நாவல் கதையாடல்கள் தொடர்ச்சியாகச் சுயஅவிழ்த்தலைச் செய்துகொண்டே நகர்கின்றன. அகம் x புறம் என்ற இயல் பகுப்பு என்பது சரித்திர நினைவின் அகம் புறத்தையும் மேலும் புறம் x அகத்தையும் சதா சர்வகாலமும் கரைத்துக் கொண்டே இருக்கின்றன. இதனால் பிரதியின் இறுகாத இளகல் தன்மை பாதுகாக்கப்படுகின்றது. மேற்கூறிய அகம் x புறம் இயல்களின் இடையே நிகழும் பகிர்வுகள்தான் நாவல் வெளியாகப் பிறப்பெடுக்கிறது. சிற்சில நுண்ணிய ஊடாட்டங்கள் அபாரமாக நாவலின் கவிதையியலை (Poetics)க் கட்டமைக்கின்றன.

இவ்வகையான எழுத்து முறை என்பது சிலவேளைகளில் சலிப்புத்தன்மையைக் கொண்ட கதையாடல் உத்தியை உருக்கொள்ளச் செய்யும் எனப் பிரடெரிக் ஜேம்சன் ஜேம்ஸ் ஜாய்ஸின் யூலிசஸ் நாவல் குறித்துச் சொல்வதை இங்கு நினைவு கூறலாம். ஆனால் இறுதியில் சலிப்புத்தன்மை இல்லாமல் போய்விடும்... இந்நாவல் ஒரு பொருண்மைக்குள் பொருந்துவதாக இல்லை. மாறாக நுண் கதையாடல்களின் தொகுப்பாக எழுதப்பட்டிருக்கிறது.

நாவல் இயல்களாக வகுக்கப்பட்டுள்ளதைப் போல, பிரதியின் மொழிச்சூழல் தமிழவன் சூரியனிடமிருந்து பெறுகிறார். ஒரு வெப்பத்தை உணர்வதைப் போல் வாசிப்பு நிகழத் தொடங்குகிறது.

நாவலை நடத்திச் செல்லும் மனிதர்களைச் சூரியனோடும் அதன் வெப்பத்துடனும் நெடிய தொடர்புள்ளவர்கள் என்று சங்கேதமாய்க் கதையாடல்கள் சொல்கின்றன. மொழிப் போராட்டத்தின் புறச்சூழலின் வெம்மையை உணரும் அகவெளியின் குறிப்பீடுகளாகச் சூரியனும் x வெப்பமும் வருகின்றன.

ஆகையால் இக்கட்டுரையில் நான் கதாப்பாத்திரங்களைப் பற்றி குறிப்பிடப் போவதில்லை. கதாபாத்திரங்கள் ஏதோவொரு இன்மையை தோற்றுவிக்கிறார்கள். சரித்திரத்திற்குள் தம்மைத் தொலைத்து விட்டவர்களாகவே உலவுகிறார்கள். ஆகையால் பெயர்கள் யாவுமே, இங்கு ஒரு பிரதியியல் சமிக்ஞை என்றே எண்ணும்படிச் செய்கிறது.

அந்த ஊரில் எப்போதும் இறகை விரித்துக் கிடக்கும் சூரியனின் நெருப்பு இன்னும் அதிகாலையிலேயே அனலை வீச ஆரம்பித்திருந்தது. (பக்கம் 40)

தூரத்தில் வெயில் சுள்ளென்று ஆடுகள், மாடுகள் மனிதர்கள் என்ற எந்தப் பாரபட்சமுமில்லாமல் எரித்தது. தரையில் ஆவி பறந்தது. (பக்கம்-62)

சூரியன் கிரணங்களோடு ஊர் புரியும் மாய விளையாட்டு ஒவ்வொரு விதமாய்ப் பாதிக்கிறது. பனை மரங்களின் நிழல் சதா எரியும் தரைகளில் கறுப்பு பூவாய்க் காட்சி தருகிறது. (பக்கம் 72)

ஆடிப்பாவை போல நாவல் எங்கும் 'சூரியன்' எனும் சொல் ஒரு குறியீடாகவும், கதை உயிரியாகவே உலவுகிறது. மொழிப்போர் நிகழும் தளத்திலிருந்து உச்சிமுனைப் பார்வை ஒன்றை இது உருவாக்குகிறது. கதையாடல்களை கவனிப்பதாகவும் பொருள்படுகிறது.

நாவலின் போக்கில் கவனிக்கத்தக்க அந்நியமான ஒன்றிலிருந்து கதை சொல்லும் முறை வடிவமைப்பு கொள்கிறது. 'சூரியன்' என்ற குறியீடு தூரத்திலிருந்து பார்த்தல் என்பதையும் அதன்வழியே மொழிப்போராட்ட நிலப்பரப்பில் 'வெப்பம்' என்ற உணர்நிலையை அதில் ஈடுபட்டவர்கள் அகக்கொதி நிலையைப் புறவயப்படுத்தும் முகமாகக் கையாளப்படுகிறது. போராட்டத்தினை மொழியும் கதையாடல்களிலிருந்து எழும் சுயவிசாரணை நாவலில் வாசகனின் முன் வைக்கப்படுகிறது. வாசிக்கும் தருணங்களில் நமக்கு ஏற்படும் அணுக்கம் என்பதை இடையிடையே வரும் வரிகள்

சற்றே விலகிச்சென்று வாசிக்கவும் வைக்கின்றன. ஒருவகையான இடுகுறித் தன்மையை இது ஏற்படுத்துகிறது..

எதிர்மைகளால் அர்த்தப்படுத்துதலின் வெளிப்பாடாக, நாவல் சரித்திரத்தை எழுத முற்படுகிறது. அதன் காரணமாகவே சம்பந்தப்படாதவர்களும் நாவலில் சம்பந்தப்படுகிறார்கள். சரித்திரத்தின் சிக்கல்களை வெறும் அறிகுறிகளாக மட்டுமே பார்க்கக் கூடாது. அதற்கு மாறாக அந்த அறிகுறிகள் மூலம் சொல்லாடல்களின் உள்ளமைவுகளைக் காண வேண்டும். அப்படியான எண்ணற்ற அறிகுறிகளையும் சிற்சில சமிக்ஞைகளையும் தமிழவன் தன் நாவலில் தந்துள்ளார்.

ஒருவரை ஒருவர் புரிந்து கொள்ளுதல் எல்லாம் நேரடியாக அமையாமல், குறியீடுகள் மூலமும், மறைமுகமான ஏதுக்கள் மூலமும்தான் சாத்தியம் போலும்.இவர்களை ஆட்டுவிக்கும் உணர்வுகள் பழங்காலங்களில் இருந்து வரும் உணர்வுகள். தற்சமய உணர்வுகள் அல்ல." (பக். 63)

என்று பேசும் இடங்களில் நமக்கு தற்காலம் குறித்த மயக்க நிலை ஏற்படுத்துகிறது. நவீன காலம் என்பதன் மீது சுய விசாரணையை தொடங்கத் தூண்டுகின்றன நாவலில் வரும் வரிகள். பண்டைய கால சரித்திரத்தின் துண்டிக்கப்படாத இழையொன்று இன்றளவும் நமது வாழ்வின் ஆதாரமாக ஓடிக் கொண்டிருப்பதை இனம் காண முடிகிறது. நாவல் பிரதியாக்கம் என்பதும்கூட சரித்திரத்தின் தொடர் நனவிலியை எழுதுவதுதானோ? என்ற வினா எழுகிறது. இதை அடியொற்றியே நமது வாசிப்புச் செயல்பாட்டையும் அதன் பிரிக்கவியலாத வினையாற்றலாகக் கருத முடிகிறது. நாவலுக்குள் துடிப்புடன் உள்ள மொழிநினைவின் புறப்பருண்மையே இப்பிரதி.

ஓர் அரசியல் உளவாளி சொல்வதை நான் மறுக்க முடியுமா? தமிழக வரலாறு உளவாளிகளால் தீர்மானிக்கப்படுகிறது?" (பக்கம் 372)

என்ற இவ்வரிகள் நாவலின் கட்டமைப்பையும் அதன் இயங்கும் தளத்தையும் அறிந்து கொள்ளப் பெரிதும் உதவுகிறது. இந்தி எதிர்ப்புப் போராட்டச் சரித்திரத்தை எழுதுகிறார். போராட்டத்தின் புறப்பரப்பிலும் சஞ்சரிப்பவர்களின் அகபரப்பும் கொள்ளும் உறவின் வெளியாக நாவல் வடிவமைக்கப்பட்டுள்ளது. இதில் இரண்டையும் பிரித்துத் தனித்தனியாக வாசிக்க இயலாதவாறு கதையாடல்கள் பின்னிக் கிடக்கின்றன.

சரித்திரத்தை உருவாக்கும் உயிரிகளின் மனோவியத்தின் மொழியையும் அதன் குறிப்பீட்டையும் ஒருங்கே நாவலாக எழுதப்பட்டுள்ள சரித்திரத்தின் ஏடுகள் இதனைத் தாங்கி நிற்கின்றன. இதில் காதல் x போராட்டம் என்பது, பண்டைய காதல் x வீரம் என்பதன் மறுமுறை எழுதுதல் என விரிவடைகிறது.

நாவலில் எழுதப்பட்டிருக்கும் கதையாடல்கள், விடுப்பட்டுப் போன அல்லது வீழ்ந்தவர்களின் நோக்கில் எழுதப்பட்ட சரித்திரப் பிரதியாக விளங்குகிறது. பிரதியில் பல்வேறு தருணங்களில் தொடர்பற்ற விதமாகத் தோன்றி வாசிப்பைக் கிளர்த்தும் பகுதிகள் வீழ்ந்தவர்கள் பேரெழுச்சித் துடிப்பினை நம்மை உணரும்படிச் செய்கிறது.

எத்தனை ஆண்டுகள் ஆகின்றன என்று யோசித்தவனுக்கு இப்படி அலையும் வாழ்க்கையும் அதன் அவசரங்களும் ஊர் பெயர் தெரியாத தன்மையும் ஒரு மாய அழகைத் தொடர்ந்து கொடுத்து வந்திருக்கிறதென்று நினைத்த அந்நேரம்....”(பக்கம் 383)

எனும் இவ்வரிகள் ஒரு புதிய “விழிப்புணர்வை” ஏற்படுத்துகிறது. சொல்லப்பட்ட அல்லது வாழ்ந்து சலித்த சரித்திரத்திலிருந்து கிளர்ந்தெழச் செய்கிறது. இனம்புரியாத தன்மை மனதைப் பீடிக்கிறது. வீழ்ந்தவர்களின் மனநிலையும் கூட இவ்வாறாக இருக்குமோ? என்பதாக எண்ண வைக்கிறது. நாமும் அந்த வீழ்ந்தவர்களில் ஒருவரோ என்ற யோசனை நம்முள் மேலிடுகிறது. நாவலின் எந்தப் பகுதியிலும் ஒரு வெற்றியின் கணத்தை அறிந்துணர இயலவில்லை. அதற்கு நேரெதிர் மனோ ஒப்பனையான அனுபவம்தான் கிடைக்கிறது.

நாடக ஒப்பனைக் கலைஞர்கள் பக்கத்து ஊரிலிருந்து வரவழைக்கப்பட்டு அவனது முகம் ஒப்பனை செய்யப்பட்டது. கன்னங்களில் நாடகக் கலைஞர்களைப்போல சிவப்பு நிறமும் முகமெல்லாம் வியர்வையில் உதிராதபடியான பவுடரும் பூசப்பட்டு உதட்டில் லேசாக ஒரு சாயம் பூசப்பட்டது. கண் புருவங்களில் புள்ளி புள்ளியாக ஒட்டினார்கள். தலையைச் சீவி மார்பில் குறுக்காக மாராப்பு போல் ஜரிகை பார்டர் போட்ட விலைகூடிய ஒரு துண்டு கிடந்தது. ஒரே ஒரு சந்தன மாலை மட்டும் கையில் வைத்திருந்தான். அவனைச் சுற்றி சந்தனமும் ஸெண்டுமாக தெளிக்கப்பட்டது.(பக்கம் 307)

கட்டற்ற விதத்தில் சம்பவங்கள் எப்படி அரங்கேற்றப்படுகின்றன

என்பது ஒரு காட்சிப் படிமம் போலச் சொல்லப்படுகிறது. யாருடைய கட்டிற்குள்ளும் அடங்காத விதமாக,

ஊரில் ஒரே வதந்திகளாக இருந்ததன, ரேடியோ, பத்திரிகை செய்திகள் நம்ப முடியாதபடி நிகழ்ச்சிகள் நடந்தன. கல்லூரிகள் அதிகாரபூர்வமாக அடைத்தனவா அடைக்கவில்லையா என்று தெரியவில்லை. எங்கும் களேபரங்கள் நடந்தன. கார்கள் தீவைத்துக் கொளுத்தப்பட்டுக் கொண்டிருந்தன. பஸ்களும் ரயில்களும் ஓடவில்லை. கடைகள் உடைக்கப்பட்டுக் கொண்டிருந்தன. எல்லா ரெயில்வே ஸ்டேஷன்களிலும் கலவரங்கள் அதிகம் நடந்தன. போஸ்ட் ஆபீஸ்கள், மத்திய அரசாங்க அலுவலகங்கள், ரயில்கள் என்று குறிவைக்கப்பட்டன. உள்ளூரிலும் அரசியல் எதிரிகள், அவர்கள் கடைகள், நிறுவனங்கள், பத்திரிகைகள், ஆளும் கட்சி எம்.எல்.ஏ.க்கள் உடமைகள் என்று குறிவைக்கப்பட்டன. (பக்கம் 248)

பெரும்பாலும் “இந்தி எதிர்ப்புப் போர்” என்ற சொல்லையே மொழிப்போர்க் காலகட்டத்தைக் குறிக்கத் தமிழவன் பயன்படுத்துகிறார். அதன் போராட்ட வெளிப்பாடுகளைப் பற்றி எழுதும் போதெல்லாம், போரை வர்ணிப்பது போலவே வர்ணிக்கிறார். மேலும் அதன் பின்னால் நிகழும் நாடகீயமும், போராட்டத்தை முன்னெடுத்துச் செல்பவர்களில் சிலரது கள்ளத்தனத்தையும் நாவல் காட்சிகளாக மொழியாக்கித் தருகிறது. மொழிப்போரில் ஈடுபட்ட இயக்கங்களின் கருத்தியல்களைக் கட்டமைக்கும் சொல்லாடல்கள் மற்றும் உரையாடல்கள் எதிர்மறையாக மோதிக் கொள்கின்றன. மேற்பரப்பில் காணப்படும் எழுச்சிக்கும், அதன் கீழுள்ள கருத்தியல் எதிர்மைகளுக்கிடையில் உள்ள இருமை எதிர்வும் மற்றும் திரைமறைவு இணக்கங்களும் நம்மைச் சிந்திக்கச் செய்கின்றன. சரித்திரம் என்பதை இந்நாவல் மொழிப்புனைவின் நுண்மைகளுடன் பிரதியாக்கியுள்ளது. கலவரத்தன்மைகளைக் கொண்டிருக்கும் கதையாடல்கள் மத்தியிலும்; இத்தகைய வாக்கியங்கள் நம்மை முன்னோக்கியும் பின்னோக்கியும் செலுத்துகின்றன. வாசக கவனம் என்பது நிலையாக குவிக்கப்படாமல், தொடர்ச்சியான அலைவிற்கு உட்படுத்தப்படுகிறது. பிரதியின் கதையாடல்கள் மொழி நினைவின் பதிவாக்கமாகிறது. மொழிப்போரின் புறவெளியின் நாவல் வாசிப்பு நிகழ்கிறது.

அதிகாரத்துவ பிம்பங்களும் பரிமாணங்களும் தமிழவனின் நாவல் ஷம்பாலா

தமிழவனின் நாவல்கள் ஒவ்வொன்றும் அவர் எழுதிய முந்தைய நாவலின் தன்மையிலிருந்து முற்றிலும் விடுபட்டதாகவே இதுவரை அமைந்து வந்துள்ளன. தமிழவனின் நாவல் எழுத்துமுறை அத்தகையது. நாவலுக்கும் அதன் கதையாடல் மொழிக்கும் உள்ள அணுக்கம் குறித்த கோட்பாடுகளை வாசகர்களின் முன்நிறுத்தியே தமிழவன் தனது நாவல்களைத் தொடர்ந்து எழுதி வருகிறார். தான் வாழும் காலத்திற்கும் – கடந்த காலத்திற்கும் வருங்காலத்திற்கும் இடையில் பயணிக்கக்கூடிய கதையாடல்களைக் கொண்டே தமிழவனின் நாவல்கள் அனைத்தும் அமைப்பாக்கம் பெற்றிருக்கின்றன. இவரது எழுத்துக்கள் பொதுவான வாசகனின் வாசிப்பு மனோபாவத்திற்கு முற்றிலும் வசப்படாத வகையிலான கதையாடல் வடிவத்தையே கைக்கொள்கின்றன. இதன்வழியே நாவல் வாசிப்பு என்ற கூட்டுச் செயல்பாடு பழக்கப்படாத தளங்களில் நிகழ்த்தப்படுகிறது. ஒத்திசைவான கதையாடல்களாக அல்லாமல் விடுபடல்களுக்கிடையில் எழுதப்படும் பிரதியாக தமிழவனின் நாவல் பிரதிகள் அமைந்துள்ளன. 'சுவாரசியம்' என்ற சொல்லினால் வாசிப்பின் பன்முகத்தன்மை குறுக்கப்பட்டிருக்கும் சூழலில் பன்முக வாசிப்பிற்கான மொழி அமைவாக்கத்துடன் ஷம்பாலா உருப்பெற்றிருக்கிறது.

புறவுலகு, அகவுலகு என்ற நிலைகளுக்கிடையில் தன்னிலையாக்கத்தின் பிரச்சனை ஒருபுறமும், மறுபுறம் அதிகாரத்துவத்தின் தொடர் கண்காணிப்பின் ஆளுகைக்குள் வாழும் ஒருவனின் மன ஒத்திசைவின்மையை ஷம்பாலா நாவல் பிரதியாக்கம் செய்திருக்கிறது. தனக்கான மனப்பரப்பின் பாதுகாப்பின்மையை வெளிப்படுத்தும் விதமாக நாவல் விரிகிறது.

அரசியல் சட்டத்தில் உள்ள வார்த்தைகளுக்கும் உங்கள் மனதில் இருக்கும் வார்த்தைகளுக்கும் பொருத்தமில்லை என்று எங்கள் மேலதிகாரிகள் நினைக்கிறார்கள் (பக். 35)

இந்நாவலில் வரும் அமர்நாத் தன்னை விசாரிக்க வரும் சிந்தனைப் போலீஸிடம் தன்னை 'ஒரு மத்தியதர வர்க்கத்தவன்' என்றும் 'எதற்கும் எளிதில் பயப்படுகிறவன்' என்று சொல்கிறார். இதன்மூலம் தனது சமூகப்பண்பை வைத்து உளவறிந்து மிரட்டப்படுகிறார். தன்னை விசாரிப்பவர்கள், நான் எந்த மக்கள் கூட்டத்தைச் சேர்ந்தவன் என்ற அறிதலின் வழியே அணுகுகிறார்களோ, அவ்வகையிலேயே அமர்நாத்தும் அவர்களது உளவறிதலைக் கீழறுப்புச் செய்கிறார்.

நாவல் முழுவதும் விசாரணையும் உளவும் அதற்கெதிரான மனோவியமும் கதையாடல்களாகக் கட்டமைக்கப்பட்டுள்ளது. தனக்கு எதிராக நகர்த்தப்படும் ஒவ்வொன்றிற்கும் எதிர்நகர்வைப் பதிலீடாக வைத்துக் கொண்டே தொடரும் அமர்நாத்தின் குரலும் x சிந்தனைப் போலீஸின் குரலும் ஒன்றை மற்றொன்று கையகப்படுத்த முனைகிறது. நாவலில் வெளிப்படும் நிகழ்வுகளெல்லாம் புறவுலகிற்கானதாக இருந்தாலும், சில குறியீடுகள் நம்மை மனோ தளத்திற்குள்ளும் தள்ளிவிடுகின்றன.

அதிகாரத்துவம் எனும் மறைசக்தியின் குறியீடாக ஹிட்லர் நாவலில் புனைவாக்கம் பெற்றிருக்கிறான். இவனையொரு கதாபாத்திரமாக வாசிப்பதை விட முழுநாவலின் கதையாடல்களின் ஊற்றுப் புள்ளியாகக் கொள்ள வேண்டும். இந்த ஹிட்லர் என்பவனிடம் ஷம்பாலா புறவடிவமாக மாற்றமடைகிறது. இங்கிருந்துதான் பிரதி இடது / வலது என பயணிக்கின்றது. இடதுபுறமாக 'அமர்நாத்' விசாரணைக்குட்பட, சிந்தனைப் போலீசின் கதையாடல் நிகழ்கிறது. வலதுபுறமாக ஹிட்லரின் உருவாக்கம் சொல்லப்படுகிறது. ஏனெனில் ஹிட்லரை ஒரு பெயராக மாத்திரமே இந்நாவலில் நாம் பொருள்கொள்ளக் கூடாது எனத் தோன்றுகிறது. நாவலின் பிற்பகுதியில் ஹிட்லரை புனைவுயிரியாக மனதில் கொண்டால்; அமர்நாத் என்பவர் ஒரு எதிரீட்டு குறியீடாகக் கொள்ளலாம்.

நாவலின் முக்கியமான உத்தியாக அறிதல் ஒத்திசைவின்மையை (Cognitive Dissonance) ச் சொல்லலாம். இயல்பான மனோநிலையில் உள்ளவர்களை மனோநிலை பிறழ்ந்தவர்கள் என்ற அடைப்புக்குறிக்குள் சிந்தனைப் போலீஸ் கொண்டுவர முயல்வதும், அதற்கெதிராக தன்னிலையைத் தற்காத்துக் கொள்ள நடக்கும் எதிராடலாக இந்நாவல் உள்ளது. சிந்தனைப் போலீஸின் இடையீடுகள் அமர்நாத்தின் உடலியலைப் பரிசோதிப்பதின் வாயிலாக அவனுக்குள் அமைவுற்றிருக்கும் அதிகாரத்துவ எதிர்ப்புணர்வை அழிக்க முயல்கிறது.

'இந்த ரகசியக் காவலர்கள் என் கழிப்பறையில் மூத்திரத்தை முகர்ந்த அன்றுதான் இப்படி ஆகிவிட்டேன். இப்படி என்னை மனோநிலை பாதிக்கப்பட்டவராய் மாற்றுவது இந்தக் காவலர்களின் வேலைதான் என்று கடைசி வாக்கியத்தின் கடைசிப் பகுதியைத் தன்னையும் அறியாமல் உரக்கச் சொன்னார் அமர்நாத் (பக்.105-106)

நாவல் என்பது கதையாடலின் வழியாகவும்; குறியீடுகளின் வழியாகவும் நிகழ்த்தப்படுகிறது... அது பிரதானக் கதையாடலின் வழியே நம்மைப் பயணிக்க வைத்தாலும்; மற்றொரு இடத்தில் மாற்றுக் கதையாடலையும் கொண்டிருக்கிறது.

ஷம்பாலா நாவலின் அடியோட்டமாக உள்ள கண்காணிப்பு, நாட்டுப்பற்றை உள்ளீடாக்கிவிடுகிறது. இதேபோல் நாவலின் பல இடங்களில் வரும் குறியீடுகள்; நவீன நாவல் வாசிப்பிற்கான திறவுகோல்களாகக் கிடைக்கின்றன.. பெரும்பாலும் நாவல் வாசிப்பு என்பது கதையின் முதன்மை இழையைப் பிடித்தபடியே பயணிப்பதாகப் பழக்கப்படுத்தப்பட்டுள்ளது. அதன்படி ஷம்பாலாவை வாசித்தால், வலதுசாரி அதிகாரத்துவத்தின் நுண்கண்காணிப்பு எவ்வாறு தனிமனிதத் தன்னிலையை அகப்படுத்தி உறைய வைக்கிறது என்பதை அறியலாம்.

இந்நாவலின் உட்கரு என்னவென்று யோசிக்கையில் ஒரு எண்ணம் மேலிடுகிறது. ஒரு நாவல் பிரதிக்கு உட்கரு என்பது அவசியமா? என்ற வினாவும் கூடவே தோன்ற, இவ்வினா நாவலின் துவக்கம் - முடிவு என்ற வாசிப்பு பழக்கத்தின் மரபிலிருந்து தோன்றுவதாகப் படுகிறது. ஆனால் பின்நவீனத்துவ நாவல் பிரதிகள்; கதையாடலின் துவக்கம் - முடிவு பிரதானக் கதையாடல் இரண்டாம் நிலைக் கதையாடல் என்ற தளங்களில் எழுதப்படுபவை அல்ல. அவ்வாறு வாசிக்கப் படுவதும் இல்லை. ஒரு குறியீடு தனக்குள்ளிருந்தும் தனக்குப் புறத்தே இருந்தும் கதையைச் சொல்லும். அவ்வகையில் பார்த்தால் ஷம்பாலா என்ற சொல் குறியீட்டுத் தனித்துவம் பெறுகிறது. மனித சிந்தனை எவ்விதமான நுண்கண்காணிப்பிற்குள் அகப்பட்டு இருக்கிறது என்பதற்கு எதிரான குரல்தான் நாவலின் கதைக்குரல்.

***

தமிழவன் நாவல்கள் அனைத்துமே அவரது திறனாய்வுக் கோட்பாட்டு எல்லைக்குள் எழுதப்பட்டவைதான். கட்டுரைகள், சிறுகதைகள், நாவல்கள் யாவும் நெருங்கிய தொடர்பு கொண்டவை. எழுதுதல் தொழில்நுட்பத்தின் இயங்குமுறையை விரித்துரைக்கக் கூடியவை. அதையே தான் அவரது புனைவெழுத்துக்களும் செய்கின்றன. ஒருவித வட்டச்சுழற்சித் தன்மையைக் கொண்டவை. இவரது நாவல்கள் சரித்திரமாக எப்படி எழுதப்பட வேண்டும் என்பதைப் பற்றிய பிரதியாக்கமாகவே உள்ளன. நாவல் எழுதுதலுக்கும் சரித்திரத்திற்கு இடையே உள்ள வெளியில்

தமிழவனின் புனைவுகள் பிறக்கின்றன. ஆகையால் அதர்க்கம் நிறைந்தவைகளாக இருக்கின்றன. இந்த தர்க்கமழிப்பு என்பது பொருண்மையின் எல்லையை விரிவடையச் செய்கிறது. ஒரு கதையாடலில் நாம் மூழ்கியிருக்கும் தருவாயில் ஊடே அதை அர்த்தப்படுத்திக் கொள்ளும் முறை கேள்விக்குள்ளாகிறது. நாவலின் கவித்துவம் (Poetics) இதில்தான் அடங்கியுள்ளது.

தமிழில் கவிதையை எழுதும் முறைக்கும் நாவலை எழுதும் முறைக்கும் நடுவில் அரூபமான தொடர்பு இருந்து வந்திருக்கிறது. அது தமிழ்க்கவிதையின் நெடிய மொழிப் பண்பாகத் தொடர்ந்து கொண்டிருக்கிறது. அக்கூறு தமிழவனின் நாவல்களிலும் ஆழமாக ஓடுகிறது. சரித்திரம் என்பது இங்கே மொழிப்புனைவாக மாறுகிறது.

***

நிஜ உலகை புனை உலகாக வாசிக்கும் தமிழவன்: இரட்டைச் சொற்கள் சிறுகதைத் தொகுப்புப் பற்றிய ஓர் அறிமுகம்

ஒரு கடற்கொள்ளையனின் மனநிலையோடு கதையாழிக்குள் பிரவேசிக்கும் ஒவ்வொரு வாசகனும் புலப்படல் - புலப்படாமைக்குள் பொதிந்துள்ள வார்த்தைகளாகாத கதைகளை வாசிக்கிறான். வாசிப்பு என்பதும் சொல்லப்பட்ட கதைக்குள்ளிருக்கும் பேசா பதுமைகளின் கதையை எழுதுவதுதான். கதை சொல்லுதல் என்பது பிரதியில் படியாத மாற்றுக் கதையைச் சொல்வதற்கான முகாந்திரமாகிறது. நீர்திவளையின் மேற்பரப்பில் தென்படும் நேரெதிர் காட்சியின் கீழடுக்கிலுள்ள சலனமற்ற பரப்பையும் அதில் மேற்பரப்பின் சந்தடியின் தடயமின்றி நீந்தித் திரியும் கயல் கூட்டத்தின் ஒரு மாற்று திசைப்பாய்ச்சலில் சம்பவிக்கும் வகைமாதிரிகளை படியெடுத்தலுக்கு ஒப்பானது...... ஒரு கதையை மறுமுறை எழுதுதல்.(Rewriting)

மனித இயற் சாத்தியங்களின் வரையறைகளுக்கு அப்பால் நின்று பார்க்கும் மொழியுலகுதான் கதையுலகு. கணக்கிடப்பட்ட தர்க்க சூத்திரங்கள் இங்கு இயங்க மறுக்கின்றன. சிறகற்ற நாம் பறக்க நினைப்பதும். சிறகுள்ள கதைஜீவி நடக்க நினைப்பதும்; கதைக்குள்ளிருக்கும் மொழியின்மையின் சாத்தியப்படுகள். கதையாடலின் எதார்த்தம் நினைவில் பதிந்துள்ள சாத்தியங்களைக் கடந்து மிதந்து செல்கிறது. நம்மால் பரிசோதித்துப் பார்க்கவியலாத ஆற்றல் வெளிக்குள் புனைவிசை நம்மைப் பாய்ச்சுகிறது.

’கதைத்தன்மை’ (Fictionalilty) எனும் கதையின் கவியியலைப் பரிசோதித்து அறியவியலாத் தன்மையில் செயல்படுகிறது என்கிறார் உம்பர்த்தோ ஈகோ (Umberto Eco). ஆக எதார்த்தம் என்பது எதார்த்தமற்ற மாயங்களின் ’படி’யகத்தான் மொழியால் புனைகதைகளுக்குள் முன்னெடுக்கப்படுகிறது.

’மறுமுறை எழுதுதல்’ என்பது ; ஒரு கோணத்தில் பார்த்தால் நிஜ உலகை புனை உலகாக வாசித்து அறிவது எனலாம். புனைகதை என்பது தன்னிலையை சிதறடிப்பாதாகவே உள்ளது.

தமிழவனின் இன்னொரு பீட்டர்பான் கதை சிறுகதை மறுமுறை எழுதுதல் என்ற இலக்கிய வகைமையின் சாத்தியப்பாடுகளை முன்னிறுத்துகிறது. ஏறக்குறைய எல்லாக் கதைகளுமே மறுமுறை எழுதப்பட்டவைதான்.

சிறுவர்களுக்கான உலகப் புகழ்பெற்ற பீட்டர்பான் மற்றும் வெண்டி கதையைப் பற்றி ஒரு நூலில் படித்த போது எனக்கு அதில் ஒரு புதிய கதைக்கான சாத்தியக் கூறுகள் இருப்பது தோன்றின.... இதில் பெஹல்வி எந்த்வித உத்தேசமுமற்றுக் கதை கூறிச் செல்கிறான் என்பது விமர்சகர்களின் கருத்து. ஆனால் கதையில் ஒரு தத்துவம் இருக்கத்தான் வேண்டும் என்கிற குழுவினர் பெஹல்வியின் கதையில் பின்னர் பீட்டர் பானும் சிறுவர் சிறுமிகளும் விளையாடியதும் அப்படியே வெகு காலம் போன போன போது பீட்டர் பான் இரண்டாம் உலக மகாயுத்தத்தில் ரங்கூனில் ஒரு போலீஸ்காரனாக வேலைபார்த்ததும் வருகின்றன. (பக்கம் 71-72)

மூல பீட்டர்பான் கதையும்; மறுமுறை எழுதப்பட்ட பீட்டர்பான் கதையும்; ஒப்புமையும் - வேற்றுமையும் ஒருங்கே கொண்டிருக்கிறது. இந்த வேற்றுமையின் கவித்துவம் நவினத்துவத்திற்குப் பிந்தைய இலக்கியப் பிரதியாக்கத்தில் முக்கியத்துவம் பெறுகிறது. இந்த இடையாட்டத்தை குறித்து தமிழவன் கதைக்குள் ஒரு பிற-கதை சொல்லப்படுகிறது ..

இந்த இடத்தில் அரிஸ்டாட்டில் ஒரு தேனிக்கும் இன்னொரு தேனிக்கும் அதன் தேனித்தனத்தில் வேறுபாடுண்டா என்று கேட்ட கேள்வியோடு இனணத்துச் சர்ச்சைகூட செய்யப்பட்டதைச் சொல்லத்தான் வேண்டும். (பக்கம் 73)

ஒரு மாற்று கலாச்சாரப் பின்புலத்தில் புழங்கும் கதையொன்றை மறுமுறை எழுதுதலில் ; கதைசொல்லியின்

சுய-கலாச்சார சொல்லாடல்களும் கதைசொல்லுதலில் இணைவு பெறுகிறது. கீழைத்தேயத் தத்துவார்த்ததின் சரடுகள் இன்னொரு பீட்டர்பானிலும் இழையோடுவதக் காணலாம். Chuang Tzu வின் தாவோவியத்தின் பிரதிகளின் குறியீடுகள் பயன்படுத்தப்படுகின்றன,

அவள் வண்ணாத்துப் பூச்சிப் பிடிப்பது கீழைத்தேசங்களின் முக்கிய தத்துவத்தினால் பாதிப்பு பெற்ற எழுத்துதான்.இறைவன் புல்லிலும் உள்ளான், பூண்டிலும் உள்ளான் என்று தந்தையான் ராட்சதனிடம் கூறி அவனைக் கொன்ற பிரகலாதன் பேசும் இச்த வரி, " இயற்கையும் மனிதனும் வானமும் பூமியும் ஒரே அர்த்தத்தின் பல்வேறு வடிவங்கள்" என்ற தத்துவத்தை விளக்காமல் விளக்கும் கதியாகும் (பக்கம்75)

இங்கு சுவாங் ஜூ (Chuang Tzu) வின் *தேவலோகமும், பூலோகமும் பிறந்தபோது தான் நானும் பிறந்தேன்..எல்லா ஜீவராசிகளும், நானும் சமம் தான்..ஒரு ரோமக்கீற்றின் நுனியை விடச் சிறந்தது இந்தத் தேவலோகத்தில் எதுவும் இல்லை* (Heaven and Earth and I were born at the same time, and all life and I are one. Under Heaven there is nothing greater than the tip of a hair...) *என்ற* வரிகளுடன் இக்கதையின் வரிகளில் பயிலும் தத்துவார்த்தமும் ஒப்புமையுடையதாகிறது. தேனித்தனம் என்று கூறப்பட்டது கதையின் ஒரு இடத்தில் ' ஜீவசாரம் ' எனக் குறிக்கப் பெறுகிறது. அஃறிணைப் பொருள் மற்றும் இயற்கையின் அனைத்து உயிரிகளுக்கும் இந்த ஜீவசாரம் என்பது வேற்றுமையின்றி கருக்கொண்டுள்ளது.

தமிழவனால் மறுமுறை எழுதப்பட்ட இந்த பீட்டர்பான் கதை அதன் மூலக்கதையிலிருந்து வேறுபடுகிறதா ? என்ற கேள்வி கடைசிவரையிலும் தொக்கி நிற்கிறது.

இல்லாத உலக வாசலைத் தட்டியதும் வந்து அவர்களை அழைத்துபோகும் பச்சைத் தவளையும் நாணல் செடியும் பலருக்கு வியப்பை ஏற்படுத்தியிருந்தது (பக்கம் 79)

யூகங்கள் நிறைந்த கதையாக்கம் எற்படுத்தும் மனவியப்பு வாசிப்புக் களிப்பை அளிக்கிறது.

ஒன்றில் பீட்டர்பான் சிறகுகளுடன் ஒளிரேகைகள் நிறைந்த சிலந்திவலையில் தொங்கினான் என்று காணப்படுகிறது.

இப்புதிர்மை மூலப்பிரதியிலா? அல்லது மறுமுறை எழுதப்பட்ட பிரதியிலா? என்று திகைத்தலில் கதை நம்மை ஆழ்த்துகிறது.தமிழ் பீட்டர்பானுடன் வரும் வில்லன் சிப்பாய்காரன் ; மூலக்கதையில் கத்தியுடன் யாரைச் சந்திக்கிறான் என்பதற்கான திறவுகோல் தமிழ்ப்பிரதியில் ஒரு குறிப்பாக இடம்பெறுகிறது. இப்படி கதையெங்கும் வாசித்து அடைய வேண்டிய சூட்சுமமான புள்ளிகள் ஒன்றோடு ஒன்று தொடர்பற்று இருக்கிறது. முன்பே சொன்னதுபோல் வாசகர்கள் கடற்கொள்ளையர்களைப் போல் புலப்படாமையுள் பதுங்கியுள்ள தமிழவனின் பீட்டர்பானைக் கண்டடையலாம்.

***

கட்டுரை வெளியீட்டு விவரங்கள்

–'சரித்திரத்தை வளைக்கும் சரித்திரத்தில் படிந்த நிழல்கள், கதைமொழி, டிசம்பர் 2008 காவ்யா பதிப்பகம்.

–'கதைமொழியும் கதை நகரமும்- தமிழவனின் ஜி.கே.எழுதிய மர்ம நாவல்': கதைமொழி டிசம்பர் 2008, காவ்யா பதிப்பகம்.

–'தமிழவனின் வார்ஸாவில் ஒரு கடவுள்', மாற்றுவெளி, (ஆய்விதழ்-2, பொருளாதாரச் சிறப்பிதழ்)

–'துடிப்புடன் உள்ள மொழி நினைவின் புறப்பருண்மையே ஆடிப்பாவை போல எனும் நாவல்' கணையாழி, பிப்ரவரி, 2018

–'நொறுக்கப்பட்ட சொல்லாடல்களின் நூதன சேர்க்கை': தமிழவனின் முஸல்பனி நாவல்... முகநூல் பதிவு

–'அதிகாரத்துவ பிம்பங்களும் பரிமாணங்களும்' : தமிழவனின் நாவல் ஷம்பாலா... கணையாழி, ஜனவரி 2021

(இக்கட்டுரைத் தொகுப்பின் அமைப்பு நோக்கத்திற்கு ஏற்ப மேற்கண்ட கட்டுரைகளிலிருந்து தேர்ந்தெடுத்த பகுதிகள் கோர்க்கப் பட்டிருக்கின்றன)

***

ஒருருவில் ஈருரு நவீனங்களாகும் அரூபக்கதையாடல்

கோணங்கி

உக்பாரை நான் கண்டறிவதற்கு ஒரு கண்ணாடிக்கும் ஒரு கலைக்களஞ்சியத்துக்கும் கடமைப்பட்டிருக்கிறேன்

- ஹோர்ஹே லூயிஸ் போர்ஹே

மடக்கு ஓலை ஒண்ணு

'காலம் கலிகாலம் ஆகிவிட்டது .பைபிளில் கூறப்பட்ட அந்திம காலம் வந்துவிட்டது' என்று ஜானின் தாத்தா கூறிக்கொண்டிருந்தார். எந்தக்காரணம் கொண்டும் தன் வீட்டில், தான் உயிரோடு இருக்கும் வரை கரண்டுக் கம்பி வரக்கூடாது என்று ராசப்பனை அழைத்து உத்தரவும் போட்டார். (பக்கம்:96) ஒரு நூற்றாண்டு காலத் தனிமை வாசம் நாவலில் வரும் மக்காந்தோவின் விசித்திரக் கதாவசியக்காரர்களில் ஒருவர்தான் ஜானின் தாத்தா. காலத்தால் திசை மிரண்டுபோன முட்டாள் கர்னல் அவுரலியானோ புண்டியா தாத்தா வாங்கித் தந்த வாட்டர் கலர்களால் மார்க்வெஸ் ஓவியங்களைக் கிறுக்கிய சுவர்கள் அதிசய மனிதர்களின் காகிதங்கள் ஆகிவிட்டன. வீட்டுப் பெண்கள் கத்தித் தீர்த்ததும் தாத்தா அவருக்குப் பிடித்த தங்கமீனை வரைந்து காட்டினார். தாத்தா வரைந்துகாட்டிய சிறிய தங்கமீனுடன் பேரன் மார்க்வெஸ் வேறு ஓவியங்களைக் கிறுக்கி நீந்தச் செய்த சிறுவன் மார்க்வெஸ் சுவரில் கிறுக்கிய இந்த "நீரைப் போன்ற ஒளியில்" காகிதக் கப்பல்கள் ஓடத் தொடங்கின. உலகம் உருண்டை என்று இரண்டாவது முறையாக கண்டுபிடித்த உர்சுலா தம்பதியரின் தோற்றம் இங்கே வந்து விடுகிறது.

பனையும் கடலும் இணைந்த நுரைகளாய்ச் சிதறி வாழ்ந்த தெகிமொலாக்களின் தேள் கடுப்பண்ணநாற்படு தேறலின் புராதன வெளியில் இரு நவீனத்தில் உலவும் பனைவெளிப் புனைவுகளின் கதையாடல்கள் முப்பது வகைப் பனையோரின் தொல் எச்சங்களில் சிதறிய ஆவியோர்மறையாத அரூப சொல்லிகள்

ஏற்கனவே சொல்லப்பட்ட மனிதர்கள், சரித்திரத்தில் படிந்த நிழல்கள் ஆகிய இரு நவீனங்களையும் மடக்கு ஓலைகளால் பின்னிய புனைவுமொழி ஈருருமடிப்புகள் ஒன்றையொன்று நாட்டார் தொல் மரபுகளிலிருந்தும் அத்யயிக்கும் கதாஉருக்கள் உள்கோர்க்கும் முதல் நவீனம் அரசியல் சமூக மாற்றங்களோடு இணைந்ததில் வாய்வழி மரபுசார் தொல் இருள் மாவரைக்கும் இயந்திரம் தெற்குத் தெருவுக்கு வந்ததும் கதைகளின் இருட்டு மறையத் தொடங்குகிறது. முத்துப்பிள்ளையின் அப்பா தாசியாங்கணைக்குள் யோனியுள் ஒற்றைக்கண்ணைப் பார்த்தபடியே தனக்கு மறந்து போன உலக வாழ்வை இரவின் துணைகொண்டு மீட்டுத்தந்தவளை ராத்திரியை தேவதையாக்கிப் பார்த்தாள் அவளது மூடும் புறக்கண்ணைப் போலவே மூடாத அகக்கண்ணை நோக்கியதில் திருஷ்டிக்கு அப்பால் பார்க்கும் சக்தி படைத்த அவர் விபத்துக்களால் ஆன உலகின் முன் விபத்துகளற்ற ஒரு மாற்றத்தைக் கண்டுபிடித்தார். ஊர் வேசி முத்துப்பிள்ளையை அழைத்து தன்னை தாயாகக் கருதுமாறுக் கூறினாள். அவனைக் கொல்ல வேண்டும் என்று மனதில் முளைத்த கரத்தின் பலத்தை இழந்துபோன அந்த மனிதர் தன்பாலிய கால நண்பனான தனது அண்ணனிடம் ஒரே ஒருவார்த்தை சொல்லிவிட்டுப் போனான் அந்த வாசகம்..'அண்ணா முத்துப்பிள்ளையைக் கொன்றுவிடு கொல்லாவிட்டால் உலகம் அழிந்துவிடும் இது நான் சாகும்போது உன்னிடம் யாசிக்கும் ஒரே பொருள்' (பக்கம்: 41).

இத்தகைய கொலைச் சிந்து மரபு திணைப்பரப்புகளையே அரூப சொல்லிகள் முன்னடந்த சம்பவங்களை முத்துப்பிள்ளையைக் கொல்லுமாறு அறிவித்த ஒற்றைச் சொல்லும் தனி இருட்டறையில் இருந்து புனைவுருக்கொல்லும் உலகம் அழிந்துவிடும் என்ற பிரளயக் காலத்தின் காலடியோசையுடன் மிதந்து கொண்டிருக்கிற எதார்த்த உலகோடு தன்னைத் துண்டித்துக்கொண்டு அறியாத மறைந்து போன வம்சாவளி சரித்திரத்தை திரும்ப உயிர்ப்பிப்பதும் புனைவின் சாத்தியங்களை கோட்பாட்டு வரைபடக் கோடுகள் ஒவ்வொன்றும் எண்ணிக்கையற்ற மணற்பாலையாய் விரிவு கொண்டுள்ளது. தன் தீவிர வாசிப்பின் வழியாக மேலை நாவல் சூத்திரத்தின் வரையறைகளை வாசிப்பின் வழியே மெல்ல விலகி வந்த லத்தீன் அமெரிக்க நாவலாசிரியர்கள் மேற்கத்திய நவீனங்களிலிருந்து வெளியேறி எரிமலைக் கடவுளான சக்—மூலிடம் வந்து சேர்ந்ததை வாசிப்பின் வழியே முன்னறிந்திருந்தார் தமிழவனும். ஆனால், அவர் முன்கூட்டியே கோட்பாட்டு

வரைபடத்தின் மீது தொல் துகள்களின் வழியாக புனைவை சாத்தியமாக்கும் விளையாட்டை முதன் முதலாக துவங்கி இருந்தார். 80-களிலேயே. நாட்டார் சொல் மரபின் தனிமை வாச நிலப்பரப்போடு கலந்த பனைகளோடு எழுந்த முனிகளும் விடலிகளுமாக முதல் இரு நவீனங்களும் இருவகைப் பின்னல் வடிவங்களாக அமைந்திருப்பதும் ஒன்றில் அனைத்தும் வம்ச சரித்திரத்தின் தொடுந்தொலைவு சப்பாத்திக் கள்ளிக்காட்டு ஓணானாய் நிறம் மாறிக்கொண்டே இருக்கும் பச்சோந்தியாய் உருவெடுக்கிறது. பனைப் பொது ஓலைகளில் எழுதப்பட்ட சுவடிகளை ஜானின் தாத்தா தன் கத்தியுடன் கையும் நுழைந்து கொலையுண்ட முத்துப்பிள்ளையின் ஆவி வௌவாலாய் மாறி பின்னிரவு அபாந்திரமான பனைவெளி எங்கும் கருங்கோடு போட்டு எழுதியவைகளைமனிதர்களின் ஆயுசு அறாமல் செத்தவர்களைப் பற்றி அறிந்த பல வயதானவர்கள் வாசித்துக் கொண்டே இருக்கிறார்கள். ஊருக்குப் புதிதாக வந்த மாவரைக்கும் எந்திரத்தின் ஒலி புராதன மௌனத்தைக் கலைத்தது. அன்று முதல் முத்துப்பிள்ளை வௌவாலாய் அடிக்கடி ஊரில் பறந்தலைந்து மிரட்ட வருவதில்லை.

மடக்கு ஓலை ரெண்டு

கார்லோஸ் ஆன தமிழவனுக்கும் எனக்கும் நடந்த முதல் சந்திப்பானது அவருக்குமே இன்னும் சுவாரசியமானது. பெங்களூரில் நடக்கவிருக்கும் எண்பதுகளில் உருவான கவிஞர்கள், புனைகதையாளர்கள், விமர்சகர்கள், இடதுசாரி இளைஞர்கள் பலரும் கலந்துகொண்ட அந்த 'இலக்கு' இரண்டுநாள் கருத்தரங்கு நிகழ்ச்சிகளின் பங்கேற்பாளர்கள் பட்டியல் என புதிய சிந்தனைச் சாளரங்களைத் திறக்கும் கூட்டத்துக்கான, கலா பூர்வமான அழைப்பிதழ்களோடு மதுரையில் தமிழவனைச் சந்தித்தேன். இம்மையில் நன்மை தருவார் கோயில் சந்தினைக் கடந்து உரையாடியவாறு செல்கிறோம். கூடலழகர் கோயிலுக்கு எதிரே உள்ள ராயர் கிளப்பில் டிகிரிக்காப்பி அருந்தியபடி சிற்றிதழ் குறித்த பேச்சு தொடங்குகிறது. மீட்சி இதழில் வந்த என் சிறுகதைகளை வாசித்திருக்கிறார். தான் ஒரு நாவல் எழுதிக் கொண்டிருப்பதாகச் சொன்னார். அதற்குப்பெயர் ஏற்கனவே சொல்லப்பட்ட மனிதர்கள் அந்த நாவலை எழுதி முடித்து விட்டீர்களா?" என்று ஆச்சரியமாகக் கேட்டேன். விரைவில் வர இருப்பதாகவும் சொன்னார். பழைய மாடர்ன் லாட்ஜில் தமிழவன் அந்த நாளில் தங்கியிருந்தார். அவருக்கு எதிரே இருக்கும் கருவறை—

யிலிருந்து கூடலழகர் அவரைப் பார்த்துக் கொண்டிருக்கிறார். அந்த அறையில் வைத்துத் தான் எனக்கு 'இலக்கு' கருத்தரங்க ஹேண்ட்மேடு பேப்பரில் ஸ்கிரீன்செய்த சொரசொரப்பான அழைப்பிதழ்களைக் கொடுத்தார். அவற்றை ஆர்வத்தோடு நான் பெற்ற விநாடியை அவருக்குமே ஞாபகம் இருக்கும். அவர் கொடுத்தவற்றைத் தேடல் ஆசிரியர் ஜோதி விநாயகம், கவிஞர் தேவதச்சன், அப்பாஸ், சமயவேல், கோவில்பட்டி ராம் என பலருக்கும் சேர்த்து அழைப்பிதழ்களை அவரிடமிருந்து வாங்கிக் கொண்டதை அவரும் மறக்கமாட்டார் என்றே நினைக்கிறேன். அவர் தன் லெதர் பேக்கைத் திறந்து பெங்களூரிலிருந்து கொண்டு வந்திருந்த படிகள் மூன்று இதழ்களை சிற்றிதழ்களின் குணத்தோடு எனக்கு காசில்லாமல் கொடுத்தார். அதில் தான் மார்க்வெஸின் செவ்வாய்க்கிழமை பகல் தூக்கம் கதையும் பிரசுரமாகியிருந்தது. மார்க்வெஸ் சிறுகதையை சம்யுக்தா மொழிபெயர்த்திருந்தார்.

நான் தமிழவனை ஏற்கனவே மதுரையில் சந்தித்த பின் தான்அவர் எழுதிய ஏற்கனவே சொல்லப்பட்ட மனிதர்கள் நாவலை ஜனகபிரியாவுடன் கூட்டு வாசிப்பாகக் கேட்டுக் கேட்டு உணர்ந்து கொண்டேன். சில சமயம் நாங்கள் திகைத்திருந்தோம். இடைவெளி விட்டு ஒரு சுற்று உரையாடலுக்குப் பின் வாசிப்பு தொடர்ந்து கொண்டிருந்தது. 'பனை மரங்களின் நிழல்களில் காத்துக்கிடந்து, அந்த மங்கை வராத நாட்களில் அவளது ஞாபகக்கிளியை அழைத்து தனது மனதுள் இருக்கும் முள்வேலிக்குள் முளைத்த புல்லிற்கு மேல் ஓடவிட்டு பாடவைத்தான் ஜான்' (பக்கம் 63).

அது ஒரு பாராயண X வடிவப் புத்தகப் பலகையைச் சுற்றி பறந்துவந்த நகத்துக்கடியில்தான் இந்த 'முன்னுரைத்த சுருள்' இருக்கிறது. அதன் நகப்பலம் மையலின் அரத்தம் பூசிய ஞாபகத்தோற்றங்கள் யாருக்கும் சொல்லாமல் ஜானுக்குள் புகுந்துவிட்ட ஒரு குறுக்கு மூக்குக்கிளி தன் கூரிய நகங்களால் புத்தகப் பலகையில் கீரிய தன் ரத்தக்கொடியில் தொங்கிக்கொண்டு முன்னுரைத்த சருக்கத்தின் நிலவெளியை கருப்பு மின்னல் தாக்கி கருப்பு நாணல்களாய்ப் பனங்காடு மெலெழுந்து.வேகமாய்ப் பின் வாங்கி ஒளிந்து கொள்ளும் பனங்காட்டு நிழலில் நின்ற ஒரு சந்துவை மனதிற்குள் கதவு திறந்து அனுமதித்தான் பாலகன். ரகசிய எண்களில் புதிராய் அவள் நீரால் உற்பவித்தவள் என்ற புதிரை மாந்தீரிகன் தெரிவித்தான். சினேகப்பூ ஓர் உலர்ந்த ஓணானாய் வீட்டுக்கு பின்புறமிருந்த முள்வேலியில் கள்ளிமுற்களுக்கிடையில்

ஓடிக்கொண்டிருந்தாள். நல்ல வேளையாக அங்கு ராசப்பன் வந்துவிட்டான். தனது ரகசிய சக்தியை ஊதிஊதி வரவழைத்து 'பார்த்தாவான நான் அழைக்கிறேன் வா' என்று சொல்லி அந்தக் காய்ந்த ஓணானை நீர்த்தொட்டியில் போட்டு இரு நாள் கழித்துப் பார்த்த போது சினேகப்பூ நீரிலிருந்து அரவிட்டு மேல் வந்ததைக் கண்டான். (பக்கம் 63) அவ்வப்போது கள்ளிப்புதர் ஓணானாய் மாறிவிடுகிறாள்.

மண்விளக்கில் மஞ்சள் ஒளிரேகைகளாய் மறைமுகச்சொல்லிகள் வந்துபடர பனங்கூட்டத்தார் வந்தமர்ந்து ஒரு காட்டு நிழல்கள் மூடிய சூழ்நிலையில் வாசிக்க வேண்டிய நவீனம் அது. அவரை மார்க்வெஸ்ஸின் ஒரு நூற்றாண்டுத் தனிமை வாசமும், முன்னுரைத்த மரணத்தின் கதையும் சிலப்பதிகாரத்தில் மறைந்திருக்கும் நாட்டார் கதை மரபும் நவீனத்துக்குள் அரூப சொல்லியாக வாசிப்பின் ஊகவெளியில் சுருள்களாய்த் திறந்து கொண்டேயிருக்கும் வம்ச சரித்திரம் தன் மனதில் தோலைக்கிழித்து உட்புகுந்த அத்தகைய நாட்களில், ஒரு ஞாயிற்றுக்கிழமை சுவடிகளைப் படித்துக் கொண்டிருந்த தாத்தாவின் கண்முன்பு, ஒரு வார்த்தை ஊஞ்சல் போல ஆட ஆரம்பித்தது. அந்த வார்த்தைக்கு விரைவில் ஒரு தலையும் வாலும் முளைத்தன. தலை ஒரு பக்கமாகவும் வால் அதன் எதிர்ப்பக்கமாகவும் வளர்ந்தன. தன்னை வார்த்தை மிரட்டத் தொடங்குமென்று கருதிய தாத்தா அதனைப் பிடித்துக் கொல்ல நினைத்து கையை நீட்டும்போது அங்கு ஜான் நின்றிருந்தான். அவர் முகத்தில் ஒரு புராதன கழுகு குடியேறியது. தாத்தாவின் கண்கள் கழுகின் கண்களாய் உருமாற்றம் பெற்றன. ஓர் இருண்ட ஜனன அறைக்குள் ஒளிந்து கொண்டார் தாத்தா. (பக்கம் 7, 8)

'ஒரு நூற்றாண்டு காலத் தனிமை வாசம்' நாவலின் முதல் வரியின் விந்தையை ஒரு நவீனம் அடைவதற்கு ஒவ்வொரு நாவலாசிரியரும் எழுதிப் பார்த்திருக்கிறார்கள். 'மிகப்பல வருஷங்களுக்கு அப்புறமாக தன் மரணதண்டனையை நிறைவேற்றத் தயாராய் நிற்கிற துப்பாக்கிக்காரர்களை எதிர்நோக்கியிருக்கும் அந்தத் தருணத்தில்தான் கர்னல் அவ்ரலியானோ புண்டியாவுக்கு ஐஸ்கட்டியை முதன்முதலாகப் பார்ப்பதற்காகத் தன்னை அப்பா கூட்டிப் போன வெகுதூரத்திலான அந்த மத்தியானப் பொழுதானது நினைவுக்கு வரத் துவங்கியது'. (ஒரு நூற்றாண்டு தனிமை வாசம் நாவலின் முதல் வரி)

'தன்னைக் கொல்லப்போகிற நாளில் அதிகாலை ஐந்தரை மணிக்கே எழுந்துவிட்ட ஸாண்டியாகோ நஸ்ஸர் பிஷப் வந்து கொண்டிருந்த படகுக்காகக் காத்திருந்தான்'. *(முன்னுரைத்த மரணத்தின் கதை)*

'பத்து வயது ஜான் ஆற்றோரத்தில் வண்ணத்துப் பூச்சியைப் பிடிக்க ஓடிக்கொண்டிருந்தபோது தெருவில் வௌவால் நிழல் விழுந்த செய்தி வந்தது. ஊரார் பயந்து போயிருந்தனர். ஏற்கெனவே ஒன்றிரண்டு முறை புழுதி படிந்த தெருவில் வௌவால் நிழல் விழுந்தபோது ஏற்பட்ட பீதியை விட அதிகம் பீதி இம்முறை உருவானது. பெண்கள் குழந்தைகளைத் தூக்கிக்கொண்டு ஓடலாயினர்' *(ஏற்கெனவே சொல்லப்பட்ட மனிதர்கள் முதல் வரி)*

'சொல்லுங்கள் தாத்தா முத்துப்பிள்ளை உங்கள் தம்பியின் மகன்தானே எதற்குக் கொன்றீர்கள் ?'

முத்துப்பிள்ளையின் பழைய சம்பவமான சாவின் மர்மத்தைச் சுட்டிக்காட்டி அசாதாரண நாட்டார் கதை மரபின் அதீத சொல்முறைகளாகச் சுற்றுப் பரவுகிறது. மார்க்வெஸ் நாவலின் வரும் கர்னல் அவ்ரலியானோ புண்டியாவுக்கு ஐஸ்சை முதன்முதலாகப் பார்த்த விந்தைதான் மரணமுகமூடி அணிந்த வண்ணத்துப்பூச்சியைக் கண்டு ஜானும் வௌவால் நிழல் விழுவதைக்கண்டு பீதியுடன் குழந்தைகளைத் தூக்கிக்கொண்டு ஓடும் பெண்களின் நிழற்தோற்றம் மக்காந்தோ வாசிகளின் கர்ணபரம்பரை விளக்கின் ஒளியில் வாசிக்கப்படும் நாவலாக ஒன்றை அடுத்த நாவலில் வரும் தெகிமொலாக்கள் கூடியிருக்கும் பாத்திரங்கள் திரும்பி வருகின்றன. தாத்தாவால் கொலையுண்ட முத்துப்பிள்ளையின் குருதி ஒழுகும் நிழல் தீவினையில் உலவும் சினேகப்பூ உலர்ந்த ஓணானாய் மாறி நீரர அணங்காக எழுந்து வருவதும் ராசப்பனின் உடலில் சிலந்தி கூடு கட்டுவதும் தரை—யிலிருந்து வெடித்தெழுந்த கிழிந்த சட்டைக்காரர்கள் செந்நாள் தோன்றும் என கதையின் நிலவெளியின் மறுபக்கதில் சரிந்து இறங்குகிறார்கள். ஊரின் எல்லையோரத் திருடனின் நரம்பு மண்டல கேந்திரத்தில் கால்கள் நடப்பதற்கு மர்ம ஸ்தலத்தை கண்ட ஜானின் தாத்தா திருடனை இடறி வீழ்த்தி எல்லோரையும் பிரமிக்க வைத்து 'இனி இந்த ஊரில் திருடாதே' என்று லேசாய்த் தடவியதற்கு இவ்வளவு சக்தி உண்டா என்று எண்ணி ஜனக்கள் பிரமித்தனர். ஜானின் தாத்தா இயற்கைக்குள் ஒளிந்திருக்கும் ஆற்றலை மனதின் புதிர்களுக்குள் வைத்திருந்தார்.

வெளியாள் அருவமில்லாத உவட்டுக் காட்டின் பாலைநிலத்திலிருந்து தோன்றி மறைகிற ஆறலை வழிப்பறிக் கள்வர்கள் திருடிய ஆடுகளை தோலிபோட்டு ஓடும் அதே கணத்தில் அவற்றின் குரல்வளைக் குருத்தெலும்பை இடம்மாற்றித் திருப்புவதன் மூலம் வழிநெடுக ஒலியெழுப்பாதவாறு முழு இருட்டையும் திருகிய குரல்வளைக்குள் வைத்து ஆடுகளை மௌனம் கொள்ள வைப்பதன் மூலம் பிரதி மனித மையமற்று விலகிவிடுகிறது.

இங்கே நவீனச்சிறுகதையின் கூற்றில் விலங்குருவாக்க நிலை உருவாகி இருட்டே பிரதியாகிவிடுகிறது. மேலுமது, கடமானை விரட்டி அதன் குருதியால் வரைந்த குகைசித்திர வேட்டைக்கால உருக்களாக உருவற்ற வனமே சுருண்டு விலங்குருவாக்கமே முதல் கதையாக மாறி, சொல்லி என்பது பாலை எனும் அரூபவெளியாக இருப்பதுதான். குரல்வளையை இடம்மாற்றித் திருகுவதன் மூலம் பிரபஞ்சவெளியையே வேறு இடத்திற்கு நகர்த்துகின்றனர். கதை முடிந்த எல்லைக்கோட்டில் ஆடும் திருடனும் சுயரூபம் பெற்று கதைப்பரப்பை அடைகின்றன தொல்கதையின் ஆற்றல்கள். திருகிய ஆட்டின் குரல் எலும்பை சிறு சீசாவென வரைந்து கொண்டால் அதில் அடைக்கும் இருட்டு நீராகக் கலை கொள்கிறது. கடல்பூதக் கதையைப் போல பிரபஞ்சவெளியின் அனைத்து இருளையும் சிறுகுடுவையில் ஈர்த்துக் கதையாகிறது இருட்டு. (அயோனிஜாவுடன் சில பெண்கள்.. முன்னுரையிலிருந்து)

இங்கே திணை ஐந்தின் அலாதியான கலாச்சாரங்களிலிருந்து நாட்டார் வழக்காற்று மொழி மரபுகளிலிருந்து ஓநாய்க்கள்வர்கள் கடக்க அஞ்சும் கொடிய பாலை ஒற்றைத்தன்மை கொண்டதல்ல. பாதரஸ ஓநாய்களின் தனிமை சிறிய இந்தப் பாலை நிலத்துண்டிலிருந்து ஒச்சாயி எனும் ஆப்பிரிக்க மரபணு நிழல்கள் பொய்யாக் கொடி வையையோடு கலந்து பாலை எனும் கானல் பதுமைகள் ஊடுருவி உள்ளன. நிலத்தின் மேல் வெற்றிகொள்ளும் பொருள் மேலாதிக்க கலாச்சாரத்தில் வேகமாகத் திணிக்கப்படும் எந்திர மிகை உற்பத்தியில் நசுக்கப்பட்ட புலன்களோடு உலகே நொறுங்கி விடும் அளவிற்கு விநாசங்கள் வந்தபோதும் கரைக்கு அப்பால் எறியப்பட்ட போதும் சொந்த திணைப்பூவின் ஸ்பரிசமானது வேட்டைக்கதநாய்களின் காதுகளை கொண்ட பாலைநிலத் தோற்றங்களை வறுமையும் கருக்கிருட்டும் குடல்களில் தானியக் கதிர்களை ஏந்தி வருகிறார்கள். கிடை ஆடுகளைத் திருடி தோளில் போட்டு காட்டுக் கதைகள் போடும் கோபத்தால் உடைந்து நொறுங்கிய மண் தெய்வங்களின் புடை

மண்ணில் ஒவ்வொரு துளியிலும் ஊர்ந்து வருகிறது. ஜானின் தாத்தாவின் மாந்திரிகத்தில் பிடிபட்ட கிராமத்திருடன் அவர் தொல்மரபின் ஆற்றலால் கிராமத்திருடன் சற்று நேரம் காரகச் சிறையில் அடைபடுகிறான். இந்த நாவலின் ஊகப் புனைவில் ஒவ்வொரு கலோனியல் ஜெயிலும் தாழிடப்பட்ட ரேகைகளாய் இருட்டு அகலில் எழுதாமையின் நவீனம் ஆகிவிடும்.

கடமையும் பூட்டும் நிரந்தரச் ஜெயிலாகத் துருப்பிடித்து உதிர்கிறது. தாழிடப்பட்ட நவீனமே அமெரிந்திய அஷ்டக், மாயன் தொன்மங்களாக ருல்ஃபோவின் பெட்ரோ பராமோவும். காமெடரஸ் மலைகளில் (சிறுகதை) வாழும் டோரிகோ சகோதரர்கள் சிறுகதை என்றாலும் வறண்ட மலையின் சாயைகளாய் ஓநாய்களோடு நவீனம் கொள்கிறார்கள்.

நா.வானமாமலையின் ஆராய்ச்சி சிந்தனைச் சாளரத்தில் தொடங்கி பேராசிரியர் லூர்தோடும் தமிழவனோடும் ஒரு கோட்பாட்டு வடிவத்தை அடைந்து உலகப் பரப்பில் உள்ள நாட்டார் வழக்காற்று மரபுகளின் எச்சங்களோடும் தொல்கதைகளின் புராதனத் துகள்களோடும் மணல் முகமூடிகள் சடங்காற்று விம்மல்களோடு நம்மைச் சந்திக்கின்றன. தமிழவனின் சிறுகதைகளின் உத்தி விசேஷங்கள் போர்ஹெஸ்ஸின் வடிவங்களுக்குள் ரகசிய ரேகைகளுடன் உரையாடிக் கொண்டு இருக்கிறது. சரித்திரத்தில் படிந்த நிழல்கள் நவீனத்தில் சொல்வோன் கூற்றும் கேட்போன் கூற்றும் பெரிய எழுத்து பாவைக் கூற்றாக வடிவம் பெறுகிறது. வார்த்தைகளிலிருந்து பிறந்தவன் கதை, பாக்கியத்தாய் சரித்திரம்.. தோற்றம், கவிஞன் கண்ட கனவும் ‘மலை மீது ஒளி’யின் இரண்டாம் பிறப்பும், நிழலின் முலையில் பால் குடித்தவன் கதை, ஒற்றைக்கண் பற்றிய ஒரு புராதனக் கதை, கத்தியின் நிழலைப் பிடித்தவன் கதை வயிற்றில் சிக்கிய வார்த்தை வெளியேறிய கதை, கன்னித்தாய் பெயர் வந்த கதை, ராஜன் கோமாளியைச் சந்தித்த கதை, உடலிலிருந்து மங்கை உருவான கதை, ராணி கணவனைத்தேடிய கதை, கருணா பொக்கிஷத்தின் கதை, கதைக்குள் கதையாகத் தோன்றும் கூண்டுத் தெருக்களில் சொல்வோன் கூற்றும் கேட்போன் கூற்றும் நிகழ்கிறது. காலத்தின் தூரப்புள்ளிகளை இச்சரித்திரத்தின் நாயகன் பச்சை ராஜன் ஒற்றைக்கண்ணால் பார்க்கிறான். பச்சை நிற அரசியல் பூதங்களின் குறியீட்டுக் கதாமாந்தர்களை இரட்டை மடிப்புகளாக சொல்வோன் கூற்றையும் கேட்போன் கூற்றையும் மடித்து விடலாம். இரட்டை அடையாளத்தின் நிறத்திற்கும் ஒரு

அருமையான கேலிச்சித்திரக் கார்ட்டூன் புதினமாக சரித்திரத்தில் படிந்த நிழல்களை சுவாரஸ்யமாக வாசித்த போதும் எழுத்தின் ரசவாதமும் இந்திர ஜாலமும் பொதிந்துள்ள பச்சை ராஜன் புராதன வம்சத்தவரின் சரித்திரம் களிமண் பொம்மையல்ல. வம்ச சுருள்களை எழுத ஒருவன் வேண்டும். 'ஒரே ஒரு பக்கம் உள்ள தாள் என்பது சங்கேத அர்த்தம். அது அவர்களின் ரகசியங்களைக் குறிக்கும் குறியீடாகும்'. தெகிமொலா மொழி அபிதானங்கள், புராதன வியாகரணத்தில் காலத்தை சீட்டுக்கட்டு போல் முன்னும் பின்னும் செருகி வைக்கலாம் எனும் உத்தியை விளக்கும் கதாபாத்திரங்கள் காலத்தின் படிநிலையான மூன்றையும் இடறி வீழ்த்துகின்றன. இந்த தெகிமொலாக்கள் காலத்தை சதுரங்கம் போன்றது என்று கருதினர். இந்த நவீனத்தின் சூதுக் கவறுகள் பத்துக் கூற்றுரைப்புகளாக விக்கிரமாதித்தன் கதைகளில் வரும் உத்தியைக் கொண்டிருப்பதால் சொல்வோன் கூற்றும் கேட்போன் கூற்றும் வார்த்தைகளிலிருந்து பிறந்தவன் கதையென பதினேழாம் பக்கத்திலிருந்து தொடங்கும் மூன்றாம் கூற்றுரைப்பின் சொல்முறை அதிசயத்திலிருந்து சொல்பதுமைகளே அரூப சொல்லிகளாக பிரதியில் மறைந்து கொண்டே தொடர்கிறார்கள். பெயரில்லா தேசத்தின் சொல்லிகளாய் இந்நவீனத்தின் கடைசிப் பக்கத்தில் சோவியத் குலைந்து அவரவர் தேசத்தை ஒவ்வொருவரும் பற்றிச் சென்ற ஆழ்ந்த சித்தரிப்புத் தோன்றி மறைகிறது. ஒவ்வொருவனுக்கும் தனது தேசக்கவலை வந்து அடுத்தவனை தேசமற்றவனாய் விரட்டுவதில் ஒரு குரூரம். பெயரில்லா தேசம் எனக்கு இருப்பதாய் நான் எனக்கு முன் நிற்பவனை 'உனது தேசத்துக்கு ஓடிப்போ என விரட்ட மாட்டேன். ஏனெனில், அவனது தேசம் என் தேசம் போல் பெயற்றதாய் இருக்க முடியும்...' (பக்கம் 192).

ஒவ்வொருவன் தேசத்தின் விவகார எல்லைகளும் யுத்தத்தின் பிணக்கூடுகள் உலக விளிம்புகளில் தீப்பற்றி எரியும் இந்த வேளையில் சரித்திரத்தில் படிந்த நிழல்கள் நடந்து செல்லும் பாதங்களினடியே மழையுடன் வீழ்ந்து கொண்டிருக்கும் உலர்ந்த இலைகளின் ஒடியும் ஒலிகளோடு எல்லைகளின் எதிரெதிர் துருப்புகள் மரண முகமூடி அணிந்த குண்டு துளைத்த யாக்கைகளின் சிதல்சிதலான வண்ணப்படிவுகள் உள்ளே ஒன்று கலந்து புனைவோட்டத்தில் மயங்கி வரும் மொழிப்பின்னலை இந்நவீனம் அடைந்துள்ளதா?

இந்நவீனத்தில் அத்யயிக்கும் கண்களை மூடியபடியே சடத்தைச் சக்தியாக்கும் நன்னயப்பட்டன் பிரம்மராக்ஷஸ் எலும்புக் கூட்டின் மீது ஜீவரசக் குப்பியைத் திறந்துப் பூசியதென அரசனின் உடலில் உள்ள பச்சை ஆறாய் பிரவாகமெடுக்கும் மொழிரோகத்தை 'ஐந்திறம்' என்னும் பழம்பெரும் நூல் இடம்பெயர் யுகத்திலேயே மொழி மாற்றப்பட்டிருந்தது. தெகிமொலாக்களைப் பற்றிய கற்பனையும் நிஜமும் வேறுபாடு இல்லாமல் எழுதப்பட்ட கடல்கோளுக்கு முந்தைய தூரத்தில் எழுந்து புனைவு வேகத்தில் 'ஐந்திறம்' என்ற நூல். கடல்கோளுக்கு முன்பு இருந்த தெகிமொலாக்களின் மறதியில் கடல் தாண்டுவிட்ட அடிக்கடலின் சமவெளியில் நீர் மனிதர்கள் நடமாடும் புலப்படா நகரங்கள் தனிமை வாசத்திலிருந்த ஆண்டுகளைப்பற்றிய ஆதாரங்களை, தகவல் அகிலமாக ஆதாரங்களை அறிவதைவிட ஊகங்களைப் புனைந்து சுருள்களை அறிபவர்களுக்கே தெகிமொலாக்களின் வம்ச சரித்திரம், மெய்மை, பண்பாடு, இந்த நவீனத்தில் வரும் உருவற்ற சித்தர்களின் சிலைகளை உயிர்ப்பிக்கும் வஜ்ரோலி முத்திரை—யிலிருந்து சித்த வைத்தியாகரம் அங்கங்களை ஒட்டவைக்கும் குளிகை நேரப்படி ஒவ்வொரு குச்சியிலும் ஒட்டிக்கொண்டு உருவெடுத்து வரும் கதா உருக்கள் மற்றும் அறிவியலின் உச்சகட்டத்தை காட்டுகின்ற ஐந்திறமே தெகிமொலாக்களின் மூல மந்திரச் சுவடி. இது நாடோடிக் கதைகளால் மூளைச்சலவை செய்யப்பட்டிருந்த மக்களுக்கே உண்மையைக் கூறி நம்ப வைக்க முடியும். பாக்கியத்தாய் பூர்வீகத்தை விளக்கும் நாடோடிக் கதைகளை தமக்குள் பேசிக்கொண்டிருந்தார்கள். அப்படிப்பட்ட நாடோடிக்கதைகளில் ஒன்று கீழ் வரும்மாறு..'மரங்களைப்போல் பச்சை நிறமும் ஒற்றைக்கண் ராஜன், ரஷ்ய நாட்டார் மொழி நாவலாசிரியர் லெஸ்கோவின் கதாபாத்திரமான மாறுகண் லெப்டியின் கதையென பச்சைராஜன் உடம்பிலிருந்து பச்சை நிறத்தை சுரண்டி அழித்தாலே வாரிசு ஜனிக்கும் என்ற நாட்டுப்புறக் கதைகளில் இருந்த விதி இந்த நவீனத்தில் ஊடுருவி ரகசிய ரேகையாகப் படர்ந்திருக்கிறது. புனைவுகளை தீராமல் கசியும் ரகசிய உரையாடல்கள் நாட்டார் மரபு விநோத அரூபசொல்லிகளின் காலமடிப்புகள் இடறிய ஊழியின் "காலம் கலிகாலம் ஆகிவிட்டது .பைபிளில் கூறப்பட்ட அந்திம காலம் வந்துவிட்டது" (பக்கம் 13, 14)

ஏற்கெனவே சொல்லப்பட்ட மனிதர்கள் நாவல் என இரண்டாம் நவீனத்திலும் தொல்கதையின் துகள்வெளியில்

இருந்து பச்சைராஜனின் கதையைப் பணிப்பெண்கள் தொடர்ந்து சொல்வது தெகிமொலாக்களின் அகவெளிப்பாலையின் மறதியிலிருந்து நவீனத்தின் கூற்றை அழிமதியான தெகிமொலாக்களின் இருட்டு நூலகத்தை மீட்டெடுக்க 'கரமசோவ் சகோதரர்கள்' படைப்பினை மிகையின் பாக்தின் அடைந்த வாச்சியாத்தங்களைக் கண்டடைந்த பலகுரல் தன்மையும் சரித்திரத்தில் படிந்தோரின் வெகு பாஷைகளைக் கொண்ட வியாகரணம் ஒவ்வொரு பொருளையும் உள்ளும் புறமும் ஒரே நேரத்தில் பார்க்கும் ஆற்றல் பெற்ற பாக்கியத்தாய் புறப்பட்டுப் போனதை பணிப்பெண்கள் பார்த்தனர். ராணி தன் கற்பனையில் வந்த சதிகாரர்களையும் பல்வேறு மொழிகளில் சபித்தபடியும் நிந்தித்தபடியும் சென்றாள். தெகிமொலாக்களின் கதைக்களஞ் சியத்தின் குறிப்புகள் அவர்கள் மிகவும் கொடுமையான இரண்டு காலங்களை எதிரும் புதிருமாக வைத்து சூதாட்டக் கவறுகளை உருட்டினார்கள்.

இவ்வாறு பனிக்காலம் கோடைகாலத்திலும் மாறிமாறி மேற்சொன்ன கலைக்களஞ்சியம் தானே திறந்து பேசும் கூற்றில் இது சற்று தந்திர அபூர்வமானதும் அறிவைச் சோதித்துப் பார்க்கும் சிக்கல் நிறைந்ததுமாகும்' 'இப்படி பனிக்காலக் குறிப்புகளைத் தானே எழுதிய கலைக்களஞ்சியம் அதன் அடிக்குறிப்பில் பதினாறு புராதன நூல்களைப்பற்றிப் பேசியது. அதில் ஒன்றான 'பதிலில்லாக் கேள்விகள்' என்ற நூல் முதலும் முடிவும் இல்லாத வகையில் முதல் அத்தியாயமும் கடைசி அத்தியாயமும் செல்லரிக்கப்பட்ட விதமாய்த்தான் கிடைத்தது. இதில் வரும் செவிவழிச்செய்தி கவிஞனாக உருவான ராணியின் இரண்டாம் மகன் ஒரே நேரத்தில் இரண்டு இடங்களில் பிரசன்னமானான். தெகிமொலா மொழியின் இலக்கியச் சரித்திரத்தில் சிறந்த இலக்கியங்களில் முக்கால்வாசியும் கவிதை இலக்கியம் தான். இரு இடங்களில் ஒரே இடத்தில் நின்று அவன் கவிதை வாசித்ததைக் கண்டனர். எனவே, அவன் பனிக்காலத்தில் ஒருகாலும் கோடை காலத்தில் இன்னொரு காலும் வைத்து காலத்தின் தடைகளைத் தாண்டினான்' (பக்கம் 19).

இரு ரூபங்களாக அவன் உரு உள்ளதெனினும் பாத்திரங்களுக்கான மெய்யுருக்கள் உள்ளோட்டமாக, தர்க்கவியலையும் நாவலாசிரியரின் கட்டுக்குள் முன் அவதானித்த கோட்பாட்டுச் சூத்திரத்தின் மாயக்கயிறுகளாக அமைந்துள்ளன, சொல்வோன் கூற்றும் கேட்போன் கூற்றும் இரு சமகால நிகழ் நிழற்

பகடிகளாக இந் நவீனம் கூற்றுரைக்கின்றது, ஒரு தட்டையான இரு இடங்களில் தோன்றும் புனைவரங்கில். சரித்திரத்தில் படிந்த தோல்பாவைகளாக பத்துக் கூற்றுரைப்புகள் நூதன இயல்களாக இயக்கம் கொண்டு விடுகிறது. சொல்லியும் கேட்போனும் நெடுங்காலம் அந்தந்த நிலவெளியில் புதைபட்டிருந்து தற்கால வெளியில் கண்டெடுக்கப்படும் உருவத்தை கற்பனையான ஆதாரக் குறிப்புகளும் சிலைகளும் கல்வெட்டுகளும் தெகிமொலக்கள் கூன் முதுகு நிமிர்ந்து நடந்தார்கள் புனைவுலகின் ஜீவராசிகளாக என்றும் கேட்டிராத தெகிமொலாக்களின் ஐந்திறத்திலிருந்து இசை ஒலிதங்கள் வரப்போகும் கெடு விதிகளை முன்னுரைத்தன.

தமிழவன் நேரடியாக வாசகனிடம் கதைசொல்லும் தன்மையைப் பிரபல அரசியற்பகடிகளின் காகிதமுகமூடிகளின் 'அங்கத பகவத்கஜம்' நாடகமாகத் தன்னை சொல்வோன் கூற்றும் கேட்போன் கூற்றுமாக நிகழ்த்திக் கொண்டிருக்க வைத்திருப்பது இந்த நவீனத்தில். நிஜமனிதர்கள் யாரும் இல்லை. வெவ்வேறு கதை சொல்லும் முறையே கதையாகிவிட்ட இருகால வாழ்வில் ராணியின் மகனாக ஒப்பனை இருட்டறையில் வெவ்வேறு நகரங்களில் கவிதையின் நெடும் சுருள்களை வாசித்தபடி இருக்கிறான் தெகிமொலாக்களுக்கு அவன் கவிதைகளைக் கேட்டு இரு நகரவாசிகளும் உரையாடும் கதாபாத்திரங்களாக இரு இடங்களிலும் ஒரே நேரத்தில் அவனை சூழ்கிறார்கள். இரு இடங்களில் கடுங்காலங்களில் நவீனம் தன்னிச்சையாய் இயங்கி தன்னைக் காத்துக்கொள்ள ஒப்பனை அகல் ஒளியில் படிந்த இருட்டின் மௌன வெளியில் இப்பாத்திரங்கள் கதை அல்லாததின் பரப்பை வெற்று வெளிக்கு எடுத்து சென்று மொழியின் மாயத்திலிருக்கும் புதிய நவீனத்தின் முன்னறியாத விதிகளுடன் அத்யாயங்கள் கடந்து கொண்டிருக்க நிகழ்வின் கதைத் துண்டுகளின் அங்கச் சிதறல்கள் முகங்களின் இணைப்பு ஏதும் இல்லாமல் மாறி மாறி சொல்வோன் கூற்றைப் படர்க்கையிலும் கேட்போன் கூற்றை வாசக உருக்கள் பல கதாபாத்திரங்கள் எனவும் தெகிமொலாக்களின் சரித்திரம் புனைவு கொண்டிருப்பதை சரித்திரத்தில் படிந்த நிழல்கள் படைப்பின் காமிக்ஸ் கார்ட்டூன் சூத்திரங்களை கோட்பாட்டின் சூதுக் கட்டங்களுக்குள் தெகிமொலாக்கள் ஜாக்கிரதையாக சூதுக்கவறுகளான பல நூற்றாண்டுகளுக்கு ஊடே நம்மில் படிந்த அரசியல் சூழ்நிலையில் எதிரெதிராய் சந்தித்துக் கொள்ளும் ஒரு நிகழ்த்துதலை நவீனம் ஆக்கியுள்ளார் தமிழவன்.

நாம் கடந்து கொண்டிருக்கும் அபத்தத்தின் மெய்ப்பாட்டியலை சநாதன/நாத்திக அங்கதர்களின் கருத்தோட்டங்களின் அரசியற்கூற்றுரைப்பு பிரதியின் ரகசிய ரேகைகளாக புனைவின் கருந்திரைக்குள் மறைந்து நிகழ்த்துதலின் திரைச்சீலையாகவும் மூடுண்ட பணிப்பெண்களின் துணி போர்த்திய முக உரிகளாகவும் சொல்லுதல் இருட்டு ஒளியிட ராத்திரியை உண்ணும் இருட்டுப் பெண் சொல்லிகளாகத் தோன்றுகிறார்கள் சில இடங்களில். ராஜனின் பச்சை நிறம் ஜாக்லோவா எறும்புகளின் கொத்துத் துடைப்பான்களால் குருதி வழிய அழிக்கப்படும் போது தெகிமொலாக்களின் ராஜனின் வாரிசான ஒரு குழந்தையின் பிறந்த வெளியில் மலை மீது ஒளி துளிர்க்கும் வியர்வை உருகிக் கரைந்து தெகிமொலாக்களின் வீழ்ச்சியும் இப்புத்தகத்தை மூடப்பெறாத நிலையில் பலவர்ணம் பூசிய முகமூடி அணிந்த பாத்திரவார்ப்புகள் தமிழவன் எனும் இந்நவீனத்தின் ஆசிரியர். தன் தூரிகையால் வடிவமைக்கப்பட்ட கதாபாத்திரங்கள் கோட்பாட்டு வியாக்கியானங்களுக்குள் நிறங்களின் குணரூப அலகுகளைப் பேலட்டிலிருந்து எப்பொழுதும் ஆசிரியரின் விளக்கங்களும் சரித்திரத்தில் படிந்த நிழல்களின் வியாகரணத்தின் உள்ளிருந்து கதா உருக்கள் காலத்தை முன்னடையும் வாசகனின் கண்வசமாகியும் மாறுபட்ட நூதனமான மொழிச்செயல்பாட்டை பாத்திரங்கள் ஆசிரியரோடு சேர்ந்து தான் நடத்திக் கொண்டிருக்கின்றன. இயல்பு வாழ்வின் பின்புலத்தை பிறழவு நிலைக்கு உக்கிரப் படுத்தவும் தமிழவன் தன் நவீனத்திற்கான ஒரு கோட்பாட்டுப் புதிர் வழிகளில் தெகிமொலாக்களின் வம்ச சரித்திரம் நாடோடிக் கதைகளின் மறைமுகச் சொல்வோன் கூற்றுக்கும் கேட்போன் கூற்றுக்கும் இடையே பாவையாட்டியின் சூதுக் கயிறுகளோடு பல்குரல் தன்மையும் கூடவே வர தமிழவனும் நிழலாக உருக்கொண்டு சட்டென விலகிச் சென்றுவிடுகிறார். அதை பச்சை ராஜன் கண்ணை மூடியபடியே பார்த்து விடுவதை கேட்போன் கூற்றில் தெகிமொலாக்களும் பார்த்து விடுகிறார்கள்.

முன்கூட்டிய புனைநிழல்களின் உரையாடல்கள் தற்செயலற்ற பின்னல்களாவதும் இப் பாத்திரங்களின் உருவேற்றம் சற்றே இடைவெளி காண்பதால் தன்னோட்டத்திலிருந்து ஆசிரியரின் ஒரு நாவல் கூற்றின் தெளிவில் வடிவம் கொள்கிறது.

மடக்கு ஓலை மூணு

ஆனால், ஏற்கனவே சொல்லப்பட்ட மனிதர்கள் நாவலினை ஜனகப்பிரியாவோடு கூட்டாக வாசித்த முப்பதுவருஷங்களுக்கு முன் பிளவுக்கல்லில் வாசித்த அனுபவமானது அன்று எனக்கு

அல்லி என்ற பெயர் சொன்னால் வரிக் குருவி தண்ணீர் குடியாது

கட்டழகி பேர் சொன்னால் கனதெய்வம்கூத்தாடும்

அல்லி என்ற பேர் சொன்னால் அறுந்ததலை கொக்கரிக்கும்

அன்று எனக்கு பவளக்கொடி மாலை ஞாபகம் வந்தது. வன்னியடி மாறன் கதை யும்

எண்ணைய்க் குடத்தை எறும்பு வந்து சூழ்ந்தாப் போல்

வண்ணக்கடல் போலே வளைந்து அடித்தான் கூடாரம்

என்ற பெரிய எழுத்துக்கதைகளின் அடிச்சுவட்டை ஏற்கனவே சொல்லப்பட்ட மனிதர்கள் நவீனம் பலவகை நாஞ்சில் நாட்டுக் கோரை வகைகளை அறுத்துக் கதையின் நிழல் வாட்டத்தில் உலர்த்திச்செதுக்கிய குச்சிகளில் ஜானின் நிழல்வந்து படிகிறது.

இந்த முன்னுரைத்த காதையைப் பனையேறிகளின் நாட்டார் கதைப் பாடலின் ஒலிதத்தோடு ஜான் கதாபாத்திரம் நம்மை ஆட்கொள்கிறது. ஆவிகளின் சேர்க்கையும் மக்காந்தோ மாய நிலப்பரப்பென தமிழவனின் முதல் நவீனம் வாசக ஜீவிதர்களை நெருங்கி விலகுகிறதென்றே உணர்கிறேன். அந்நவீனம் வெளிவந்தபோது வாசிப்பானது பல ஆண்டுகளுக்கு முற்பட்ட அனுபவமாய் அந்த நாவலின் காலம் கதையினுள் சுருண்டு மடங்கி சற்று தாமதித்து உருவத்தையும் காலத்தையும் வென்று நிற்கும் ஜானின் தாத்தாவின் ஆன்மாவைப் பிழியும் முத்துப்பிள்ளையின் ரத்தத்தில் கொலையுண்டவனின் ஆவி கரைந்து உடலினுள் புகுத்துவது எங்ஙனம் என்ற கேள்வியும் எழுகிறது. பனங் கூட்டத்தைச் சுற்றிய ஆவிகளின் படலமானது நாட்டார் தொன்மங்களிலிருந்து ஆவிகளின் உச்சிதங்களாகிவிடும் தொல்கதையொன்றின் ஊழ்விதியாக விநோத முட்டாள்களின் ஊரிலிருந்த அரூப சொல்லி ஒருவன் இங்கே முதன் முதலாக நவீனமாகிவிடக் கூடிய தருணத்தை வந்தடைகிறான்.

மடக்கு ஓலை நாலு

ஒரு பாராயணப் பெரிய எழுத்துப் புத்தகமாகக் காண்டா விளக்கடியில் கூட்டமாக வந்து வாசிக்க வேண்டிய நவீனம் என்று எனக்கு அன்றுபட்டது. பிளவுக்கல் அணையின் மேற்குத் தொடர்ச்சி மலையடிவாரத்தில் உள்ள அந்த அத்துவானக் காட்டுக்குச் சென்று ஏற்கனவே சொல்லப்பட்ட மனிதர்கள்

நவீனத்தை நாங்கள் இருவரும் முதல் கல்குதிரை யில் எழுதிய கவிஞர் சுப்பையா பாரதியுடன் காலையிலிருந்து மாலைவரை வாசித்து முடித்து அங்கிருந்து இரவு வத்திராயிருப்புக்குத் திரும்பினோம். மார்க்வெஸின் செவ்வாய்க்கிழமை பகல் தூக்கம் கதையானது கவிஞர் பிரம்மராஜன் கொண்டு வந்த மீட்சி யிலும் ஆர்.சிவக்குமார் மொழி பெயர்ப்பிலும் அதே இதழில் எனது மதினிமார்கள் கதை பிரசுரமாகி இருப்பதும் அடுத்தடுத்த மாதங்களில் படிகள் இதழில் அதே கதை வந்திருப்பதும் மார்க்வெஸ்ஸோடும் தமிழவனோடும் நம்மைப்புனைவின் நுழைவாயிலில் சேர்த்து வைக்கிற ஒரு மார்வெஸ்ஸின் மக்காந்தோ புனைவுப்பிரதேசப் புதிர் இருக்கத்தானே செய்கிறது. முதலில் ஏற்கனவே சொல்லப்பட்ட மனிதர்கள் நவீனத்தை தமிழவன் முதல் பிரதியாக அனுப்பி வைத்தது இலக்கிய வெளிவட்டம் ஆசிரியர் ஜனகப் பிரியாவுக்குத் தான். ஏனெனில், ராஜ் கௌதமன், பாலகுரு, ஜனகப்பிரியா கிராம மருத்துவர் ராமமூர்த்தி, தோழர் திருப்பதி எல்லோரும் சேர்ந்திருந்த காலமது.

டபிள்யூ. புதுப்பட்டியில் இருந்து நடத்திய அந்த சிற்றிதழ் உறவு எவ்வளவு விசித்திரமானது. அதில் நானும் 83-க்குப் பிறகு உதயசங்கரோடு ஜனகப்பிரியாவைப் பார்க்க டபிள்யூ. புதுப்பட்டி சென்றிருந்த போது 'திம்புவை நம்பாதே துப்பாக்கியை நம்பு' என ராஜீவ் அரசுக்கும் புலிகளுக்கும் நடந்த பேச்சுவார்த்தையின் உரையாடலை போஸ்டராக வத்திராயிருப்பு தெருக்களிலும் அரிக்கேன்விளக்குடன் ஒளிகாட்டி ஒட்டி முடித்த போது நானும் உதயஷங்கரும் சென்றுவிட்டோம். சித்திரப்போஸ்டர்களை ஒட்டிய தெருவில் முதலில் திம்பு போஸ்டரைக் கண்டோம். மாட்டுத் தொட்டியில் கைகளைக் கழுவிக் கொண்டிருந்த நேரத்தில் நானும் சிறுகதை எழுத்தாளர் உதயசங்கரும் ஜனகப் பிரியாவைச் சந்தித்தோம்.

மடக்கு ஓலை அஞ்சு

பழைய மதுரை பஸ் ஸ்டாண்ட்டில் மிக நீண்ட பெட்டிக்கடை. அங்கே படிகள், பரிமாணம், மன ஓசை, கணையாழி, தீபம், மு. ராமசாமியின் விழிகள் குமாரசாமியின் வைகை, இலக்கிய வெளிவட்டம் என பல சிற்றிதழ்கள் வரிசையாகத் தலைகீழாகத் தொங்கிக் கொண்டிருந்தன. கணையாழி விற்பனையாகக் கூடிய கடை வாசலில் தான் முதன்முதலில் தமிழவனைச் சந்தித்த எதிர்பாராத சந்தர்ப்பம் நேர்ந்தது. நான் படிகள், பிரக்ஞை மற்ற

சிற்றிதழ்கள் வாங்குவதற்காக மதுரைக்குச் செல்வது வழக்கம். அந்த பஸ் ஸ்டாண்டில் நான் படிகள் வந்துவிட்டதா.. என நான் விசாரித்துக் கொண்டிருந்தபோது அருகில் நின்று கொண்டிருந்தவர் 'படிகள் ....தமிழவன் படிகள்..... தமிழவன்' என நான் கேட்கும்படி முணுமுணுத்தார். நான் உடனே உஷார் அடைந்து, "நீங்க தான் தமிழவனா..?" என்று வியப்போடு உடனே கேட்டு விட்டேன். அந்த விசித்திரமான சாயந்திர மதுரை சந்திப்பு என்னையும் அவரையும் இன்று வரை மதுரையின் நவீனத் தொன்மம் எனத் தொடர்பு கொள்ள வைத்திருக்கிறது. இருவர் உலகிற்குள் பிடித்ததும் பிடிக்காததுமான விஷயங்கள் ஏராளமானவை. என்றாலும் மதினிமார்கள் கதை யில் வரும் கதாபாத்திரத்தின் ஏழாம் பொருத்தமாய் என்னேரமும் சண்டைதான் என்பது கதாபூர்வமாக ஒவ்வொன்றும் சுவாரஸ்யமானவை.

தமிழவனின் ஆண்டாளின் தேடல்கள் கட்டுரைக்கு முன்பேயே முதல் கல்குதிரை யில் நான் மீண்டும் ஆண்டாளின் தெருக்களில் சிறுகதையை எழுதி முடித்திருந்தேன். ஆண்டாளின் தயிலச் சக்கைகளும் திருமஞ்சண அறையின் சித்திரங்களும் நீரூரில் பதம் பொருள்கள் வாசியா நின்ற ஆண்டாளின் கையிலே இருப்பது மக்தலேனாவின் தைலப்பேழை. அதை திருமுக்குளம் படித்துறையில் வைத்து கற்படிகளில் சித்தரித்த தாகூரின் கல்லின் வேட்கை என்ற சிறுகதையின் ஆழ்ந்த மோனத்திற்குக் கொண்டு சென்றது. நானும் பிம்பிசாரர் தெருக்களில் இருந்து வங்கக்கவிஞன் ஜீவநானந்ததாஸின் கவிதைத் திரட்டில் மூழ்கித்தான் ஆண்டாளின் பாசுரங்களிலும் மூழ்கினேன். அடிக்கடி வில்லிபுத்தூருக்குப் போய் வருவேன். மடவார்வளாகம் போகும் வழியில் தெற்கில் மஞ்சப்பூதெரு வரை நடந்து திரிந்தேன். ஸ்ரீவில்லிபுத்தூர் பயணம் அதிகமாகிவிட்டது.

ஆண்டாள் வளைந்துவளைந்து கோலமிடுகிறாள். நானும் ஜனகப்பிரியாவும், நீர்த்துறை எழுதிய செல்வமும் ஆண்டாளின் பாசுரங்கள் முப்பதும் தப்பாமல் வியாக்கியானம் கேட்டு ஒலிநாடாவில் பதிவு கொண்டிருப்பதும் அங்கே சத்திரத்தில் சாப்பிட்டு நவீன இலக்கியம் உரையாடுவதும் வழக்கமாகி இருந்தது. இதற்கும் தமிழவனின் ஆண்டாளின் தேடல்கள் வாச்சியார்த்தங்களுக்கும் இன்று நவீனத்தமிழ்ப் பெண்கவிகளால் நெய்யப்பட்ட காற்றுக்கும் தொடர்பு இருக்கிறது. அடிக்கடி அந்த வடபத்ர சயனப்பெருமாள் கோயிலுக்குப் போகும் வழியில் ஆண்டாளின் பிறப்பிடத்தில் அமர்ந்து நானும்

ஜனகப்பிரியா கூட வந்த நண்பர்களும் பகலெல்லாம் பேசிக் கொண்டிருப்பதும் வில்லிப்புத்தூரில் சிறிய ரயில் நிலையத்தில் ஆண்டாளுக்காகக் காத்திருந்து ஓடும் இருட்டு ஜன்னல்களோடு தொலை தூரம் ஓடிக்கொண்டிருப்போம். நவீன இலக்கியம் பற்றிய உரையாடல்தான் மஞ்சப்பூதெருவிலிருந்து கிளம்பி அநாதையான சிறுமியின் இதயமென மிகச்சிறிய ரயிலடிகளில் ஆண்டாள் இருப்பதாகவே உணர்ந்தோம், அந்த நாட்களும் மறைந்துவிட்டன ஓடும் ஜன்னல்களோடு.

பல நாள் அத்தனை விஷயங்களும் மஞ்சப்பூதெருவின் உரையாடலாக தொடரும் எங்களோடு அதில் தமிழவனின் படிகள் வாசிக்கப்பட்டதும் உண்டு. வட்டமாய்க்கூடி உரையாடித் திரிவது எங்களின் மஞ்சப்பூ தெரு தனிமை வாசமாக மாறி—யிருந்தது. 'திருப்பாவை' யை மறுவாசிப்புச் செய்ய வைத்தது தமிழவனின் ஆண்டாளின் தேடல்கள் கட்டுரைதான். தமிழவன் எப்போதும் மஞ்சப்பூத்தெரு அந்தக்கல் மண்டபத்தில் அவரும் கூட இருப்பதாக உரையாடலில் கலந்து கொள்வதாக ஒரு உருவகம் தோன்றி மறையும். வழக்கம் போல் உரையாடல் தீவிரமடையும் போது நான்காவது சுற்றில் தமிழவனும் வந்து விடுகிறார். நான் மஞ்சப்பூத் தெருவில் கால்வைத்தேன். இன்னும் திரும்ப முடியவில்லை. ஆண்டாளின் கவிதைக்குள் சுருண்டிருக்கும் புனைவு அரவத்தின் கோலங்கள் நீர் நகரங்களாக இன்றும் கூடவே வந்து கொண்டிருக்கின்றன. இந்த ஒரு கட்டுரையுடன் தமிழவனோடு நமக்குள்ள உறவு அதன் ஆழம் குறித்து 'சீரிய சிங்கம் விழிப்புற்று எப்பாடும்போட்டுதறி'

இருபத்தி ஏழாவது பாசுரத்தை நானும் ஜனப்பிரியாவும் சி. செல்வமும் அந்த நாட்களில் கேட்ட அந்த தொண்டுக்கிழமான வயோதிக ஆச்சாரியார் கதலி நரசிம்மமாய் உறுமியபடி உறைய வைக்கும் ஆண்டாளும் நரசிம்மமும் மௌனியின் அழியாச் சுடரில் இவரும் ஒருவர் என யாளி உருவெடுத்து ரகசியமாகவே உருமாற்றமடைந்த விலங்குருவாக்கநிலை. தூணிலிருந்து நிலை பெயர்ந்தாலும் ஆங்காரமாக சூக்குமமும் ஸ்தூலமும் ஒன்றிணையும் வடிவம் உயர்ந்த சிறுகதையாக மௌனியின் அழியாச்சுடரின் சாயைகளாய் அசையும் யாழியின் ஆங்காரம். முன்பே நான் ஆண்டாளைப் புனைவுருக்கொள்வதற்கு மூன்று ஆண்டுகள் என் பால்யகாலதில் வில்லிப்புத்தூரில் அம்மா அப்பாவும் குடியிருந்த வருஷங்களில் பென்னிங்டன் நூலகமும் ஆரம்பப் பள்ளியும் எதிரெதிரே இருந்ததும் ஆண்டாளோடு

ரெண்டாப்பு மூணாப்பு படித்ததும் பள்ளிக்கூடத்திலிருந்து தப்பி 'கறவைகள் பின் சென்று கானம் சேர்ந்துண்போம்'. எங்களின் மையல் மரம் செண்பகத்தோப்பில் தான் இலையுதிர்த்தபடி இருக்கிறது. எப்பொழுது பூத்தோம் எத்தனை இலைகளாய் உதிர்ந்தோம் என்பது மரக்காப்பொத்தி மலைக்குத்தான் தெரியும். அங்குதான் உதிர்ந்த ஒவ்வொரு இலையிலும் எழுதும் சாத்தியங்களை வழங்கினாள்.

ஆண்டாளின் தேடல்கள் சிவசுவின் மேலும் ஆய்விதழ் என்றும் மறக்க முடியாத தமிழவனின் ஆண்டாள் மறுவாசிப்பு. அந்தக் கட்டுரை பிரசுரமான இதழுடன் ஜனகப்பிரியா ஆவலோடு கோவில்பட்டிக்குக் கொண்டு வந்திருந்தார். எங்களின் ஆண்டாள் பற்றிய விசாரணைகளை பகிர்ந்து கொண்டாலே போதுமானது. அதில் கவிஞர் குமணனும் உண்டு. ஆண்டாளைத்தேடி யாளிக்கிணறு கவிதைத் தொகுதியை வெளியிட்டதும் குமணன் தான். கல்குதிரை முதல் இதழ் தொடங்கியதே மஞ்சப்பூத் தெருவிலிருந்து தான். கல்குதிரை முதல் இதழின் முதல் பக்கமாக மீண்டும் ஆண்டாளின் தெருக்களில் (ஆரம்பத்தின் முதல் பக்கமாகவும்) அமைந்தது.

மடக்கு ஓலை ஆறு

'படைப்பு வேறு படைப்பாளி வேறு' என்ற தமிழவனின் கட்டுரையை வாசித்தோம். நிகழ்கால வாழ்வின் நிஜத்துக்கு எதிரான மாற்றான அரவுபுனை நிழலை தன் உடலோடு சுற்றிக் கொண்டுதான் கதையுடலை உருவாக்கவும் அதன் பருமை இயல்புகளை முடிந்தவரை மெலிந்துபோக வைக்க சூக்கும சரீரத்தோடு நகுலனின் விபீடணன் தனிமொழியென 'நிசப்தத்தில்தான் அவன் உரையாடுவது கேட்கிறது'. எழுதும்போது தான் யார் என்று தெரியவில்லை. எழுதுகிறவன் மறைந்துவிடுகிறான். யார் கை மூலம் என்பதைவிட எழுதும் கை மூலம் அது வெளிப்பட்டு விடும் என்று நகுலன் நேர்காணலில் சொன்னது ஞாபகம் வருகிறது. எழுதி முடித்த வினாடி தலைநிமிரும்போது தான் யாரென்று தெரிகிறது. குனிந்து எழுதிக் கொண்டிருந்த அவன் எழுத்தாளனும் அல்ல. அவன் உருவப் பெருக்கத்தைப் படைப்புக்குள் திணிக்கவும் முடிவதில்லை. மறைபொருளாகக்கூட அவன் நேரடி நிழல்படிவதில் கதை பழசாகி விடுகிறது. நிஜவாழ்வை ஜெராக்ஸ் செய்யும் மிஷின்தாள்களின் உருவப் பெருக்கத்தை அடைந்திருக்கிறான் பக்கம் பக்கமாய்

எழுதுகிறவன். துகள் உருக்களுக்கிடையில் வரையப்பட்ட கோடுகள் அவை துகள்களின் இணைவில் மொழிகொள்கின்றன. இதையே

அன்று இலக்கிய வெளிவட்டம் மூன்று இதழ்களில் தொடரும் சர்ச்சைகளாகி 'நானும் கொஞ்சம் சொல்லிக் கொள்கிறேன்' சிங்கராயர் கட்டுரையும், கோவை ஞானியின் தான்— படைப்பு— தமிழவன் கட்டுரையும் வார்த்தைக்கு உயிர் கொடுக்கும் வாழ்க்கை என்ற சாருநிவேதிதா கட்டுரையும் அதற்கு பதில் தரும்விதமாக பாம்பு செத்துப் போயிற்று என்ற தமிழவன் பதில் உரையும் விவாதங்களும் பரபரப்பாக நடந்து கொண்டிருந்தன. அந்த எண்பதுகளின் ஆரம்பத்தில் நான் சிற்றிதழ் சூழலுக்குள் நுழைகிறேன். பிரம்மராஜனின் மீட்சி, கோவையிலிருந்து வெளிவந்த நிகழ் ஏற்கனவே எழுதிக்கொண்டிருந்த சிகரம், தாமரை, செம்மலர், கணையாழி, மு. ராமசாமியின் விழிகள் என்பவற்றில் உள்நுழைகிறேன். தமிழவன் அக்கட்டுரையில் கலைஞன் குறித்த, படைப்பு குறித்த, விவாதப் புள்ளிகளை எழுப்புகிறார். சில புள்ளிகள் தீப்பிடித்துக் கொண்ட வேளையும் என் ஞாபகத்தில் ஊர்ந்து செல்கிறது.

ஜனகப்பிரியாவும் தமிழவனும் கொண்டிருந்த தோழமையும் நட்பும் மார்க்ஸீயச் சிந்தனைகளின் ஆதார ஊற்றாகவும் பின்னே அவர் வந்தடைந்த அமைப்பியல்வாத இயக்கமானது நவீன விசாரணைகளோடு தமிழ்ப் படைப்புலகை அவ்வேளை ஆட்டி வைத்தது. அவர் நண்பரான பாளையங்கோட்டை சிவசு வெளி— யிட்டதும் அந்த நூலைக் கையில் வைத்துக்கொண்டு வாசித்தபடி அலைந்திருக்கிறேன் அந்த நாட்களில். மொழிக் கிடங்கைப்புரிந்து கொள்வதில் ஏற்பட்ட சிக்கல்கள். தமிழவனின் படைப்பு வேறு— படைப்பாளி வேறு கட்டுரை என்னைத் தொடர்ந்து அதற்குப் பதில் தேடும் வகையாகவும் அவ்வப்போது படைப்பு படைப்பாளி குறித்து எழுதிக்கொண்டிருந்தேன். தமிழவன் படைப்பாளி பாழ் வெற்றான காகித வெளியில் அந்நியமான பிம்பங்களும் தானற்ற இருப்புகளோடு ஓர் உப்புஆடி எனும் நனவிலியின் திரட்டிலிருந்து சிருஷ்டிகணம் பிளக்கும் இடைவெளியில் வெற்றிட வெளித்தோற்றம் கொள்ளும் ஆதிக்கதைத் துகள்களோடு பெருஞ்சுழற்சியாய் மாறும் ரஸவாதம். உள்ளுவத்தில் வேறு சில துகள்களும் இயங்கு குரல்களாக அழிவிலிருந்து தோன்றுவதாகப் படைப்பின் தற்கணம் இயக்கம் கொண்டு விடுகிறது. இன்னும் இருந்து கொண்டுதான் இருக்கிறான் சொல்லியும் எழுதுபவனும்.

ஒரு விதையின் உறக்கம் என அதனுள்ளில் மறைந்திருக்கும் பெருமரம் என மௌனம் கொண்டிருப்பதே கதையின் உயிராற்றல் தங்குவதற்கு ஒரு உடல் தேவைப்படுகிறது. அதுதான் படைப்பாளியின் அனைத்தையும் கிரகித்திருக்கிற பருவமாறுதல்களை உள்வாங்கிக் கொண்டு இருக்கிற வியர்க்கும் திணை நிலையாக்கை.

உள்ளூறை இறைச்சி கொண்ட ஒழுக்கம் எனும் கணிதத்தைக் கொண்டது சிருஷ்டி நிலை யாக்கை. இதிலிருந்தே படைப்புக்கான இலைக்கூட்டங்களை லிபிகளாக உதிர்த்துக் கொண்டிருக்கும் தற்செயல் தான் எழுதும் உயிராற்றலைப் பெற்றிருக்கிறது. இது படைப்பின் இயற்கையின் பிரவாகத்தைத் தக்கவைத்துக் கொள்ள முன்னுரைத்த சொல்லிகளின் குரல்வளையைத் தேடுகிறது. சொல்லிகளின் குரல்வளை படைப்பாளிகளோடு நிரந்தரமாக அடைபட்டு இருப்பதில்லை. யுகங்களுக்கு இடையில் அலைந்து கொண்டிருக்கும் சொல்லிகளின் உருவற்ற கதாஒலிகள் நிசப்தத்தில் கேட்கும் யாரென்று புலப்படாத அரிச்சல் ஒலிதங்களைக் கொண்டவை. சொல்லியெப்போதாவது தான் புலப்படுகிறான் அதுவாகவும் இதுவாகும் அவ்வளவும் அவன் அவன்உரையாடலா கவும் நகுலனின் நவீனன் டைரி உத்தியாகவும் இருக்கலாம்.

உருவிலிகளாகவும் எழுதுகிறவளாகவும் மாறிப்பின் பிரக்ஞைக்கு கட்டுப்பட்டதாகச் சொல்லிஉரு இருப்பதில்லை. எழுதிக் கொண்டு இருப்பவனுக்குப் புலப்படாத ஓர் இயற்பியல் ரீதியாக அந்த படைப்பே தன்னோட்டத்தில் இயங்கு விதியொன்றைத் தோற்றுவித்துக் கொள்ளும் புதிர் இயக்கம் தான் கலை.

மடக்கு ஓலை ஏழு

கோணங்கி: நட்ராஜ் அண்ணாச்சி... தமிழவன் கோட்பாடு முக்கியம் என்கிறார். படைப்பு வந்த பிறகு தானே தீவிர வாசகவேடர்கள் புனைவோட்டத்தைக் குறுக்கு மறுக்கான புதிர்ப்பாதைகளில் விரட்டிப் போய்ப் பிடிக்கிறார்கள். விமர்சகர்களும் கண்டுபிடிப்புகளை செய்கிறார்கள். நான் சொல்றது சரியா அண்ணாச்சி?!.

ஜனகப்ரியா: இல்ல கோணங்கி கோட்பாடு நமக்குள் இருக்க வேண்டும். அதை நோக்கி நம் புனைவுகள் நகரவேண்டும். அவருடைய நாவல்களில் ஒரு கோட்பாட்டு உருவம் உள்ளே கரைந்து மயங்கி இருக்கிறது. மொழியுடன். அதைவைத்து

மொழியைக் கையாண்டிருக்கிறேன் என்கிறார் தமிழவன். அவர் புனைவு ஓட்டத்தின் புதிய விதிகளை உருவாக்குகிறார், கண்டுபிடிக்கிறார்.

கோ: நான் அறிந்தவரை விமர்சகரும் என்ன கோட்பாடு என்று கண்டுபிடிப்பது தானே முன்பெல்லாம் இருந்து வந்தது. தமிழவனின் எழுதும் கையில் லென்ஸ் பெட்டி. லூயிஃபுனியேலின் "ஆந்தலூஸியன் நாய்" குறுஞ்சுருள்டாலியுடன் சேர்ந்து உருவாக்கியது மாதிரி ஏற்கனவே உருவாகியிருக்கும் புனைவின் காண்மீடியாப் பரப்புகளையும் கண்களுக்குள் நுழையும் நிலவுடன் சேர்த்து சிறுபிளேடால் முன்னிருந்த பிம்பங்களைச் சுரண்டி அழிப்பதென அந்த லென்ஸ் பெட்டியில் தெரிதா, லெக்கான், ஃபூக்கோ, ஃபிராய்ட்வரை... பல அடுக்கு லென்ஸ் பெட்டி அன்று பலரிடம் இருந்தது அண்ணாச்சி...

ஜன: போர்ஹெஸ்ஸின் நீலப்புலியும் தமிழின் பெயர்பாக்கரேகையில் சலனமடைந்து நவீனப் புனைகதைகளை உருமாற்றி இருக்கிறதே கோணங்கி? மிகத்தொன்மையான நாட்டார் கதைத்துகள்களை மந்திரத்தன்மைக்கு ஒப்பானதென நா.வானமாமலை 'ஆராய்ச்சி' இதழின் தொடர்கண்ணியாகப் 'படிகள்' இதழின் உள்ளடக்கங்கள் உலக விளிம்புகளில் எரிந்து கொண்டிருகும் அமெரிந்திய மாயன், அஸ்டெக், இன்ஹா தொல்குடி கதைமரபுகளை உரையாடல்களாக படிகளில் எடுத்து வைத்துள்ளார் தமிழவன். பிரம்மராஜனின் 'மீட்சி', தமிழவனின் 'படிகள்' லத்தீன் அமெரிக்க எழுத்தாளர்களை அறிமுகப் படுத்தின. கலைஞர்களும் புனைகதையாளர்களும் கலையின் நவீன மெய்ப்பாட்டியலையும் மொழிக்கோட்பாடுகளையும் கலை மெய்மையின் வெளிப்பாடு என்பதை புரிந்து கொள்ள ஆன்ம விசாரம் மட்டும் போதுமானது அல்ல ... கோணங்கி.

கோ: அமைப்பியல் மூலம் கதாவடிவங்களின் பரப்புக்குள் மொழியானது படிக மனித விலங்குருவாக்க உடலாக மாறி—யிருக்கிறதா?.

ஜன: பிரபஞ்ச நுண்ணுணர்வு என்ற உச்சத்தை நோக்கிய சலனமாக மனிதமையம் தகர்ந்து அனைத்துயிர்களின் அகிலமாக இப்புவிப்பரப்பு உருக்கமாக பார்க்கப்படுகிறது. இன்றைய கலைஞர்களின் சிறுகதையையோ நவீனத்தையோ அனைத்து உயிர்களின் பொருட்களின் தெளிவிலும் அதன் மயக்கத்திலும் மாற்றுருவாக்க உரைநடை பொதிந்து பல்லுயிர் சாயல்களை

வெளிப்படுத்துவதாக சமகால நவீனத் தமிழின் புனைஉலகம் மாறிக்கொண்டிருக்கிறது. ஒரு நவீனப் புனைகதையாளன் தன் படைப்பிற்கு பொழிப்புரை எழுத வேண்டும் என்று அவசியமில்லை. திணை நிலங்களின் வெடிப்பெழுச்சியாக நவீன கவிஞர்களும் புனைகதையாளர்களும் தோன்றியிருக்கிறார்கள். திணைபற்றி தமிழவன் பலமுறை உரையாடி இருக்கிறார் 'படிகள்' குழுவினரிடம்.

கோ: தமிழவனும் நானும் எதிரெதிர் உப்புப் பாதையில் ஒரே தண்ணீரின் பிணக்கான சுனைகள் வழியே வேறு வேறான புனைவுலகை அடைகிறோம் அவ்வளவே.

லண்டனில் 2002-ம் ஆண்டு ஆகஸ்ட் பதினைந்தில் நாங்கள் இருவரும் கலந்து கொண்ட இலக்கியக் கூட்டத்தில் வைத்து கல்குதிரை பதிமூன்று, பதிநான்கு வேனிற்காலங்களின் இதழை தமிழவன் வெளியிட்டுப் பேசினார். அலை சிற்றிதழ் ஆசிரியர்களில் ஒருவரான பத்மனாப ஐயர் வசித்து வந்த ஈஸ்ட் ஹேம் வீட்டிலிருந்து திணைக் கோட்பாடு பற்றிய எங்கள் உரையாடல் துவங்கியது. லண்டனிலிருந்து திரும்பிய பின் பிதிரா நாவலை எழுதிக்கொண்டிருந்த போது திணை நிலங்களின் அகத்தோற்றங்கள் பற்றி சந்தேகங்கள் ஏற்பட்டு பெங்களூரில் அவர் வசித்து வந்த கத்ரிகுப்பே வீட்டில் உரையாடிவிட்டு இப்போது யாருமில்லாமல் தனிமை வாசத்தில் மறைந்த அபூர்வ நண்பன் நஞ்சுண்டன் வீட்டில் தங்கி தமிழவனைச் சந்தித்து வந்தேன். தீவுகளை, தக்காணப் பீடபூமியை, ஆப்பிரிக்காவை, இங்கிலாந்தை நமது திணைக்கோட்பாட்டோடு பொருத்திப் பார்க்க முடியுமா? இங்கிலாந்தை மருதமும் பனிமருதமும் என்று எழுதியிருந்தேன். மெக்சிக்கோவின் காமேடரஸ் மலைகளை குறிஞ்சித் திணையாக மாயன் இசையை குறிஞ்சிப் பெரும்பண்ணாகப் பார்க்க முடியுமா?.

தமிழவன்: இந்த புவிக்கோளத்தையே நீ திணைகளுக்குள் கொண்டுவந்து விடலாம். இதன் புதிரான நவீன மெய்ப்பாடுகளை நெய்தல் பெரும் பண்ணை மத்திய தரைக்கடல் துறை சேர்மடந்தைகளைக் காண அந்தந்த கடற்கானலின் கவிதைகளுக்கு நீ வந்து சேர்வாய். உலக இலக்கியமும் இன்றைய நவீனமும் திணை நிலங்களோடும் நிற அலகுகளோடும் ஆப்பிரிக்க ப்ளூஸ் இசையின் அலகுகளும் அந்த முதிய நிலத்தின் சோளப்பெண்களும் வெப்பம் விரும்பும் மண்புழுக்களும் உன் கரிசல் நிலவெளியில் அசையும்

வெப்பக்காட்டு மனிதர்களும் அந்த மண்புழுக்கள்தான். நாட்டார் கதைமரபோடு சேர்ந்தது தான். நீ தொடர்ந்து பிதிராவை உலகின் திணைகளாக எழுது.

இரண்டுநாள் சந்திப்பிற்குப்பின் ஊர் திரும்பிக் கொண்டிருந்தேன். பாலையை நான் அகப்பாலையின் பிரிதல் நிமித்தமான விடைபெற்றுச் செல்லும் வானவில்லாக நோக்கினேன். விசும்பு அணிவில் (அகம்:210).

உலோச்சனார் போலவே அம்மூவனாரும் நெய்தல் திணைபற்றி விரிவாகப் பாடியமுப்பது அகத்துக்குள் தொலைகிறேன்."த" என்றால் நெய்தற் பெரும் பண். முதலில் என் "த" நவீனத்துக்கு 'த ஒலி மூங்கில்' என்றுதான் பெயர் இட்டிருந்தேன். அதன் கையெழுத்துப் பிரதிகளை வாசித்துக்கொண்டிருந்தார் தேவதச்சன்.

தே: இந்தநாவலுக்கு 'த' என்றே வை அதற்குள் மூங்கில் ஒலிதங்கள் நெய்தற் பெரும் பண்ணாக இரங்கற்பண்ணாக ஒரு"த" எழுத்து போதுமே.

தமிழவனோடு திணையைந்தின் உள்ளுறை இறைச்சிப்பொருள்கள் பற்றிப் பெங்களூரில் உரையாடிய நாட்களில் ஞாபகச்சிதறல்களின் துகள்களாக அவ்வப்போது திணை நிலவெளிகளுக்கு ந. முத்துச்சாமியின் அன்று பூட்டிய வண்டி தான் மேற்கத்தி கொம்பு மாடுகள் என்னை எல்லாக் கொலக்கால் திருகைகளிலும் மாறி மாறி அலைய வைத்தன. (கொலைக்கால்ல... வெள்ளவேட்டி... யார் வீட்ல கோழிக்கறியோ..." என்ற கீகாட்டுப் பழமொழியிலிருந்துதான் கொலக்கால் திரிகை என்பது வண்டிப்பாதை என கிடாத்திருக்கை நாட்டிலிருந்து தெரிந்து கொண்டேன்.)

தக்காணப் பீடபூமியை முல்லைத்திணை வெளியாக என்னைப் பார்க்க வைத்தது. பார்க்கும் ஒவ்வொரு தாவரத்துக்குள்ளும் உள்ளுறை, இறைச்சிப்பொருளை திணைகளின் நுண்இழைகளால் என் புனை உலகை நான் ஆவலாக உருமாற்ற பதிணெண்கீழ்கணக்கிலும் சங்ககாலம், சங்கம் மருவிய காலத்துக்குள்ளும் ஓர் இருண்டகால நீர் அரண்மனையின் புராதன இருட்டுநீருக்குள் கபாடபுரக் கதவை கல்ச் சாவியால் "கடக்...."கெனத் திறந்து தெகிமொலாக் களைப் பற்றிய வம்ச சரித்திரநூலகத்தில் 46 ஆவது புத்தக ஷெல்ஃபில் உள்ள 'தமோலிக்கா'என்றும் அதற்கு முன்பு கி.பி. இரண்டில் இவர் தங்களை 'தமரிக்கே' என்றும் அழைத்தனர் (பக்கம்7).

ஏற்கனவே அந்த நூலகத்தில் போர்ஹெஸ்ஸின் 'லோன், உக்பார், ஓர்பிஸ், தெர்த்துய்ஸ்' (Tlön, Uqbar, Orbis Tertius) சிறுகதையின் கல்ச்சாவியைக் கொண்டு காலமற்ற கபாடபுரம் நூலகத்தைத் திறக்கிறேன். தெகிமொலாக்களின் கையெழுத்துப் பிரதிகளை எடுத்து வாசிக்கிறேன். சரித்திரத்தில் படிந்த இரண்டாம் நவீனத்தின் கதாஉருக்கள் இரகசியமாய் என்னிடம் உரையாடத் தொடங்குகின்றன. தெகிமொலாக்களின் மறதியிலிருந்தவற்றைத் தொட்டு கலைக்களஞ்சியத்துக்கும் கண்ணாடிக்கும் இடையில் மிதக்கும் ரஸவாதியை கண்டடைகிறேன். தமிழ் உரைநடையின் எதார்த்த ஓட்டத்திலிருந்து விலகி ரெட்டை மடிப்பாக மாறும் அதிகதைகளுடன் அரூப சொல்லிகள் தோன்றி நவீனம் நெடுக அத்யயிக்கிறார்கள் மறைந்துவிடுகிறார்கள். கதாபாத்திரங்களைச் சம்பவங்களோடு உருவகப்படுத்தும் காட்சிப்போக்கை கத்தரித்துவிடும் அந்த கண்ணாடியில் மிதக்கும் ரஸவாதி போர்ஹெஸ்ஸின் உக்பார்ஞ்கதையிலிருந்து தான் கலைக் களஞ் சியத்தோடும் ஆடியுடனும் சரித்திரத்தில் படிந்த நிழல்கள் நவீனத்துக்குள் நுழைகிறான்.

'உக்பாரை நான் கண்டறிவதற்கு ஒரு கண்ணாடிக்கும் ஒரு கலைக்களஞ்சியத்துக்கும் கடமைப்பட்டிருக்கிறேன்' என்றது. ஐயத்திற்கு இடமற்றது. இந்த நூலகத்தை அடைவதற்குத் தன் நாவலில் பல பீடிகைகளை தன் கதாபாத்திரங்களில் மூலம் இன்றி வினோத அரூப சொல்லிகள் மூலம் இவ்விருட்டு திருவேடகத்தைக் காட்டி திசைநான்கிலுமிருந்து இந்நூலகத்தில் வந்து குடியேறி இருக்கும் நூல்கள் என்னவென்று அவற்றின் பட்டியலைத் திறக்கிறேன் உங்களுக்காக. எதிர்கால சம்பவங்கள் பலவற்றையும் ஏற்கனவே எழுதி வைக்கப்பட்ட பல புத்தகங்களும் கையெழுத்துப் பிரதிகளும் கொண்ட நூலகம் சூடேறியது. புத்தகங்கள் மடிப்பு மடிப்பான பாப்பிரஸ் காகிதத்தாள்களில் வீசிய கானல் நீரில் மூழ்கிய நூலகத்துக்குள் புத்தகத்தாள்கள் ஒன்றோடொன்று உரசி எழுந்த மிகப்பெரிய தீ விபத்தில் பலநாடுகளிலும் புகழ்பெற்ற தெகிமொலா மொழி நூலகம் ஒன்று எரிந்து சாம்பலாகியது. நூலகத்தை எரித்த நெருப்பு இரண்டா—யிரம் ஆண்டு சரித்திரத்தையும் இரண்டாயிரம் ஆண்டுகளாக அவர்கள் நம்பிய பல சிந்தனைகளையும் ஒரே நாளில் சாம்பலாக்கி விட்டது. அவர்கள் உலகப் புகழ்பெற்ற அகராதிகள், கலைக் களஞ்சியங்களும் கருகி மண்ணோடு மண்ணாகி விட்டன. அந்த நூல்களின் எரியாத பகுதிகளை உலகெங்கும் உள்ள பழம்

பொருள் பாதுகாப்பு அருங்காட்சியங்களில் யாரும் காண முடியும். இவ்வாறு கலைக்களஞ்சியம் தயாரிப்பதிலும் சரித்திர ஆவணங்கள் உருவாக்குவதிலும் தன் வாழ்நாளெல்லாம் கழித்த விசித்திரமான அத்தகைய சரித்திர நாயகர்களின் கதை எப்படி முடிந்தது என்பதை மட்டும் கரிந்து போன துண்டுகளின் மூலம் இன்று அறியமுடிகிறது. இவர்களின் முக்கியமான பல வாழ்க்கைச் சம்பவங்களைக் கற்பனை வளம் உள்ள எந்த சரித்திர ஆசிரியனும் அறிந்து கொள்ள முடியும்.

இன்னும் சில முக்கிய சம்பவங்கள் நடந்திருக்கக்கூடும். அவற்றை அறிய முடியாதது பெரும் குறை ஆகாது. ஏனெனில், அவர்களின் முடிவுகளைக் கருகிய கலைக்களஞ்சியங்கள் நமக்கு கொடுத்து விடுகின்றனவே! நமக்கு கிடைத்த நூல்கள் ஒரு கலைக்களஞ்சியம் தான் என்பது எப்படியும் தெரியும் என்று கேட்பவர்களுக்குத் தக்க பதில்சொல்ல முடியும். நமக்கு கிடைத்தது கலைக்களஞ்சியம் தான் என்பது ஒவ்வொரு பக்கமும் முதல் எழுத்து சித்திர எழுத்துக்களால் தொடங்கப்பட்டதிலிருந்து தெரிந்தது. *(சரித்திரத்தில் படிந்த நிழல்கள் நவீனம் பக்கம் 19:187)* போர்ஹெஸ்ஸின் கதாஉத்திகளையும் தொல்காப்பியத்தில் வரும் "எல்லாச் சொல்லும் பொருள் குறித்தனவே" என்கிற சூத்திரத்தினை வைத்து நடந்த உரையாடல் 'எண்பதுகளில் கலை இலக்கியம்' ஆய்வரங்கில் மதுரை காமராசர் பல்கலைக் கழகத்தில் பெரும் விவாதத்தைக் கிளப்பியது அன்று.

பாட்டிடை வைத்த குறிப்பினானும்
பா இன்றி எழுந்த கிளவி யானும்
பொருள் மரபு இல்லாப் பொய்மொழியானும்
பொருளோடு புணர்ந்த நகை மொழியானும்
உரை வகைநடையே நான்கு என மொழிப

தொல்காப்பியத்தில் எனக்குக் காட்டியவர் தமிழவன் தான். கடல் தாண்டுவிட்ட இந்தக் கபாடபுர இருட்டு நீர் நூலகத்தில் மூழ்கிய கேலிச்சித்திரம், கதாபாத்திரம், புனைவு, மறைபொருள் உவமான உவமேயம் என ஆயிரம் வருஷங்களுக்கு முன் உரைநடைக்கும் இலக்கணம் கண்ட "தெகிமொலாக்கள்' தமிழ் மக்கள் அல்ல என்று சொன்னாலும் இருவித மக்கள், ஒன்று நிஜத்தில் இன்னொன்று எழுத்தில் என்றும் சொல்ல மாட்டேன். ருஷ்டி சொன்னது போல் இரண்டும் ஒரே தளத்தில் இருப்பதாய்க்

கூடச் சொல்வோம் ஐயா... இரண்டும் இருக்கின்றன. இரண்டு விதமாய் ஒன்றுக்குள் ஒன்றாய் மாயம் அல்ல மந்திரமல்ல இரண்டும் ஒன்றாய் ஆகிப்போக. மிலாராட் பாவிக்கைக் கேட்டால் தெரியும். கஸார்கள்கூட ஒரு மக்கள் கூட்டம் தானே. தமிழவனின் சரித்திரத்தில் படிந்த நிழல்கள் நாவலின் வாச்சியத்தில் சொல்வோனின் கூற்றாக வரும் வாச்சியார்த்தம் இது. என் குரல் கேட்டு உன் குரலைக் காட்டும் சரித்திர நூலில் கூட சொல்வோர் உண்டு என தடுமாறுகிறோம் 'சரித்திரத்தில் உன் குரலும் கேட்கும். சரி சரி என் குரலில் முதன்முதலில் அறிமுகம் சொல்வேன் கடவுள் வாழ்த்துக்கு எழுந்து நிற்பது போல எழுந்து நின்று படியுங்கள்' (நாவலின் இரண்டாம் பக்கம்)

'தெற்கு திசைக்கும் இவர்களுக்கும் உள்ள சம்பந்தம். இவர்களின் நாடு தெற்குப் பக்கத்தில் இருந்தது. எனவே இவர்களின் மொழியில் தெற்குப் பக்கத்தைத் சார்ந்தது எதுவும் அளவுடையதாக விளக்கப்பட்டது. தெற்குப் பக்கத்தைத் சார்ந்த காற்றை சுகமானது என்றனர்' என்கிறது நூன் முகத்தின் கூற்று. தெகிமொலாக்கள் இன்றைக்கு இல்லாவிட்டாலும் இவர்களின் வினோதமான வாழ்வும் வம்ச சரித்திரமும் இன்று வாழ்பவர்களுக்கு ஓரா—யிரம் நூல்களில் இருந்து கிடைக்கும் ஆச்சரியத்தை ஒரே நேரத்தில் அள்ளி வழங்கும் ஆற்றல் பெற்றவையாகும். நூல்களில் சொல்லப்பட்டது போல் வாழ முயன்று தோற்றுக் கொண்டிருக்கும் நாம் இந்தப் பாத்திரத்தின் மூலம் எவ்வளவோ பாடங்களை படிக்க முடியும்.இந்த நல்ல நேரத்தை மனதில் கொண்டு பல புத்தகங்களையும் ஆதாரங்களையும் கேள்வி ஞானத்தையும் பயன்படுத்திக் கதைபோல் எழுதப்பட்டதுதான் பல சம்பவங்களைக் கொண்ட இந்த தெகிமொலா சரித்திரம்'. (பக்கம் 8, 9.)

தார்க்கோவ்ஸ்கியின் ஸோலாரிஸ், ஆந்திரே ரூப்ளே போன்ற படைப்புகளில் வரும் மிகப் பெரிய பனி உதிர்க்கும் வெண்ணிற ருஷ்ய தேவதைக்கதையில் வரும் காண்டாமணியைப் படைக்கும் சிறுவனின் அதிசய உலகிற்குள் அந்தத் தலைகீழ் கிணறான புராதன பனிவெண்மணி சாய்ந்து அதனுள்ளிருந்து நீல நிலவு வெளிவருகிறது நவீனத் தமிழ்ப் புனைவுலகை நோக்கி. இங்கே திருப்பாவை உட்பட நமக்கு மறுவாசிப்புகள் அந்த லென்ஸ் பெட்டியைத் திறந்து நடந்து கொண்டிருந்த நிறப்பிரிகைகளோடு நடந்த எத்தனையோ பல விவாதப் புள்ளிகளை வைத்து பலரும் உரையாடிய தூரப்புள்ளிகள் ஒன்றையொன்று சந்தித்து

விலகிச்செல்வதற்கு தமிழவன் விரித்திருந்த 'அற்றைத்திங்கள் அவ்வெண்ணிலவின்' 666 ஆம் இராத்திரிகளில் நடந்த திறந்தவெளி உரையாடல்கள் மிக முக்கியமானவை. காலத்தின் தூர புள்ளிகள் ஒன்றையொன்று விண்மீன்களாய் சந்தித்து உரையாடிக் கடந்து செல்கின்றன.

படிகளுக்குப் பிறகு வித்யாசம் வந்தது. சுருங்கி இருக்கவில்லை அன்றைய விவாத அரங்குகள். லத்தீன் அமெரிக்கச் சூழலிலிருந்து எரிமலைக் கடவுளான சக்மூல்... கார்லோஸ் ஃபுயந்தேஸ் சிறுகதை (நாகார்ஜுனன் தமிழ் மாற்றியது) தமிழ்ப்புனை கதைகளை உலக வெளியோடு லத்தீன் அமெரிக்கச் சிறுகதைகள் புத்தகம் மீட்சி வெளியீடாகவந்து ஒன்றிணைத்தது. சூழலையே பாதித்தது ஒரு நூறாண்டுத் தனிமை வாசம் என்பது தொண்ணூறுகளில் தமிழ்ச்சூழலில் க.நா.சு கொண்டு வந்த 'இலக்கிய வட்ட'த்துடன்' 'இலக்கிய வெளி வட்ட'மும் நிகழ், படிகள், ஆய்வு, மேலும், நிறப்பிரிகை, வித்யாசம் வரை உலக இலக்கிய வாசிப்பும் கோட்பாடுகள் அனைத்தும் புதிய சிந்தனைகள் மாபெரும் ட்ராகன் எழுந்து சுருண்டிருக்கும் கண்ணுக்கு முன் திறந்து கிடக்கும் கதவுகள் இல்லாப் பெட்டமாகத் திறக்கப்பட்டதும் அன்று தொடர்ந்து வந்து கொண்டிருந்த படிகள், மீட்சி, நிகழ், அஷ்டவக்கிரன் கொண்டுவந்த உயிர்மெய் நான்கு இதழ்களும் 90–களின் தனிமை வாசம் மாறாதவை. ஏ.என். ராஜன் என்ற அஷ்டவக்கிரனின் அந்தகனின் சொல் கவிதைகள் அவரின் மரணத்திற்குப் பின்னால்தான் வருகிறது. இந்த சிறு பத்திரிக்கைக்காரனின் மரணத்திற்குப் பின்னும் சிற்றிதழ்கள் தானே நடமாடிக்கொண்டிருந்த கோவை நகரமே ராஜவீதி மணிக்கூண்டு அருகே கவிஞர்கள் தேனீர்க் கோப்பைகளைச் சுழற்றியவாறு அங்கங்கே உரையாடல்கள் நடந்து கொண்டு இருக்கும். சமீபத்தில் மறைந்த எஸ்.என். நாகராஜனும் கோவை ஞானியும் இணைந்து நடத்திய ‘அழிவின் தத்துவம்’ விஞ்ஞானத் தொழில் நுட்பத்தின் அபாயகரத்தை எதிர்த்த இரண்டு நாள் கருத்தரங்கில் சிறுபத்திரிக்கையாளர்களே முனைப்புடன் கலந்து கட்டுரைகள் வாசித்தனர். 90-களில்தான் போபால் நகரமே யூஸ் அண்ட் த்ரோ பேப்பர் கப்புகளாக வீழ்ந்து கொண்டிருப்பதை நாகர்ஜுனன் உரையாடிக்கொண்டிருக்கிறார்.

நள்ளிருளில் பெட்டி பெட்டியாக கருப்பு ரயிலில் மரணத்தால் மூடிய இந்திய ஜனங்கள் இன்றைய பெருந்தொற்றில் கங்கைநதி தீரமெங்கும் பிணங்கள் கித்தானில் சுற்றப்பட்டு கருப்பு

ரயிலுக்காக காத்திருக்கும் வடபுல ரயில் நிலையங்களில் குவிந்து கிடப்பதைப்போல் 90-களிலும் நடந்திருக்கிறது. அரசியலும் கலையைப் போல் ஓர் புதிர்தான் என்பது 90-களின் கவிஞர்களின் கண்டுபிடிப்பு. 86-ல் ஆத்மாநாம் தற்கொலையால் மிகப்பெரிய பிளவு கவிதையின் விழிப்புணர்வாக மாறியது. 80-களைக் கடந்து இன்று பலராலும் மறக்கப்பட்டு விட்ட கவிஞர் உமாபதியின் தெறிகள் சிற்றிதழில்தான் எஸ்.சம்பத்தின் இடைவெளி ஆறு இதழ்களில் தொடர்ச்சியாக வந்தது. எஸ்.வி.ராஜதுரையின் இனி இதழ்களில் 90-களுக்கான பலரும் இடம்பெற்றனர். காணாமல் போன நிலையில் மறுபடியும் ஜி. நாகராஜனின் வருகை நாளை மற்றொரு நாளே க்ரியா வெளியீடாக வந்ததில் ஆதிமூலத்தின் கடிகாரம் ஓவியம் காலத்திற்கு உள்ளேயும் வெளியேயும் துடித்தது.

90-களின் சிற்றிதழ்களோடு பார்வை எம்.கண்ணன், நட்ராஜ் இன்னும் சிலரும் சேர்ந்து கொண்டு வந்த சிற்றிதழில் "பிரமிள் நேர்காணலோடு", "ஆக்டேவியா பாஸின் கவிதைகள்" வெளிவந்தன. இன்னும் திணைகளுக்குள் மறைந்திருக்கும் சிற்றிதழ்கள் உறங்கும் தானியங்களாககவே உள்ளன. பல சிற்றிதழ்கள் வந்து கொண்டிருந்த காலத்தினைத் தொடர்ந்தும் ஒரு மறதிக்காலம் தெகிமொலாக்களைச் சூழ்கிறது. அதற்கு அடுத்த கட்டத்தில்தான் திணைகளின் வெடிப்பெழுச்சியாகத் தொண்ணூறுகளின் நவீனத் தமிழ்க்கவிகள் பலரும் தோற்றமா—யினர். "பெண் கவிகளால் நெய்யப்பட்ட காற்று" வீசியது. எண்பதுகளில் நவீனப் புனைகதையாளர்கள் எழுந்ததென தொண்ணூறுகளின் கவிஞர்களும் கோட்பாடுகளின் வாசிப்பிலிருந்து விலகியே வந்தாலும் முன்னைச் சிற்றிதழ்கள் உறக்க நிலை கொண்டுவிட்டன.

பறவைகளுக்குத் தப்பி செம்பாறை இடுக்குகளுக்குள் மறைந்து கொள்ளும் மஞ்சள் தானியங்கள் என நீண்ட உறக்கத்தில் சிற்றிதழ்களை இருட்டு நீர் நூலகத்தில்தான் தேடி இனி அவர்கள் வாசிப்பைத் தொடர வேண்டியிருக்கும்.

திணைகளின் அத்தனை நிற அலகுகளையும் இறைச்சியாகச் சங்கப் பனுவல்களின் லிபிதங்கள் கனாவில் வந்து நம் தொல்லோர் மரபணு நிழல்கள் ரகசியமாய் உரையாடியவாறு இருக்கின்றன, நவீன கவிஞர்களோடும் கவிதாயிணிகளோடும். திணைகளின் லாவாவிலிருந்தே படைப்பின் இறைச்சிப் பொருட்களைக் கவிதை தோன்றும் தற்கணங்களிலேயே கண்டடைந்து விடுகிறார்கள்.

***

ஏற்கனவே சொல்லப்பட்ட மனிதர்கள்: ஒரு முன்னுரை

நாகார்ச்சுனன்

A novel is a synthetic prose offering many possibilities and variations ..... like the voices of a polyphonous music.[1]

-Milan Kundera

நவீன நாவல்-எழுத்து, ஐரோப்பாவில் இருபதாம் நூற்றாண்டின் தொடக்கத்தில் உருவான ஒன்று என்பதுண்டு. ஆங்கிலத்தில் ஐரிஷ்காரரர் ஜேம்ஸ் ஜாய்ஸ்[2], ஃப்ரெஞ்சு மொழியில் மார்ஸல் ப்ரூஸ்[3], ஜெர்மன் மொழியில் ஃப்ரான்ஸ் காஃப்கா[4] ஆகிய மூவரே நாவல்-வடிவம் நவீனமானதற்குக் காரணமானோர் என்று கருத இடமுண்டு. இதே காலகட்டத்தில் நாவல்-வடிவத்தில் மொழியளவில், கதையாடல் அளவில் பரிசோதனைகளைச் செய்துபார்த்தோர், ஆஸ்த்ரிய-ஜெர்மன் எழுத்தாளர்கள் ஹெர்மன் ப்ரோக்ஹ்[5] மற்றும் ராபர்ட் மூஸில்[6]. இவர்கள் இருவரும் காஃப்காவுமென மூவரைச் சார்ந்தும் நாவல்-வடிவம் நவீனமானது என்பார் செக் மொழியின் நவீன எழுத்தாளர் மிலன் குந்தெரா.[7]

பத்தொன்பதாம் நூற்றாண்டில் நாவல்-வடிவத்தினின்றும் இவர்கள் யாவரும் கொணர்ந்த மாற்றம் யாது? ஒரு நாவல் திட்ட வட்டமாக ஏதும் கூறத் தேவையில்லை என்பதே அந்த மாற்றம். ஆக, இவர்களைப் பொறுத்தவரை, நாவல் என்பது கதையாடலுக்கான உத்தி (a pretext for narration). அவ்வளவுதான்.[7]

நிஜத்தில் நாவல் என்ற வடிவம் ஐரோப்பாவில், பதினாறாம் நூற்றாண்டின் பிற்பகுதி முளைவிட்டு, பதினெட்டாம் நூற்றாண்டில் பல நாடுகளில் பரவியது. நாவலின் தொடக்கக் கால கட்டத்திலிருந்து ஒருவிதப் பித்தமும் பிரதாப-சாகசங்களும் கலந்த நாவல்களை எழுதிய பலரும் மேற்கண்ட கதையாடல் உத்தி என்ற விதத்தில் செயல்பட்டவரே. எடுத்துக்காட்டாக, அந்தக் கால கட்டத்தில் கார்கன்டுவாவும் பான்டாக்ரூயலும் நாவலை எழுதிச் சிரிக்க வைத்த ஃப்ரான்ஸ்வா ரபேலாவாகட்டும்[8], டான்

கெயோட் என்கிற குதிரை வீரனின் பித்தப் பிரதாபங்களை விவரிக்கும் மிகைல் ஸெர்வான்டஸாகட்டும்[9], கல்லிவரின் சாகசப் பயணங்களை எழுதிய ஜொனாதன் ஸ்விஃப்ட்-டாகட்டும்[10], ட்ரிஸ்ட்ராம் ஷாண்டியின் வாழ்வையும் காலகட்டத்தையும் பத்துத் தொகுதிகளில் எழுத விழையும் லாரன்ஸ் ஸ்டெர்னாகட்டும்[11], விதிக்காரன் ழாக் நாவலையும் ராம்யுவின் மருகன் என்ற, கார்ல் மார்க்ஸ் மிகவும் விரும்பி வாசித்த நாவலையும் எழுதிய ஃப்ரெஞ்சு அறிஞர் தெனி திதரோவாகட்டும்[12, 13], யாவரும் தொடங்குவது கதை-சொல்லல் என்னுமிடத்திருந்தே. இவர்தம் ஐரோப்பிய வாழுலகு பெரும் மாற்றங்களை அடைய அடைய, அங்கிருந்த கதைசொல்லி காணாமல் போய்விட, அந்த இழப்பைத் தம் நாவல்-எழுத்தால் (prose of the world) ஈடுசெய்ய முற்பட்டவரே இவர்.

அக்கால ஐரோப்பிய உலகு என்றில்லாமல் வரலாறு தொடங்கிய காலத்தினின்றும் கதை-சொல்வதும் கதை-கேட்பதும் மீள மீள நிகழ்வன. ஆதிவாசி உலகின் தொன்மங்களை ஆராயும் க்ளோத் லெவி-ஸ்ட்ரௌஸ் எனும் அமைப்பியல் அறிஞர், கலையும் கதை-சொல்வதும் இயற்கையையும் கலாச்சாரத்தையும் இணைக்க முற்படுவன என, அஸ்திவாலின் கதை என்ற தம் பெயர்பெற்ற கட்டுரையில் விளக்குவார்.[14] தொன்மங்களை எடுத்துக்கொண்டால் அங்கே இயற்கைத் தொகுதிகளான விலங்குகளும் பறவைகளும் தாவரங்களும் மனிதர்களுடன் உறவுகொள்ளும்; அவற்றில் மனித உலகெனும் சமுதாயம்-இயற்கை எனப்படும் பௌதீகப் பிளவு இருப்பதில்லை;

அப்படி இருந்தாலும் கதையாடலின் போக்கில் களையப் பெறும். ஆக, மனிதர்கள் விலங்குகளாவர்; தாவரத் தன்மை கொள்வர்; வன தேவதைகளுடன், வேதாளங்களுடன், ரத்தக் காட்டேரிகளுடன் நட்புக்கொள்வர்; முரணுவர், மந்திரவாதம் செய்வர்...

இப்படி எந்த ஒரு கலாச்சாரமும் தன் தொன்மத்தைத் தனக்கே கதையாகச் சொல்லிக் கொள்வதுண்டு. அந்தக் கலாச்சார மக்களின் கூட்டுமனத்தை வெளிக்காட்டுவதாக இந்தக் கதை (சொல்லல்) அமைந்துவிடும். இதுபோல ஓர் எழுத்தாளர் முன்பே உள்ள ஒரு கதையை மீள எழுதிப் பார்ப்பதுமுண்டு. எடுத்துக்காட்டாக, லத்தீன் அமெரிக்க எழுத்தாளர் ஜோர்ஜ் லூயி போர்ஹெவின் சிறுகதையில் வரும் நாயகர் பியர் மெனார்ட்[15], ஏற்கனவே மிகைல் செர்வான்டஸ் எழுதிய குதிரைவீரன் டான் கெயோட்-டின் பித்தப்

பிரதாபக் கதையைத் தாமும் எழுதிப் பார்க்கிறார். சொல்லுக்குச் சொல் அச்சாக இருக்கும் இந்தக்கதை பியர் மெனார்டுக்குப் புதுப் பொருள் தருவதாக அமைகிறது. லத்தீன் அமெரிக்காவின் இலக்கிய வரலாறே ஸெர்வான்டஸின் டான் கெயோட் நாவலை மீள எழுதிப் பார்ப்பதில் வருவதுதான் என்பது இந்தக்கதையின் உள்ளூறை எனலாம்.

இப்படி ஏற்கனவே தெரிந்த, சொல்லப்பட்ட தென்-தமிழக, இந்தியப் பாத்திரங்களின், கதைகளின் ஒரு கதையைத் தான் இங்கும் வாசிக்கலாம். இவர்களை, இந்தக் கதைகளை மன-அளவிலும் எழுத்தளவிலும் எங்கோ சந்தித்திருக்கலாம்.

ஜானுடைய கனவில் வெளவாலாய்த் தொங்குபவர் முத்துப்பிள்ளை. கன்னிமரியின் வீட்டிலுள்ள விசித்திரச் செம்புக்குக் கட்டுப்பட்டவர் ராசப்பன். ஜானின் ஆண்குறியைப் பார்க்காத சிறுமியின் கற்பு புகழுக்குரியது. கிராமத்தின் எல்லையில் வசிக்கும் கறுத்த ஜனங்களின் ஆவி, புராதனக் குடிமகன் முத்துப்பிள்ளையின் ஆவியுடன் இணைவது. கர்ப்பிணிக்குக் குழந்தை பிறக்கவென, ஜோக் அடிப்பார்கள். அந்தக் கிராமமே கனவுகளின் செழிப்பில் லயித்து நாள் கணக்கில் சிரிக்கும்.

மீசைக்கார கம்யூனிஸ்ட் ஒருவர் மனம் வெம்பித் தான் சாரைப்பாம்பு ஜாதியெனக் கூறி ஒரு நாள் குளத்தில் பிணமாய் மிதப்பார். மலைகளுக்கப்பால் ஆளும் மனிதர்கள் தேர்தலின் போது கழுத்தில் பட்டையுடன் ஊரில் பிரவேசித்து ஜானின்

பாதி செத்த தாத்தாவின் புகழ்பாடி ஜயஸ்தம்பம் நாட்ட விழைவர். எல்லைப்புற ஜனங்கள் செய்யும் புரட்சியில் ரத்த பலி கொடுக்கப்படும். அப்போது கிழிந்த சட்டைக்கார மனிதர் முத்துமாரியைச் சங்கிலியில் பிணைத்துச் சாட்டையால் அடிப்பர். ஜானின் தாத்தா அப்போது சீட்டு விளையாடிக் கொண்டிருப்பவர். ஊர் ஜனங்கள் மறதியால் பீடிக்கப்பட்டு ராசப்பனைத் தேடுவர். லதாவும் வாத்தியாரும் ஒருவர் வாயை ஒருவர் கொத்துவர். நாவலின் பாத்திரங்கள் திடீரென நுழைந்து திடீரெனக் காணாமல் போவர். தேரை, வெளவால், மரம், ஒணானென என்னவாகவோ ஆகி விடுவர். சிலர் காலம் தாண்டி வாழ்ந்து தம் உறுப்புக்களில் அருவருப்பான மாற்றங்களை அடைவர். இப்படி இப்படி

இந்த நாவலின் களம் இட ரீதியானது (spatial). ஆக, பிற தமிழ் நாவல்களைப் போல நேர்க்கோட்டில் செல்லாமல் முக்காலமும் தன்னும் அடக்கிச் செல்வது. கதைசொல்லியும் சொல்லும்

முறையில் ஏராளம் மாற்றங்களை நிகழ்த்திக் கொண்டு செல்பவன். நாவல் பல தளங்களில் விரிய, கதைக்குள் கதைக்குள் கதையாக விரிவது. நாவல் நூற்றுக்கணக்கில் கையாளும் உவமானங்களும் முழுக்க முழுக்க இட ரீதியானவை – மனமாகிய பாலைவனம், காலமாகிய பேரண்டப் பட்சி, கோபமாகிய ராஜ நாகம்.

இவ்வாறு செல்லும் நாவல் மொழித்திமிர், ஜாதி-வம்சத் திமிர், தேர்தல்-அரசியல், மதம், காதல், கம்யூனிஸம், புரட்சி, வர்க்கப்பலி, தேசிய மெத்தனமென எதை வேண்டுமானாலும் தொட்டுச் செல்வது. It is a gigantic excess. இதில் எதுவொன்றும் நாவலின் theme எனும் அந்தஸ்தைப் பெற்றுவிட இயலாது! ஏனெனில் நாவல்-வடிவமே பல சாத்தியங்களும் மாறுகளும் சாத்தியங்களும் கொண்ட ஒரு கதம்ப உரைநடை – நவீன இசை, ஓவியம் போல. இதில் கேட்பன பல குரல்கள், தெரிவன பல முகங்கள். இன்றைய கலாச்சாரத்தில் ஒலிக்கும் அதீதக் குரல்கள், தெரியும் அதீத முகங்கள் இவை. இவற்றில் ஏதோ ஒன்றைப் பற்றியவாறு தனக்கான இலக்கை அடைபவன் இந்த நாவலின் வாசகன்.

இந்த நாவல்-எழுத்து, நம்மிடமிருந்த கதைசொல் மரபை மீள வெளிக்கொணர்வது எனலாம். ஓ, ஆச்சர்யம்தான். இந்த நாவலை பாட்டியோ குழந்தையோதான் எழுதியிருக்க இயலும்!

24 செப்டம்பர் 1985, பெங்களூர்

முப்பதாண்டுக்குப் பிறகு ஏற்கனவே சொல்லப்பட்ட மனிதர்கள்

என் ஆசிரியர் தமிழவன் எழுதிய ஏற்கனவே சொல்லப்பட்ட மனிதர்கள் நாவல் வெளியாகி முப்பதாண்டுகள் நிறைவாகும் கட்டத்தில் இன்று அதுகுறித்த கருத்தரங்கு நடப்பதில் உங்களைப் போலவே எனக்கும் பெருமகிழ்ச்சி.

இந்த நாவல் முதலில் வெளியாகும் நிலையில் இதை என்னிடம் கொடுத்துப் படிக்கச் சொல்லியிருந்தார் தமிழவன். அன்றிருந்த வேறொரு பெங்களூரில் மரங்கள் சூழ்ந்த ரம்மியமான கப்பன் பூங்காவின் ஒரு விசால ஆலமரத்தடியில் அமர்ந்து நாவலை வாசித்தேன். அன்று, கப்ரியேல் கர்ஸியா-மார்க்கெஸின் நூறாண்டுத் தனிமை நாவலை நான் வாசித்து ஒருசில மாதங்களே ஆகியிருந்த நிலை![16] அதே போல கர்ஸியா-மார்க்கெஸுக்கு இலக்கியத்துக்கான நோபெல் பரிசு கிடைத்து, பெயர்பெற்ற ஓர் ஏற்புரையை அவர் ஆற்றி இரு ஆண்டுகளே ஆகியிருந்த காலம், அது!

நாவலை வாசித்தவுடன் அதில் லயித்து என்னை மறந்துவிடும் நிலையில்தான் அதற்கான முன்னுரையை எழுதினேன். என் முன்னுரையை வாசித்த பிரம்மராஜன் அதன் ஆய்வுப் பரிமாணத்தில் லயித்து அதைத் தம்முடைய மீட்சி இதழில் வெளியிட்டார். அடுத்த சில மாதங்களில் க.நா. சுப்பிரமணியம் அதைச் சிலாகித்துத் தாம் சிறப்பாசிரியராக இருந்த ஞானரதம் இதழில் வெளியிட்டார். அது பற்றி எழுத்தாளர் நகுலனிடம் பேசிக்கொண்டிருந்தபோது தாம் எழுதிய நினைவுப்பாதை நாவலுக்கு[17] அதுபோன்ற முன்னுரை வந்திருந்தால் நன்றாக இருந்திருக்கும் என என்னிடம் கூறினார்.

தமிழவனின் நாவலுக்கும் மார்க்கெஸின் நாவலுக்குமான ஒற்றுமை-வேற்றுமைகள் ஒருபுறமிருக்க, தமிழகத்தின் கடைக்கோடித் தென்பகுதியில் வசிக்கும் ஒரு பகுதியினரின், அவர்தம் இயற்கைச் சூழலின், மாற்றங்கள் குறித்த chronicling என்ற நாட்டார்-கதையாடலாக (folkish narrative) அதைப் பொருள்கொண்டு தமிழவனிடம் கூறினேன். அப்போது அதற்கு ஒரு தலைப்பும் முன்னுரையும் எழுதித் தருமாறு தமிழவன் வேண்டினார். தலைப்பை, Crónica de una muerte anunciada என்று அப்போது வெளியான கர்ஸியா-மார்க்கெஸின் இன்னொரு நாவலிலிருந்து எடுத்தோம்.[18] Crónica எனும் சொல்லின்

பொருளாகத்தான் "ஏற்கனவே சொல்லப்பட்ட" என்ற பிரயோகம் என்னில் உருவானது. அதை நானும் தமிழவனும் விஞ்ஞான ஆராய்ச்சியில் ஈடுபட்டிருந்தவருமான என் நண்பர் அருள்செல்வனிடம் கூற, அவரும் அதை ஒப்புக்கொண்டார். நாவலை ஆர்வத்துடன் வாசித்த அருள்செல்வன் அதற்கான வரைபடங்களை உருவாக்கியும் தந்தார். பிறகு அன்று எட்டு வயதே நிரம்பிய தமிழவனின் மகன் கோஹன் சுஜய் வரைந்த அட்டைப்படத்துடன் நாவல் வெளியானது.

ஆக, கர்ஸியா-மார்க்கெஸ் தொடங்கி தமிழவன், நான், அருள்செல்வன், சுஜய், காவ்யா பதிப்பகத்தின் சண்முகசுந்தரம், பிரம்மராஜன், க.நா.சு., நகுலன் என இன்னும் பலர் எங்களையும் அறியாமல் அதில் பங்கேற்றோம்! அந்தப் பங்கேற்புக்கு, இன்றிருப்பதைப் போல, ஏதோ தத்தம் இலக்கியப் புகழ் பாட விழைகிற, இலக்கிய முதுகுகளைப் பரஸ்பரம் சொறிந்துகொள்கிற, networking முனைப்பல்ல காரணம்! மாறாக, கர்ஸியா-மார்க்கெஸ் நாவலை வாசித்தும் அது பற்றி லயித்தும் நாங்கள் எப்போதுமாகப் பேசிக்கொண்டிருந்தது மட்டுமல்ல, அது போலத் தமிழில் ஏதாவது செய்துபார்க்க வேண்டும், ஏன், நாவல் என்பதையே ஒரு முயற்சியாக, குறிப்பாக folkish narrative பரிசோதனையாகத் தமிழில் செய்துபார்க்க வேண்டும் என்ற தணியாத ஆவல்தான் காரணம்.

இன்று இந்த நாவலுக்கு ஒரு தலைப்பை வையுங்கள் என்று தமிழவன் என்னிடம் கோரினால் முன்னுரைத்த மனிதர்தம் கதை என சற்றே செந்தமிழில் வைப்பேன். அது செந்தமிழின் பால் நான் கொண்டிருக்கும் பற்றினால் என இன்று நினைக்கலாம். ஆனால் இந்தப் புதிய தலைப்பில், folkish பேச்சு என்பதை எழுத்தாக மாற்றும் செயல் தொக்கி நிற்கிறது என்றே கூறுவேன். அதாவது, "சொல்லப்பட்ட" எனும் வாயால் உரைத்த கதையை, எழுத்தாக, அதாவது உரைநடையெனும் நாவலாக, தமிழவன் மாற்றிக் காட்டியிருக்கும் ஒருவித ரசவாதம் இது! இன்னும் சொல்லப்போனால் நாட்டின்புறத்துப் பாட்டும் தொல்கதை உரைத்தலும் தனதாகக் கொண்ட உலக வழக்கிலும் கச்சிதச் சொல்லும் கறாரான சந்தமும் நிறைந்த செய்யுள் வழக்கிலும் நெடுங்காலம் தங்கிவிட்ட தென்னாட்டுத் தமிழெனும் ஒரு புலத்தின் கூட்டம், இவற்றை நவீனமெனும் எழுத்துக்கு மாற்றும் ரசவாதம் இது! எழுத்தில் மீள நிகழ வேண்டும் ரசவாதம் இது! இதை உறுதிப்படுத்தும் வகையில்தான் முன்னுரைத்த மனிதர்தம் கதை எனும் புதிய தலைப்பை இன்று வைப்பேன்.

இங்கே முன்னுரைக்கப் பெற்றது எது? கதையா? கதையில் வரும் மனிதர்களின் விதி, அதாவது destiny,அல்லது எதிர்-விதியா (anti-destiny) என்பதே நம்முன் நிற்கும் கேள்வி. இங்கே இந்த இருபொருளும் மயங்கி வருவது போன்ற தோற்றம், அதாவது ambiguity இருப்பதைச் சுட்டிக் காட்டுவதே இதற்கான சரியான பதில்.

இந்த ஏற்கனவே சொல்லப்பட்ட, அல்லது முன்னுரைத்த என்ற தலைப்பில், வில்லுப்பாட்டைச் சொல்வது போன்ற, ஒரு கதையை வாயால் கேட்போரிடையே உரைத்துச் செல்லும் பாங்கு உள்ளுறையாக இருக்கிறது என்பதை ஏற்கனவே சுட்டிக் காட்டினேன். ஆக, இங்கே கதையைச் சொல்பவர், அதாவது கதைசொல்லி, story-teller,என்றால், யார்? வாயால் கூறுபவரா? அப்படித்தான் தமிழில் எழுத்தாளர்களும் சரி, விமர்சனம் செய்யப் புகுவோரும் சரி, இன்று நினைத்துக்கொண்டு எழுதுகிறார்கள். இது தவறு. இப்படி எழுதுவோர், தமிழில் விமர்சன மரபு, அதிலும் ஸ்ட்ரக்சுரலிஸம் என தமிழவனும் நானும் எஸ். சண்முகம் போன்ற பலரும் கொணர்ந்த அமைப்பியலின் கறாரான மரபை அறிவதில்லை, அப்படி அறிய நேர்ந்தால் மதிப்பதில்லை!

அமைப்பியல் அடிப்படையில் காணும்போது, நேராகப் புலனாகும் ஒரு விஷயத்தின் அடித்தள அல்லது உள்ளார்ந்த அமைப்பை நோக்கிச் சென்று ஆராய வேண்டும். இப்படிச் சென்று காணும்போது கதைசொல்லி என்பவர் தமிழவனோ வேறு ஒரு நபரோ அல்லர்! மாறாக, குறிப்பிட்ட ஒரு பண்பாட்டின் ஒரு முக்கியச் செயல்பாட்டை அதற்கே உணர்த்த முயலும் பல்குரலிசை போன்றவர், அல்லது பல காலகட்ட ஓவியங்கள் பொதிந்த சுதையோவியச் சுவர் போன்றவர். தொல்கதைகள், தேவதைக்கதைகள் போன்றவை வழி வளைய வருபவர். இதை வால்ட்டர் பெஞ்சமின் என்ற, இரண்டாம் உலகப் போர்க் காலத்தில் நாஃஸிகளின் கையில் அகப்படாமல் ஃப்ரெஞ்ச்-ஸ்பானிஷ் எல்லையில் தற்கொலை செய்துகொண்ட, பெயர்பெற்ற நவ-மார்க்ஸிஸ்ட் அறிஞரின் வழியில் எழுதியிருக்கிறேன்.[19] அதாவது அந்த நாவலில் தமிழவன் என எழுதுபவரின் வழி, அவரே அறியாமல் வெளிவந்திருப்பவர்தான் கதைசொல்லி என்ற பொருளில், அன்றே எழுதியிருக்கிறேன் – என் முன்னுரையில் இருப்பவை இதெல்லாம்.

ஆக, இந்தக் கறாரான விஷயத்தை கதைசொல்லி என்றால் யார் என் ஒரு கதையை ஆராயப் புகுவோர் இன்றாவது வாசித்து விளங்கிக் கொள்ள வேண்டும். நான்தான் கதைசொல்லி என்று எழுத்தாளர்கள், ஒரு enterpreneurial வேகத்தில், தம்முடைய புகழைத் தாமே பாடிக் கொண்டும் - இன்றைய globalization பரிபாஷையில் சொல்வதானால் – networking செய்துகொண்டும் ஸினிமா வசனம் வரை எழுதி ஊரெல்லாம் அலைவதில் கறாரான பொருளேதும் இல்லை என்பதை இன்றாவது அப்படிச் செய்வோர் விளங்கிக் கொள்ள வேண்டும்.

கதைசொல்லும் செயலை, முன்னுரைக்கும் செயலை, உலகெங்கும் எழுத்தாக மாற்றிக் காட்டி உருவானதே நாவல் என்பதைப் பல்வேறு எடுத்துக்காட்டுகள் மூலம் நிறுவ முடியும். ஆக, நாவலின் முன்-வரலாற்றில் (pre-history) தொடங்கி நாவல் நாவலாக மாறுவதன் பல்வேறு சாத்தியப்பாடுகளில் வைத்து விளக்கலாம். ஆக, உலகெங்கும் பஞ்ச தந்திரக் கதைகளும் ஆயிரத்தோரு அரபு இரவுகளும் பொக்காஷியோவின் டெக்கமரான் கதைகளும்[20] ஐஸ்லாந்துப் பெருங்கதைகளும்[21] தம்மில் கதைக்குள் கதைப்பெட்டிகளாக அமையும் பாங்கானது, ஒரு காலகட்டத்துக்குப் பிறகு, மனிதத் தன்னிலையின் (philosophy of the Self, philosophy of the Subject) விதி அல்லது எதிர்விதி (destiny or anti-destiny) என்பதை அடக்கியும் விரித்தும் எழுதும் செயலாக மாறுகிறது,

இப்படி உருவானவையே ஸ்பானிஷ் மொழியில் மிகைல் ஸெர்வான்டஸின் நாவலும் ஆங்கில மொழியில் லாரன்ஸ் ஸ்டெர்னின் நாவலும் ஃப்ரெஞ்சு மொழியில் பால்ஸாக்கின்,[22] ஃப்லாபெர்-ரின்[23] நாவல்களும் ஆங்கிலத்தில் ஜேம்ஸ் ஜாய்ஸின், ஹெர்மன் மெல்வில்-லின்[24], வில்லியம் ஃபாக்னரின்[25] நாவல்களும் ஜெர்மன் மொழியில் ஃப்ரான்ஸ் காஃப்காவின், தாமஸ் மான்னின்[26], ஹெர்மன் ப்ரோக்ஹ்-ஹின், ராபர்ட் மூஸிலின் நாவல்களும், செக் மொழியில் மிலன் குந்தராவின் நாவல்களும், பிறகு கர்ஸியா-மார்க்கெஸின், கார்லோஸ் ஃப்யுந்தஸ்-ஸின்[27] நாவல்களும், ஏன் அதற்கும் பிறகு உருவான ஸல்மான் ருஷ்டியின்[28] நாவல்களும். இப்படிப் பல முயற்சிகளை எடுத்துக் காட்டி விரித்துக் கூறலாம். ஆக, நாவல் என்ற வடிவம் தேச-எல்லைகளைக் கடந்துசெல்லும் அதே நேரத்தில், ஒரு நாடு என்ற நிலப்பரப்பின், அது சூழ வாழும் மனிதர்களின் விதியையும் எதிர்-விதியையும் சுட்டும் களமாக, அறிவும் உணர்வும் சேரும் புலமாக, கட்டமைந்து இயங்குகிறது.

இதிலிருந்தே நாவல் என்பதன் பரிசோதனை முயற்சி, ஒரு மொழிக்கும் அதைப் பேசியும் எழுதியும் வாழும் மனிதர்களுக்கும் எந்த அளவு முக்கியமானது, அவசியமானது என்பது விளங்கும்.

ஏற்கனவே சொல்லப்பட்ட மனிதர்கள் நாவல் இந்த அளவில் தமிழில் ஒரு பெரும் பாய்ச்சலை முயன்ற அசாத்திய நிகழ்வு என்பதில் ஐயமில்லை. அதைத் தொடர்ந்துதான் நாவல் என்ற வடிவத்தின் அடுத்த கட்டமாக, எதார்த்தத்தைத் தாண்டும் முயற்சிகள் நடக்கத் தொடங்கின. அவற்றின் பட்டியலை இடுவதற்கு முன்பாக நான் இதுவரை செய்யாத, அதாவது என் முன்னுரையில் விட்டுப்போன ஒரு செயலை ஆய்வாகச் செய்ய விழைகிறேன். தமிழில் உரைநடையின் வரலாற்றை வைத்துப் பார்க்கும்போது, அதற்கும் உரைநடை வடிவத்தில் உலகளாவிய முயற்சிகளுக்கும் அது நாவல் என்பதாக மாறுவதற்கும் என்ன தொடர்பு என்பதே நான் பதிலளிக்க முற்படும் கேள்வி.

தமிழில் கதைசொல்லும் மரபு நவீன எழுத்து என்ற உரைநடையாக மாறுவது எப்போது எனக் கண்டால், அது Constantius Giuseppe Beschi என்ற இத்தாலிய இயற்பெயர் கொண்டவர் தமிழ்ப்புலத்தில் வீர-மாமுனி-வராகும் போது எழுத்தில் நிகழ்வது. அதாவது பதினெட்டாம் நூற்றாண்டின் இடைப்பகுதியில், பரமாற்த குருவின் கதை என, கதைக்குள் கதை என்ற பெட்டி வடிவம் கொண்டு, தமிழிலும் லத்தீன் மொழியிலும் இணையாக எழுதிய கதையில் நிகழ்வது.[29] இந்தக் கதை, குருவும் சீடர்களுமாகிய மனிதர்களின் கூட்டு-அபத்தம் எனும் anti-destiny-யின் கதை. சீடர்கள் தம்மையும் அறியாமல் குருவைக் கூட்டாகக் கொல்லும் அபத்தக் கதை. ஆக, இப்படித் தமிழும் லத்தீனும் தம்மில் சந்திக்கும் ஒரு கற்பனா-நூலின் spine அதாவது தண்டுவடத்தில் உருவானதே நவீன உரைநடை – அதாவது கதைசொல்லும் செயலை எழுத்தாக மாற்றும் ரசவாதம் இது.

இதற்கு அடுத்த கட்டமாக வருவது, தமிழையும் உலகளாவிய அன்றைய நாவல் வடிவத்தையும் சந்திக்க வைக்கும் முயற்சியான மாயூரம் வேதநாயகம் பிள்ளையின் பிரதாப முதலியார் சரித்திரம்.[30] பிரதாபத்தின் அவல சரித்திரம் நாவல் என்பார் மிலன் குந்தரா.[31] அதை மடைமாற்றும் விதமாக, அசட்டுப் பிரதாப சாகஸக் கதைகள் தமிழில் தம்மில் மடங்கி சுப-சரித்திரமாக உருமாறும் எழுத்தே பிரதாப முதலியார் சரித்திரம். இந்த எழுத்தின் பிரதானக் கதையாக வரும் அசட்டுப் பிரதாபங் கொண்டவரை மணந்து மாற்றும்

ஞானாம்பாளின் கதை ஆயிரத்தோரு அரபு இரவுகளின் ஒரு கதையே என்பதும் ஆச்சர்யம் தரத் தக்க செய்தி. பத்தொன்பதாம் நூற்றாண்டின் ஆங்கில மற்றும் உருது மொழியாக்கம் வழியாக இந்தக் கதை தமிழில் வந்தடைந்திருக்கலாம்.[32] இவற்றின் தொடராக உருவானதே தமிழின் நவீன உரைநடைக் கதை. இதற்கு இருபதாம் நூற்றாண்டின் கதை-எழுத்துக்குப் பெரும்பங்கு ஆற்றிய புதுமைப்பித்தனும் மௌனியும் நகுலனும் இன்ன பிறரும் விதிவிலக்கல்ல. அதில் இன்னுமொரு கட்டமாக நடந்ததே தமிழவன் நிகழ்த்திய மேற்கண்ட ரசவாதம்! என் கருதுகோள், அதாவது conjecture என்ற கட்டத்தில் நிற்கும் மேற்கண்ட விஷயத்தை என்னால் ஆதாரப்பூர்வமாக நிறுவ இயலும் எனக் கூறி, அதில் தமிழவனின் நாவல் ஒரு metaphorical twist – அதாவது உருவக முறுக்கு எனவும் கூறுவேன்.

என் முன்பு நிற்கும் இன்னொரு ஆய்வுக்கேள்வி, இந்த நாவலை எழுதிய பிறகான காலத்தில், இந்த நாவலில் புழங்கும் மனிதர்களில் வரலாறு எப்படி அமைந்திருக்கிறது என்பதே. அதாவது முன்னுரைக்கும் இந்த நாவலில் நிழலில், உருண்டோடிவிட்ட இந்த முப்பது ஆண்டுகளில், இந்த மனிதர்களின் வரலாறு எப்படித்தான் இன்னுமொரு சுழற்சியாக அசைந்திருக்கிறது, இவர்தம் destiny அல்லது anti-destiny என்னவாக ஆகியிருக்கிறது, நாவல் சொல்லும் ஒரு சாத்தியப்பாட்டின் நிழலில் இந்த விதியும் எதிர்-விதியும் யாவை என்பதே. இந்தக் கேள்விக்கான பதிலில் ஓர் அசாத்திய ஆய்வுப்புலம் இருப்பதாகக் காண்கிறேன். இதைச் செய்ய இளம் ஆய்வாளர்கள் இனித்தான் முன்வர வேண்டும்.

மேற்கண்ட கருதுகோளையும் கேள்வியையும் எழுப்பிவிட்ட நிலையில், இந்த நிகழ்வுக்கும் இங்கு கூடியிருப்போர்க்கும் அன்பான வாழ்த்துக்களைத் தெரிவித்து, என் கடிதத்தை நிறைவு செய்கிறேன். நன்றி.

18 ஆகஸ்ட் 2016, கோட்டயம்

தமிழின் முதல் மாய-எதார்த்த நாவலுக்கு 30 ஆண்டுகள் என சென்னையில் 21 ஆகஸ்ட் 2016 அன்று நிகழ்ந்த கருத்தரங்கில் வாசிக்கப் பெற்ற கடிதம்

அடிக்குறிப்புகள்

1. Milan Kundera, Interviewed by Philip Roth, the English translation of, The Book of Laughter and Forgetting (Penguin, 1984) 165

2. James Joyce (1882-1941)
3. Marcel Proust (1871-1922)
4. Franz Kafka (1883-1924)
5. Hermann Broch (1886-1951)
6. Robert Musil (1880-1942)
7. Milan Kundera, Notes Inspired by 'The Sleepwalkers', The Art of the novel (Faber and faber, 1984) 47-67
8. Francois Rabelais (c. 1494-1553), Pantagruel et Gargantua, Cinq Livres, Lyon-Paris, 1532-1564
9. Miguel Cervantes de Saavedra (c. 1547-1616), El ingenioso hidalgo Quijote de la Mancha, 1605
10. Jonathan Swift, Travels into Several Remote Nations of the World. In Four Parts. By Lemuel Gulliver, First a Surgeon, and then a Captain of Several Ships, London, 1726
11. Lawrence Sterne, The Life and Opinions of Tristram Shandy, Gentleman London, 9 Volumes, 1759-1769
12. Denis Diderot, Jacques le Fataliste et son Maître, París, 1796
13. Denis Diderot, Le Neveu de Rameau (1761-1772), Œuvrés inédites, Le neveu de Rameau, Voyage Hollande, París, 1821
14. Claude Levi-Strauss, La geste d'Asdiwal, Annuaire, Paris, 1958, 3-43, translated by Monique Layton into English as, The Story of Asdiwal, Structural Anthropology, 1975, 147-197
15. Jorge Luis Borges, Pierre Menard, autor del Quijote, Sur, Buenos Aires, May 1939, translated by James E. Irby into English as, Pierre Menard, author of the Quixote, Labyrinths, New York, 1962, 36-44
16. Gabriel Garcia-Marquez, Cien años de soledad, Buenos Aires, 1967, translated by Gregory Rabassa into English as, One Hundred Years of Solitude, London, 1970
17. நகுலன், நினைவுப்பாதை 1972
18. Crónica de una muerte anunciada, Columbia, 1981, translated by Gregory Rabassa as, Chronicle of a Death Foretold, London, 1983
19. Walter Benjamin (1892-1940), Der Erzähler. Walter Benjamin (1892-1940), Der Erzähler. Betrachtungen zum Werk Nikolai Lesskows, Orient und Okzident, 1936, translated by Harry Zohn, as, The Storyteller and Artisan Cultures: Reflections on the Work of Nikolai Leskov, Illuminations, New York, 1968, 83-109

20. Giovanni Boccacio, Il Decamerone, Florence, c. 1349-1353, first published as, Decamerone, o ver Cento novelle del Boccaccio, Venice, 1492
21. Íslendingasögur, or Saga of islanders, c. 1300
22. Honoré de Balzac (1799-1850)
23. Gustave Flaubert (1821-1880)
24. Herman Melville (1819-1891)
25. William Faulkner (1897-1962)
26. Thomas Mann (1875-1955)
27. Carlos Fuentes (1928-2012)
28. Salman Rushdie (1947-)
29. பரமார்த்த குருவின் கதை/Fabula de ethnicorum Magistro, 1744
30. மாயூரம் வேதநாயகம் பிள்ளை, பிரதாப முதலியார் சரித்திரம், 18??
31. Milan Kundera, Dialogue of the Art of Composition, The Art of the novel, London, 1984, 71
32. Ali Shar and Zumurrud, Story 318, 1001 Arabian Nights, c. 1200

ஜி.கே. எழுதிய மர்ம நாவல்:
தமிழவன் படைப்புக் கலை

கி.நாச்சிமுத்து

முதன்முதலாகக் கல்வியறிவு பெறும் வாய்ப்பைப் பெற்ற சமூகங்களின் முதல் தலைமுறையிலிருந்து பல எழுத்தாளர்கள் தோன்றியிருப்பதும் அதன்வழி தமிழ் எழுத்திலக்கியத்தில் இதவரை காணாத பல புதிய சமூக வட்டாரங்களின் வாசனையுடைய இலக்கியப் படைப்புகள் தோன்றி இருப்பதும் இருபதாம் நூற்றாண்டுத் தமிழ் இலக்கியத்தின் சிறப்பியல்களில் ஒன்றாகும். அத்தோடு தம்முடைய அகன்ற இலக்கிய தத்துவப் பயிற்சி, பன்மொழி அறிவு, புலம்பெயர்ந்து வாழும் அனுபவம் இவற்றோடு சொல்புதிது, சுவைபுதிது என்று புதிது புதிதாக இலக்கியம் படைக்கும் எழுத்தாளர்களின் புனைவுகளும் இக்காலத் தமிழ் இலக்கியத்தை வளப்படுத்தியிருக்கின்றன. வளப்படுத்தி வருகின்றன.

தமிழவன் ஆளுமை

இதற்கு ஓர் எடுத்துக்காட்டு 'தமிழவன்' என்ற எழுத்தாளரும் அவர் படைப்புகளும் என்று சொல்லலாம். தமிழவன் ஒரு படைப்பாளியாக மட்டுமல்லாமல் ஒரு திறனாய்வாளராகவும் பல்துறை சார்ந்த கல்வித்துறை ஆராய்ச்சியாளராகவும் சிற்றிதழ் வட்டத்தில் இருந்து செயல்படும் இதழாளராகவும் இலக்கியப் பயிற்றாசிரியராகவும் இருப்பது அவருடைய ஆளுமையின் வீச்சை உயர்த்திப் பிடிக்கிறது. அவருடைய மொத்த ஆளுமையை மதிப்பீடு செய்வது என்பது பெரிய பணியாகும். அதற்குரிய காலமும் இடமும் போதாமையால் அவர் படைப்புகளில் மிக அண்மையில் வந்த ஜி.கே. எழுதிய மர்ம நாவல் என்ற நாவலை அடித்தளமாகக் கொண்டு அவர் இலக்கியத் திறனை மதிப்பிட முயல்கிறேன்.

சிறப்புப் பண்புகள்

இந்த இடத்தில் தமிழவன் அவர்களுக்கும் எனக்கும் இருக்கும் நெருக்கத்தைப் பற்றியும் சொல்லிக் கொள்ளாமல் இருக்க முடியவில்லை. நானும் அவரும் பேராசிரியர் வ.ஐ.சுப்பிரமணியம் அவர்கள் தலைமையில் வளர்ந்த கேரளத் தமிழாராய்ச்சிப் பள்ளியைச் சேர்ந்தவர்கள். அவர் நான் கற்றுப் பணியாற்றும் கேரளப் பல்கலைக்கழகத் தமிழ்த்துறையில் எனக்கு ஒரு ஆண்டு மூத்தவராகப் படித்தவர் (1966 – 68). நானும் அவரும் ஓராண்டு நெருங்கிப் பழகியிருக்கிறோம். அவர் அறிவியல் படித்து விட்டுத் தமிழுக்கு வந்தவர். அதனால் ஒரு இயல்பான துருவிப் பார்க்கும் மனம், புதுமை தேடும் நாட்டம், பரந்துபட்ட செய்திகளுக்குப் பின்புலமாக இருக்கும் கொள்கை அல்லது தத்துவங்களைத் தேடும் நுண்மாண் நுழைபுலம் இவைகளைப் பெற்றிருந்தார். அதற்கும் மேலாகத் தன் கல்வி, அறிவு, பட்டறிவு இவற்றை நமத்துப் பழசுபட்டுப் போகாமல் வைத்தக் கொள்வதில் மிகுந்த அக்கறை காட்டுபவராக இருந்தார். அதனால் இவர் எப்போதும் சமகால நிகழ்வுகள் வளர்ச்சிகள் இவற்றைக் கூர்ந்து நோக்கி அவற்றை உள்வாங்கித் தானும் தன்னைச் சார்ந்தவர்களும் அவை பற்றிய உணர்வு உள்ளவர்களாக இருக்க வேண்டும் என்று எதிர்பார்ப்பவராகவும் இருந்தார். அவர் அன்றே தீவிரமாக வாசிக்கும் பழக்கத்தைக் கொண்டிருந்தார். புதிய இதழ்கள் தரமான இலக்கியப் படைப்புகள் இவற்றை உடனுக்குடன் கவனித்து அவைகளை வாசிக்கவும் அவை பற்றி விவாதிக்கவும் பெரு விருப்புக் கொண்டிருந்தார். அதனால் இயல்பாகவே அவர் இக்கால இலக்கியத்தைத் தன் ஆய்வுப் பொருளாக அன்று எடுத்துக்கொண்டார். அவர் அன்று முடியரசன் கவிதைகளை எடுத்துத் திறனாய்வு செய்து முதுகலை ஆய்வேடு சமர்ப்பித்தார். தொல்லிலக்கியம் நாட்டுப்புறப் பண்பாடு இவற்றில் கவனம் செலுத்தி வந்தாலும் தற்கால இலக்கியத்தைப் பற்றியும் ஆரோக்கியமான கொள்கைகளைக் கொண்டிருந்ததனாலேயே இவையெல்லாம் இயன்றது என்பதையும் இங்குச் சொல்ல வேண்டும்.

இக்கால இலக்கியம் பற்றிய இவர் கவனம் படைப்பிலக்கியம் செய்வதிலும் திறனாய்வதிலும் சென்றது. இவர் ஆசிரியராக இருந்த காலத்தில் பாளையங்கோட்டையில் தன்னிடம் பயின்ற மாணவர்களிடையே இலக்கிய உணர்வு வளரவும் வளர்க்கவும் காரணராக இருந்தார். நான் மாணவனாக இருந்த காலத்தில்

என்னுடனும் என் நண்பர் ஈழத்துச் சத்தியமூர்த்தியுடனும் எங்களுக்கிருந்த இலக்கிய நாட்டம் அறிவு இவைசார்ந்த ஒரு நட்புறவையும் ஒரு மதிப்பையும் எங்களிடம் காட்டிவந்தார். அதில் குறிப்பாக வயதில் இளையவனாகிய என்னைப் பொறுத்தவரை அவர் காட்டிய அன்பும் மரியாதையும், வயதையும் மீறியதாக அமைந்திருந்தது. இதன்காரணமாகவே அவரும் அவரையொத்த இளைய நண்பர்களும் எழுதிய புதுக்கவிதைத் தொகுப்பாகிய ஆக்டோபஸும் நீர்ப்பூவும் என்ற நூலுக்கு இளையவராகிய என்னைக் கொண்டு முன்னரை எழுத வைத்தார். பின்னர் அவர் திருமணத்தை நடத்துவதற்குத் துணைநின்றபொது அதுவும் ஒரு இலக்கிய உறவிற்கான முன்னுரையாக அமைந்தது என்பதையும் நினைத்துப் பார்க்கிறேன்.

நாட்டுப்புறவியல் ஆய்வு

இவர் தமிழ், கன்னட நாட்டுப்புறக் கதைகளை ஒப்பாய்வு செய்து முனைவர் பட்டம் பெற்றுள்ளார். தன் கல்விப்பணியில் அவர் இந்தியாவிலும், வெளிநாட்டிலும் உள்ள பல பல்கலைக்கழகங்களுக்கும் சென்று சொற்பொழிவும் ஆராய்ச்சி கட்டுரைகளும் படித்துள்ளார். அவற்றில் பின்லாந்து நாட்டில் 1995-ல் நடந்த நாட்டுப்புறவியல் கோடைப் பணிப்பட்டறையிலும் 1998-ல் ஜெர்மனியில் நடந்த நாட்டுப்புறவியல் மாநாட்டிலும் கலந்துகொண்டு கட்டுரை படித்ததைக் குறிப்பிட்டுச் சொல்லவேண்டும். அத்துடன் ஆங்கிலத்தில் இக்கால இலக்கியம், ஒப்பிலக்கியம். நாட்டுப்புறவியல் தொடர்பாக இந்திய ஆராய்ச்சி இதழ்களில் பல கட்டுரைகள் எழுதி உள்ளார். இவர். 'இந்திய நாட்டுப்புறவியல் கழகம்' அமெரிக்காவிலுள்ள தற்கால மொழிச் சங்கம் போன்றவற்றின் உறுப்பினராக உள்ளார்.

நாவல்கள்

தமிழவன் நாவல்கள் பரிசோதனை அடிப்படையில் எழுந்தவை. அவருடைய முதல் நாவல் ஏற்கனவே சொல்லப்பட்ட மனிதர்கள் என்பது மாயக்காட்சி நடப்பியல் வகையைச் சேர்ந்தது. இவ்வகையை உருவாக்கியவர்களில் சிறப்பாகச் செயல்படும் 1982-ல் நோபல் பரிசு பெற்ற இலத்தீன் அமெரிக்க எழுத்தாளரான கப்ரியேல் கார்சியா மார்க்யொஸ் (1928) பாணியைப் பின்பற்றி எழுதுவதாகத் தமிழவன் சொல்கிறார். நாவல் என்பது கதை சொல்வதற்கான உத்தி என்று கொண்டு எழுந்த சோதனை முயற்சிகளில் ஒன்றுதான் இவ்வகைப் படைப்புகள்.

மாயக்காட்சியை உருவாக்கப் பலவித மிகைப்புனைவுகளில் ஈடுபடுகிறார்கள் எழுத்தாளர்கள். சல்மான் ருஷ்டியின் படைப்புக்கள் இதற்கு பிற எடுத்துக்காட்டாக அமையும்.

மாயக்காட்சியில் பலவகை உண்டு. இத்தகைய இலக்கிய முயற்சிகள் நம் இந்திய இலக்கியத்திற்குப் புதிதல்ல. நமது தொல்புராணக் கதைகள், நாட்டுப்புறக்கதைகள், கதாசரித்திரசாகரம், கலிங்கத்துப்பரணி போன்றவற்றில் இவற்றைப் பார்க்கலாம். பிரெஞ்சில் எழுதிய போலிஷ் எழுத்தாளரான யானபோடோட்ஸ்கியின் (1761 – 1815). சாரகோசாவில் கிடைத்த சுவடி என்ற நாவல் கதைக்குள் கதையாக ஆயிரத்தொரு இரவுகள், விக்கிரமாதித்தன் கதைகள் போன்று அமைகிறது. இது வேறு ஒரு வகை.

இத்தகைய கதைகளில் வழக்கமான நேர்வரிசைக் கதைசொல்லும் முறையை விடுத்துக் கதையைச் சிதைத்துக் கால இட ஒருமைப்பாடுகளை மீறிய ஒரு கதை உலகம் படைக்கப்படும். மேலும் வழக்கமான நடப்பியல், தர்க்கம், மொழிக் குறியீடு எல்லாமே தாறுமாறாக்கப்படுகின்றன. அதற்காகப் படைப்பாளி தனக்குத் தெரிந்த கதைகூறும் முறைகள், பாத்திரங்கள், மொழிநடை போன்றவற்றைப் போலச் செய்து ஒரு புரிந்துகொள்ளும் பொருள் தளத்தை உருவாக்க முயல்கிறான். இங்கே இது வேறு ஒரு இலக்கியப் பயனைத் தரும் இலக்கிய உத்தியாகவும் அமைகிறது. அதனால் அத்தகைய படைப்புக்கள் தவிர்க்க முடியாதபடி முன்மாதிரிகளின் போலி நையாண்டிகளாக அமைந்துவிடுகின்றன. அது கதை, பாத்திரப் படைப்பு, மொழிநடை என்று பல தளங்களில் அமைகின்றது. எடுத்துக்காட்டாகப் பழைய புராணக் கதைகளிலும் நாட்டுக் கதை மரபிலும் வரும் பாத்திரங்களின் பிறப்பு பாத்திர வருணனை போன்ற பொருட் கூறுகள் மட்டுமின்றி அவற்றின் மொழியாட்சி வருணனை மரபுகள் போன்றவற்றின் போலி நையாண்டிகளாக அமைகின்றன. இன்னும் சமகால வரலாற்று நாவல்களின் பண்புகளையும் இதுபோலவே போலச் செய்யும் முயற்சியும் காணப்படுகிறது. இது ஒரு வகையில் மாயக்காட்சி நடப்பியலின் அந்நியத் தனத்தை, மருட்சியை, அதிர்ச்சியை மட்டுப்படுத்தி நம்மிடம் நமக்குத் தெரிந்த பழங்கதை நாவல் வடிவம் மூலம் ஒரு நெருக்கத்தை உண்டுபண்ணி நமக்குப் பொருள்தர உதவுகிறது. நாட்டுக்கதை, தெருக்கூத்து இவற்றில் வரும் உத்திகள் உருவங்கள் எல்லாம் இந்த எழுத்தாளர்களுக்குத் துணைக்கு வருகின்றன. போலி நையாண்டிக்குரிய இன்னொரு

தன்மையாகிய அங்கதச் சுவை என்பது இன்னொரு தளத்தில் வெளிப்படுவது.

பரணி நூல்களில் வரும் காளி, கூளிகள் உலகு என்பதும் இத்தகைய மாயக்காட்சி களைப் படைத்துத் தர இடைக்காலப் புலவனுக்கு உதவின.மாயக்காட்சி நடப்பியல் மிகைப்புனைவியல் போலி நையாண்டிகளாக அமையும்போது அத அழித்தெழுதும் பண்பையும் பெற்றுவிடுகிறது. இதைத்தான் ஆங்கிலத்தில் வரைதோல் சரித்திரவகை (Palimpsest history) என்கிறார்கள். இது இதுவரை அமுக்கி அல்லது அடக்கி வைக்கப்பட்ட மக்களின் வரலாறுகளைச் சொல்வதற்குரிய வாய்ப்பாகவும் அமைந்துவிடுகிறது. கலிங்கத்துப்பரணியில் வரும் குள்ளக் கூளிகள் திருவிளையாடற்புராணத்தில் வரும் தடம்பூதங்கள் எல்லாம் சமகால மனிதனின் மாயக்காட்சி உருவங்கள் தானே. மேலும் கலிங்கத்துப்பரணியில் வரும் கள்ளக்கூளி இமயமலை சென்று ஒரு முனிவர் அருளால் இமயமலையில் எழுதியிருந்த சோழர் வரலாற்றை எல்லாம் படித்து வந்த இராச பாரம்பரியமாக மற்றவர்களுக்குச் சொல்லும் போது அது ஒரு அழித்தெழுதும் உத்தி என்று பல சிக்கல்களுக்குத் தீர்வு கிடைக்கக் கூடும்.

ஒதுக்கப்பட்டவர் வரலாறு

ஏற்கனவே சொல்லப்பட்ட மனிதர்கள் – நாவல் குமரி மாவட்டத்தில் ஒதுக்கி வைக்கப்பட்டிருந்த சமூகங்களின் வரலாறாக அமைகிறது. அந்நாவல் தமிழவனின் முதல் முயற்சி. ஆகையால் அங்கே உடைபடும் தர்க்கங்களும் மொழியமைப்புகளமும் உருவாக்கும் மிகைப்புனைவு, உருவகம், படிமம் சார்ந்த சொல்லாட்சிகள் ஒருவித புதுமையை – அதாவது இரஷ்ய வடிவவியலாளர் கருத்தில் சொல்வதாக இருந்தால் ஒரு அசாதாரணத் தனத்தையும் சேய்மைப்படுத்தலையும் செய்கின்றன. மாதிரிக்கு ஒரு பகுதி:

வம்ச சரித்திரம் தன் மனதின் தோலைக் கிழித்து உட்புகுந்த அத்தகைய நாட்களில், ஒரு ஞாயிற்றுக்கிழமை சுவடிகளைப் படித்துக்கொண்டிருந்த தாத்தாவின் கண்முன்பு ஒரு வார்த்தை ஊஞ்சல்போட ஆரம்பித்தது. அந்த வார்த்தைக்கு விரைவில் ஓர தலையும் வாலும் முளைத்தன. தலை ஒரு பக்கமாகவும் வால் அதற்கு எதிரான பக்கமாகவும் வளர்ந்தன. தனனை வார்த்தை மிரட்டத் தொடங்குமென்று கருதிய தாத்தா அதனைப் பிடித்துக் கொல்ல நினைத்துக் கையை நீட்டும்போது அங்கு ஜான் நின்று கொண்டிருந்தான். (ப.3).

ஏற்கனவே சொல்லப்பட்ட மனிதர்கள் நாவலில் பயன்படுத்திய உத்திகளுடன் வேறு சிலவற்றையும் சரித்திரத்தில் படிந்த நிழல்கள் புதினத்தில் பயன்படுத்தியிருப்பதாகத் தெரிகிறது. மொழியாட்சியில் தர்க்கம். உடைபடும் படிமங்கள் முதலியவற்றின் ஆட்சி குறைவு, கூற்றுக்கள் போன்ற நாடகப்பாணி உத்திகள் உள்ளன. இந்நாவலைப் பற்றி அதிகம் கவனிக்காமல் மிக அண்மையில் வெளிவந்துள்ள ஜி.கே. எழுதிய மர்ம நாவல் பற்றிச் சற்று விரிவாகப் பார்க்கலாம்.

ஜி.கே. எழுதிய மர்ம நாவல் சற்று வேறுபட்டதாக இருக்கிறது. கதை நேர்க்கோட்டுப் பின்னலில் செல்கிறது. கதைக்குப் புறக்கதையாகக் கதை எழுதிய ஜி.கே. பற்றிய துப்பறியும் ஆராய்ச்சியும் இணைகோட்டு அமைப்பில் செல்கிறது. 1966 கணையாழி இதழில் வெளிவந்த 'நகுபோலியன்' என்பவர் எழுதிய மழநாட்டு மகுடம் (கணையாழி கதைகள் – முதல் தொகுதி – 1985) என்ற போலி நையாண்டிக் கதை எனக்கு நினைவுக்கு வந்தது. கதை சொல்லும் முறையும் மொழிநடையம் கல்கியின் வரலாற்றுப் பாணியையும் மர்ம நாவல் பாணியையும் நையாண்டிப் போலி செய்கிறது. நா.பா. போன்றவர்கள் புதினங்களின் எதிராளியையும் தத்துவ விசாரங்கள் நடக்கும் பகுதியில் பார்க்கலாம்.

கதைத்தன்மை

புதினம் துப்பறியும் வரலாற்றுப் புதின வடிவில் அமைகிறது. சுருங்கை என்ற நகர நாட்டில் கதை நிகழ்கிறது. இது வேதநாயகம் பிள்ளையின் பிரதாப முதலியார் சரித்திரத்தில் வரும் கற்பனை நாடு போன்றது. இதில் குவலயபுரத்திலிருந்து புரட்சிகர புத்தமத அறிஞர் தேவமித்திரர் சுருங்கை நாட்டில் நடக்கவிருக்கும் தீங்குகளைத் தடுப்பதற்காக வருகிறார். இவருக்குத் துணையாகப் பெரும்படைவீரர் அரையநாதர் மெய்க்காவலர் போல உடன் வருகிறார். தேவமித்திரர் அங்கே சரித்திரக்காரன் யுனசேனன், யவனச் சிற்பி துபல், அவன் சீடன். சராசின், கப்பில்லன் என்ற சார்வாகன், உரைகாரனான புவனநந்தி, சீங்சோது என்ற மங்கோலியன் போன்றவர்களைச் சந்திக்கிறார். இதில் அரையநாதர் உடனிருந்து உதவும் பொறுப்பில் இருக்கிறார். கதைப் பின்னலில் முக்கிய மையம் அரையநாதர் மத அடிப்படைவாதியாக இறுதியில் தோன்றும் சூனியதத்தன் மாறுவேடத்தில் இருக்கிறான். அவன் யார் என்று அறியும் போது நமக்கு அதிர்ச்சிதான் மிஞ்சுகிறது. துப்பறியும் முறையில் கதை

செல்வதால் ஒரு விறுவிறுப்பு இருக்கவே செய்கிறது. ஆனால் அது வாசகனை இழுத்துப் பிடிக்கும் ஒரு வலை, அவ்வளவே. இன்னும் மகேந்திரப்பல்லவன், வச்சிரபாகு, நீலகேசி, நாகநந்தி போன்ற ஆள்மாறாட்டச் செய்திகளும் உள்ளன. சூரியக் கோயில், கிரந்தக் கோயில் போன்றவற்றின் அமைப்புக்கள் வரைபடத்துடன் விளக்கப்படுகின்றன. வட்டவடிவப் படிகள். மருபூமி சாவு போன்றவை எல்லாம் ஒருவித இரகசியக் குறியீடுகள் என்று கூறப் படுகின்றன. இதில் கிரேக்கக் கட்டிடக்கலை, சிற்பக்கலை, ஓவியக்கலை, புத்தம். சமணம், சார்வாகம் போன்ற மதக் கருத்துக்கள், இலக்கணச் சிந்தனைகள் பலவும் விளக்கமாகப் பேசப்படுகின்றன.

சுரங்கம், ஓவியம், சிற்பம், கட்டிடம் இவை பற்றிய வருணனைகள் வரலாற்றுப் புதினங்களில் காணப்படுவது போலவே இதிலும் காணப்படுகின்றன. நோவா கப்பலைப் போன்ற வருணனை(210)யில் இடம்பெறும் மனித இனப்பெருக்கத்தை மேம்படுத்தத் தேர்ந்தெடுக்கப்பட்ட ஆண் பெண் பல்துறை வித்தகர்கள் பற்றிய கருத்து, 'யூஜினிக்ஸ்' எனப்படும் இன ஆக்க மேம்பாட்டியல் சிந்தனைகளை வெளியிடுகின்றது. யோகச்சீட்டுப் பற்றி கருத்து தமிழ்நாட்டைப் பிடித்தாட்டும் பரிசுச்சீட்டு மோகத்தை வேறு சூழலில் சொல்லிப் பார்க்கிறது. மொத்தத்தில் புதினம் முழுவதுமே நாமும் நம்நாடும் கடந்துவந்த மதவரலாற்றை மீண்டும் எழுதிப் பார்ப்பதாக அமைந்து இன்றைய மத அடிப்படைவாதத்தின் போலி நையாண்டியாக அமைகிறது.

நடப்பியல் தர்க்கம், உடைபடும் படிம நடையாட்சி குறைவு. யுனசேனன் வரலாற்றுக் குரலில் பேசும் ஓரிரு இடங்கள் இதற்கு விதிவிலக்கு (ப. 41). இதன் காரணமாக நாவல் சாதாரண வாசகனுக்கும் பொருள்புரியும் தன்மை பெற்றிருக்கிறது. சிங்சோது பற்றிய வருணனையில் கூட அது மாயாஜாலம் என்றே சொல்லப்படுகிறது.

உடனே அந்த மங்கோலிய முகம் கொண்டவன் எழுந்தான். தன் பெயர் சீங்சோது என்றான். அவனது தாய் மங்கோலியப் பெண். அவள் மூலம் ஜாலவித்தை கற்றதாய்க் கூறித் திடீரென அவனது விரலை ஒரு செடியைப் பிடுங்குவது போல் பிடுங்கித் தேவமித்திரருக்கு ஒரு துணியில் வைத்துக் கொடுத்தான். எல்லோரும் ஆச்சரியப்பட்டுச் சிரித்தபோது வாய்க்குள் செலுத்தித் திடீரெனத் தனது குதம் வழி விரல்களை ஆட்டிக் காட்டினான். (ப. 148)

அறிவுப் பயிற்சி அரங்கு

ஆனால் இவற்றில் வரும் கட்டிடக்கலை, தத்துவ நுட்பங்கள் போன்றவை ஒரு அறிவுத் தன்மையை மிகுவிக்கின்றன. தமிழவன் இதற்காக நிறைய உழைத்துள்ளார். நிறையப் படித்துச் செய்திகளைத் திரட்டியுள்ளார். புதினம் என்பது வெறும் கற்பனை வயப்பட்ட புனைவு என்பதற்கு அப்பாற்பட்டு ஒரு அறிவு பயிற்சியரங்கு என்பதை இது காட்டுகிறது. இதனாலேயே இதை ஒரு அறிவுப்புதினம் என அழைக்கலாம். இதுபற்றி முன்னுரையில் இந்திரன் சொல்வது சரிதான்.

தமிழவன் வரலாற்றில் காணக்கிடைக்கும் பெயர்கள், தகவல்கள், ஆகியவற்றை அக்கறையுடன் சேகரித்துப் படைப்பாளிக்கே உரித்தான கற்பனையின் நீரை ஊற்றிப் பிசைந்து தனது புனைகதையைக் கட்டி எழுப்புகிறபோது அதனூடாகச் சில விழுமியங் கள், விமரிசனத்துக்குள்ளாகிற சிலவற்றை உயர்த்திப் பிடிக்கிற செயல்பாடும் நிறைவேறிவிடுகிறது (முன்னுரை. ப. 4).

துப்பறியும் வரலாற்றுப் புதினமாகிய இதை யார் எழுதியது என்ற கேள்வியை எழுப்பித் துப்பறியும் வேலையில் வாசகனை ஈடுபடுத்துவது இந்தப் புதினத்தின் இன்னொரு தளம். இதை இடையிடையே குறிப்புகள் என்ற முறையில் தொடர்ச்சியாக அமைந்துள்ள இடைச்செருகல் பகுதிகளில் காணலாம். இங்கே வாசகன் வரலாற்றுக் காலத்திலிருந்து இடையிடையே தற்காலத்திற்குள் வந்து விழுந்து எழுகிறான்.

இந்திரன் இவ்வாறு எழுதுகிற பகுதி மதிப்பீட்டை ஒட்டியே அமைகிறது.

"கிரந்த கோயிலும் சுருங்கையின் மர்மப் பாதைகளும், அரசர்களும் புத்தபிட்சு களும் நிறைந்த ஒரு பழங்காலத்தில் கதை நிகழ்கிறதென்றால், அகச்சான்றுகளும், புறச் சான்றுகளும் தேடி அலையும் ஆய்வாளர்கள் மலிந்த நிகழ்காலத்தில் 'குறிப்புக்கள்' இடம்பெறுகின்றன.மரங்கள் மனித முகங்கள் போல் தோற்றம் கொள்வதிலும், மனிதர்கள் சிலரின் மூக்கறுபட்டும், கண்கள் அறுபட்டுத் தொங்கியும் காணப்படும் கதையுலகில் தன்னை இழந்து சஞ்சரிக்கும் வாசகனை வேறொரு தளத்திற்குக் கொண்டுவந்து சஞ்சரிக்க வைக்கிறார். எல்லாம் விளையாட்டுத் தனமாகத்தான்!

இங்குக் கதைச்சொல்லி என்பவர், எல்லாவற்றிற்கும் தன்னிடம் விடை வைத்திருக்கிற ஒருவர் என்கிற நிலையிலிருந்து நழுவி

நிற்கிறார். தன்னை ஒரு பலவீனன் என்று வர்ணித்துக் கொள்ளும் அவர் இப்பன்முகப் பார்வைகளை வாசகன் முன் வைப்பதின் மூலமாக, முரண்கள் குறித்த முடிவுகளை வாசகரே எடுத்துக் கொள்ளுமாறு விட்ட விடுகிறார் (முன்னுரை. ப. 5).

கதைக்குள் கதைபோன்று அமையும் இடைக்குறிப்புக்கள் இன்றைய இலக்கிய ஆராய்ச்சியை நையாண்டி செய்யும் பாணியில் இருக்கிறது. இரண்டையும் இணையாகப் படித்துக் கொண்டு கூட்டு முறையில் பொருள் கொள்ள வேண்டும்.

இந்த நாவல் இன்றைய மதக் கலவரங்களை வைத்து அழித்தெழுதும் வரலாறாகப் புது வரலாற்றைப் பழம் வரலாற்றின் மாதிரியில் எழுதியிருக்கிறது. இதைப் படித்த போது வரலாற்று நாவல்கள்கூட ஒருவகை மிகைப்புனைவு வகைக் காட்சியைச் சேர்ந்த மாயக்காட்சி நடப்பியலைத் தான் சொல்கின்றன என்று தோன்றுகிறது. அதனாலேயே அவை விரும்பி இன்றும் படிக்கப்படுகின்றன என்று தோன்றுகிறது.

கலிங்கத்துப்பரணியில் களவாடிய பேய் இமயத்தில் சென்று முனிவர் உதவியால் இமயத்தில் எழுதிய வரலாற்றைப் படித்து இராசபாரம்பரியம் கூறுவதாக ஜெயங்கொண்டார் அமைக்கும்போது அவருக்கும் இந்த அழித்தெழுதும் உத்தி தெரிந்திருந்ததா என்று வியக்காமல் இருக்க முடியவில்லை. பேய் கூறும் வரலாற்றைக் குறிப்பிடும் கலிங்கத்துப்பரணி ஆசிரியர் போல ஜி.கே.யைக் கனவுகாணுகிறார் தமிழவன்.

தமிழவன் முயற்சி

பொதுவாக இந்தப் புதினத்தில் தமிழவன் என்ற கதைசொல்லி—யிடம் ஒருவித முதிர்ச்சி தென்படுகிறது போலத் தோன்றுகிறது. இது தமிழில் முக்கியக் கணிப்பைப் பெறும் என்றே தோன்றுகிறது. அழித்தெழுதும் வகையில் இன்னொன்று பழைய புராணம், நாடோடிக் கதை இவற்றில் வரும் பாத்திரங்களை எடுத்து மறுபடைப்புச் செய்யும் முறை, மாய நடப்பியல் முறையில் எழுதும் இத்தகைய படைப்புகளைவிட இது கொஞ்சம் பரவலானது. காண்டேகரின் யயாதி, எம்.டி.வாசுதேவன் நாயரின் இரண்டாமுழம் (வீமன் கதை) பெரும்படவம் ஸ்ரீதரனின் ஒரு சங்கீதம் போல (சிற்பி மொழிபெயர்ப்பு) 'தொஸ்தோவ்ஸ்கி' போன்ற புதினங்கள் குறிப்பிடத்தக்கவை. வெ.ப.சு., புதுமைப்பித்தன். ச.து.சு.யோகி ஆகியோர் படைத்த அகலிகையும் இவ்வகையைச்

சேர்ந்ததே. தமிழவன் இம்முறையிலும் ஒரு புதினம் எழுதிப் பார்க்கலாம்.

இக்கட்டுரையில் தமிழவன் படைப்புக்களை முழுமையாக மதிப்பிட்டு அவருக்கு நியாயம் செய்ததாகச் சொல்ல முடியாது. அவை விரிவான திறனாய்வுக்கு உட்படுத்தப் பட வேண்டியவை. எடுத்துக்காட்டாக, அவர் சிறுகதைகள் பற்றி நான் ஒன்றும் சொல்ல வில்லை. பொதுநிலையில் இங்கு அவர் புதினப் படைப்புக்கள், குறிப்பாக அண்மையில் வந்த ஜி.கே. எழுதிய மர்ம நாவல் என்ற புதினத்தின் பின்னணியில் அக்கறையோடு கவனிக்கப்பட்டிருக்கின்றது..

தமிழவனின் வார்ஸாவில் ஒரு கடவுள் : கலாச்சார எதிர்ப்புணர்வும் செயற்பாடும்

முபீன் சாதிகா

வார்ஸாவில் ஒரு கடவுள் தமிழவன் எழுதிய குறிப்பிடத்தக்க நாவல். கீழைத் தேச அரசியலும் மேலைத் தேச அரசியலும் இணைய வைக்கும் புள்ளியாகவும் கலாச்சாரத்திற்கு எதிரான உணர்வைப் பதிய வைக்கும் புனைவாகவும் அமிழ்ந்திருக்கும் செயற்பாட்டுத் தன்மையை இயங்க வைக்கும் வாசகமாகவும் இந்த நாவலைக் கருத முடிகிறது. வார்ஸாவில் நடக்கும் கதையில் இரு வகைமைப்பட்ட தேசங்களின் முரணைக் காட்டும் அடையாள அரசியலும் சமூகத்தின் மூடிய எல்லைகளுக்கு மாற்றான எதிர்ப்புணர்வும் பிரதிநிதித்துவ பங்கெடுப்பிலிருந்து தவிர்த்து சிறுபான்மை கதையாடலின் ஓட்டம் சார்ந்து நுண்ணிய தளத்தில் செயல்பாட்டுத் தன்மையும் முதன்மக் களங்களாக இருப்பதை வாசிக்க முடிகிறது. அடையாளங்களின் பன்மைத்துவத்தை வேறுபாடுகளின் முக்கியத்துவத்தின் வாயிலாகவும் கீழை/மேலை அரசியல் வழியாகவும் உள்ள பிரதிபலிப்பாக இந்தப் பிரதியைக் கொள்வதற்கான சாத்தியத்தை இங்கு ஆராயலாம். கலாச்சார எதிர்ப்புணர்வு என்பது ஓர் எல்லை மீறலாக மற்றொரு எல்லை உருவாக்கத்தைக் காட்டுவதாக இந்தக் கதையாடலில் வழி நடத்தப்பட்டிருக்கிறது. உள்ளீடான செயல்பாட்டுத் தன்மையின் மையத்தில் இருப்பது எழுச்சி பெறும் கட்டின்மையாகவும் மூன்றாவது கண் வழி கலாச்சாரத்தை உற்றுநோக்குதலில் தெளிவாகும் ஞானச்சாயல் போலவும் இருப்பதை வார்ஸாவில் ஒரு கடவுள் நாவல் பிரதி சுட்டுகிறது.

அடையாளத்தின் வேறுபாடு

கதைநாயகன் சந்திரன், பர்மிய தாய்க்கும் இந்திய தந்தைக்கும் பிறந்த பாத்திரம். போலந்தில் வேலை காரணமாகச் செல்லும் இந்தப் பாத்திரம் இந்திய, தெற்காசிய அடையாளங்களின்

இணைப்பாகவும் வேற்றுமைகளின் சாட்சியாகவும் மேற்கின் அடையாளத்தை மறு உருவாக்கம் செய்வதாகவும் உள்ளது. பர்மிய அடையாளத்தைத் தீயுடனும் இந்திய அடையாளத்தை நீருடனும் புனைந்து காட்டும் இந்தப் பிரதி, இரு அடையாளங்களின் வேறுபாடு காரணமாக உருவாகியிருக்கும் பாத்திரமான சந்திரன், மேற்கின் எல்லையில் இரு அடையாளங்களின் எதிரெதிர் புள்ளிகளில் சந்திக்கும் ஒன்றாக இருக்கிறது.

அடையாளத்தின் எல்லை

அடையாள ஏற்பும் அடையாள மறுப்பும் தேச குடிமக்களை உருவாக்குவதில் கைக்கொள்ளும் அபத்தம் இங்கு வெளிப்படுகிறது. சந்திரன் இந்திய, பர்மிய, அடையாளங்களைத் தாங்கி இருந்தாலும் மேற்கின் வரையறையில் தேசமற்ற, நாடற்ற வெறுமையின் தனி ஜீவிதம் கொண்ட பாத்திரமாக உருவாவதை இந்த நாவல் காட்டுகிறது. 'அடையாளம் என்பது முதன்மையானதல்ல; அது ஒரு கோட்பாடாக இருக்கலாம். ஆனால் இரண்டாம் நிலை கோட்பாடுதான், உருவாகி வரும் கோட்பாடு. ஆனால் அது வேறுபாட்டைச் சுற்றி வரும் ஒன்று: சூரியனைக் கோள்கள் சுற்றி வருவதாகச் சொன்ன கோபர்னிகன் கோட்பாட்டைப் போன்றது. இதனால் வேறுபாட்டைத் தன்னகத்தே கொண்டிருப்பதால் பிற ஒத்த அடையாளங்களைக் கொண்டு அறியப்பட்டவற்றால் ஆளப்படுவதல்ல"[1] என டெல்யூஜ் சொன்னதோடு இந்தப் பாத்திரப் படைப்பை ஒப்பு நோக்கமுடியும். சந்திரன் தன் அடையாளத்தால் கொண்ட உவகை பன்மை அடையாளத்தின் இணைவைக் கொண்டாடுவதாகவும் இனி ஒற்றை அடையாளத்திற்கான அங்கீகாரத்திற்கு எதிர்ப்பை முன் வைப்பதாகவும் இருக்கிறது. சந்திரன் கொண்டிருப்பது இன அடையாளம்; அதுவும் பன்மைத்துவத்தைக் கொண்டது. தேச அடையாளத்தின் பெருமிதம் அல்ல.

நாடோடி அடையாளம்

சிவநேசன் பாத்திரம் தேச அடையாளத்தோடு ஒன்றியதல்ல. நாடோடி அடையாளத்தோடு ஒன்றியது. ஏனெனில் புலம்பெயர்ந்த அடையாளத்தோடு வந்து நாடோடி அடையாளத்தை ஏற்ற பாத்திரம் சிவநேசனின் பாத்திரம். நிலைத்த அடையாளத்திற்காக அல்லது தேச அடையாளத்தை நங்கூரமிடுவதற்காக சிவநேசனுக்குத் தேவைப்பட்டது அசாதாரண அதிகாரம். அதுதான் கடவுளின் பெயரால் நிகழ்த்தும் தந்திரங்களாக மாறி—

யிருக்கின்றன. கடவுளுக்கு எந்த அடையாளமும் தேவை இல்லை என்பதைக் காட்டும் கலாச்சாரத்திற்கு உரிய எதிர்ப்புணர்வைப் பதிவு செய்யவும் உருவாக்கப்பட்ட பாத்திரம் இது. அந்த நாடோடி அடையாளத்தின் மீதான போர்வை போல் கடவுளின் அடையாளத்தைக் கொண்டுவிடுகிறது இந்தப் பாத்திரம். மேற்குலகின் கடவுளுக்கான அடையாளமற்ற சமூகத்தில் ஒரு புதிய கடவுளுக்கான அடையாளத்தை மீட்டெடுக்க உருவாக்கப்பட்ட பாத்திரமாக இது உள்ளது. மேற்கின் ஒற்றைக் கடவுள் அடையாளத்திற்கு எதிராக மனித-கடவுள் அடையாளத்தைப் படைத்து பிராமண மேலாதிக்கக் கடவுள் அடையாளத்தை முன்வைப்பதாக இந்தப் பாத்திரம் இருக்கிறது. நாடோடிகளின் ஒற்றைக்கடவுள் கோட்பாடு குறித்து டெல்யூஜ், கட்டாரி கூறுவதை இந்தப் பாத்திர உருவாக்கத்தோடு ஒப்பிட்டுச் சிந்தக்கமுடியும், 'நாடோடிகள் தங்களின் அலைச்சலில் தெளிவற்ற, 'ஒற்றைக்கடவுள்' நிலைபாட்டைக் எடுப்பதில் தங்களைத் தாங்களே திருப்தி அடையச் செய்வதோடு தங்களின் ஸ்திரமற்ற அலைவின் தீநாக்குகளோடும் திருப்தி அடைந்துவிடுகிறார்கள்.' [2]

முகஅடையாளம் எனும் கலகம்

அடையாளம் என்பதை டெல்யூஜ், கட்டாரியின் முக அடையாளம் (faciality) என்ற கோட்பாட்டுடன் இணைத்துக் காணப்படவேண்டியதாகிறது. ஏனெனில் கலாச்சார எதிர்ப்புணர்வைப் பதியவைக்கும் அதிகாரக் களமாக இந்த முக அடையாளத்தைக் கொள்ளவேண்டியிருக்கிறது. உதாரணமாக விஜயா, சந்திரனின் மனைவி பாத்திரம், இந்தியப் பெண்மை என்ற பண்புக்குரியதாக இருக்கிறது. இத்தகைய பெண்ணுக்குரிய ஆண் ஒரு கதாநாயகனாக இருப்பான் என்பதும் அதைப் பொறுக்காமல் அவளை அவதூறு செய்யும் சக ஆண் ஆசிரியப் பாத்திரம் இருப்பதும் இந்த முக அடையாளத்திற்கான எதிர்ப்புணர்வை இந்த நாவல் காட்டுகிறது. விஜயா ஒரு தனிப்பட்ட ஆணுக்கான பெண், அமலா எல்லா ஆண்களுக்குமான பெண். இத்தகைய ஒரு வேறுபாடு ஏற்படுவதற்கு என்ன காரணம் என்றால் விஜயாவின் முக அடையாளம் தனிப்பட்டது; அமலாவின் முக அடையாளம் பொதுவானது. 'இந்த முக அடையாளம் மூலமாகத்தான் பெரும்பான்மை என்ற வடிவத்தை மனிதன் கட்டமைக்கிறான் என்பதும் அல்லது பெரும்பான்மைக்கு அடிப்படையாக இருப்பது எது என்பதும் வெளிப்படுகிறது: உதாரணமாக, வெள்ளை, ஆண், வயது முதிர்ந்தவன், 'பகுத்தறிவாளன்' இன்ன பிற - சுருக்கமாக

ஐரோப்பியன் என்று குறிக்கப்படும் தன்னிலை. கிளை பரப்பும் விதியை அடிப்படையாகக் கொண்டால் இதுதான் எல்லா இடங்களுக்கும் அல்லது ஒரு திரை முழுமைக்கும் பரவும் மையப் புள்ளி. மேலும் ஒவ்வொரு திருப்பத்திலும் தனித்தன்மை மிக்க எதிர்மையை ஊக்குவிப்பதாகவும் முக அடையாளத்தைச் சார்ந்திருப்பதாகவும் அது இருக்கிறது: ஆண்-(பெண்), வயது முதிர்ந்தவர் - (குழந்தை), வெள்ளை - (கறுப்பு, மஞ்சள் அல்லது சிவப்பு), பகுத்தறிவுவாதி - (விலங்கு).[3] இந்த வேறுபாடுதான் விஜயாவுக்கும் அமலாவுக்கும் இருப்பதாகப் புரிந்துகொள்ளலாம். ஆனால் இந்த வகையான வேறுபாட்டை நோக்கிய கேள்வியை உருவாக்குவதுதான் இந்தப் பிரதியின் செயல்பாடாக இருக்கிறது.

பண்பாக்கமும் எழுச்சியும்

வார்ஸாவில் ஒரு கடவுள் நாவலில் நாகார்ஜுனன் (சிவசு, வார்ஸாவில் ஒரு கடவுள, ப.122) சொன்னது போல் பாத்திரங்களாக இருப்பதை விட எழுத்துருக்களாக இந்த நாவலின் பாத்திரங்களை அடையாளம் காணமுடியும். அதில் ஒரு குறிப்பிடத்தக்க தனிஅடையாளத்தைத் தேர்வதாகக் கொண்டால் அதற்கு ஒரு தன்னிலை, சாராம்சம், தனித்தன்மை தேவைப்படும். ஆனால் இந்த நாவலில் உதாரணமாக, லிடியாவும் மக்தாவும் ஒன்றிலிருந்து கிளை பிரிந்து உருவான மற்றொரு பாத்திரங்களாக இருக்கின்றன. லிடியாவும் மக்தாவும் ஒரு தொகுப்பாகக் கருதப்படும் பாத்திரங்களாகின்றன. இதனைப் பண்பாக்கம் (haecceity) எனலாம். டெல்யூஜ், கட்டாரியின் கூற்றான, 'எளிமையாக்கப்பட்ட சமாதானத்தை விடுத்துப் பார்த்தால் ஒரு முழுமையாக உருவான தன்னிலை என்பது ஒருபுறமும் இடகால வரையறைப்படி உருவான பண்பாக்கம் மறுபுறும் இருப்பதை ஏற்கக்கூடாது... காலம், சூழல், நேரம் எல்லாவற்றையும் சார்ந்த தொகுப்பைப் பண்பாக்கமாக ஏற்கவேண்டும்'[4] என்பது இந்த இரு பாத்திரங்களின் படைப்புக்கும் பொருந்துவதாக இருக்கிறது. லிடியாவையும் மக்தாவையும் தொகுப்பான பண்பாக்கமுள்ள பாத்திரங்களாகப் பார்க்க வேண்டியிருப்பதற்குக் காரணம் அவை கலாச்சாரத்தில் ஏற்படுத்தும் ஒப்புரவின்மையை இந்த நாவல் பதிவு செய்கிறது. கிறித்தவ நம்பிக்கையின்மையிலிருந்து தொடங்கி கீழைக் கலாச்சாரத்தை ஏற்பது வரையிலும் ஒருபால் உறவு தன்மையின் சிக்கலை எதிர்கொள்வதிலிருந்து இருபால் உறவின் நிச்சயமின்மையை ஆற்றுப்படுத்துவது வரையிலும் இந்த இரு பாத்திரங்களும் இணக்கமின்மையின்பால் இருப்பதை

இந்தப் பிரதி சுட்டிக்காட்டுகிறது. கலாச்சார விதிக்கு எதிரான எழுச்சியை மேலூற வைக்கும் சமரசமின்மைக்கான தேர்வை இந்தப் பாத்திரங்கள் வழியான கதையாடல் கட்டுகிறது.

எல்லைநீக்கத்தின் வழி தென்படும் எதிர்ப்பு

இந்தப் பிரதியின் கதையாடலில் காணப்படும் மற்றொரு குறிப்பிடத்தக்க அம்சம் எல்லையாக்கத்தின் காரணமாக உருவாகும் எதிர்ப்பு. இதில் இரண்டு உதாரணங்களைக் குறிப்பிட்டுச் சொல்லவேண்டும். முதலாவது வான் ஆூயி என்ற பர்மிய பெண் பிரிட்டீஷ் போர்த் தளபதியின் ஆண்குறியைக் கடித்து தன் எதிர்ப்பைக் காட்டியது. அடுத்தது போலந்தில் ஜெர்மானியப் படைகளுக்கு எதிராக காஸாவின் தோழியான பாலியல் தொழிலாளியின் பெண்குறியில் குண்டு வைத்து வெடித்து சிதறடித்து காட்டிய எதிர்ப்பு. அதிகாரத்திற்கு எதிரான எல்லைநீக்கச் செயல்பாடுகளாக இவை இருப்பதை இந்த இரண்டு உதாரணங்கள் வழி காணமுடியும். முதலாவது உதாரணத்தில் நில எல்லை ஆக்கிரமிப்பை முன்வைக்கும் காலனியாதிக்கத்தை எதிர்க்க பிரிட்டீஷ் உடல், எல்லைநீக்கம் செய்யப்படுகிறது. இரண்டாவது உதாரணத்தில் ஆக்கிரமிக்கப்பட்ட அதாவது அதிகாரத்தின் கீழ் அடிபணிந்த பெண் உடல் எல்லைநீக்கம் செய்யப்படுகிறது.[5] நில எல்லையாக்கம் உடல்வழி மறு எல்லையாக்கமாகிறது. அதுதான் இந்தப் பிரதி காட்டும் எதிர்கலாச்சார வழி எதிர்ப்பாகவும் இருக்கிறது.

கட்டுக்குலைவு வழியாக எதிர்ப்பை முன்நிறுத்தும் வகைமையாக இந்தப் பிரதி முன்னெடுத்த இந்தக் கலகம் நுட்பமான நிகழ்வுகளின் மூலமாகப் பதியவைக்கப்படுகிறது.

நுண்ணிய பாசிசமும் எதிர்வினையும்

இந்தப் பிரதி எதிர்வினைக் காட்டும் பிரதி என்பதற்கான உதாரணங்களாக இதில் இடம்பெறும் நுண்ணிய பாசிச அம்சங்களைக் குறிக்கலாம்.[6] இரண்டு உதாரணங்கள் நுண்ணிய பாசிசத்தையும் அதற்கான எதிர்வினையையும் இந்தக் கதையாடல் சுட்டிக் காட்டுகிறது. முதலாவது, சந்திரனின் மனைவி விஜயாவின் மர்ம மரணம் காட்டும் மதிப்பு. இரண்டாவது பியோத்தரின் அப்பாவைக் குறித்து அவனுடைய அம்மா கொண்டிருக்கும் கூர்மையான விமர்சனம் காட்டும் கலாச்சார நிலைப்பாடு. விஜயா கர்ப்பமாகி இருக்கையில் தனது கணவன் வீட்டுக்கு வந்து

எந்த அறிகுறியும் காட்டாமல் தீ குளித்து அல்லது தீ விபத்தில் இறந்து போகிறாள். அவள் ஆசிரியையாக வேலை பார்க்கும் பள்ளியில் அவளையும் உடற்பயிற்சி ஆசிரியரையும் இணைத்து சுவர் வாசகங்கள் எழுதப்பட்டிருந்தது அவளின் மரணத்திற்குத் தூண்டியிருக்கலாம் என்ற ஊகத்தைப் பிரதி தருகிறது. விஜயா எந்த ஆணுக்கும் நிகரானவளாக இல்லை. சுவர் வாசகங்கள் விஜயாவின் இந்தச் சுயத்தை உடைத்திருக்கும் என்பது அவள் மரணத்திற்குக் காரணம் என்பது போல் காட்டப்படுகிறது. இதில் நுண்ணிய பாசிசம் எங்கு செயல்படுகிறது என்பதுதான் ஆய்விற்குரிய இடமாக இருக்கிறது. இருபால் உறவின் நிறுவனமயம் உருவாக்கியிருக்கும் கலாச்சார மதிப்பு ஆண், பெண் இருவரையும் உடல் சார்ந்த வன்முறைக்குள் தள்ளிக் கொள்ளும் போக்கைக் கொண்டதாக இருக்கிறது. விஜயா, உடற்பயிற்சி ஆசிரியரை உதாசீனப்படுத்துவதற்குக் காரணம் தன் மற்றமையாக அந்த ஆசிரியர் இருக்க முடியாது என்பதால் தான். சுவரில் அவதூறு செய்வதன் மூலம் விஜயாவின் உடலை களங்கப்படுத்திவிட்டதான நிறைவை அந்த ஆசிரியர் அடைந்துவிடுவது மற்றொரு வன்முறை. இந்த இரு வன்முறைகளும் மிகவும் நுண்ணிய பரிமாற்றத்தில் பாசிசமாக உள்ளார்ந்து வினைபுரிந்து மரணம் வரைச் செல்லத் தூண்டுகின்றன.

அடுத்த உதாரணம் பியோதரின் அம்மா தனது கணவர் உடலுறவில் உச்சநிலை அடைகையில் உடலுறவைக் கைவிட்டுச் செல்வது ஒரு வகையில் அவளைத் தண்டிப்பதற்கு நிகரானது என்கிறாள். இதுவும் இருபால் உறவின் சிக்கல்களில் வரும் வன்முறையாகவே கொள்ளப்படவேண்டும். இதில் கணவன், மனைவிக்கு இடையே செயல்படும் நுண்ணிய பாசிசத்தை இந்தப் பிரதி கூர்மையாகக் காட்டுகிறது. மேலும் அந்தப் பாத்திரங்கள் இருவரும் பிரிந்துவிடுகிறார்கள். பியோதரின் அம்மா தனது கணவனை எப்போதும் மன்னிப்பதே இல்லை. அவளது விமர்சனம் எப்போதும் தொடர்ந்திருக்கிறது. மேலை/கீழைக் கலாச்சாரங்கள் என்ற வேறுபாடின்றி இருபால் உறவின் நெருக்கத்தில் உருவாகும் நுண்ணிய பாசிசத்திற்கான எதிர்வினையைக் கட்டமைக்கும் கதையாடலாக இந்தப் பிரதி இருக்கிறது. விஜயாவின் மரணம் ஒரு வகையில் தன் மீதான களங்கத்தைத் தீ கொண்டு தூய்மைப் படுத்திக் கொள்வது போல் ஒலிக்கிறது. பியோத்தரின் அம்மா கணவனை விட்டு விலகிய பின்னும் அவன் தண்டனை அளித்ததாகவே கருதியிருப்பது நுண்ணிய பாசிசத்தின்

நீட்சியாகவே இருக்கிறது. இருபால் உறவிற்கான கலாச்சார எதிர்ப்புணர்வை முன்வைக்கும் உதாரணங்களாக இவற்றை இந்தப் பிரதி சொல்ல வருகிறது.

போர் எந்திரங்களின் கிளர்ச்சி

இந்தக் கதையாடல் கட்டுக்குலைவின் அடிப்படையைப் பின்தொடர்ந்து கலாச்சார எதிர்ப்புணர்வைப் பதிவு செய்கிறது. அதனால் கட்டுக்குலைவின் இலக்கான அரசதிகாரத்தை எதிர்த்தல் என்பதையும் உள்ளிழுத்துக் கொள்கிறது. அதன்படி இந்தக் கதையில் மருத்துவத்திற்குப் படிக்கும் பிரதாப் ஆதிவாசிகளுடன் இணைந்து போராட்டம் நடத்துவதால் காவல்துறையின் என்கௌண்டரில் கொல்லப்படுகிறான். இதற்குப் பழிவாங்க பிரதாப்பின் காதலியும் போலீஸ் அதிகாரியின் மகளுமான அஷ்வினி தந்தையைச் சுட்டுக் கொல்கிறாள். அரசை ஒழிக்க அரசின் அராஜகத்தை ஒழிக்கக் கைக்கொள்ளப்படும் போராட்டம் ஒரு வகை போர் எந்திரம் என்றால் அரசின் காவல்துறை ஒரு வகை போர் எந்திரம். போர் எந்திரமே போராக மாறிவிடுகிறது என டெல்யூஜ், கட்டாரி சொல்வதற்கு[7] உதாரணமாக இந்தப் போராட்டத்தில் ஏற்படும் கிளர்ச்சியில் பிரதாப் மரிக்கிறான்; அஷ்வினி குற்றம் இழைக்கிறாள்.

மற்றொரு உதாரணமாக, லியோன் என்ற பாத்திரம் கிறித்தவ மேலாண்மையை எதிர்க்க சாத்தானுக்கான மத அமைப்பை உருவாக்குகிறது. இங்கு போர் எந்திரம் மதமாக இருக்கிறது.[8] லியோன் பாத்திரம் படிக்கும் கல்லூரியில் நீக்கப்பட்டு ஒரு விபத்தில் உயிரிழக்கிறது. ஆனால் லியோனின் நிழல் எப்போதும் தொடர்வது மத அமைப்புக்கு எதிரான போர் நின்று நிலவிக் கொண்டிருப்பதைக் காட்டவும் கீழைத் தேச ஆன்மீக வேரில் அது சமாதானம் அடையும் என்பது போலவும் இந்தப் பிரதி எதிர்ப்பை மடைமாற்றுகிறது. இந்த இடத்தில் சிவநேசனின் தாந்த்ரீகமும் லியோனின் ஆன்மீகமும் இணைந்து உருவாக்கும் ஒரு நவமத கதையாடல் போர் எந்திரங்களுக்கு மாற்றாகத் தொடங்கிவிடுகிறது.

அறச் செயல்பாடு

வார்ஸாவில் ஒரு கடவுள் பிரதிக்குள் உள்ளார்ந்த செயல்பாடாக இருப்பது அறத்தின்பால் கொண்ட பற்று. ஆனால் அது விடுதலையின் ஊற்றைத் தொல்லை செய்வதில்லை.

உதாரணமாக, அஷ்வினிக்கும் ஜெயிலர் சிங்குக்கும் இடையில் நடக்கும் பரிமாற்றங்கள், அமலாவுக்கும் ராஜேஷுக்கும் இடையில் நடக்கும் பரிமாற்றங்கள், சிவநேசனுக்கும் நாசிகளின் கீழ் பணியாற்றிய நர்சுக்கும் இடையில் நடக்கும் பரிமாற்றங்கள் வீடு, கடிகாரம் போன்றவற்றுக்கும் சந்திரனுக்கும் இடையில் நடக்கும் பரிமாற்றங்கள் அறம் சார்ந்த செயல்பாட்டுக்கு இட்டுச்செல்கின்றன. இந்தப் பரிமாற்றங்கள் எல்லாமே கையறுநிலைக்குப் பின்னான பரிமாற்றங்களாக இருப்பதைக் கவனிக்கவேண்டும். அலுப்பு அல்லது சலிப்புத் தட்டிய இருப்புக்குப் பின் தோன்றும் வெறுமை அல்லது வெற்றிடத்தை இட்டு நிரப்பும் பரிமாற்றங்களாக அவை இருக்கின்றன. சூன்யத்திற்குப் பிறகான எதிர்மறையைச் சந்திக்க அதுவும் தார்மீகக் குறையுடன் சந்திக்கும் போது தேவைப்படும் செயற்பாட்டைக் குறித்து இந்த நாவல் பிரதி கவனமெடுத்திருக்கிறது. ஏனெனில் கலாச்சார எதிர்மறைகளுக்கான எதிர்ப்பை வழமையான முறைகளில் வெளிப்படுத்துவதைத் தவிர்த்து உள்ளார்ந்த செயல்பாடாக இந்தப் பிரதி முன்னெடுக்கிறது. ‘இந்த உலகத்தில் இந்த வாழ்க்கையில் நம்பிக்கை என்பது மிகவும் சிக்கலான காரியம். அல்லது இயல்பான உள்ளார்ந்த அம்சமாக இன்று இருப்பது என்பதன் ஒரு வழிவகை என்றே அதனைச் சொல்லலாம்’[9] என டெல்யூஜ் கூறியதை இதன் மூலம் ஒப்பு நோக்கமுடியும். அறத்தைச் சார்ந்த நம்பிக்கை என்பதற்கான சாட்சியங்களாக இந்தப் பிரதியில் அன்னாவுக்கும் சந்திரனுக்கும் இருந்த பெயரற்ற உறவு போல் அமலாவின் வாழ்வில் எந்த மாறுதலும் செய்ய விழையாமல் இருக்க சந்திரனுக்குக் கொடுக்கப்பட்ட அறிவுரை போல் இயல்பான உள்ளார்ந்த பூடகமான லியோனின் மறுவாழ்வு போன்ற செயல்பாடாக இந்த நாவலுக்குள் மறைந்திருக்கிறது.

பயன்பட்ட நூல்கள்:

1.Deleuze, G. Difference and Repetition, Tr.Paul Patton, Columbia University Press, 1994

2.Deleuze, G. & Guattari, F, A Thousand Plateaus, Tr.Brian Massumi, Minnesota Press, 1987

3.Deleuze, G. & Guattari, F. What is Philosophy? Trs. Hugh Tomlinson, Graham Burchell, Columbia University Press, 1994

***

அடிக்குறிப்புகள்

1. "That identity not be first, that it exists as a principle but as a second principle, as a principle become; that it revolves around the Different: such would be the nature of a Copernican revolution which opens up the possibility of difference having its own concept, rather than being maintained under the dominion of a concept in general already understood as identical" (Deleuze, G. Difference and Repetition, p.40-41).

2. The nomads have a vague, literally vagabond "monotheism," and content themselves with that, and with their ambulant fires.-Deleuze.G& Guattari.F, A Thousand Plateaus, p.383

3. The faciality function showed us the form under which man constitutes the majority, or rather the standard upon which the majority is based: white, male, adult, "rational, " etc., in short, the average European, the subject of enunciation. Following the law of arborescence, it is this central Point that moves across all of space or the entire screen, and at every turn nourishes a certain distinctive opposition, depending on which faciality trait is retained: male-(female), adult-(child), white-(black, yellow, or red); rational-(animal).-Deleuze, G & Guattari. F-A Thousand Plauteus, p.292

4. We must avoid an oversimplified conciliation, as though there were on the one hand formed subjects, of the thing or person type, and on the other hand spatiotemporal coordinates of the haecceity type…It is the entire assemblage in its individuated aggregate that is a haecceity; - Deleuze.G & Guattari.F- A Thousand Plateaus, p.262

5. Deterritorialization must be thought of as a perfectly positive power that has degrees and thresholds (epistrata), is always relative, and has reterritorialization as its flipside or complement. An organism that is deterritorialized in relation to the exterior necessarily reterritorializes on its interior milieus.-Deleuze, G & Guattari.F, A Thousand Plateaus, p.54

6. What makes fascism dangerous is its molecular or micropolitical power, for it is a mass movement: a cancerous body rather than a totalitarian organism. -Deleuze.G & Guattari.F, A Thousand Plateaus, p.215

7. If war necessarily results, it is because the war machine collides with States and cities, as forces (of stri-ation) opposing its positive object: from then on, the war machine has as its enemy the State, the city, the state and urban

phenomenon, and adopts as its objective their annihilation. It is at this point that the war machine becomes war: annihilate the forces of the State, destroy the State-form.-Deleuze, G & Felix, G- A Thousand Plateaus, p.417

8. For example, monotheistic religion is distinguished from territorial worship by its pretension to universality. But this pretension is not homogenizing, it makes itself felt only by spreading everywhere; this was the case with Christianity, which became imperial and urban, but not without giving rise to bands, deserts, war machines of its own.-Deleuze, G & Guattari, F A Thousand Plateaus, p.436

9. It may be that believing in this world, in this life, becomes our most difficult task, or the task of a mode of existence still to be discovered on our plane of immanence today. This is the empiricist conversion' (Deleuze and Guattari 1994:75).

தமிழவனின் 'வார்ஸாவில் ஒரு கடவுள்' நாவல்: ஒரு கன்னடப்பார்வை

ஹெச்.எஸ்.ராகவேந்திர ராவ்

முனைவர் கார்லோஸ்(தமிழவன்) அவர்களை 46 ஆண்டுகளாக நான் அறிவேன். 1960களில் வீட்டிலேயே அடைந்தபடி இருந்த என்னை வெளி உலகத்திற்குஅறிமுகம் செய்து வைத்தவர் பெங்களூர் கிறித்து கல்லூரியில் (க்றைஸ்ட் காலேஜ்) கன்னடப் பேராசிரியராக இருந்த என் நண்பர் சீனிவாச ராஜூ அவர்கள். தமிழவன் எனக்கு அறிமுகம் ஆவதற்கும் அவர்தான் காரணம். அப்போது கல்லூரியின் கன்னட சங்கத்திற்கு ராஜூ பொறுப்பாளராக இருந்தார். கல்லூரி கன்னட சங்கம் பல தரமான கன்னட நூல்களை வெளியிட்டுக் கொண்டிருந்தது. பல புதிய எழுத்தாளர்களின் எழுத்துக்களையும் சங்கம் அறிமுகம் செய்துகொண்டிருந்தது. அது பற்றிய யோசனைகளை அவர் என்னோடு பகிர்ந்து கொள்வார். அப்போது எங்களுக்கு ஒரு யோசனை தோன்றியது.. கன்னட சங்கம் கன்னடப் புத்தகங்களை மட்டும் வெளியிடுவதோடு நின்று விடாமல் ஏன் பிற மொழி நூல்களையும் வெளியிடக்கூடாது?அதிலும் கிறைஸ்ட் காலேஜ் அப்போது (இப்போது கிறைஸ்ட் நிகர்நிலைப் பல்கலைக்கழகம்) கன்னடம் தவிர தமிழ், மலையாளம், தெலுங்கு, இந்தி, உருது, பிரெஞ்சு, சமஸ்கிருதம் என நிறைய மொழிகளை இரண்டாம் மொழியாகப் பாடத்திட்டத்தில் வைத்திருந்தது. அதன் பொருத்தப்பாடு கருதி நாங்கள் வெளியிட்ட முதல் வேற்றுமொழிப் புத்தகம் தமிழவன் அவர்களின் நாட்டுப்புற நம்பிக்கைகள் என்னும் நூல். ஒரு கன்னட சங்கம் தமிழ்ப் புத்தகம் ஒன்றைப் பதிப்பிப்பது பல்வேறு பண்பாடுகளுக்கிடையேயான உறவு எப்படி இருக்கவேண்டும் என்பதற்கு ஒரு 'மாதிரி' என்று எனக்குத் தோன்றியது.

அப்பொழுதிலிருந்து இன்றுவரைக்கும் தமிழவன் அவர்கள் இந்த ரீதியிலான பாலமாக இருக்கும் பணியைச்

செய்துகொண்டிருக்கிறார். இந்தப் பாலம் அமைக்கும் செயல் தன் மொழியின் அந்தப் பக்கத்தையும் அதுபோல வேறு மொழிகளின் இந்தப் பக்கத்தையும் பார்க்கிறது. இரண்டையும் கவனித்து இரண்டிலிருந்தும் மாறுபட்ட இரண்டிற்கும் புதிதான வேறொன்றை சிருஷ்டி செய்கிறது. அந்த நோக்கில் பார்க்கும்போது தமிழவனின் செயல்பாடுகள், அவரது எழுத்துக்கள், அவரது கன்னட நூலான தமிளு காவ்ய மீமாம்சே (தமிழ்க்கவிதையியல்) போன்றவை மூலமாக ஒரு முக்கியமான செயல் நிகழ்கிறது. படைப்புகள் தமிழிலும் இருக்கலாம்.. கன்னடத்திலும் இருக்கலாம். கன்னடத்தில் இருப்பதைப் பார்க்கும் ஒருவர் அதைத் தமிழில் செய்கிறார். தமிழிலிருந்து ஒருவர் கன்னடத்திற்குக் கொண்டு போகிறார். இந்த முயற்சியில் புதிதாக ஒன்று நிகழ்கிறது. என் புரிதலின் படி தமிழவனின் வார்சாவில் ஒரு கடவுள் போன்ற ஒரு நாவல் கன்னடத்திலும் இல்லாத, தமிழிலும் இல்லாத ஒன்றைத் தன் உள்ளே சேர்த்துக் கொண்டு வேறுஒன்றைப் படைப்பதாகவே தெரிகிறது. அதனாலேயே அவர் தமிழ் வாசகர்களுக்கும் கன்னட வாசகர்களுக்கும் ஒருசேர முக்கியமாகிறார்.

இப்படிப்பட்ட முயற்சிகள் தி டோனி கம்யூனிட்டியின் (Donee Community) முயற்சிகள் போன்றவை. யார் நமக்குள் வருகிறார்களோ அவர்களை நம்முடையவர்களாக ஆக்கிகொள்வது. இதை நாம் செய்து கொள்ளவில்லையென்றால் அது ஒரு ஆரோக்கியமற்ற செயலாக ஆகி விடும் என்பது என் கருத்து. கொஞ்ச காலத்திற்கு முன்பு தமிழவன் கன்னடத்தில் ஸ்ரீலங்கா தமிளு கவிதெகளு (ஈழத் தமிழ்க் கவிதைகள்) என்னும் புத்தகத்தைத் தொகுத்து வெளி—யிட்டார். நண்பர் வெங்கடேஷ், நரசிம்ம மூர்த்தி ஆகியோர் அதன் ஆக்கத்திற்குப் பங்களிப்புச் செய்திருந்தார்கள். அந்தப் புத்தகத்தின் வெளியீட்டின்போதும் நான் பேசியிருக்கிறேன். கன்னட தேசீயக் கவி (ராஷ்ட்ர கவி) ஜி.எஸ். சிவருத்ரப்பா தலைமையில் அந்த வெளியீடு நடந்தது. கனடாவிலிருந்து வந்திருந்த சேரன் அதில் கலந்து கொண்டிருந்தார்.. அது எனக்கு ஓர் அபூர்வமான அனுபவமாக இருந்தது. அது ஒரு நல்ல தொடக்கம் என நாங்கள் கருதினோம். அதைப் பற்றிப் பேசவும் செய்தோம். ஆனால் அந்தப் புத்தகம் எங்குப் போனது? ஒவ்வொரு இனத்திற்கும் ஒரு பண்பு இருக்கிறது. கன்னடத்தவர்களான நமக்கும் இது பொருந்தும். மொழிபெயர்ப்புகளை நாம் பொருட்படுத்துவதில்லை.. 'இன்சுலாரிட்டி' (insularity) எனப்படும் இந்த ஒதுங்கிப்போகும் இயல்பு... 'எல்லாம் நம்மிடம் உள்ளது, நமக்கு தன்னிறைவு

இருக்கிறது.. வெளியே இருந்து நமக்கு எதுவும் வேண்டாம்' என்று பிடிவாதமாக இருந்தால் என்ன செய்யமுடியும்?

பிரெஞ்சு மொழியையோ ஜெர்மன் மொழியையோ ஒதுக்கி வைத்தால் பரவாயில்லை. ஆனால் தமிழ், தெலுங்கு போனற நமது சகோதர மொழிகளையே ஒதுக்கி வைத்தால் கடைசியில் எங்குப் போவோம்? இப்படி ஒதுங்கிப் போதல் முன் காலத்தில் இருக்கவில்லை. எல்லாவற்றையும் உட்கொண்டே கன்னடப் பண்பாடு வளர்ந்து வந்தது. வங்காள நாவல்கள் நம் மீது செலுத்திய தாக்கம் பற்றிப் பேசுகிறோம். அல்லது மராத்திய நாவல்கள் நம் மீது செலுத்திய தாக்கம் பற்றிப் பேசுகிறோம். ஒரு பண்பாடு எதை விரும்பி ஏற்றுக்கொள்கிறது? அதற்கான காரணங்கள் என்னென்ன? நாம் ஒரு மொழியிலிருந்து ஒரு குறிப்பிட்ட இலக்கிய வகையை எடுத்துக் கொள்கிறோம் என்றால் அதற்குக் காரணம் என்ன? உதாரணத்திற்கு மராட்டியத்திலிருந்து தலித் கதைகள் மட்டும் ஏன் நம் கவனத்தைப் பெறுகின்றன? அவற்றை மட்டும் நாம் ஏன் உள்வாங்கிக் கொள்கிறோம்? மற்ற வடிவங்களை நாம் ஏன் அவ்வளவு கண்டுகொள்வதில்லை? இந்தத் தேர்வு மற்றும் நிராகரிப்புகளில் ஒரு அரசியல் இருக்கிறதில்லையா? இது வழக்கமாக நடந்துகொண்டிருக்கும் பரிமாற்றம். தமிழவனின் நாவலைப் பற்றிப் பேசும்போது இதைக் குறித்து நாம் இன்னும் கூடுதலாக கவனம் செலுத்த வேண்டியுள்ளதை உணர்கிறோம். தமிழவனின் முதல் நாவல் (ஏற்கனவே சொல்லப்பட்ட மனிதர்கள்) கூட கன்னடத்தில் மொழிபெயர்க்கப்பட்டுள்ளது. இவற்றின் தாக்கத்தை கன்னட வாசகர்களாகிய நாம் தெரிந்து கொள்ள வேண்டும். இந்த மாதிரியான விவாதங்கள் பொது அரங்குகளில் விட சிறிய குழுக்கள் மூலமாகவே அதிகமும் நிகழ்த்தப் படுகின்றன.

என் குருநாதர் முனைவர் சிவருத்ரப்பா 1981ஆம் ஆண்டு 'இந்திய இலக்கியமும் கன்னட இலக்கியமும்' என்ற தலைப்பில் ஒரு கருத்தரங்கை நடத்தினார். அது சென்ட்ரல் காலேஜில் நடத்தப்பட்டது என்று நினைவு. இந்தக் கருத்தரங்கு மூன்று நாட்கள் நடைபெற்றது. அதன் முடிவில் இனிமேல் இது போன்ற ஒரு ஆழமான கருத்து மையம் கொண்ட விவாதங்களை ஒரு சிறிய குழு மட்டத்தில் விவாதம் செய்ய வேண்டும் என்று தீர்மானித்தோம். ராமச்சந்திரதேவா, நாகபூஷணா உள்ளிட்ட நான்கு பேர்களிடம் மையக்குறிப்புகளைப் (கீநோட்ஸ்) பெற்று அதனடிப்படையில் விவாதங்களை நடத்தினோம். அவற்றை ஒலிப்பதிவு செய்து கட்டுரைகளாக மாற்றி அதை 'இந்திய இலக்கியமும் கன்னட

இலக்கியமும்' என்ற தலைப்பில் 1982-ம் ஆண்டு புத்தகமாகக் கொண்டுவந்தோம். இந்த நிகழ்வும் அப்படியானதொரு நிகழ்வாக மாற வேண்டும் என்று விரும்புகிறேன்..

நான் இதுவரைக்கும் பல மொழி களில் பல நாவல்களை வாசித்திருக்கிறேன். கன்னட நாவல்களையும் வாசித்திருக்கிறேன். வார்ஸாவில் ஒரு கடவுள் ஒரு மாறுபட்ட புரிதலை, அறிதலைத் தருகிறது. அதே அளவு முக்கியத்துவம் வாய்ந்த நாவல்கள் கன்னடத்தில் உண்டு. குவேம்புவின் நாவல் மலகளல்லி மதுமகளு (மலைநாட்டு மணமகள்) வை உதாரணமாகக் காட்டலாம். கன்னட வாசக உலகம் எதை ஏற்றுகொள்வதென்று என்ற ஒரு திட்டம் வைத்துக் கொள்கிறது. எதைத் தனதாக்கிக் கொள்ள வேண்டும் என்ற ஒரு யோசனையை வைத்துக் கொள்கிறது. இறுதியாக அது ஒரு முடிவை எடுத்துக் கொள்கிறது.. இந்தத் தாக்கம் நம்முள்ளே எப்படிப் பரவுகிறது? நாம் நினைத்துக் கொண்டு வருவதையே நமக்கே தெளிவாக பிரதியாகித் தருவது இருக்கிறதல்லவா அது ஒரு ஆய்வுக்குரிய விஷயம். வார்ஸாவில் ஒரு கடவுள் நாவல் அத்தகைய ஒரு அனுபவத்தைத் தருகிறது. அதற்காக நாவலாசிரியர் தமிழவனுக்கும். மொழிபெயர்ப்பாளர் ஜெயலலிதாவுக்கும் நாம் நன்றி தெரிவிக்கிறோம்.

தமிழிலிருந்து வந்த பிற நாவல்களையும் வாசித்த அனுபவம் நமக்கிருக்கிறது. மொழிபெயர்ப்பாளர் ஜெயலலிதாவே அந்த நாவல்களைப் பற்றிய குறிப்புகளை இதில் கொடுத்திருக்கிறார். அந்தப் புத்தகங்கள் தரும் வாசிப்பு அனுபவத்தை விட வார்ஸாவில் ஒரு கடவுள் தரும் வாசிப்பு அனுபவம் மாறுபட்டதாக இருக்கிறது. கன்னடியர்களான நாம் பிற மொழி இலக்கியங்களைப் பற்றித் தீர்ப்புகளை வழங்கிக்கொண்டிருக்கிறோம். அந்தத் தீர்ப்புகளைக் கேள்விக்குட்படுத்தும் ஆற்றல் இந்த நாவலுக்கு இருப்பது புலப்படுகிறது. உங்கள் கன்னடத்தில் இவ்வளவு எழுத்துக்கள் இருக்கின்றன அல்லவா, அவை எல்லாவற்றைவிடவும் நான் வேறுபட்டு இருக்கிறேன் நீங்கள் என்ன சொல்ல விரும்புகிறீர்களோ அதை நான் சொல்கிறேன் என்கிற மாதிரியான ஒரு நம்பிக்கையை இந்த நாவல் தருகிறது. இப்படிச் சில கருத்துக்களை ஒரு முன்னுரையாகச் சொல்லிவிட்டு தொடர்ந்து செல்கிறேன்.

உண்மையில் இங்கே வாதத்திற்கான தொடக்கத்தை நான் ஆரம்பித்து வைக்கிறேன் என்று எடுத்துக் கொள்ளக்கூடாது. இந்த நாவல் அதைப் பற்றிய விவாதத்திற்கான கூறுகளை அதாகவே எடுத்துக் கொள்கிறது. இதற்கு முன்னுரை எழுதியிருக்கிற சுமாவும்,

பின்னுரை எழுதியிருக்கிற டொமினிக்கும் இப்படிப்பட்ட ஒரு நாவலை வாசிக்கும் முறையைச் சுட்டிக் காட்டியிருக்கிறார்கள்.

அந்த முறைகளைக் கருத்தில் கொண்டு தான் நாவலுக்குள் நுழைய வேண்டுமா? அந்தக் கருத்துக்கள் குறித்தே கேள்வி கேட்கலாமா, அவற்றை ஒப்புக்கொள்ளலாமா, எந்தளவு ஒப்புக்கொள்வது என்னும் கேள்விகள்கூட இன்றைக்கு விவாதத்திற்கு வரக்கூடும். அப்படிப் பார்த்தால், டோமினிக் தன் பின்னுரையில் மிக முக்கியமான கேள்வியைக் கேட்கிறார். அந்தக் கேள்வியைக் கன்னட வாசகர்கள் இந்த ஒரு நாவல் குறித்து மட்டுமல்ல வேறு நாவல்கள் குறித்தும் கேட்டுக்கொள்ள முடியும். இதனை நாவலாகவே வாசிக்க வேண்டுமா, நாவலாக வாசிப்பதால் என்ன மாதிரியான மனஉணர்வு உருவாகும்? நான் என்னை ஒரு சமூக அறிவியல் மாணவனாகக் கருதிக்கொள்ளும்பொழுது இதை ஒரு நாவலாக, ஒரு பிரதியாக வாசிப்பதில் எனக்குச் சந்தேகமுண்டு.

கல்வெட்டுக்களில், சமூகவியல் பதிவுகளில், வரலாற்று நூல்களில் நாம் காணக்கூடிய தரவுகள் ஒரு அதிகார மையத்திலிருந்து வருமானால் அதனைச் சந்தேகத்துடன் பார்க்கிறோம். இலக்கியப் பிரதிக்குள்ளே ஒரு பார்வைக்கோணம் இருக்கிறது. இலக்கியப் பிரதி சித்தாந்த வாதத்தை உடைக்கிறது. சித்தாந்தவாதத்தைக் கேள்வி கேட்கிறது. ஒரு வேளை சித்தாந்தவாதம் ராஜமார்க்கமாகுமானால் இலக்கியம் அந்த ராஜமார்க்கத்தை மீறக்கூடிய ஒரு சாதனமாகி தனது இலக்கியப்பணியைச் செய்கிறது. ஒரு இலக்கியப் பிரதி கவிதை, கதை என எந்த வடிவத்தில் இருந்தாலும் அது இலக்கியமாக உருவாகும்போது அங்கே என்ன நடக்கிறது? அது வாசிக்கப்படும்போது என்ன நடக்கிறது? அதை வேறு வகையில் வாசிக்க முடியுமா? என்ற கேள்விகளை டோமினிக் கேட்கிறார். இதற்கொரு மாற்றுவழியையும் டோமினிக் சொல்கிறார். ஒரு பிரதியை இரண்டு வழியாக வாசிக்கலாம். ஒன்று இலக்கியப்பிரதியாக வாசிப்பது.. இன்னொன்று இலக்கியத்தைத் தாண்டிய பிரதியாக வாசிப்பது. அப்போது அப்பிரதி பல உலகங்களைக் காண்பிக்கிறது. அதனோடு அதனை வாசிக்கக்கூடிய கருவிகளும் மாறிக் கொண்டே போகின்றன. இதன் மூலமாக ஒரு இலக்கிய சமுதாயம் உருவாகி வளர்கிறது. எழுத்தாளர்கள், வாசகர்கள், விமர்சகர்கள் என உருவாகும் அந்த சமுதாயம் ஒரு புதிய இலக்கியக்கல்வியைக் கட்டமைக்கிறது. இது ஒரு மாற்றம்.

இந்த மாற்றம் நடக்கும்போது அதற்குப் பின்னணியில் இருக்கக்கூடிய தாக்கங்கள் யாவை? ஒரு புனைவு எழுத்திற்கு அதற்கேயான தாக்கங்கள் இருக்கின்றன. ஒரு பிரதியை அகத்திலிருந்து பார்க்கும் அதே நேரத்தில் புறத்திலிருந்தும் பார்ப்பதெப்படி? நமது பண்பாட்டுச் சூழலில் ஒரு புனைகதையின் மையக்கருத்து அல்லது வடிவம் அல்லது அதன் உட்பொருள் அளவுக்கு மீறிப்போய்விடும் அபாயம் இருக்கிறது.

ஒன்றின் மீது கவனம் செல்லும்போது இன்னொன்று கைமீறிப் போகிறது. அழகியல் மீது மட்டுமே நமது கவனம் இருக்கும்போது உள்ளடக்கம் குறித்த விஷயங்களைக் கை விட்டு விடு கிறோம். இவை இரண்டையும் கவனத்தில் கொள்ளும்போது அது பிரதியோடு இரண்டறக் கலந்து பல சமூக அடையாளங்களைக் காண்பிக்கிறது. இந்த அடையாளங்களுக்கு ஒரு அங்கீகாரம் கிடைக்கிறது. இந்த அடையாளங்களும் பல தாக்கங்களால் மாற்றமடைகின்றன.. இது ஒரு இயங்கியல் முறை.

இந்த இயங்கியல் முறையின் மூலமாகத்தான் ஒரு பிரதி பல பண்பாடுகளுக்குப் போய்ச் சேர்கிறது. ஒரு பண்பாட்டின் சில பரிணாமங்களை தன் வயப்படுத்துகிறது. தன்னளவில் வளர்ந்து செல்கிறது.. புதிய பார்வைகளைஞ் புதிய கோணங்களைக் தந்து செல்கிறது கன்னடத்தில் இந்தப் பணியை தேவனூர் மகாதேவாவின் ஒடலாளா (உடலாழம்) மற்றும் குசுமபாலே நாவல்கள் செய்துள்ளன. இந்த நாவல்கள் நாம் எழுத்தை அணுகும் விதத்தை மட்டுமல்லாமல், நமது வாழ்க்கைப் பார்வையையே மாற்றும் சக்தி கொண்டவை. தமிழவனின் இந்தப் புத்தகத்திற்கு (வார்ஸாவில் ஒரு கடவுள்) மிக நெருக்கமாக வரும் படைப்பு என்று எதையாவதை சொல்லவேண்டியிருக்குமானால் நான் குசுமபாலே வையே சொல்வேன்.

ஒவ்வொரு படைப்பிலும் ஒரு உட்பொருள் இருக்கிறது.. அதற்குள் உள்ளார்ந்த ஜீவன் ஒன்றும் இருக்கிறது. இரண்டிற்குமிடையிலான பிணைப்பின் விளைவாகக் கிடைக்கும் தரிசனத்தை வாசகன் உ ணர்கிறான். இந்த அணுகுமுறையை ஒரு பகுப்பாய்வாகவும் எடுத்துக் கொள்ளலாம்.. ஒரு கருத்தாடலாகவும் (டிஸ்கோர்ஸ்) எடுத்துக் கொள்ளலாம். இது ஒரு வகையான பார்வை மட்டுமே தவிர படைப்பைப் பற்றிய முடிவான அபிப்பிராயமல்ல. நான் சொல்வதை நீங்கள் ஏற்றுக்கொள்ள வேண்டும் என்று எந்தக் கட்டாயமும் இல்லை.. புதிய கேள்விகள்

இந்த விவாதத்தினூடாக வளர வேண்டும். அந்த விதத்தில் சுமார் எட்டு அல்லது ஒன்பது அம்சங்களை இங்கு சொல்கிறேன். இந்த அம்சங்களிலிருந்து மாறுபட்ட அம்சங்களும் விவாதத்திற்கு உரியவைதான். ஒரு படைப்பின் எந்த அம்சத்தையும் ஒரு சில அம்சங்களுக்குள் மட்டும் அடக்கி விட முடியாது.

தனி மனித அளவிலும், சமூக அளவிலும் மூன்று பிரச்சினைகள் எனக்கு முக்கியமாகப் படுகின்றன. இந்த நாவல் அவற்றைப் பற்றிப் பேசுகிறது.. அதற்கான பரிகாரங்களையும் குறிப்பிடுகிறது.. எந்தப் படைப்பும் பரிகாரங்களை ஆயத்தமாகத் தருவதில்லை. பிரச்சினைகள் ஒரு யூகமாக உருவாகி, பெருகி சமூகம், இனம் என வளர்ந்துகொண்டே போகிறது. ஒவ்வொரு படைப்பும் ஒரு காலகட்டத்திற்கான தரிசனத்தை உருவாக்குகிறது. அந்தத் தரிசனங்கள் காலந்தோறும் மாறுகின்றன..இது ஒரு மாறுபட்ட தரிசனம்..இப்படியான ஒரு மாறுபட்ட தரிசனத்தை இந்த நாவல் (வார்ஸாவில் ஒரு கடவுள்) தருகிறது. இத்தரிசனம் வாழ்க்கை நோக்கு, அதன் செயல்பாடுகளில் காணப்படும் காத்திரம் இவற்றை உட்கொண்டதாக இருக்கிறது. இந்தத் தளங்களில் தமிழவன் முன்வைக்கும் பார்வைகள் புதியவை. இதற்கு முன் நாம் பார்த்திராதவை,

இவையாவும் புறத்திலிருந்து வரவேண்டும் என்கிற அவசியமில்லை. ஆனால் முன்பிருந்தவை என்று சொல்லப்படுபவையெல்லாம் இங்கு வெளித்தெரிகின்றனவா, பொது நீரோட்டத்தில் கலந்திருக்கின்றனவா என்று பார்க்க வேண்டும். நாவலில் மையமானவையன்றி மார்ஜினல் (விளிம்பு நிலை) மதிப் பீடுகள் வருகின்றனவல்லவா? அது எது? அந்த சக்தி எது? அதனைக் கண்டறியும் முறை என்ன? அதன் ஊற்றுகள் எங்குள்ளன? இந்த நாவல் வெளிப்படுத்தும் அப்படிப்பட்ட ஊற்றுக்களை இனம் காண வேண்டும். சிவப்பு ஊற்றிலிருந்து கிளம்பி விதவிதமான நீர் ஊற்றுக்களைப்பற்றிச் சொல்லிக்கொண்டே போகிறது. இந்த நாவலில் நெருப்பு, நீர் பற்றிய உருவகத்தன்மை இருக்கிறதல்லவா அது முழுவதும் நாவல் முழுவதும் வந்தபடி இருக்கிறது.

நீரும், நெருப்பும் என்பவையே அவை.. சரி... அந்த ஊற்றுக்களின் மூல நிலை என்ன எனும் கேள்வியை இந்த நாவல் கேட்டுகொண்டே செல்கிறது. அந்த ஊற்றுக்கள் மூலமாக நாம் இருப்பவற்றையும், இழந்து கொண்டிருப்பதையும் அவர்

கேள்விகேட்டு அவற்றைத் தேடிக்கொண்டு செல்கிறார். இப்படிப் போகும் வழியில் நம் காலத்தின் எதிரிகளை அவர் இனம் காண்கிறார். ஒன்று எதிரி முன்வக்கும் தர்க்கம். இன்னொன்று லௌகீகத்தைப் பற்றிக் கொள்வது. எதை நாம் பகுத்தறிவு என்று அழைக்கிறோம்? தர்க்கம் என்று அழைக்கிறோம்? லௌகீகம் என்று நாம் பொருள்கொள்வதை மீறிய வகைகள் இருக்கின்றனவா? இருந்தால் எப்படிப்பட்டவை? இந்த லௌகீகத்தினைப் பற்றிக்கொண்டு விட்டதனால் வேறு எதையாவதோ இழந்திருக்கிறோமா? அப்படி இழந்தவை எவை? அவை எப்படிப்பட்டவை? பாரம்பரியமாக நாம் கடைப்பிடிக்கும் தார்மீக அம்சங்கள் எவை? நாவலின் தேடுதல் இதை நோக்கிச் செல்கிறது..... குசுமபாலே நாவலிலும் இப்படிப்பட்ட தேடல்கள் கிடைக்கின்றன. அப்படிப்பட்ட தேடல்கள் கன்னடத்தில் அரிதாகவே காணக்கிடைக்கின்றன.

அலௌகீகத்தை, அதன் வடிவமான தர்க்கத்தைப் புறக்கணிப்பதாகச் சொல்பவர்கள் லௌகீகத்தைக் குறித்துப் பேசுகிறவர்கள் லௌகிகத்தைக் காப்பாற்ற முயல்கிறார்கள். அவர்கள் லௌகீகத்தைப் புறக்கணிப்பதில்லை. நம்மிடையே பிரபலமாக இருக்கும் வாசகமான 'நம் வீடு இருப்பது அங்கே... சும்மா இருப்பது இங்கே..' (புரந்தர தாசர்) என்பதுடன் தமிழவன் ஒத்துப்போவாரா எனத்தெரியவில்லை... இங்கு இருப்பதே நிஜம் என்றால் இங்கு இருப்பவற்றைப் பார்ப்பதற்கு வேறொன்று தேவையல்லவா? அதற்கான கருவிகள் என்னென்ன? என்று தேடப்போகும் போது அவர் வேறு மூலங்களைக் கண்டுகொள்கிறார். நாவலின் வாசிப்பில் திரும்பத் திரும்ப வருவது இயற்கை, பெண் மற்றும் கலை என்பவை. எவற்றை நாம் மென்மையானவை என்று அழைக்கிறோமோ அவையே. நமது எழுத்தாளர் நாராயணசாமிகூட சொல்லிக் கொண்டிருப்பார். கலை வடிவங்களை மென்மையானவை என்று சொல்லி அவற்றின் ஊக்க சக்தியைப் புரிந்து கொள்கிறோம். இவற்றின் ஆற்றலை உணர்கிறோம். அப்படியானால் ஆயுதங்களை இறக்குமதி செய்துகொள்ளும் இடத்தில் பூக்களை ஏன் ஏற்றுமதி செய்யக்கூடாது? பெங்களூருவுக்கு பூக்களை ஏற்றுமதி செய்வது வணிகத்திற்காக அல்லவா என்று எனக்குத் தோன்றும். ஆனால் அவர் கோணம் அதுவல்ல. ஆயுதங்களுக்குப் பதில் பூக்களை ஏற்றுமதி செய்வது எவ்வளவு அர்த்தபூர்வமானது. ஒன்று இன்னொன்றை மாற்றியமைக்கிறதென்பது தான் இங்கே கவனிக்கப்பட வேண்டிய அம்சம்.

பெண், இயற்கை கலை முதலானவைகளை முன்னிலைப்படுத்தி ஆண்மையின் அரசியலைப் புறக்கணிப்பது பற்றியும் பேச வேண்டும்.. இங்கு ஆண்மை என்பது வெறும் ஆண்கள் சம்பந்தப்பட்டது என்று கொள்ளத் தேவையில்லை. பெண்மை என்பது வெறும் பெண் சம்பந்தப்பட்டது என்பதுவும் சரியில்லாதது தான். இது ஒரு மனநிலை... ஒரு பார்வைக்கோணம்.. ஒருவகையில் இதை ஒரு ஒழுங்கின்மையின் அறிகுறி (சின்ரோம்) என்று கூடக் கொள்ளலாம். இப்போது இது அர்த்த பூர்வமாக மாறி விடுகிறது. இங்கே நாவலில் ஒரு பாத்திரத்தைக் கூறும்போது ஆண் தன் உள்ளே பெண் இருக்கிறாள் என்பதைக் கண்டறிந்த பின் அவன் பரிபூரணமாகிறான். பெண் தன்னுள்ளே ஆண் இருக்கிறான் என்பதைக் கண்டறிந்தபின் அவள் பரிபூரணமாகிறாள். அது மட்டுமில்லை. உடல் இணைவிற்கான வாய்ப்புகள் கிடைக்கும்போது (ஆண், பெண்) இருவரும் அந்த உண்மைகளை அப்படியே கண்டறிகிறார்கள். அது விஜயாவாக இருக்கலாம், அமலாவாக இருக்கலாம். ஆண் மையம், பெண் மையம் என்பவை பலவற்றைப் பிரதிநிதித்துவப் படுத்துகின்றன.

இந்தப் பிரதி அரசு எதிர்ப்பு, நிறுவன எதிர்ப்பு என்பவற்றை நெடுக வெளிப்படுத்திக் கொண்டு போகிறது., நாம் எதனை மாடர்ன் என்று நினைத்துக்கொண்டு வந்துள்ளோமோ, எதனைப் பயனுள்ளவை என்று நினைத்துக்கொள்கிறோமா அதற்கு எப்போதும் மாற்று ஒன்று இருக்கிறது... ஒரு நூற்றாண்டு வளர்ச்சி என்றால் இவற்றிற்கான மாற்றுக்களை அவர் குறிப்பால் உணர்த்துகிறார். அப்படிச்செய்யும்போதே ஏற்கனவே உள்ளவற்றிலுள்ள குறைகளையும் சுட்டிக்காட்டுகிறார்.. அவர் கண்டறிந்துள்ள மாற்றுக்கள் யாவை? எவற்றைக் குறிப்பிடுகிறார்? அரசு என்பது முழு அனார்க்கிசம் கொண்டதல்ல. அனார்க்கிசத்திற்கு மாறுபட்டவை என்று எவையாகிலும் உள்ளனவா? இது நாம் எதிர்கொள்ளக்கூடிய கேள்வி.. நம்முடைய மொத்த சமுதாயத்தில் இம்சைக்கு விரோதமாக இருப்பவை எவை? எந்த அளவுக்கு அகிம்சை முக்கியமானது? அவை வெறும் குறியீடு என்னும் நிலையிலிருந்து எதார்த்த நிலைக்குக்குச் செல்லுமா? இவை எல்லாவற்றையும் பற்றிய ஒரு முக்கியமான விவாதத்தை இந்த நாவல் முன்வைக்கிறது என்று நான் நினைக்கிறேன்.

இந்த நாவலை இரண்டு, மூன்று வகையிலான அரசியலை முன் வைக்கிறது. ஒன்று, அஸ்வினி, பிரதாப் மற்றும் அவர்களின் நண்பர்கள் அவர்கள் செய்யக்கூடிய போராட்டங்கள், இது ஒரு

அரசியல், சிவநேசன் என்னும் கும்மாங்குத்து மற்றும் சந்திரன் ஆகியோரின் அரசியல். விஜயா, அமலா மற்றும் அன்னா ஆகியோரின் அரசியல். இந்த மூன்று, நான்கு வகையான அரசியல்களில் எழுத்தாளர் எந்த அரசியலோடு ஒத்துப் போகிறார்? இதில் அவருக்கு தேர்வு என்பது இருக்கிறதா? இல்லை என்று சொன்னால், ஏன் இல்லை?

ரவியுடன் இதுபற்றிப் பேசிக் கொண்டிருந்தபோது இந்த கேள்வி வந்தது. படைப்பாக்கத்தில் ஒரு எழுத்தாளன் தான் வெற்றிடமாகி தன்னுள்ளே எல்லாவற்றிற்கும் ஒரு வெளியை (Space) உருவாக்கிக் கொள்ளும்போது என்ன ஆகிறது? இது மிகவும் கவனிக்கப்பட வேண்டிய அம்சம் என்று எனக்குத் தோன்றுகிறது. ஒரு நாவலின் உள்ளே, கதையின் உள்ளே, கவிதையின் உள்ளே, எங்கோ ஓரிடத்தில் எழுத்தாளன் தான் ஏதோ ஒன்றின் பிரதிநிதியாக எழுதுகிறானா? ஏதோ ஒன்றின் சார்பாளனாகி எழுதுகிறானா? அல்லது எல்லாவற்றையும் தன்னுள்ளே போட்டு வைத்துக்கொண்டு அவை எல்லாவற்றிற்கும் தொனியை / குரலைக் கொடுத்தபடி செல்கிறானா? 'போலிஃபனி' (பல்குரல்) என்று சொல்கிறோம் அல்லவா? பன்முகத்தன்மை! பெண்ணாகி, தேடுபவனாகி, மற்றொருவனாகி இந்த எல்லா தொனிகளும் தன்னுள்ளே முகிழ்த்துப் பாய்ந்து வருவதற்கும் வாய்ப்பை ஏற்படுத்தித் தருகிறானா?

அப்பொழுது என்ன ஆகிறது என்றால், அந்தப் படைப்பாக்கத்தில் ஒரு எழுத்தாளன் என்பதற்கு மாறாக, பல எழுத்தாளர்கள் ஒரு எழுத்தாளரின் உள்ளிருந்து வந்தபடி இருக்கின்றனர் என்றாகிறது. இதை பெண்ணியச் சிந்தனையாளர்கள் – பிரஞ்சு பெண்ணியச் சிந்தனையாளர்கள் முன் வைக்கிறார்கள். எழுத்தாளன் ஒரு ஊடக வடிவமா? ஒரு வக்கீலா? ஏதேனும் ஒரு கொள்கைச் சார்புடையவனா? தர்க்க வாதியா? நம் காலத்தில் கன்னடத்தின் மிக முக்கியமான பிரச்சினைகளில் முதன்மையானதாக இதை நான் சொல்வேன். இன்று வெளியாகிக் கொண்டிருக்கும் கதை, கவிதை, நாடகம் எல்லாவற்றையும் மொத்தமாக வைத்துப் பார்க்கும்போது எழுத்தாளன் வாதம் செய்பவனாகத் தோற்றம் தந்தால் அதனால் என்ன அபாயம் நேரிடும்? எழுத்தை வாதம் செய்யும் ஒரு கருவியாக எடுத்துக் கொண்டு போகும் வேளையில் தன்னுள்ளே வெளிப்படும் வெற்றிடத்தை அவன் உணர்கிறானா?

படைப்பிலிருந்து ஒரு தத்துவம் உருவாகுமா? அது ஒரு 'மாதிரி' போல இருக்காதா? முன்னிருந்ததைப் போல ஆவது ('பேரலலிஸம்') என்று அதைச் சொல்லலாமா? பின்நவீனத்துவம் (போஸ்ட் மார்ட்டனிசம்) எழுத்து என்று கூறுவதில் ஒரு பிரச்சனை இருக்கிறது. அப்படி பின்நவீனத்துவம் வரையறை செய்துகொள்வதில் தவறிருக்கிறதா? அப்படிப்பட்ட ஒரு கோட்பாட்டிலேயே தவறிருக்கிறதா? நம் கன்னட மொழியின் விமரிசனப் புலத்திலும், புனைவுப்புலத்திலும் நிறைவான அல்லது குறைபாடுடைய போக்கு என்பது வெளியிலிருந்து எதை வேண்டுமானாலும் எடுத்துக்கொள்ளுங்கள் என்பதாக இருக்கிறது. கன்னட மொழியிலிருந்தேவோ, நாட்டுப் புறவியலிலிருந்தோ எங்கிருந்து வேண்டுமானாலும் அவர்களுக்கு பொருட்கள் கிடைக்கின்றன. அவற்றைத் தங்களுக்குத் தேவையான அளவு குறுக்கி எடுத்துக் கொள்கிறார்கள். சார்த்தர், கம்யூ போன்ற எழுத்தாளர்கள் தாங்கள் இறுதியாகக் கண்டுகொண்டது இவ்வளவு என்று எதையும் சொல்வதில்லை அவர்கள். நாங்கள் சொல்ல வருவது இவ்வளவுதான் என்று சொல்லி விடுகிறார்கள். அவர்கள் செய்யும் போராட்டங்கள் பற்றிக் கவலைப்படுவதில்லை. நாம் அவர்களின் நாவல்கள் மீது கவனம் கொள்கிறோம். காஃப்காவை அணுகும்போது அவர் சொல்வது இவ்வளவுதான் என்று குறுக்கிக் குறுக்கிச் சில முடிவுகளைச் (Reductionism) செய்து கொள்கிறோம்.

இங்கேயும் அப்படிச் செய்தால் என்ன நடக்கும்? தமிழவனின் எழுத்து அப்படியான மிக முக்கியமான தொனிகளை வரித்துக்கொண்டே செல்கிறது. அவர் நாட்டுப்புறவியல் சார்ந்து செல்கிறார்.. சமுதாயம் சார்ந்து செல்கிறார். மனிதம் சார்ந்து செல்கிறார், இது மிக முக்கியமான ஓர் அம்சம். கன்னடத்தில் மிக அபூர்வமான பார்வை இது. அப்படி இருந்தால் நன்றாக இருக்கும் என்று சொல்லக்கூடிய விஷயம். இதைக் குறித்து நாம் இன்னும் பேச வேண்டியிருக்கிறது.

முழுதும் நான் பழையதையே சொல்கிறேன் என்று அவர் சொல்லும்போது சம்பிரதாய கதைகளை ஒப்புக்கொள்கிறார். நான் வரலாற்றின் வன்முறைகளைப் (atrocities) புறக்கணிக்கிறேன். சலனமின்மையைப் புறக்கணிக்கிறேன். ஆனால் நிலத்தினுள் புதைந்துபோன நல்லவைகளை மட்டும் குறிப்பிடுகிறேன் என்பது இருக்கிறதல்லவா அது மட்டும் மிக முக்கியமானது. நாவலுக்குள் வரும் ஒரு விஷயம் எனக்கு மிகவும் பிடித்தமானது நாவலுள். ஜெர்மனி மாதிரியான இடத்தில், பெரும்பாலும்

மேற்கு நாடுகளில் உள்ள சட்டம், தர்மத்தின் மூலக்கூறுகளை உட்கொண்டிருப்பதாலேயே அது மனிதப் பண்புகளுடன் இருக்கிறது. இங்கு நம் நாட்டில் என்ன ஆகிறதென்றால் சட்டம் வந்து தர்மத்தை இடமாற்றம் (replace) செய்யவில்லை. தர்மத்தில் இருக்கக் கூடிய மக்களுக்கான மதிப்பீடுகளை உயிர்வாழ் அம்சத்தைச் சட்டம் எடுத்துக்கொள்ளவில்லை. இது நமக்குள்ளே இருக்கக் கூடிய, மிக அந்தரங்கமான ஓர் அம்சம். வாசிப்பவர்களுக்கு மிக எளிதாகத் தெரியக்கூடியது..

ஜெர்மனியில் வந்துசேரும் கும்மாங்குத்துவைப் பற்றி நாவல் என்ன சொல்கிறது எனப் பாருங்கள். மூன்று மாதங்கள் சிறையில் இருந்தவன். புலம் பெயர்ந்தவன், கடவுச்சீட்டு (பாஸ்போர்ட்) இல்லாமல் வந்தவன், நுழைவுச்சீட்டு (வீசா) இல்லாமல் வந்தவன் இருப்பினும் அப்படிப்பட்டவனை எப்படிப் பார்த்துக்கொள்கிறார்கள் பாருங்கள்! நம் அண்டைவீட்டாருக்கு காய்ச்சல் வந்தால், அப்பா அம்மாவுக்கு காய்ச்சல் வந்தால் நாம் சரியாகப் பார்த்துக்கொள்கிறோமா இல்லையோ தெரியாது. ஆனால் ஒரு செவிலியர் அவர் மீது காட்டும் அன்பு எத்தனை அற்புதமாக இருக்கிறது! இது அறத்தின் (தர்மத்தின்) மீது கொண்ட பற்றினால் வருவது... அறத்தை (தர்மத்தை) புறக்கணிக்கும்போது சட்டம் மீறப்படுகிறது. இந்தக் கேள்வி நம்மை வெகுவாகப் பாதிக்கும் கேள்வி... தர்மத்திற்கு அல்லது அனுபாவத்திற்குப் பதிலிகளை எப்படி அறிந்துகொள்வது? அது மனுதர்மம் என்று நாம் ஒருகாலத்தில் நினைத்துக்கொண்டிருந்தோம். மதஒருமைத்தன்மை (செக்யூலர்) ஆகிவிட்டால்போதும் என நினைத்துக் கொண்டோம். இது உண்மையாகவே நடந்ததா என்பது போன்ற மிக முக்கியமான தத்துவக் கேள்விகளை இந்த நாவல் கேட்கிறது.

இந்த நாவலிலிருந்து கன்னடியராகிய நாம் என்ன கற்றுக் கொள்கிறோம்? இதிலுள்ள எத்தகைய அம்சங்கள் நம்மை ஈர்க்கின்றன? அவற்றை வெறுமனே கவனித்துக் கொண்டால் மட்டும் போதுமா அல்லது அவற்றை இமிடேட் செய்யலாமா? அந்த அம்சங்களை வேறு வகையில் எடுத்துக் கொள்ளலாமா? கன்னட விமர்சகர்களை விட கன்னடக்கவிஞர்கள் மற்றும் புனைகதையாசிரியர்கள் இந்த நாவலைப் படிக்க வேண்டும் என்று தோன்றுகிறது. 'ஒரு புத்தகம் இன்னொரு புத்தகத்தை சிருஷ்டித்துக்கொள்கிறது' என்று கேள்விப்படுகிறோம் அல்லவா? தமிழவனுடையதும் அப்படியான ஒரு நாவல் என்று கருதுகிறேன்.

சமூகம் தனி மனிதனிலிருந்து உருவானது என்பது குறித்து நம்மில் அனேக எழுத்தாளர்கள் எழுதியிருக்கிறார்கள். மக்களைக் குறித்து எழுதியிருக்கிறார்கள். ஆனால் அந்த மாதிரியான மனிதர்கள் இரத்தமும் சதையுமுள்ள மனிதர்களாக நமக்குத் தெரிவதில்லை. மனிதர்களை மறந்து சமுதாயத்தைக் குறித்து மட்டும் எழுதுவது ஒன்றிருக்கிறது. சமுதாயத்தை மறந்து மனிதர்கள் பற்றி மட்டும் எழுதுவது என்ற ஒன்றும் உள்ளது. இப்படி இரண்டு அதீதப் போக்குகளை இலக்கியத்தில் கவனிக்கிறோம். நம்முடைய கமிட்மெண்டஸ் எதற்காக மாற்றம் பெறுகின்றன எப்படி மாறுகின்றன என்பதைப் பற்றி யோசிக்க வேண்டும். இது நமக்கு மட்டும் தோன்றும் கேள்விகள் அல்ல. நம் காலத்தின் அனேக புத்தி ஜீவிகள் சம்பந்தப்பட்ட கேள்வி. மார்க்சீயத்தைப் பார்க்கும் கோணத்தில் வந்த பிரச்சனைகள் மாதிரியான கேள்வி!

முடிவாக ஒரு கேள்வி: இப்படியான ஒரு எழுத்தை கன்னடம் எப்படி உள்வாங்கிக் கொள்ளும்? ஒரு தமிழ்ப்பிரதியைக் கன்னடம் உள்வாங்கிக் கொள்கிற விஷயத்தில் சில கன்னட அறிஞர்கள் சொன்ன புதிய அறிதல்களின் பின்னணியிலிருந்துகூட இதனை நான் யோசிக்கிறேன். தமிழவனது படைப்பில் சமஸ்கிருத வார்த்தைகள் எந்த அளவுக்குக் கலந்திருக்கின்றன என்று அறியும் ஒரு ஆவல் உள்ளது. ஒரு தமிழ்ப்பிரதி கன்னடத்திற்கு வரும்போது சமஸ்கிருதச் சொற்களின் வார்த்தைகளின் விகிதம் நிச்சயம் அதிகமாகத்தான் ஆகி இருக்கும் என்பதில் எனக்குச் சந்தேகமே இல்லை. நான் தமிழ் படித்ததில்லை. தமிழின் மொழிப் பண்பாட்டில் உருவான ஒரு பிரதி இது. வரலாற்று ரீதியாக தமிழ் சமஸ்கிருதத்தைப் புறக்கணித்துத் தன்னைக் கட்டமைத்துக்கொண்டு வந்துள்ளது. அத்தகைய புறக்கணிப்பை கன்னடம் சமீப காலங்களில் மட்டுமே செய்து வருகிறது. கன்னட இலக்கணம் கன்னட மொழியிலிருந்தே வரவேண்டும் என்னும் விழிப்புணர்வு இப்போது வந்துள்ளது. தமிழர்களுடைய தொல்காப்பியம் எந்த ஆயிரம் வருடங்களுக்கு முந்தையது.... நான் இந்த நாவலை தமிழில் படிக்காமலேயே கூட இந்தக் கருத்தைச் சொல்லிக் கொண்டிருக்கிறேன், எனினும் மொழிபெயர்ப்பு ஒரு புது கன்னடத்தை உற்பத்தி செய்து உள்ளது. உச்சரிப்புச் செய்துள்ளது.. ஒரு புதிய கன்னடத்தைக் கட்டமைப்புச் செய்திருக்கிறது. இது கட்டமைக்கப்பட்ட வழிமுறைகளைப் பற்றி நாம் யோசிக்க வேண்டும். பி.எம்.ஸ்ரீகண்டய்யா மொழிபெயர்ப்பில் வந்த அஸ்வத்தாம னில் தமிழ் ஒலி கேட்டது. அஸ்வத்தாமனை நான்

பாடம் நடத்தும்போது எனக்கு தமிழைக் கேட்பது போலவே இருக்கும். அதே சமயம் பி.எம்.ஸ்ரீகண்டையாவின் 'ஆங்கிலக் கவிதைகளைப்' பார்த்தால், தமிழும் அல்லாத கன்னடமும் அல்லாத இடைப்பட்ட பிராமண கன்னடம் மாதிரி இருக்கும். பேந்த்ரே கவிதைகளை வாசிப்பது போல...

அப்படியாக ஒவ்வொரு நாவலுக்கும் ஒரு மொழிக்கட்டமைப்பு இருக்கிறது... அந்த கட்டமைப்புகளை கன்னடம் கற்றுக்கொள்ள முயற்சி செய்வதன் மூலம் கன்னடத்தின் சக்தி வளர்ந்தபடி செல்லும். இவையெல்லாம் நீண்ட விவாதத்திற்கான விஷயங்கள்... இதைக் கவனத்தில் கொள்ள வேண்டும்..

(தமிழவனின் வார்ஸாவில் ஒரு கடவுள் நாவலின் கன்னட மொழிபெயர்ப்பு வெளியீட்டின்போது கன்னடத்தின் முன்னணி விமர்சகர்களில் ஒருவரான ஹெச்.எஸ். ராகவேந்திர ராவ் ஆற்றிய கன்னட உரையின் தமிழ் வடிவம். மொழிபெயர்ப்பு: லோகேஷ், ராம் சந்தோஷ். செம்மையாக்கம்: ப.சகதேவன்)

தமிழவனின் வார்ஸாவில் ஒரு கடவுள்: ஒரு கன்னட நோட்டம்

வெங்கடேஷ் நெல்லிக்குண்டே

2008-ல் வெளியான தமிழவனின் வார்ஸாவில் ஒரு கடவுள் நாவல் ஏழு ஆண்டுகள் கழித்து 2015-ம் ஆண்டு கன்னடத்திற்கு வந்தது. நாவலை ஜெயலலிதா சமஸ்கிருதச் சொற்களுடன் சிறப்பாக மொழி பெயர்த்துள்ளார். தமிழவனின் ஏற்கனவே சொல்லப்பட்ட மனிதர்கள் நாவலைக் கன்னடத்தில் முன்னமேயே வாசித்திருந்த எனக்கு இந்தப் புதிய நாவலின் உத்தி, முறை, உள்ளடக்கம், மையக்கருத்து, கதைசொல்லும் நடை, இவை எல்லாம் முழுதும் முதல் நாவலிலிருந்து விரிவாக்கம் பெற்று உயிர்கொண்டுள்ளது என்று தோன்றியது. நாட்டுப்புற நடையில் கதைசொல்லும் முறையை. மார்க்கேஸின் புகழ்பெற்ற நடையான மாயஎதார்த்தவாத பரப்பில் தமிழவன் ஏற்கனவே சொல்லப்பட்ட மனிதர்களை எழுதியிருந்தார். எதார்த்தமான சமூக பிரக்ஞையின் எல்லைக்குட்படாமல் உருவம்பெற்ற அற்புதமான கதைப்பின்னல் அது. குறிப்பிட்ட கான்வாசில் கதை உத்தியைப் பயன்படுத்தி கதையை விஸ்தரிக்கும் முறையை ஃப்ரெஞ்சு நாவலாசிரியர்கள் செய்தனர். பிளேக், அவுட்சைடர் முதலியன இதற்கு உதாரணங்கள். பின்தினங்களில் இட்டாலோ கால்வினோ இந்த உத்தியைப் பயன்படுத்தித் தன் பேரன் இன் தி ட்ரீ (Baron in the Tree) போன்றவற்றை எழுதினார்.

பேரன் இன் தி ட்ரீ நாவலிலும் அந்த பாணிகளின் சில இழைகள் இருந்தாலும் அவைகளே முழுவதுமல்ல. உம்பர்த்தோ ஈகோ (Umberto Eco) விரிவாகப் பயன்படுத்தும் குறியியலில் (Semiotics) தாக்கம் பெற்றவரான தமிழவன் தம் படைப்பில் தாம் தாக்கம் பெற்ற சித்தாந்தங்களின் நிர்பந்தத்தை விட்டுவிட்டு, உயிரோட்டத்தையம் கதை நுட்பத்தையும் கொண்டு வருகிறார். மனிதர்களின் செயல்பாடுகளை இயற்கைபோல, கண்ணால் காணமுடியாத சங்கதிகள் தான் தீர்மானிக்கின்றன என்று

திடமாக நம்பிய கன்னட எழுத்தாளர் தேஜஸ்வியைப் போல தமிழவனும் காலத்தின் தேவைகள் மனிதச் செயல்பாடுகளைத் தீர்மானிக்கின்றன என எழுதுகிறார். சுவர், கடிகாரம், கட்டில் (கன்னடத்தில் ஓரளவு தேவனூரின் எழுத்தில் இத்தகைய முறைகள் உண்டு) அனந்தமூர்த்தியின் ஆரம்பகால படைப்புக்களிலும் (பாரதிபுரம் போன்றவற்றில்) தமிழவனிடம் பெரியாரின் எதிர்ப்பு மாதிரிகளும் உண்டு. அனந்தமூர்த்தியின் பிற்கால நாவலான பவ (பிறப்பு) போன்றவற்றில் (புலம்பெயர் இந்தியர்களின் அடிப்படைக்குணமான கடந்தகால ஏக்கம் (Nostalgia) செயல்படுவதுபோல, வார்ஸா.... நாவலில், பியோத்தரின் பெயிண்டிங்கை விவரிக்கும்போது ஃப்ராய்டின் சிந்தனைகள் தாக்கம் செலுத்துவதாய் உள்ளன. இவைகள் எல்லாம் வெளியில் நின்று நாவலை எப்படி வாசிக்க வேண்டும் என்ற பழைய பிரச்சினைக்கு மீண்டும் போவதுபோல் இந்த நாவல் செய்கிறது. அதை டொமனிக் கன்னட மொழிபெயர்ப்பின் பின்னுரையில் கூறுகிறார். இந்தப் படைப்பு நாவலை வெறும் புனைகதை என்றே பாவித்து, வாசிக்க வேண்டுமா என்ற கேள்வியை முன்வைக்கிறார். நாவல்கள் பல வேளைகளில் கலாச்சாரக் கதை யாடல்களாய் இருக்கின்றன. அதனால் அவை கதையாடல்களாய் புனைகதை விதிக்கும் எல்லைக்குட்பட்ட பொருளைத் தாண்டி சமூகம், பொருளாதாரம், அரசியல், கலாச்சாரம், உளவியல். இயற்கை, தர்மம், சரித்திரம் போன்ற பார்வைகளை உட்படுத்திக் கொண்டு கலைப்படைப்புகளாய்ச் செயல்படுகின்றன. அதிமுக்கியமான நாவல் என்பது உத்தமமான கலாச்சாரக் கதையாடலும் கூடத்தான்.

வார்ஸாவில் ஒரு கடவுள் போன்ற நாவல்கள், காலப் பொருத்தப்பாடு என்பது ஒரு காரணமாய் செயல்படுவதற்குக் கவனம் கொடுக்கின்றன. இந்தவித எழுத்துக்குக் கிடைக்கும் அதிமுக்கியமான முன்மாதிரி என்பது போரும் அமைதியும் என்று எனக்குத் தோன்றுகிறது. அரசியல் பதட்டத்தின் (anxiety) சொல்லாடல் ஒன்று பாத்திரங்களின் மூலம் அதில் வெளித்தெரிகிறது. டால்ஸ்டாய் தன் காலத்தின். சமூகத்தின் பிரச்சினைகளை ஒரு சரித்திரம் என்பதுபோல், ஆவணப்படுத்துகிறார். அவர் ஒரு கலைஞன் என்பதால் அந்தப் படைப்பை ஒரு வரலாற்று நிகழ்வுகள்போல, சமூகம் மற்றும் பண்பாட்டு இழைகள் சேர்த்து, பெரிய கலைப் படைப்பாக உருவம் கொடுக்கிறார் டால்ஸ்டாய். அதில் வரும் நபர்கள் சமூகத்திலிருந்து

விடுபட்டுப் போவதில்லை. அதனால் இந்தவித கலைப்படைப்புகள் மனிதகுலத்தின் முரண்களின் கதைகளாகிவிடுகின்றன. இதே மாதிரியான கலைப்படைப்புக்களின் பட்டியலில் மார்க்வெஸின் ஒரு நூற்றாண்டுத் தனிமை (One Hundred Years of Solitude) சினுவா அச்செபே யின் திங்ஸ் ஃபால் அபார்ட் (Things fall Apart) போன்ற நாவல்களைக் கூறலாம். இந்தப் படைப்புக்கள் தத்தம் பரம்பரையின் நங்கூரத்தில் மையங்கொண்டு காலனியத்தை எதிர்கொள்கின்றன. சாதி சமூகத்திலிருந்து வந்து உழைக்கும் வர்க்கத்தைச் சார்ந்த குவெம்புவுக்கு அது காலனிய ஆக்கிரமிப்பாகத் தோன்றாமல் நவீனமாகத் தெரிந்தது. ஆதிவாசி சமூகங்களில் மேல்/கீழ் என்பதில்லாத காரணத்தால் காலனியத்துடன் வந்த நவீனமும்கூட மோசமானவைகளின் அடையாளமாகவும் அழிவுச்சின்னங்களாகவும் படுகின்றன. மேல்/கீழ் என்ற வித்தியாசம் கொண்ட தட்டுகளை அறிந்து வாழ்ந்த குவெம்புவுக்கு நவீனகாலம் ஒரு விடுதலையின் கருவியும்கூடத்தான். பரம்பரையை அவர் கிரகிக்கும் முறை விவேகானந்தரின், ராமகிருஷ்ணர் பார்வைகளின் மூலம்தான். அதனால் நவீனகாலம் என்பது அவரிடம், அத்வைதம் மூலம் வந்த ஒருமைவாதம், மற்றும் சம உடைமை சிந்தனையாகி வடிவம் பெறுகிறது.

பக்கிம் சந்திரர் தன் ஆனந்தமடம் நாவலில் காலனியத்தை ஆதரிக்கிறார். வங்காளி, பிராமண சமூகத்தைச் சேர்ந்த பங்கிம், முஸ்லீம் ஆட்சியிலிருந்து விடுதலை பெற பிரிட்டிஷாரை இறைவனே அனுப்பியிருக்கிறார் என எழுதுகிறார். ஆனால் அச்செபே, கூகி, போன்ற பழம் சமூகங்களின் எழுத்தாளர்களுக்கு இப்படிப்பட்ட தேர்வுகள் இருக்கவில்லை. எனவே, அவர்களின் படைப்புக்களில் திடமான, அதிதுயரம் கொண்ட, தோல்வியுற்ற பிரக்ஞைகள், மிகுதியாகி அவை சமூக துக்கமாக மாறுகின்றன. வேதனை என்பது சித்தாந்தமாகாமல் கலைப்படைப்பில் ஆளுமை கொள்வதால் அவை தோற்ற எல்லா மனிதரின் கதைகளாகின்றன. நிதானமாக அவை மனிதகுலத்தின் பெருமூச்சாய் மாறுகின்றது.

தமிழவனும் இந்த மாதிரி சமூகத்தினுடன் தொடர்பு கொண்டு கதை சொல்ல வில்லை என்று கூறவில்லை. இவ்வித கதை சொல்லல் அவரின் ஏற்கனவே சொல்லப்பட்ட மனிதர்கள் நாவலில் உள்ளது. ஆனால் வார்ஸாவில் ஒரு கடவுள் நாவலில் வேண்டுமென்றே கதைசொல் உத்தியை மாற்றியுள்ளார்.

வார்ஸாவில் ஒரு கடவுள் நாவல் இரண்டாம் உலகப்போர் சமயத்தில் ஆரம்பிக்கிறது. தமிழ்நாட்டின் கிராமம் ஒன்றில்

கவுண்டர் குடும்பத்தைச் சார்ந்த சந்திரன் இந்த நாவலின் கதைசொல்பவன். அவனது தாத்தா யுத்தச் சூழலில் பர்மாவின் காட்டின்வழி வருகையில் பெண் குழந்தை ஒன்று கிடைக்கிறது. அந்தக் குழந்தையை எடுத்து வந்து லஷ்மி என பெயரிட்டு வளர்க்கிறார். அவளுக்கு நெருப்பு குறித்த கிரகிப்பு உள்ளது. அவளின் மகன் சந்திரனுக்கும் அதே சக்தி உள்ளது. நெருப்பு குறித்த சிந்தனையின் காரணத்தால் சந்திரன் தீ அணைக்கும் படையில் சேர்கிறான். அங்கு நெருப்பு சார்ந்த அவன் யூகங்கள் நிஜமாகின்றன. ஒருமுறை நெருப்பு அணைக்கப் போகும்போது எல்லாம் எரிந்து சாம்பல் மாத்திரம் காண்கிறான். ஒரு சந்தர்ப்பத்தில் பள்ளியில் நெருப்பில் குழந்தைகள் இறந்தனர். ஆசிரியர்கள் காட்டிய கண்டிப்பால் குழந்தைகள், நெருப்பைப் பார்த்துத் தப்பி ஓடாமல் அப்படியே அமர்ந்து நெருப்பில் இறக்கின்றனர். இங்கு ஃபூக்கோவின் சிந்தனை வருகிறது. இந்த நிகழ்வுக்கப்புறம் புத்திபேதலித்தவன் போல் ஆன சந்திரன் வேலையைத் துறந்தான். இதற்கிடையில் சந்திரனுக்கு விஜயா என்ற ஸ்கூல் ஆசிரியருடன் திருமணம் ஆகிறது. அவளுக்கு ஒரு தம்பி உள்ளான். அவன் பெயர் பிரதாப். இவன் படிப்பில் கெட்டிக்காரன். மெடிக்கல் காலேஜ் சேரும்போது ஆதிவாசிகள் மேல் நடந்த சுரண்டலைக் கண்டித்து. அவர்களுக்கு ஒரு சங்கம் உருவாக்கிப் போராடுகிறான். ஜனநாயகத்துக்கு அவன் ஆபத்தானவன் என நேரடி மோதல் என்ற பெயரில் கொல்லப்படுகிறான். அவனுடன் தோழியாக இருந்த அஷ்வினி பிரதாப் மீது காதலில் இருக்கிறாள். அவள் தந்தை, போலீஸ் இலாகாவில் உயர் அதிகாரி, பிரதாப் சாவுக்குத் தன் தந்தை காரணம் என்று தீர்மானித்த அஸ்வினி ஒருநாள் படுத்திருந்த அவரை துப்பாக்கியால் சுட்டுக் கொல்கிறாள். அங்குச் சிறையில் சங்கர்தயாள் சிங் என்ற மனிதாபிமானம் உள்ள ஜெயிலர் வருகிறான். அவள் இவளுடன் மலர்கள் பற்றிய விளக்கம் ஏற்படுத்தி வாழ்வு மீது ஆசை ஏற்படுத்துகிறான்.

இந்தப் பக்கம். சந்திரன் விஜயா தம்பதிக்கு குழந்தைகள் இல்லை. பலநாள் கழித்து அவள் கர்ப்பிணி ஆகிறாள். அவள் பள்ளியில் தேகப்பயிற்சி ஆசிரியரான அரசியல் கட்சியில் இருக்கும் அன்பழகனுக்கு விஜயா மீது ஆசை. அவனுக்கு அவள் கிடைக்காத போது விஜயா அன்பழகன் பற்றி மோசமான உறவு என்று சுவரில் எழுதப்படுகிறது. ஒருநாள் விஜயா நெருப்பில் மரணம் அடைகிறாள். மனைவியின் சாவின் வாசனை தீரும்முன் சந்திரன் விஜயாவின் உடன் பணிபுரியும் கால்விரல் இல்லாத

அமலா வீட்டுக்குப் போகிறான். அதே அமலா அன்பழகனை பழிவாங்குவது போல் வாழ்கிறாள். சிபிஎஸ்சி பள்ளியில் ஹிந்தி படித்த இவள் டெல்லியில் இந்தி வராத அரசியல் வாதிகளின் நண்பியாகிறாள். பம்பாய் உயர்குடிகளின் பிளாட்டில் வாழ்கிறாள். பாவப் பிரக்ஞை உள்ளவள்.

சந்திரன் கம்யூட்டர் பணிபுரிய போலந்துக்குப் போகிறான். அங்கு லிடியா, அன்னா, மாக்தா, பியோத்தர், சிவநேசம் போன்றவர்களின் பழக்கம் ஏற்படுகிறது. அன்னா சந்திரனைச் சந்திப்பதன் மூலம் முதலில் இக்கதையின் சுருள்கள் உடைகின்றன. இந்த சிவநேசம் ஒருவித நாயக பாத்திரம் வகிக்கிறார். இவர் தமிழ்நாட்டில் இருந்து ஐரோப்பாவுக்கு ரஷ்யா வழியாகத் தப்பிப் போகும்போது அவரது நண்பர்களான நீக்ரோ பையன், பஞ்சாப் சிறுவன், இலங்கைச் சிறுவன் எல்லாரும் அங்கு அதிகாரிகள் வசம் சிக்கி அதில் இருவர் இறக்கிறார்கள். இதன்மூலம் புலம்பெயர்தலின் அவலத்தைச் சித்திரிக்கிறது. தமிழ்ப் பிராமண வகுப்பைச் சேர்ந்த சிவநேசம் கடைசியில் சிக்குகிறான். அவன் க்ஷயரோகத்தால் பீடிக்கப்படுகிறான். ஆஸ்பத்திரியில் அவனுக்கு மனிதாபிமானத்தின் தரிசனம் கிடைக்கிறது. கடைசியில் போலந்தில் வாழும் இவனுக்குக் காலம் தரும் ஞானம் கிடைக்கிறது. அதன்மூலமும் சிவநேசம் பெயரும், புகழும் பெற்று பலருக்கு வழிகாட்டியாகிறான். அதனாலேயே அவன் தெய்வமாகிறான். இது தான் கதையின் வரைபடம்.

கதையின் நடுவில் நடக்கும் சர்ச்சைகள், நிகழ்வுகள். கதைமுறை போன்றன தனித்துப் பிரித்துச் சொல்லும் அளவு எதார்த்தமானவை என்று படுகிறது. இக்கதையில் உலக யத்தத்தில் விலைமகள் ஒருவருக்குக் கிடைக்கும் உடல்வழித்தரிசனம், தமிழ் நாட்டின் ஒரு கிராமத்துச்சிறுமியின் நீர்ஊற்று குறித்த அசாதாரண அறிவு போன்றவற்றை சிறுசிறு விவரங்கள் மூலம் நாவல் குறித்துச் செல்கிறது. மானுடவியல் தத்துவவியல் அறிஞர்களுக்குக் கிடைக்காத ஆழமான அறிவை நாவல் தருகிறது. இதன் கதைசொல்லல் முறையானது, கொலாஜ் மாதிரியான உத்தி கொண்ட கலைப்படைப்பாய் மாறுவதில் இருந்து தப்பிக்கிறது. ஒரு நாவலாசிரியனுக்கு தேசம் சுற்றிய, நூல் படித்த ஒருவரின் அறிவின் தீவிரத்திற்குப் பதில், கலைஞனுக்கிருக்கும் மாந்தீரிக தொடு உணர்வு வேண்டும். அது தமிழவனுக்கு இருப்பதால் நூலில் வரும் சமூக நூல் அறிவு, சரித்திர, அரசியல், பொருளாதார விவரங்கள் கலைப்படைப்பாக மாறுகின்றன. இந்தவித படைப்பு,

தமிழ் தெரியாத என்னைப் போன்ற கன்னட பிரக்ஞைக்கு ஆச்சரியத்தை உருவாக்குகிறது. நவமுதலாளிய காலத்து மனிதனின் நோக்கு, ஹிட்லரின் ஆட்சி, போர்கள், மனிதனின் நினைவிலி, இந்திய அரசியல் எல்லாமே கலைப்படைப்பாக மாற்றம் கொண்டு அமரத்துவம் (eternal) பெறுகின்றன.

இந்த நாவலில் வரும் அரசியல் பாத்திரங்கள்கூட அதிகம் நுட்பம் வாய்ந்தவை. நாவலில் அன்பழகன் போன்ற முரடர்கள் பெரிய அரசியல் தலைவர்களுக்கு கூட்டிக்கொடுப்பவர்களாக இருக்கிறார்கள். விஜயா போன்ற பெண்களின் மற்றும் அவளின் கரு இந்த முரட்டுத்தனத்திற்குப் பலியாகின்றது. கோத்ரா துயரத்தின்போது கர்ப்பிணிகள் வயிற்றைக்கீறி கருக்களைத் திரிசூலத்தால் குத்தி, நடனமாடிய பயங்கரங்கள்கூட இந்த மனதுகளின் வெளிப்பாடுதானே. அந்தக் கொலைகளுக்குச் சித்தாந்தம் ஒன்றின் பொறுப்பும் உண்டுதானே! ஆனால் விஜயாவின் இறுதிக்கு அவள் தனக்குக் கிடைக்காமல் போய்விட்டாள் என்ற கோபம் தான் அன்பழகன் மூலம் வெளிப்படுகிறது. விஜயா அன்பழகன் உறவு குறித்து சுவரில் எழுதியது ஒருவித மனவிகாரத்தின் விளைவல்லவா? அல்லது ஒரு பெண்ணின் ஆளுமையைச் சிதைக்கும் வன்மையா?

குவலயமாதல் காலத்தின் ஏற்படுத்தும் பதட்டம், நகரம் என்ற சுவர்களை உடைத்து மனங்களின் ஒற்றைச் சூத்திரத்தை உருவாக்கும் முதலாளிகளின் குரூரங்களை வெறும் புனைவு (Fiction) என்று மாத்திரம் வாசித்தால் ஒரு படைப்புக்கு நியாயம் செய்ததாக ஆகுமா? இன்று பௌதீக அடையாளங்கள் மாத்திரம் வேறு ஆகிறது. ஆனால் மனிதர் களின் நடவடிக்கை ஒன்றே என்பதுபோல் ஆகியுள்ளன. அதனால் தான் கிராமம் ஒன்றின் விவசாயக் குடும்பத்தில் இருந்த வந்த சந்திரன் போன்றவர்களின் செயல்பாடுகள் மேற்கத்திய நாடுகளின் பழக்கவழக்கத்துக்கு எதிரானதென்று எப்படிச் சொல்வது? தேசம், காலத்தைத் தாண்டி இந்தப் பிரதியில் வரும் பாத்திரங்கள் ஒரு வேறுபட்ட விடுதலைக்கு ஏங்குகின்றன.

கன்னட நாவல்களில் நிலவுடமைப் பண்புகளை எடுத்துச் சொல்லும் மலைகளின் மணப்பெண், கானூரு ஹெக்கடத்தி, சோமன துடி மற்றும் போன்ற நாவல்கள் மனதுக்கு மிகவும் நெருக்கமானவை என்கிற உணர்வை தருகின்றன. இத்தகைய நிலவுடமை சமூகங்கள் முதலாளிய சமூகங்களுடன் போட்டிக்கு

இறங்கும்போது வரும் முரண்களில் சிவநேசம், சந்திரன், அமலா போன்ற பாத்திரங்கள் உருவாகும் சாத்தியம் இருக்கிறது. சமூகம் இன்னும் தன்னுடைய நிலவுடமைப் பண்பை விட்டுவிடாமல் இருப்பதால் அன்பழகன், விஜயா போன்ற மனிதர்கள் இன்னும் இருக்கிறார்கள். காலனியாதிக்க முரண்களில் சுதந்திரம் பற்றிப் பேசுபவன் மனிதநேயக் குணங்களுடன் தனித்திருக்கிறான். அதற்காகவே பர்மாவின் யுத்தப்பாதையில் கிடைத்த அனாதை பெண் குழந்தையைக் கொண்டு வந்து லட்சுமி என்று (பாரதியப் பிரக்ஞையில் இப்பெயர் அதிர்ஷ்டத்துக்குப் பதிலாக வரும் பெயர்) பெயர் வைத்து தமிழ்நாட்டு கவுண்டர் குடும்பம் ஒன்று போஷிக்கிறது. மனிதனின் உப்புச்சப்பற்ற வாழ்வியக்கத்தில் ஜனநாயத்தின் குரூரத்தின் நடுவில் காதல் வயமாகி இருக்கும் அஷ்வினி போன்றவர்கள் தன் தந்தையைக் கொன்ற பிறகும் அதற்காக வருத்தப்படாமல் இருக்கிறார்கள். இந்த ரீதியான பாத்திர வார்ப்பெல்லாம் புதிதாய்ப் படுகின்றன. ஹிட்லரின் நாஜி 'கேஸ் சாம்பரில் 'ஸிக்லான் பி' என்ற காஸ் மூலம் சாகடிக்கும் நர்ஸ், சயரோகிகளுக்குச் சிகிச்சை செய்கிறாள். "ஆனால், அவளுக்குத் தெய்வத்தின்மீது நம்பிக்கை இருப்பதுபோல் தெரியவில்லை. சர்ச்சுக்குப் போகவில்லை. அவள் வீட்டில்கூட எந்த முறையிலான வழிபாட்டு அடையாளங்களையும் நான் பார்க்கவில்லை... ...." என்று ஒரு பாத்திரம் அவள் தெய்வ நம்பிக்கையற்றவள் என்று கூறுகிறது.

"உனக்குத் தெரியாதா பகலில் அவருக்கு எதுவும் பார்க்கமுடியாது. அக்கால ஜெர்மன் பாஸிஸ்டுக்கு இன்றைய ஜெர்மனி எப்படியிருக்கிறதென்று பார்க்க முடியாது. அப்படி ராத்திரி நேரத்தில் வந்து நோயாளிக்கு மருந்த கொடுப்பது தவிர எந்த வேலையும் தெரியாது" (பக். 294, 295 வார்ஸாவில் ஒரு கடவுள், 2015). நவீன கிறிஸ்டியன் நடைமுறையை நிரூபிக்கும் இந்தக் கூற்றுக்களின் தோரணையில் லியோன் கூட வந்துபோகிறான். கத்தோலிக்க சமயம் மற்றும் கம்யூனிசம் பரஸ்பரம் உறவி—லில்லாமல் இருப்பது எப்படி சாத்தியம் என்ற குழப்பத்தில் கத்தோலிக்க சமயத்திற்கு எதிராக செயல்படுகிறான். லியோன். அங்கு விடுதலை இல்லாத்தால் அவன், இந்திய தத்துவங் களில் ஈடுபட்டு கொல்லப்படுகிறான். இதொரு வித்தியாசமான சூழல். இந்திய கிராமத்தின் வறுமையில் இருந்து தப்பிவிட சிவநேசம் போன்றோர் உயிரைப் பயணம் வைத்து யூரோப்புக்குக் கள்ளத்தனமாய் போகிறார்கள். கிழக்கு, மேற்கில் வளர்ச்சிக்குக்

கையேந்துவதும், மேற்கு தன் விடுதலைக்காக இந்தியா போன்ற தேசங்களின் பக்கம் சாய்வதும் இரண்டு விசித்திரமான நிலமைகளே. இது முடிவு பெறாத ஓர் ஆகர்ஷனை என்பதுபோல கலைப் படைப்புக்களில் வந்து கொண்டிருக்கின்றன. இச்சூழலில் நாடுகள் தாண்டி சிவநேசம் தலைதப்பி வந்து போலந்தில் மனிதத் தெய்வமாகிறான்.

ஒரு சந்தர்ப்பத்தில் சிவநேசம் சந்திரனிடம் இப்படிச் சொல்கிறான்: 'என்னைக் காப்பாற்றுவதில் ஜெர்மனிக்காரனுக்கு என்ன லாபம்? இரண்டாம் உலக யுத்தத்தின் போது நாஜி தத்துவத்தின் மூலம் இவர்கள் யூதர்களைக் கொன்றவர்கள் என்கிறார்கள். அது ஒரு விபத்து என்று தெரிகிறது. யூரோப்பியன்களுக்கும் நமக்கும் இருக்கும் வேறுபாடு என்ன என்றால் அவர்கள் மனிதநேயத்தைச் சட்டமாக மாற்றியுள்ளார்கள். நமக்கு மனிதநேயம் என்பது அதைப் பயன்படுத்தும்போது மட்டும் வெளிப்படும் செயலாக மாறியுள்ளது. சமயக் கருத்தால் ஒரு புதிய தேசம் மாறி வரும்போது மனித அன்பை சட்டமாக, மக்களின் தேவையாக மாற்றுவதற்குச் சாத்தியப்படவே இல்லை. இந்தியாவில் இந்து மதத்தைக் கொண்டுவந்து நம் பழைய சிந்தனையைக் காப்பாற்று வது சாத்தியமா என்றால் அதுகூட கஷ்டம்தான். இந்தியாவில் இந்து மதத்தை மனித அன்புக்கு அப்பாற்பட்ட அரசியல் சட்டமாக மாற்றவதற்கு எதற்கு முயற்சிக்கிறார்கள்? எதற்கு அரசியலாக மாற்றுகிறார்கள்? நவீன அரசியலில் உலக முழுதும் மக்கள் செய்த காரியத்தைச் செய்யும் நேரம் நமக்கு இன்னும் வரவில்லை. இன்று கிறிஸ்துவ, ஹிந்து, முஸ்லீம், பௌத்த மதங்கள் இத்திசையில் தோல்வியுற்றதாகவே காணப்படுகின்றன' (பக்.288, வார்ஸாவில் ஒரு கடவுள், 2015). இக்கூற்றுகள் இந்தியாவில் இன்றைய வலதுசாரி அரசியலுக்கு அதிமுக்கியமான எதிர்வினை என்று தோன்றுகிறது. பொதுவாய் வெளி நாட்டு இந்தியர்களுக்குச் சொந்த நிலத்திலிருந்து அவர்கள் தூரத்திலிருக்கும் காரணத்தாலோ அல்லது / சம பண்பாட்டிலிருந்து தூரமிருக்கும் காரணத்தாலோ என்னவோ, இந்தியா பற்றி கடந்த கால ஏக்கம் (nostalgic) கொண்ட அபிப்பிராயங்கள் உள்ளன. ஆனால் சிவநேசம் மூலம் நாவலாசிரியர் மேற்கு கிழக்கு பண்பாடுகளின் பகுத்தறிவு மற்றும் பகுத்தறிவற்ற (rational and irrational) கூறுகள் பற்றி சர்ச்சிக்கிறார். இந்தியாவின் இன்றைய சந்தர்ப்பத்தில் தேவைப்படுவது நோய்க்குச் சிகிச்சை செய்யும் மனோபாவமோ என்னவோ இன்று எல்லாச் சமயங்களும், அரசியலின் பெயரில் சர்ச்சையின்

வாசலை மூடிக்கொண்டு அமர்ந்திருக்கும்போது தனது மொழி, பண்பாடு, மதம், தேசம் முதலியன ஆரோக்கியமற்றதாயும் மனித நேயமற்றதாயும் ஆகும்போதும் உணர்வுள்ளவர்கள் அதை விமர்சித்துச் சரியான பாதையில் தருவதற்கு முயற்சி செய்ய வேண்டியுள்ளது. இல்லாவிடில், உணர்வு சார்ந்த இவ்விஷயங்கள் சர்வதிகார போக்குக்கு வெகுவேகமாய் ராட்சச வடிவம் பெற்று விடும்.

அதனாலேயே விவேகானந்தர் (அவருடைய முக்கியமான சொற்பொழிவுகளில்) ரவீந்திரநாத் தாகூர் (தேசியவாதம் என்ற புஸ்தகத்தில்) நாட்டுக்கு வெளியே இருக்கையில் அந்நியர் எதிரில் இந்திய பண்பாடுகளுக்கு ஆதரவாய் பேசுகிறார்கள். அதன்மூலம் மனஉறுதிப்பாட்டைப் பெற்றுக் கொள்கிறார்கள். ஆனால், தேசத்திற்குள் வந்தவுடன் அவற்றின் விமர்சகராக விளங்குகிறார்கள். இதுதான் இன்றும் தேவையிருக்கும் விமர்சனம் என்றுபடுகிறது. அப்படித்தான் இந்நாவாசிரியரும் போலந்தின் நிலத்தில் இருந்த சிவநேசம் மற்றும் சந்திரன் பற்றிய கருத்துக்களைக் கூறுகிறார்.

வாழ்க்கையைத் தேடி போலந்துக்குப் போய் நிலைத்திருக்கும் சிவநேசம் ஒருவித வகைமாதிரி(Model)யெனில் ஐரோப்பிய ஒன்றியத்தில் சேர்த்து உலகமய மாதலின் புதிய முதலாளியத்தின் காரியங்களுக்கு வாசல் திறந்த போலந்திலும் வாழ்க்கையின் தினசரி பிரச்சனைகள் அதிகமாகின்றன என்ற அடையாளங்கள் உள்ளன. செக்ஸ் ஷாப்கள், கண்ணைப் பறிக்கும் மால்கள், மக்டொனால்ட் போன்ற பலதேச கம்பெனிகள் உள்நுழைந்து அவர்களின் வளங்களைச் சுரண்டத் தொடங்குகின்றன. இப்படிப்பட்ட விஷயங்களை, 12ஆம் அத்தியாயத்தில் முதலாளித்துவ நவீனத்தை, நாவல் ஆசிரியர் புதிய பிரக்ஞைக்குட்படுத்தி விவரிக்கிறார். அன்னா மற்றும் சந்திரன் நடுவில் நடக்கும் சர்ச்சை கொஞ்சம் சுவாரஸ்யமாக இருக்கிறது. "கடைகளில் ஒரு வாரம் பார்க்கும் வியாபாரம் செய்பவர்களை அடுத்த வாரம் பார்க்கமுடியாது. அதிக நேர வேலை. ஆனால் குறைந்த சம்பளம். வேலைக்கு எந்த உத்திரவாதமும் இல்லை. இதுதான் முதலாளித்துவம். போலந்து முதலாளியத்தின் குணங்களைக் கற்க முயல்கிறது. கம்யூனிஸ்டு கால ஆட்சியில் வயதானவர்களுக்கு மருத்துவ சேவை கிடைத்தது. இன்று சர்க்கார் ஆஸ்பத்திரிகளில் அட்மிஷன் கிடைப்பதற்கு வரிசையில் நின்றுகொள்ள வேண்டும். தனியாய் மருத்துவமனைகளில் அவர்கள் கேட்கும் பணம் கொடுக்க முடியாது. இன்று

தனியார்மயம் கால் பதித்துள்ளது. பொருளாதாரத்தை எப்படி வளர்க்க வேண்டும் என்று தெரியவில்லை' (பக். 249).

மிகவும் முக்கியமான இப்பிரச்சனையை நாவலாசிரியர் சர்ச்சிக்கும் முறை கவனம் கவர்கிறது. ஏகாதிபத்தியத்தின் முதலாளித்துவ குணத்தையும் நவ காலனியத்தையும் விவரிக்கும் டெரிடா, லெவிஸ்ட்ராஸ், ஃபூக்கோ, ஸெய்த், ஃபானன் போன்றோர் பயன்படுத்தும் எந்தக் கருத்தும் நமக்குப் பயனில்லை. ஓரளவு சாம்ஸ்கி மட்டும் பொருத்தமாய தெரிகிறார். அவர் தன் எழுத்துக்களில் அமெரிக்கா, பிற நாடுகளின் மீது சுரண்டல் செய்கையிலேயே தனது நாட்டு மக்களையும் சுரண்டுவதை விவரிக்கிறார். நவமுதலாளியத்திற்குத் தேசம், கலாச்சாரம், வர்ணம், மொழி இவைகளின் தேவையில்லை. இதன் மிகப்பெரும் இயக்கம் எது என்றால் அரசுகள் தத்தம் இருத்தலை குறைத்தபடியே போவது. அரசுகள், செயலின்மை, சுரண்டல், மக்கள் எதிர்ப்பு முதலியவற்றைக் கொண்டிருப்பதிலிருந்து தனியார்மயம் தான் தேவையென்று மக்களை நம்பவைத்துக் கொள்ளையடிப்பதை இயல்பானதாக்கிக் கொள்கின்றன. கன்னட எழுத்தாளர் தேஜஸ்வி போன்றோர்கூட இந்த இடுக்கில் சிக்கிப் போனார்கள் என்றால் இதன் மாயசக்தி எப்படிப்பட்டதென்று புரிந்துகொள்ள வேண்டும். மக்கள் பயன்படுத்தும் சாலை, நீர், ஆரோக்கியம். கல்வி, நியாயம், மின்சாரம். பாதுகாப்பு, எரிபொருள் இப்படி எல்லாம் தனியார்மயமாகப் போகின்றன. கொஞ்சம் கொஞ் சமாக எல்லாம் ஒரு சிலருக்குரியதாக்கி, மக்களை, துன்புறுத்தத் தொடங்குகின்றன. இங்கு எல்லாம் மேற்கு - கிழக்கு, வெள்ளை - கறுப்பர், ஆண் பெண் எனச் சுரண்டும் பண்பாட்டு, அரசியல், காலனியாதிக்க சிந்தனைகள் அதிகம் பயன்படாது. ஆனால் அந்த சித்தாந்தத்தை உருவாக்கியிருக்கும் பிரக்ஞை இருக்கிறதல்லவா, அதன்மீது புதிய விவஸ்தை வந்து ஆட்சி செலுத்துகிறது. இங்கிலீஷ், அழகியல் கோட்பாடு, ஆகாரமுறை போன்றன, இந்தப் பிரக்ஞையின் பாகம்தான். நாடு, காலங்களைத் தாண்டி தம் மக்கள் மூலம் ஆட்சி நடத்தி, வளத்தைப் பெருக்கும் தந்திரத்தைக் கண்டுகொண்டுள்ளது. அமெரிக்க, ஐரோப்பிய ஆடைகளின் பிராண்டுகள், தயாராவது இங்கேயே. ஆனாலும் லாபம் மட்டும் அங்கு போகிறது. செஜ்வானின் உணவு, மங்கோலியர்களின் மொம்மோ, கெண்டக்கியின் சிக்கன், மக்டொனால்ட் மாதிரிகள் 'ஆகாரங்களல்லாத ஆகாரங்கள்' மனிதனுக்கு வேண்டாத உணவுகள், மால்களில் வியாபாரமாகின்றன.

இந்தச் சந்தர்ப்பத்தில் அன்னா சொல்கிறாள்: ‘ஷாப்பிங் காம்ப்ளக்ஸ் என்பதே ஒரு தமாஷ்தானே. இங்கு மனித ஜீவனத்துக்கு அத்தியாவசியமான எந்தப் பொருளும் இல்லை. உணவு, ஆடை, வீடு, கல்வி, உழைப்பு எதுவும் இல்லை. இங்கிருப்பது வேறுவித மான உணவு, ஆடை, வீடு, கல்வி, உழைப்பு. இவை ஆடம்பரமான உணவு, ஆடம்பரமான வீடு முதலியவைகளுடன் தொடர்பு வைத்துக் கொண்டிருக்கின்றன. மனிதனுக்கு இந்த ஆடம்பரமான இந்தக் கேளிக்கையும் தேவையாயிருக்கிறது. தேவையென்பது எந்தளவு நிஜமோ, அந்தளவு ஆசையும் நிஜந்தான். பழைய பொருளாதார நூல்கள் இந்த ஆசையைப் பற்றிச் சிந்திக்கவில்லை. தேவையென்றால் பொருளின் தேவை என்று அது சிந்தித்தது. அதுபொல் ஃபாஷன், சௌந்தர்யம், இவை மனிதர்களுக்கு, வாழ்க்கைக்கு, மிகத் தேவையானவை இல்லை. ஆனால் மனிதன் ஃபாஷன், சௌந்தர்யம். பிரமை, கனவு, சினிமா, நாடகங்கள் பற்றி அதிகம் சிந்திக்கிறான்” (பக். 248).

இது ஒரு பண்பாட்டின் பிரச்சனை அல்ல என்பதால் பழைய தியரிகளை அப்படியே பொருத்திப் பார்க்க முடியாது. இங்கு, புத்தன் ஓரளவு உபயோகத்துக்கு வருவான். அவ்வளவுதான். அப்படி போலந்து எதிர்கொள்ளும் பிரச்சினையையே இந்தியாவும், ஆப்பிரிக்காவும் எதிர்கொள்கின்றன என்றால் இதைப் புரிந்துகொள்ள புது சிந்தனைக் கருவிகள் வேண்டியுள்ளன. கன்னடத்தில் இன்றும்கூட நகரங்களின் புதிய பரிதவிப்புகளை விளக்கக்கூடிய அங்குள்ள பரிதவிப்பு குற்றங்கள் இளைஞர்களின் உந்துதல்களை விவரிக்கும் கதையாடல்கள் இல்லை. (ஆங்கிலத்தில் இது பற்றிய அதிகமான எழுத்துக்கள் கிடைக்கின்றன) வட்டார மொழிகளில் இளைஞர்கள் இப்படிப் பட்ட இலக்கியத்தில் ஈடுபாடில்லாமல் போகிறார்களா என்ற கேள்வி உண்டாகிறது. கடந்த பத்து வருடங்களில் கன்னடத்தில் இந்தத் துறைகளில் எழுத முயன்ற ஸ்ரீனிவாச வைத்யா, கிருஷ்ணமூர்த்தி ஹனூரு, ராகவேந்திர பாட்டீல், போளுவாரு போன்றவர்கள் மத்திய வயசு தாண்டியவர்கள். தமிழவன், அவர்கள் 70-களில் நடை—யிடுபவர். இளைஞர் களுக்கு நாவல் துறையில் உழைப்பதற்கு வேண்டிய அனுபவம், தியானம், பெரிய கான்வாஸில், சித்தரிக்க வேண்டிய அளவு சாமர்த்தியம் பற்றி பிரச்சனை எழுந்துள்ளதா என்ற கேள்வி எனக்கு எழுகிறது. உலகப் பண்பாடுகளில் மாற்றம் வரும்போது இந்த இலக்கிய வடிவத்தில் புதிய ரீதியிலான இயக்கம் ஏற்பட்டுள்ளது. ரஷ்யாவின் அரசர்கள் ஆண்ட

சமூகத்து வாசகங்கள் இந்தச் சந்தர்ப்பத்தில் எழுதிய டால்ஸ்டாய், தாஸ்த்தாவஸ்கியின் எழுத்துக்கள் ஒருவித முறைமை என்றால், கார்க்கி இதை முழுவதும் மாற்றி எழுதினார். சிறிய விவரங்களையம் விவரித்து எழுதிய மேலே கண்ட எழுத்தாளர்களுக்கு எதிராக கார்க்கி எழுதுகிறான். ஹெமிங்வே சிறுவாக்கியங்களில் தான் விரும்பியதைச் சாதித்துவிடுகிறான். மார்க்யொஸில் இயற்கையின் முழுமையை வைத்து சர்ச்சை ஆரம்பிக்கிறது. தமிழவன் நாவல்களில் இந்த எல்லா நாவலாசிரியர்களின் தாக்கமும் இருப்பதற்குச் சாத்தியமுண்டு.

தமிழவன் தன் நாவலில் ஆச்சரியமான வித்தில் எதார்த்தமான விஷயங்களைச் சித்தரித்துள்ளார். இதில் இன்றைய அதிமுக்கியமான பிரச்சனைகளான புலம்பெயர்தல், ஜனநாயகம், நவ மூலதனம், வன்முறை அரசியல், ஜனநாயகத்தின் பயங்கரவாதம் முதலியன சர்ச்சைக்கு உள்ளாகியுள்ளன. அவருக்கிருக்கும் தெளிவான பார்வையின் காரணத்தால் ஐரோப்பிய நாடொன்றின் துக்கம் இந்தியாவினுடையதும் ஆகிறது. நாவலின் பாத்திரங்கள் தேசம், காலம் தாண்டி விடுதலை பெற வேண்டுமென துடிக்கின்றனர் எனலாம். கிராமங்கள் அழகானவை என்ற எண்ணத்துக்கு எதிராய் விஜயா போன்ற பெண்கள் சாகடிக்கப்படுகிறார்கள். ஆதிவாசிகளின் உரிமைகளைப் பிரதிநிதித்துவம் செய்ததற்காய் பிரதாப் போன்றவர்கள் என்கௌண்டர் என்ற பெயரில் சாகிறார்கள். அமலா போன்ற பெண்கள் நவீன விலைமகளிர் போல பெரிய நகரங்களில் வாழ்கிறார்கள். உணர்வுகளுக்கு அகப்படாத வாய்ப்புகளுடன் மற்றும் நவகாலனியத் தோரணைகளின் முக்கியமான பரிணாமம் ஏற்படுவது பெண் மீது. இப்படி முழு நாவலும் பெண்களின் துன்பத்தையே கூறுகின்றது. இந்தியாவின் பெண் பாத்திரங்கள் (விஜயா, அமலா, அஷ்வினி) துன்பியல் என்ற சக்கரத்தில் சிக்கிக் கொண்டிருப்பதுபோல் போலந்து நாட்டுப் பெண்கள் தத்தமக்குள் பகிர்ந்து கொள்வதற் குரிய பிரச்சனைக்குள் மாட்டிக் கொள்வதிலிருந்து சுதந்திரம் பெற ஆசைப்படுபவர் களாய் காணப்படுகிறார்கள். இல்லாவிடில், நாவலின் பல பாத்திரங்களில் ஒரே மாதிரி யான போக்கும் உள்ளது எனலாம். நாவல், கனவு, நினைவு, உண்மை, தூக்கம், தூங்கு மூஞ்சித்தனம், மூர்ச்சை, விழிப்பு போன்ற உணர்வுகளில் செல்கிறது. காலஉணர்வு என்பது இந்திய மக்களின் ஆழத்தில் உள்ள தீராத குதூகலமாகும். அந்தக் குணத்தினால் தான்

சிவநேசம் போலந்தில் புகழ்பெற்ற மனிதனாகிறான். மார்க்கேஸின் வயதான வனும் இப்படி அதிமனித சக்தி படைத்தவன்போல் நடந்துகொள்கிறான். இந்த நாவலிலும் சந்திரன், அவன் தாய் லக்ஷ்மி போன்றோர் நெருப்பு, நீர் இவை பற்றி மிகையான அறிவு உள்ளவர்கள்.

இந்த நாவலின் பரப்பு மிகவும் பெரியது. மங்கோலிய, நீக்ரோ இன, மத்தியதரைக்கடல் சூழ் நாட்டின, காக்கசிய இனமக்களின் பிரச்சினைகளை நாவல் பிரதிநிதித்துவப்படுத்துகிறது. கூடவே யுத்தம், பாளையக்காரத்தனம், கிராமத்திலிருந்து புலம்பெயர்தல், பெண்ணியம் போன்ற பிரச்சினைகளும் வருகின்றன. நாவலில் மனிதர்களின் நல்ல குணங்கள் பற்றியோ மற்றும் அதற்கெதிரான துஷ்டத்தனங்களைக் குறித்தோ எளிமைப்படுத்தப்பட்ட வியாக்கியானங்கள் இல்லை. உள்ளடக்கத்தில் பன்னாட்டு நோக்கு (transnational) கொண்ட இந்த நாவலில் மனிதர்களின் ஆழத்தில் உள்ள பிரச்சனைகளின் நுட்பமான கதையாடல் உள்ளது. இத்தகைய கதைசொல்லல் கன்னடத்திற்குப் புதிது. பயணம், புலம்பெயர்தல் போன்றவற்றுடன் வாழும் அநேக சமுதாயங்களின் மனிதர்களுக்கு இது ஏதும் புதியதல்ல. இந்தியாவில் பஞ்சாபி, தமிழ், வங்காளம், மலையாளம், குஜராத்தி போன்ற சமூகங்களில் இத்தகைய வெளிப்பாட்டு முறைகள் உண்டு என்று சொல்லப்படுகிறது இத்தகைய கதைசொல்லல் முறை 'புலம்பெயர் சமூக முறை' (diaspora)என்றழைக்கப்படுகிறது.

ஆங்கிலத்தில் இந்த முறையிலான எழுத்துக்களுக்கு பிகாரெஸ்க் (Picaresque) என்ற பெயருண்டு. இவைகளில் முக்கியமாய் செர்வான்டிஸின் டான்கேஹாட்டே, வால்டேர் எழுதிய கேண்டிடெ (Candide)மார்க் ட்வைன் எழுதிய தி ஹக்கிள்பெரி ஃபின் (The Adventures of Huckleberry Finn)போன்றவைகளைக் கூறலாம். ஒருவர் பல பண்பாடுகளின் அனுபவங்களின் மூலம் எழுதும் கதையை ஒரு வசதி கருதி இப்படிப் பிரிக்கலாம்.

டி.ஆர்.நாகராஜ் போன்ற பண்பாட்டு அரசியல் கவிதை— யியல்காரர்கள் பின்அமைப்பியல், பின்நவீனத்துவ கருத்தாக்கங்களைக் கன்னட வாசகர்களுக்குக் கொடுத்துள்ளனர். இவை மேற்கத்திய, தத்துவ மயிர்பிளக்கும், நிபுணர்களின் சர்க்கஸ் என்றே படுகிறது. இத்தகைய தத்துவக் கருத்துக்கள் படைத்த நுட்பம் என்ன? என்பது இன்னும் அர்த்தமாகாத கேள்வி. ஏனெனில் கட்டுடைப்பு என்பது ஒரு கட்டமைப்பே. பௌத்த

தத்துவர்கள் மற்றும் பழங்கன்னடத்தில் எழுதிய அல்லமா போன்றோர் கூறிய சூன்யவாதம், இருக்கும் பிற அர்த்தங்களில் புதிய விஷயத்தை எளிமைப்படுத்தக்கூடாது என்கிறது. மற்றும் குறியீடுகளுக்குள் சிக்கக்கூடாது என்ற எச்சரிக்கை மீது கட்டிய தத்துவங்கள் சூனியவாதம் போன்றவை என்று படுகிறது. இது சிந்தனை ஒன்றில் பொருள் சாத்தியப்பாடுகளை அதிகப்படுத்தவும் அல்லது உறுதிப்படுத்தவும் பயன் படுத்திய சிந்தனைமுறை. மேல்நோட்டத்திற்கு இது அரசியல் சிந்தனைகளிற்கு அப்பாற் பட்டது என்று படலாம். ஆனால் ஆழமாகப் பார்த்தால் அரசியலிலிருந்து பிறந்ததுதான். அப்படியே ஆணதிகாரத்தின் கட்டுடைப்பு எழுத்து என்பது அதிகாரத்தின் எழுத்தே அல்லவா? ஹேபர்மாஸ் (Habermas) என்னும் தத்துவவாதி தனது ஒரு நூலில் (Unfinished Project of Modernity. 1997, 38–54) நவீனம் என்பது நிரந்தரமான செயல் என்றம், பின்நவீனத்துவம் என்ற இருப்பது சாத்தியமா என்றும் கேட்டு அப்படி பின்நவீனத்துவம் கேள்வி எழுப்பும் வாதம் ஒரு குசும்புத்தனம் என்கிறார். ஏனென்றால் மனிதனின் பரிணாமத்தில் ஒவ்வொரு மாற்றமும் நவீனமே. அது மாறாமல் நிலைகொண்டால் மானுட சமூகம் ஸ்தம்பித்து விடும் என்பார் ஹேபர்மாஸ். நவீனத்தால் உற்பத்தியான சிதைவுகள் (discretions) சரிசெய்ய இலை உடுத்திக் கொண்டு வாழ்பவர்களின் ஆதிவாசி காலச்சமூகத்துக்குப் போய் காலச்சக்கரத்தை நாம் பின்னுக்குத் தள்ள இயலாது. இப்புதிய வாதங்கள் எப்படியிருந்தாலும் இவை வாஸ்தவ சமூக நிலையின் சிடுக்குகளை மறைப்பதற்குச் செய்த தந்திரங்கள் அவ்வளவே. அதனால்தான் பின்நவீனத்துவம் பின்அமைப்பியல் முதலியன நவமுதலாளியத்தின் பண்பாட்டு அமைப்புகளின் விளைவுகள்.

இதனால் குவலயமயமாதலுக்குட்பட்ட உலகத்தின் இரண்டு முக்கிய நாடுகளான இந்தியா மற்றும் போலந்தின் பரிதவிப்புகளைக் கலைப் படைப்பாக உருவமைப்பதில் நாவலாசிரியர் வெற்றி பெற்றுள்ளார். கன்னடத்தின் உணர்வுக்கு இதுவொரு வழி காட்டும் விளக்காகும் நூல் என்று படுகிறது. விஷயபூர்வமாய் கன்னட பிரக்ஞை, அலங் கார அணிகள் நிறைந்த மொழியில் இச்சிந்தனையைச் சர்ச்சிக்கிறது. தேவனூர் மகா தேவாவின் சொற்பொழிவுகளில், இத்தகைய தாராளவாத (லிபரல்) மனோபாவத்தைக் காட்டும் மனிதநேயத்தின் பிரபஞ்சத்தன்மை கொண்ட (யுத்த ஆயுதங்களை மலர்களால் பதிலி செய்தால் எவ்வளவு நல்லது!) கருத்துக்கள் பிரதிநிதித்தவமாகின்றன.

இத்தகைய உள்ளடக்கம் ஒன்றைக் கொண்டு நாவல் வடிவத்தில் தமிழ் கன்னடப் பிரக்ஞையில் ஒரு வலிமையான தமிழவன் உருவாக்கியிருப்பது காலத்தின் கட்டாயம் தான் என்று தோன்றுகிறது.

கன்னடத்தில் எழுதப்பட்ட இக்கட்டுரையைத்
தமிழில் மொழிபெயர்த்தவர்கள்: கிரீஷ், கங்கையா, சகாஸ்.
செம்மையாக்கம்: ப.சகதேவன்

தமிழவனின் முஸல்பனி நாவலை எப்படி வாசிப்பது?

நிதா எழிலரசி

முஸல்பனி பன்முகத்தன்மைகளைக் கொண்டு புதிய வகையில் அமைந்திருக்கிறது. அதாவது இதற்குத் தமிழில் முன்னுதாரணம் இல்லை; ஒரு புதிய இலக்கிய வடிவம் உருவாகி உள்ளது. பழைய அல்லது வேறொரு இலக்கியத்தின் மொழியையும் படிமத்தையும் பயன்படுத்திப் புதிய எழுத்தை உருவாக்குகிற முறை ஒன்று உருவாகியுள்ளது. புதிய எழுத்தை உருவாக்குகிறவனின் மனதில் இன்னொரு இலக்கியத்தின் பால் எழும் உத்வேகத்தையும் அவனுக்குள் ஆண்டாண்டாய் உறைந்து கிடக்கும் மொழிச் சித்திரங் களையும் வாக்கியங்களையும் இலக்கிய மாதிரிகளையும் பார்க்க முடியும். அவற்றைப் பயன்படுத்திப் புனைகதை எழுதும்முறை ஒன்று உள்ளது. கோட்பாட்டில் இதை சகபிரதி யியல் என்பார்கள். இவை தமிழவனின் முன்னுரையில் வரும் வாக்கியங்கள்.

முதலில் ஒரு இலக்கியப் படைப்பை ஆசிரியனின் பார்வையில் இருந்தே வாசிக்க வேண்டும் என்ற கட்டாயத் தன்மை இருந்தது. இப்போது வாசிப்பவனின் பார்வையில் இருந்து, படைப்பை வாசிக்கலாம் என்கின்ற புதிய வாசிப்பு முறை உருவாகி உள்ளது. இதை முஸல்பனி முன்வைக்கின்றது. இத்தகைய வாசிப்புமுறை தோன்றுவதற்குக் காரணம் மேற்கத்திய நாடுகளின் ரசனை, அறிவியல், தத்துவம் போன்றவையும் நம் இலக்கியமரபும் ஆகும். அமைப்பியல் மற்றும் அதனோடு தொடர்புடைய பின் அமைப்பியல், கோட்பாடுகள், மொழியியல் பற்றிய தத்துவச் சிந்தனைகள் புதிய இலக்கியப் பார்வைக்கு வளம் சேர்த்தன. இருபது நூற்றாண்டுகள் நாம் கடந்து வந்த இலக்கியம், சமயம் (சைவம், வைணவம், கிறிஸ்தவம், பௌத்தம், சமணம்), கணிதம், விஞ்ஞானம், வரலாறு போன்றவற்றின் புதிய சாத்தியப்பாடுகளை முன்வைக்கிறது முஸல்பனி. அதாவது மொத்த இலக்கிய அமைப்புகளையும் கணினியில் அடக்கப்படுவது (Compress) போல் இந்த நாவல் சிறிய பிரதியாகச் சுருக்குகிறது. இந்தப்

பிரதியைப் புரிந்துகொள்வதற்கு தமிழ்த்தேசியமும், அண்மையில் நடந்த தமிழ் இனப்படுகொலை, உலகம் முழுவதும் தமிழிற்கும் தமிழருக்கும் அளிக்கப்படும் நெருக்கடி, தமிழ்ப்படிமங்கள், தமிழர்களின் வரலாற்று நிகழ்வுகள், நினைவுகள், பண்பாடு, நூல்கள், நாட்டுப்புறவியல், புராணங்கள், உலக இலக்கியங்கள் போன்றவற்றின் அறிவு இன்றியமையாதது.

1. பிரதி என்றால் என்ன?

பிரதியைப் பனுவல், நூல் என்றும் குறிப்பிடலாம். பனுவல் பற்றி நன்னூல் இலக்கணம் கூறுகிறது.

பஞ்சிதன் செல்லாப் பனுவல் இழையாகச்
செஞ்சொல் புலவனே சேயிழையா - எஞ்சாத
கையே வாயாகக் கதிரே மதியாக
மையிலா நூல் முடியும் ஆறு

என்று கூறுகிறது.

பிரதிக்குள் பல்வேறு துணைப் பிரதிகளின் ஊடுபாவு உண்டு என்று அமைப்பியல் புதிய விளக்கம் கூறுகின்றது. வெறும் இலக்கியப் பனுவலை மட்டும் குறிக்காமல் ஓவியம், திரைப்படம், நாடகம் போன்ற பல பொருள் கொண்ட ஒரு சொல்லாகப் பிரதி விளக்கப்படுகிறது. இத்தகைய புதிய உத்திகளைக் கையாண்டு முஸல்பனியை வாசிக்க வேண்டும். இது பழந்தமிழ் இலக்கியத்தையும் தற்கால இலக்கியத்தையும் இணைக்கின்றது.

2. முஸல்பனியின் அடிப்படை அமைப்பு:

இந்த நாவல் பல்வேறுபட்ட புரிதல்களை முன்வைக்கின்றது. வாசகனின் வாசிப்பிற்கு ஏற்றபடி, புரிதல்கள் மறைமுகமாகவும், நேர்முகமாகவும் தோன்றி மறைகின்றன. தோன்றி மறைதல் என்பதை வாசிக்கும்போது வாசகனின் மனதில் இணையான சக பிரதிகளின் கதைக்கருக்களை நினைவுப்படுத்துவது ஆகும். இந்தத் தோன்றி மறைதலினால் கிட்டத்தட்ட 2000-ஆண்டிற்கு முற்பட்ட இலக்கியங்களும் அதற்கு முன்பிருந்த நாட்டுப்புறத்தன்மைகளும் நாவலினுள் இயக்கம் கொள்கின்றன. இந்த இயக்கம் பனிப்பாறையின் அடியில் ஆறு மறைந்திருப்பது போல் காட்சியளிக்கின்றது. பல இலக்கிய பிரதிகளின் தாக்கத்தைச் சில வரிகளில் சொல்வதன் மூலம், நேரடியாக இல்லாமல், பூடகமாகக் கதை, கதைத்தளம் உருவாக்கப்பட்டிருக்கிறது.

சங்க இலக்கியத்தின் நேரடியான தாக்கமும் மறைமுகமான தாக்கமும் நாவலுக்குள் இயக்குகின்றன. சமகால அரசியலும், ஈழப்படுகொலையும், படிமமும், குறியீடும் நாவலின் பிரதியில் தோன்றி மறைகின்றன. இந்தச் செய்தி நாவலின் ஒரு அத்தியாயத்தில் அடிக்குறிப்பு மூலம் விளக்கப்படுகின்றது. அடிக்குறிப்பைப் படித்த பின்பு நாவலின் இரண்டு தளங்கள் இருப்பது புலப்படுகின்றது. ஒன்று மேல்தளம். மற்றொன்று கீழ்த்தளம். அதாவது மேல்தளம் என்பது நாவலில் வெளிப்படுகின்ற மொழி. கீழ்த்தளம் என்பது நாவலின் வெளிப்படாத மொழி ஆகும். இந்த நாவலின் மொத்த அர்த்ததளமும் அடிக்குறிப்பில் தான் அமைந்துள்ளது". "அது பின்பு நாடு கேட்டவர்களை முள்ளி வாய்க்காலில் நாலாப்பக்கமும் டாங்கிகளை வைத்து வானைப் பிளப்பது போல் சுட்டும் பாஸ்பரஸ் குண்டுகளை வீசியும் கால், கை, தலை, முண்டம் எனப் பிய்த்தும், சிங்களப்படை வெறிகொண்டு சாப்பிட்டுப் பசியாறிற்று என்று எழுதப்பட்டது... ... ..."

இந்த நாவலின் மொத்த உயிர்த்தளமும் இந்த இடத்தில்தான் அமைந்துள்ளது. முஸல்பனியின் இந்த 24வது அத்தியாயம்தான் உயிர்த்தளம். 2000 ஆண்டு வரலாற்றை உலுக்கக்கூடிய ஈழத்தமிழ் துன்பியல், தமிழ் வரலாற்றில் பூகம்பத்தை ஏற்படுத்தியது. இது நாவலில் பூடகமாகவும், உள்ளுறையாகவும் சொல்லப்பட்டுள்ளது. பழந்தமிழ் இலக்கியத்தில் உள்ள உத்திமுறைகள் இதில் விஸ்தரிக்கப்பட்டுள்ளன எனலாம். மேலும், வெளிப்பட்டதற்கும், வெளிப்படாததற்கும் உள்ள எதிர்வு இணைவு மூலமாக முஸல்பனி கட்டமைக்கப்படுகின்றது.

பிரபாகரனின் பின்னால் யாழ்ப்பாணத்தில் இருந்து சுமார் 5இலட்சம் தமிழர்கள் சென்ற வரலாற்று நிகழ்வு நாவலில் ஓரிடத்தில் மறைமுகமாகச் சுட்டப்பட்டுள்ளது. துரோகிகள், காட்டிக் கொடுப்பவர்கள் பற்றிய பட்டியல் நீண்டதாகவும், அவமரியாதைக்குரியதாகவும், தேசம் முழுவதும் கருதப்பட்டது. இவர்கள் குகைவாசிகளாய் இருந்த போது, இவர்களின் தலைவனைக் காட்டிக் கொடுத்தவன் எட்டு வெள்ளிக்காசுகளை எதிரியிடம் வாங்கிவிட்டு, அதோ மலைமீது ஏறிநின்று தனது ஆடுகளை வழிதவறிப் போகாதபடி கவனமாய் அழைத்துச் செல்கிறானே, அவனே எங்களின் ராஜா என்று கூறிக் காட்டிக்கொடுத்தான்...." என்று மறைமுகமாகவும், பூடகமாகவும் சுட்டப் படுகின்றது. இதில் பைபிள் வாசகமும், வரலாற்று நிகழ்வும் இணைக்கப்படுகின்றன.

இலங்கையில் உள்ள தமிழர் சிலர் இராஜபக்சேயுடன் இணைந்து பிரபாகரனைத் தோற்கடித்தார்கள் என்பதை மறைமுகமாக முஸல்பனி முன்வைக்கின்றது. இதில் வெளிப்படாத மொழிப்பிரதி உள்ளது. இவ்வாறு வெளிப்பட்டதும், வெளிப்படாததுமாகிய இரண்டு தளங்களையும் இடையீடுகளையும் முஸல்பனி முன்வைக்கின்றது. தமிழில் கூறப்படும் உடனுறை, சகபிரதியாக்கம் முதலியவற்றையும் நினைவு கூரலாம். ஓர் அத்தியாயத்தில் உலகப்புகழ்பெற்ற டெரிடா போன்றோரின் பெயர்கள் சொல்லப் படுகின்றன. வாசிப்பவனின் வாசிப்பிற்கு ஏற்றபடி அர்த்தத்தைக் கூட்டுவதற்கும், குறைப்பதற்கும் முஸல்பனி முனைகின்றது. மேலும் புலப்பட்டும், புலப்படாமலும் இயங்குகின்றது. புலப்பட்டவை இலக்கியத்தின் நேரடித்தாக்கம். புலப்படாதவை தமிழ்த் தேசியம், தமிழ் வரலாறு. உலகம் முழுவதும் தமிழர்களுக்கு இழைக்கப்படும் கொடுமைகள், தமிழ்த்தலைமை தோற்கடிக்கப்பட்டு, முள்ளிவாய்க்காலில் மக்கள் அழிக்கப்பட்ட அவலம் எனப் பன்முகங்கள் விரிந்தும், சுருங்கியும் இயங்குகின்றன. உள்ளிருந்து பேசுதல், பூடகமாகப் பேசுதல், குறியீடாகப் பேசுதல், படிமமாகப் பேசுதல் என நாவலின் 25அத்தியாயங்கள் விஸ்தரிக்கப்பட்டுள்ளன. எல்லா சம்பவங்களுக்கும் உள்ளியக்கம் அல்லது உள் இயக்க இணைப்பு உள்ளது. இவையனைத்தும் துண்டுக்கதைகள் அல்ல. முஸல்பனி, அத்திரிக்கப்பா, வெள்ளிபோல் முளைத்தவன், மீனவன், வேடன், நிழலுடன் சீட்டாடும் கிழவன், நிழல் வடிவத்தில் உலாவும் காவலர்கள் என உள்ளியங்கும் கதாபாத்திரங்கள் ஒவ்வொன்றும் அர்த்தத்தோடும், புனைவாகவும் இயங்குகின்றன. கதாபாத்திரங்களின் பெயர்கள் எந்த அர்த்தமும் இல்லாமல் வெறும் ஒலிகளால் உருவாக்கப்பட்டுள்ளன. அத்திரிக்கப்பா, முஸல்பனி என்ற பெயர்களுக்குப் பின்னால் எந்தக் காரணமும் இல்லை. தமிழர்களும், கிறிஸ்தவர்களும், முஸ்லீம்களும் கடவுள்களின் பெயரையோ, வேதங்களில் வரும் கிளைப் பாத்திரங்களின் பெயர்களையோ சூட்டி மகிழ்வதில் வல்லவர்கள். இங்கு அப்படி அல்ல. ஒலிகளால் மட்டுமே உருவாக்கப் பட்டுள்ளன. இது முக்கியத்துவப்படுத்த வேண்டிய ஒன்று ஆகும்.

புனைவு என்பது இதுவரை ஒரு தனிப்பட்டவரின் படைப்பு என்றே கருதப்பட்டு வந்தது. இக்கருத்துத் தகர்க்கப்பட்டுப் புனைவும், ஒரு அறிவியல்தன்மை உடையது என்று முஸல்பனி முன்வைக்கின்றது. மொத்த நாவலின் கதைத்தன்மைக்கும் நேரடியான பொருள் இல்லை. அடிக்குறிப்பின் மூலமே கதைக்கு விளக்கம் தரப்படுகின்றது. இதுவும் ஒருவித ஆய்வுக்கான அறிவியல் தன்மையாகும்.

தமிழிலக்கியப் புனைவுகளில் இதுவரையில் இருந்து வந்த ஆசிரியனின் நேரடிக் கூற்று அறிவுரை போன்றவை தகர்க்கப்பட்டு, வாசகனின் பார்வையில் வாசிப்பதற்கு முஸல்பனி முன்னுதாரணமாகத் திகழ்கின்றது. இது ஒரு புதிய இலக்கிய வடிவம் அல்லது தர்க்கம் எனக் கொள்ளலாம். இந்தத் தர்க்கம் முன்வைக்கப்படும்போது படைப்பைப்பற்றிப் பேசவேண்டிய அவசியம் இருக்காது. இந்த இலக்கிய வகை தோற்றுவிக்கப்படும்போது டெரிடாவின் கோட்பாடு உயிர்ப்பெறும். சங்க இலக்கியங்கள் தொகுக்கப்பட்டு அவற்றின் அமைப்புக்கு முக்கியத்துவம் தரப்பட்டன. இதேபோல் பின்வரும் காலங்களில் புனைவிலக்கியத்திலும் அவற்றின் அமைப்புகளுக்கு முக்கியத்துவம் தரப்படுமே தவிர, ஆசிரியனுக்கு முக்கியத்துவம் தரப்படமாட்டாது என்பதை இந்த நாவல் பூடகமாக விளக்கி நிற்கின்றது.

இந்த நாவலில் காட்சிகள் வழியே கதையாடல் அடுக்கு அடுக்காகக் கட்டப்படுவதைக் கூறலாம். இதில் உள்ள 25 அத்தியாயங்களிலும் தமிழனின் வரலாறும், பண்பாடும் உள்ளே குறியீடுகளாகச் செயல்படுகின்றன. அதுபோல் தமிழில் ஏற்கனவே இருப்பதைப் பிரித்துப் புதிய விதமாய்ச் சேர்ப்பது இந்த நாவலின் முக்கிய அம்சமாகும். இத்தகைய சாத்தியப்பாடுகளை முன்வைத்து முஸல்பனியின் கதை உருவாக்கப்பட்டுள்ளது.

3. பழந்தமிழ் இலக்கியத்தின் பிரதியியல் இடையீடு:

2009-இல் தமிழர்கள் ஒரு தனிநாட்டிற்காகப் போராடிய போது ஒரு இலட்சம் பேர் கொன்று அழிக்கப்பட்ட அச்சம்பவம் உலகத்தின் மனசாட்சியை உலுக்கிக் கொண்டிருக்கிறது. இந்தத் துயரம் புனைவிலக்கியத்தில் வேறு ஒரு விதமாக காட்சியாக்கப்படுகின்றது.

தமிழிலக்கியங்களின் பாரம்பரிய விடயங்களைக் கொண்டு வந்து தற்கால இலக்கியங்களுடன் இணைக்கும் பிரதியாக முஸல்பனி திகழ்கின்றது. 1933இல் மணிக்கொடி காலத்துவக்கத்தில் தமிழ் இலக்கியத்தில் இந்திய தேசியம் மையப்படுத்திப் பேசப்பட்டது. தமிழிற்குப் புறம்பான காந்தியக் கொள்கையே அடிப்படையாக இருந்தது. திலகர், காந்தி, வ.உ.சி., போன்றவர்களின் உந்துதல்கள் தோன்றின. அதாவது 1908-ல் சுதந்திர போராட்டக் காலத்தில் பிறமொழிக் கலாச்சாரம் இருந்தது. அப்போது தமிழின் பெருமை அழிக்கப்பட்டது.

காங்கிரஸ் பரவியது. அதன்பின் பகுத்தறிவுக் காலகட்டம் துவங்கியது. இதில் பாரதிதாசனால் தமிழின் பெருமை மீண்டும் வந்தது. இந்தப் பின்னணியில் தென்னிந்தியாவில் பெரியார் தமிழ் அடையாளத்தைக் கொண்டு வந்து இணைத்தாலும் ம.பொ.சி., அண்ணா, நேசமணி போன்றோர் இன்றைய தமிழ்ப் பேசும் எல்லைகளைக் காப்பதில் அதிகக் கவனம் செலுத்தினார்கள். தமிழைப் புறக்கணித்த காலகட்டம் மாறித் தமிழ் வேண்டும் என்ற காலகட்டம் தோன்றியது. பாரதிதாசன் மறைவிற்குப் பிறகு 1970-வாக்கில் மீண்டும் தமிழை மதிக்காத போக்கு இருந்தது. இதற்குக் காரணம் பிராமணர்கள் தற்கால இலக்கியத்தில் ஆளுமை செலுத்தியது. இதன்பிறகு தமிழின் பழமை, ஆதிகுரல், விமர்சனத் தத்துவங்கள் தோன்றின. இதன் அடிப்படையில் படைப்புகளும் வருகின்றன.

பிராமணர்கள், சங்க இலக்கியத்தையும் தற்கால இலக்கியத்தையும் வேறு படுத்திக் காட்டினர். முதன்முதலாக சி.மணி சங்க இலக்கியத்தின் தாக்கங்களைப் புதுக்கவிதையில் கொண்டுவந்தார். இந்தத் தர்க்கத்தை தமிழின் புனைகதையில் முஸல்பனி முதன்முதலாக முன்வைக்கின்றது. முஸல்பனி வெளிப்படையாகப் பார்க்கும்போது கதைத்தொடங்கி அறுந்து போவது போல் அமைந்துள்ளது. ஆனால் கதைக்குள் ஒரு உள் உயிரோட்டம் தொடர்கிறது. நாட்டுப்புறக் கதைப்பாடலாக வரும் அல்லி அரசாணி மாலை என்ற கதையையும், மயில் இராவணன் கதையையும் பயன்படுத்தி அதன் நிகழ்வுகளூடே புதிய கதையாடலை உருவாக்கியுள்ளது முஸல்பனி. நாட்டுப்புறத் தொன்மம், பழந்தமிழ் தொன்மம், செவ்வியல் கற்பனை, தற்கால இலக்கியம் ஆகியவற்றைச் சேர்த்து சக பிரதியாக்கமாக முஸல்பனி முயல்கிறது. வழக்கமான நாவல் போன்று இல்லை முஸல்பனி, கட்டுரை, சிறுகதை, நாவல், பக்திப் பாடலின் கருத்துக்கள் போன்றவற்றின் உரத்தைக் கொண்டு வந்து ஒரு மிகப்பெரிய தமிழ் உளவியலின் திருப்பத்தை முஸல்பனி சுட்டுகிறது. அதாவது கட்டுரை, சிறுகதை, நாவல், பக்தி எழுத்தின் வகைகளை (Genre) ஒன்றோடொன்று இணைத்துக் கலக்கிப் (Crosscut) பார்க்கிறது இந்த நாவல்.

எட்டுத்தொகை, பத்துப்பாட்டு ஆகியவற்றின் கதையாடல்களையும், காட்சிகளையும், சிலப்பதிகாரத்தின் கதையாடலையும் தொல்காப்பியத்தையம் தமிழ்த் தத்துவத்தை மையப்படுத்தி இந்நாவல் அமைவாக்குகிறது. அதாவது தற்கால

இலக்கியத்தில் பழந்தமிழ் ஞாபகங்களைக் கொண்டுவந்து சேர்க்கின்றது. பழந்தமிழிற்கும் தற்காலத் தமிழிற்கும் பாலம் மீண்டும் நிறுவப்படுகின்றது. சுமார் 12 நூற்றாண்டுகள் வடமொழியின் தாக்கம் தொடர்ந்தது. பக்தி இலக்கியம், சீவக சிந்தாமணி, கம்பராமாயணம், மகாபாரதம் போன்றவற்றில் வடமொழியின் தாக்கம் தொடர்ந்தது. 19-ஆம் நூற்றாண்டு வரை இந்த ஆதிக்கம் தொடர்ந்தது. இருபதாம் நூற்றாண்டில் பாரதிதாசனால் தமிழ்த்தன்மை வருகிறது. உரைநடையில் தமிழின் பழைய மரபைக் கொண்டு வருவது எப்படி என்ற கேள்விக்குப் பதிலாக *முஸல்பனி* வருகிறது எனலாம். சங்க இலக்கிய கருத்தம்சங்களைக் கவிதை நடைக்குக் கொண்டு வந்தவர் பாரதிதாசன்.

4. புராணப் படிமங்கள்

இந்த நாவலில் வரும் அத்திரிகப்பா, முஸல்பனி, வெள்ளிபோல் முளைத்தவன், மீனவன், வேடன் போன்ற கதாபாத்திரங்கள் யாவும் புராண, இதிகாச தொன்மங்களில் (Myth) இருந்து எடுத்தாளப்பட்டுள்ளன. வைணவ இலக்கியத்தின் மூலக்கதையான அர்ச்சுனனும், பீஷ்மரும் வேறுவடிவத்தில் இங்கு மீட்டுருவாக்கம் செய்யப்பட்டுள்ளனர்.

பல ஆண்டுக்காலம் தவம் கிடந்து வால்மீகி இராமாயணத்தை எழுதுகிறான். தவம் கிடக்கும்போது காற்றை உண்டுதான் வாழ்கிறான். இது *முஸல்பனியில்* காற்றை உண்டு வாழும் கிழவன் என்ற அத்தியாயத்தில் மூலக்கதையாக மாற்றப்படுகிறது. ஓலைச்சுவடியில் எழுதும் எழுத்தைப் பள்ளி மாணவர்களை அழைத்துப் படிக்கச் சொல்கிறார்கள். அதைப் படிக்க முடியவில்லை. ஏனெனில், வால்மீகி எழுதிய இராமாயணம் சமஸ்கிருதத்தில் இருந்தது. இராமாயணத்தில் இறுதிப்பகுதி தீக்குண்டத்தில் சீதையை இறக்குவது. இதை நாவலில் முஸல்பனியின் ஆடையில் ஓவியமாக ஒளிந்திருந்தும், கிளிசோசியனின் கணிப்புப்படிச் சீட்டைக் கீழே வைக்க நான்கடி ஓமகுண்டம் தோன்றுவதாகக் கதை நவீனமாக்கப்பட்டுள்ளது.

தெகிமாலா ஆதி லெமூரியா கண்டமாகவும், தமிழ்மொழியாகவும் *முஸல்பனி* யில் சித்தரிக்கப்படுகிறது. அத்திகரிப்பா பல இடங்களில் சிவனின் வடிவமாக வெளிப்படுகிறார். இறையனார் களவியல் உரைப்படி இறைவன் முதல் சங்கத்தை நிறுவித் தமிழ் வளர்த்தான் என்ற தொன்மத்தை அத்திகரிப்பா என்ற கதாபாத்திரம் நிறைவேற்றுகிறது.

முஸல்பனி கொற்றவையின் உருவமாகச் சில இடங்களில் வெளிப்படுகிறார். பீஷ்மர் தான் காதலித்த பெண்ணை, தந்தை மணக்கத் தன் காதலை மறைத்து மகாபாரதக் கதை முழுதும் வளரக் காரணமாகிறான். இந்த நாவலில் மீனவனும், வேடனும் தம் காதலை வெளிப்படுத்தாமல் கதை முழுவதும் காதலிக்குக் காவலாய் வாழ்கின்றார்கள். காதலித்தவளைத் தந்தை மணக்க பீஷ்மர் தந்தைக்கும் காதலிக்கும் காதலி பெற்ற 105வருக்கும் காவலாய் வாழ்ந்து இறக்கிறான். இந்த மூலக்கதை போல் பேரரசனுடைய மகளைக் காதலித்த மீனவனும் வேடனும் காத்லை வெளிப்படுத்தாமல் காதலியின் ஆடையில் ஓவியமாய் வாழ்கிறார்கள். சில நேரங்களில் ஓவியங்களில் இருந்து வெளிப்பட்டுக் காவல் புரிகின்றார்கள். பணி முடிந்ததும் கால்சட்டைப் பையில் இருந்த பீடியை எடுத்து சாவகாசமாக இழுத்து மகிழ்கிறான் மீனவன். மகாபாரதத்தில் போர் முனையில் பீஷ்மர் தளபதியாகப் போர்புரிந்து இறக்கிறார்.

இந்தத் தொனிப்பு அத்திகரிப்பாவில் காணப்படுகிறது.

வைணவத்தில் மோட்சம் பெறுவதற்காகக் கடலடியில் சென்று தவம் கிடக்கும் ஒரு முனிவன் கண் திறந்து பார்க்கையில் மீன்களின் காதலைப் பார்க்கிறான். இன்ப மில்லாமல் வாழ்வு இல்லை என்று கருதிக் கடலிலிருந்து மேலே வந்து ஒரு அரசனின் 50 மகள்களைத் திருமணம் செய்கிறான். அரசன் ஒருமுறை மகள்களின் வீடுகளுக்குச் சென்று பார்க்கிறான். 50மகள்களும் மிகவும் மகிழ்ச்சியாகக் கணவனுடன் வாழ்வதாகச் சொல்கிறார்கள். அந்த முனிவன் 50உருவங்களாக மாறி 50வீடுகளிலும் வசிக்கிறான். இந்தக் கதையைப் பயன்படுத்தி முஸல்பனி ஒரே நேரத்தில் பல அறைகளில் வசிப்பதாகக் கதை பின்னப்பட்டுள்ளது. அத்திரிக்கப்பா பத்து அறைகளில் பத்து உருவமாக வாழ்வதும், பார்பரை வரவழைத்துக் காலையில் சவரம் செய்யும்போது நிஜ உருவம் எது என்பது பார்பருக்குக் கூட தெரியாது என்று கதை அமைந்துள்ளது.

கிருஷ்ணனும் ஓரிடத்தில் ஆயிரம் பிரதி உருவங்களாகக் காட்சி அளிப்பான். அவனைப் பிடிக்க முயன்ற சகாதேவன் கிருஷ்ணன் பெயரை ஜபிக்க நெஞ்சில் வந்த கிருஷ்ணனைக் கட்ட. தன் கழுத்தைத் தானே கட்டிக் கொள்வான். இதில் உருவம் வெளியில் இல்லை. பார்ப்பவன் அல்லது ரசிப்பவனின் மனதில்தான் உள்ளது என்ற தத்துவத்தை முன்வைத்து இந்நாவல்

கதையை உருவமைக்கிறது. மயில் ராவணன் கதையில் மயில் ராவணனையும் வெள்ளிபொல் முளைத்த வனுக்கு ஒப்பிடலாம். அல்லி அரசாணி மாலையும் முஸல்பனியில் இடம்பெற்றுள்ளது. அல்லி மதுரையில் ஆண்கள் இல்லாத நகரத்தை வடிவமைப்பாள். முஸல்பனியிலும் முஸல்பனி ஆண்கள் இல்லாத நகரத்தை ஆட்சி புரிவாள். வெள்ளிபோல் முளைத்தவன் நூலேணி கொண்டு முஸல்பனியை அடைவான். அர்ச்சுனனும் முள்வேலியின் மீது நூலேணி வைத்து உள்ளே வந்து அல்லியை அடைவான். நிழல் காவலர்களாக அறிமுகப் படுத்தப்படும் கதாபாத்திரங்கள் வைணவ ராமாயண தொன்மத்தில் இருந்து எடுத்தாளப்பட்டுள்ளது. இராமாயணத்தில் தமிழகம் வழியாகக் கதை வளர்ந்து இலங்கையில் கதை முடியும். நிழல் உருவமாக இலங்கையைக் காவல் காக்கும் இலங்கை மாதேவி அனுமனை எதிர்த்துப் போரிடுகிறாள். இராவணனின் மகன் மேகதூதன் மறைந்திருந்து போர் புரிவதில் வல்லவன். மேகங்களில் மறைகின்றான். இத்தகைய புராணக் கதைகளை மனதில்கொண்டு நிழல் வீரர்களாகவும் ஆடையில் மறைநதிருக்கும் ஓவியங்களாகவும் முஸல்பனியின் கதை வளர்கின்றது.

இராமாயணத்தில் ஒரு சமயம் தசரதனுக்கு ரத சாரதியாகவும் கடையாணி கழலும்போது, தன் விரல்களை வைத்து உதவி புரிபவளாகவும் கைகேயி வருகிறாள். இக்கதை முஸல்பனியில் வேறுவிதமாகப் பயன்படுத்தப்பட்டுள்ளது. அத்திரிக்கப்பாவிற்குத் தேரோட்டும் தேரோட்டி முஸல்பனியாகச் சித்திரிக்கப்பட்டுள்ளாள். அரசகுமாரி தேரோட்ட அரசன் பயணிக்கிறான். இராமாயணத்தில் அரசி தேரோட்ட அரசன் பயணிக்கிறான்.ஹாரிபாட்டர் திரைப்படங்களில் செஸ் விளையாடும்போது காய்களை நகர்த்தும்போது உயிர்பெற்று ஒன்றுடன் ஒன்று வாளெடுத்து போராடி வெட்டி மடியும். இந்தக் காட்சி முஸல்பனியின் ஆடையில் ஓவியமாய் ஒளிந்திருக்கும் காதலர்களாக சித்திரிக்கப்பட்டுள்ளது எனலாம்.

5. தத்துவம்

இந்த நாவல் பழந்தமிழ்த் தொன்மங்களையும், உலக இலக்கிய வரலாற்றையும் உள்ளிருந்து அகவயமாக வெளிப்படுத்துகிறது. இந்த வெளிப்பாடு புதுவித வடிவத்தைப் பிரதிக்குக் கொண்டு சேர்க்கிறது. உள்ளிருந்து பேசுவதன் மூலம் பழந்தமிழ்க் கதையாடல்கள், தத்துவங்கள், உலகப் புகழ்பெற்ற நாவல்கள், புராண

இதிகாசங்களின் கதையாடல்களை உள்ளழுத்தி (இல்லாமல் செய்து) புதிய ஒரு நடையினை நாவல் வெளிப்படுத்துகிறது. இதன் உட்கதைகள் பிரதான கதையுடன் இணைந்தும் இணையாமலும் நாவல் கதை அமைப்புக்குள் கொண்டு வரப்பட்டுள்ளன. இதன் தமிழ்த் தேசியம், வரலாறு, ம.பொ.சி., அண்ணா, பெரியார் போன்றோரின் வெளிப்பாடுகளிலிருந்து தோற்றுவிக்கப்பட்டது. இது நேரடியாக நாவலில் பிரதிபலிக்காமல் உள்ளே அமுக்கப்பட்டுப் பேசப்படுகிறது. பிரதியை வாசிக்கும்போது மனம் பல நூற்றாண்டுகள் முன் சென்றும், பின் சென்றும் சமகால நிகழ்வுகளையும் காட்சிக்குக் கொண்டு வருகின்றது.

இதுவரை வரலாற்று நாவல்கள் என்று பேசப்பட்ட சிவகாமியின் சபதம், பொன்னியின் செல்வன், பார்த்திபன் கனவு, வேங்கையின் மைந்தன் போன்ற நாவல்களுக்கு வரலாற்றை உணர்த்த அதிகமான பக்கங்கள் தேவைப்பட்டன. ஆனால் முற்றிலும் மாறுபட்ட நிலையில் சில பக்கங்களிலேயே படிப்பவனின் மனதில் அதைக் காட்டிலும் மிக அதிகமான வரலாற்றுத் தீவிரத்தை முன்நிறத்துகிறது முஸல்பனி. புனைவிலக்கிய நடையினை அழித்து புதியதோர் புனைவிலக்கிய நடையினை முன்வைக்கின்றது. இதன்மூலம் காலமும், வெளியும் (Time and Space) குறைக்கப்பட்டு வாசிப்பின் அர்த்தத்தளம் மாறுபடுகிறது. இந்த உத்தி நவீன இலக்கியத்தின் புதுவகையான, மிக உயர்ந்த சாத்தியப்பாடுகளை முன்னெடுத்துச் செல்வதற்காக பிரதிக்குள் வருகிறது. உலகப் புகழ்பெற்ற ஹோமரின் காவியத்தின் அத்தியாய முறையினை உலகப்புகழ்பெற்ற நாவலான ஜேம்ஸ் ஜாய்ஸின் யுலிசஸ் என்ற நாவல் பின்பற்றுகிறது. ஏற்கனவே பார்த்ததுபோல் இலங்கையில் நடந்த தமிழ் இனப்படுகொலைகளை நாவலின் அடிக்குறிப்பில் வைத்து மொத்த நாவலின் புரிதலும், அர்த்தமும் ஒன்றுக்கும் மேற்பட்ட முகங்களைக் கொண்டமைகின்றன. இந்த முகங்கள் இதுவாக, இருக்கலாம் என்ற இருண்மைத் தன்மையையும் இதுதான் என்ற தெளிவுத் தன்மையையும் வாசிப்பவன் மனதில் உருவாக்கி ஒரு தர்க்கத்தை ஏற்படுத்துகிறது. இந்தத் தர்க்கம் பிரதிக்கும் வாசகனுக்கும் நேர் எதிர்மாறாக நின்று விவாதிக்கின்றது. ஒருசில இடங்களில் வாசகன் பிரதியை சவாலுக்கு அழைப்பதும் பிரதி வாசகனை சவாலுக்கு அழைப்பதுமாக இப்பனுவல் அமைந்துள்ளது. எந்த இடத்திலும் படைப்பாளனின் இடையீடு, அறிவுறுத்தல் காணப்படவில்லை. இதில் படைப்பு மனத்தைத்

தாண்டிப் படைப்பியலின் தத்துவம் வெளிக்கொணரப்பட்டுள்ளது. இதன்மூலம் வாசகனும் பிரதியும் போட்டியிடுகின்றனரே தவிர படைப்பாளன் இங்குத் தேவைப்படுவதேயில்லை. இது புதுவித உத்தி என்றும் கொள்ளலாம். இதன்மூலம் பழைய இலக்கியத்தன்மை அழிக்கப்பட்டுப் புதிய இலக்கிய வடிவம் தோற்றுவிக்கப்பட்டுள்ளது. ஒன்றை மற்றொன்றாக மாற்றுவதும், மறைப்பதும், உண்டாக்குவதும் ஆக ஒருவித, படைப்புத் தர்க்கம் திரும்பத்திரும்பத் தோன்றி மறைகின்றது. இது 21-ஆம் நூற்றாண்டின் புதிய இலக்கிய வகைமைக்கு உந்துதலாக அமைகின்றது.

6. எண்கள் பற்றிய கற்பனை:

கணிதத்தை இதுவரை கணிதமாகவே கண்டிருக்கிறோம். போர்ஹெஸ் கணிதத்தை புனைகதைக்குப் பயன்படுத்தியிருக்கிறார். தமிழில் முஸல்பனியில் கணிதத்தைப் பயன்படுத்திப் புனைகதையாக்கும் முயற்சி முன்வைக்கப்பட்டுள்ளது. தொல்காப்பியத்தில் அதிகார எண்ணிக்கை, சங்க இலக்கிய எட்டுத்தொகை, பத்துப்பாட்டு நூல்களின் எண்ணிக்கை, முச்சங்கம் புலவர்களின் எண்ணிக்கை, சிலப்பதிகாரக் காதைகளின் எண்ணிக்கை. தமிழ் ஆண்டின் 60 என்ற எண், 64 என்ற நாயன்மார்களின் எண்ணிக்கை, வருடத்தின் 365நாட்கள், தசரதன் வாழ்ந்ததாகக் கூறப்படும் 6000ஆண்டுகள், 113 படிகள், 213 அறைகள், 15 ஓவியங்கள் என எண்களில் எண்ணிக்கையைக் கொண்டு பழைய இலக்கியங்களைக் குறியீடுகளாகக் குறிப்பிட்டுக் கணிதத் தன்மையுடன் கதையின் உள்பிரதி அமைத்துள்ளது. சில இடங்களில் எண்களே கதாபாத்திரமாகவும் மாறுகின்றன. கணிதத்தைக் கதாபாத்திரமாக்கி கதை நகர்த்துதலுக்குப் பயன்படுத்துவது தமிழில் முதன்முறையாகச் செய்யப்பட்டு உள்ளது.

உதாரணமாக "அதன் இருநூற்றுப் பதின்மூன்று அத்தியாயங்கள் இருநூற்றுப் பதின்மூன்று அறையுள்ள மிகப்பெரிய மாளிகையின் அமைப்பைக் குறிக்கும். மொத்தத்தையும் நூற்றெழுபது அறைகளில் நடக்கும்போதே நாவலாசிரியன் குளியலறையில் விழுந்து உயிரை விட்டதால் 43 மீதி அறைகளில் கதை நடக்கவில்லை" என்று கதைக்குள் எண்கள் கணிதத் தன்மையுடன் இயங்குகின்றன. அந்த எண்களைக் கூட்டியும் குறைத்தும் பார்க்கும் பொழுது புதிய விடைகள் கிடைக்குமாறு குறியீடுகளாகக் கதை

அமைக்கப்பட்டுள்ளது. தொடர்ந்து எல்லா அத்தியாயங்களிலும் எண்கள் பற்றிய கற்பனை வெவ்வேறு விதமாகப் புனையப்பட்டு உள்ளன.

தமிழ்த்தொன்மம், இலக்கியம், இலக்கணம் போன்றவற்றின் எண்களைக் கணிதமாகப் பயன்படுத்தி முஸல்பனியின் மூலக்கதை அமைப்பு உருவாக்கப்பட்டு உள்ளதுபோல் சில இடங்களில் கணிதம் கதாநாயகனாகவும், கதாநாயகியாகவும் வலம் வருகின்றன. முற்றிலும் மாறுபட்ட கணிதக் கதைத் தன்மை அறிவியலோடு இணைந்து நாவலுக்குள் வருகிறது. இந்தச் சாத்தியப்பாடு 21-ஆம் நூற்றாண்டின் புதிய கதையாடலாகத் தமிழ் இலக்கியத்திற்குக் கொண்டு வரப்பட்டுள்ளது. இந்த உத்தி, தற்கால இலக்கியத்தின் அதிநவீன அறிவியல் சார்ந்த அணுகுமுறைகளில் இருந்து தோற்றுவிக்கப் பட்டுள்ளது.

7. மிதக்கும் குறிகள் (Floating Sign)

நாவலுக்குள் உருவாக்கப்பட்டுள்ள கதாபாத்திரங்கள் தோன்றி மறைவதுபோல் அமைந்துள்ளன. இது மிதக்கும் குறிகள் என்ற தத்துவத்தின் அடிப்படையில் அமைந்து உள்ளன. அத்திரிக்கப்பா அரசனாகவும், நடிகனாகவும் இருப்பான். 15 காதலர்கள் ஓவியங்களாகவும், காவல் காப்பவர்களாகவும் இருப்பர். முஸல்பனி தேரோட்டியாகவும் அரசியாகவும் இருப்பாள். மேலும் கார்க்கோடகன் என்ற ஆண் பெயரிலும் முஸல்பனி என்ற பெண் பெயரிலும் ஆட்சி புரிவாள். ஒரு கதாபாத்திரமே இரண்டு கதாபாத்திரங்களாகக் காட்சி அளிக்கும். கடற்கரையில் நின்று பார்க்கும் ஒருவனுக்குக் கடலில் மிதக்கும் மரக்கட்டை மூழ்கி மூழ்கிக் காட்சியளிக்கும். அது ஒன்றுக்கும் மேற்பட்ட வடிவங்களை ஏற்படுத்தும். திமிங்கலமாக அல்லது படகாக அல்லது மரக்கட்டையாகத் தோன்றும். இதேபோல் நிஜ வாழ்க்கையில் அண்ணாவும், எம்.ஜி.ஆரும் தலைவர்களாகவும் நடிகர்களாகவும் தோன்றிமறையும் தமிழ் யதார்த்தத்தைத் தொனிப் பொருளாகக் கொண்டு மிதக்கும் குறிகளின் தத்துவம் முன்வைக்கப்பட்டுள்ளது.

8. இலக்கியங்களில் அறிவியல் விதிகளின் பிரதிபலிப்பு

இலக்கியம் படைப்பவனின் கைப்பாவையாக இருந்த காலம் மாறிவிட்டது. இந்த நாவலின் மொத்தக் கதையும் நியூட்டனின் மூன்றாம் விதியான ஒவ்வொரு விசைக்கும் சமமான எதிர்விசை உண்டு என்ற விதியையும், ஆர்க்கிமிடிஸின் மிதக்கும் விதியையும்,

P/V பருமனும் அழுத்தமும் எதிர்விகிதத்தில் இருக்கும் என்ற விதியையும் கொண்டு உருவாக்கப்பட்டுள்ளது எனலாம். அதாவது, ஒவ்வொரு விசைக்கும் சமமான எதிர் விசை உண்டு என்பதை, ஒவ்வொரு செயலுக்கும் சமூகத்தில் எதிரான செயல் உண்டு என்று பொருள் கொள்ளலாம். பருமன் அதிகமாக இருக்கும்போது, அழுத்தம் குறைவாக இருக்கும். பருமன் குறையும்போது அழுத்தம் அதிகரிக்கும். இவற்றை மனதில் கொண்டு பார்த்தால், அண்மைக்காலத்தில் நடந்த ஈழப்படுகொலை, தமிழ்த் தேசியம் நசுக்கப்பட்டது முதலியன இலக்கியப் புனைவு மொழியில் எதிர்வினைகளாக வருகின்றன.

P/V பருமன் அழுத்தம் எதிர் விகிதத்தில் இருக்கும். இந்தத் தத்துவ அடிப்படையில் சமூகத்தில் ஏற்படும் அழுத்தங்களுக்கு இலக்கியத்தில் விடைதேடும் முயற்சி தொடர்ந்து வருகிறது. இந்த உருவாக்கம் தேச உருவாக்கத்தின் அடிப்படைக் கருத்துக்களைத் தங்களுடைய இருத்தலில் இருந்து இல்லாததை அறிய முயற்சி செய்கிறது. அழிந்த இலக்கியத்தை மீட்டுருவாக்கிப் புதுமைக்குக் கொண்டுவருதல், மறுவாசிப்பிற்கு உட்படுத்துதல், பதிய தத்துவங்களுடன் இணைத்தல் என்ற அறிவியல் சித்தாந்தங்களின் படி இலக்கியம் தன் போக்கில் இருந்து அறிவியல் பூர்வமாகின்றது.

ஒன்றின் அழிவிலிருந்து மற்றொன்று உருவாக்கப்படும். முஸல்பனியில் இது இரண்டு முறைகளில் செயல்படுகின்றது.

1. பழைய இலக்கிய வடிவங்களை அழித்துப் பதிய இலக்கிய வடிவத்தை உருவாக்குவது.
2. இழந்த தமிழ்த்தேசியத்தை நினைவுத்தளத்தில் உருவாக்குவது என இரு தளங்களைக் கொண்டு அறிவியல் தன்மையோடு நாவலின் ஒவ்வொரு பக்கமும் உருவாக்கப்பட்டுள்ளது. இங்கு பக்கம் என்பது கதைக்குள் இயங்கும் கதை, காட்சி, தளங்கள் போன்றன ஆகும். அப்படி ஒருமுகத் தன்மையை அழித்துப் பன்முகத் தன்மையை முன்வைக்கிறது முஸல்பனி. முஸல்பனியை வாசிக்கும்போது வாசகர்களுக்கு வரிவடிவம் மாறி காட்சிப் படிமம் மனதில் எழும்புகிறது.

இந்த நாவல் தமிழ்க் கல்வியியல் சூழலில் படைப்பிலக்கியத்தின் சாத்தியப்பாடு களையும் ஆற்றலையும் மிகுந்த அழுத்தத்தோடு பேசுவதற்கு ஒரு வாய்ப்பை ஏற்படுத்தி இருக்கிறது.

***

தமிழவனின் முஸல்பனி :
தேசிய எல்லைகள் கடந்த நாவல்

பாலசுப்ரமணியன் பொன்ராஜ்

நீங்காத் துயரமாக முடிந்த ஈழப்போராட்டம், தமிழர்களின் வரலாற்றில் கடைசி அத்தியாயம் அல்ல என்றாலும், தமிழினத்தின் தனியான குணங்கள் என்று நாம் எவற்றையெல்லாம் இலக்கண, நீதி, கதைப் பிரதிகளில் வகைப்படுத்தி இருக்கிறோமோ அவற்றின் ஒட்டு மொத்த சித்திரமாக நமது சமகாலத்தில் காணத்தக்கதாக வெளிப்பட்டது.

தமிழவன் அவர்களால், 2012 ஆம் ஆண்டு எழுதப்பட்ட முஸல்பனி எனும் சிறிய நாவல், தமிழ் இனத்தின் கூறுகளை அதீதக் கதைகளின் இடையே வைத்து எழுதப்பட்டுள்ளது. கதைகளின் நடுவே தென்படும் இன வரலாற்று விசாரிப்பு இவ்வாறு கதைகளின் நடுவே இருப்பதினாலேயே சற்றுக் குழப்பமாகவே காணக் கிடைக்கிறது.

வேண்டுமென்றே பிரதியில் செய்யப்படும் குழப்பம் என்பது வாசிப்பவர்களை அந்தப் பிரதியோடு ஒன்றிணைக்கலாம் அல்லது வெளியேற்றலாம். வாசிப்பவர்களை பிரதியோடு ஒன்றிணைக்க, வேறோரு வகையில் சொன்னால், வாசிப்பில் வாசிப்பவர்களின் பங்கைக் கேட்கிற எழுத்து முறை 'திறந்த பிரதி' என்று கோட்பாட்டாளர்களால் அழைக்கப்படுகிறது. குறிப்பாக உம்பர்த்தோ எக்கோ திறந்த பிரதிகள், வாசகரின் பங்கு குறித்து விரிவாக எழுதியிருக்கிறார்.

முஸல்பனி நாவலை வாசித்து முடித்தவுடன், நாம் இப்பிரதியில் எழுதப்பட்டிருக்கும் அதீதக் கதைகளை அல்லது உதாரணமாக தன் நிழலோடு சீட்டு விளையாடும் கிழவன், தமிழினக் கூறுகளின் விசாரிப்பைக் குறித்துச் சிந்திப்பவர்களாக மட்டுமின்றி, இவை இரண்டிற்குமான தொடர்பு, தொடர்பின்மையையும் சிந்திப்போம். அப்போது நாமே ஒரு பிரதியை உருவாக்குவோம். இதுவே

வாசகரின் பிரதியாக மாறிவிடும். ஆசிரியர் மறைந்து, பிரதியும், அதனோடான வாசிப்பவரின் அனுபவமும் இப்போது எஞ்சி விடுகிறது. வாசித்தபின் விரிவடைகிறது பிரதி. இதுவே ஒவ்வொரு பிரதியும் ஒவ்வொன்றாக உருமாற்றமடைகிறது என்பது.

மண்ரா பட்டணத்தில், கிரேக்க நாட்டு இயோன் பட்டணத்— திலிருந்து வந்த சட்டை போட்ட காவலர்கள் மாலை நேர விளக்குகளுடன் அரண்மனைகளைக் காவல் செய்தனர் -(பக் 8)

இங்கே மண்ரா பட்டணம் மதுரையைக் குறிக்கிறது என்று நாம் நம்பத் தலைப்படுவோம். அதே சமயம் அது ஏன் மதுரை என்று எழுதப்படவில்லை? வரலாற்றை எழுதுவதற்கும், புனைவு எழுதுவதற்கும் இடையே இருக்கும் சுதந்திரத்தின் அளவை இதில் காணலாம். வரலாற்றை எழுதுகையில் மதுரையை மண்ரா என எழுதினால், நாம் அதைப் புரட்டு என்று சொல்வோம். ஆனால் புனைவு எழுதுபவருக்கு ஒரு சுதந்திரத்தை அளிக்கிறது. அது கதையை வரலாற்றைப் போலவும், வரலாற்றைக் கதையாக எழுதும் சுதந்திரம். வரலாற்றைக் காட்டிலும் புனைவு சுதந்திரமானது என்றாலும், கதைகளில் ஒளிந்திருக்கும் வரலாறு நம்மைப் போன்ற நீண்டகால பண்பாட்டுத் தொடர்ச்சியுடைய சமூகங்களைச் சேர்ந்தவர்களுக்கு ரொம்பவே எளிதாகப் புரிந்துவிடும் என்பதையே தமிழவன், பூடகமாகச் சொல்லப்படுவதையும் எளிதாகப் புரிந்து கொள்பவர்கள் என தமிழர்களைச் சொல்கிறார். ஆனால் பாருங்கள், இந்த நாவல் தமிழர்களைப் பற்றியும் பேசுகிறது என்று சொல்லத்தக்க வகையில் எழுதப்பட்டுள்ளது. காற்றை உண்டு வாழும் முதியவன் எனும் பகுதிக்கு அடுத்து இறைவணக்கம் பாடுபவர்களால் நிறைந்த நகரம் எனும் இஸ்லாமியத் தீவிரவாதம் குறித்த பகுதி வைக்கப்பட்டிருக்கிறது.

நரோட்நோஸ்த் (Narodnost) எனும் சோசலிச எதார்த்த இலக்கியக் கருதுகோள் ஒன்று உண்டு. இலக்கியம் தனித்துவமான தேசிய சிந்தனையை, பாத்திரத்தை தேசியப் பாணியில் சொல்லப்பட வேண்டும் என்கிற கருதுகோள். அதே சமயம், நாட்டார், பாப்புலர் இலக்கியங்களின் முக்கியத்துவத்தையும், அவை எவ்வாறு இலக்கியத்தின் உயர் வடிவங்களுக்கு பங்காற்றுகின்றன எனவும் விவாதிக்கிற கருதுகோள். ஒருவகையில், மாய எதார்த்தவாதத்திற்கு நெருக்கமாகத் தோன்றினாலும், வேறானது. விடுகதைகள், சொலவடைகள், நாட்டார் கதைகள், பாப்புலர் படிமங்கள் ஆகியவற்றை ஒதுக்காது, உள்வாங்கி எழுதப்படும் எழுத்தும் தமிழில் உருவாகியிருக்கிறது. தமிழ் இலக்கியத்தை அறிவியல் பூர்வமாக

அணுகுவதில் பெரும் பங்காற்றிய தமிழவன் முதலானோர் ஏற்கனவே இதற்கான திறப்புகளை கடந்த நூற்றாண்டின் எண்பதுகளில் ஏற்படுத்தியிருந்தனர். இன்றைக்கு நாற்பது ஆண்டுகள் முன்னால் என்பது எவ்வளவு நெடுங்காலம் போலத் தோன்றுகிறது !.

இங்கே முஸல்பனி நாவலில் ஒரு பகுதி, நவீனத்துவ, எதார்த்தவாத எழுத்து முறையிலிருந்து பின்பு மாய எதார்த்தவாதம் நோக்கி நகர்ந்த தமிழ் இலக்கிய முயற்சிகளைப் பேசுகிறது. ஆனால் முஸல்பனிக்கு என்று ஒரு தனித்துவமான தேசிய சிந்தனையோ, குரலோ இல்லை. இக்காலத்தில் தேசியமே அப்படியிருக்க முடியாது என்பதே இந்த நாவல் கட்டுமானத்தின் அடிப்படையும் கூட. நாம் ஒருவருக்கொருவர், ஒன்றுக்கொன்று முடிவில்லாமல் பிணைந்திருக்கும் காலத்தில் நம்மை நாம் யாரென்று அறிவது, நாம் எவ்வாறு அறியப்படுவதென்ற குழப்பத்தில் நிற்கிறோம். இந்தக் குழப்பத்திற்கு நாவலில் தீர்வு கிடைப்பதில்லை. தீர்வு சொல்கிற தத்தளிப்பிலிருந்து, நாவல் மிகப்பாதுகாப்பாக எப்போதோ கரையேறிவிட்டது.

போர் நிலையான வடிவம் உடையதல்ல. ஆக்கிரமிப்பும், கொள்ளையுமே (வளத்தை, மானத்தை) போரின் பிரதான நோக்கங்கள். கொலை அதற்கான கருவி. எனினும், போர் ஒரு வடிவமற்ற இயந்திரம் மாத்திரமல்ல உருமாறக்கூடைய தன்மையும் உடையது. நாவலின் 24ஆம் பகுதியான `காட்டிக் கொடுப்பவனைக் காறித் துப்புவதின்` இறுதிப் பத்தி போரின் விநோதத் உருவத்தை இவ்வாறு காட்சிப்படுத்துகிறது :

`அப்போது சூரியக் குழந்தை பிறந்தது, கால்களில் ஈரல்களையும், வாயில் குடல்களையும், கைநகத்தில் இருதயக் காயையும் பிடித்தபடி`. (பக் 100)

இந்நாவலில் எழுதப்பட்ட வேறெந்த புனைவுச் சித்திரத்தைக் காட்டிலும், மேற்சொன்ன பத்தி முதுகெலும்பில் நடுக்கத்தை எழுப்பமளவு ஒரு சித்திரத்தை அளிக்கிறது. போர் இருதயக் காயைக் கையில் பிடித்திருக்கும் ஓர் இயந்திரம். அதன் பீடத்தில் நம்மைப் பலிகொடுத்தவர்களாக, போரால் ஒரு சர்வதேசத் தன்மையை அடைந்த `தனியே அவர்க்கோர் குணமுடைய` தமிழர்களின் இந்த இரண்டு போக்குகளை பிரதியில் ஒளித்து வைத்திருக்கும் நாவல், முஸல்பனி. நாவல் அவளது ஆடையில் எம்பிராய்ட்ரி செய்யப்பட்ட வடிவங்களாக இருக்கிறது.

அகப்புற பாவியமும்,
தமிழவனின் ஆடிப்பாவை போல... நாவலும்

மேலும் சிவசு

தமிழவன் 1960-களின் தொடக்கத்திலிருந்தே, தமிழுக்குத் தன் பங்களிப்பைச் செய்து வருகிறவர். முதலில் விமர்சகராக அறிமுகமானவர் பின் படைப்பாளியாகவும் அறியப்பட்டார். ஏற்கனவே சொல்லப்பட்ட மனிதர்கள் என்னும் மாய எதார்த்த உத்தியில் தமிழில் எழுதப்பட்ட முதல் நாவலின் ஆசிரியர். ஒன்றைப் போல் ஒன்றில்லாமல், அவருடைய படைப்புகள் ஒவ்வொன்றும் வெவ்வேறானவை.

ஆடிப்பாவை போல என்ற நாவல் அகம், புறமென்று இரு பிரிவுகளாக எழுதப்பட்டுள்ள ஒன்று. அகப்பிரிவு ஒற்றைப் படை எண்ணாலும், புறப்பகுதி இரட்டைப் படை எண்ணாலும் அறிவிக்கப்பட்டுள்ளது. ஆடிப்பாவை போல நாவலை மூன்றுவித வாசிப்புக்குள்ளாக்குகிறார் தமிழவன். முதலில் ஒற்றைப்படை எண் வாசிப்பு, பிறகு இரட்டைப்படை எண் வாசிப்பு, அப்புறம் வரிசையான வாசிப்பு. ஒவ்வொரு வாசிப்பிலும் புதிய அனுபவங்களைப் பெற முடிகிறது. வாசிக்கும்முறையை, நாவலாசிரியர் சொன்னபடி முன்வைத்தவுடன், பங்கேற்பாளரான கவிஞர் சுப்ரா, அகமும் புறமும் பகுதிகள், எங்காவது ஒரு புள்ளியில் சந்திக்கிறதா? என்று கேட்டார். இரு பிரிவுகளையும் படைப்பு இணைக்கவில்லை என்ற பதிலை அப்போது கூறினாலும், அகத்திலும் புறத்திலுமுள்ள நாவலில் வருகின்ற நிகழ்வுகள், வாசிக்கிறவனின் மனதில் குறுக்குமறுக்குமாக சந்திப்பை உண்டாக்குவதைப் பின்னர் உணர்ந்தேன்.

20.09.2017 மாலை 6 மணி முதல் எட்டு மணி வரை நிகழும் கோட்பாட்டு நிகழ்வில், கலந்துகொள்கிறவர் கவிஞர் செல்வமணி. திருநெல்வேலி மாவட்டம், சுத்தமல்லியில் மேனிலைப் பள்ளி கணித ஆசிரியர். நாம் உரையாடுவது நாவலாசிரியர் தமிழவனுக்குத்

தெரியுமா? அவர் குறித்த கூடுதலான தகவல்களைத் தரும்படிக் கேட்டதற்காகத்தான், தமிழவனைப் பற்றிய குறிப்புகள்.

ஆக்டோபஸும் நீர்ப்பூவும் கவிதைத் தொகுப்பு 1970-களின் ஆரம்பத்தில் வெளிவந்திருந்தது. கிறிஸ்டோபர் கால்டுவெல்லுக்கும், ரால்ப் பாக்ஸுக்கும் அது சமர்ப்பணம் செய்யப்பட்டிருந்ததால், தமிழவன், தூய சவேரியார் கல்லூரியிலிருந்து பணி நீக்கம் செய்யப்பட்டார். எனக்குப் பணி உயர்வு ஐந்து ஆண்டுகளுக்கு நிறுத்தப் பட்டது. அதுவும் நல்லதுக்குத்தான். ஊரறிந்த திறனாய்வாளர் தமிழவன். கட்டபொம்மன் நகரில் வசிப்பவர் ஓய்வு பெற்ற தமிழாசிரியர் பாலசுப்பிரமணியன். "அகப்புறப் பாவியம்" சொல்லாடலின் புதுத்தன்மையை 21.09.2017அன்று காலையில் தொலைபேசியில் சிலாகித்தார்.

பாடல்களுக்கான சில சட்டகங்களைத் தொல்காப்பியக் கவிதையியல் முன் வைக்கிறது. அகத்திணைகள் தமக்குள் கலக்கலாம். புறத்திணைகள் தமக்குள் ஒன்றுக்குள் ஒன்று மயங்கலாம். அகத்தில் புறமோ, புறத்தில் அகமோ, அவற்றுள் ஒன்றுக்குள் பிறிதொன்று கலக்கலாம் என்பதைக் கவிதையியலான தொல்காப்பியம் அனுமதிக்கிறது. சங்கப் பாடல்களுக்கு உரை கண்டவர்களும், உதாரணப் பாடல்களைக் கூறியுள்ளனர்.

அகத்திணை, அகப்பாடல்கள் இவற்றுக்கு எதிரிணையாகப் புறத்திணை, புறப்பாடல்களைக் காணலாம். இடைப்பட்ட மூன்றாம் நிலை ஒன்று உண்டு. அதனை அகப் புறமாகவோ, புற அகமாகவோ அமைக்கலாம். அகப்பாடல்களுக்குரிய இயல்புகள், புறப் பாடல்களுக்குரிய இயல்புகள், இவை—யிரண்டும் கலந்துவிட்டதால் பெறப்பட்ட, அகப்புற, புறஅகப் படைப்புகளுக்குரிய சட்டக அல்லது கொண்டு கூட்டப்பட்ட விதிகளைத்தான் "அகப்புறப் பாவியம்" என்ற சொல்லாடல்களாகத் தருவித்துள்ளேன். இவைமட்டுமின்றி, இப்பாவிய இயல்புகளைப் பின்புலமாக வைத்து, நாவலைத் "தோன்றல், திரிதல், கெடுதல்" இலக்கணப்படி பார்த்தால், நாவலின் இடைவெளிகள், மௌனங்கள் புது அர்த்தப் பரிமாணங்களை அளிக்கும்.

தோன்றல், திரிதல், கெடுதல் என்ற சொல்லாடல்கள் வந்தவுடன் நண்பர் முத்துகிருஷ்ணன் நினைவுக்கு வருகிறார். தமிழ் எம்.ஏ. படித்த அவருக்கு சவேரியார் கல்லூரியில் பாடமெடுத்தேன். பு.சி.கணேசன், ஆதிநாராயணன் இவரோடு பயின்றவர்கள். கதைகளும், கவிதைகளும் எழுதினார். நாவல் படைப்பதில்

அர்ப்பணம். தலைமைச் செயலகத்தில் பணியாற்றி நிறைவு பெற்றவர். ஆடிப்பாவை போல நாவலைப் பற்றி, 20.09.2017 அன்று காலையில், தொலைபேசியில் பேசிக்கொண்டோம். இலக்கணச் சொல்லாடல், சங்க அகப்புறப் பாவியம் என்றெல்லாம், உரையாடலில் வந்தபோது, ஏன் பழைய மரபுகள் குறித்தெல்லாம் கவலைப்பட வேண்டுமென்று வருத்தப்பட்டார். தமிழிலக்கியத்துக்கான உயர்பரிசுகளை, மத்திய அரசிடமிருந்து பெற்றவர்கள், வெங்கடேசன் போன்றோர், தம் நேர்காணலில், மரபு தெரியாப் படைப்பாளிகளைப் பற்றிய ஆதங்கத்தைக் கூறியுள்ளார்.

ஆடிப்பாவை போல நாவலில் அகப்புறப் பாவியம் புலப்படுத்துகிறவற்றிலிருந்து, புதிதாகத் தோன்றியவை, அவற்றிலிருந்து மாறியவை. இல்லாமல் போனவைகளைக் கண்டறிந்து, அதற்கான சமுதாய, அரசியல், பண்பாட்டுச் சூழல் காரணிகளையும் ஒத்திசைக்கிறபோது, நாவலின் வேறொரு தளம் வாசகனால் கட்டப்படும். ஆடிப்பாவை போல நாவல் ஒருவருக்கே சொந்தமான, பூமியில் அடுத்தடுத்து கட்டப்பட்ட வீடுகள் தோற்றத்தில், அகம், புறமென்று வரிசையாகப் புனையப்பட்டுள்ளது.

நாவலின் படைப்பாளி, மரபின் வீச்சை உணர்ந்தவர் என்பதை நாவலின் தலைப்பு உணர்த்துகிறது. நாவலின் தலைப்பு பற்றி ஏதாவது கருத்துரைக்க முடியுமா? என்று பேச்சைக் கேட்க வந்தவர்களிடம் கேட்டேன். ஒருசிலர், தமிழ் இலக்கியம் கற்பிக்கிற பேராசிரியர்களாக இருந்தார்கள். இது எட்டுத்தொகை என்ற தொகுப்பிலுள்ள அகப்பாடலான குறுந்தொகையில் வரும் வரி என்றார்கள். சவேரியார் கல்லூரிப் பேராசிரியரும், துறைத்தலைவருமாகப் பணிசெய்த ஆ.மணி தலைப்பை மிகவும் ரசித்தார். மனப்பாடம் செய்ய வேண்டியதில்லை. குறுந்தொகை உவமையைத் தட்டச்சு செய்தால், கணினி பாடலை முழுமையாகக் காண்பித்து விடுகிறது. சதக்கத்துல்லா கல்லூரித் தமிழ்ப் பேராசிரியராயிருப்பவர் நண்பர் முனைவர் நா. ஜிதேந்திரன். அவரிடம் குறுந்தொகைப் பாடல் வேண்டுமென்றேன். பாடலை, ஆசிரியர் பெயரோடு குறுஞ்செய்தியாக அனுப்பிவிட்டார். கட்டுரையாக எழுதுகிறபோது, அந்தப் பாடலைத் தருவதில், தப்பில்லைதானே.

ஆலங்குடி வங்கனார் எழுதியது. குறுந்தொகையின் எட்டாவது பாடல்.

கழனி மாத்து விளைந்துகும் தீம்பழம்
பழன வாளை கதூஉம் ஊரன்;
எம்இல் பெருமொழிக் கூறித் தம்இல்
கையும் காலும் தூக்கத் தூக்கும்;
ஆடிப் பாவை போல
மேவன செய்யும் தன்புதல்வன் தாய்க்கே!

பயிர் விளையும் பூமி; நீரில் நீந்தும் மீன்கள்; இவை பாட்டின் முதல், கருப்பொருட்களாவதால், பாடல் மருதத்திணை சார்ந்தது என்று நானாக முடிவு செய்தேன். எம்மில், தம்மில், பெருமொழி, தன்புதல்வன் தாய் என்ற சொல்லாடல்களால் தலைவனின் ஆசைக் கிழத்தி சொல்லும் (கூற்று) பாடல்தானே என்று மருதத்திணை, பரத்தையர் கூற்று என உறுதிப்படுத்தினேன். பழமானது நீருள்ள தண்ணீரில் விழுந்ததால்தான் மீன் அதனைத் தின்னப் போனது. அதனால் பரத்தையர் தம் உடல் வாகுவால், ஆணை இழுப்பது என்ற உள்ளாகப் பொதிந்து கிடக்கும் பொருளையும் அறியலாம். ஆணுக்கு உடல் உணர்வும், பொருளும் என்றால் பரத்தையர்க்குப் பொருளும் உடல் உணர்வும் என்று மாறிக் கிடக்கிற எதிர்த்தன்மைப் பொருளையும் பெற்றுக் கொள்ளலாம்.

ஆடிப்பாவை போல தொடருக்கு, முகம் காட்டும் கண்ணாடி, தன் முன் நிற்பவர் களின் உடல் பாவனைகளை அவ்வாறே, ஆனால், பிறழ் நிலையில் (இடது கையைத் தூக்கினால், வலதுபோல் தோற்றுவிக்கும்) பிரதிபலிக்கும். கண்ணாடி முன்னால் நிற்கும் உருவம் / பொருள், ஒருவருடைய ஐம்புல ஸ்பரிசத்திற்குட்பட்டது. அதுபோலவே, அந்த முகம் பார்க்கும் கண்ணாடியும் (ரஸம் பூசப்பட்டது). தொட்டுணரக் கூடியது. இவ்விரண்டும் புறவயத்தன்மையானது. கண்ணாடியில் தெரிகின்ற பிம்பமும் (பிம்ப சேஷ்டைகள் உட்பட) அனைத்தும் புலன்களால் தொட்டுணர முடியாதவை. நாவலில், எதார்த்தத் தேர்வில் கிடைத்த சம்பவங்களை, சாதாக் கண்ணாடிபோல, ஊடுருவ விடாமல், படைப்பாளி ரசம் பூசுகிற (ரசாயன மாற்றம் — Chemical Change) காரியத்தைத் தமிழவன் என்ற படைப்பாளி செய்கிறார். நாவல்களில் சில இடங்களில் ரசக்கலவை, கூடுதலாக அல்லது குறைவாகப் படைப்பாளியால் பூசப்படுவதால், எதார்த்தம், மிகையாக அல்லது குறைவாக மாறி வாசகனிடம் கோபம் அல்லது வருத்தம், ஆதங்கத்தை ஏற்படுத்துகிறது.

முடிவெட்டும் கடைகளில், முன்பக்கத்திலும் பின்பக்கத்திலும் பெரிய பெரிய எதிரொளிக்கும் கண்ணாடிகள், முடிவெட்டுகிறவரின், சௌகரியத்திற்காக வைத்திருப்பார்கள் (இதிலும் ஆண்களுக்குத்தான் முன்னிடம்). முதலில் உருவத்தை முன் / பின் கண்ணாடிகள் பிரதிபலிக்கும். கூர்ந்து உற்றுக்கவனிக்கிற சூழலில், பிம்பம்; மேலும் மேலும் பிம்பங்கள் (உருவம் ஒன்றுதான்) உற்பத்தி செய்தபடியே செல்லும். முடிவே இல்லாத இதனைக் கணிதமொழி 'infinity' எனக் குறிக்கும். அதுபோல, நாவல் என்கிற பிரதி ஒன்று தான். அதில் படைப்பாளியின் / கதைமாந்தர்களின் / வாசிப்பவனின் கொடுக்கின்ற / பெறுகின்ற அர்த்தங்களுக்கு எல்லையே கிடையாது. பன்மைத்துவம் (Pluralism) என்ற சமூகச் சொல்லாடல் இந்த நாவலுக்கும் கொண்டால், நாவலின் பொருண்மை "எக்கச்சக்கமானவை" எனலாம்.

திருமுருகாற்றுப்படையும், நெடுநல்வாடையும் ஒரே நக்கீரர்தானா பாடியிருக்கிறார் என்ற சந்தேகம் வந்தால், இம்மாதிரி ஆசிரியரெழுதிய பாடல்கள், போக்க உதவும். எனக்கு இந்த அகம், புறம் என்ற சங்க மரபுப் பகுப்பில் படைப்பு வெளிப்படுத்தியிருப்பது சமகாலத்தில், என்னென்ன வகையில் மரபுகள் நீட்சியும் விரிவும் பெற்றிருக்கின்றன ? அவற்றிலிருந்து எவை மறைந்து போயுள்ளன ? புதிதாக என்னென்ன தோன்றியுள்ளன ? என்று ஒருவர் கண்டறிய இயலும். கண்டறிவது பின்னர் அவற்றுக்கான சமுதாய, அரசியல், பொருளாதார, கலாச்சாரப் பின்னணிகள் காரணிகள் என்றும் கூறமுடியும். சமகால உண்மையான "சரித்திர" நாவலாகப் பரிணமிப்பதை விதந்தும் கூறமுடியும். சமகாலச் "சீரழிவுக் கூறுகளை"க் காரண காரியமாய்ப் பட்டியலிடவும் முடியும்.

ஆடிப்பாவை போல நாவலில், கிருபாநிதி, வின்சென்ட் ராஜா நேசிக்கும் காந்திமதி யின் தோழியை விரும்புகிறான். அதனாலேற்படும் அவத்தைகளுக்கு (உடலும் உள்ளமும் கொள்ளும் துயரம்) ஆளாகிறான். அவனுடைய அகத்தொடக்கத்தில், கிருபாநிதியின் அம்மா, அண்ணன். அண்ணி என்ற உறவுகளின் ஊடாட்டம் நடக்கிறது. சங்க அகப்பாடல், சொல்லாடல் ஒன்று, நாவலில் முளைக்கிறது.

கிருபாநிதியின் குடும்ப உறவுகள், காதலியின் சாதி, மதம் பற்றி அறிய நினைப்பதுதான் நாவலில் "தோன்றல்" எனச் சொல்லலாம். ஹெலன் என்ற பெற்றோரிட்ட பெயர் மதத்தை அறிவிக்கும்.

"அந்தப் பெண் (ஹெலன்) எந்தச் சாதி ? எந்த மதம் ஒண்ணும் எங்களுக்குத் தெரியாது"(ப.293). ஹெலனின் சாதியை அறிய

இந்தியாவைப் பொறுத்தவரை அரசாங்கமே உதவி செய்திருக்கிறது. குலக்கல்வி முறையைக் கொண்டுவந்தபோது, எதிர்த்தவர்கள்கூட, விடுதலையைப் பெற்றபின், அரசாங்கமே செய்த தவறை நாவல் வாசகனின் நினைவுக்குள் கொண்டு வருகிறது.குழந்தைகள் கல்வி நிலையங்களில் சேர்க்கப்படும் பொழுதே, விண்ணப்பப் படிவத்தில் சில தகவல்கள் கேட்கப்படுகின்றன. பெற்றோர்களும், பிற்காலத்தில் கல்வி உதவித்தொகை, வேலைவாய்ப்பில் சலுகைகளை மனதிலெண்ணி, தங்களை அறியாமலே, மறைந்து உறைந்து கிடக்கும் தகவல்களைத் தந்துவிடுகின்றனர். அதுதான், இனம், மதம், சாதி பற்றியவை. நாவலில் வரும் கிருபாநிதியின் அண்ணிவழி வெளிப்படுகிறது.

‘வின்சென்ட் அவ (ஹெலன்) சர்டிபிகேட்டைப் பார்க்க முடியாதா ?’ (ப. 298)

வின்செண்டின் அறைத்தோழன் சந்தோஷம். நாடகத்தில் தொடர்பேற்பட்டு, சங்கடத் திற்காளாகிறான். ஓர் உயர்சாதிப் பெண்ணைக் காதலித்ததால், சந்தோஷத்தின் முடிவைப் பற்றி வின்சென்ட் கேள்விப்படும்போது, உடல், உள்ள விவரிப்பு இப்படி உள்ளது. வார்த்தைகளைச் சேர்ப்பதில் தோல்வி; எழுத்துக்களுக்கு இருந்துவந்த ஒழுங்கு சிதைந்து போகிறது. சொற்கள் சோகை பிடித்து, உள்ளீடற்ற வெறும் போக்கைக் கூடுபோல் அர்த்தமற்றுப் போகின்றன. வின்சென்டுக்குக் கண்கள் மயங்குகின்றன. சந்தோஷத்தின் தகரப்பெட்டியை அவன் ஊர்க்காரன் எடுத்துக்கொண்டு போகும்போது சொன்ன சொற்கள் வின்செண்டின் மெய்ப்பாட்டிற்குரிய வாசகம் இதுதான்.

’சந்தோஷம் செத்துப் போனான். சந்தோஷத்தை மண்ணெண்ணெய் ஊற்றி எரித்துக் கொன்றுவிட்டார்கள்’ (ப. 305).

சங்க அகப்பாடல்களில் குலத்தலைவர்கள், நிலத்தலைவர்கள் என்ற பிரிவு உண்டு. தலைவனின் தேர், குதிரைகளைப் பார்த்த தலைவியின் தோழி, அவனுடைய பொருள் செழித்த வாழ்வில் புகமுடியாத, சாதாரண நெய்தல் தலைவனின் பெண்தான் தலைவி. எனவே, திருமணம் நடைபெற வாய்ப்பில்லை என்று தோழி மறுக்கிறாள். ஆடிப்பாவை போல நாவலில்வரும். கிருபாநிதி ஹெலன் காதலில், பொருளாதார ஏற்றத்தாழ்வுகள் கூட, இடையூறாக இல்லை. முதலில் கிருபாநிதியின் அண்ணி, அம்மா. குழந்தைகள், அண்ணன் குறுக்கிடுகின்றனர். நாவலில் குடும்பத் தலையீடு நேரிடையாக வருவது போல், அகப்பாடல்கள்

இருக்காது. தகவல்களாகவே, செவிலி, நற்றாய் என்பவர்கள் குறிப்பட்டிருப்பார்கள்.

குடும்பமே நேரிடையாகக் காதலில் வருவது என்பது, சங்கப் பாடல்களிலிருந்து மாறிவரும் போக்காகும். "திரிதல்" என்று இதனை வகைப்படுத்தலாம். அடுத்து மதம் பற்றி நாவலில் அதிகம் விவாதமில்லை. ஆனால் காதலில் சாதி பார்த்தல் சங்கப் பாடலில் இல்லாத புதிய "தோன்றல்" எனலாம். கிருபாநிதியின் காதல் விவகாரத்தில் சாதி பார்த்தல் என்பது சொல்லப்பட்டுள்ளது. வின்சென்டின் அறைத்தோழன் சந்தோஷம் விஷயத்தில் அவன் எரித்தே கொல்லப்படுகிறான். வின்சென்ட் ராஜா காந்திமதி விவகாரத்தில், காதல் காதலாக கடைசிவரை விவரிக்கப்பட்டுள்ளது. இவர்கள் காதல், வின்சென்டுக்கு நாவல் எழுதத்தான் பயன்பட்டுள்ளது. அங்கதமாகத்தான் காட்சிப்படுத்தப்பட்டுள்ளது. கிருபாநிதியின் அண்ணி கூற்றில், தற்காலத்தில் காதல், கற்பு விவகாரங்கள் மேடைப் பேச்சுக்களாகவே உள்ளன என்பது முன்வைக்கப்பட்டுள்ளது.

சங்க அகப்பாடலில் இல்லாத ஒன்று ஆடிப்பாவை போல நாவலில் அமைக்கப் பெற்றுள்ளது. தலைவன், தலைவி, தோழி, பாங்கன், செவிலி, நற்றாய், கண்டோர் என்று அகப்பாடல் மாந்தர்களுக்குத், தமிழ்மொழி காப்புப்போர் என்று ஒன்று ஏற்படவில்லை. எல்லாமே தமிழ்மொழி பேசப்படுகின்ற நிலத்தைக் களமாகக் கொண்டவை.

பல மொழிகள் பேசப்படுகின்ற மாநிலங்களை இணைத்த 'இந்தியா' என்ற தேசப்படம், ஆங்கிலேயரால், பின்னர் நேரு, வல்லபாய் படேல் போன்றோரால் உருவாக்கப்பட்டதுதான். மொழிப்பெரும்பான்மை என்ற அளவுகோலை வைத்து. 'இந்தி மொழிதான் இந்தியா' என்ற ஏகத்துவக் குரல் எழும்பியபொழுதுதான், சமுதாய. அரசியல் பின்புலத்தில் எதிர்ப்பு ஏற்பட்டது. பன்மைத்துவம் கொண்ட நாட்டில், மொழி என்ற ஏகத்துவம் ஏற்பட்டுவிடக்கூடாது என்பதால்தான் சிறுபொறிகளாகத் தெறித்த மொழிச்சிக்கல், 1965-ல் பெரும் போராட்டமாக வெடித்தது. மாணவர்கள், தமிழ் மொழிக்காப்பு, இந்தி மொழி எதிர்ப்பு என்ற தளத்தை ஏற்படுத்தி, மொழிபோராட்டத்தில் தொடர்ந்து ஈடுபட்டனர். சங்க அகப்பாடல்களில் பாடப்படாத மொழிப்போர் நாவலில் விவரிக்கப்பட்டுள்ளது. ஆனாலும், வின்சென்ட் காந்திமதி,

கிருபாநிதி, ஹெலன், சந்தோஷம் என்று கதைமாந்தர்கள் யாருமே மொழிப்போராட்டம் செய்ததாகச் சொல்லவில்லை.

புறப்பாடலில் மொழிப்போர் என்பது விரிவாகவே விவரிக்கப்பட்டிருக்கிறது. அகம், புறம் என்ற இரண்டாகப் பிரிந்துபோகும் நாவலின் மொழிப்போர் என்பது 'பொதுவான செய்தி' எனலாம். இலக்கியம், கல்வி தொடர்பான விமர்சனங்கள், அபிப்பிராயங்கள் நாவலில் நட்சத்திரங்களாய் மின்னுகின்றன. சங்கப் பாடல்களில் கூத்துகள் பற்றிய விவரணைகள் இடம்பெற்றிருக்கும். ஆற்றுப்படை நூற்கள் பாடுகிற, ஆடுகிற கலைஞர்களைப் பற்றி கூறும். நாவலில் திரைப்படங்கள், பொதுமக்களிடம் ஒரு போதை மருந்துபோல் ஆகிவிட்டது. வாழ்வின் ஒரு கூறாக விளங்கிய பொழுதுபோக்கு நிகழ்வுகளில் இன்று ஒரு வெறி தோன்றிவிட்டது. திரைப்படங்களில் நடிப்பதற்காகத் தங்களையே பெண்கள் பணயம் வைக்கின்ற அவலநிலை காட்டப்பட்டுள்ளது.

குடும்பத்தில் திருமண உறவுகள் முறையாக இயங்காமைக்குரிய காரணங்கள் உளவியல் ரீதியாக விளக்கம் பெற்றுள்ளன. காந்திமதியின் அக்காள் விசாலாட்சி. அவள் தான் விரும்பிய செல்வராஜைப் பெற்றோர் சம்மதமில்லாமல் மணமுடிக்கிறாள். அவர்களிடையே தாம்பத்ய உறவு இல்லை. அகநானூறு தொகுப்பில் ஒரு பாடலில் திருமணச் சடங்குகள் பற்றிய விவரணைகள் சொல்லப்பட்டிருக்கும். தலைவன் தலைவியின் உடலை முழுவதுமாகக் காண விரும்பினான் என்பது வருணணையாக வரும். ஆனால், நாவலில் தாம்பத்யம் நிகழாமல் போவதற்கும், அதற்குப் பரிகாரம் காணுவதற்கு, மருத்துவரிடம் ஆலோசனைகள் பெறுவதும் நாவலைப் பொறுத்து 'தோன்றல்' என்பதாகப் பார்க்கலாம். அதுவும்போக, மகள் அப்பா மேல் கொண்டிருக்கும் பிம்பம் (எலக்ட்ரா காம்ப்ளக்ஸ்) கூட, காரணமாக இருக்கலாம். இத சூசகமாக நாவலில் வெளிப்பட்டுள்ளது.

நாவலில் 'புறம்' பிரிவு இருபது, இருபத்தொன்றாம் நூற்றாண்டில் சமுதாயத்தில் புரையோடிய அரசியலைப் படம்பிடிக்கிறது. நாவலில். பொன்வண்ணன் அரசியல் செயல்பாடுகளில், அவனுடைய மனைவி மலர்க்கொடி குறுக்கீடு கொள்கிறாள். தன் மனைவி காமாட்சியை ஆளும் கட்சி உறுப்பினராக்கி, அவளை ஆட்டுவிக்கிறான் அவளுடைய புருஷன் வான்மீகநாதன். தமிழ்நாட்டில் மட்டுமல்ல. இந்தியாவின் பிற மாநிலங்களிலும்,

குடும்ப உறுப்பினர்கள் கணவன், மனைவி, ஆண், பெண் பிள்ளைகள் இப்படிக் குடும்பமே, அரசியலை, பணம் ஈட்டும் அதிகார இயந்திரங்களாக மாற்றிய தற்காலச் சூழல் 'தோன்றல்'ல் புதிய பரிமாணத்தைத் தெரிவிக்கிறது.

நாவலில் இடம்பெற்றுள்ள ஜோஸப், சுரேந்திரன். நெல்சன் பொன்ற லும்பன் பாத்திரங்கள் தற்கால அரசியலில், 'ரௌடி—யிசம்' இல்லாமல், பதவியைப் பெறவோ. தக்க வைக்கவோ இயலாது என்பதாகக் காட்டுகிறது. குடும்ப அரசியல், ரௌடி—யிசம், சூழ்ச்சியும் தந்திரமும் கொண்ட உபாயங்கள் நிறைந்த அரசியலே நாவலின் புறம் ஆகும்.

நாவலில் 'புறம்' தமிழ்நாட்டில் 1965-ல் தோன்றிய இந்தி எதிர்ப்புப் போர் என்ற அந்த மையப் புள்ளியைச் சுற்றித்தான் வருகிறது. நான் 1965-ல் பாளையங்கோட்டை சேவியர் கல்லூரி விடுதியில் நேரு பிளாக்கில் தங்கி, புகுமுக வகுப்பு படித்துக் கொண்டிருந்தேன். கல்லூரியிலிருந்து ஊர்வலம். ரயில் பெட்டிகளின் போர்டுகளிலுள்ள இந்தி எழுத்துக் களைத் தார் பூசி அழித்தோம். திருநெல்வேலி நகரம். சென்ட்ரல் திரையரங்கு. காங்கிரஸ்காரர் எஸ்.எஸ்.வாசன் தயாரித்த தமிழ்ப்படம் அங்கு. தியேட்டரில் கறுப்புக் கொடி ஏற்றியது மாணவக் கூட்டம். வ.உ.சி. மைதானத்திற்குப் பின். காங்கிரஸ் எம்.எல்.ஏ. அவர் ஒரு பெண். வீட்டுமுன் துப்பாக்கிச் சூடு. மதுரையில் சட்ட எரிப்பு. மாணவர்கள் கைது. அண்ணாமலை பல்கலைக்கழகத்தில் சென்னையில் இந்திமொழி எதிர்ப்புப் போராட்டங்கள்.

ஜல்லிக்கட்டுவை நடத்தக்கோரி, தமிழகம் முழுவதும் தமிழ்ச்சமுதாயம் எதிர்ப்பை மத்திய, மாநில அரசுகட்கு உணர்த்தி, நடத்தவும் செய்தார்களே, அதுபோல இந்தி எதிர்ப்புப் போரும் நடந்தது. ஜல்லிக்கட்டுப் போராட்டத்தில், கட்சி அரசியல்வாதிகளின் நடவடிக்கைகள் மிகுதியும் அனுமதிக்கப்படவில்லை.. அரசியல்வாதிகள், சமுதாயத்தை பலிகடாவாக்கிவிட்டு, லாபம் சம்பாதிக்கிறதை. ஜல்லிக்கட்டுப் போராட்டத்தில் ஈடுபட்டவர்கள் அறிந்திருந்ததால், அரசியல்வாதிகள் தள்ளி நின்று பார்க்க முடிந்தது. அதாவது பார்த்துக் கொண்டிருந்தார்கள். பங்கேற்பாளராக ஆக முடியவில்லை.

1965-ன் மொழிப்போர் மாணவர்களிடமிருந்து, பேச்சாளர்களை உருவாக்கியது. நானறிந்தவரை, பாளையங்கோட்டை—

யிலிருந்து, வைகோ, வலம்புரிஜான். அரசியலில் ஆரவாரமிக்க பேச்சாளர்களாக உருவானார்கள். வலம்புரிஜான் எப்போதும் 'சுதந்திராக் கட்சி' (ராஜாஜி)யின் ஸ்வராஜ்யா சகிதம்தான் வலம்வருவார். பழம் உள்ள மரம் நாடும் பறவையாக மாறினார். வைகோவும் கலைஞர் கருணாநிதியால் பயன்படுத்தப்பட்டார். இருவருமே சட்டம் படித்தவர்கள். ஆங்கிலத்திலும் பேச்சாளர்கள்தான். இவர்கள் அரசியலில் ஆரவாரமிக்க பேச்சாளர்கள். ஈழத்து ஆண்டன் பாலசிங்கம் போன்ற சிந்தனையாளர்களாக, சேகுவரா போன்று ஒன்றைத் தீர்மானிக்கக்கூடிய சக்தியாக ஏன் ஆகலை? தடுத்தது தனிமனித உளவியலா? ஆகவிடாமல் செய்தது தமிழ்ச் சமுதாயத்தின் கூட்டு நனவிலி உளவியலா?

இன்றைய நிலையில் திராவிடக் கட்சி 'அ' முதல் 'ன்' வரை பிளவுபட்டுப் போனது எதற்கு? பதவியைத் தக்கவைக்க, பணத்தை மேலும் மேலும் பெருக்க நினைக்கும் போக்கிற்கு யார், என்னென்ன? என்ற கேள்விகளை எழுப்புவதற்கு அடித்தளமாக 'புறம்" உள்ளது, நாவலின் 'சாதனை'களில் ஒன்று எனலாம். அடுத்தது வரலாறு புனைவாகவும், புனைவில் வரலாறும் கலக்கப்பட்டு உள்ளது. போலி வரலாற்று நாவல்களில் வல்லவராக சிருஷ்டி கர்த்தாக்களாக விளங்கிய கல்கி கோஷ்டிகள் இன்று சட்டை கழற்றிப் போடுகிற பாம்புகளாக ஊர்ந்து கொண்டிருக்கிறார்கள். ஆடிப்பாவை போல ஓர் உண்மையான வரலாற்று நாவல் என்று சொல்லலாம்.

இருபதாம் நூற்றாண்டுத் தமிழ்ச் சமுதாய மனம் என்பதை, ஓர் இனவரைவியலாளன் (ethnographer) எழுதும்போது, ஆடிப்பாவை போல நாவல், இலக்கியப் பூர்வமான ஆவணமாக இருக்கும் (literay document). இன்னொரு கருத்தையும் முன்வைக்க வேண்டும். வரலாறு... புனைவு... மாய யதார்த்தம். இப்படி, தமிழின் ஆதிக்குணமான கதைசொல்லல் உத்தியும் பயின்று வந்துள்ளது. நாடோடிக் கதைகளின் கூறுகள், நாவலில் அறி—வியல்பூர்வமாக மாற்றப்பட்டிருக்கின்றன. தன் அறைத்தோழனான சந்தோஷத்திடம், வின்சென்ட் தன்னைப் பற்றிக் கூறுகிறான். எதார்த்தம், புனைவு இரண்டும் விலக முடியாமல் ஐக்கியமாகி மாய எதார்த்தமாகிவிடுகிறது. வின்சென்ட் வார்த்தைகளில் (ப.225). ஆடிப்பாவை போல நாவலாசிரியர், தமிழ் மரபினை அறிந்தவர் என்பதனை அகமும் புறமும் ஆகிய இரு பகுதிகளிலும், இயற்கை விவரிப்பு என்பது பல குறிக்கோள்களை நிறைவேற்றுகின்றன.

சங்கப் பாடல்கள் வெறும் வர்ணனைக்காக இயற்கையைப் பாடவதில்லை. பாடலின் உரிப்பொருள், பாடல் மாந்தர்களின் பல காலத்திய மன உணர்வுகளைப் பலப்படுத்துவதாயிருக்கும். அது பல சமயங்களில் விமர்சன உத்திகளாகவும் உதவும்.

அகம்1: 'வாழைப்பழம் விற்றுக்கொண்டிருந்த கிழவி இடைஇடையே தன் கணவனைக் கெட்ட வார்த்தையால் திட்டிக் கொண்டிருந்தாள். "தினந்தந்தி" பேப்பரை வாங்கி விரித்துப் போட்டுப் படுத்துக் கொண்டிருந்த குஷ்டரோகி எழும்பி மீண்டும் திரும்பிப் படுத்தான். யாரோ "பச்"சென்ற வெற்றிலையைத் துப்பினார்கள்'.

கோயமுத்தூர் ரயில்வே ஸ்டேஷன் வைகறை நேர வர்ணனை. நிலமும் காலமும் கூடிய வர்ணனை. இதன்மூலம் அறிவிக்கப்படுகிறவை.

1. எதுவுமே இயல்பாக இல்லை. கணவன், மனைவி அன்புச்சூழல் திட்டுகிறதாக மாறல்.
2. பேப்பர் செய்திகளைத் தெரிந்துகொள்ள உதவாமல், படுக்கை விரிப்பாகிவிட்ட அவலம்.
3. மனிதம் உடலாகத் தோன்றாமல், உடலின் நடவடிக்கைகள் உறுப்புகளைக் குறைத்துவிட்ட 'குஷ்டரோகத்' தன்மை.
4. வெற்றிலையை முழுங்காமல், துப்பும் செயல்.

நாவலின் புறப்பகுதி தொடக்கங்கள்.

'ஓர் ஊர், வெயில் சுட்டெரிக்கும் ஊர்' (இயல். 2).

'மனிதர்கள் வியர்வையுடன் அலைந்தபடி இருந்தனர்' (2: 24).

'அந்த ஊரில் எப்போதும் இறகை விரித்துக் கிடக்கும் சூரியனின் நெருப்பு இன்றும் அதிகாலையிலேயே அனலை வீச ஆரம்பித்திருந்தது' (4:40)

'சூரியனின் கிரணங்களோடு ஊர் புரியும் மாய விளையாட்டு ஒவ்வொன்றையும் ஒவ்வொரு விதமாகப் பாதிக்கிறது. பனைமரங்களின் சிறிய நிழல் சதா எரியும் தரைகளில் கறுப்புப் பூவாய்க் காட்சி தருகிறது' (6:72). புறப்பகுதியில் வருபவர் சபாஷ்ராஜ் கல்லூரிப் பேராசிரியராக ஐ.ஏ.எஸ். படித்து விட்டு வருபவர். தமிழ்த்தேசியம் ஸ்தாபிக்க வேண்டும் என்று முனைப்பவர்.

நிறைவு பெறாமல் மீண்டும் நிர்வாகப் பொறுப்பில் போய்ச் சேருகிறார். இவரை வர்ணிக்கையில் இப்படி

'எப்பொழுதும் சாய்ந்த நடை. காற்சட்டைப் பையிலுள்ள கர்சீப்பால், முகவியர்வையைத் துடைப்பவர்'.

சமுதாயத்தின் புற நடவடிக்கைகள், தன் மனதிற்குப் பிடிக்கவில்லை என்பதைத்தான் (தன் ஒவ்வாமையை) வெயில் வர்ணனை கூறுகிறது. சபாஷ்ராஜின் சாய்ந்த நடை, கர்சீப்பால் முகத்தைத் துடைத்துக் கொண்டிருப்பது, அவர் முன்வைக்கும் தமிழ்த் தேசியத்தின் குறியீடாகக் கொள்ளலாம். வெயில் கோடை காலம். அகத்தில் குறிஞ்சித்திணை. நிலமக்களின் தொழில் விலங்குகளை வேட்டையாடுவது; வழிப்போக்கர்களிடம் கொள்ளையடிப்பது. பிற உயிர்களைத் துன்புறத்துவதாக இருக்கும். 'புறம்' நாவலின் குறிஞ்சித்திணை விளக்கத்தைப் பொருத்துகிறபோது, அரசியல்வாதிகள், அவர்களைச் சுற்றி சம்பாதிக்கிற லும்பன்கள் அகப்பாடல் குறிஞ்சித்திணை, அரசியல் சூழலை, ஊதிக்காட்டுவதாக அமையும். குறிஞ்சிக்குப் புறம் வெட்சி. பகைவர்கள் அறியாதபடி எதிர்நாட்டவர்களின் ஆநிரைகளைக் கவர்ந்து விடுவதைக் குறிக்கும். நாவலின் புற அரசியல்வாதிகள். தமக்குள்ளும், மக்களிடத்தும் எப்படி செல்வங்களைக் கொள்ளையடிக்கிறார்கள் விளக்குகிறதுதானே!

காந்திமதியின் செயல்கள் வின்சென்டிடம் பல சிந்தனைகளைத் தோற்றுவிக்கின்றன. வின்சென்ட் பெண்களைப் பற்றிய பக்குவமான மனஉணர்வுகளைக் காந்திமதியிடம் சொல்வதாக, வின்சென்ட் பாத்திரத்தைத் திடீரென்று உயர்த்த முடியாது. ஆனாலும் நாவலாசிரியனுக்கு. தமிழ்ப் பெண்களைப் பற்றிய மனத்தோற்றம் ஒன்று இருக்கிறது. இளைஞர்கள் இளம் பெண்களோடு பழகும் தன்மை பற்றித் தெரிந்து கொள்ளும் சூழலில் குடும்பங்கள் இருக்காது. இளைஞர்களும் இளம்பெண்களும் பெரிய மனமாற்றம் அடைகிறார்கள். ஆசிரியர் கூற்று இது.

'மன உலகம் பல்லாயிரமாண்ட சரித்திரம் கொண்டதாக அல்லவா இருக்கிறது. கோயில்களையம் மாதந்தோறும் ஏற்படம் பெண்ணடலுக்கான தனிப்பட்ட இயல்புகளையும் சுற்றி பல நம்பிக்கைகளையும் சார்ந்து தாய் மற்றும் பாட்டிமாரின் பழங்கால ஆலோசனைகளுடன் வளரும் பெண். தன் மன உலகத்தில்தான் பெரும்பாலும் வாழ்கிறாள்'.

கோயில் பூசாரிகள் விதைக்கும் பழைய நம்பிக்கைகளை மனதில் தாங்கி, தன்னுடைய பெண் பிள்ளைகளிடம் வளர்க்கிறாள் பெண். தன்னை வளரவிடாமல் தடுக்கும் ஆணியத்தை, தன்னையறியாமலே பரவ வைக்கிறாள். பெண் பாத்திரங்களுக் கிடையேயான உரையாடல்களில், பட்ட வர்த்தமான பெண் குறித்த கருத்தைத் தெரிவிக்க முடியாதபோது. ஆசிரியர் கூற்றாகத்தான் புலப்படுத்த முடியும்.

இலக்கிய அனுபவம் தருகிறதா? என்ற கேள்வி. என் உரையாடலைக் கேட்ட ஒருவர் என்னிடம் கேள்வியை வைத்தார். ஒரு பையன், தன் மேல் தீ வைத்து, மொழிப்போரில், தன் உணர்வை வெளிப்படுத்துகிறான். அந்த நிலையிலும், ஒரு கட்சிக்காரன் தான் தயாரித்து வைத்திருந்த கடிதத்தை, எரியும் தீயில் காட்டி பாதியைத் தீயிலிட்டு மீதித்தாளைப் பத்திரப்படுத்துகிறான். எரிந்து போனவன், தன் கட்சிக்காரன் என்று ஊகிக்கிறபோது, எரியும் கொள்ளியிலும் பிடுங்கினது லாபம் எனச் செயல்படும் அரசியல்வாதிகள்தான் நம் நினைவிற்கு வருகின்றன. சபாஷ்ராஜின் நடைவர்ணனை (ப.55). புறவயத்தை அவர் காண்பதாக மற்றவர்களின் எண்ணத்தை வெளிப்படுத்தியுள்ளது. வழக்கம்போல, சம்பந்தா சம்பந்தமில்லாத, கேலிக்குரிய பொம்மை நடை 1965-ல் தமிழ்த்தேசியம் பேசுகின்றவர்களின் வாழ்க்கைப் போக்கு பேசுகிற மொழியைக் குறிப்பதாகவும் கொள்ளலாம். தமிழ்த்தேசியம் பேசுகிறவர்கள். (நான்) பிற மற்றமையைப் பற்றி எண்ணுவதாகவும் கொள்ளலாம். நகரம் என்பது தமிழ்ச் சமுதாயம். காங்கிரஸ், திராவிட இயக்கம், சபாஷ்ராஜுக்கும் படைப்பாளிக்கும் இருளாகத் தெரிகிறது. ஊளையிடும் நாய், இப்போதைய சூழலைவிட, இன்னும் அபாயத்திற்குரியதாக மாறப்போகிறது என்பதன் அறிகுறியாகவும் காட்சிப் படுத்தப்பட்டுள்ளதெனலாம்.

நாவல் மொழிக்கிடங்கில் தோன்றித் தெரிந்த பிரதாப முதலியார் சரித்திரம், பேசுமொழி பெருகி கொண்டிருப்பதுமாதிரி ஆடிப்பாவை போல நாவலாக, பல பரிணாமங்களில் பன்மைத்துவம் காட்டும் ஆடி என்பதோடு இப்போது நிறைவு பெற்றுக் கொள்ளலாம்.

***

ஆடிப்பாவை போல: அனாதைத் தன்மையும் தாய்மைத் தன்மையும்

நிதின் திருவரசு

எதார்த்தையும், வரலாற்றையும், காலத்தையும், கருத்தையும் கோட்பாட்டாக்கத் துடன் ஒருங்கிணைத்துப் புதியதோர் வகைமையிலான கதைசொல்லல் முறை பிரதியாக்கமாகப் படைக்கப்பட்டுள்ளது. இப்படைப்பாக்கத்தின் இயங்கியலில் கதையின் துவக்கம், வளர்ச்சி. உச்சம், முடிவு என்பது முற்றிலுமாக மறுக்கப்பட்டு முடிவிலிருந்து துவக்கமும், துவக்கத்திலிருந்து முடிவும் என எதிர்முரண்களில் கதையாடல்கள் நீள்கின்றன. நாவலின் துவக்கத்தில் பதின்பருவத்து பாலுணர்வுகள். 1964-வாக்கிலான அகவெளிப்பாடுகள் மற்றும் புறச்சூழல்கள் எவ்வாறு கட்டப்பட்டு இருந்தன என்பதை விளக்குகின்றது. இதற்குக் காலம் இடம் பின்னணியாக இருந்து காதலர்களின் நுட்பமான உடலசைவுகளில் இருந்த குறியீட்டுப் பின்புலப் புரிதல் இயங்குகின்றது. அதாவது தமிழ் இளைய மனங்களின் வரைபடமும் பொதுப்புத்தியம் பொதுவெளியும் இணைந்து பூடகத்தன்மையான காதல் அரங்கேற்றமும் வேறொரு புறமுக தமிழ்த்தேசிய வரைபடமும் உருவாக்கத்தின் மையத்தை நோக்கி நகர்கின்றன.

முதல் இயலில் காந்திமதி என்ற கல்லூரி மாணவியின் தொடர் விவாதங்களில் இருந்து கதையின் மையம் வரை வாசகப் புரிதலுக்காகவும் பாத்திர வளர்ச்சிகளுக் காகவும் மிகு விவரணையுடன் ஒவ்வொரு பாத்திரமும் விளக்கப்படுகிறது. பல இடங்களில் உடலசைவின் சட்டக பிம்பங்கள்வழி தெளிவுப்படுத்தப்பட்டுள்ளன. இதில் குறிப்பாகத் தட்பவெப்பநிலை, சூழல், பின்புலங்கள் எனப் பலவற்றைத் தொட்டுக் கதை நகர்த்தப்படுகின்றது.

தமிழவனின் முந்தைய கருத்தியல்களில் இருந்து அவரது

படைப்புகள் உருவாகிறது. அத்துவான வெளி என்ற மௌனியின் கதையொன்றினை 1993-ல் மௌனியின் இலக்கியத் தடம் என்ற தொகுப்பில் அவர் எழுதிய இதுவரை யாரும் கவனிக்காத, விமரிசனக் கட்டுரையின் விரிவாக்கமாகவே ஆடிப்பாவைபோல என்ற நாவல் உள்ளது. இந்த நாவலில் இயங்கும் அகப்புற வெளிப்பாட்டை அக்கட்டுரையில் உள்/வெளி என்று விளக்குகிறார். இந்தப் பிரதியின் திறவுகோல் அல்லது புரிதல் தளம் 1993-ல் உருவாக்கப் பட்ட அந்தத் 'தியரி' ஒன்றின் விளக்க வரைபடம். நாவலைப் புரிந்துகொள்ள மௌனியின் சிருஷ்யின் மொழி: தகர்ப்பும் உருவமைப்பும் ('தமிழவனின் கட்டுரைகள் II : இலக்கிய விமர்சனங்களும் இதரக் கட்டுரைகளும்' வெளியீடு:'காவ்யா') என்ற கட்டுரையின் வெளிச்சத்தில் இருந்து நாவலை வாசிக்கும்போது நாவலின் அர்த்தத்தளம் வேறொன்றாக மாறுகின்றது. அவரால் அக்கட்டுரையில் உருவாக்கப்பட்ட திறத்தல் / அடைத்தல் என்ற தர்க்கத்திற்கும் உள் / வெளி பற்றிய தர்க்கத்திற்கும் இடையிலான புரிதலின் ஊடே நாவல் பயணிக்கின்றது. இந்த இருமை மொழிதல் (Binary) தன்மை அர்த்தங்களைத் தாண்டிப் புதுப்புது பரிணாமங்களில் பிரதியின் வாசிப்புத்தளத்தில் விரிவடைகின்றது.

அதாவது. சூட்சும புள்ளிகளில் இருந்து கதை தொடங்கப்படாமலும் கவனிக்கப்படா மலும் குறியீடுகளின் பின்னணியில் இருந்து இந்தத் திறத்தலும் / அடைத்தலும் உருவாக்கப்படுகின்றன.

அவர்கள் அமர்ந்த பெஞ்சுக்கடியில் படுத்திருந்த நாய் 'வள்' என்று கத்தவிட்டு எழுந்து ஓடியது.(ப. 11) அருகில் இரண்டு நாய்கள் ஒரு பொட்டலத்துக்குச் சண்டையிட்டுக் குரைத்தன (ப.12). அதிர்ச்சியடையாதீங்க. எனக்கு அப்பா, அம்மா, கிடையாது. நான் ஒரு ஆர்ஃபன், அனாதை. ஒரு கிறிஸ்தவ பாதிரி வளர்த்ததால வின்சென்ட் என்றும் நான் ஒரு இந்து தாய் தந்தையரின் உடல் இச்சைக் காரணமாகப் பிறந்ததால ராஜா என்றும் பெயர் சூட்டி னாராம். அந்தப் ஃபாதருக்குப் பெரிய இமாஜினேஷன் இருந்திருக்கணும். ஆர்ஃபன் சிறுவன் ஒருவனுக்கு ராஜான்னு பெயர் வச்சார்னா..." என்று சிரித்துவிட்டு அமைதி யானான். கையில் அவள் பிடி இறுகியிருந்தது. இருவருக்கும் இடையில் மௌனம். அவன் தொடர்ந்தான். 'ஓங்க கிட்டெயெல்லாம் 'எங்கூருக்குப் போறேன்' 'எங்க வீடு' என்றெல்லாம் நான் சொன்னது எனது அனாதை இல்லத்தையும் அந்த மலைமீது இருந்த கிராமத்தையும் தான்'. (ப. 398)

பிரதியில் விஸ்தரிக்கப்பட்ட உரையாடல்களுக்கிடையே படுத்துக்கிடக்கும் நாய், 'வள்'ளென்று குலைக்கும் நாய் என்று பேசப்படாத அர்த்தங்களின் மூலம் கவனிக்கப்படு கின்றன. பேப்பர் விற்கும் பையன், படுத்துக்கிடக்கும் குஷ்டரோகி, பீடியின் நெருப்பு துப்பும் எச்சில் எனப் பின் கதையின் சூட்சுமப் புள்ளிகளின் வெப்பம் சிம்பாலிக்காகச் சொல்லப்படுகின்றது. கிட்டத்தட்ட மழுங்கிய மொழிநடை தேவையற்ற காட்சிப்படுத்து தல் என்ற முதல் இயலை வாசிக்கும்போது நெருடலுக்குள்ளாகும் வாசகன், கடைசி இயலை வாசிக்கும்போது முதல் இயலின் திறவுகோலின் முக்கியத்துவத்தைத் தன் நினைவுகளில் இருந்து உருவாக்கும் வின்சென்ட்ராஜாவின் அனாதையின் அடையாள மும் அவனின் மௌனமும் புரிகின்றன. அவன் அனாதை என்பது பிரதியின் இறுதி உரையாடலில் காந்திமதிக்கும் வின்சென்ட் ராஜாவுக்குமான உறவின் வெளிச் சங்களை ஒருவருக்கொருவர் நினைவுகளில் இருந்து உருவாக்கும் சொல்லாடல்கள் வழி உருவாக்குகின்றன. இந்த அனாதைத் தன்மையும் ஒரே அர்த்தத்தில் பிரயோகிக்கப்படு வதில்லை. தமிழ் அனாதையா? தமிழ்த்தேசியம் அனாதையா? தமிழ்மொழி பேசும் மக்கள் அனாதையா? என்ற பல்வேறு அர்த்தங்களுள் அர்த்தத்தளங்கள் ஒத்திப்போடப் படுகின்றன. இந்த ஒத்திப்போடல் தன்மைதான், முன்பு குறிப்பிட்ட கட்டுரையின், திறத்தலுக்கும் / அடைத்தலுக்கும் இடையிலான புதுப்பாய்ச்சல் ஒன்றினை உருவாக்கு கின்றது. தமிழின வளமைச் சமூகமும் போராட்டமும் அரசியலும் சூழ்ச்சியும் ஒருங்கே உறவு புரிந்து இன்னொரு தளத்தில் தனக்கான வேட்கையினைச் சொல்லி மகிழ்கின்றது. இது பிரதியின் மைய நீரோட்டத்தின் வெளிப்பாடு.

எ.கா: சபாஷ் ராஜ் இப்படிச் சொன்னார்:

'நான் அதே சிந்தனையோட தான் இருக்கிறேன். வான்மீகநாதன் ஊழல்ல தமிழ் நாட்ட கெடுப்பான். தேவைப்பட்டா வடநாட்டான்கிட்ட தமிழர்களை விலை பேசுவான், இந்தி எதிர்ப்பில் செத்த ஆன்மாக்கள் வான்மீகநாதனை ஒன்றும் செய்ய முடியாது. இந்தித் திணிப்பை எதிர்த்த தலைமுறை மறைந்து போகும். ஒனக்குத் தெரியுமா? ஈழத்தில தனிநாடு கொள்கை சரிய வளர்ந்துகிட்டு வருது. இந்தியாவில் தமிழர்கள் இந்தி திணிப்பு என்ற பெயரில் முதல் அடியை எடுத்து வைத்திருக்கிறார்கள். அடுத்த அடியை ஈழத்தில் எடுத்திருக்கிறாங்க. மலேசியாவிலும் ஏதாவது வரலாம். தமிழ்நாடு மெதுமெதுவா அடையாளத்தை இழந்துவிடும். ஊழலும் பொன்வண்ணனுடைய குடும்ப

அரசியலும் தான் தமிழுக்கு எதிரிகளாக மாறும். மாநில சுயாட்சின்னு சொல்றானுக. அத சரியாக் கொண்டு போகத் தெரியாது இவனுகளுக்கு. தனித்தனி மாநிலங்களுக்கு அதிக உரிமை வேண்டும். வெளிநாட்டுக் கொள்கையை வகுப்பதற்குத் தமிழக சட்ட சபைக்கு உரிமை வேணும். அந்த உரிமையை நோக்கி போராட்டங்கள் நடத்தப்பட வேண்டும். அருண் நல்ல பையன். நல்ல அரசியல் உணர்வு கொண்டவன" (374).

தமிழ்த்தேசியத்தின் வளர்ச்சியை மறைமுகமாகச் சுயலாபத்திற்கும் கொள்கையும் பற்றுமற்ற அரசியல் சூட்சுமம் மிக்க சுயலாபிகளாக எல்லாக் காலங்களிலும் தனக்கான லாபிகளைச் செய்து வாழும் போலி அரசியலுக்கும் பயன்படுத்தும் முகங்கள் கிழிக்கப் படுகின்றன. புரட்சியின் தன்மையும் ஒரே நேர்கோட்டிலான கருத்தியல் இயக்கமும் கொண்டவர்களாக, சபாஷ் ராஜூம், அருணும் காட்சிப்படுத்தப்படுகிறார்கள். இந்தப் பின்னணியில் மேற்கூறிய அனாதையின் தத்துவம், தமிழ்த்தேசியம், தமிழ் அரசியல், புரட்சியியக்கம் இவற்றின் வழி ஊடுபாய்கின்றன. காந்திமதி பிரதியில் பல சூழல்களில் ஹெலனின் குடும்பமும், கிருபாநிதியின் குடும்பமும் மிக விரிவாகக் காட்சிப்படுத்தப் படுகின்றன. கிருபாநிதி தன்னுடைய காதலை ஹெலனிடம் வெளிப்படையாகச் சொல்ல முடிகின்றது. ஏனெனில் அவன் குடும்பப்பின்னணியும், சமூகப் பாதுகாப்பும் இருப்பதாகவே உணர்கிறான். ஆனால் வின்சென்ட் ராஜாவின் கவிதை பிரசுரமாகி யிருந்த பூச்செண்டு இதழைத் தன் பின்பக்கம் மறைத்து தன் கவிதை வந்ததுபோல குதித்துக் கும்மாளமிடும் ஒரு பெண்ணை ரசிக்கும் ரசனையற்றவனாக நிற்கிறான்.

பூக்கார பெண்ணும் பேருந்துக்காகக் காத்திருந்த பெண்ணும் அவளைக் கவனிக் கின்றார்களா என்று யோசிப்பதும் சண்டே ஹாஸ்டலுக்கு என்னைப் பார்க்க வா என்று அழைப்பதும் அவளின் குடும்பம் என்ற பாதுகாப்பிலிருந்து பேசப்படுகின்றது. வின்சென்ட் ராஜா யோசித்துவிட்டுச் சொல்கிறான். வருகிறேன் என்று பயத்துடன், அவனுக்குக் குடும்பம் பற்றிய புரிதல் இல்லை. ஏனெனில் அவன் அனாதை என்பதை யாரிடமும் வெளிப்படுத்தவில்லை. இந்தச் சூழலில் காந்திமதி ஹாஸ்டலுக்கு அழைக்கும் போது தயங்குகின்றான். அவனுக்குச் சமூகம் பற்றியோ, மொழி பற்றியோ சூழல் பற்றியோ அறிந்துகொள்வதற்கு வாய்ப்பு இல்லை. இங்கு இல்லாத குடும்பத்தை அல்லது உடைந்த குடும்பத்தைக் கட்டுவது என்ற தர்க்கம் அவனுள்

தயங்கித் தயங்கிப் பரிணமிக்கின்றது. இந்தத் தயக்கம் ஹெலன் கிருபாநிதியின் இணைவில் இல்லை. அங்குத் தெளிவாகக் காட்சிப்படுத்தப்படுகின்றது.

இரண்டு பேரும் கடைசியா ஒரே சாதி. மதம்தான் திருமணத்துக்குப் பிரச்சனையாய் இருந்தது. கிருபாவின் அண்ணி இருக்கிறாங்களே, சாமர்த்தியசாலி....' என்று நிறுத்தினாள் (ப. 396)

வின்செண்ட் காந்திமதி இணைவில் காந்திமதியைக் காட்டிலும் மங்கலாகவே வின்செண்ட் வெளிப்படுத்தப்படுகின்றான். கட்டுரைக்குப் பரிசு பெறும் போது ஒலி பெருக்கி வழியாக வின்செண்ட் ராஜாவின் பெயரைக் கேட்ட காந்திமதி நினைவில் வைத்திருக்கிறாள். வின்செண்ட் ராஜாவால் காந்திமதியின் பெயரைக்கூட நினைவில் வைத்துக்கொள்ள முடியவில்லை. 'நீங்க நீங்க காந்திமதி தானே' என்று மறுமுறை சந்திக்கும் போது கூறுகிறான். இது அவனின் பிறப்பு குறித்த மிக ஆழமான இருளி லிருந்து உருவாக்கப்படும் அவன்மீதான வெளிச்சங்கள் ஆகும்.

யாழ்ப்பாணத்தில் இருக்கும் தமிழ் கொரில்லாக்கள் ஆளும் பகுதிக்குப் போக வேண்டும். சிங்கள சேனையிடம் அனுமதி வாங்க வேண்டும். நான் தமிழனாக இருந்தது ஒரு பிரச்சனை. தாய்மொழி என்பது பற்றி அப்போ தான் நிறைய யோசித்தேன். சந்தோஷம் பிரச்சினையிலும் அவன் பிறப்புத் தான் என்னைத் தீண்டத்தகாதோர் பற்றிய பொதுப்பிரச்சனைக்கு எடுத்துச் சென்றது. ஏன் பிறப்பை ஓர் அளவு கோலா எடுக்கிறாங்கங்கறது எனக்கு மிகவும் ஈடுபாட்டைத் தருகிற விஷயம் (ப.393)

பிரதியின் மற்ற பாத்திரங்களுக்கான குடும்பப் பிணைவுகள் மிகத் தெளிவாகக் காட்சிப் படுத்தப்படுகின்றன. சிறிய அசைவுகளை ஏற்படுத்தும் பட்டரின் குடும்பமும், அரங்கநாதனின் குடும்பமும், வாணியின் குடும்பமும், சந்தோஷத்தின் குடும்பமும் விவரிக்கப்பட்ட அளவுக்குக்கூட வின்செண்ட் ராஜாவின் குடும்பம் காட்சிப்படுத்துதல் பிரதி முழுக்கக் காணப்படவில்லை. முதல் இயலில் கோவையில் கிழிந்த கால்சட்டை அணிந்த பேப்பர் விற்கும் பையனும், குஷ்டரோகியும், ஆண்போல சட்டை அணிந்த பெண்ணும், அலுமினியப் பெட்டியை வைக்க 'வள்' ளென்று குரைக்கும் நாயும், ஒரு பொட்டலத்துக்காகச் சண்டையிடும் நாயும் என குறியீடுகளின் மத்தியில் வின்செண்ட் ராஜாவின் அறிமுகம் அர்த்தப்படுத்தப்படுகின்றது. இந்த அர்த்தப்படுத்துதல் இறுதி இயலில் ஒளிந்துள்ள 'நான் ஒரு அனாதை' என்று சொல்வதின்

உருவாக்கம் முதல் இயலில் சிம்பாலிக்காக மற்றவைகளின் மீது சார்ந்த மிகு சூட்சுமமாகப் பேசப்படுகின்றது. இத்தகைய உணர்வின் அடிப்படையில் உருவான ஒருவனின் வாழ்வியல் சூட்சுமங்கள் பின்னிப்பிணைந்து நகர்கின்றன.

சந்தோஷம் செத்துப்போன பிறகுதான் அந்த மக்களோட பிரச்சினை பற்றி எனக்குப் புரிந்தது. நான் விசாரிச்சு, இன்னும் ஒன்றிரண்டு நண்பர்களோட சந்தோஷத்தோட ஊருக்குப் போனேன். ரொம்ப பேர் பயத்தால வந்து பேசல்ல. போலீஸ் நின்றிருந்தது. 'போங்க போங்க' ன்னு விரட்டினாங்க. அப்பொவே எனக்குப் பத்திரிகைக்காரன் ஆகணும்னு ஆசை இருந்திருக்கணும். பத்திரிகைகாரங்க என்றால் அடையாள அட்டை இருக்கும் என்றெல்லாம் போலீஸ்காரனுக்கும் தெரியவில்லை. எனக்கும் தெரியவில்லை. எனக்கு சந்தோஷத்த எரிச்ச இடத்த பாக்கணும்னு ஒரு வெறி. கடைசியா ஒரு கிழவி வந்து காட்டினா. அவன் பிறந்த இடமான அவன் குடிசையையும் எரித்திருந்தாங்க. ஆக பிறப்பும் இறப்பும் அவனுக்கு நெருப்பில. நெருப்பு பத்திய வேதகால ரிச்சுவல் இம்பார்டன்ஸ் பத்தி பின்னாடிதான் நான் டெல்லியில் ஜே.என்.யூ.வில் வைத்துத் தெரிஞ்சுக்கிட்டேன். ஆனா முன்னாலெயே தென்னிந்திய கிராமம் ஒன்றில் அதைச் செயல்படுத்தி இருந்தாங்க. இந்தப் பிரச்சனையின் தொடர்ச்சி இந்தியாவில் எப்படி யிருக்கிறதென்று நிறைய எழுதினேன். நான் என் புரொபஷனா பத்திரிகைத் துறையைத் தேர்ந்தெடுக்க ஒருவேளை இது முக்கியமான சம்பவமா இருந்திருக்கும் (ப.389).

சக மாணவர்கள் இந்தி எதிர்ப்புக்காகப் போராட்டத்தில் குதிக்கும் போதும் ஒதுங்கி வாழ்கின்றான். இந்த ஒதுங்கி வாழ்தலின் அர்த்தம் அவனின் பிறப்பு இருண்மை ஆகும். இந்த இருண்மை அனாதையான அவனது தாய் / தந்தை என்ற Binaryயை உடைக்கின்றது. தாய் இல்லாமலும் தந்தை இல்லாமலும் ஒருவன் உருவாக முடியாது. அவனுக்குத் தாயும் / தந்தையும் கற்பனைப் பாத்திரங்கள். இங்கு உருவாக்கப்பட்ட வின்சென்ட் ராஜாவுக்கு தாயும் தந்தையும் என்ற எதிர்நிலை இருளாக உள்ளது. அதனால் தான் அவனால் இந்தி எதிர்ப்புப் போராட்டத்திலேயோ, மொழியோடோ. இயக்கங்களோடோ இணைய முடிவதில்லை. இந்தியை எதிர்க்க, தாய் வேண்டும். தனது பிறப்பே இருளாகவுள்ளது. அவனுள் நான் என்பதே (தன்னிலை) உருவாவதற்குத் தயங்கித் தயங்கி நிற்கிறது.

ஜோசப்பைப் பார்க்கலாம். அவன் இயங்குவதும் ஒரு கல்லூரி கேண்டீனின் மையத் தில் இருந்து. இந்தி எதிர்ப்பிலும் கலக ஒத்திகையில் கல்லெறிபவனாகவும் ஒருகால் குறையுடைய நொண்டி போலவும் சரியாய் நடப்பவனாக இருக்கின்றான். அவனது பங்கு பிரதியில் மையப் பிணைவில் மிகப்பெரிய கட்டுமானம். ஆனால் அவனுடைய முன்கதையும் பின்கதையும் தெளிவானதல்ல. குழப்பமிக்க பாத்திரங்களைக் கொண்டு மையப்பிணைவின் அழுத்தங்கள் உருவாக்கப்படுகின்றன. ஒடுக்கப்பட்ட மனோநிலை யிலான மொழியும் மக்களும் கிளர்ந்தெழும் புரட்சிக்காரர்களுடன் இணைந்து செயல்படும் வெடிப்பின் உச்சமும் குறியீடுகளாக ஒடுங்குகின்றன.

இத்தகைய இடையீட்டு ஒடுக்குதல்களில் இருந்து மைய அடையாளம் அல்லது மைய அரசியல் கட்டமைக்கப்படுகின்றது. பட்டர் தோல்வியின் அடையாளமா? வெற்றியின் அடையாளமா? என்ற இருண்மையே எஞ்சுகின்றது. இத்தகைய புரட்சியின் எதிர் குணாம்சங்களைப் பெண்கள் விடுதி தாங்கி நிற்கின்றது... வின்சென்ட் ராஜாவும் காந்திமதியும் உரையாடுவதன் பின்னணியில் இருந்து இது தெளிவு பெறுகின்றது.

காந்திமதி இந்தி எதிர்ப்புப் போராட்டம் பற்றி முழுமையாய்ப் புரிந்துகொள்ளும் வயது தனக்கு இல்லை என்று நினைத்தாள். அல்லது தன் சூழலில் அரசியல் போராட்டம் என்ற நினைவுகளுக்கு இடமில்லை என்று நினைத்தாள். பெரும்பான்மை ஆட்களும் தன்னைப் போலத் தானே என்றும் எண்ணினாள். அவள் தங்கியிருந்த பெண்கள் விடுதியில் செய்தித்தாள்கள் வந்தன. யாரும் அந்தத் தாள்களை அதிகம் படிப்பதில்லை. அரசியல், தர்ணா, போராட்டம் என்பவை தங்கள் அண்ணன் தம்பிமார்களின் உலகத்தைச் சார்ந்தது என்றே நினைத்தார்கள். செய்தித்தாள்களில் சினிமாச் செய்திகள் படிப்பது பெண்களின் செயல். அல்லது வார இதழ்களில் வரும் தொடர் கதைகளைப் படிப்பது பெண்களின் ஒரே காரியமாக இருந்தது (ப.327)

அடுத்து கவனப்படுத்த வேண்டியது இடமும் காலமும்

பிரதியின் முதல் வாக்கியமே இடம் கோயமுத்தூர், இர— யில்வே ஸ்டேசன் என்று தொடங்குகின்றது. அகத்தின் முடிவில் ஆம்ஸ்டர்டாமில் சந்திக்கின்றனர். இந்த இடம் புதுவிதமான ஒரு space-ஐ உருவாக்கித் தருகின்றது. பூமியும் அல்லாத வானுயர்ந்த கட்டிடத்தில் விமானநிலையம் அருகில் விமானங்கள் வந்திறங்கிச்

செல்வதில் சுற்றிச் சுழல்கிறது கதை. இது வைணவ தர்க்கமான இரணியன் என்ற அரக்கன் கடவுளிடம் பெற்ற வரத்தின்படி என் உயிர்பிரிதல் இரவிலும் இருக்கக்கூடாது. பகலிலும் இருக்கக் கூடாது. வானிலும், மண்ணிலும் இருக்கக்கூடாது என வரத்தைப் பெறுகிறான். நரசிம்ம அவதாரத்தின் மூலம் வானிலும் அல்லாமல், மண்ணிலும் அல்லாமல், இரவிலும் அல்லாமல், பகலிலும் அல்லாமல் இவைகளின் இடையீட்டுக் காலத்தில் கொல்லப் படுகிறான். புராண வாய்மொழிக் கதைகளில் உருவாக்கப்பட்டுள்ள இடம் பற்றிய சிந்தனையும் நாவலில் உருவாக்கப்பட்டுள்ள இருவரின் சந்திப்புக்கான இடமும் ஒன்றுறக் கலத்தலும் ஒரே நேர்க்கோட்டுப் பாதையில் இயங்குகின்றது.

பிரதியின் துவக்கம் முதல் இறுதிவரை பல்வேறு சந்திப்புகளின் பின்னணிகள் இடத்தை மையப்படுத்தியே அதன் தன்மைகளின் அடர்த்தியும் விளக்கும் முறையும் அர்த்தப்படுகின்றன. இந்த அர்த்தப்படுத்துதலின் பின்னணியில் இடமும் காலமும் பின்னிப்பிணைகின்றது. காந்திமதி - வின்சென்ட் முதல் சந்திப்புக்கான இடமும், இரயில் பயணத்தின் ஊடாக ஒரு இயக்கநிலை இடமும், பஸ் நிலையமும் இவர்களின் தொடர் இயக்கங்களின் பின்னணியில் திரையரங்கம், பூங்கா, விடுதி என இடத்திற்கேற்ற பின்புலங்களில் இருந்து கதையினுடைய நீட்சிகள் வளர்க்கப்படுகின்றன. இந்த இடம் சார்ந்த மைய இயக்கமும் கதாபாத்திரமும் சூழலும் வாசிப்புக்கான புது அர்த்தங்களை கொண்டு சேர்க்கின்றன. இதே போன்று புறம்வழி இயங்கும் கதையில் இக்னேஷியஸ் ஹாஸ்டல், கேண்டீன், பாலர் இல்லம், மெஸ், போராட்டக்களம், டெல்லி என கதையின் அர்த்தப் பரிமாணங்களை இடச்சிந்தனையின் மையத்தில் இருந்து வளர்த்தெடுக்கப் படுகின்றன. கோயமுத்தூர் சந்திப்பின் இடமாகவும் பாளையங்கோட்டை இந்தி எதிர்ப்பின் போர்க்களமாகவும், மதுரை வரை இந்தி எதிர்ப்பின் உக்கிரம் பரவிய இடமாகவும், டெல்லியில் புறம்வழி இந்தி எதிர்ப்பின் தோல்வியின் வரலாற்றை உரையாடல்வழி இயக்க முறப்படும் இடமாகவும், அந்த இயக்கத்தின் வளர்ச்சியாக நெல்சன் அமரன் எழுதிய நாவலை வாசிப்பதாகவும் இரயில் பயணத்தின் ஊடாக இயங்குகின்றது.

ஓருடல், இருமதம் என்ற சூட்சுமப் புள்ளி வின்சென்ட் ராஜாவின் பிறப்பின் இருண்மையிலிருந்து உருவாக்கப்பட்டுள்ளது. இந்து தாய் / தந்தையாலும், கிறிஸ்துவப் பாதிரியாலும்

உருவாக்கப்பட்ட இந்து உடலும் கிறிஸ்துவ மதமும் இணைந்த ஒரு மனோநிலைச் சூட்சுமமாகவே அவன் உருவாக்கப்படுகிறான்.

இதுதான் என், ஏதோ கேட்டீங்களே அம்மா, அப்பா பற்றி அந்தக் கத. கிறிஸ்தவனான்னா ஆமாம்பேன். இந்துவான்னாலும் ஆமாம்பேன்... (ப. 400)

அரங்கநாதனும் அவரது மனைவியும் சாதியால் வேறுபட்டவர்கள். சமத்துவம் கோருவதற்காக அரங்கநாதனின் முயற்சி தோல்வியா? வெற்றியா? என்ற எதிர் முரணில் முடிகின்றது. இதுபோன்று மொத்தக் கதையாடலுக்குள்ளும் உடல், மனம், சமயம், சாதி என்ற பல அடுக்குகளான சமூகத்தின் விளம்புகளில் இருந்து தமிழ் அடையாளம் ஒன்று உருவாக்கப்படுகின்றது. புறம்வழி தோற்றதன் வரலாறும், அகம்வழி வளர்ச்சியின் வரலாறும் எதிரிணைகளாகச் சமன்செய்யப்படுகின்றன. இது துவக்கத்தில் நான் விளக்க முயற்சி செய்த திறத்தலும்/ அடைத்தலும் என்ற தர்க்கப் பின்னணியில் இருந்து புரிந்துகொள்ளும் பொழுது இவற்றின் வெளிச்சம் இடையீட்டுப்பங்களிப்பால் விஸ்தரிக்கப்படும்.

***

இருமைக்குள் பாலையும் வாகையும்:
தமிழவனின் ஆடிப்பாவைபோல நாவலை முன்வைத்து

வினோதா

ஒரு பிரதியை வாசிப்பதில் அமைப்பியம், நவீனத்துவம், பின்நவீனத்துவம், பெண்ணியம், தலித்தியம், சூழலியம் போன்ற மேற்கத்திய கோட்பாடுகள் பின்புலத்தில் வாசிக்கும் போக்கு, தற்காலத்தில் உள்ளது. நிலம், காலம், சூழல் போன்றவைகளை மையமாகக்கொண்டு இதனூடே தமிழ் மரபின் பின்னணியில் வாசிக்க வேண்டிய தேவையும் அவசியமாகிறது. தமிழ்ச் சூழலில் தோன்றிய ஒரு பிரதியை ஏற்கனவே இருக்கும் சிந்தனா முறையில் வாசிப்பது நமக்கான சில கோட்பாட்டு அணுகுமுறைகளை வகுப்பதில் உதவியாக இருக்கும். இவ்வகையான கோட்பாட்டாக்கத்தைத் தமிழில் திணைக்கோட்பாடாக உருவாக்கியுள்ளனர் ஆய்வாளர்கள். திணைக்கோட்பாட்டை முதன்மைப்படுத்தி ஐயப்பப்பணிக்கர், சிவத்தம்பி, கைலாசபதி, ஞானி, தமிழவன், குளோறியா சுந்தரமதி, நிர்மல் செல்வமணி, பிரேம் ரமேஷ், ஜவகர் போன்றோர் ஆய்வுகளை முன்னெடுத்துள்ளனர். இதை அடிப்படையாகக் கொண்ட கோட்பாடுகள் தமிழ் நிலத்திற்கான அடையாளத்தை அளிப்பவையாக உள்ளன. இதை முன்னிறுத்தி தமிழ் நிலத்தில் தோன்றிய அனைத்துப் படைப்புகளையும் நிலம், காலம், எனும் பொதுமையாக்கத்தோடு வாசித்துப் பொருத்திப்பார்க்கும் அளவிற்கான ஒரு பொதுத்தன்மை நமது மரபிலேயே இருக்கிறது. இதனடிப்படையில் தமிழவனின் ஆடிப்பாவைபோல எனும் நாவலும் முழுவதும் தமிழ்ச்சூழலில் உருவான ஒரு படைப்பு என்ற வகையில் இவ்வாறான கோட்பாட்டு முறையோடு பொருத்தி வாசிக்கலாம் என்று தோன்றுகிறது.

நாவலின் வடிவம் அகம், புறம் எனும் இரு வாசிப்பு முறைகளைச் சொல்லுகிறது. அகத்திலும் புறத்திலும் இருவேறு கதைகள் ஒன்று

காதலும் மற்றொன்று அரசியலையும் கூறும் இருமை நிலையில் பொருள்படுகிறது. நுட்பமாகக் கூறினால் அகத்திணை புறத்திணை எனும் தமிழ் சிந்தனை மரபின் பின்புலத்தோடும் நெருங்கி இருக்கிறது. தொல்காப்பியத்தில் அகத்திணையில் குறிஞ்சி, முல்லை, பாலை, மருதம், நெய்தல், கைக்கிளை, பொருந்திணை எனும் எழுதிணையும் புறத்திணையில் வெட்சி, வஞ்சி, வாகை, உழிஞை, தும்பை, பாடாண், காஞ்சி எனும் ஏழு திணைகளும் இருக்கின்றன. அகம் புறம் போலவே இவைகளும் ஒன்றுக்கு ஒன்று புறமாகும் இருமை எதிர்வு நிலையிலும் விளக்கம் பெறும். அதாவது,

குறிஞ்சி	X	வெட்சி
முல்லை	X	வஞ்சி
பாலை	X	வாகை,
மருதம்	X	உழிஞை
நெய்தல்	X	தும்பை
கைக்கிளை	X	பாடாண்
பொருந்திணை	X	காஞ்சி

என்ற வகையில் விளக்கம்பெறும். முதல், கரு பொருளால் இணைவும் உரிப்பொருளால் முரணும் கொண்டு இயங்குகின்றன. "இருமை எதிர்வு சிந்தனை முறை அகம் X புறம் என்று தமிழ் மரபில் இருந்திருக்கிறது"[1] இக்கருத்து குறித்த இணைவு முரண் குறித்த வேறுப்பட்ட கருத்துக்கள் உரையாசிரியர்களிடையேயும் பின்வந்த ஆய்வாளர்களிடையேயும் பல விவாதங்கள் இருக்கின்றன. இந்த வகையான விவாதங்களின் நீட்சியில் தமிழவன், "அகம், புறம் என்ற எதிர்முக சிந்தனாமுறை ஒரு சிந்தனை உத்தி (strategy)".[2] என்கிறார். அகத்தையும் புறத்தையையும் தமிழவன் சொல்வதைப்போல ஒரு சிந்தனா உத்தியாக பார்ப்பது போன்றே ஒரு திணைக்கு ஒரு திணையைப் புறமாக பார்க்கும் போக்கையும் ஒரு இலக்கிய உத்தியாக கொள்ளலாம்.

தமிழ் மரபில் ஏற்கனவே இருக்கும் இந்த இருமை எதிர்வின் அடிப்படையில் வாசிக்கமுற்படலாம். நாவலும் அதனளவிலேயே அகம், புறம் எனும் அமைப்பில் உள்ளது. இக்கூறு இதற்கான இணக்கமான இணைவைத் தருவதை நோக்கமுடிகிறது. இந்த

நாவல் கூறும் கதைக்களப் போக்கில் ஒருவித பாலைத்தன்மை மிகுந்துள்ளதைப் பார்க்கமுடிகிறது. பாலையை 'நடுவணைந்திணை' என்கிற தொல்காப்பியர் நிலத்தை நான்கு என்கிறார்.³ நான்கு நிலம் என்ற அடிப்படையில் திணைகள் ஐந்தாக பிரிக்கப்படுகின்றன. இங்கு பாலைக்கு நிலம் இல்லா சூழல் இருக்கிறது. பாலை என்பதற்கான முதலாக நாம் மற்ற நிலங்களின் திரிபு என்ற வகையில் இதனை அணுகலாம். ஒவ்வொரு நிலத்துத்துள்ளும் பாலை விரவும். இதனை உரையாசிரியர்களும் திணை மயக்கத்தை விளக்கும் பொழுது இது குறிஞ்சியுள் பாலை, முல்லையுள் பாலை, நெய்தலுள் பாலை... என விளக்குவதைப் பார்க்க முடிகிறது. எனவே பாலை என்பது பிரிவு அடிப்படையிலே பொதுத்தன்மையுடன் இருப்பதைக் காணலாம். இதனை தமிழவனும் ஏற்கிறார். "பாலையின் சப்த வடிவம் (signifier) தனியாய் ஒரு மனநிலையாகி இறுகிப் பிற நான்கு திணைகளிலும் போய் ஒட்டிக் கொண்டிருக்கிறது. அதன் அர்த்த வடிவம் (signified) அதற்குத் தனிக் காலம், விலங்கு, மரம், பூ என்றும் பாலைத்திணை சார்ந்த பாடல் வகையைச் சங்ககாலத்தில் உருவாக்கவும் பயன்பட்டிருக்கலாம். எனவே தான் பாலை ஒரு ஐந்தாவது திணையாக இருக்கும் அதே நேரத்தில் பிற நான்கு திணைகளிலும் சேர்ந்தும் வருகிறது."⁴ என்கிறார். எனவே தமிழ் சிந்தனை அடிப்படையில் பொதுநிலையில் இயங்கும் பாலையின் உரிப்பொருளான பிரிவையும் இதனின் புறத்திணையான வாகையின் உரிப்பொருளான வெற்றியையும் வைத்து வாசிக்கலாம். பிரிவும் வெற்றியும் இந்த அகம் புறம் என்பதற்குப் பொதுத்தன்மையில் இயங்க கூடியது என்பதும் குறிப்பிடத்தக்கது. ஏனெனில் "பாலையின் உரியாகிய பிரிவு நால்வகை நிலத்தும் வரும். அனைத்து திணைகளுக்குள்ளும் பிரிவே அடிப்படையாக உள்ளது"⁵ பிரிவென்பது எல்லா நிலத்துக்கும் பொது எனவே கருப்பொருள்களும் பொதுவாகவே மயங்கி வரும் இயல்புடையது.

அகத்தில் பேசும் கதை பெரும்பான்மை மனித மனத்தின் ஊடாட்டங்களின் தவிப்பைப் பதிவு செய்துள்ளது. புறம் கூறும் கதையில் தமிழுணர்வு வெற்றியாக்கப்படுகிறது. பிரிவும் வெற்றியும் ஒன்றிற்கு ஒன்று புறம் என்ற அடிப்படையில் அகத்திற்குப் பிரிவும் புறத்திற்கு வெற்றியும் இந்த இருமை எதிர்வு கதைக்குள் இயங்குவதைப் பார்க்கமுடிகிறது. இந்நாவலின் இரண்டு கதைகளிலுமே வெயிலையையும் வெக்கையையும் காட்டியே நிகழ்வு தொடங்குகிறது. உரிப்பொபொருள் சுட்டும் இடத்திலும் அகத்தில் பாலைக்கான பிரிவையும் புறத்தில் வாகைக்கான

வெற்றியையும் உரிப்பொருளாக கொண்டு வாசிக்கலாம். எனவே இதை,

- அகப்பாலை
- புறவாகை
- அகவாகையும் புறப்பாலையும்

என்ற அடிப்படையில் பொருள்படுத்தலாம்.

அகப்பாலை

தமிழ் நிலத்தின் அகமானது காதல், அன்பு, போட்டி, பொறாமை, சாதி, மதம் இது போன்றவைகளாலும் இதனின் முரண்களாலும் நிறைந்தது. ஆடிப்பாவைபோல நாவலின் அகம் வாசிப்பு இவற்றின் ஊடாட்டங்களைப் பதிவு செய்துள்ளது. அதாவது பிரிவில் இருந்து தொடங்குகிறது. வின்செண்ட் ராஜா காந்திமதியின் பிரிவு, இதற்கான காரணங்களை வரிசையிடுகிறது. இக்கதையை வின்செண்ட் காந்திமதி இருவருக்குமான பிரிவுக்கு முன் நிகழும் நிகழ்விலிருந்தே தொடங்கலாம். ஒவ்வொரு இயலும் தொடங்கும் பொழுது வெக்கையுடனும் வெயிலுடனுமே தொடங்குகிறது.

வின்சென்ட் சுயவரலாறு இல்லாதவனாக பொதுத்தன்மையில் பயணிக்கிறான். அன்பு ததும்பி வழியியும் குடும்பப் பின்னணியில் காந்திமதி வழக்கமான பெண். வீடு, பெற்றோரைப் பிரிந்து கல்லூரியில் படிக்கும் பெண், வின்சென்டைக் காதலித்துத் திரும்பவும் அவனிடமிருந்தும் பிரிகிறாள். வீட்டில் உலவும் சிக்கலுக்கு முடிவு காணத் தெரியாத பெண்ணாக அவளின் தேடல் இருக்கிறது. அனைத்திலிருந்தும் அவளைப் பிரித்துவைக்கிறது. விசாலாட்சி எனும் தன் சகோதரியின் வாழ்க்கையின் மூலம் தன் சுயத்தையும் அறிய முற்படுகிறாள். காதலிடம் பிரிந்தவளுக்குத் தன் குடும்பத்தின் அன்பு எவ்வாறு அதிகாரமாக செயல்பட்டு தனது குடும்பத்தை இறுக்கி வைத்துள்ளது என்பதை அறிவதில் இவளின் பிரிவு காலம் அடங்கியுள்ளது. தந்தையின் அதீத அன்பு அக்காவிற்கான விஷமாக மாறி அவளையே கொல்லுகிறது. அவளைத் தனது கணவனுடன் வாழாமல் செய்கிறது. அதிகார அன்பில் கரையக் கூடியவளாகவும் காதல், அன்பு எனும் முரணில் தன்னையும் அதன் மீது ஏற்றி எதனுடனும் ஒட்டாமல் இருக்கிறாள்.

அப்பா மகள் உறவின் சிக்கல், தன் மகள் வேறொருவரிடம் அன்பில் வசப்பட்டுள்ளாள் என்று எண்ணியும் அவளின் இருப்பின் பயமும் தந்தைக்கு நீங்காத துன்பமாகிறது. ஒரே சாதிக்கிடையில் காதலித்து திருமணம் செய்து கொண்ட போதும் தந்தையின் அன்பு மறுப்பு விசாலாட்சிக்கும் அவளின் கணவனுக்கும் உறவில் பிரிவை உண்டாக்குகிறது. இதன் விரிவு இறப்பில் கொண்டுபோய் சேர்க்கிறது.

காதல் இணைவுக்குச் சாதி என்ன என்று தெரிவதில் பெரும் பிரச்சினையாக இருக்கிறது. சாதியை விரும்பாத மாணவருக்குள்ளே இருந்தாலும் தேடல் முழுவதும் அதுவாகவே இருக்கிறது. கிருபாநிதி மாணவ மனநிலையில் உள்ளவனாக இருந்தபோதும் அவனைச் சுற்றி உள்ள உறவினர்கள் அனைவருக்கும் அதுதான் தேவையாக இருக்கிறது. இங்கு சாதியால் இன்னொரு பிரிவு தொடங்குகிறது. சுயசாதி விருப்பத்திலேயே அவர்கள் காதலும் இணைகிறது. பழகுவதில் சாதி தெரியாமல் பழகுவதற்கு அனுமதித்தாலும் குடும்பம் உறவுக்குள் விலக்கும் பண்பில் பாலைத்தன்மையைக் காண முடிகிறது.

சந்தோஷம் அவன் சாதிக்கொடுமையால் கொளுத்தப்படுகிறான். நாம் வாழும் சமூகத்திற்கும் அவனுக்குமான பிரிவாக இருக்கிறது. அவன் பெற்ற கல்வி, நல்ல உடை போன்றவற்றால் வேறுசாதியனாரால் வெறுக்கப்படுவனாகக் காட்டப்பட்டுள்ளான். முதல் முறை கல்வி கற்கும் அவனைப் புறக்கணிக்கும் சாதிய முரண் அகத்துள் இருக்கும் பிரிவாகும்.

குடும்பப் பின்னணி காந்திமதிக்குக் காதலில் பிரிவை வேண்டுகிறது. சாதியால் கொல்லப்பட்ட சந்தோஷத்திற்கு மரணம் பிரிவை வேண்டுகிறது. சந்தோஷத்தின் இறப்பால் வின்செண்ட், நாடு, நான் எனும் அடையாளம், மொழி, அரசியல், முதலியவற்றிலிருந்து பிரிவை வேண்டுகிறான். தந்தையுடனான அதீத அன்பால் விசாலாட்சி, கணவனிடமிருந்தும் உலகத்— திலிருந்தும் பிரிவை வேண்டுகிறாள். இவ்வாறான பிரிவுகளால் ஒட்டவைக்கப்படும் அகம் எனும் வாசிப்பு பின்முறையாக சென்றால் இணைவிலிருந்து பிரிவிற்கான காரணத்தை நோக்கி பயணிப்பதாக இருக்கிறது. ஒவ்வொரு நிகழ்வுக்கான பிரிவு ஒவ்வொருவருக்கான பிரிவு தந்தையின் அதீத அன்புக்குள் மகளின் பிரிவு, வாழ முடியாத உறவுகளின் பிரிவுகள், காதல் பிரிவுகள், சாதிய பிரிவுகள் போன்ற பிரிவுகளால் ஒழுங்குப்பட அகம்

காதல், சாதி, அன்பு போன்றவற்றின் எதிரிடையான பிரிவால் பிரதி இயக்கம் பெற்றுள்ளது எனலாம். எனவே ஒவ்வொருவரின் பிரிவும் ஒரு பிரதிக்கு உயிர் கொடுக்கிறது.

புறவாசகை

1965 ஆண்டுக்கால வாக்கில் நிலவிய அரசியல் சூழலில் கதை பயணிப்பதால் அக்காலகட்டத்தின் மொழி, அரசியல், சாதிய, பொருளாதார முரண்களைச் சுரத்தன்மையுடன் பதிவுசெய்துள்ளது. புறவாசிப்பும் வெயில் வெக்கை எனும் வழியாகவே தொடங்குகிறது. ஒரு பெரிய இயக்கம் தலையெழும்பும் பொழுது சில சக்திகள் அதைத் தனதாக்கி கொண்டு வல்லமையாகுகின்றன. இந்தி எதிர்ப்பு எனும் ஒரு அரசியல் இயக்கம் திராவிடத்தைத் தண்ணிர் ஊற்றி வளர்க்க பயன்பட்டது எனலாம். தமிழுணர்வின் எழுச்சியின் வாயிலாக மாற்றமுடியாத ஒரு இருப்பைத் திராவிடம் தக்கவைத்துக்கொண்டது. இந்திய தேசிய விடுதலை இயக்கத்தின் வெற்றி மேல்சாதி என்று தங்களை எண்ணிக்கொள்பவர்களின் வெற்றியானது. திராவிட இயக்கத்தின் வெற்றி இடைச்சாதியினர்களின் வெற்றியானது. இது போலவே இந்தி எதிர்ப்பு எனும் இயக்கமும் தமிழ்நாட்டில் திராவிடத்தின் அசைக்க முடியாத வெற்றியானது. ஏனெனில் இவ்வியக்கத்திற்குப் பிறகு திராவிட அரசியலே தீர்க்கமாகியுள்ளது. திராவிட தமிழுணர்வின் அதீதமானது காங்கிரஸின் தேசியம் என்ற கருத்தை உடைத்து வெற்றி கண்டது.

இந்த நாவலின் புறவாசிப்பு அக்காலத்தின் உண்மை பிரதிபலிப்பு, அதாவது சொற்களால் பெயர் செய்து நிகழ்வுகளைப் பாவையாக்கி உள்ளது. கதை எதையும் நேரடியாக கூறாமல் அது அதுதான், ஆனால் இது அது அல்ல என்ற வகையில் கதை அமைந்துள்ளது. ‘இந்தி எதிர்ப்பு’ எனும் இயக்கம் உண்மை; ஆனால் வரும் கதை மாந்தரின் பெயர்கள் வேறு; ஆனால் அந்த பெயர்களின் வரலாறு அது அல்ல வேறு மாதிரியானது; அலங்கும் நீருள் தெரியும் உருவம் மாதிரி.

வான்மீகநாதன், பொன்வண்ணன் அரசியல் செயல்பாடுகள் அரசியல் திட்டமிட்டுத் தங்களை அறிமுகம் செய்வதில் இருக்கிறது. அதாவது புறச்சூழல்களைத் தனதாக்கிக்கொண்டு செயல்படுத்துவது. இதை தன்னையே ஆள்வைத்துத் தாக்கிக்கொள்வது, கூட்டத்தில் கலவரம் செய்வது போன்ற செயற்பாடுகள் உள்முரணாக தமிழ் இந்தி என்பதை

இருமையாக்கி அரசியல் தளத்தில் தங்களைத் தலைவர்களாக தக்கவைத்துக்கொண்டு வெற்றிபெறுவது.

எண்ணற்ற மாணவர்களின் எழுச்சியால் உயிர்ப்புபெற்ற இந்த இயக்கம் அமரன், ஜி.கே. சாமி, அருண், நெல்சன், சுரேந்திரன் பெயர்களின் வழியாக வெற்றியைப் பதிவு செய்கிறது. இக்கதையில் அக்காலக்கட்டத்தில் மாணவர்களை இயக்கும் ஒருவராக பேராசிரியர் சபாஷ் ராஜ் இவர் தனித்தமிழ் நாடு என்ற கொள்கையுடையவராக வருகிறார். கட்சிகள் இயக்கிய பெரு நாடகத்தில் தொலைந்தவராக தில்லி நோக்கி இடம் பெயர்கிறார். சபாஷ் ராஜ் என்னும் குரல் வழியாக, "அயோக்கிய நாயுங்க... தமிழ் நாட்ட நாசம் பண்ணவே வந்தவனுக. எத்தன ஆயிரம் மாணவர்களை ஏமாத்தி ஆட்சியை பிடிச்சானுக. அயோக்கிய ராஸ்கலுக. எத்தனை பேரு செத்தான்? எத்தன பேரு அடிவாங்கினானுக? அத்தன பேரு தியாகத்தையும் வெல பேசிட்டானுகல்ல. ஆட்சியைப் பிடிச்சிட்டானுங்க. தமிழு தமிழுன்னு சொல்லிக் கெடுத்துட்டான்யா"⁶. இப்படியான கூற்று வெளிவருகிறது. இதுவே இப்புறவாசிப்பை பொதுமைப்படுத்தும் ஒன்றாக இருக்கிறது. முடிவாக ஆசிரியரின் பிரிவுக்குப் பிறகு ஆட்சி அதிகாரங்களை வெற்றியாக பெற்றவர்களின் நில வேட்டையைக் கூறி, தமிழ் மக்கள் வாழ்வு எவ்வாறு வெறுமையானதெனும் இணைவில் இதற்கான கதை நிறைவுறுகிறது.

அகவாகையும் புறப்பாலையும்

அகம், புறம் எனும் இருவேறு வாசிப்புகளை அகத்தில் ஒரு காதலும் புறத்தில் அரசியலும் பயணிக்கிறது, ஒன்றுக்கொன்று தொடர்புடையதில்லை என்ற போதிலும் ஒரே காலத்தின் கதைகள் என்னும் வகையில் இரண்டும் இணைகிறது. அக உணர்வும் அரசியலும் பிரிந்த கதையானாலும் அது அவ்வாறுதானா என்று கேட்டால் இல்லை எனலாம். அகத்துள் புறமும் புறத்துள் அகமும் வருகிறது. அகத்திலும் புறத்திலும் பொதுவானது உடல். இது எவ்வாறு மோகிக்கப்படுகிறது அல்லது சிதைக்கப்படுகிறது என்பதில் அதற்கு அடுத்தற்கான செயலூக்கம் இருக்கிறது. "உள்ளுணர்வு என்பது ஃப்ராய்டின் மொழியில் ஆண் உறுப்பு பற்றிய பிரக்ஞை. தமிழிலக்கிய அகத்திணையும் இதுதான் (ஏனெனில் அகத்திணை கூட ஆண் பெண் உடலுறவின் பல்வேறு நிலைகள் தான்) ஆக அகத்திணை இரு உடல்களின் இணைவாக இருக்கயில் போர், ஓர் உடல் இன்னொரு உடலை அழிப்பதைக் குறிக்கிறது."⁷

இளைஞன் ஒருவன் மொழிக்காக தற்கொலை செய்து கொள்கிறான். இந்நிகழ்வு அகத்தில் கட்சிக்காக தற்கொலையுண்டான் என்பதாக ஏற்கப்படுகிறது. புறத்தில் மொழிக்காக செய்த தியாகம் என்றளவில் பதிவாகுகிறது. இவ்வாறாகவே அகக்கதையில் சந்தோஷம், சாதி வன்கொடுமையால் எரிக்கப்படுகிறான். இரண்டு மரணங்களும் கதைக்குள் பெரிய விளைவுக்கு (போராட்டம் தீவிரம் பெற்றது, வின்சென் கதலைப் பிரிந்து கல்வி கற்றது) காரணமாக அமைகின்றன.

தன்மகனைப் பிரிந்த பட்டரின் தவிப்பு, சாமி — ரவி, பொன்வண்ணன் — மலர்கொடி, வான்மீகநாதன் வாணியின் தாயுக்குமான உறவுகள் குடும்ப உறவுகளின் பிரிவைப் புறத்தில் காட்டியுள்ளது. அதாவது சாமி, ரவி இருவருக்குமான ஓரின பாலீர்ப்பு இருப்பதை, "நீங்க என்ன விட்டுட்டு அந்த பொன்வண்ணன் பெண்டாட்டி கிட்ட ஃப்பிரண்டானத பொறுத்துக்க முடியல்ல உங்ககிட்ட வராமல் ஒவ்வொரு நாளும் அழுதுகிட்டு இருந்தேன். பொறாமையிலேயே அப்படிச்செய்திட்டேன்... ஓவென்று அழுதான்"[8] என்பது மூலம் தெரிகிறது.

திராவிடத்தின் தீரா பேச்சுகளில் இந்தி எதிர்ப்பு மக்களுக்குள் புகுந்த அழியாச் சுவடாகும். "தி.மு.க. தமிழ் மொழியை, மக்கள் கூட்டத்தினை ஒருங்கிணைத்து அதற்கு 'இருமை' (Identity) கொடுக்கும் ஆயுதமாக மாற்றிய போது அதுதான் மொழி விளையாட்டு பற்றிய ஒரு தத்துவக் கண்ணோட்டமாகும்."[9] மக்களின் எழுச்சியை மணவர்களின் எழுச்சியைத் தனதாக்கிக் கொண்ட இயக்கம் ஆகும். தமிழ்ச் சமூகத்தில் தமிழ் இந்தி எனும் இருமை அரசியலைத் தக்க வைத்துக்கொண்டு வாழும் ஒரு இயக்கம் ஆகும். இதை தமிழ்ச்சமுக்கத்திற்கும் அரசியலுக்கும் இருக்கும் இடைவெளியைச் சுரத்துடனான வெற்றியாகியுள்ளது. அரசியலுள் இருப்பவர்கள் அனைவரும் ஒவ்வொருக்கொருவர் இரத்த உறவுடையவராக இருக்கிறார்கள் ஆனால் சமூகத்திற்காக அல்லது அரசியலுக்காக இருமையை உருவாக்கும் நோக்கிலேயே பிரிவுடையவர்களாக காட்டிக்கொள்கிறார்கள். ஒவ்வொரு நிகழ்வையும் தனதாக்கி அசைக்க முடியாத வெற்றியும் பெறுகிறார்கள். எதுவாயினும் ஒரு மரணத்தைத் தனதாக்கிக் கொண்டு ஒரு அரசியல் நூற்றாண்டு காலமாக அசைக்கமுடியாத இருப்பைத் தக்கவைத்துக் கொண்டுள்ளது என்பதை அழுத்தமாகப்

பதிவு செய்துள்ளது. யாருக்கெல்லாம் பெருவெற்றி என்பதைச் சார்பே இல்லாமல் சொற்பாவை வழி பகடியாக்கி உள்ளது எனலாம்.

அடிக்குறிப்புகள்

1. தமிழவன், மொழிதல் கோட்பாடும் தமிழும், 'மேலும்', பாளையங்கோட்டை, 2019, பக்கம்.7.

2. தமிழவன், பழந்தமிழில் அமைப்பியல் மற்றும் குறியியல் ஆய்வுகள், உலகத் தமிழாராய்ச்சி நிறுவனம், சென்னை, 2009. பக்கம்.38.

3. கணேசையர் பதிப்பு, தொல்காப்பியம் பொருளதிகார மூலமும் நச்சினார்க்கினியருரையும், உலகத் தமிழாராய்ச்சி நிறுவனம், சென்னை, 2007, நூற்பாக்கள். 5, 8.

4. தமிழவன், பழந்தமிழில் அமைப்பியல் மற்றும் குறியியல் ஆய்வுகள், பக்கம்.53.

5. ஜவகர். க., திணைக்கோட்பாடும் தமிழ்க்கவிதையியலும், காவ்யா, சென்னை, 2010, பக்கம்.31.

6. தமிழவன், ஆடிப்பாவைபோல, எதிர் வெளியீடு, பொள்ளாச்சி, 2017, பக்கம்.360.

7. தமிழவன், மொழிதல் கோட்பாடும் தமிழும், பக்கம்.173.

8. தமிழவன், ஆடிப்பாவைபோல, பக்கம்.270.

9. தமிழவன், மொழிதல் கோட்பாடும் தமிழும், பக்கம்.50.

தமிழவனின் 'ஷம்பாலா': எதேச்சாதிகாரத்தின் பின் இயங்கும் உளவியலைப் பேசும் நாவல்

ஜி.குப்புசாமி

தமிழில் அரசியல் நாவல்களுக்கு நீண்ட வரலாறு உண்டு. சுதந்திரப் போராட்ட காலத்தின் தேசபக்தி நாவல்கள் தொடங்கி, திராவிட, இடதுசாரி, பெண்ணிய, தலித்திய அரசியல் நாவல்கள் தத்தமது சமூக, அரசியல், பண்பாட்டுப் பார்வைகளோடு இன்றும் தொடர்ந்து வந்துகொண்டிருக்கின்றன. தற்போது நாவலின் அட்டையிலேயே 'ஓர் அரசியல் நாவல்' என்ற உபதலைப்புடன் வந்திருக்கும் தமிழவனின் 'ஷம்பாலா' மிகவும் வெளிப்படையாக இன்றைய வலதுசாரி, மதச்சார்பரசியலையும், ஆட்சியாளர், குடிமக்களின் மாறிவரும் உளவியலையும் சித்தரிக்கும் காத்திரமான நாவல்.

தமிழவனின் முந்தைய நாவல்களில் பூடகமாக வெளிப்பட்ட அரசியல் பார்வை இந்நாவலில் நேரடியாக வெளிப்படுகிறது. சரித்திரத்தில் படிந்த நிழல்கள் என்ற இவரது 'உருவக நாவ'லில் திரைப்பட மோகம், மொழி அதிகார அரசியல், அயோத்தி, யாழ்ப்பாண நூலக எரிப்பு போன்றவற்றை உள்ளடக்கிப் பேசி— யிருந்தாலும், ஷம்பாலா வில் இன்றைய அரசியல் நிகழ்வுகளின் பின்னால் இயங்கும் உளவியல் கூறுகள் கதாபாத்திரங்களின் வழியாக விவாதிக்கப்படுகின்றன.

ஷம்பாலா நாவலை வாசிக்கத் தொடங்கும்போதே சென்ற நூற்றாண்டில் வெளிவந்த சில எதிர்கால துர்க்கற்பனை (dystopian) நாவல்கள் நினைவுக்கு வருகின்றன. குறிப்பாக ஜார்ஜ் ஆர்வெல்லின் 1984 என்ற புகழ்பெற்ற நாவலில் நாட்டுமக்களின் சிந்தனைகளை வேவு பார்க்கும் 'சிந்தனை காவல்துறை' இந்நாவலிலும் முக்கியப் பங்கெடுக்கிறது. அல்டஸ் ஹக்ஸ்லியின் துணிச்சலான புதிய உலகம் நாவலில் இடம்பெற்ற மரபணு ஆய்வு மூலம் ஒரே கருமுட்டையிலிருந்து பலநூறு கருக்களை

வளர்த்து, ஒரே மாதிரியான சிந்தனையமைப்பு கொண்டவர்களை உருவாக்கும் முறை இந்நாவலில் ஊடகப் பிரச்சாரம் மூலம் செயல்படுத்தப்படுகிறது.

நடப்பு காலச்சூழலுக்கு மாற்றாக எதிர்கால சமூகம் ஒன்றை கற்பனையில் சித்தரித்துப் பார்ப்பது ஷேக்ஸ்பியரின் *தி டெம்பெஸ்ட்* (The Tempest) முதல் இலக்கிய உலகில் நடந்து வருகிறது. எதிர்கால உலகம் நன்நெறிகளோடு உன்னதமாக இருக்குமென கற்பனை செய்வதை யுடோபியா (Utopia) என்றும், எதிர்காலம் தீநெறிகளோடு மிகமோசமாக இருக்குமென கற்பனை செய்வதை டிஸ்டோபியா (Dystopia) என்றும் வகைப்படுத்தப்படுகிறது. மேற்சொன்ன ஆர்வெல், ஹக்ஸ்லி ஆகியோரின் நாவல்களும் சமீபத்தில் வெளிவந்த மார்க்ரெட் அட்வுட்டின் *தி ஹேண்ட்மெய்ட்'ஸ் டேல்* (The Handmaid's Tale), *தி டெஸ்டமெண்ட்ஸ்* (The Testements) ஆகியவையும் துர்கற்பனைகள்தாம். ஆனால் இந்நாவல்கள் அனுமானித்த துர்க்கனவு நிகழ்காலத்தில் நனவாகிவிட்டிருப்பதையும், இன்றைய சூழல் எந்தளவுக்கு சுதந்திரச்சிந்தனைக்கும், அறிவுச்செயற்பாடுகளுக்கு எதிராகவும் இருக்கிறது என்பதையும் எந்தத் தரப்பின் சார்பாகவும் நிற்காமல் சுயமான குரலில் பேசுகிறது ஷம்பாலா.

நாவலின் மையப்பாத்திரமான பேராசிரியர் அமர்நாத் ஓர் அறிவுஜீவி, சுதந்திரச் சிந்தனையாளர். அவர் வீட்டுக்கு சிந்தனை போலீஸ் நுழைந்து அவரது கட்டுரைகளை கையகப்படுத்துகின்றனர். அவர் பயன்படுத்தும் சொற்கள் அரசாங்கத்தால் தடைசெய்யப்பட்டவை என்கின்றனர். " நீங்கள் நிறைய வார்த்தைகள் தெரிந்தவர் என்றும், நாட்டுப்பற்று என்ற சொல் உங்களிடம் இல்லை என்றும் காவல்துறைக்கு தகவல் கிடைத்துள்ளது" என்கிறார்கள். அவர்கள் அவரைக் கைது செய்வதில்லை, ஆனால் மிக நுட்பமாக அவர் மீது உளவியல் தாக்குதல் நடத்துகின்றனர். அவர் வீட்டு கழிவறையை, உள்ளாடைகளை சோதனை செய்கின்றனர். அவர்கள் சென்ற பிறகு, வீட்டில் பத்திரமாக இருக்கும் அவருடைய மகள் கடத்தப்பட்டதாக போலீசுக்கு புகார் வந்திருப்பதாகவும், காவல்துறை தேடலுக்கு அமர்நாத் ஒத்துழைக்க வேண்டுமென்றும் குறுஞ்செய்திகளும், தொலைபேசித் தகவல்களும் தொடர்ந்து வந்தபடி இருக்கின்றன. அமர்நாத் போன்ற அறிவுலக செயற்பாட்டாளர்களே எதேச்சாதிகார அரசுகளுக்கு பெரும்

அச்சமளிப்பவர்களாகக் கருதப்படுகிறார்கள். அவர்களை உளவியல்ரீதியாக ஒடுக்குவதுதான் இன்றைய புதிய அடக்குமுறை உத்தி. “புத்தகங்களை அழிப்பது பழைய முறை; புத்தகங்களை உருவாக்கும் மனங்களை ஆட்சியாளர்கள் அழிப்பதுதான் புதியமுறை. “ (பக். 189)

மனிதாபிமானச் சிந்தனையும், அறநெறி ஒழுக்கங்களும் கொண்டவர்களுக்குப் பெரும் துயரளிப்பவை சக மனிதர்கள் –குறிப்பாக நடுத்தர வர்க்கத்தினர் –அதிகாரத்துக்குப் பணிந்து போவதும் அடக்குமுறைகளைப் பற்றி அலட்டிக்கொள்ளாமல் இருப்பதும், அரசு வன்முறைகளை நியாயப்படுத்தும்படியான காரணங்களைத் தாமே கண்டுபிடித்து தங்களுக்குள் சமாதானம் செய்து கொள்வதுமே. இந்த மத்தியமர் நிலைப்பாட்டுக்குப் பின்னால் உள்ள உளவியலையும் அறிவுச்சமூகம் தமது முன்னெடுப்பில் தவறவிடுகின்ற இடங்களையும் தமிழவன் நாவலின் பாத்திரங்களின் வழியே பேசுகிறார். பற்பல கட்டுரைகளின் வழியாகச் சொல்லவேண்டிய விமர்சனங்கள் நாவலின் இயல்பான போக்கில் உரையாடல்களாக, விவாதங்களாக இடம்பெற்றுவிடுகின்றன.

‘மக்களுக்கு எப்போதும் எதிலும் திருப்தி இருப்பதில்லை. ஒன்றைப் பூர்த்தி செய்தால் அடுத்ததை ஏன் பூர்த்தி செய்யவில்லை என்று கேட்பார்கள். இன்றைய ஆட்சியாளர்கள் மக்களின் இந்த இயல்பைப் புரிந்து அவர்களை ஒரு பயத்தில் எப்போதும் வைத்து, இருப்பது போதும் என்று ஆட்சியாளர்களைக் கேள்வி கேட்காத மனநிலையை உருவாக்கிவிடுகிறார்கள்’. (பக்.58)

‘உலகம் முழுவதும் எதேச்சாதிகாரப் போக்குள்ளவர்களும், ஜனநாயகப்பண்புகளைத் தோண்டிப்புதைக்கும் நபர்களும் இயக்கங்களும் தேர்தலில் வெற்றி பெற்று வருகிறார்கள். தங்களுக்குக் கஷ்டம் கொடுத்தாலும் இந்த எதேச்சாதிகாரிகளை மக்கள் எதற்காகத் தொடர்ந்து தேர்ந்தெடுத்து வருகிறார்கள் என்பதை விளக்கிக் கூறுவதற்கு நமது அறிவுத்துறை வளரவில்லை’

இத்தகைய நேரடியான விமர்சனங்களைத் தவிர, நாவலில் எளிதில் விளங்கிக் கொள்ள முடியாத, வழக்கத்துக்கு மாறான சில சம்பவங்கள் நடக்கும்போது அவை உளவியல் ரீதியாக விளக்கப்படுகின்றன. ஒரு தலித் மாணவன் தன்னை தாழ்த்தப்பட்ட சமூகத்தைச் சேர்ந்தவன் என்று அழைக்கும்போது அவமானமாக உணர்வதாகவும், ஆனால் ‘நாங்கள் இந்து சமூகத்தைச்

சேர்ந்தவர்கள்' என்ற முழக்கத்தில் சேர்ந்து கொள்ளும்போது அவனுக்கு ஆன்ம திருப்தி கிடைப்பதாகவும் சொல்கிறான்.

அமர்நாத்தின் முஸ்லிம் நண்பர் ஒருவர் அவரது தெருவில் உள்ள மைனாரிட்டி முஸ்லிம்கள் எல்லோரும் வலதுசாரிகளுக்கு ஆதரவாக வாக்களித்ததாகச் சொல்கிறார். வலதுசாரிகள் யாரும் அவர்களை வற்புறுத்தவோ தொந்தரவு செய்யவோ இல்லை. ஆனாலும் ஒரு காவியுடை சாமியாருக்கு வாக்களித்துவிட்டு வந்ததன் பின்னால் இருக்கும் மனநிலையை அமர்நாத் விளக்குகிறார்.

'ரகசியமாக வலதுசாரிக்கு வாக்களிக்கிற முஸ்லிம்தான் பிரிவினையின் போது இந்த நாட்டில் வாழ்வதற்காக ஒரு முடிவு மேற்கொண்டவனின் தேர்வு. அது நாளடைவில் ஒரு தவறான உளவியலை அவர்களுக்குத் தருகிறது.... இந்த முஸ்லிம் வாக்காளன்தான்., ஒருவகையில் இந்த நாட்டின் வலதுசாரி பாசிஸத்தை உருவாக்குகிறான். 'அடங்கிப் போய்விடுவோம்' என்ற மனநிலை எப்போதுமே மறுபக்கத்தில் பிய்த்துக் கொண்டு வெளியில் வந்துவிடும். அடிமைத்தனத்தின் உளவியல் மிகவும் ஆபத்தானது 'சுதந்திர உணர்வுதான் மனிதனை தீர்மானிக்கும் அடிப்படை உயிராற்றல்' என்கிறார் சார்த்தர்'. (பக் .101)

இந்துத்துவ வலதுசாரிகள் மக்களிடையே செல்வாக்கு பெறுவதற்கும், இடதுசாரிகள் ஆதரவு இழந்து வருவதற்கும் விவாதத்துக்குரிய ஒரு புதிய காரணம் நாவலில் சொல்லப்படுகிறது. 'இடதுசாரிகள் இல்லாத ஒரு லட்சிய உலகை மனதில் கொண்டு அதற்காக வக்காலத்து வாங்குகிறார்கள். ஆனால் இந்துத்துவ வலதுசாரிகள் இருப்பதை மட்டும் லட்சியமாக காட்டுகிறார்கள்' (பக்.182).

இதைப்போலவே சர்ச்சைக்குரிய பல சிந்தனைகளும் நாவலின் பாத்திரங்கள் வழியே எழுப்பப்படுகின்றன. 'புத்தகங்கள், அறிவு போன்றவற்றை உள்வாங்கிக்கொள்ள முடியாதவர்களுக்கு உடல் உழைப்பு வாழ்க்கையில் வெற்றி ஈட்டித் தரும் வழியாகத் தெரிகிறது.... அப்படியானவர்களின் மனதில் வெகு எளிதாக மதவெறி எண்ணங்களையும், மற்றவர் மீதான வெறுப்பு, எதிர்ப்பு கோப எண்ணங்களையும் வலதுசாரிகளால் புகுத்திவிட முடிகிறது'. (பக்.184, 188)

அநேகமாக எல்லா சமகாலப் பிரச்சனைகள் குறித்தும் நாவலில் பேசப்படுகிறது எனலாம். கோடீஸ்வர தொழிலதிபர்கள் வங்கிகளிடமிருந்து பெருந்தொகைகளைக் கடனாகப் பெற்று தலைமறைவாவது, சபரிமலையில் பெண்கள் நுழைவு, பணமதிப்பிழப்பு மலைப்பகுதி பழங்குடியினரிடம் செல்லும்படி ஆகாதது, மத அரசியல் செய்பவர்களின் பொதுநலப்பணிகள், என்கவுன்டர் கொலை செய்ய ஆட்சியாளர்களிடமிருந்து காவல்துறைக்கு வரும் மறைமுக அழுத்தங்கள், ராமர் கோயில் கட்டியபின்பு அடுத்த 150 வருடங்களுக்கான பொருளாதார மூலதனம் கிடைக்கும் என்ற ரகசியத்திட்டம் என விரிவான தளத்தில் தமிழவனின் கூர்மையான அலசல்கள் நாவலில் உறுத்தாமல் கலந்திருக்கின்றன.

ஷம்பாலா என்ற இடம் திபெத்தில் உள்ளதாகவும் உலகிலேயே அதிகமான அதிகாரம் உறைந்திருக்கும் இடம் என்றும், அந்த இடம் உலகத்தை அழிக்கவும் ஆக்கவும் வல்லது என்றும் தொன்மக்கதைகள் கூறுகின்றன. அந்த இடத்தை அடைந்து பெரும் சக்தியைப் பெற்று பெரும் அதிகாரத்தைப் பெறுவதற்கு மிகச்சாதாரண நிலையிலிருந்து அமைச்சராக உயர்ந்த 'ஹிட்லர்' என்ற பெயர் கொண்ட ஒரு பாத்திரம் தயாராவது இந்நாவலுக்குள்ளே பொதிந்திருக்கும் ஓர் உபகதையாகியிருக்கிறது. மையக்கதைக்கு இணையாகச் செல்லும் இது அமர்நாத் எழுதும் கதை என்று நாவலில் சொல்லப்படுகிறது. அதிகாரப் பிரயோகம் ஒவ்வொரு தளத்திலும் இயங்கும் விதங்களைப் பதிவு செய்வதாக இருந்தாலும் நாவலின் தீவிரத்தன்மையை இப்பகுதி சற்று தளர்வடையச் செய்கிறது.

பிரச்சாரங்கள், கட்டுரைகள் மூலம் முன்வைக்கப்படும் விமர்சனங்களை விட ஓர் இலக்கியப்படைப்பின் குரல் கூர்மையானது என்பதை தமிழவனின் ஷம்பாலா 'நிரூபிக்கிறது.

***

புனைவாகும் வரலாறு
தமிழவனின் சிறுகதைகளை முன்வைத்து...

வெளி ரங்கராஜன்

தமிழவன் இலக்கியக் கோட்பாட்டாளராகவும், புனைவு எழுத்தாளராகவும், விமர்சகராகவும் தமிழ்ச்சூழலில் பல்வேறு இலக்கிய உரையாடல்களை முன்னெடுப்பவராகவும் கடந்த பல ஆண்டுகளாக செயல்பட்டு வருபவர். நவீன இலக்கியவாதிகளிடம் மரபு மற்றும் வரலாறு குறித்த புரிதலையும், விவாதத்தையும் வலியுறுத்தும் அவர் நம்முடைய கல்விப்புலச் சூழலில் இலக்கியம் குறித்த பார்வையும், அணுகுமுறையும் நவீனப்படவேண்டும் என்றும் மொழியின் சாத்தியங்கள் குறித்த சமகால உணர்வு உருவாக வேண்டும் என்றும் தொடர்ந்து குரல் எழுப்புபவராக இருக்கிறார், அவருடைய புனைவு எழுத்துக்கள் வழக்கமான கதைசொல்லும் முறையிலிருந்து மாறுபட்டு மையமற்றதாகவும், கதையற்ற கதைகளாகவும் உள்ளன.

புனைதலின் நுட்பமான செயல்பாட்டின் மூலம் சாத்தியமாகாத வாழ்க்கை அனுபவங்களை உணர்வதற்கான சாத்தியங்களை அவை கொண்டதாக இருக்கின்றன. காலம், நினைவு இவற்றால் விடுபட்டுப்போன கண்ணிகளை இணைத்துச் செல்வதற்கான சரடுகள் கொண்டிருக்கின்றன. சில நிகழ்வுகளை குறியீடாக பயன்படுத்தி நம்மை வெவ்வேறு நிலைகளுக்கு அலைக்கழிக்கும் உத்தியை இவை முன்னெடுக்கின்றன. பாரம்பரியம் குறித்த உரையாடல் இக்கதைகளில் பிரதானமாக உள்ளது. மூன்று தலைமுறைகளின் சரித்திர ஞாபகம் நம்மோடு முற்றுப்பெற்றுவிடும் அவலம் பேசப்படுகிறது.

அவசரநிலைக்காலகட்டம், இந்தி எதிர்ப்பு போராட்டம் ஆகிய வரலாற்று நிகழ்வுகள் உருவாக்கிய கலவர நிகழ்வுகள் நினைவுகூரப்படுகின்றன. முக்கியமாக நம்முடைய கலாச்சார நிறுவனங்களின் வேலை எதிர்ப்பு மனோபாவமும், உண்மையான

ஈடுபாடுகளை நசுக்கும் தன்மையும் கண்டனத்துக்கு உள்ளாகின்றன. மரபைத் தொலைத்தது, மொழியின் மரணம், புராதனத்தின் மாயம், அழகின் மரண ஈர்ப்பு ஆகியவை தொடர்ந்து உணர்வலைகளை எழுப்பியபடி உள்ளன. தத்துவத்தையும், அழகியலையும் பொருத்திப்பார்க்கும் எண்ணற்ற சரடுகள் இக்கதைகளில் ஊடுறுவிச் சென்றபடி உள்ளன. இவை வெறும் கதைகள் அல்ல. வெவ்வேறு மனநிலைகள். சந்திப்பு, பிரிவு, மரணம், புதிர்த்தனமை ஆகிய பல்வேறு சரடுகளுக்குள் இவை பயணம் செய்கின்றன. ஸ்தூலமாகவும், ஸ்தூலமற்றும் ஒரு நிச்சயமற்ற தன்மை வாழ்வை வழிநடத்திச்செல்வது போன்ற தோற்றம் உள்ளது.

சாத்தியமாகாத வாழ்க்கையின் அனுபவங்களை ஒரு புதிய மொழிக்கட்டமைப்பில் சாத்தியப்படுத்தும் உத்தியாக இக்கதைசொல்லல் உள்ளது. அவ்வகையில் அதிகபட்ச சாத்தியங்களை இது கொண்டிருக்கிறது. தமிழ் வாழ்வை பல்வேறு தீவிரங்கள் புரட்டிப்போட்ட இந்தி எதிர்ப்புப் போராட்ட சூழலைச் சித்தரிக்கும் 'ஆடிப்பாவை போல' நாவலிலும் குடும்பச் சிதைவுகள், பாலியல் விழைவுகள், இழந்த காதல், இழந்த தீவிரங்கள் என தமிழ் கலாச்சார வாழ்வின் ஒரு குறுக்குவெட்டுத் தோற்றம் பதிவு செய்யப்படுகிறது.

***

தமிழவனின் காரல் மார்க்சும் தாணு ஆசாரியும் : இன்மைகளைக் கட்டமைக்கும் பிரதி

க.பஞ்சாங்கம்,

தமிழ்ச் சூழலில் இலக்கியமென்பது உணர்ச்சிப் பெருக்கில் தானாகப் பொங்கி வழிவது என்ற கருத்தாக்கம் இன்றும் பெரிய அளவில் நிலவிக் கொண்டிருக்கிறது; ஆனால் இலக்கியம் என்பது எழுதுகின்ற எழுவாய், வாழ்கின்ற சமூகம், பயன்படுத்துகின்ற மொழி முதலியன இணைந்து உழைக்கிற உழைப்பின் உற்பத்தி; இது ஓர் அறிவியல் செயல்பாடு என்கிற புதிய கருத்தாக்கம் இன்று தமிழவன் போன்றவர்களால் தொடர்ந்து முன்வைக்கப்பட்டு வருகிறது; இந்த அடிப்படையில் தமிழவன் எழுத்துக்கள் பெரும்பாலும் கடும் மூளை உழைப்பினால் உற்பத்தி செய்யப்பட்டவைகளாக விளங்குகின்றன; இங்கே நாம் எடுத்துக்கொள்ளும் காரல்மார்க்சும் தாணு ஆசாரியும் என்ற சிறுகதையும் அப்படிப்பட்ட ஒன்றுதான்; உண்மையில் உணர்ச்சிப் பெருக்கில் வந்ததை, வந்த மொழியில் இறக்கி வைப்பது எளிது; ஆனால், தமிழவன் மாதிரி ஒரு கோட்பாட்டுப் பின்புலத்தில் இலக்கியப் படைப்பை அறிவார்ந்த தளத்தில் ஒவ்வொரு சொல்லையும் செதுக்கிச் சொருகுவதுதான் மிகப்பெரிய வேலை; தமிழவன் தொடர்ந்து அதைச் செய்து கொண்டிருக்கிறார்; இதை ஏதோ மேலை நாட்டுக் கோட்பாடுகளைப் பார்த்துதான் செய்கிறார் என்று சொல்ல முடியாது; நம்முடைய அகப்புற இலக்கியங்கள் இப்படித்தான் கோட்பாட்டுப் பின்புலத்தில்தான் சொற்களை வடிவமைத்துத் தந்துள்ளன; தமிழவன், தமிழின் வேரைத் தொல்காப்பியத்திலும் சங்க இலக்கியத்திலும் அடையாளம் கண்டு மேலெடுக்க வேண்டும் என்பதைத் தொடர்ந்து வலியுறுத்தி வருகிறார்; அந்த நோக்கிலான ஒரு வேலைப்பாடுதான் அவருடைய சிறுகதைகளும் என்று சொல்லலாம். சரி, சிறுகதைக்கு வருவோம்.

*

‘நாகர்கோவிலிலிருந்து விடுமுறையில் ஊருக்கு வரும்போது தாணு ஆசாரியின் இரும்புப் பட்டறையில்தான் போய் அமர்வேன்’ என்று கதை தொடங்குகிறது. இந்த முதல் வாசகம், வாசகனாகிய என் சொந்த அனுபவத்தோடு உறவாடி விடுவதால் கதையை ஆர்வத்தோடு மேலே வாசிப்பதற்கு மனம் எல்லாவற்றையும் ஒதுக்கி வைத்துவிட்டுத் தயாராகி விடுகிறது. அடுத்துத் தாணு ஆசாரியை வித்தியாசமான முறையில் வாசகருக்கு அறிமுகப்படுத்த முனைகிறார்; இவர்தான் காரல்மார்க்சு என்று புகைப்படத்தைக் காட்டியபோது, இவர் நம்ம தாணு ஆசாரி மாதிரி இருக்கிறாரே என்று பட்டதாம். தொடர்ந்து சொல்கிறார்:

‘அந்தப் பரந்த முகத்தில் ஜொலிக்கும் கண்களும் வெள்ளையாய் அலை அலையாய் நெளியும் தாடியும் மாத்திரமல்ல, வேறு ஏதோ ஓர் ஒற்றுமை இருவருக்கும் இருப்பதாக என் மனதில் படும்’.

‘ஆனால் அவருக்குக் கார்ல்மார்க்சைத் தெரியுமோ எண்ணமோ. ஆனால் அவர் பேச்சு மட்டும் மனிதர்களின் ஆழமான குணங்களைத் தொட்டுத்தான் செல்லும்’ - என்று அறிமுகப்படுத்தும்போது ஒரு நிச்சயமற்ற தன்மையை, சந்தேக மனப்பான்மையை உருவாக்கி விடுகிறார்.

அடுத்து ஓர் அறிமுகம், “செஸ் விளையாடுவதிலும் மனிதர் மன்னன்” என்கிறார். இரும்புப் பட்டறைத் தொழிலுக்கும் செஸ் விளையாட்டிற்கும் என்ன சம்பந்தம் என்று இங்கொரு சந்தேகத்தைக் கிளப்புவதோடு, மனிதர்கள் யாரும் இதுதான் என்று ஒற்றைப் பொருளில்லை; வேறு வேறாகப் பன்முகமாக இருக்கிறார்கள் என்று சொல்வதற்குத்தான் இவ்வாறு செஸ் விளையாட்டை இங்கு இழுக்கிறாரோ என்று எண்ணத் தோன்றுகிறது; நிச்சயமற்ற தன்மையோடேயே பிரதி நகர்கிறது.

“ஆசாரிக்குத் தாம்ஸன் வைத்தியர் மீது தனிக் கவுரவம்; பார்த்தால் உடனே எழுந்து நின்று விடுவார்” என்கிறார்; யார் அந்த வைத்தியர்? கையைச் சுட்டிக்காட்டியவாறு காலும் கையும் நீட்டி நீட்டி நடந்து செல்லும் பைத்தியம்.

கதைசொல்லியாகிய தன்னிலை ஆசாரியைப் பார்த்து “வைத்தியர் விஷயம் தெரிந்தவர்னு சொல்றாங்களே” என்கிறார். “பெரிய மேதை” என்று பதில் சொல்கிறார்; இந்தப் பதில் சொல்வதற்கு முன்பு ஆசாரியின் நடைத்தையியலை இப்படி வர்ணிக்கிறார்: “ஆசாரி வாயைப் பொத்திவிட்டு எழுந்து வெளியே

சென்றார்; வெற்றிலையைப் பளிச்சென்று துப்பிவிட்டு வந்தார். பின்பு இரண்டு கன்னத்திலும் போட்டுக்கொண்டு என்னைப் பார்த்தார்; பிறகுதான் மேதை என்றார்; கூடவே செஸ் காயைக் காட்டி "இது எங்கே போகும்னு நமக்குத் தெரியுமா?" என்றொரு கேள்வியைப் போடுகிறார்; இவர் தெரியாது என்றவுடன் "தெரிந்த மனுஷன் அந்த ஆள்" என்கிறார். அதற்கு இவர் "என்ன இருந்தாலும் புத்தி பேதலிப்புதானே?" என்றவுடன், அவருடைய நடத்தையை இப்படி வர்ணிக்கிறார்:

"அப்போது உலைக்கருகில் வேலையில் ஈடுபட்டிருந்த ஆசாரி, என்னைக் கூர்ந்து பார்த்துவிட்டு ஒரு இரும்புத் துண்டைச் சிவக்கக் காய்ச்சி அடித்தார்; முகத்தில் சூட்டினாலும் களைப்பினாலும் வியர்வை வழிந்தது; தாடியில் கரித்தூள்..."

இப்பொழுது அவர் சொன்ன பதிலை முன் வைக்கிறார் :—

"யாருக்குத்தான் புத்தி பேதலிப்பு இல்லை ; சொல்லு ஒரே ஒருத்தனைச் சொல்லு"

என்று சொன்னவர் எதுவும் பேசாமல் இரும்புப் பாளத்தை அடிக்க ஆரம்பித்துவிட்டார்; இப்படி மௌனமான ஆசாரி, சிறிது நேரம் கழித்து, அடிப்பதை நிறுத்திவிட்டு,

"பாரு இங்கே! நான் யாரை ரொம்பப் பெரிய சாகஸக்காரன்னு சொல்வேன் தெரியுமா? கையில் அஞ்சு ரூவா மட்டும் வச்சிக்கிட்டு மெட்ராஸ் வரை போயிட்டு வர்றவனத்தான்"

என்று சொன்னது மட்டுமல்லாமல் விழுந்து விழுந்து சிரித்துக்கொண்டே இன்னொரு துண்டை எடுத்து நிலக்கரித் துண்டுகளுக்கிடையில் செருகினாராம்.

அவர் சொன்ன இரண்டு பதிலுக்கும் என்ன சம்பந்தம்? ஆனால் அதில் ஒரு சம்பந்தம் "இருக்கும்" என்று நினைத்துக் கொண்டாராம் கதை சொல்லி; இந்த இடத்திலும் ஒரு நிச்சயமற்ற தன்மையை உருவாக்கிக் கதைக்குள் "இன்மைகளை — இடைவெளிகளை" சமைத்துக் கொண்டே வருகிறார் கதைசொல்லி; மேலும் இரும்புத் துண்டைச் சிவக்கக் காய்ச்சி அடிப்பதையும், நிலக்கரித் துண்டுகளுக்கு இடையில் செருகுவதையும் விழுந்து விழுந்து சிரிப்பதையும் பின்புலமாக அமைத்துக்கொண்டு நடக்கும் இந்த உரையாடல் முழுவதும் பல மௌனங்களையும் இன்மைகளையும் தனக்குள் கொண்டிருக்கின்றன.

பிறகு ஒருநாள் ஆற்றங்கரையில் வைத்தியரைச் சந்திக்கிறான்; "என்ன நாகர்கோயிலிலிருந்து எப்போ வந்தே" என்கிற ஒரே கேள்வியோடு பேச்சை முடித்துக் கொள்ளுகிறார் தன்னோடு மட்டும் ஓயாமல் பேசிக்கொண்டிருக்கிற வைத்தியர். இந்தச் சந்திப்பை ஆசாரியிடம் வந்து சொன்னபோது, அவர் தன் மலையாள உச்சரிப்பில் அந்தக் கேள்வியின் அர்த்தம் உனக்குப் புரிந்ததா என்கிறார்; இல்லை என்றவுடன்,

"பாருப்பா! இருளிலிருந்து ஞானத்துக்கு எப்போ வந்தேன்னு கேட்டிருக்காரு. நகரத்தில் இருட்டில்லாம வெளிச்சமா இருக்கும்"

என்று சொல்லிவிட்டுக் குதிரையை நகர்த்தி இவனுடைய ராஜாவையும் ராணியையும் மடக்கினாராம்; இந்த இடத்தில் குதிரை, ராஜா, ராணி, இருட்டு, வெளிச்சம் எல்லாமே குறியீடுகளாக மாறி வாசகருக்குள் இன்னதுதான் என்று தெளிவாகச் சொல்ல முடியாத ஒரு வகையான இன்மையை உருவாக்குகின்றன. மேலும், "ஆசாரி வேண்டுமென்றே பைத்தியக்காரன் பேசுவதற்கெல்லாம் வியாக்கியானம் கொடுக்கிறாரா? அல்லது அப்படி ஒரு அர்த்தம் இருக்குமோ என்று யோசித்தேன்" என்று பதிவு செய்வதன் மூலம் நிச்சயமற்ற தன்மையை நோக்கியே பிரதி கட்டமைக்கப்படுவதை உணர முடிகிறது.

கதைசொல்லி இப்பொழுது மீண்டும் ஆசாரி நகர்த்திய குதிரை இடத்தைப் பார்க்கிறான்; தப்பிப்பதற்கு ஒரு வழி இருப்பது தெரிகிறது. ஆசாரி எதிரியைத் தோற்கடிக்க நாட்டம் காட்டுவதில்லை; புதிய புதிய எதிர்பார்ப்புகளை உருவாக்குவதிலேயே நாட்டம் காட்டுவாராம்; கேட்டதற்கு "எதிரி இருந்தாத்தானே தோற்கடிக்க" என்று சர்வ சாதாரணமாகச் சொன்னார் என்றொரு முக்கியமான ஆளுமைப் பண்பையும் சுட்டிக் காட்டுகிறார்; தோற்கடித்துவிட்டால் ஆட்டம் முடிந்து விடும்; புதிய புதிய எதிர்பார்ப்புக்களோடு உயிரோட்டமாய் ஆடிக்கொண்டே இருக்க வேண்டும்; ஆட்டம் தான் முக்கியம். வெற்றி, தோல்வி என்பனவெல்லாம் வெறும் புனைவுகள்.

***

காலம் ஓடுகிறது; கதைசொல்லி நீண்டநாள் கழித்து ஊருக்கு வருகிறார்; இடையில் திருமணம் முடித்துப் பிள்ளையோடு கோயம்புத்தூருக்கு வேலை நிமித்தமாகப் போய்விட்டார்;

இப்பொழுது ஊரில் ஒரு திருமணத்திற்காக வந்தவர், ஆசாரி இறந்த செய்தியைக் கேள்விப்படுகிறார்; அது குறித்து யாரிடமாவது பேச வேண்டுமே என்று மனம் அலைபாய்கிறது; வைத்தியரை ஆற்றங்கரையில் சந்திக்கிறார்; முன்பு கேட்ட அதே கேள்வி, "நாகர்கோயிலிலிருந்து எப்ப வந்த?" தொடர்ந்து கல்யாணம் பற்றியெல்லாம் விசாரித்துக் கேட்டுக் கொள்கிறார்; இவன் தயக்கத்தோடு 'ஆசாரியின் மரணம்' என்று இழுத்தவுடன், தனக்குள் சிரித்தார்; பின்பு "அவன் ஒரு பைத்தியம்" என்றார்; வாசகருக்கு இந்தப் பைத்தியம் என்ற சொல்லாட்சி மனிதர்களின் வாழ்க்கை வெளி முழுவதும் பரவி நீக்கமற நிறைந்து கிடப்பது நினைவுக்கு வருகிறது; மனைவியைக் கணவன் 'போடி, பைத்தியக்காரி' என்கிறான். கணவனை மனைவி 'பைத்தியம் மாதிரி உளறாதீரும்' என்கிறாள்; அதிகாரியை ஊழியன் 'அவனொரு பைத்தியம்' என்கிறான்; ஊழியனை அதிகாரி 'டேய்! பைத்தியக்காரா, இங்கே வாடா!' என்கிறார். இந்தச் சிறுகதைப் பிரதிக்குள் தாம்சன் வைத்தியரை ஒரு பைத்தியம் என்றுதான் இந்தச் சமூகம் அடையாளப்படுத்தி வைத்துள்ளது; இப்பொழுது அந்த அடையாளமே கேலிக் கூத்தாகிவிடுகிறது. பிரதி தன்னைத்தானே கட்டுடைத்துக் கொள்கிறது.

இறந்த ஆசாரியைப் பைத்தியம் என்ற வைத்தியர், "மறையும் சூரியனையே பார்த்தார்; என் கால்களை எதற்கோ பார்த்தார்" என்று சொல்வதன் மூலம் இந்த இடத்திலும் ஓர் இன்மையை உருவாக்கிவிடுகிறது பிரதி. பிறகு "குழந்தை எத்தனை?" என்று கேட்டார்; 'ஒரு பையன்' என்று பதில் கிடைத்தவுடன் "சரி, வர்றேன்" என்று திடீரெனப் புறப்பட்டுப் போனவர், போகும்போது, "சைக்கிள் கடை ராமச்சந்திரன் மகன் சின்ன பையனிடம் போய் கேள், ஆசாரியைப் பற்றிச் சொல்லுவான்" என்ற தகவலையும் சொல்லிவிட்டுச் செல்லுகிறார்.

அவன் 15 வயது பையன், இவரைப் போலவே ஆசாரியின் சீடன்; ஆசாரிக்கு இவர் எழுதிய மடலைக்கூட அந்தப் பையனிடம் காட்டியிருக்கிறாராம்; அவன் "ஆசாரி, தன் பையன் ஊரைவிட்டுப் போனவுடன் 'நடைபிணம் போலாகிவிட்டார்' என்கிறான். இவரோ, மகன் தறுதலை ஆனான் என்றோ, சம்பாதிப்பதில் ஆசை இல்லையே என்றோ ஒரு நாளும் அவர் வருத்தப்பட்டது மாதிரி தெரியவில்லையே! "சஞ்சலத்திற்கு வேறு காரணம் இருக்கவேண்டும்" என்று நினைக்கிறார். இந்த இடத்திலும் 'இன்மை' கட்டமைக்கப்படுகிறது. மேலும் "நான்

ஆசாரி பற்றி வைத்திருந்த பிம்பம் உடைந்தால் என் பிம்பமும் அல்லவா உடைகிறது; எனக்குத் தொண்டை வறண்டது... ஏதோ நழுவியது போல் ஓர் உணர்வு ஏற்பட்டது" என்று எழுதும்போதும் இடைவெளிகள் உருவாக்கப்பட்டு இன்மை வடிவமைக்கப்படுவதோடு இருப்பிற்குப் பிம்பங்கள்தான் தேவை; உண்மைகள் அல்ல என்பதும் புலப்படுத்தப்படுகிறது. பையன் சிரித்துக்கொண்டே விவரமாகச் சொல்கிறான் :—

"ஆசாரிக்குப் பையன் ஓடிப் போனதால் அல்ல வருத்தம். திருட ஆரம்பிச்சுட்டான்; சொல்லிச் சொல்லிப் பார்த்தார்; கடைசியில் கைக்கடிகாரம் ஒண்ணு திருடினான்; போலீஸ் வந்து விட்டது. இனி மாட்டிக்குவம்னு ஓடிவிட்டான்; அதன் பிறகு இரும ஆரம்பித்தார்;; ரெண்டு மாதத்தில் போய்ச் சேர்ந்துவிட்டார்; மருந்து சாப்பிடவில்லை; தானாகவே மரணத்தை வரவழைத்தார்."

'பையன் 'பொய்' என்று தோன்றாதபடிச் சொன்னான்' என்கிறார் கதைசொல்லி. இங்கேயும் நிச்சயமற்ற தன்மையை உருவாக்குகிறார்; புறப்படும்போது ஒரு நினைவு வந்து "ஆசாரி கடைசியிலும் செஸ் விளையாடினாரா?" என்று கேட்கிறார்; "அவர் செஸ் விளையாடுவதை விட்டுவிட்டார்" என்று பதில் சொன்ன பையன், ஏதோ இவரிடமிருந்து தெரிந்துகொள்ளும் பாவனையில் இவரைப் பார்க்கிறான்; "நான் கேட்காமலேயே ஏதோ ஒன்றைச் சொல்லி என்னைச் சுக்கு நூறாக்கி விடுவானோ என்ற பயம் வந்த போது ஒரு கணமும் அங்கு நிற்காமல் விடுவிடு என்று நடை கட்டினேன்" என்று கதை முடிகிறது. இங்கேயும் நிச்சயமற்ற தன்மையையும் இடைவெளிகளால் இன்மையையும் அமைத்துக் காட்டுகிறார் கதைசொல்லி.

இவ்வாறு தொடக்கத்திலிருந்து சந்தேகங்களும் நிச்சயமற்ற தன்மைகளும் கொண்டு, பிரதி முழுவதும் இன்மைகளால் - இடைவெளிகளால் - நிறைந்து கிடக்கிறது; இப்படியான ஒரு பிரதியின் நோக்கமென்ன? வாசகரும் படைப்புச் செயல்பாட்டில் பங்கெடுத்துத் தானும் ஒரு வகையான உழைப்பைச் செலுத்தவேண்டும். பிரதியை வாசித்தல் என்பது சுகமாக அனுபவித்தல், அதன் ருசியைத் துய்த்தல் என்ற பழைய பார்வைகள் ஒதுக்கி வைக்கப்பட்டு பிரதியோடு வாசகரும் பயணம் செய்து தனக்கான பிரதியைத் தானே உருவாக்கிக் கொள்ளுதல் என்கிற புதிய பார்வை முன்வைக்கப்படுகிறது; சொல்லப்பட்டவைகளில் இல்லை; சொல்லப்படாத இடைவெளிகளில்தான் எழுதியவரும்

வாழ்கிறார்; வாசிப்பவரும் வாழ்கிறார்; கல், மண், சிமண்ட், இரும்பு, தண்ணீர் என்று பணத்தையும் உழைப்பையும் கொட்டிச் சுவர் எழுப்பி வீடு கட்டுகிறோம்; ஆனால் அந்தச் சுவரில் நாம் வாழ்வதில்லை; அந்தச் சுவர்கள் மூலம் உருவான வெற்றிடத்தில்தான் நமது இருப்பு நிகழ்கிறது; ஓர் ஆழமான பிரதிக்குள்ளும் இதுதான் நிகழ்கிறது.

***

மேலும் பல்வேறு குறியீடுகளாலும் இடைவெளிகளாலும் கட்டமைக்கப்பட்டுள்ள இந்தப் பிரதியை நான் எப்படி வாசிக்கிறேன் எனச் சொல்ல வேண்டும். முதலில் இடைவெளிகளால் உருவாகும் தெளிவற்ற தன்மையே எனக்கு நாம் வாழும் வாழ்க்கையைப் பிரதிபலிப்பதால் நல்லதொரு வாசிப்பு அனுபவமாக அமைந்து விடுகிறது; வாழும் வாழ்க்கையில் நிச்சயமற்ற தன்மைதானே நிறைந்து கிடக்கிறது; ஆனாலும் பிரதியை வாசிக்கிற மூளையும் மனமும் எதையும் அர்த்தப்படுத்திக் கொள்வதை (அப்படி ஒன்று இல்லாவிட்டாலும்கூட) தனது இயல்பாகவும் பழக்கமாகவும் கொண்டவை; அப்படிப் பார்க்கும்போது எனக்கு இந்தப் பிரதி தந்தைக்கும் மகனுக்குமான ஆதிப்பகைமை உணர்வின் மேல் எழுப்பப்பட்டிருக்கிறது எனப் படுகிறது; ஆசாரி, நோய்க்கு மருந்து சாப்பிடாமல் கிடந்து தன்னைக் கொலை செய்வதும், வைத்தியர் பைத்தியமாக அலைவதும் இந்த ஆதிப் பகைமையினால் விளைந்தவைதான்; ஆசாரிக்கு மகன்தான் எமனாக அமைந்தான் என்பது பிரதிக்குள் வெளிப்படையாக இருக்கிறது; ஆனால் பைத்தியமாக அலையும் தாமஸ் வைத்தியருக்கும் மகன்தான் பிரச்சனையாக இருந்திருப்பான் என்பதை, ஆற்றோரத்தில் வைத்தியரைக் கதைசொல்லி சந்திக்கும்போது, “குழந்தை எத்தனை” என்று கேட்டார் என்பதன் மூலம் நான் ஊகித்துக்கொள்கிறேன். இந்தக் குழந்தை உன்னை என்ன பாடுபடுத்தப்போகிறதோ என்று அவர் தனக்குள் எண்ணிச் சிரித்திருப்பார் என்று எனக்குப்பட்டது. இந்தப் பிரதி மட்டுமல்ல நமது வாழ்வும் இத்தகைய ஊகங்களால்தான் இங்கே நிகழ்த்தப்பட்டுக் கொண்டிருக்கிறது என்பதையும் எண்ணிப்பார்க்க வேண்டும். கிராமத்தில் இப்படிச் செல்லமே, தங்கமே என்று வளர்த்த பிள்ளைகள் வளர்ந்து பெரியவர்களாக ஆன பிறகு படுத்தும்பாட்டைப் பார்த்து மனதைச் சமாதானப்படுத்திக்கொள்ள, “போன பிறவியில் நாம் செய்த பாவங்கள் எல்லாம் திரண்டுதான், இந்தப்

பிறவியில் நம்மைத் தண்டிக்க மகனாகப் பிறந்திருக்கிறது" என்று சொல்லிக்கொள்வதைக் கேள்விப்பட்டிருக்கிறேன்.

கதைசொல்லி காரல் மார்க்சை எப்படி இங்கே கொண்டு வருகிறார் என்பதையும் கேட்காமல் இருக்க முடியவில்லை; ஒருவேளை தன் மகன் இறந்தபோது மார்க்சும் ஜென்னியும் புதைப்பதற்கான செலவை எதிர்கொள்ள முடியாமல் தவித்துத் துன்புற்ற அந்தச் சோகத்தை நினைவுபடுத்தும் விதமாகப் பயன்படுத்தி இருக்கிறாரோ? அல்லது திருடினான் மகன்; முதலாளிகள் உழைப்பைத் திருடுவதுபோல மகனும் திருடினான் என்ற ஒற்றுமையைப் புலப்படுத்த மார்க்சின் பெயரைப் பயன்படுத்தினாரோ? அல்லது புதிதாக ஒன்றைப் பார்க்கும்போது அதை ஏற்கெனவே பரிச்சயமான ஒன்றுடன் ஒப்பிட்டுப் புரிந்துகொள்வது தானே மனித மூளையின் இயல்பு. அந்த இயல்பிற்கு ஏற்பக் கதை சொல்லிக்குப் பரிச்சயமான மார்க்சு இங்கே இடம்பெறுகிறாரா?இப்படி வாழ்க்கை போல வாசகர்களை நிச்சயமற்ற தன்மையிலேயே பயணிக்க வைப்பதில்தான் பிரதியின் வெற்றி அமைந்திருக்கிறது போலும். காலத்தால் அழியாமல் நிரந்தரம் பெற்ற பழைய பிரதிகளின், தொன்மங்களின் குணமும் இதுவாகத்தானே இருக்கிறது.

***

இந்தப் பிரதியில் ஆசாரி தனக்கு வந்த நோயைக் கருவியாக மாற்றித் தன்னைக் கொலை செய்து கொண்ட செய்தி கடந்து போய்விடக் கூடியதாக இல்லை; வாழ்க்கை ஓர் அபத்தம்; அர்த்தம் அற்ற ஒன்று; செய்வதையே செய்து செத்துக் கொண்டிருப்பதுதான் இதன் இயல்பாக இருக்கிறது என்று உணர்ந்த கணத்தில் தற்கொலையைத் தேர்ந்தெடுத்துக் கொள்வதுதான் சரியான நடவடிக்கையாக இருக்கும்; அதைத்தான் ஆசாரி தேர்ந்தெடுக்கிறார்; ஆனால் அது பலராலும் முடிவதில்லை; கிரேக்க புராணத்தில் வரும் சிசிபஸ் (Sisyphus) பாறையை உருட்டிக் கொண்டு மலை உச்சிக்குக் கொண்டு போனவுடன் மீண்டும் அது தரைக்கு வந்துவிடும்; மீண்டும் மலை உச்சிக்கு உருட்டுவதையே செய்து கொண்டிருக்கிறார்; தற்கொலை செய்துகொள்ள முடியாதவர்கள், இப்படித்தான் இருக்கும் வாழ்க்கை என்று ஏற்றுக் கொண்டு சிலுவை சுமந்து வாழ்ந்து தீர்க்கிறார்கள்; இன்னும் சிலர் ஆன்மீகம், கடவுள் என்று தன்னை ஒப்புக் கொடுத்து விடுவதன் மூலம் இந்தத்

தற்கொலைப் பிரச்சனையிலிருந்து தப்பித்துக் கொள்ளுகிறார்கள் என்றெல்லாம் பலவாறு எழுதுகிறார் அபத்தக் கோட்பாட்டை முன்மொழிந்த பிரஞ்சு தத்துவவாதி அல்பர் கம்யு. இந்தச் சிறுகதை முழுவதும் இப்படியான அபத்தக் கோட்பாடு சார்ந்த ஒரு மொழி விளையாட்டுதானோ என்றும் எனக்குப் படுகிறது.

தமிழவன் வாழ்வு குறித்த தேடலை எப்படியெல்லாமோ வகை வகையாக மாற்றி அரை நூற்றாண்டுக்கும் மேல் தொடர்ந்து நிகழ்த்திக் கொண்டே இருக்கிறார்; அவற்றில் ஒன்றுதான் இந்தச் சிறுகதையும்.

தமிழவனின் நடனக்காரியான 35 வயது எழுத்தாளர்

அழகியசிங்கர்

நான் ஆறு ஆண்டுகளுக்கு முன்னால் படித்த புத்தகத்தைத் திரும்பவும் படிக்கிறேன். அப்போது என்ன எழுதினேன் என்பது இப்போது மறந்துவிட்டது. தமிழவனின் நடனக்காரியான 35 வயது எழுத்தாளர் என்ற புத்தகத்தில் 22 கதைகளை எடுத்து முழுவதும் படித்து விட்டேன். இக் கதைகள் எதுமாதிரியான கதைகள். ஒரு விதத்தில் ‘நான் லீனியர்’ அல்லது ‘கட்டுப்பாடற்ற கதைகள்’ என்று கூறலாமா?இக்கதைகளைப் படிக்கும்போது ஒன்றைக் கண்டுபிடித்தேன். ‘விவரங்களைத் தவிர்த்த கதைகள்’ என்று கூறலாமென்று நினைக்கிறேன். அல்லது படிப்பவரைத் திசை திருப்பும் கதைகள் என்று கூறலாமென்றும் தோன்றுகிறது.

முதல் விஷயம் கதைகள் எளிதாகப் புரிகின்றன. எதையோ சொல்வதுபோல் ஆரம்பித்து வேறு எதையோ சொல்வதுதான் இக் கதைகள். இக்கதைகள் மாஜிக்கல் ரியலிஸக் கதைகளோ அல்லது வேறு இசத்தைச் சேர்ந்த கதைகளோ இல்லை. ஆனால் நான் லீனியர் கதைகள். ஒருவர் இக் கதைகளைப் படிக்கும்போது இன்னும் இன்னும் படிக்க வேண்டுமென்ற எண்ணம் ஏற்படாமலிருப்பதில்லை.பொதுவாக ஒரு கதையை ஒருவர் படிக்கிறார் என்று வைத்துக் கொள்ளுங்கள், திரும்பவும் படிக்க வேண்டாமென்று தோன்றும். தமிழவன் கதைகள் அப்படிப்பட்ட எண்ணம் தோன்றவில்லை.

மேலும் பலமுறை படிக்க வேண்டுமென்று தோன்றுகிறது. மேலும் சில கதைகளைப் படிக்கும்போது என்ன சொல்ல வருகிறார் என்று புரியவில்லை. ஆனால் அப்படிப் புரியத்தான் வேண்டுமா என்ற கேள்வியும் ஏற்படுகிறது. அல்லது இன்னும் கொஞ்ச காலம் கழித்துக் கதைப் புரியுமா என்றும் தோன்றுகிறது. சில கதைகள் புரிந்தாலும் மேலும் படிக்க வேண்டுமென்ற எண்ணம் தோன்றுகிறது. தமிழவன் கதைகளின் இந்த மாய வித்தையைப் பற்றி என்ன சொல்வது? நான் இங்கு சில கதைகளை எடுத்து அலசப் போகிறேன்.

ஹர்ஷவர்த்தனர் அறிவு என்ற கதையை எடுத்துக் கொள்வோம்.

இது மொத்தமே ஒரு பக்கக் கதைதான். அரண்மனை—யிலிருந்து யாருக்கும் தெரியாமல் பேரரசர் ஹர்ஷ்வர்த்தனர் சாமானியரைப்போல வேஷமிட்டுக்கொண்டு புறப்பட்டார் யுவான் சாங்க் நண்பர் அவர். எனினும் அறிவு தேடிப் பயணம் இது. ஹர்ஷவர்த்தனர் எதிர்ப்படுகிற ஒவ்வொருவருடன் எங்கே போகிறீர் என்ற கேள்வியை முன் வைக்கிறார். இத்தக் கேள்விக்கு ஒவ்வொருவரும் ஒவ்வொரு பதிலைத் தருகிறார்கள். இதான் கதை. எதையாவது விளக்கப் போகிறார் என்றால் கதையை முடித்து விடுகிறார். இந்தக் கதையைப் படித்து முடித்த பிறகு எப்படி எடுத்துக் கொள்வது இந்தக் கதையை. ஹர்ஷவர்த்தனர் என்ன இதன் மூலம் தெரிந்துகொண்டார் என்பதை விளக்கவில்லை.

இந்த வினோதமான கதையை நான் திரும்பத் திரும்ப யோசித்துப் பார்க்கிறேன்.

எல்லாக் கதைகளையும் படிக்கப் படிக்க எனக்கு விசித்திரமான அனுபவம் ஏற்படுவதைத் தவிர்க்க முடியவில்லை. ஏன் திரும்பத் திரும்ப இக் கதைகளைப் படிக்க வேண்டும் என்பதுதான் இந்த விசித்திரமான அனுபவம். ஒவ்வொரு கதையையும் படிக்க வேண்டுமென்ற எண்ணம் திரும்பத் திரும்பத் தோன்றுகிறது. இது ஏன் ? இக் கதை எங்கும் முடியவில்லை என்பதுதான். இது முடியாமல் இருப்பதால் இன்னும் எதாவது தகவல் கிடைக்குமா என்ற எண்ணம் ஏற்படாமலில்லை. இப்படி ஒவ்வொரு கதையையும் முடிக்காமல் இன்னொரு கதையை ஆரம்பித்து விடுகிறார். எப்படியென்றால் வாசகன் தெரிந்துகொள்ள வேண்டிய விபரத்தைக் கட் செய்து விடுகிறார். உதாரணமாக, யாருக்கும் தெரியாதது என்ற சிறு கதையைப் பார்ப்போம். நகரத்தில் மென்சில் மான்சனில் இருப்பவன் பற்றிய கதை. கதை சொல்லி இந்த மென்சில் மான்சனில் தங்கியிருந்து பல்கலைக் கழகத்தில் ஒரு தத்துவத் துறையில் படிக்கிறான்.

அவனுடைய நண்பன் ஒரு பெயிண்டர். கதைசொல்லியின் பக்கத்து அறையில் குடியிருக்கும் மனிதனைப் பற்றித்தான் இருவரும் பேசிக்கொண்டிருக்கிறார்கள். இக் கதையும் பூடகமாக இருக்கிறது. அவன் ஒருநாள் தற்கொலை செய்துகொண்டு விடுகிறான். இருவருக்கும் காரணம் புரியவில்லை. அந்த மனிதருக்கு யானைக்கால்.

'பிஸியான வியாபாரம் மும்முரமாக நடக்கும் சாலையில் வந்தது போலவே புறப்பட்டாள். நான் கடைக்காரரிடம் எதற்கு அப்பெண் வந்தாள் எனக் கேட்டேன். 'வேலை செய்த மீதி சம்பளத்தை வாங்க வந்தாள்' என்றார்.

'அவளுக்கும் ஏன் இறந்தான்' என்று தெரியாது என்றால் கடை முதலாளி

மறுநாள் காலை பக்கத்து அறை திறந்திருந்தது. ஒருவன் அறையில் வசிக்க வந்திருந்தான். ஆனால் அவனுக்கு யானைக்காலில்லை. இந்தக் கதையில் ஒரு விஷயம் சொல்வதுபோல் சொல்கிறது. ஆனால் சொல்வதில்லை. ஒரு மனிதன் பேசவில்லை என்றாலும் அவனைப் பற்றிய தகவல் நமக்கு முக்கியமாகப் படுகிறது. இக் கதையும் திரும்பத் திரும்ப வாசிக்க வேண்டிய கதையாக இருக்கிறது. நடனக்காரியான 35 வயது எழுத்தாளர் என்ற கதையைப் பற்றிப் பேசவேண்டும். கிட்டத்தட்ட பல முறை இந்தக் கதையைப் படித்துவிட்டேன். இன்னும் இந்தக் கதை புரிபடாமல் இருக்கிறது. ஏனென்றால் ஒவ்வொருவரும் என்ன மாதிரி நினைத்துக்கொள்கிறார்களோ என்பது புரிபடாதத் தன்மையாக இருக்கிறது.

பிரகதி ரை என்ற பெண்மணி முதிய எழுத்தாளர் வீட்டிற்கு வந்தார். அவருக்கு 35 வயதிருக்கும். அவர் ஒரு சிறுகதை எழுத்தாளர். பிரகதி ரை என்ற அழகிய, மெலிந்த தேகம் கொண்ட, நடனக் காரியான சிறுகதை எழுத்தாளர் யார் மூலமாகவோ இந்த மூத்த எழுத்தாளரைப் பற்றிக் கேள்விப்பட்டு வந்து பார்க்கிறார். பிரகதி ரை என்ற 35 வயது கொண்ட பெண் எழுத்தாளரை விட அவர் கதைகள் எழுதும் மொழி மீது மூத்த எழுத்தாளருக்கு ஆர்வம் ஏற்பட்டது. அதுவும் மிகவும் பழைய மொழிகளில் ஒன்று. முதிய எழுத்தாளருக்குப் பழைய மொழிகள் என்றால் எப்போதும் ஆர்வத்தை ஏற்படுத்துகின்றன. பிரகதி ரை டெல்லியில் உள்ள முதிய எழுத்தாளர் வீட்டிற்கு வந்தபோது பெரிய விலை கூடிய காரில் வந்து இறங்கியிருக்கிறார். பக்கத்து வீட்டில் வாழ்ந்து கொண்டிருந்த மராத்தி எழுத்தாளர் மகிமா பவார் முதிய எழுத்தாளர் வீட்டில் இருக்கிறார்.

இந்த மூன்று எழுத்தாளர்களும் மாற்றி மாற்றிப் பேசுவதுதான் இந்தக் கதை. பிரகதி ரையின் கை மற்றும் கால் அசைவுகள் ஒரு சிறுகதை ஆசிரியருடையதைப் போலன்றி ஒரு நடனக்காரி— யினுடையதைப் போல் இருந்தன என்கிறார். இன்னொரு

இடத்தில் மகிமா பவார் என்ற மராத்தி எழுத்தாளரைப் பற்றிக் குறிப்பிடப்படுகிறது. இதெல்லாம் போகிற போக்கில் அலட்சியமாக விவரிக்கப்படுவதுபோல் விவரிக்கப்படுகிறது.

மகிமா பவார் அவருடைய மொழியில் இரண்டு நவீன காவியங்கள் எழுதி இருந்தார். அத்தகவலைப் பிரகதி ரையின் தந்தை பிரான்சில் இந்தியாவின் தூதர் என்ற செய்தி தெரிந்ததும் மகிமா பவார் பிரகதி ரையிடம் தெரிவித்தார். இப்படி சின்ன சின்ன தகவல்கள் மூலம் மனித மனத்தின் கோணல்களைப் படம் பிடித்துக் காட்டுகிறார் தமிழவன். கிண்டலாகப் பிரகதி ரை காவியங்கள் என்னும் பிராணிகள் இன்னும் இந்தியாவில் உயிருடன் உலாவுகின்றனவா என்று விசாரித்தார். மகிமா பவாரின் குடும்பப் பின்னணி இங்கு விவரிக்கப்படுகிறது, ஆனால் மூத்த எழுத்தாளரைப் பற்றியும், பிரகதி ரை பற்றிய விவரங்கள் தெளிவாகத் தெரியவில்லை.

‘பிரகதி ரை என்னிடம் பதினேழு கதையோடு பதினெட்டாவது கதை ஒன்று எழுதப்படுமா என்று கேட்டார். நான் என் கைத்தடியுடன் தள்ளாடியபடி மெதுவாய் எழுந்தேன். நின்று அவருக்குக் கைகூப்பினேன்’ என்று தமிழவன் முடிக்கிறார்.

தமிழவனின் வித்தியாசமான தொகுப்பு இது. வாசக மனம் விவரங்களை நோக்கிப் போய்க்கொண்டிருக்க, விவரங்களைச் சொல்லாமல் பூடகமாகச் சொல்கிற உத்தியைக் கையாண்டுள்ளார். அதனால்தான் ஒவ்வொருவரும் குறைந்தபட்சம் இரண்டு முறையாவது இக்கதைகளைப் படிக்க நேரிடுகிறது.

தமிழவன் சிறுகதையில் பல மையங்கள்

ஆ.முத்தையன்

படைப்புகள் ஒவ்வொன்றும் ஒவ்வொரு விதமான அனுபவத்தைத் தரக்கூடியன. அதற்கான காரணங்கள் பல உள. படைப்பில் கையாளப்படும் குறியீடுகள், எதார்த்த நிகழ்வுகள், கதை சொல்லும் உத்தி, கதாபாத்திரங்கள் முதலானவற்றைக் குறிப்பிடலாம். இதில் தேர்ந்தெடுத்த படைப்பாளன் உரையாடலை மையமிட்டு எழுதும் கதைகளில் மரபை அசைபோடும் எழுத்து முறைகளைக் கையாள்வதும், அவற்றில் இன்மை, இடைவெளி, நிலைபெறாத் தன்மை முதலானவற்றைக் கொண்டு புதிய வகையில் கதை சொல்வது என்பதும் தனி இன்பம்தான். அப்படிப்பட்ட எழுத்து முறைகளைத் தமிழவனின் எழுத்துக்கள் கொண்டிருக்கின்றன. பொதுவாக, மொழி என்று வருகிறபோது சசூரின் அமைப்பியல் சிந்தனையான இருமை எதிர்வு சிந்தனை நினைவுக்கு வரும். தமிழில் அமைப்பியல் சிந்தனை மிகவும் இன்றியமையாதது என்பதை கவனத்திற்குக் கொண்டு வந்தவர் தமிழவன். தான் வடிவமைத்த மொழிதல் கோட்பாட்டிலும் அதனை மிக லாவகமாகக் கையாண்டிருக்கிறார். அவரைப் பொறுத்துவரை கோட்பாட்டுச் சிந்தனை என்பது தனித்தது என்று நினைக்கக்கூடியவர் அல்லர். அவருடைய கோட்பாட்டுப் புரிதல் அவருடைய படைப்பிலும் வெளிப்படும்.

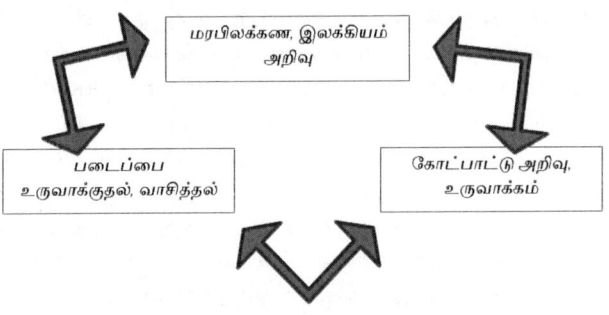

மரபிலக்கண, இலக்கிய அறிவைக் கோட்பாட்டாக்கத்திற்குப் பயன்படுத்துதல், கோட்பாட்டுச் சிந்தனைகளைக் கொண்டு படைப்பை எழுத, வாசிக்கத் தூண்டுதல் என்று ஒன்றை ஒன்று பின்னிப் பிணைந்து செல்லும் போக்கைக் கையாள்பவர். படைப்பும் கோட்பாடும் வேறுவேறல்ல என்பதில் கவனமாக இருப்பவர்.

மேற்கண்ட படத்தில் உள்ள மூன்றில் எதையும் பிரித்துவிட்டுப் பொருள் கொள்ளமுடியாது. சான்றாக, நடனக்காரியான 35 வயதான எழுத்தாளர் என்னும் சிறுகதைத் தொகுப்பில் கணேசன் மனைவி பறந்துபோனாள் என்னும் சிறுகதையினைச் சுட்டலாம். இக்கதை கோட்பாட்டை விளக்க எழுதபடவில்லை. எனினும் கோட்பாட்டை நோக்கி நகர்த்தியிருக்கிறது. அதாவது கதையில் பல்வேறு இருமை எதிர்வுகள் இடம்பெற்றுள்ளன. அவை,

ஜார்ஜ் ராஜ்நாதன் X பவுலோஸ்

ஜார்ஜ் ராஜ்நாதன் X ராஜ்நாதன்

வண்ண ஆடை அணிபவன் Xவெள்ளைச் சட்டை அணிபவன்

தேர் X சர்ச்

ஆணின் விலாவழி பிறப்பு X பெண்ணின் விலாவழி பிறப்பு

முதலானவை. இவை கதையின் பன்முகங்களை விளக்கக்கூடியவை.

ஜார்ஜ்ராஜ்நாதன் ஊரின்மேல் விருப்பம் கொள்ளதாவன். படித்தது வேலைபார்ப்பது எல்லாம் வெளியூரில். ஊர்ப்பற்றியும் அங்கு நடப்பது பற்றியும் அக்கறை கொள்ளாதவன். பவுலோஸ் என்பவரும் பிறந்த ஊரில் வாழாதவர். அவ்வாறிருக்க இருவரும் முரண்பட்டவர்கள் என்று அவர்களுடைய செயல்களைப் பொறுத்தே கூறுகிறோம். ஜார்ஜ் ராஜ்நாதன் வண்ண ஆடைகளை உடுத்தக்கூடியவன். பவுலோஸ் வெள்ளைச்சட்டை, வெள்ளைத்துண்டு, வெள்ளை வேட்டி அணியக்கூடியவர். ஆனால் ஊரைப் பற்றி அனைத்தும் அறிந்து வைத்திருப்பவர். ஜார்ஜ் ராஜ்நாதன் பற்றியும் அவருடைய நண்பன் பற்றியும் அறிந்து வைத்திருப்பவர் . எங்கு சுற்றினாலும் தம்முடைய பூர்வீகம் பற்றிய அக்கறையோடு இருப்பவர் . ஜார்ஜ் ராஜ்நாதனுக்கு அதிலெல்லாம் அக்கறை இல்லை. அதனால்தான் அவர் சில இடங்களில் ஜார்ஜ் ராஜ்நாதனாகவும் சில இடங்களில் ராஜ்நாதனாகவும் மாறி மாறி

தோற்றம் தருகிறார். இந்தப் பெயர் வைப்பும் நாம் கவனித்துத் தான் ஆக வேண்டியிருக்கிறது. தன்னுடைய நலம் சார்ந்து அவ்வபோது முடிவெடுப்பவராகவும் இருக்கிறார். பிறந்த மண், பிறந்த மதம் பற்றிய அக்கறை இல்லாதவர்.

உடுத்தும் உடையில் நிற வேறுபாடு என்பதை கவனிக்கும்போது குறிப்பிட்ட அடையாளத்திற்குள் சிக்காத அல்லது தனக்குத் தேவையானபோது தேவையான நிறத்தை அணிகிற வழக்கம் ஜார்ஜ் ராஜ்நாதனுக்கு உண்டு. அதில் எந்தவிதமான கட்டுப்பாடுகளும் இல்லாதவராக இருக்கிறார். ஆனால் பவுலோஸ் ஒரு குறிப்பிட்ட அடையாளத்திற்குள் கிராமத்திற்கேற்ற வகையில் இருப்பவர். கிராமம் என்பது ஒரு வழக்கத்தைப் பின்பற்றுகிற ஒரு நிறுவனமாக இருக்கிறது. ஆனால் ஜார்ஜ் ராஜ்நாதன் வசிக்கும் பகுதி அவ்வாறு இல்லை. தனித்த அடையாளத்திற்குள் அடக்குவது கடினம். ஆகையால் தான் அவர் வசிக்கும் தெருவிற்கு அருகில் தேரும் சர்ச்சும் இருப்பதையும் காணமுடிகிறது.

இன்னொருபுறம் ஆணின் விலாவழி பிறப்பு என்று கிறித்தவம் கூறும் கதையினை மாற்றி பெண்ணின் விலாவழி பிறப்புப் பற்றியும் பேசுகிறது. இது இந்த உலகத்தில் எதுவும் நடக்கலாம் என்கிற செய்தியைப் பறை சாற்றுகிறது. கதையைக் கலைத்துப்போடுகிற இடம் இது. பெண்ணுக்கு முக்கியத்துவம் கொடுக்கிறது என்ற வகையிலும் சிந்திக்க வாய்ப்பிருக்கிறது. ஆனால், கதையின் சிக்கல் மிகுந்த இடங்களில் ஒன்றாகவும் பார்க்கமுடியும். கதாபாத்திரங்களின் அலைபாயும் தன்மைக்கு மற்றுமொரு சான்று போர்த்துகீசியர் வழிபாட்டுத்தளம், யூதர்கள் வசிக்கும் வழிபாட்டுத்தளம், பிரிட்டிஷ் மகாராணி வாழ்த்திய கதை என்று ஒன்றுள் அடங்கிய பல கிளைகளைச் சான்று காட்டலாம். இவைகளெல்லாம் அருகருகே இருப்பது என்பது நுகர்வோரின் தேவையை ஒட்டி என்பதாகப் புரிந்து கொள்ளலாம். அப்படியொரு சூழல்தான் ஜார்ஜ் ராஜ்நாதனுக்கும் ஏற்பட்டிருக்குமோ என்ற கேள்வி எழுகிறது. அவர் வசிக்கும் இடத்திற்கு அருகில் தேர் நிற்பதும் அடுத்த தெருவில் சர்ச்சு இருப்பதும் அந்த வகை—யில்தானோ என்னவோ? அதனால் தான் பலநேரங்களில் ராஜ்நாதனாகவும் சில நேரங்களில் ஜார்ஜ் ராஜ்நாதனாகவும் இருக்கிறாரோ?. அந்தவகையில் இக்கதை ஒரு நிலையற்ற மதமாற்றச் சூழலைப் பேசுகிறதோ என்றும் கருத இடம்தருகிறது. இதற்கு கதையின் தலைப்பும் இடம் தருகிறது. கதையில் வரும் “அவன் கனவில் கணேசன் ராஜகிரீடம் அணிந்தபடி காட்சி தந்தான்” என்பதும் வலுவூட்டுகிறது.

இவ்வாறு மனிதனின் மாறும் மனங்களைப் பற்றிப் பேசும் கதைகள் தமிழில் சொற்ப அளவில் மட்டுமே உள்ளன. அதில் அசோகமித்திரனின் மறுபடியும் கதையினைச் சான்று கூறலாம். கணவன், மனைவி, குழந்தை ஆகிய மூவர் உறங்கும் படுக்கை— யினை நனைப்பது யார்? என்று கேள்வி வருகிறபோது தாம் செய்த செயலை மறைக்க நினைக்கும் அதிகாரமிக்க மனிதர் தம்மைவிட வலிமை குறைந்தவர்களின்மீது எவ்வாறு குற்றம் சுமத்த விழைகிறோமோ அதுபோன்ற ஒரு செய்கைதான் இங்கும் நிகழ்ந்திருக்கிறது. தனக்கு நன்மை கிடைப்பதை எண்ணி இந்த மதத்தில் இருக்கலாமா அல்லது வேறு மதத்தில் தன்னை இணைத்துக் கொள்ளலாமா என்று சிந்திக்கிற நிலையற்ற மனம். அதனால் தன்னுடைய அடையாளத்தைத் தேவைக்கேற்ப மாற்றி மாற்றி அமைத்துக்கொள்ளும் சூழல் மனோபாவத்தை இக்கதையும் முன்வைப்பதைப் பார்க்கலாம். அதற்குத் துணையாகப் பல்வேறு வகையான முரண்களைக் கதைக்குள் கொண்டு வந்து கதை எழுதப்பட்டுள்ளது. ஒரு குறிப்பிட்ட மையம்தான் என்பதில் சிக்கிக் கொள்ளாமல் வாசகனைப் பல கோணங்களில் சுழல வைக்கிறது.

உதாரணத்திற்கு நிறம் என்று வருகிறபோது வெள்ளை ஒரு குறிப்பிட்ட மதத்தின் பின்னணியில் புரிந்துகொள்ளும்படியும் பிறப்பு என்பதை பெண்ணிய நோக்கில் முக்கியத்துவம் செய்கிறது என்றும் தேர், சர்ச்சு என்று வருகிறபோது மத நல்லிணக்கத்தைக் கதைக்கூறுவதாகவும், கிறித்தவத்தில் உள்ள பல்வேறு கிளைகளைப் பற்றிப் பேசும்போது அவற்றை ஒன்றிணைக்கும் வகையிலும் எழுதப்பட்டுள்ளதாகவும் வாசிக்க இடமளிக்கிறது. இது ஒருவகையிலான எழுத்துமுறை.

ஒரு கதைக்கு ஒரு மையம்தான் இருக்கவேண்டும் என்கிற கொள்கைக்கு மாற்றாக, பல மையம் உண்டு என்பதைக் கதைவழி நிகழ்த்திக் காட்டியிருக்கிறார். இது கோட்பாட்டை நோக்கியும் நம்மை நகர்த்துகிறது. ஆனால் கோட்பாட்டைக் கதையாக்கம் செய்யவில்லை என்பதையும் விளங்கிக்கொள்ள வேண்டும். இதற்கு மொழியின் தன்மைகளைப் பேசும் அமைப்பியல், பின்நவீனத்துவக் கோட்பாடுகளும் உரையாடலைப் பற்றிப் பேசும் அவரே வடிவமைத்திருக்கிற மொழிதல் கோட்பாட்டுப் பின்புலங்களும் உதவிப்புரிகின்றன. இவ்வாறு படைப்பு, இலக்கணம், கோட்பாடு என்று மூன்றையும் இணைத்துப் பார்க்கிற பார்வை அவரிடம் உண்டு. இவற்றோடு சமூகத்தோடு இணைத்துப் புரிந்துகொள்கிற

பயன்பாட்டளவிலான முறையியலும் அவரிடம் உண்டு. இச்சிந்தனை மிகவும் முக்கியமானது. மரபையும் நவீனத்தையும் இணைத்துப் பார்க்கிற, காலத்தின் தேவையைக் கருத்தில் கொள்கிற பெரு முயற்சியாகவே அவருடைய சிந்தனை அமைந்திருக்கிறது.

***

பகுதி மூன்று

சமூகமும், கோட்பாடும்: தமிழவனின் இலக்கியத் திறனாய்வும், பண்பாட்டுத் திறனாய்வும்

தமிழவனின் படைப்பும், விமர்சனமும் : 'புறக்கணிக்க இயலாதது, பொருட்படுத்தத் தக்கது!'

நாகார்ஜுனன்

படைப்பாளி எனும் மையத்தை முன்வைத்துச் சுழன்றுவந்த தமிழ்ச்சூழலின் வெகுஜன தள அர்த்தங்கள் எத்தகையன என நோக்கினால் இப்படிக் கூறலாம்: மதம், சினிமா டைரக்டர்கள், ஆண்குறியின் புடைப்பு, அண்டை நாட்டின் மீது குறிபார்க்கும் ராக்கெட், இத்யாதி.. ஆனால் 1970-களில் நிஜத்தில் (literal)-ஆகத் தர்க்கித்துக் கொண்டிருந்தோருக்கு இந்த மாதிரி சிந்தனையில் இருக்க வேண்டிய பொறுப்புணர்வு (responsibility) புரியவில்லை எனும்போது அங்கு வேறொரு விமர்சன மொழியை உருவாக்குவது மிகவும் கஷ்டமான காரியம் தான். அப்படி உருவாகும் சிந்தனை, இந்த மையங்களுள் தலையாய படைப்பாளியிடம் மோத வேண்டி வருகிறது. விவாத ரூபத்தை (dialogue) எடுத்து பல்வேறு நிலைப்பாடுகளை (positions) அவற்றின் தர்க்க நீட்சிகள் வழி எல்லைகளை வரையறுக்க வேண்டியுள்ளது. படைப்பு என்பதைக் கறாராக நோக்கி அதை ஒரு பொருளாக, வாசிப்போனுக்கு ஒப்பீட்டளவில் சுதந்திரத்தைத் தருவதாக, இருத்த வேண்டியுள்ளது. இப்படி யாரிடமும் படைப்பாளி/வாசகன் என்ற நிலையில் தினசரி வாழ்வியல் மனிதன் எனும் நிலையும் விடுபட்டும் இணைந்தும் இயங்குவது தெளிவாக வேண்டியுள்ளது.

மேற்கண்ட உள்தர்க்கம் தம் படைப்பும் படைப்பாளியும் நூலின்[1] பதினான்கு கட்டுரைகளிலும் ஓடுவதைத் தமிழவன் தம் முன்னுரையில் சுட்டிக் காட்டுவார். ஆனால் நூலைக்குக் கருத்துரை வழங்கும் ராஜ்கௌதமன் இதை வேறுவிதமாகப் புரிந்துள்ளார். "அந்தந்த சந்தர்ப்பங்களுக்குப் பொருந்துகிற மாதிரி தமிழவன் ஓடிஓடிச் சேகரித்த கோலம் ஓர் அமைப்புக்குட்பட்ட நேர்வழிப் பாதையாகத் தோன்றவில்லை" என அங்கலாய்க்கிறார். உண்மையில் புது விமர்சன மொழியொன்றைத் தமிழில் ஏற்ற உழைத்த தமிழவன் நேர்வழிப் பாதையில் பயணம்

செய்திருக்க முடியாது. உடைப்புகள் (breaks or jerks) வழிதான் யாரும் தட்டுத் தடுமாறிப் போயிருக்க முடியும். தமிழவனின் உழைப்பு இல்லாவிட்டால் ஒருபுறம் வெங்கட் சாமிநாதன், ஞானி போன்றோரின் தீர்ப்புக்களுடனும் மறுபுறம் கைலாசபதி போன்றோரின் ஆராய்ச்சிகளுடனும் 1980-களில் வந்த விமர்சகர்கள் அத்தனை பேரும் யுத்தம் நடத்த வேண்டியிருந்திருக்கும். நமக்காக தமிழவன் இந்தக் கடமையை நிறைவேற்றியிருப்பது ராஜ்கௌதமனுக்கும் புரியாமல் இல்லை என்றாலும் தமிழவன் கொணர்ந்த விமர்சன மொழியின் வெளிசார் தர்க்கத்தை (spatial logic) ராஜ்கௌதமன் போன்றோர் உணராததால் இன்னும் 1970-களில் தங்கிவிடுவோராய் இருக்கின்றனர். மொழி—யியல் சொல்லாடல்களை, தர்க்கங்களின் இயங்குபோக்கை, பொருண்மைத்தன்மையை, அணுகாதிருக்கும் ராஜ்கௌதமனின் கருத்துரையை இந்த நூல் ஏற்றிருப்பது ஒருவகையில் என்றுதான் கூற வேண்டும்!

வெங்கட் சாமிநாதன், சாரு நிவேதிதா ஆகியோருடைய விவாதங்களை மறுத்துத் தொடங்கும் தமிழவன் வெகுவேகமாய் மொழியும் கலாச்சாரமும் பற்றிய சிந்தனைக்கு வந்துவிடுகிறார். அப்போது அவருக்கு மேற்குலகின் கலைஇலக்கிய அமைப்பாக்கம் பிடிபட்டு வருகிறது. இந்த நூற்றாண்டின் தொடக்கத்—திலிருந்தே எதார்த்தத்தை விட்டுவிலகியும் மீறியுமே படைப்புப் பொருள் இயங்கி வந்திருப்பது ஏன் எனும் அடிப்படைக் கேள்வியொன்றைத் தமிழவன் எழுப்பி விடுகிறார். குறிப்பாக, "கதையும் கடவுளும்" கட்டுரையில் பாப், ஜாஸ், ராக் (pop, jazz, rock) இசைவடிவங்களின், ஏண்டி வார்ஹோல் (Andy Warhol)-இன் வெகுஜன கச்சாப்பொருட்களை வைத்துப் படைத்தல் பற்றிப் பேச வேண்டிய கட்டாயத்தை உணர்கிறார். அப்போது சிறுபத்திரிகைகளின் தோற்றத்திற்கு மூலகாரணமான (raison d'être) ஆன உன்னத எழுத்து/வெகுஜன-வியாபார ரீதியான எழுத்து எனும் மதரீதியான பிம்ப-எதிர்வுகளை உடைத்துக்கொள்கிறார் தமிழவன். அப்போது தமிழிலுள்ள எழுத்துவகைகளைப் பட்டியலிட வேண்டியிருக்கிறது. இந்த மாற்றத்தைச் சாத்தியமாக்கும் பொறுப்பை ஏற்கும் போது சாதாரண சிறுபத்திரிகை எழுத்தாளன்/வாசகனையும் பெரும்பத்திரிகை எழுத்தாளன்/வாசகனையும் ஒருசேர உளவியல் பரிசோதனை (psychoanalyse) செய்ய வேண்டி வருகிறது. அதாவது வாசகன்/படைப்பாளி என்பவனது செயல்பாட்டை வாசிக்கும்

போது சிறுபத்திரிகை வடிவம் தானாகப் போட்டுக்கொண்ட வட்டத்தைத் தாண்டி விடும் மாற்றம் இவரிடம் ஏற்படுகிறது.

பூமணி எழுதிய பிறகு[2] நாவலைப் பற்றித் தமிழவன் பேசும்போது இதைப் பார்க்கலாம். கிடைக்கோட்டு வாசிப்பில் (Synatagmatic) பாணியிலுள்ள, வழக்கமான எதார்த்தவாத சமாச்சாரமான இந்த நாவலில் பட்டாளத்துக்காரன் நிகழ்ச்சி மட்டும் விதிவிலக்கு என்கிறார் தமிழவன் சரியாகவே! ஆக, தமக்கெதிரான புற வன்முறையைச் சமாளிக்கும் விதமாக சக்கிலியர் அமைத்துக்கொண்ட மதில்கோட்டையாக இயங்கு கதைகள் பின்னும் சடங்குகள், எதிர்-வன்முறை, புராணங்கள், அதீத நம்பிக்கைகள் என செங்குத்துப்பாணி (paradigmatic) ஆன விஷயங்கள் யாவும் இந்த நாவலில் இல்லை என்பதைச் சுட்டுகிறார். அப்போது சக்கிலியரின் இந்த (மாயா)-"எதார்த்தம்" நாவலில் இல்லை என்பதைச் சுட்டும் வகையில் "இந்த நாவல் (சக்கிலியருடைய) எதார்த்த நாவல் அல்ல" என்கிறார். ஒரு நகரச் சிறுகுழுவில் தன்னை அடைத்துக்கொண்டு பொதுவாசகனை மறுதலிக்கும் உத்வேகத்துடன் உருவாகும் பிறகு நாவலில் இருப்பது "எதார்த்தம்" எனப் பரவுகிறது, அந்தச் சிறுகுழுவும் அதையே நம்பி அங்கீகரிக்கிறது! இதுவே நம்முடைய சூழல் என்பதைத் தமிழவன் விளக்குகிறார். ஆக, "எதார்த்தம்" என்பதை, இப்படி இரு விதத்தில் கட்டவிழ்க்கிறது இந்தக் கட்டுரை. இப்போது பூமணி, டானியல் இன்னும் யார், யாரெல்லாமோ தமிழில் தலித் இலக்கியம் செய்து விட்டதாக நினைத்துக்கொள்வோர் ரொம்பப் பாவம்தான்!

அதே சமயம், இந்த எழுத்தில் வரும் சடங்கு மரபு சார்ந்து மட்டுமிருந்தால் அது நாட்டுப்புறவியல் கதைகளின் ம்யூஸியங்களான பல்கலைக்கழகங்களுக்குப் போய்ச் சேர்ந்துவிடும். அப்னா உத்ஸவ் போன்ற கலாச்சாரத் திருவிழாக்களில் இடம்பெற்றுவிடும் என்பதெல்லாம் 1980-களின் உண்மை. இது பற்றித் தமிழவன் சிந்திக்க வேண்டும். அதே போல, இந்தியாவின் இணை சினிமா (parallel cinema) எனும் ஸத்யஜித் ராய் காலத்திய சமாச்சாரம் முதல் இன்றைய இன்ஸ்டிட்யூட் இளைஞர்கள் வரையில் செயலாற்றுவது பிறகு நாவலில் சொல்லாடல்களம் போன்ற ஒன்றே என்பதையும் நினைவுகொண்டாக வேண்டும்.

தமிழவனின் அடுத்த கட்டுரை பிராமணன் முதல் பறையன் வரை, இந்தியச் சூழலின் மிக அடிப்படைப் பிரச்னை ஒன்றைச்

சந்திக்க முயல்வது. படைப்பாளி என்பவனையே பன்முக வாசிப்பைச் சாத்தியமாக்கும் ஒரு படைப்புப் பொருளாக்கி விளக்கும் கட்டுரை இது. இங்கு ஜாதி என்பது படைப்பாளியின் அழகியல் செயல்பாட்டின் உச்ச கட்டமென்பதையும் இந்தக் கட்டத்தைத் தாண்ட வேண்டிய கட்டாயத்தில் படைப்புநிலையின் வடிவம் அல்லது அமைப்பு உருவாவதையும் எடுத்துக்காட்டுகளுடன் விளக்கும் கட்டுரை இது.

இந்த இடத்தில் சாரு நிவேதிதாவின் வாதங்களை வைத்துப் பார்த்தால் வேறொரு விஷயம் புலப்படும். சாரு நிவேதிதா படைப்பும் படைப்பாளியும் பற்றிப் பேசும் போது ழான்-பௌல் ஸார்த்தரின்[3] அசல் தன்மை- அசலற்ற தன்மை (authenticity-inauthenticity) எனும் எதிர்வை முன்வைத்துப் பேசுபவராக வருகிறார். படைப்பாளி தனதான தன்னிலையைத் துறந்து அசலான (authentic) தன்னிலையை எய்த வேண்டுமென்பார் ஸார்த்தர். ஸார்த்தரின் ஷார்ல் போதலேர்,[4] குஸ்தாவ் ஃப்லோபர்,[5] ழான் ஜெனெ[6] ஆகிய எழுத்தாளர்கள் குறித்த சரிதைகளும் ஆய்வும் இப்படியாக அமையும். ஆனால் ஸ்ட்ரக்சுரலிஸ விளக்கங்கள் வழி படைப்புநிஜம்-வாழ்க்கை நிஜம் என்ற இரு விஷயங்களைப் பிரித்து ஆராயும் போது ஸார்த்தரின் அசல் தன்மை - அசலற்ற தன்மை (authenticity-inauthenticity) பற்றிய வாதங்கள் வலுவிழக்கின்றன. லூயி-ஃபெர்டினான்ட் ஸெலின்,[7] லூஸியன் ரெபெட்டெ[8] ஆகிய, நாஃஸிகளை ஆதரித்த மனிதர்களால் எப்படி, ஏன் இலக்கியம் படைக்க முடிந்தது என்ற கேள்வியைத் தமிழவன் விளக்க முடியும் போது இது தெளிவாகிறது.

ஆக, ஸெலின், நாஃஸிஸத்தை ஆதரித்தவர்; போதலெர், ஒரு Dandy; ஃப்லோபெர், குடும்பத்தின் முட்டாள்; ஜெனெ, திருடர் மற்றும் தன்பாலுறவை நாடியவர்; நியட்ஷ,[9] தத்துவத்தில் கோமாளி; ழார் பத்தாய்,[10] வேசைகளை நாடிய புறநகர் சூதாடி; மிஷெல் ஃபூக்கூ,[11] masochist உறவால் பெல்ட்டால் அடிபட்டு நோய்ப்பட்டுச் சாகிற, தம் பெயர் வெளித்தெரியாமல் பேசுகிற, அறிஞர்; ஜாக் நிக்கோல்ஸன், [12] தம் One Few over the Cuckoo's Nest[14] ஸினிமாவில் பித்தராக நடித்துச் சம்பாதித்த மனிதாபிமானப் புகழை, Batman படத்தில் கொடூரக் கோமாளி வில்லனாக நடித்துக் கெடுத்துக் கொள்ளும் Hollywood நடிகர்; தோமஸ் பிஞ்ச்சன்,[15] முப்பதாண்டாய் அமெரிக்க நாவல்களை எழுதிப் பெயர்பெற்றும் யாரென்றே தெரியாத ஆள் (இவருடைய ஒரே புகைப்படமும் எரிந்து போய்விட்டது). இவர்கள் யாவரும் தம்மை

எதிர்-அழகியல் கொண்டோராக மாற்றிக்கொண்டு வாழ்ந்தவர் என்பது தெரிய வரும்....

ஆக, படைப்புச் செயல், படைப்பாளிக்கும் அவராக இயங்கும் சாதாரண மனிதருக்குமான, authenticity உண்டா, இல்லையா எனும் முரண்பாட்டில் கட்டமைந்து இயங்கும் ஒன்றல்ல; மாறாக, தானென்ற தன்னிலைக்கும் அந்தத் தன்னிலை உடைந்துபோகும் படைப்பாக்கச் செயலுக்குமான உறவில் கட்டமைந்து இயங்கும் ஒன்று. வாழ்வுக்கான எதிர்-அழகியல் அறிவை, உணர்வுகளை ஒரு singular style-ஆக உருவாக்கிக் கொள்ளும் ரசாயன மாற்றத்துக்கு இட்டுச்செல்ல வேண்டியதாக இருப்பது. இதனால்தான் இத்தகையோர் படைக்கவும் முடிகிறது, சில வேளை இவர்தம் வாழ்வே அபாயத்தைத் தொடும் படைப்புமாகிறது. இந்த அடிப்படையில் நோக்கினால், தொல்கதை-புராணம், வெகுஜனக் கலாச்சாரத்தின் சில அலகுகள் தவிர எதிர்-அழகியலுக்கான சாத்தியக் கூறுகள் எங்கெங்கு உள்ளன எனத் தமிழவன் கவனித்தாக வேண்டும். அதே போல இல்லாதவன் படைக்க இயலாது எனும் ஸார்த்தரின் வாதத்தை சாரு நிவேதிதா போன்றோர் இனியும் தாங்கிக் கொண்டிருக்க இயலாது எனலாம். பிராமணன் முதல் பறையன் வரை கட்டுரை மீண்டும் விவாதத்துக்குள்ளானால் இது குறித்த பல விஷயங்கள் வெளிவர வாய்ப்புண்டு.

தமிழவனின் அடுத்த மூன்று கட்டுரைகள் பாரதி, ஞானக்கூத்தன் மற்றும் கலாப்ரியா பற்றி அமைவன. சுமார் எழுபதாண்டு நவீனத் தமிழ்க் கவிதையின் வரலாறு பற்றிய பல பிரச்னைகளைக் கையாளும் கட்டுரைகள் இவை. வழக்கமான விமர்சனத்தை விட்டு மொழியியல்ரீதி விமர்சனம் இப்படிச் சாத்தியமாகும்போது பாரதி, ஞானக்கூத்தன் இருவரின் கவித்துவ உட்சட்டகம் குறித்த புதிய விளக்கங்கள் வருவன. இன்னும் பிறக்காத ஆரம்ப ஒலிக்கூட்டத்தினின்றும் உருவாகும் இந்த உட்சட்டகம் பற்றிய தமிழவனின் இந்த விளக்கங்களுக்குப் பிறகாவது இந்த இருவர் எந்த ஜாதியிலிருந்து வந்தவர்கள் என்ற அடிப்படையில் உழன்றவாறே விவாதித்துக்கொண்டிருக்கத் தேவையில்லை என்பேன்! பாரதி பித்த நிலை கொண்ட கவிதைகளை எழுதியது ஏன் என்பதற்கான விடையில் இங்குதான் உள்ளது எனச் சரியாகவே கூறுகிறார் தமிழவன்.

கலாப்ரியா பற்றிய வன்முறையும் பாலுணர்வும் கட்டுரையிலும் இதே பிரச்னை உண்டு. 1960-களின் இறுதியிலிருந்து இந்திய

சமுதாயத்தில் ஏற்பட்ட சலனங்களின் போது கவிதை எழுத வந்தவர் கலாப்ரியா. ஆதார உணர்வுகளுக்கான பயணம் இவரைக் கரடுமுரடான, துல்லியமற்ற, பிராமணீயம் படைக்கும் கடவுளர்க்கு எதிரானோரின் கதையைப் பேச வைத்திருக்கிறது என்கிறது கட்டுரை. ஆனால் இந்தக் கண்டுபிடிப்பு இன்று புறக்கணிப்புக்கு உள்ளாகியிருக்கிறத; Cannibalism மற்றும் violence in sex கொண்ட கவித்துவ சட்டகமும் இன்று புறக்கணிப்புக்கு உள்ளாகி–யிருக்கிறது. மாறாக, ரொமான்டிக் மரபில் வருகிற, "அப்பாவின் கவிதை" (Chowdhury Devi Lal?) எழுதுகிற, பழமலய்-யே அங்கீகாரம் பெறுபவராகிறார். இப்படியான பழமலய்-யின் வெற்றி எத்தகைய வன்முறையைத் தன்னுள் கொண்டுள்ளது என்பதை அறிய வாசிக்க வேண்டியது, பழமலய்க்கும் கலாப்ரியாவுக்குமான அண்மைக் கடிதப் பரிமாற்றம்.[16] கலாப்ரியா தம் எழுத்துப் பாதையை defend செய்ய வேண்டிய நிலைக்குத் தள்ளப்பட்டிருப்பதைத் தான் கூறுகிறேன்! அன்று பாரதிதாசனையும் இன்று பழமலய்-யையும் கொண்டாடுவோர் தமிழவனின் இந்த மூன்று கட்டுரைகளையும் வாசிக்க வேண்டும்.

அடுத்த இரு கட்டுரைகளில் ஏற்கனவே சொல்லப்பட்டுவிட்ட தொல்மனப் படிவங்கள் நிகழ்காலச் சமிக்ஞைகளாக உருவெடுப்பதைத் தமிழவன் விவாத ரூபத்தில் விளக்குகிறார். உருவத்தில் புதுமையும் உள்ளடக்கத்தில் பழமையும் சேரும்போது காலம் என்பது இடவயப்படுவதைத் (spatialized) தமிழவன் காண்கிறார். இது குறித்த விமர்சனாரீதியான களமும் படைப்புகளும் தமிழில் உருவாகாமல் போய்விடாதிருக்க இனி முயற்சிகளை மேற்கொள்ள வேண்டும் என்கிறேன். பழமையின் இறுக்கமும் புதுமையில் பயங்கரமும் சேர்ந்து நம்மைத் தாக்காதிருக்க இந்த முயற்சிகள் உடனடித் தேவையும் கூட. இம்மாதிரி முயற்சிகளை மேற்கொள்ளாமல் பழைய அழகியல் தளத்தில் வாழ்ந்து மறைகிற, சுந்தர ராமசாமி நாவலின் எழுத்துரு ஜே.ஜே.-வைத் தமிழவன் கண்டனம் செய்யும் கட்டுரையையும் புரிந்துகொள்ள முடிகிறது.[17]

ஆன்மாவும் கணித நிபுணனும் கட்டுரை இலங்கை விமர்சகர் பொன்னம்பலத்துக்குப் பதிலாக வந்தது, இலக்கியமெனும் மையத்தைக் கணித நிபுணனைக் கொண்டு துல்லியமாய் அளந்து அழிக்கும் அமைப்பியல்வாதக் கட்டுரையாக இதைக் கொள்ளலாம். திருக்குறள், பெரிய புராணம் தொடங்கி, நவீனத் தொடர்புசாதனங்கள், அரசு-எந்திரம் வரையிலான வாசிப்பு

இயக்கம் பற்றிய பல புதிய விளக்கங்களை அளிக்கிறது இந்தக் கட்டுரை. அடுத்த கட்டுரை, ஞானக்கூத்தன், ஆத்மாநாம் வழி பிரவேசித்து, நவீன தமிழ்க்கலாச்சாரத்தில் நான்-அற்ற எழுத்து வந்திருப்பதைக் காட்டுகிறார். அதிமுக்கியக் கூறுகள் கொண்ட இந்தக் கட்டுரை சிறுபத்திரிகை சார்ந்த வாசகருக்கும் எம்ஜிஆர் ரசிகருக்குமுள்ள நுண்ணிய இழைஉறவு இப்போது வெளிப்படுகிறது. வெகுஜன கலாச்சார இயக்கத்தின் மையங்களும் சிறுபத்திரிகை அதிகார-ஸ்தாபனமும் மிக அருகில் வருகிற magic-ஐ மீண்டும் இந்தக் கட்டுரையில் தமிழவன் நிகழ்த்திக் காட்டுகிறார்.

உடல்மொழி குறித்துச் சிந்திக்கும் தமிழவனிடமுள்ள முக்கிய பிரச்னை, அதிகாரம் குறித்த வெளிப்படையான, கறார் சிந்தனை இல்லாததாகும். பன்முகத் தன்மையையும் வாசிப்பின் அரசியலையும் முன்நிறுத்தி உரையாடும் தமிழவன், நவீன அரசு எந்திரம், சமுதாய நிறுவனங்கள் குறித்தெல்லாம் அதிகம் பேசுவதில்லை என்பதும் ஒரு குறைபாடு. அதே வேளை இந்த நூலின் கடைசி இரண்டு கட்டுரைகள் ஓரளவு பரவாயில்லை! இத்தகைய கண்காணிக்கும் நிறுவனங்களில் வகுப்பறையும் ஒன்று என ஆசிரியரான இவருக்கு நான் சொல்லிக்கொண்டிருக்கத் தேவையில்லை! ஸ்ட்ரக்சுரலிஸம் நூலை மௌனித்து எதிர்கொண்டோரும் ஏற்கனவே சொல்லப்பட்ட மனிதர்கள் நாவலை, "புறக்கணிக்க இயலாதது, பொருட்படுத்தத் தக்கது" என்று கூறி நின்றோரும் (க. நா. சுப்பிரமணியம் தவிர) இப்போதும் சும்மாயிருந்தால் எப்படி!

மீட்சி இதழ் 33, நீலகிரி, செப்டம்பர் 1990
பெங்களூர் தமிழ்ச்சங்கத்தில் 13 அக்டோபர் 1990
அன்று நிகழ்ந்த விமர்சன அமர்வில் ஆற்றிய உரை
அடிக்குறிப்புகளுடன்: கோட்டயம், ஆகஸ்ட் 2021

***

Reference

1. தமிழவன், படைப்பும் படைப்பாளியும், பெங்களூர், 1989
2. பூமணி, பிறகு, சிவகங்கை, 1979
3. Jean-Paul Sartre (1905-1980)
4. Jean-Paul Sartre, Baudelaire, Paris, 1947, translated into English, 1967
5. Jean-Paul Sartre, L'Idiot de la famille: Gustave Flaubert de 1821 à 1857, Tom. 1-3, Paris, 1971-72, translated by Carol Cosman as, The Family Idiot, Gustave Flaubert 1821-1857. Volumes I-5, Chicago, 1977-1991

6. Jean-Paul Sartre, Saint Genet, comedien et martyr, Paris, 1952, translated by Bernard Frechtman, New York, 1963
7. Louis-Ferdinand Céline (1894-1961)
8. Lucien Rebatet (1903-1972)
9. Friedrich Nietzsche (1844-1900)
10. Georges Bataille (1897-1962)
11. Michel Foucault (1926-1984)
12. Jack Nicholson (1937-)
13. Miloš Forman, One Flew over the Cuckoo's Nest, 1975, 133 minutes
14. Tim Burton, Batman, 1989, 126 minutes
15. Thomas Pynchon (1937-)
16. எதிர்வு 3 இதழ், 1990, புதுச்சேரி
17. சுந்தரராமசாமி, ஜே. ஜே. சில குறிப்புகள். சென்னை, 1981

தமிழவன்: தமிழ்ச்சிந்தனையின் மடிப்புமுனையில்..

ஜெயமோகன்

குமரி மாவட்டத்தின் அறிவுக்கொடைகளில் ஒருவர் தமிழவன். நான் பணியாற்றிய, என் குடும்ப வேர்கள்கொண்ட பத்மநாபபுரத்திற்கு அருகே பிறந்தவர். நேரடியாக அவருடைய புனைவுகளில் குமரிமாவட்டம் குறைவாகவே வந்திருக்கிறது. அறிவுக்களமாக அவர் பாளையங்கோட்டையையும் பின்னர் பெங்களூரையுமே கொண்டிருந்தார். எனினும் அவரை குமரிமாவட்டம் உரிமைகொண்டாட முடியும் என்று நினைக்கிறேன். இருபதாண்டுகளுக்கு முன்பு நண்பர் பச்சைமால் அவர்கள் நாகர்கோயில் ஸ்காட் கிறிஸ்தவக் கல்லூரியில் கூட்டிய ஒரு கூட்டத்தில் குமரிமாவட்ட எழுத்தாளர்கள் அனைவரையும் ஒன்றாக ஒரே மேடையில் அமரச்செய்தார். சுந்தர ராமசாமி, நீலபத்மநாபன் முதல் நான் வரை அங்கே அமர்ந்திருந்த நினைவு எழுகிறது.. என் விமர்சனநூல் ஒன்றை அவருக்கு சமர்ப்பணம் செய்திருக்கிறேன்.

தமிழவனின் புனைவுலகு, விமர்சன உலகு பற்றி விரிவாக எழுதவேண்டும் என்பது என் இருபதாண்டுக்கால திட்டம். அது தவறிச்சென்றுகொண்டே இருக்கிறது. இந்தத் தருணத்தில் சுருக்கமாக அவருடைய கொடை என்ன என்று வகுத்துக்கொள்ள இயலுமா என்று பார்க்கிறேன். பின்னாளில் விரித்து எழுதுவதற்குரிய முன்வரைவாக இது இருக்கவேண்டும். நான் எழுதவந்த எண்பதுகளில் தமிழில் அதிகமாகப் பேசப்பட்ட பெயர்களில் ஒன்று தமிழவன். அவருடன் முரண்பட்டு எதிர்நிலையில் நின்று விவாதித்தே நான் என்னை உருவாக்கிக்கொண்டேன். சற்று காலம் கடந்தே அவரிடமிருந்து நான் கற்றுக்கொண்டவற்றை பற்றிய தெளிவை அடைந்தேன். ஆகவே இது என்னுடைய புரிதல்களை நானே மதிப்பிட்டுக்கொள்வதும்கூட.

தமிழவனின் அறிவுச்செயல்பாட்டை புனைவு, விமர்சனம் என இரண்டாகப் பிரிக்கலாம். அதில் முதன்மையானது இலக்கிய விமர்சனமே. இலக்கிய விமர்சனத்திலேயேகூட அவருடைய கோட்பாட்டு அறிமுகக் கட்டுரைகளும் நூல்களுமே முதன்மையானவை. அவர் தமிழில் நினைவுகூரப்படவிருப்பது முதன்மையாக அவர் இங்கே அறிமுகம் செய்து, விவாதங்களை உருவாக்கிய இலக்கியக் கோட்பாடுகளின் வழியாகவே. இலக்கியக்கோட்பாட்டாளர், இலக்கிய விமர்சகர், இலக்கியப்படைப்பாளி என்னும் வரிசையில் அவரை நாம் மதிப்பிடலாம்.

தமிழவன் இலக்கியக்கோட்பாடுகளை தமிழில் முன்வைத்து விவாதித்த சூழலை இன்று விளக்கவேண்டியிருக்கிறது. அன்றைய இலக்கியக் கருத்துக்களம் இரண்டாகப் பிரிந்து ஒன்றுடனொன்று தீவிரமான உரையாடலில் இருந்தது. இலக்கியத்தை முழுக்க முழுக்க அகவயமான ஒரு செயல்பாடாகக் காணும் தரப்பு ஒருபக்கம். இலக்கியத்தை முழுக்கமுழுக்க புறவயமான செயல்பாடாகக் காணும் மார்க்ஸியத்தரப்பு இன்னொரு பக்கம் என சுருக்கமாக வகுத்துக்கொள்ளலாம் அகவயப்பார்வை கொண்டவர்களை அழகியல்வாதிகள் என்றும் புறவயப்பார்வை கொண்டவர்களை பொதுவாக முற்போக்குத்தரப்பினர் என்றும் சொல்லலாம்.

அந்த இரு தரப்பினரின் குணாதிசயங்களையும் இந்தச் சித்தரிப்புக்காக இருமுனைப்படுத்தி அமைத்துப் பார்க்கலாம். இருசாராருமே அன்று வெளியுலகம் அறியாமல் சிற்றிதழ்களுக்குள் தான் செயல்பட்டுக் கொண்டிருந்தனர். அழகியல்வாதிகள் மணிக்கொடி, எழுத்து, கசடதபற என சிற்றிதழ்களை நடத்தினர். முற்போக்கினர் சரஸ்வதி, சாந்தி, தாமரை, நிகழ், படிகள் என சிற்றிதழ்களை நடத்தினர். ஆனால் இந்த அணிப்பிளவு முழுமுற்றானது அல்ல. இங்கிருப்பவர்கள் அங்கும் அங்கிருப்பவர்கள் இங்கும் எழுதுவது சாதாரணம். சுந்தர ராமசாமி தூய அழகியல்வாதி, அவர் சரஸ்வதியில் இருந்து வந்தவர். நான் என்னை அழகியல்வாதி என்றே சொல்லிக்கொள்வேன். நான் அதிகமும் நிகழ் இதழிலேயே எழுதினேன்.

தமிழிலக்கியத்தின் அழகியல்நோக்கு வ.வே.சு அய்யரிடமிருந்து தொடங்குகிறது. அதன்பின் ரா.ஸ்ரீ.தேசிகன், 'ஹிந்து' .சுப்ரமணிய அய்யர் என சில பெயர்களுக்குப்பின் அத்தரப்பை ஒரு வலுவான இலக்கியமரபாக நிலைநாட்டியவர்கள் க.நா.சு, சி.சு.செல்லப்பா

இருவரும். வெங்கட் சாமிநாதன், சுந்தர ராமசாமி, நகுலன், வேதசகாயகுமார் என அந்த விமர்சன மரபுக்கு ஒரு தொடர்ச்சி அமைந்தது. தமிழ் முற்போக்குத் தரப்பு மதுரை எஸ்ராமகிருஷ்ணன் (1921-1985), நா.வானமாமலை, கைலாசபதி. கா.சிவத்தம்பி, சி.கனகசபாபதி என ஒரு தொடர்ச்சியை உருவாக்கிக்கொண்டது.

இந்த அரைநூற்றாண்டு அறிவு விவாதத்தில் தமிழகக் கல்வித்துறைக்கு அனேகமாக எந்தப்பங்கும் இல்லை என்பதைச் சொல்லியாகவேண்டும். சி.கனகசபாபதி, தமிழவன், வேதசகாயகுமார் உட்பட பலர் கல்வித்துறை சார்ந்தவர்களே ஆனாலும் அவர்கள் கல்வித்துறைக்கு வெளியே வந்து பேசியவர்களாகவே இருந்தனர். அவர்களுக்கு கல்வித்துறை அடையாளமோ, அங்கே ஏற்போ இருந்ததில்லை. இந்த விவாதத்தில் திராவிட இலக்கியம் ஊடாடவே இல்லை. சிலருக்கு திராவிட இயக்கத்தின்மேல் ஈடுபாடு இருந்தது என்று வேண்டுமென்றால் சொல்லலாம். திராவிட இயக்கத்தின் தரப்பு என ஒன்று இந்த விவாதத்தில் ஒலிக்கவில்லை. தமிழின் பிரபலமான வணிக எழுத்துலகம் முற்றிலும் தொடர்பில்லாமல் வேறெங்கோ கல்கி முதல் சுஜாதாவரை ஒரு தனி சரடென ஓடிக்கொண்டிருந்தது.

இந்த விவாதம் அதன் ஓர் உச்சநிலையில் தெளிவான துருவப்படுத்தலாக மாறியது. அழகியல்வாதிகள் புறவுலகை அகம் நிகழும் களம் மட்டுமே என்று மதிப்பிட்டனர். அகத்திற்கு படிமங்களை அளிப்பதற்கு அப்பால் அது ஆற்றுவதொன்றுமில்லை. அன்றைய அழகியல்பார்வையை மூன்று அலகுகளால் ஆனது என வகைப்படுத்தலாம். தனிமனிதன், வடிவம், தத்துவம். தனிமனிதனின் அகவுலகின் வெளிப்பாடே இலக்கியம். அது சரியாக அமைவதே வடிவம். அவ்வடிவத்தினூடாக அது சென்றடையும் ஒட்டுமொத்தமான பார்வையே தத்துவம். இந்த மூன்று அலகுகளும் நவீனத்துவத்திற்கு உரியவை. எண்பதுகள் தமிழ் நவீனத்துவத்தின் உச்சக் காலகட்டம்.

தனிமனிதனை அடிப்படை அலகெனக் கொண்டமையால் சமூகம் தனிமனிதனை எப்படிப் பாதிக்கிறது, அவனில் எப்படிச் செயல்படுகிறது என்றே அன்றைய அழகியல்வாதிகள் கருத்தில்கொண்டனர். சமூகம் என்பதே தனிமனிதர்களின் தொகை என கருதப்பட்டது. அன்றைய புனைகதைகளின் அழகியல் வடிவம் என்பது தனிமனித அகம் செயல்படும்

இயக்கத்தின் மொழிப்பதிவே. நகுலனின் நினைவுப்பாதை, சு.ந்தர ராமசாமியின் ஜே.ஜே.சிலகுறிப்புகள் ஆகியவை வெறும் அகவெளிநிகழ்வுகளால் ஆனவை. சமூகச்சலனங்களைச் சொல்லும் அசோகமித்திரனின் பதினெட்டாவது அட்சக்கோடு, ஆதவனின் என்.பெயர் ராமசேஷன் போன்ற நாவல்களும் கூட தனிமனிதனுக்குள்ளேயே நிகழ்கின்றன.

அந்தத் தனிமனிதன் கண்டடையும் அகமெய்மையே இலக்கியத்தின் தத்துவமாக இருக்கமுடியும் என்று அழகியலாளர் நம்பினர். அதை தரிசனம் என்றனர். அதைக் கண்டடையும் எழுத்தாளனின் அகநுண்மையை உள்ளொளி என்றனர். ஆகவே அன்றைய அழகியல்சார்ந்த இலக்கிய விமர்சனம் என்பது இரண்டு அளவீடுகளால் ஆனது. ஒன்று வடிவம். இன்னொன்று உள்ளொளியின் விளைவான தரிசனம். 'நல்லா அமைஞ்சு வந்திருக்கு' என்பது ஓர் இலக்கிய பாராட்டு. அதற்குமேல் படைப்பாளியின் உள்ளொளி வெளிப்படும் தருணங்கள் கருத்தில்கொள்ளப்படும். அதற்கு அப்பால் ஒட்டுமொத்தமாக அப்படைப்பின் தரிசனம் என்ன என்பது தொகுத்துரைக்கப்படும்.

மறுபக்கம் முற்போக்குத்தரப்பினர் தனிமனிதன் என்பதையே மறுத்தனர். தனி அகம் என ஒன்றில்லை. இருப்பது சமூகம் மட்டுமே. அது அடிப்படை பொருளியல் விசைகளால் இயங்குவது. அப்பொருளியல் விசைகளின் விளைவாக சமூகம் எப்படி இயங்குகிறது, சமூகத்தின் பகுதியாக மனிதன் எப்படி இயங்குகிறான் என்று பார்ப்பது மட்டுமே இலக்கியத்தின் பணி என்றனர். ஒருவனை தொழிலாளி என்றோ முதலாளி என்றோ குட்டிமுதலாளி என்றோ வகுத்துக்கொள்வது அவனை அறுதியாக புரிந்துகொள்வதுதான் என்று நம்பினர். ஆகவே இலக்கியப்படைப்பில் முதன்மையாக வெளிப்படவேண்டியது ஒரு வாழ்க்கைக்களத்தின் அடிப்படையான பொருளியல் கட்டுமானமும், அதன் பொருளியல் விசைகளும் தான் என வாதிட்டனர். இலக்கிய ஆக்கங்களையே அவ்வாறு வாசித்தனர்.

உதாரணமாக இரு வாசிப்புகளைச் சொல்லலாம். அசோகமித்திரனின் பதினெட்டாவது அட்சக்கோடு நாவல் ஓர் இளைஞனின் 'வயதடைதல்' சார்ந்தது என்பது அழகியல் மதிப்பீடு. அவன் தன்சூழலில் இருந்து தன் அகத்தை பிரித்துக் காணும் தருணம், தன்னுள் தன் தனித்துவத்தை கண்டடையும் தருணம் அதன் உச்சம். அதன் பின் அவன் சிறுவனல்ல, தனிமனிதன்.

ஆனால் முற்போக்குப் பார்வையில் அவன் ஒரு குட்டி பூர்ஷுவா. வரலாற்றின் முன் செயலற்று நின்றிருப்பது குட்டி பூர்ஷுவாவின் இயல்பு. அவன் அந்த தருணத்தை அடைவதே அந்நாவலின் உச்சம். அதற்கப்பாலுள்ள அவனுடைய அகநிகழ்வுகளெல்லாம் வெறும் பாவனைகள் மட்டுமே.

ஒருபக்கம் அழகியல் தூய்மைவாதம், இன்னொரு பக்கம் மார்க்ஸியக் குறுக்கல்வாதம். ஒரு பக்கம் தனிமனிதவாதம் இன்னொரு பக்கம் சமூகவாதம். ஒருபக்கம் வடிவவாதம் மறுபக்கம் உள்ளடக்க வாதம். ஒருபக்கம் மனித சாராம்சம் என்ன என்னும் வினா. இன்னொரு பக்கம் மனிதாபிமானப் பிரச்சாரம். இவ்வாறு அது பெருகிச்சென்றது. விவாதம் வசையாகி வசை விவாதமாகியது. இன்று அவ்விவாதத்தில் சில கவனத்திற்குரியவையாக எஞ்சுகின்றன. மு.தளையசிங்கத்தின் முற்போக்கு இலக்கியம் மற்றும் ஏழாண்டு இலக்கியவளர்ச்சி. வெங்கட் சாமிநாதனின் மார்க்ஸின் கல்லறையில் இருந்து ஒரு குரல், இசைக்கும் ஃபாஸிசத்திற்குமான உறவு குறித்து வெங்கட் சாமிநாதனுக்கும் கைலாசபதி தரப்புக்குமான விவாதங்கள். இதில் இரு தரப்பினருக்குமே போதாமைகள் இருந்தன. அவற்றை இப்படிச் சுருக்கிக் கொள்ளலாம்.அழகியல்வாதிகளுக்கு சில தனிப்பட்ட கலைச்சொற்கள் இருந்தன, அவை அவர்களுக்குள் பொருள் அளித்தன. அவர்களால் கலைநிகழ்வை, வடிவஒருமையை, உள்ளொளியை புறவயமாக வரையறை செய்ய முடியவில்லை. அவற்றை முழுமையாக புறவயமாக வரையறை செய்துவிட முடியாதுதான். ஆனால் வரையறைக்கே அவர்கள் முயலவில்லை. ஒரு விவரிப்பு எப்போது எப்படி படிமம் ஆகிறது, ஒரு சொல் எப்படி அர்த்தவிரிவு கொண்டு கவித்துவத்தை நிகழ்த்துகிறது, ஒரு படைப்பு எப்படி பன்முக வாசிப்புக்கு ஆளாகிறது, ஒரு படைப்பாளியின் உள்ளத்திற்கும் மொழிவடிவ வெளிப்பாட்டுக்குமான உறவு என்ன, எந்த வினாக்களையும் அவர்கள் சந்திக்கவில்லை. அவற்றைப் புறவயமாகப் பேச முடியாது என்று சொல்லி கடந்துசென்றனர்.

முற்போக்கினரைப் பொறுத்தவரை மனிதர்களின் அந்தரங்கமான பெரும்பாலான உணர்வுகளை அவர்களால் புரிந்துகொள்ள முடியவில்லை. ஆகவே அவையெல்லாமே வெறும் பாவனைகள் அல்லது பிரமைகள் என அவர்கள் கடந்துசென்றனர். ஒரு மலர் மனிதனுக்கு அளிக்கும் மகிழ்ச்சி எதனால் நிகழ்கிறது? காதல்கொண்டவன் அடையும் பரவசம்

என்ன ? மனித உணர்வுகளை ஆட்டிப்படைக்கும் நான் என்னும் பிரக்ஞையின் ஊற்றுக்கண் என்ன ? மொழியில் இருந்து மனிதர்கள் பெற்றுக்கொள்ளும் அர்த்தம் தொடர்ந்து வளர்வது எப்படி ? எந்த வினாவையும் இடதுசாரிகள் எதிர்கொள்ளவில்லை. அவையெல்லாமே தனிமனிதனின் உள்ளத்தில் நிகழும் பொருளில்லா உணர்வுகள் மட்டுமே என்று கூறினர். 'ஒரு ரோஜா அளிக்கும் இன்பத்தை விளக்க மார்க்ஸியத்தால் இயலாது' என்ற வரி அன்று புகழ்பெற்றது.

முற்போக்குத் தரப்பை பொறுத்தவரை பொருளியல் என்பது உற்பத்தி உறவுகள், உற்பத்தி சக்திகள் ஆகியவற்றாலானது. உற்பத்தி, வினியோகம் ஆகியவற்றின் பொருட்டு சமூகக்கட்டமைப்பு உருவாகிறது. சமூகக்கட்டமைப்பை நிலைநிறுத்தும் பொருட்டு அதற்கான உணர்வுகளை சமூகம் உருவாக்கிக் கொள்கிறது. எல்லா உணர்வுகளும் அவ்வாறு உருவாக்கப்பட்டு நீடிப்பவை. அவற்றின் பல்லாயிரம் திரிபு நிலைகள், வளர்ச்சிநிலைகளையே அழகியல்வாதிகள் எழுதிக்கொண்டிருக்கிறார்கள். இந்த இருமுனைப் போரில் கோவை ஞானி ஒரு முக்கியமான இடைநிலைக் குரல். முற்போக்குத் தரப்பில் இருந்து எழுந்து அழகியல் வினாக்களை எதிர்கொண்டவர் அவர். தனிமனிதனை வெறும் சமூகக்கொள்கைகள், பொருளியல் கொள்கைகளைக் கொண்டு புரிந்துகொள்ள முடியாது என்று அவர் கூறினார். தனிமனிதனின் அழகியல் நாட்டத்தை, அகவயத்தேடல்களை, தன்னுணர்வின் நிலைகளை மார்க்ஸியச் சட்டகத்திற்குள் நின்று அறிந்துகொள்ள முயன்றார். அதன்பொருட்டு ஐரோப்பிய மார்க்சீயத்தை கருத்தில்கொண்டார். ஆனால் அவருடைய இலக்கியவிமர்சனம் மரபான மார்க்சீய விமர்சனப் பாணி—யிலேயே அமைந்திருந்தது.

தமிழவனின் பங்களிப்பு இந்தச் சந்திப்புமுனையில்தான் நிகழ்ந்தது. நா.வானமாமலையின் மாணவராக ஓர் இளம் மார்க்சீயராகவே அவர் இலக்கிய விமர்சனத்திற்குள் நுழைந்தார். தொடக்ககால விமர்சனங்கள் எல்லாமே இலக்கிய ஆக்கங்களில் பொருளியல் அடிப்படைகளை, அதன் விளைவான அரசியலைக் கண்டடையும் முயற்சிகள்தான். ஆனால் எண்பதுகளின் தொடக்கத்தில் ஞானியைத் தொடர்ந்து அவர் மேலைமார்க்சீயக் கருத்துக்களுக்குள் சென்றார். அங்கிருந்து அல்தூசர் வழியாக அமைப்புவாதத்தைச் சென்றடைந்தார். பின்நவீனத்துவச் சிந்தனைகளைத் தமிழில் தொடங்கிவைத்தார்.

பழையகால கேரள இல்லங்களில் மூலைக்கட்டை என்று ஒன்று உண்டு. இரு சுவர்களின் சந்திப்புமடிப்பில் கூரையின் மூலைஉத்தரத்தை தாங்கி சுவரில் அமைந்திருப்பது. அதற்கு கல்லை வைக்க மாட்டார்கள், கல் காலப்போக்கில் எடைதாளாமல் விரிசலிடும். எடைதாளக்கூடிய காஞ்சிரம், அல்லது தோதகத்தி மரக்கட்டைகளை வைப்பார்கள். நூற்றாண்டுகளுக்குப் பின் வீட்டை இடித்து விற்கும்போது அந்த கட்டைகளுக்கு தனிவிலை இருக்கும். பலசமயம் அந்த வீட்டில் மீண்டும் பயன்படுத்தும்படி அவையே எஞ்சியிருக்கும். தமிழ்ச்சிந்தனையுலகின் ஒரு திருப்புமுனைக் காலகட்டத்தின் மூலைக்கட்டை என தமிழவனைச் சொல்ல முடியும்

இரண்டு

தமிழவனின் கோட்பாட்டுச் செயல்பாட்டை கோட்பாட்டு அறிமுகம் என்று சுருக்கிவிட முடியாது. இயல்பாக அந்த வார்த்தை வந்தாலும்கூட அதிலுள்ள படிநிலைகளை நாம் கவனம்கொள்ளவேண்டும். ஓர் அயல்சூழலில் உள்ள சிந்தனையை எளிமையாக, அடிப்படைகளை சுருக்கி இன்னொரு சூழலுக்கு அறிமுகம் செய்யும் நூல்களை நாம் நிறையவே வாசித்திருப்போம். தமிழவனின் நூல்கள் அத்தகையவை அல்ல. அவை தமிழில் அன்றிருந்த இலக்கிய – அரசியல் விவாதங்களை கூர்ந்து அவதானித்து, அவற்றின் வினாக்களுக்கு விடைகளாகவும் வேறுவகை ஆய்வுமுறைமைகளாகவும் முன்வைக்கப்பட்டவை. தமிழவன் மேலைமார்க்சீயத்தின் அந்நியமாதல் கோட்பாட்டையும் பின்னர் அமைப்புவாதத்தையும் அன்றைய அறிவுச்சூழலில் ஒரு வலுவான தரப்பாக கொண்டு வந்து நிறுத்தினார். அதன் வழியாக அன்றைய விவாதங்களை நிலைகுலையச் செய்தார். அத்துடன் தன்னுடைய சீண்டும்தன்மை கொண்ட விமர்சனங்கள் வழியாக அவற்றை தவிர்க்கமுடியாத குரல்களாகவும் நிலைநாட்டினார். அதன் வழியாக மொத்த விவாதத்தையும் நிலைமாற்றம் அடையச் செய்தார். அவருடைய முதன்மைப் பங்களிப்பு என இந்த விவாத ஊடுருவலையே சொல்லவேண்டும்.

தமிழவனின் தரப்பை சுருக்கமாக இவ்வாறு கூறலாம். அவர் அல்தூசரில் இருந்து தொடங்குகிறார். உழைப்பின் படைப்பூக்கத்தில் இருந்து மனிதன் அந்நியமாகிறான். விளைவாக ஆளுமைப்பிளவை அடைகிறான். சமூகக் கட்டமைப்பினால் அவன் அடிமைப்படுகிறான். அதிலிருந்து

தன்னை விலக்கிக்கொள்ளும் பொருட்டு இன்னொரு அகத்தை கற்பனையால் உருவாக்கிக் கொள்கிறான். அன்னியமாதல்- அதை வெல்லும்பொருட்டு உருவாக்கிக்கொள்ளும் இணைஆளுமை என்னும் இரு நிலைகளில் இன்றைய மனிதனின் அகநிகழ்வுகளை புரிந்துகொள்ள முடியும். மனிதன் ஒரே சமயம் வரலாற்றின் பெருக்கிலும் இருக்கிறான். அவனுடைய அகம் அதற்கு எதிரான உருவகங்களையும் சமைத்துக்கொண்டிருக்கிறது. அதையும் தன் ஆளுமையாகக் கொண்டிருக்கிறான். அவன் அவ்விரு விசைகளின் சமநிலைதான். இயல்பாக சமூகக்கட்டமைப்பு, அதற்கு ஆதாரமான பொருளியல் அடித்தளம் இரண்டும்தான் மனிதனின் பண்பாட்டைத் தீர்மானிக்கின்றன. ஆனால் அவற்றிலிருந்து மீறி எழுந்து அவன் உருவாக்கிக் கொள்ளும் அகத்தின் தேடலும் பண்பாட்டைத் தீர்மானிக்கிறது.

மனிதனின் பண்பாட்டுத் தன்னிலை என்பது முழுக்க முழுக்க பொருளியல்-சமூக அடித்தளத்தால் உருவானது அல்ல. அதற்கு தனக்கான தனித்தேடலும் தனியடையாளமும் இருக்கலாம். ஆகவே பொருளியல் அடித்தளமானது பண்பாட்டு மேற்கட்டுமானத்தை எப்படித் தீர்மானிக்கிறதோ அதற்கிணையாக பண்பாட்டு மேற்கட்டுமானமும் பொருளியல் அடிப்படையைத் தீர்மானிக்கக்கூடும். ஆகவே இலக்கியங்களை வெறுமே பொருளியல் - சமூகவியல் அடிப்படையில் அணுகலாகாது. அவை தனிமனிதனில் வெளிப்படும் தேடல்களும் கண்டடைதல்களும் அடங்கியவையே. அவற்றின் போக்கு தன்னிச்சையானது, ஆராயத்தக்கது, பொருளியல் அடிப்படையில் குறுக்கப்படவேண்டியது அல்ல. ஆனால் அது உள்ளொளியாலோ வேறுவகை ஆன்மிகத்தாலோ நிகழ்வது அல்ல. அதை மறைமுகமாக நிகழ்த்துவதும் பொருளியல் - சமூகவியல் சூழல்களே. அந்நியயமாக்குதலினூடாக. அவற்றுக்குப் புனிதமோ மர்மமோ ஒன்றுமில்லை.

இந்தக் கருத்துக்களில் இருந்து எழுந்த மேலதிக வினாக்கள் ஒரு இலக்கியப்பிரதி எப்படி உருவாகிறது என்பது. எது ஒரு மொழிக்கட்டுமானத்தை இலக்கியப்படைப்பாக ஆக்குகிறது? எது ஒரு நேரடியான பிரச்சார எழுத்தில் இருந்து இலக்கியப்படைப்பை வேறுபடுத்துகிறது? இலக்கிய ஆக்கமும் வாசிப்பும் அகவயமாக எப்படி நிகழ்கின்றன? உள்ளொளி என்றும் வடிவக்கச்சிதம் என்றும் அழகியலாளர்களால் சொல்லப்படுவன புறவயமாக எப்படி வரையறை செய்யப்படத்தக்கவை? இக்கேள்விகளுக்கு விடை தேடி

தமிழவன் அமைப்புவாதத்திற்குள் சென்றார். மிகயீல் பக்தினின் ரஷ்ய உருவவாதம், சசூரின் குறியியல் ஆகியவற்றினூடாக பின்னர் ரோலான் பார்த்தின் அமைப்புவாதத்தைச் சென்றடைந்தார்.1982-ல் பாளையங்கோட்டையில் இருந்து வெளிவந்த ஸ்ட்ரக்சுரலிசம் என்னும் நூல் அவ்வகையில் முன்னோடியானது. தொடர்ச்சியாக அந்நூலை ஒட்டி விமர்சனங்களையும் விவாதக்குறிப்புகளையும் எழுதினார்.அதன் வழியாக ஒரு முழுமையான ஊடுருவலை நிகழ்த்தினார்.

சிக்கலான புதியகொள்கைகள் கொண்ட அந்நூலின் உள்ளடக்கத்தை மிகசுருக்கமாக இப்படிச் சொல்லலாம். மொழி நேரடியாக சொல் - அதன் பொருள் என்னும் முறைப்படி இயங்கும் ஒரு கருவி அல்ல. அது ஒரு மாபெரும் கட்டமைப்பு. அது இரு பகுதிகளால் ஆனது. பரோல் எனச் சொல்லப்படுவது ஒலிக்குறிகளால் ஆன கட்டமைப்பு. அந்த ஒவ்வொரு ஒலிக்குறியும் சுட்டும் குறிப்பொருட்களால் ஆனது லாங் எனப்படும் அகமொழிக் கட்டுமானம். அதுவே பண்பாடு என்றும் உள்ளம் என்றும் சொல்லப்படுகிறது. உள்ளம், பண்பாடு ஆகியவை மொழியன்றி வேறல்ல. ஒவ்வொரு சொல்லும் ஒரு குறி. அக்குறியால் குறிப்பிடப்படுவன சமூகத்தின் கூட்டான உள்ளத்தில் உள்ளன. ஒரு சொல்லை அச்சொல் குறிக்கச் சாத்தியமான அதிகபட்ச பொருள் விரிவுடன் அமைப்பதே படைப்புச் செயல்பாடு என்பது. அச்சொற்களால் ஆன புனைவுக்கட்டுமானமும் அவ்வாறே அமைக்கப்படுகிறது. அதுவே படைப்பின் நுண்செயல்பாடு, அதில் மர்மமோ புனிதமோ ஒன்றுமில்லை. மொழிதல் என்பதே சொற்களைக்கொண்டு அர்த்த உற்பத்தி செய்வதுதான். புனைவு என்பது மேலதிக அர்த்த உற்பத்தி செய்வது.அந்த அர்த்தமென்பது வாசிப்பின்போதுதான் முழுமையடைகிறது.

அமைப்பியல் என ஸ்ட்ரக்சுரலிசத்தை தமிழவன் மொழியாக்கம் செய்தார். பின்னர் வந்த அறிஞர்கள் அமைப்புவாதம் என்பதே சரி, அமைப்பியல் ஒரு கொள்கையே ஒழிய தனியான அறிவுத்துறை அல்ல என்று வகுத்தனர். அமைப்பியலின் கொள்கைகளின்படி ஒரு சொல்லானது சொல்லுதல், புரிந்துகொள்ளுதல் என்னும் இரு தளங்களிலும் எப்படி பொருளேற்றம் செய்யப்படுகிறது, என தமிழவன் விளக்கினார். தொடர்ச்சியாக நிகழும் இச்செயல் அதற்குப் பின்புலமாக உள்ள மொழி என்னும் மாபெரும் கட்டமைப்புக்குள் நிகழ்கிறத. உதாரணமாக மலர்நெஞ்சம் என்னும் ஒரு சொல் கவிதையில் பயன்படுத்தப்படுகிறது. மலர்

என்பதற்கு மொழியின் பண்பாட்டுப்பின்புலம் பல அர்த்தங்களை ஏற்கனவே கட்டமைத்துள்ளது. நெஞ்சம் என்பதற்கும் அவ்வாறே. மலர்நெஞ்சம் என்னும் இணைப்பு அவ்விரு அர்த்தப்புலங்களையும் இணைத்து புதிய ஒன்றை உருவாக்குகிறது. இது சாதாரண உரையாடலிலேயே நிகழ்ந்துகொண்டிருக்கிறது. இலக்கியச் செயல்பாடு என்பது மேலும் பயிற்சி கொண்டவர்களான உள்வட்டத்தினருக்குள் நிகழும் திட்டமிட்ட நுண்மையான மொழிச்செயல்பாடுதான்..

தமிழவனுக்குப்பின் தமிழில் பின்அமைப்புவாதமும் பின்நவீனத்துவக் கொள்கைகளும் முன்வைக்கப்பட்டன. மொழியை ஓர் அமைப்பாகக் காணும் பார்வை மறுக்கப்பட்டது. ஒரு கூற்று என்பது ஒரு சொற்கட்டமைப்பு அல்ல ஒரு சொல்விளையாட்டு மட்டுமே, அதன் அர்த்த உருவாக்கமும் அர்த்த ஏற்பும் மாறிக்கொண்டே இருக்கின்றன என்னும் தெரிதாவின் பார்வை முன்வைக்கப்பட்டது. அவ்விவாதங்கள் எல்லாம் தமிழவன் தொடங்கிவைத்த மொழியியல் நோக்கின் நீட்சியாகவே இங்கே நிகழ்ந்தன.

தமிழவனின் இந்த ஊடுருவலின் மதிப்பு என்ன? அவை ஒரே சமயம் அழகியல் பார்வையில் இருந்த பொதுக்கூற்றுக்களையும் புனிதப்படுத்தல்களையும் உடைத்தன. இலக்கிய அழகியல் செயல்பாடு என்பது புரிந்துகொள்ள முடியாத அகவய நிகழ்வு மட்டுமே என்னும் பார்வையை அறைகூவின. அவற்றை மொழி என்னும் புற-அக கட்டுமானத்தின் விதிகளைக் கொண்டு விளக்கிவிட முடியும் என்று காட்டின. ஒரு கவிதை எப்படி எழுதப்படுகிறது, எப்படி பொருள் கொள்ளப்படுகிறது என்பதை பெரும்பாலும் காட்டிவிடமுடியும் என நிறுவின. தமிழ் அழகியல் விமர்சனம் அதன்வழியாக அடுத்தகட்ட நகர்வை நோக்கிச் சென்றது. மிகச்சிறந்த உதாரணம் வேதசகாய குமார். அவர் தமிழவனின் எதிர்த்தரப்பு. ஆனால் பிற்கால விமர்சனங்களில் அவர் பண்பாட்டையும் படைப்புச் செயல்பாட்டையும் அகநிகழ்வாக மட்டுமன்றி சமூகப்பொருளியல் காரணிகளையும் கருத்தில் கொண்டு, பண்பாட்டுக் குறியீடுகளின் துணையுடன் விளக்கத் தலைப்பட்டார். அவரிடம் தமிழவனின் நேரடிச் செல்வாக்கு உண்டு.

அதேபோல முற்போக்கு நோக்கில் இருந்த எளிய அரசியல்மையப் பார்வையை மறுத்தன. அழகியலை புறவயமாக

அணுகும் புதிய முறைமையை அவை காட்டின.ஆனால் துரதிருஷ்டவசமாக முற்போக்கு அணியில் அவை பெரிய அளவில் செல்வாக்கு என எதையும் செலுத்தவில்லை. அவர்கள் இலக்கியத்தை அணுகிய பார்வையில் மாற்றமும் உருவாகவில்லை. இன்னமும் அதே இயந்திரத்தனமான அரசியலணுகுமுறையே நீடிக்கிறது.சொல்லப்போனால் எதிரிகளும் கவனித்துப் பயிலும்படி தமிழவன் உருவாக்கிய பார்வையில் இருந்து மிகமிக பின்சென்று எளிய மேடையரசியல், வசைபாட்டு வெளியாக முற்போக்கு விமர்சனம் உன்று உருமாறியிருக்கிறது. தமிழவனின் கோட்பாட்டு விவாதச் செயல்பாடுகளில் இரு நிலைகள் கவனிக்கத்தக்கவை. ஒன்று அவர் கோட்பாடுகளை அறிமுகம் செய்தபின் அவற்றை பழந்தமிழ் இலக்கியம் மற்றும் நவீன இலக்கியத்தின்மேல் செயல்படுத்திக் காட்டி எழுதிய கட்டுரைகளும் நூல்களும். தமிழவன் அமைப்புவாத அடிப்படைகளின்படி சங்ககால அழகியலையும் தொல்காப்பிய திணைக்கொள்கையையும் அணுகி விரிவான ஆய்வுகளை முன்வைத்திருக்கிறார். நவீன இலக்கிய விமர்சனத் தளத்தில் இருந்து சென்று திணைக் கொள்கையை புதிய முறையில் பார்த்து விளக்கிய முதல்விமர்சகர் அவர்.

ஏற்கனவே அதன் முன்னோடி வடிவை ஐயப்பப் பணிக்கர் ஆங்கிலத்திலும் மலையாளத்திலும் எழுதியிருந்தாலும் தமிழவனின் பார்வை முழுமையாகவே மொழியியலின் அமைப்புவாத நோக்கில் அமைந்தது. தமிழர்களின் தனித்த அழகியல்பார்வை என அதை அவர் வரையறை செய்கிறார். பின்னர் அந்த நோக்கில் இருந்து மொத்த தமிழிலக்கிய மரபையும் தொல்காப்பிய மரபுடனான இணக்கம், விலக்கம் என்னும் அளவுகோலைக் கொண்டு விளக்குகிறார். கோட்பாட்டை அறிமுகம் செய்து, அதை பிரயோகித்தும் பார்த்து எழுதப்பட்ட இந்நூல்கள் தமிழ்ப் பண்பாட்டு ஆய்வில் முக்கியமானவை. அவ்வரிசையில் மூன்றுநூல்களைக் குறிப்பிடவேண்டும். புனைவு நிகழ்வதை- வாசிக்கப் படுவதை மொழியியல் கொள்கைகளின்படி விளக்க முற்படும் படைப்பும் படைப்பாளியும், குறியியலின் பார்வையில் தமிழ்த் தொல்லிலக்கியங்களை ஆராயும் தமிழும் குறியியலும், பிற்கால மொழிதல் கோட்பாடுகளின் அடிப்படையை முன்வைக்கும் தமிழ்க்கவிதையும், மொழிதல் கோட்பாடும்

தமிழவனின் கோட்பாட்டு விவாதங்களின் இரண்டாவது நிலை என்பது கோட்பாடுகளை அவர் இங்கே கொண்டுவரும்போது இயல்பாக உருவாகும் மாற்றம் அல்லது திரிபு. இதை புரிதல்

குறைபாடு என நான் இருபதாண்டுகளுக்கு முன்பு மூலங்களுடன் ஒப்பிட்டு வாசிக்கையில் எண்ணினேன். இன்று அந்த மாற்றம் அல்லது திரிபின் வழியாகவே ஒரு கோட்பாடு இன்னொரு பண்பாட்டுச் சூழலில் செயல்பட முடியும் என நினைக்கிறேன். அந்த மாற்றம் அல்லது திரிபு அவருடைய படைப்பூக்கம் கொண்ட பங்களிப்பென இன்று மதிப்பிடுகிறேன். மிகவி—ரிவாகவே இந்த அம்சத்தை ஆராயவேண்டும். இங்கே ஓர் உதாரணம் மட்டும் சொல்கிறேன். குறியியல் மொழிக்குறிகளை முதன்மையாக்கி பண்பாட்டை ஆராயும் அறிவுமுறை. தமிழவன் திணைக்கோட்பாட்டை ஆராயும்போது பண்பாட்டுக்குறிகள், வரையறைகளை முதன்மைப்படுத்தி மொழிக்குறிகளை அதன் தொடர்விளைவுகளாகப் பார்க்கிறார். திணைக்கோட்பாடு பற்றிய அவருடைய எல்லாக் குறிப்புகளிலும் இந்த உருமாற்றத்தைக் காணமுடிகிறது. அதாவது திணைப்பகுப்பு என்பது தமிழரின் வாழ்வில், வரலாற்றுக்கு முந்தைய காலத்தே நிகழ்ந்து மெல்ல மொழிக்குறியாக மாறிய ஒன்று என மதிப்பிடுகிறார்.

உண்மையில் அறிஞர் என்னும் நிலையில் இருந்து மூலச்சிந்தனையாளர் என தமிழவன் உருமாறும் இடம் இதுவே. இந்தத் தளத்தில் அவருக்குப் பின்னால் வந்த ஆய்வாளர்கள்தான் நிறைய நோக்கி எழுதியிருக்கவேண்டும், அவருடைய பங்களிப்பை வரையறை செய்திருக்கவேண்டும். என்னைப்போன்ற புனைவெழுத்தாளன், அழகியல் இலக்கிய விமர்சகன் செய்யவேண்டிய பணி அல்ல அது. அதை இங்கே சுட்டிக்காட்டவிரும்புகிறேன்.

தமிழவன் தொடக்கம் முதலே கருத்துப்பூசல் [polemics] தன்மை கொண்ட கட்டுரைகளை நிறைய எழுதியிருக்கிறார். அவருடைய கோட்பாட்டு ஆய்வுகளின்மேல் கவனத்தை ஈர்க்க, விவாதத்தை முனைப்பாக்க அவை உதவின. ஆனால் எனக்கு இலக்கியத்திலுள்ள கருத்துப்பூசல்களுக்கு ஒரு சிறு பங்களிப்பு உண்டு என்னும் எண்ணம் இருக்கிறது. கோட்பாட்டு - தத்துவக் களத்தில் அவை என்ன பயன் அளிக்கின்றன என்று தெரியவில்லை. அவற்றை நான் கருத்தில்கொள்வதில்லை.

பின்னாளில் தமிழவன் தமிழ்த்தேசிய அரசியலை ஒட்டி நிறையக் குறிப்புகளை எழுதியிருக்கிறார். அவர் முப்பதாண்டுக்காலம் முன்வைத்த ஆய்வுமுறைமைகள் இல்லாத எளிய அரசியல் துருவப்படுத்தல்களும் மேலோட்டமான அரசியல்

நிலைப்பாடுகளும் கொண்டவை அவை. அவற்றையும் நான் கருத்தில் கொள்ளவில்லை. தமிழவனின் ஆய்வுமுறைமையை நான் ஆழ்ந்து வாசித்து மேலும் மூலநூல்களைப் படித்து உள்வாங்கிக்கொண்டிருக்கிறேன். அதை எப்போதும் குறிப்பிடுவதுமுண்டு. என்னை ஓர் அழகியல்வாதியாக, தமிழவனுக்கு எதிர்நிலை கொண்டவனாகவே குறிப்பிடுவேன். அவ்வகையில் அவரிடமிருந்து பெற்றவற்றை தொகுத்துக்கொள்ள விழைகிறேன்.

புனைவின் உருவாக்கமும் வாசிப்பும் எந்நிலையிலும் தன் மர்மங்களை முழுமையாக கடந்துவிடுவதில்லை என நான் நினைக்கிறேன். அது 'புனிதமானது' அல்ல. அது ஒருசிலருக்கு மட்டுமே உரியது என்பது அசட்டுத்தனம். ஆனால் சொல்லித்தீராத ஒரு மர்மம் கொண்ட, வருங்காலங்களிலும் முடிவில்லாமல் , விவாதிக்கப்படுகிற ஒன்று அது என்பதே என் புரிதல். அமைப்புவாதமும் குறியியியலும் அதை முற்றிலும் மர்மநீக்கம் செய்துவிட்டதாக தமிழவன் எண்ணுவது அவருடைய நிலைப்பாடு, அவ்வளவே

அமைப்புவாதமும் பின்அமைப்புவாதமும் வந்து வலுவிழந்தபின்னர் மூளைநரம்பியலில் இருந்து அழகியலை வகுத்துரைக்கும் கொள்கைகள் வந்தன. ஆலிவர் சாக்ஸ், விலயன்னூர் ராமச்சந்திரன் போன்ற அறிவியலாளர்கள் அக்கொள்கைகளை மிக விரிவாக முன்வைத்தனர். இன்று அடுத்த கட்டமாக உயிரியல் சார்ந்து மூளையையே ஒரு தனி உயிரியாகக் கண்டு அழகியலை அதன் வெளிப்பாடு என வகுக்கும் உரையாடல்கள் வந்துகொண்டிருக்கின்றன. தமிழவன் பேசிக்கொண்டிருந்தபோதே பின்நவீனத்துவத்தின் வரலாற்றுநோக்கு குறுகலானது என வரையறை செய்யப்பட்டுவிட்டது. தமிழவன் ஓர் அமைப்புவாதி என்னும் வகையில் மொழியில் உறையும் வரலாற்றை மட்டுமே அவர் கருத்தில்கொள்கிறார், அது அந்த அறிவுத்துறையின் நெறிகளுக்கு உகந்ததே. ஆனால் பின்அமைப்பியலுக்குப் பின்னர் புதுசரித்திரவாதம் போன்றவை எழுந்து வந்து ஒட்டுமொத்த வரலாற்றொழுக்கை கருத்தில் கொண்டாகவேண்டும் என்ற நிலையை சிந்தனையில் உருவாக்கின

முற்போக்குத் தரப்பினரின் மரபான வரலாற்றுவாதமும் அதன் விளைவான அறுதியான கூற்றுக்களும் இன்றைய

இலக்கியத்தில் கருத்தில் கொள்ளப் படுவதில்லை. வரலாற்றுப் பிரக்ஞை மேலும் விரிந்த வடிவில் மேலும் நுண்ணிய வகையில் இன்றைய சிந்தனையில் பங்காற்றுகிறது. இன்றைய எழுத்தை வடிவமைப்பதே ஆசிரியனின் வரலாற்றுணர்வே. சென்ற இருபதாண்டுகளில் வெளிவந்து நூலகங்களில் நிறைந்திருக்கும் நூல்களை மேலோட்டமாகப் பாருங்கள், பெரும்பாலும் அனைத்துமே ஏதோ ஒருவகையில் வரலாற்றைக் கையாள்பவை. புனைவும் புனைவிலா எழுத்தும். எத்தனை நுண்ணிதின் சென்றாலும் உருவவாதம், அமைப்புவாதம், பின்அமைப்புவாதம் ஆகியவை அனைத்துமே அமெரிக்க பிரதிமையவாதம் அல்லது புதுத்திறனாய்வு முறையின் நீட்சிகள் தான். பிரதியை, அதன் மொழிக் கட்டமபைப்பை மட்டுமே கருத்தில்கொண்டு ஆராய்பவை அவை. பிரதிக்குள் மிதமிஞ்சிச் செல்லும் வழியைத் தவிர்த்து அதை வரலாற்று அடுக்குகளுக்குள் வைத்துப்பார்க்கும் புதுவரலாற்றுப் பார்வை தமிழவன் அமைப்புவாதத்தை அறிமுகம் செய்த காலத்திலேயே வந்துவிட்டது.

வரலாறு என்பது ஒரு புறவயமான கட்டமைப்பு அல்ல. அது வரலாறுகளின் தொகுப்பு. வரலாறுகளின் மோதலும் முயக்கமும் நிகழும் முரணியக்கத்தின் வெளி.. ஒவ்வொரு புனைவும் ஒரு துளி வரலாறு தான். வரலாற்றில் இருந்துகொண்டு வரலாற்றைப் புனையும் ஒரு தொடர் செயல்பாடே புனைவெழுத்து என்பது. புனைவின் சொற்களுக்கு பொருள்வெளியாக அமைவது வரலாறே. ஸ்டீஃபன் க்ரீன்பிளாட் முதலிய இலக்கியக் கோட்பாட்டாளர்களின் இந்த புது வரலாற்று நோக்கே இந்திய-தமிழ் இலக்கிய மரபை மதிப்பிடவும் ஆராயவும் உகந்தது..

இந்தியாவில் வரலாறுகள் எழுதப்பட்டுக்கொண்டே இருக்கின்றன. மிகமேலோட்டமாகப் பார்த்தாலே இங்கே வைதிக, பௌத்த, சமண வரலாறுகளைக் காண்கிறோம். நாட்டார் வரலாறுகள் உள்ளன. புராணவரலாற்றிலேயே அசுர வரலாறு, நாக வரலாறு போன்றவை பிற வரலாறுகளுக்கு நேர் எதிரானவையாக உள்ளன. மகாபாரதம் என்னும் பெரும்பிரதியே ஒன்றையொன்று மறுத்து பின்னி விரியும் பலவகையான வரலாற்றுச் சரடுகளின் களம்தான். இன்றைய இந்தியாவே அவ்வாறு பல திசைகளிலும் விரியும் வரலாற்றெழுத்துக்களின் பரப்புத்தான். புனைவெழுத்தாளன் நின்று எழுதுவது அந்தப் பெருங்களத்தில்தான். அவன் படைப்புகள் வாசிக்கப்படுவதும் அதைக்கொண்டுதான்.

இதுவே இன்றைய புனைவுகளை பன்முகத்தன்மை கொண்டவையாக, உள்விரிவு கொண்டவையாக, மீபுனைவுத்தன்மை கொண்டவையாக ஆக்கும் கூறு. இதுவே நவீனத்துவத்தைக் கடந்து வந்து தமிழிலக்கியம் அடைந்த இடம். நவீனத்துவத்தின் வரலாறற்ற தனிமனிதன் என்னும் உருவகம் முற்றாக மறுக்கப்படும் முறை. எண்பதுகளில் தமிழவன் போன்றவர்களால் முன்வைக்கப்பட்ட அமைப்புவாதம் வழியாக நான் வந்தடைந்த இடம் என இதையே சொல்வேன். இதில் தமிழவனுக்கு எந்தப்பங்கும் இல்லை. அவர் வரலாற்றையே கருத்தில் கொள்ளவில்லை. அவர் தன் நாவல்களில் புனைவுக்காக செயற்கையான வரலாற்றையே உருவகம் செய்கிறார்.

ஆனால் அவ்வாறு கடந்துவர எனக்கு தமிழவன் உருவாக்கிய விவாதக்களம் பெரிதும் உதவியிருக்கிறது. இலக்கிய உருவாக்கம், வாசிப்பு ஆகிய இருமுனைகளையும் கூடுமானவரை புறவயமாக விளக்கிக்கொள்ள அவருடைய மொழியியல் - குறியியல் சார்ந்த ஆய்வுமுறைமைகள் உதவின. முன்பு மழுங்கலாகச் சொல்லிவந்த பல தருணங்களை கூர்மையாகச் சொல்லும் கலைச்சொற்களை அளித்தன. சொல்லப்போனால் தமிழவன் தொடங்கிவைத்த விவாதம் ரசனைவிமர்சனத்தின் பார்வையையும் கலைச்சொற்களையும்தான் மாற்றியது. அவர் இடதுசாரியாக இருந்தாலும் அவரை இடதுசாரிகள் கடுமையாக நிராகரித்தனர், அவரது விவாதங்களில் அவர்கள் கலந்துகொள்ளவுமில்லை, அவர்களிடம் அவருடைய செல்வாக்கும் மிகக்குறைவே. இன்றும் அவர் அவர்களால் ஏற்கப்பட்டவராக இல்லை.

அழகியல் விமர்சனம் தன்னைச் சூழ்ந்திருக்கும் அறிவுவெளியில் இருந்து கருத்துக்களையும் கலைச்சொற்களையும் எடுத்துக்கொண்டு அவற்றை அந்தந்த அறிவுத்துறைகளில் கையாளும் அதே கறாரான பொருளில் கையாளாமல் உருவகங்களாகவும் அடையாளங்களாகவும் பயன்படுத்துகிறது. அவ்வகையில் இலக்கியப்பிரதி, பன்முகவாசிப்பு, சொல்லாடல், சொற்களன், உள்விரிவு என இன்றைய அழகியல் விமர்சனத்தின் கலைச்சொற்கள் தமிழவன் தொடங்கிவைத்த மாபெரும் விவாதத்தின் விளைவாக வந்தமைந்தவை தான்.

அழகியல் விமர்சன மரபில் தமிழவனின் அமைப்புவாத விவாதக்களம் உருவாக்கிய செல்வாக்கினால் விளைந்தவை என இவ்வாறு தொகுத்துச் சொல்லமுடியும்.

அ. அழகியல் விமர்சனம் அதன் ஆய்வுமுறையை பழைய அணியிலக்கண மரபில் இருந்து பெற்றுக்கொண்டது. ஆஸ்வாதனம் என சம்ஸ்கிருத மரபு சொல்லும் சுவையறிதல் முறையே அதற்குரியது. அம்முறையில் இருந்து அது ஐரோப்பா நோக்கி நகர்ந்தபோது ஐரோப்பிய இலக்கிய அழகியல் ஆய்வுமுறைமையில் இருந்து பகுத்து, அட்டவணையிடும் பாணியைப் பெற்றுக்கொண்டது. உதாரணம் சி.சு.செல்லப்பா. அதன்பின் பிரதி ஆய்வுமுறைமையைப். பெற்றுக்கொண்டது. உதாரணம், வேதசகாயகுமார்.

இதில் எந்த முறைமையிலும் எப்படி ஒரு பிரதி எழுதப்பட்டு பொருள் கொள்ளப்படுகிறது என்னும் பார்வை இல்லை. அதை அது ஆராய முடியாததாகக் கருதியது. அதிகபட்சம் அது கருத்தில் கொண்டது ஆர்தர் கோஸ்லரின் ஆர்ட் ஆஃப் க்ரியேஷன் போன்ற நூல்களைத்தான். தமிழவனின் விவாதங்களினூடாக அதை வரையறை செய்தேயாகவேண்டும் என்னும் கட்டாயத்தை உருவாகியது.

ஆ. அழகியல்விமர்சனத்தில் இருந்த மதம்சார் மனநிலைகளை விமர்சனத் தாக்குதல் வழியாக பின்னடையச்செய்ய தமிழவனால் இயன்றது

இ. அழகியல்விமர்சனத்திற்கு பழைய ரஸசித்தாந்தம், வக்ரோக்தி, அலங்கார சாஸ்திரம் ஆகியவற்றில் இருந்து கொண்ட சொற்களே சற்று மழுங்கிய வடிவில் பயன்படுத்தப்பட்டன. மேலும் கூரிய நவீன கலைச்சொற்களை அமைப்புவாதம் அளித்தது.

இத்தனை ஆண்டுக்கால செயல்பாட்டைக் கொண்டு ஒட்டுமொத்தமாகப் பார்த்தால் தமிழவனின் கொடை என்பது இவ்வண்ணம் வகுத்துரைக்கத் தக்கது

அ. இலக்கியம் மற்றும் பண்பாட்டுச் செயல்பாடுகளை பொருளியல்-சமூகவியல் குறுக்கல்வாத நோக்கில் இருந்து விலக்கிப் பார்க்க முற்பட்ட முன்னோடியான முற்போக்குத் தரப்புச் சிந்தனையாளர் தமிழவன். பண்பாட்டின் தனித்த இயக்கத்தை ஏற்று ஆராய முற்பட்டவர்

ஆ. பண்பாட்டின் இயங்குமுறையை புறவயமாக வகுத்துரைக்கும் மொழியியல், குறியியல் கோட்பாடுகளை தமிழில் அறிமுகம் செய்தவர்.

இ. அந்த ஆய்வுமுறைகளை பழந்தமிழ் இலக்கியத்தில் இருந்து நம் படைப்புகள் மேல் செயல்படுத்தி காட்டியவர்

ஈ. அந்த ஆய்வுமுறைகளை தமிழ்ப் பண்பாட்டின் தனித்தன்மைக்கு ஏற்ப உருமாற்றிக் கொண்டவர். அந்த உருமாற்றம் வழியாக அவர் ஓர் அசலான சிந்தனையாளராக நிலை கொள்கிறார்.

மூன்று

தமிழவனின் புனைவுலகை மதிப்பிடும்போது முற்றிலும் எதிர்நிலையில் நின்றுதான் என் எண்ணங்களைச் சொல்ல வேண்டியிருக்கிறது. கோட்பாட்டு விவாதங்களிலும் அவருக்கு எதிர்நிலையிலேயே நின்றிருக்க விரும்புவேன். ஆனால் அங்கே அவர் தன் விரிவான அறிதல்கள் மற்றும் புறவயமான ஆய்வுமுறை வழியாக என் மேல் செல்வாக்குச் செலுத்துகிறார், என்னை மாற்றியமைக்கிறார். ஆனால் புனைவுகளைப் பொறுத்தவரை நான் அறிதலின் தளத்தில் ஆசிரியர்களை அணுகுவதில்லை. என் வழி, ஏற்கனவே சொன்னதுபோல, அழகியல் சார்ந்தது

அழகியல் முற்றாகப் பகுப்பாய்வு செய்யப்படவோ, புறவயமாக வகுத்துவிடவோ முடியாதது. அதை இனிவரும் மூளைநரம்பியலாளர்கள் மேலும் துல்லியமாக விளக்கக்கூடும். மனிதமூளை என்னும் அமைப்பின் தனிவெளிப்பாடு அது என்பதைக் கடந்து உயிர்களின் மூளை என்னும் பேரமைப்பின் வெளிப்பாடு என அழகியலை விரித்துக்கொண்டே செல்கிறார்கள். அதை இனி என்னால் முழுமையாக வாசிக்கவோ விளங்கிக்கொள்ளவோ முடியாமலாகலாம். என் ஆர்வங்களின் திசை மாறிவிட்டிருக்கிறது. என் பார்வையை அகவயமான பார்வை என்றே நான் முன்வைக்கமுடியும்.

1985-ல் தமிழவனின் ஏற்கனவே சொல்லப்பட்ட மனிதர்கள் என்னும் நாவல் வெளிவந்தது. ஸ்பானிஷ் மாய யதார்த்த பாணியை தமிழில் அறிமுகம் செய்த படைப்பு அது. அவ்வகையில் தமிழுக்கு அது ஒரு வழிகாட்டி நூல். கோணங்கி போன்ற சிலரிடம் அது ஆழ்ந்த பாதிப்பை உருவாக்கியது. ஆனால் நான் கப்ரியேல் கார்ஸியா மார்க்யூஸை வாசித்தபின் அதை வாசித்தேன். அது ஒரு எளிய நகல்படைப்பு என்றே எனக்கு பட்டது. இத்தனைக்கும் அது நான் நன்கறிந்த குமரிமாவட்ட நாட்டார் மரபின் தொன்மங்களின் சாயல்களைக் கொண்டிருந்தது. இன்று மீண்டும் வாசிக்கையில்

அதன் சிக்கல் என்ன என்று தெரிகிறது. மாய யதார்த்தம் என்பது அடிப்படையில் ஒரு சிறுவனால் எழுதப்படுவது-சிறுவனால் வாசிக்கப்படுவது. அதற்கான மொழியை அது அடையவேண்டும். தமிழவனின் நாவல் பிரக்ஞை பூர்வமாக கட்டமைக்கப்பட்டிருந்தது. மார்க்யூஸை ரசிக்கமுடிந்த என்னால் அதை ஒரு வகை ஜோடனையாகவே பார்க்கமுடிந்தது.

சரித்திரத்தில் படிந்த நிழல்கள் நாவலும் இதே சிக்கல் கொண்டது. அது மேலைநாட்டு இலக்கியவகைமை ஒன்றை இங்கே அறிமுகம் செய்யும் பொருட்டு எழுதப்பட்டது. மிகுபுனைவை அது இங்கே கொண்டுவந்தது. ஆனால் இங்கே நமக்கு மிகுபுனைவுக்கு ஒரு பாணி உள்ளது. அது டெம்ப்ளேட் அல்ல. நாம் கனவுகாணும் வகை அது. நம்மில் கனவுகளை உருவாக்கும் சொல்முறை. சொற்களுக்கே அந்த கனவுத்தன்மை உண்டு. தெகிமொலா போன்ற பெயர்கள் எந்த இடத்திலும் நம்முள் உள்ள பிறவற்றைச் சென்று தொட்டு எழுப்பவில்லை. தமிழவனின் ஆய்வுமுறைமையைக் கொண்டே பார்த்தால் அந்நாவல்கள் உருவாக்கும் குறியீடுகளும் அடையாளங்களும் நம்முள் பல்லா—யிரமாண்டுக் காலமாக உறையும் குறியீட்டுப் பெரும்பரப்பைச் சீண்டவில்லை. அதை திட்டமிட்டுச் செய்யமுடியாது. ஆனால் அவர் அவற்றை திட்டமிட்டுக் கட்டமைக்கிறார். அவரில் இருந்து நம்மில் அறிதலாக மட்டுமே அவை நிகழ்கின்றன. அவர் கனவு கண்டிருக்க வேண்டும். அக்கனவு மொழியில் இருந்திருக்க வேண்டும். அது என் கனவை சீண்டியிருக்கும். அது நிகழவில்லை.

ஜி.கே எழுதிய மர்ம நாவல் உம்பர்ட்டோ எக்கோவின் நேம் ஆஃப் த ரோஸ் நாவலை அணுக்கமாகப் பின்பற்றி உருவாக்கப்பட்டது. எனக்கு பிடித்தமான நாவல் உம்பர்ட்டோ எக்கோவின் நேம் ஆஃப் த ரோஸ். அதைப்பற்றி நிறைய எழுதியுமிருக்கிறேன். ஆனால் ஜி.கே.எழுதிய மர்மநாவல் எனக்கு உவப்பானதாக இல்லை. அதன் செயற்கையாக கட்டமைக்கப்பட்ட படிமத்தன்மை, அதன் போதாமைகொண்ட மொழிநடை ஆகியவற்றுக்கும் அப்பால் அதிலுள்ளது வரலாற்றுத்தன்மையின் போதாமை.

அது புனைவுக்காகச் செயற்கையான ஒரு வரலாற்றுப் புதிரை உருவாக்குகிறது. அதற்கும் இங்குள்ள வரலாற்றுக்கும் சம்பந்தமில்லை. இங்குள்ள வரலாற்றெழுத்தின் தர்க்கமுறைமைக்குள்ளேயே அது வரவில்லை. இங்கே பலநூறு

வரலாற்றுப்புதிர்கள் உள்ளன. உம்பர்ட்டோ எக்கோவின் நாவலுடன் ஒப்பிட்டால் கொடுங்கல்லூர் பகவதி [கண்ணகி] ஆலயத்தின் கருவறையைச் சொல்லலாம். நான்குபக்கமும் கல்வைத்து மூடப்பட்ட அந்த மையக்கருவறை நாநூறாண்டுகளாக உள்ளே என்ன இருக்கிறதென்றே தெரியாமல் பாதுகாக்கப்படுகிறது. அத்தகைய வரலாற்றுப்புதிர்களினூடாகச் செல்லும் ஒருநாவல் ஒரே சமயம் புனைவாக இருக்கிறது. மறுபக்கம் வரலாற்றெழுத்தை ஊடுருவி மாற்றியமைக்கிறது. உம்பர்ட்டோ எக்கோவின் நாவலின் செல்வாக்கை டான் பிரவுனின் டாவின்ஸி கோட் நாவல் வரை நாம் காணமுடியும். தமிழவன் ஜி.கே.எழுதிய மர்மநாவலை சமகால அரசியல் செய்திகள் பழையகால மேலோட்டமான வரலாற்றுச்செய்திகளுடன் கலந்து எழுதியிருக்கிறார்.

அவர் பின்னாளில் எழுதிய வார்ஸாவில் ஒரு கடவுள், ஷம்பாலா போன்றவற்றை நான் வாசிக்கவில்லை. அவை சமகால அரசியலை விமர்சிப்பவை என குறிப்புகள் வழியாக அறிந்துகொண்டேன். தமிழவனின் நாவல்கள் மீதான என் விமர்சனத்தை நான் விரிவாக பதிவுசெய்ததில்லை. அதற்கு அவர் மேல் ஒரு கோட்பாட்டாளர் என்னும் முறையில் நான் கொண்டிருக்கும் மதிப்பே காரணம். என் தலைமுறை படைப்பாளிகளும் அடுத்த தலைமுறையினரும் அவரை குறிப்பிடத்தக்க நாவலாசிரியராகக் கருத்தில் கொண்டதில்லை. அது அவருக்கு ஏமாற்றத்தை அளித்திருப்பதை பேட்டிகளில் காணமுடிகிறது. அதை அவர் புறக்கணிப்பு என எண்ணுகிறார். ஆனால் கோட்பாட்டாளராக அவர் எப்போதுமே கருத்தில் கொள்ளப்பட்டார் என்பதை நாம் மறுக்கமுடியாது.

அவர் நாவல்கள் எழுதி, அவற்றை தீவிரமான பற்றுடன் முன்வைத்தமையாலேயே தமிழ் நாவல்களில் நிகழ்ந்தவற்றை திறந்த உள்ளத்துடன் எதிர்கொள்ளவோ மதிப்பிடவோ முடியாதவராக, சற்று காழ்ப்புக் கொண்டவராக ஆனார் என்று நான் எண்ணுகிறேன். அத்துடன் அவர் கோட்பாட்டு விமர்சனக் களத்திலிருந்தும் விலகிச்சென்று எளிய அரசியல் குறிப்புகள் எழுதுபவராக ஆனார். உண்மையில் தமிழவனை தமிழின் அடுத்த தலைமுறை புறக்கணிக்கவில்லை, அவர்தான் அவரைப் புறக்கணித்தார். தமிழவனின் நாவல்களில் புனைவுநிகழும் உளநிலை கூடவில்லை என்பதே உண்மை. அவர் புனைவு என்பது திட்டமிட்டுச் செய்யப்படும் ஓர் அரசியல் செயல்பாடு, ஓர் அறிவுச்செயல்பாடு என நினைக்கிறார். அவ்வாறு நினைக்கும் ஒரு

சில நண்பர்களும் அவருக்கு உண்டு. அவர்கள் அவற்றைப்பற்றி எழுதித்தள்ளியிருக்கிறார்கள். அவர்கள் வழியாக தமிழவனை அணுகுவது மேலும் ஏமாற்றம் அளிப்பது

பின்நவீனத்துவப் பார்வையைக்கொண்டு சொல்வதாக இருந்தாலும்கூட புனைவு என்பது A raid in to the unconscious. படைப்பாளி தன்னுள் விதையென உறங்கும் காடுகளை மொழிபெய்து முளைக்க வைக்கிறான். அவனில் மொழிவழி நிகழும் ஒரு கனவு அது. அதில் அவனை மீறிய ஓர் அம்சம் உள்ளது. அது இருந்தாலொழிய அது இன்னொரு வாசகனின் கனவுக்குள், ஆழுள்ளத்திற்குள் ஊடுருவாது. அதைத் திட்டமிட்டு நிகழ்த்த முடியாது. நிகழாவிட்டால் ஒன்றுமே செய்யமுடியாது. உண்மையில் அது எவ்வண்ணம் நிகழ்கிறது என்று பெரும்புனைவுகளை எழுதித்தள்ளியவர்களால் கூட சொல்லிவிட முடியாது. ஆகவேதான் அரிய படைப்புகளை எழுதியவர்கள்கூட அடுத்து எழுதமுடியாமலாகிறார்கள். இருபது வயதில் தல்ஸ்தோய் எழுதிய கசாக்குகள் நாவலில் உள்ள அகச்செறிவு முதிர்ந்து, தத்துவஞானியென ஆனபின் எழுதிய ஃபாதர் செர்ஜியஸ் நாவலில் காணாமலாகிவிட்டிருக்கிறது. அக்கனவு நிகழாதவை தமிழவனின் நாவல்கள்.

தமிழவன் படைப்பும் படைப்பாளியும் கொண்ட உறவைப் பற்றி நிறைய எழுதியவர். அவர் அறியாத ஒன்றல்ல இது. ஆனால் மொழியில் அக்கனவை நிகழ்த்த மொழிப்ப—யிற்சியோ அறிவுத்திறனோ மட்டுமல்ல வேறொன்று தேவை. அவற்றை இப்படிச் சொல்கிறேனே: மொழிவழியாக கனவை எழுப்பிக்கொள்ளும் பயிற்சி. கொஞ்சம் உணர்ச்சிகர மூடத்தனம். கொஞ்சம் தர்க்கமற்ற அபத்தமனநிலை. கொஞ்சம் பித்து. கொஞ்சம் கட்டற்ற தன்மை. கல்வி, கோட்பாட்டுத்தெளிவு, அரசியல்நிலைபாடு ஆகியவற்றைக் கடந்துசெல்லும் ஒரு தன்மை என அதைச் சொல்வேன்.

இப்படி விளக்குகிறேன். அத்தனை நாத்திகக் கருத்துக்களையும் கற்ற பின்னரும் பூசாரி சாமிகொண்டாடும்போது மெய்—சிலிர்ப்படைந்து அழுபவனிடம் இருக்கும் அசட்டுத்தனம் அது. திருவக்கிரகாளியின் ஆலயத்தில் கல்லாகிவிட்ட மரத்தைக் கண்டதும் பித்துப்பிடித்து முத்தமிட்டுக்கொண்டே இருக்கும் மனநிலை. இரு கவிஞர்களிடம் நான் கண்டது இது. படைப்பாளியின் விழிப்புநிலை உள்ளத்தை, கல்வியை, சூழல்ப—

யிற்சியை, தன்னுணர்வை கடந்து அவனுள் நிறைந்திருக்கும் ஆழுள்ளத்துக் கனவுகளை அவன் சென்றடையமுடிகிறது என்பதற்கான சான்று அது. அவனை மீறி அக்கனவு மொழிவழி வெளிப்பாடு கொள்கையில் இலக்கியமாகிறது. மொழிவழியாகவே இன்னொரு கனவை தொட்டெழுப்புகையில் பண்பாட்டில் வாழ்கிறது.

ஆனால் தமிழவன் அதை திரும்பத் திரும்ப நிராகரிக்கிறார். அவர் தன்னை தமிழின் சிந்தனையாளர்களுடனேயே அடையாளப்படுத்திக் கொள்கிறார். ஆகவே அவருடைய நாவல்கள் வ.ரா.வின் கோதைத்தீவு, மறைமலை அடிகளின் கோகிலாம்பாள் கடிதங்கள், எஸ்.வையாபுரிப்பிள்ளையின் ராஜி போன்ற நாவல்களின் வரிசையிலேயே வைக்கப்படத் தக்கவையாக உள்ளன. புனைவில் நிகழும் ஒரு மீறல் அவற்றில் நிகழவில்லை. உண்மையில் அந்த மீறலை விளக்கவே தமிழவனின் அத்தனை கோட்பாடுகளும் தேவையாகின்றன. ஆனால் அத்தனை விளக்கிய பின்னரும் அவருடைய நாவல்களில் அவர் அதை அடையவில்லை. ஆகவே தமிழவனின் நாவல்கள் வடிவப்ப—யிற்சிகளாகவே நிலைகொண்டுவிட்டன.

அவ்வகையில் நான் அவருடன் ஒப்பிடுபவர் மலையாளக் கவிஞர் கே.சச்சிதானந்தன். அவர் பேரறிஞர். எழுத்தும் வாசிப்பும் நிகழும் முறை பற்றி எழுதிக் குவித்தவர்.அமைப்புவாதம் பின்அமைப்புவாதம் பற்றி பலநூல்களை எழுதியவர். என் ஆசிரியர் என நான் கொள்பவர். ஆனால் அவர் கவிதைகளில் கவிதைக்கான கனவு நிகழவில்லை. ஆயினும் தமிழில் நாவல் என்னும் வடிவின் சாத்தியக்கூறுகளை அறிமுகம் செய்தவை என்னும் வகையில் தமிழவனின் முதல் மூன்று நாவல்களும் இலக்கியப் பங்களிப்பாற்றியவை என்றே நினைக்கிறேன். முறையே மாய யதார்த்தம், மீபுனைவு, மாற்றுவரலாற்றுப் புனைவு ஆகிய இலக்கியச் சாத்தியக்கூறுகளை அவை முன்வைத்தன.

ஆனால் தமிழிலக்கியத்தின் தேவை பெரும்பாலும் அவை சார்ந்ததாக இருக்கவில்லை. இங்கே எழுதவந்த தலித் படைப்பாளிகள் அப்பட்டமான யதார்த்தத்தை முன்வைக்கவே விரும்பினர். தமிழவனுக்கு இணையாக பின்நவீனத்துவக் கொள்கைகளைப் பேசிய ராஜ்கௌதமனே தன்வரலாற்று நாவல்களையே எழுதினார். தமிழவனின் செல்வாக்கால் தமிழில் உருவான நாவல் என்றால் பா.வெங்கடேசன் எழுதிய

தாண்டவராயன் கதையைச் சொல்லவேண்டும். தமிழவனின் மாற்று வரலாற்றெழுத்து நாவலாகிய ஜி.கே.எழுதிய மர்மநாவ' லின் செல்வாக்கு அதிலுண்டு.

தமிழவனின் புனைவுக்களப் பங்களிப்பு அவருடைய சிறுகதைகளில்தான். அவருடைய சிறுகதைகளிலுள்ள அரசியல்பகடிகள் கூரியவை. அவை நவீனத்துவச் சிறுகதைகளுக்குரிய இறுக்கமும் கூர்மையும் கொண்டவை என்னும்போது அவர் கற்றறிந்த பின்நவீனத்துவத்திற்கு அப்பால் அவருடைய ஆழுள்ளம் அவர் மாணவராக இருக்கையில் அறிந்த நவீனத்துவ அழகியலில் வேரூன்றியதோ என்னும் ஐயம் ஏற்படுகிறது 'கன்னடமொழிச் சூழலில் தமிழ் அரசியல் தலைவரின் வேடமிட்டு முச்சந்தியில் நின்றிருக்கும் எளிய தொண்டரின் அர்ப்பணிப்பின் அசட்டுத்தனமும் தூய்மையும் [பிடிக்காத வண்ணம்பூசப்பட்ட போலீஸ் வேன்', 'எந்த செயலையும் செய்யாமல் வெறுமே இயங்கிக்கொண்டிருக்கும் இயந்திரம்', 'படைப்புகளை மொழிபெயர்க்க ஆரம்பித்து பண்பாடுகளை அழிக்கும் அமைப்பு' (மொழிபெயர்ப்பு நிறுவனம்) என தமிழவன் சிறுகதைகளில் அழகிய பகடி உருவகங்களை உருவாக்கியிருக்கிறார்.

மெழுகுதிரி எரிவதைப் பார்த்தேன் போன்ற கதைகள் எளிமையான இனிய கவித்துவம் கொண்டவை, நவீனத்துவச் சிறுகதை உச்சத்தில் இருந்தபோது எழுதப்பட்டவை போன்று கிறிஸ்தவக் கிராமிய வாழ்க்கையின் ஒரு துளியினூடாக ஒரு முழுமைப் பார்வையை முன்வைப்பவை. அவருடைய சிறுகதைகளை பற்றிய விரிவான ஒரு ஆய்வுநோக்கும் தெரிவும் எதிர்காலத்தில் செய்யப்படவேண்டும்.

நான்கு

ஓர் இலக்கிய முன்னோடியை மதிப்பிடுவதிலுள்ள சிக்கல்கள் பல. அவரிடமிருந்து கொள்வன கொண்டு, தள்ளுவன விலக்கியே மதிப்பிடமுடியும். அதில் ஓர் இரக்கமின்மை உள்ளது. ஆனால் வேறுவழியும் இல்லை. முற்றிலும் மறுக்கப்படுகையில் கூட அந்த மதிப்பீடு அவர்மேல் பெருமதிப்புடன் செய்யப்படுவதே. மலையாள மார்க்சிய இலக்கியவிமர்சகரான எம்.என்.விஜயன் "மிக அதிகமாகப் புல் தின்று கொஞ்சமே பால்கொடுக்கும் விந்தையான பசு இலக்கியக் கோட்பாட்டியல்' என்று ஓர் உரையைத் தொடங்கினார். இலக்கியம் நிகழ்வது ஆழுள்ளத்தில், கனவில். அதை வகுப்பதும் மதிப்பிடுவதும் புறவயமான தர்க்கமொழியில்.

இம்முரண்பாடே இலக்கியக் கோட்பாட்டியலின் பெரும் அறைகூவல். பெருமழையின் மிகச்சிறு பகுதியே நிலத்தடிநீராகிறது. இலக்கியக் கோட்பாட்டியலில் ஒரு சிறுதுளியே இலக்கியப் பிரக்ஞையை சென்றடைகிறது.

ஆகவே சூழலின் இலக்கியப் பிரக்ஞையுடன் மோதி, அதை உடைத்து உட்சென்று அதை நிலைமாற்றம் செய்வதென்பது ஒரு வாழ்நாள் பெரும்பணி. தளர்வில்லா அறிவூக்கத்துடன் பல ஆண்டுகள் செய்தாலொழிய பயனளிக்காதது. அதைச் செய்து முடித்தவர்கள் இலக்கியச் சூழலில் தலைமுறைக்கு ஒருவரே. அல்லது சிலபோது பலதலைமுறைக்கு ஒருவர். தமிழவன் தமிழிலக்கியச் சூழலில் அந்த இடம் பெறுபவர். அவ்வகையில் அவர் ஒரு வரலாற்று நாயகன். ஆனால் அச்சாதனை கண்கூடானது அல்ல. இன்னொரு இலக்கிய விமர்சகர், கோட்பாட்டாளர் அதைக் கண்டறிந்து சொல்லமாட்டார். ஏனென்றால் அவர் முந்தைய கோட்பாட்டாளரை மறுத்து முன்செல்பவராகவே இருப்பார். விந்தை என்னவென்றால் ஓர் இலக்கியக் கோட்பாடு ஏற்கப்பட்டதுமே இயல்பானதாக ஆகிவிடுகிறது. அதன்பின் வாழ்நாள் பங்களிப்பாக அதை உருவாக்கி நிலைநிறுத்தியவர் சட்டென்று தேவையற்றவராக ஆகி விடுகிறார். போலியோ ஒழிக்கப்பட்டபோது அதற்கு மருந்து கண்டுபிடித்த மருத்துவமேதை மறக்கப்பட்டார் என்பது வரலாறு, அதுபோல.

அச்சாதனையை அதனால் அகநகர்வு பெற்ற இன்னொரு புனைவெழுத்தாளனே சொல்லமுடியும். ஏனென்றால் அவன் தன் புனைவை நிகழ்த்திய இலக்கியத் தன்னுணர்வின் உருவாக்கத்தை கூர்ந்து பார்ப்பான் என்றால் அந்த முன்னோடியான இலக்கியக் கோட்பாட்டாளரை அங்கே கண்டடைவான். அவ்வாறு நான் என்னில் கண்டடைந்த தமிழவனையே இங்கே மதிப்பிட்டிருக்கிறேன். அவருக்கு என் வணக்கம்.

***

பகுதி நான்கு

மரபுசார் தேடல்களும், நவீன மரபுருவாக்கலும்

தமிழவனும் திராவிட நாட்டுப்புறவியல் ஆய்வுகளும்

சு. சண்முகசுந்தரம்

நான் 1969-ல் பாளையங்கோட்டை தூயசவேரியார் கல்லூரியில் தமிழ் இளங்கலை படிக்கும்போது எனக்குத் தமிழ் விரிவுரையாளராக வந்தவர் திரு.ச.கார்லோஸ்அவர்கள். அவரது கற்பித்தல் அணுகுமுறையும், நவீனஇலக்கிய நாட்டமும், வகுப்பறை தாண்டிய வாஞ்சையும் என்னை அவரிடம் இரண்டாண்டுகள் நெருங்க வைத்தது. என்னிடமுள்ள எந்தவிஷயம் அவரை என்னிடம் நெருங்க வைத்தது என்பது ஐம்பது ஆண்டுகளைத் தாண்டியும் இன்றுவரை எனக்குப் புரியவில்லை.

1971-ல் சென்னை பச்சையப்பன் கல்லூரியில் முதுகலைத் தமிழ் இலக்கியம் பயின்றேன். எனக்கு விருப்பப்பாடமாக நாட்டுப்புறப்பாடலும் பண்பாடும் இருந்தது. அவை பற்றி நான் எழுதி, 1975 ஜனவரியில் வெளியிட்ட 'நாட்டுப்புறவியல் - ஓர் அறிமுகம்' என்ற நூலுக்கு அவர் ஒரு வாழ்த்து அட்டை அனுப்பினார். அப்போதுதான் அவர் பெங்களூரில் இருப்பது தெரிந்தது. 1976 இல் மைசூரில் கருத்தரங்கு ஒன்றிற்கு சென்றபோது அவரை மீண்டும் சந்தித்தபோது எங்கள் அன்பு நட்பானது. 1977 இல் முனைவர் பட்டம் பெற்றும் வேலைவாய்ப்புப் பெறாமல் தவித்தபோது அவரது உதவியால் 1978 இல் பெங்களூர் தூய.சூசையப்பர் கல்லூரியில் வேலைகிடைத்தபோது எங்கள் நட்பு சகோதரப் பாசமாக மாறியது.. படிகள், காவ்யா, இலக்கு, இங்கே இன்று, வித்தியாசம் போன்ற இதழ்களும், இயக்கங்களும் தான் எங்கள் பாசத்தைப் பற்றாக மாற்றின. நாட்டுப்புறவியல் இவற்றுக்கிடையில் உட்புகுந்து எங்களை இணைத்துப் பிணைத்தது. 2006-ல் நான் விருப்ப ஓய்வு பெற்று சென்னைக்குத் திரும்பி விட்டேன். அவர் அங்கேயே தங்கிவிட்டார். இன்று எங்கள் இருவருக்கிடையில் பேசவோ, எழுதவோ, படிக்கவோ, பழகவோ எதுவும் இல்லாமல் போனதோ எனத் திகைத்தபடி நினைத்தபடி நாட்கள் கழிகின்றன.

இதுவரை அவரைப்பற்றி, இனி, அவரது நாட்டுப்புறவியல் ஆய்வுகளைப் பற்றி எனக்குப் புரிந்தவரை......

இருபதில் கவிதையும் நாட்டுப்புறப்பாடல்களும் கதைகளும்

1971-ல் தமிழவன் இருபதில் கவிதை என்றொரு நூலை எழுதினார். அப்பொழுதே அவர் நாட்டுப்புறப்பாடல் பற்றிய பிரக்ஞையையும் அது இருபதாம் நூற்றாண்டுக் கவிதைகளில் ஏற்படுத்திய பாதிப்பையும் அறிந்து வெளிப்படுத்தியுள்ளார். அதுவரை யாரும் இம்முயற்சியில் ஈடுபடவில்லை. அ.மு.பரமசிவானந்தம் 1965-ல் வாய்மொழி இலக்கியம் என்ற நூலில் தொல்காப்பியம் முதல் சிற்றிலக்கியங்கள் வரை வாய்மொழி இலக்கிய செல்வாக்கு இருந்தது என்பதைத் தொட்டுத் துலக்கியுள்ளார். இவர் அடுத்தகட்டத்துக்கு நகர்ந்திட தமிழண்ணலின் தாலாட்டும் 1986-ல் உதவியிருக்க வேண்டும். இவையே 1976-இல் எனக்கும் நாட்டுப்புற இலக்கியத்தின் செல்வாக்கு என்ற புத்தகம் எழுத உந்துதல் தந்தவை.

இருபதாம் நூற்றாண்டுக் கவிதையில் நாட்டுப்புறப்பாடல்களின் சந்தமும் வடிவமும் எளிமையும் தென்பட்டன. பொது மக்கள் பங்கெடுக்கும் ஒன்றாக இலக்கியத்துறை இந்த நூற்றாண்டில் மாறியது. இவ்வாறு பொதுமக்கள் அம்சமாக அவர்கள் வாயில் ஊறிக் கிடந்த நாடோடிப்பாடல் அம்சங்களை புதுக்கவிதை எழுதியவர்கள் தங்கள் படைப்புகளில் சேர்த்தனர். நாடோடிப்பாடல் அமைப்பு, ஓசைநயம், எளிமையான சொற்றொடர், வந்த அடியே திரும்ப வரும் பண்பு ஆகிய குணங்கள் இருபதாம் நூற்றாண்டின் கவிதைக்குள்ளேயும் ஒட்டிக் கொண்டன.

அவ்வாறு ஒட்டிக்கொண்ட நாடோடிப் பாடல் பண்புகளோடு நாடோடிக் கதை அம்சமும் தமிழ்க் கவிதைகளுக்குள் புகுந்தது. இக்கதை அம்சத்தை பாரதியின் குயில்பாட்டில் காணலாம். பாரதிதாசனின் மூடத்திருமணம் குழந்தை மணத்தின் கொடுமை போன்ற கவிதைகளில் சிறு அளவிலும் கதையம்சம் வருகிறது. சுரதாவின் வன்னியவீரன், முடியரசனின் சுதமதி, காதல் சிலை போன்றவற்றிலும் கதையம்சம் உண்டு. இந்தக் கதையம்சம் பழங்காலக் கவிதைகளிலும் உண்டு என்றாலும் இருபதின் கவிதைக்குள் இக்கதை உணர்வு நாடோடிக் கதைக்குள்ளிருந்து வந்தது எனலாம்.

இதே போன்று ஒப்பாரிப்பாடலின் உணர்வுக் கூறுகளையும், தாலாட்டுப் பாடல்களின் அம்சங்களையும் இருபதின் கவிதைகளுக்குள் நுழைந்தன. தாலாட்டுப் பாடல் பாரதிதாசன் கவியாட்சிக் காலத்தில் புகழும் புதுமெருகும் பெற்றது. தாலாட்டுப் பாடல் என்பது தாய்மாருக்கு இரத்தத்தோடு கலந்த ஓர் இலக்கியம்; அவ்வடிவத்தைக் கொண்டு உயர்ந்த கருத்துக்களையும் கூறலாம் என்று முதன் முதலாகக் கண்டவர் பாவேந்தர் என்பார். இதே அம்சங்கள் உள்ளதாக கவிமணி, முடியசரன், வாணிதாசன், மீரா, கண்ணதாசன், ஐ.உலகநாதன், நாமக்கல் இராமலிங்கம் போன்றோரை எடுத்துக் காட்டியுள்ளார் தமிழவன்.

ஐங்குறு நூற்றில் நாட்டுப்பாடல் பண்பு என்ற கட்டுரை தமிழவன் 1975-ல் புலமை இதழில் எழுதிய கட்டுரை. இதில் நாட்டுப்பாடல் வடிவம் ஐங்குறுநூற்றில் அமைந்துள்ளதை எடுத்துச் சொல்கிறார்.. கைலாசபதி 'வீரயுகப்பாடல்' என்றும், தெ.பொ.மீ. 'திரும்பவரல் சொல்லாட்சி அல்லது கருத்து உள்ளது' என்றும் ஜான் 'யாப்பு வளர்ச்சி' என்றும் கூறுவது இவரது ஆய்வுக்கு முன்னோட்டமாகும். திரும்ப வரும் ஒரு சொல்லால் 'வேட்கைப்பத்து' என்று பெயர் வைக்கும் முறை. நாட்டுப்பாடலில் ஒரு சொல் ஒரு குறிப்பிட்ட இடத்தில் மட்டும் திரும்ப வரும்போது ஐங்குறு நூற்றில் பல்வேறு இடங்களில் திரும்ப வருகின்றது. 'ராசாத்தி' தலைப்பு கி.வா.ஜ. வைத்தது. நா.பா.அல்ல' என்கிறார். இவ்வாறு 'எழுதா இலக்கியமான மக்களின் பாடல்கள் பெருந்தகைக்காரர்கள், அரசர்கள் ஆகியோரின் இன்பத்துக்காக எழுந்த பண்டை எழுத்திலக்கியத்திற்கு உதவியிருக்கிறதென்பது தமிழிலக்கியத்தின் மிகப்பழைய இலக்கியமொன்றின் மூலம் நிறுவப்பட்டுள்ளது' என்கிறார்.

மலையாள நாட்டுப்புறப் பாடல்கள்

1976-ல் மலையாள நாட்டுப்புறப் பாடல்கள் என்ற மொழிபெயர்ப்பு நூலை வெளியிட்டார். இதன் பதிப்பாளர் இவரது துணைவியார் திருமதி இலின்டா கிறிஸ்டி. பதிப்பகத்தின் பெயர் இல்லை.

இதன் முன்னுரையில் சில குறிப்புகளைத் தந்துள்ளார்.

1. 'இக்காலத்தில் சமுதாயத்தில் உயர்நிலையில் வாழும் மக்களிடையே பாதிப்புகள் ஏற்படுத்தும் ஏட்டிலக்கியங்கள் மிகுதி. ஆயின் நாட்டுப்புற மக்களிடையே பரவலாகவழங்கும்

நாட்டுப்புற இலக்கிய வடிவங்கள் பல உள்ளன. அவற்றைக் குறித்துப் பலகாலமாக யாரும் கவலை கொண்டதாகவே தெரியவில்லை. இன்று சிலபல்கலைக் கழகங்களும் தனிநபர்களும் அவற்றிற்கு ஆதரவு தரும் முயற்சிஇனியது’

இதற்காக இவரைப் பாராட்ட வேண்டும். இதனால் நாட்டுப்புறப் பாடல்கள் மேல் அக்காலத்தில் ஒரு மரியாதை ஏற்பட்டது. 1973-ல் நாட்டுப்புறப் பாடல்கள் பற்றிய ஆய்வைத் தொடங்கினேன், 1975 ஜனவரியில் எனது நாட்டுப்புறவியல் — ஓர் அறிமுகம் வெளியானது. 1976-ல் எனது நாட்டுப் புற இலக்கியத்தின செல்வாக்கு வந்தது. இரண்டையும் பாராட்டி அவர் கடிதம் எழுதியிருந்தார்..

2. ’மக்களின் வாழ்க்கையோடு நாட்டுப்புறக்கலைகளும் இரண்டறக் கலந்து விளங்குவது கண்கூடு. இவை பரம்பரையாக வருகின்றன. இலக்கியங்களிலும் நாட்டுப்புறச் சாயல்களைக் காணலாம். இவற்றின் சிறப்பு உலகப்பொதுமை என்பது’

இதில் இவரது நாட்டுப்புறவியல் பற்றிய புரிதலும் அதன் முக்கியத்துவம் பற்றிய அக்கறையும் குறிப்பிடத்தக்கவை.

3. இத்தொகுப்பு தமிழ் மலையாள நாட்டுப்புறவியல் ஒப்பாய்வுக்கு உதவும். நம்முடே பாட்டுகள் என்ற மலையாள நூலில் இருந்தும், கிளிமானூர் விஸ்வாம்பரனின் தொகுப்பிலிருந்தும் சில மலையாள நாட்டுப்புறப் பாடல்கள் இதில் மொழிபெயர்க்கப்பட்டுள்ளன. மலையாள மொழிக்கும் தமிழ் மொழிக்கும் நெருங்கிய ஒற்றுமைகள் பல இருத்தல் போலவே இப்பாடல்களுக்கும் தமிழ்ப்பாடல்களுக்கும் பல ஒருமைகள் இருக்கக் காண்கிறோம். மலையாள எழுத்து வடிவில் எழுதப்பட்டுள்ளவேயன்றிச் சிலபாடல்கள் தமிழ் மொழியிலேயே உள்ளன என்பதுவும் குறிப்பிடத்தக்கது.

தமிழவன் கேரளப் பல்கலைக்கழகத்தில் முதுகலை தமிழ் இலக்கியம் படித்தவர். இவரது சொந்த ஊரான மணலிக்கரை குமரிமாவட்டத்தில் கேரள எல்லையோரமாக உள்ள கிராமம். எனவே மலையாளத்தோடு இவருக்கு நல்ல உறவு உண்டு. அதுவே இம்மொழி பெயர்ப்புக்குத் துணையும் தூண்டலுமாக இருந்திருக்க வேண்டும்.

இத்தொகுப்பில் பஞ்சப் பாடலும், நீலிக்கதையும் குறிப்பிடத் தக்கவை

பூப்பொலி - பொலிவேய்
நல்லவோர் ஓமுமிங்கு, வருதே
வருஷகாலமும் பாதிலாகும் போ
சிங்கமாசமும் வருதே

என்பது ஓணப்பாட்டு. இதில் சிங்கமாசம் என்பதை தமிழில் எந்தமாதம் என்று சொல்லியிருந்தால் நன்றாக இருந்திருக்கும்.

தமிழ் விடுகதை காட்டும் புராணவியலும் புதிர்மைப் பண்பும் - தமிழவனின் இந்தக் கட்டுரை அனைத்திந்தியபல்கலைக்கழகத் தமிழாசிரியர் மன்ற கருத்தரங்க ஆய்வுக் கோவையில் இடம் பெற்றது. இதில் விடுகதைபற்றிய நுண்ணாய்வு செய்யப்பட்டுள்ளது.

பற்கள்பல உண்டு கடிக்க மட்டும் தெரியாது

என்ற விடுகதையில் கேள்விப்பகுதி விடைப் பகுதியோடு தொடர்பின்றி நிற்கும்போது ஒரு புராணப்படத்தைக் காட்டுகிறது. *'விடுகதைகளில் மிகவும் மகிழ்ந்து அவற்றைத் தன் வாழ்க்கையின் ஒரு பகுதியாக ஆக்கிக் கொள்ளும் அவனிடம் நினைவுகள் தாமாக தோன்றும் போது அவனது அடிமனப் பிரதிபலிப்பு புராணவியலாய் வெளிவருகிறது. ஆகவே அவனுடைய புராணவியல் படைப்பு மனத்தில் ஒரு வெளியீடாகவிடுகதை தோன்றும்'* என்கிறார்.

விடுகதைகளின் மொத்த அமைப்பையும் விரிவாகஉதாரணங்கள்மூலம் வரையறுக்க முடியும் என்பது தமிழவனின் கருத்து.

பழமொழி நானூறும் பழமொழிகளும் என்னும் கட்டுரையில் பழமொழிகளைப் பதினெண்கணக்கு நூல்களுள் ஒன்றான பழமொழிநானூறு என்னும் அற இலக்கியத்தோடு ஒப்பீட்டாய்வு செய்கிறார்.

'பழமொழி நானூறு வெண்பாக்களின் இறுதியில் பழமொழி பொருத்தப்பட்டுள்ளன. மிகுதியான பழமொழிகளைக் கொண்ட ஏட்டிலக்கியம் இதுதான். அவைபழமொழிகளை விளக்கும். முதல் பழமொழித் தொகுப்பு' என்கிறார் தமிழவன். பழமொழி நானூற்றில் உள்ள பழமொழிகள் உருவகப் பொருளிலும், எதுகை முரண் இயைபு போன்ற சொல்லணிகள் பெற்று இறுகிய சொல்லாட்சியுடன் அமைந்துள்ளன என்பது தமிழவனின் விளக்கம். புலவர் யாப்புக்குத் தகுந்தபடி பழமொழிகளை

மாற்றியும் அமைத்துள்ளார். பழமொழி நானூறு வின் ஆசிரியரான முன்றுறையரையனார் காலத்த மக்கள் பேச்சுமொழி இலக்கிய மொழியாகமாறும் மொழிநடை ஆய்வையும் மேற்கொண்டிருக்கிறார்.

நாட்டுப்புற நம்பிக்கைகள்

மேற்கண்ட தலைப்பில் 1025 நம்பிக்கைகளைத் தொகுத்து நாட்டுப்புற நம்பிக்கைகள் என்ற பெயரில் 1976-ல் வெளியிட்டார். இதற்கான ஒரு முன்னுரையைத் தமிழிலும் இன்னொன்றை ஆங்கிலத்திலும் எழுதியிருக்கிறார். இரண்டுமே ஆய்வு நோக்கில் அமைந்தவை. பெங்களூர் கிறிஸ்து கல்லூரியில் அவர் தமிழாசிரியராகப் பணியாற்றிய போது அங்குப் பயின்ற மாணவ மாணவியர் தந்த தரவுகளின் தொகுப்பாக இந்நூல் அமைந்திருந்தது. கல்லூரியின் கன்னட சங்கத்தின் 'வேற்று மொழிப் புத்தகங்கள் வெளியீட்டுத் திட்டத்' தின் கீழ் ('அந்நியபாஷா கிரந்தமாலா') இப்புத்தகம் வெளியிடப் பட்டது. இத்திட்டத்தின் கீழ் வெளியிடப்பட்ட முதல் புத்தகம் இது தான். இந்த நம்பிக்கைகள் பெரும்பாலும் பெங்களூர் நகர் வாழ் சமூகத்தினரிடையில் நிலவி வந்தவை. அந்தந்த சமூகங்களின் பெயர்களும், அவர்கள் வசித்த பகுதிகளின் பெயர்களும் குறிப்பிடப்பட்டிருந்தன. எல்லா நம்பிக்கைகளும் அகரவரிசைப் படுத்தப்பட்டு சொல்லடைவு கொண்டு முடிக்கப்பட்டிருந்தன. இதில் ஏழாவது அனைத்திந்தியத் தமிழாசிரியர் கருத்தரங்க மலரில் வெளியான கட்டுரையையும் சேர்த்துள்ளார். 'இயற்கைநிகழ்ச்சிகளைத் தன்போக்கில் தர்க்க நியாய வலிமையற்ற முறையில் புரிந்த மனிதன் அவ்விதிகளைப் பயன்படுத்தி இயற்கையைக் கட்டுப்படுத்தவும் விரும்பினான். இப்படிப்பட்ட கட்டுப்படுத்தும் ஆசைதான் செய்வினையைச் சமூகத்தில் ஏற்படுத்தியது. இந்தச் செய்வினையின் ஆதிக்கம் குறைந்து விட்ட சமூகத்தில் செய்வினை பற்றிய நம்பிக்கைகள் நாட்டியல் நம்பிக்கைகளாக இருக்கும்' என்ற அவரது விளக்கம் கவனிக்கத் தக்கது. 'இரவில் விசிலடிக்கக் கூடாது' என்பது ஒரு நாட்டியல் நம்பிக்கை. இரவு விசிலடித்தால் ஏதோ ஒரு பின்விளைவு ஏற்படும் என்று பழங்காலமக்கள் நம்பியிருந்திருக்கிறார்கள். அந்தநம்பிக்கை பேய் பற்றிய நம்பிக்கையோடு தொடர்புடையதாக இருக்கலாம். பேய் பற்றிய சிந்தன மறைந்த பிறகும் மக்களிடம் இந்த நம்பிக்கை ஒட்டிக் கொண்டுள்ளது. பின்னர் உண்மையான காரண அறிவு இன்றி தலைமுறை தலைமுறையாக மக்கள் இப்படிப்பட்ட நம்பிக்கைகளை நாட்டு நம்பிக்கையாகக் கொண்டுள்ளனர் என்று சான்று தருகிறார்.

பதினெண்கீழ்க்கணக்கு நூற்களுள் ஒன்றாகிய ஆசாரக் கோவை கூறும் நாட்டியல் நம்பிக்கைகளுக்கும் நீதி மொழிகளுக்கும் சமூகவழக்கங்களுக்கும் ஒற்றுமை உண்டு. ஒரு சமூகநீதி அச்சமூகத்தின் குணம் மாறியவுடன் நாட்டியல் நம்பிக்கையாக மாறும் என்றும் ஏட்டு இலக்கியத்திலும் நாட்டுப்புற நம்பிக்கைகள் இடம் பெற்றுள்ளன என்றும் கண்டுரைக்கிறார்.' ஆதிவாசிகளிடம் தவறான தர்க்கஞானம் உண்டு. ஆதிவாசி சமூகம் நாகரிகம் பெறும்போது மன அமைப்பும் மாறி தர்க்கஞானம் பெறும், தர்க்கஞானம் வளராதகாலத்தில் ஏற்பட்ட சிந்தனை நாட்டியல் நம்பிக்கையாக மக்களிடம் வழங்கும். பூனைக் கண் உள்ளவர்கள் நல்லவர்கள்அல்லர் குள்ளமாய் இருப்பவர்கள் கள்ளமானவர்கள்' என்றும் ஆய்வு செய்கிறார்.

பின்னர் அமைப்பியல் ஆய்வுக்குள் செல்கிறார். இது அவருக்கு மிகவும் விருப்பமான கிளாட் லெவிஸ்ட்ராஸ்ஸும் விளாடிமர் பிராப்பும் செய்த அமைப்பியல் ஆய்வுமுறைகளை இணைத்து நாட்டுப்புற நம்பிக்கைகளை ஆய்ந்துள்ளார். அதற்காக ஒரு வாய்ப்பாட்டை உருவாக்கினார். அந்த வாய்ப்பாடுகளின் அடிப்படையிலேயே அவரது அமைப்பிய்ல் ஆய்வு அமைந்திருந்தது. 'இருப்புத்துண்டு வைத்திருந்தால் பேய் அணுகாது', 'அடுப்பைத்தாண்டினால் தீமை ஏற்படும்', 'பெண்கள்பன்னிரெண்டு வயதுக்குமேல் வெளியே போகும் போது செருப்பு அணிந்து கொள்ள வேண்டும்' போன்ற நம்பிக்கைகளை ஆய்வு செய்திருந்தார்..

'பாரதிராஜா: காமிரா வைத்துக் கதை சொல்லும் குரும்பூர் குப்புசாமி' என்னும் கட்டுரை 1979-ல் படிகள் இதழில் வெளிவந்தது. இது பாரதிராஜாவின் புதிய வார்ப்புகள் படத்தை நாட்டுப்புறவியல் நோக்கில் ஆராய்கிறது.

'புதிய வார்ப்புகள் கதை ராணி என்ற கிராம நகரத் தொடர்புள்ள வாசகர்களின் இரண்டும் கெட்டான் மனநிலையைப் பயன்படுத்தும் பத்திரிகையில் வரும் சாதாரணகதை. கிராமத்தின் உண்மையான ஜீவிதமும் இருப்பது இல்லை, நகரத்தில் ஆழமான எதார்த்தமான மனதை மயக்கும் ஜிகினா வேலை செய்யும் அம்சங்கள் கலந்திருக்கும். இப்போது பாரதிராஜா ஒரு காமிராவை வைத்திருக்கும் குரும்பூர் குப்புசாமிதான்' என்பது அத்திரைப்படத்தைப் பற்றிய அவரது விமர்சனம்.

'வேலையின் பொருட்டு கிராமத்தை விட்டு வந்த அல்லது கிராமத்தை மறந்திருக்கும் நகரத்தவனுக்கும் அல்லது கிராமப்பண்பு அழியா நகரவாசிக்கும், நிலக்கிழமை அழியா கலாச்சாரமான நகரக் கலாச்சாரத்தின் பிரதிபலிப்புகளுக்கு ஆளான மனிதனுக்கும் கிராமம் மீது கிராமப் பெண்கள் மீது, அந்த நாட்டுப்பாடல்கள் மீது அழகிய பச்சைமரங்களர்ந்த காட்சிகள், பறவைகளின் குரல்கள் மீது, ஆட்களின் கிராமப்பேச்சின் மீது, வெளிக்கிருந்து விட்டு ஓடும் சிறுவர்களைக் காண்கையில் எழும் நினைவுகள் மீது ஆசை இருக்கிறது.' இதை பாரதிராஜா பயன்படுத்திக் கொள்கிறார்.

'பழிக்குப்பழி வாங்குதல் என்ற உலக நாட்டுப்புற இலக்கிய உத்தி (ஃபோக் மோடிவ்) படத்தில் பலஇடங்களில் உள்ளது. கற்பு பற்றியஎண்ணம் என்கிற உலக நாட்டுப்புற இலக்கிய உத்தியும் ஒரு தொல் மனப்படிவமாக இப்படத்தில் ஜோதி மூலம் சொல்லப்படுகிறது. சில நாட்டுப்புறவியல் அமைப்புகளைத் (ஸ்ட்ரக்சர்ஸ்) திரும்பவரல், வாய்ப்பாடு போன்றவை - பயன்படுத்தியுள்ளார். நாட்டுப்புறவியல் ஃபார்முலா, மனதில் படிந்த பழம் பதிவுகளை இனங்காட்டுதல் போன்ற சிலகாரியங்களைச் செய்து அவர்களுக்குப் புது மாதிரியான கனவுகளை சப்ளை செய்கிறது' என்பது தமிழவனின் அமைப்பியல் விமர்சனம்.

'வெகுசனகலாச்சாரத்தில் நாட்டுப்புறக் கதையாடல்' எனும் கட்டுரை 1987-ல் எழுதப்பட்டது. இருபதாம் நூற்றாண்டின் தொடக்கத்திலிருந்துதான் வெகுசன தொடர்பியலும் கலாச்சாரமும் ஆய்வுக்குட்படுத்தப்பட்டது. அமெரிக்க 'மக்டோனால்ட்' வெகுசனக் கலாச்சாரத்தை உயர்கலாச்சாரத்தில் இருந்தும் நாட்டுப்புறக் கலாச்சாரத்தில் இருந்தும் வேறுபடுத்த முனைந்தார். கிராமமக்களின் கூட்டுமன வெளிப்பாடு என்று இதை வரையறுத்தார். வெகுசனக் கலாச்சாரம் நாட்டுப்புறக் கலாச்சாரத்தை அழிக்கும். கலாச்சாரத்தை வியாபாரமாக்க வேண்டியிருப்பதால் பெருவாரியான மக்களைப் பெறுவதற்குத் தகுந்த ருசியை ஏற்படுத்தும். அதற்கு மரபைஅழிக்கவோ அல்லது மரபைப் புதியதுடன் கவர்ச்சிகரமாகக் கலக்கவோ செய்யும் சக்தி உண்டு. நாட்டுப்புறக் கலைஞன் பண்பாட்டு வேரை இழந்து நிற்கிறான். அவனது கஷ்டங்களை வெகுசன எந்திரக் கலாச்சாரம் வெகு எளிதாகப் புரிந்து அவனைத் தன்வயப்படுத்திவிடும். ஹெர்பர்ட் மார்க்யுஸ் "வெகுசனக் கலாச்சாரம் கெட்டசமூக அமைப்பை எதிர்க்கும் கஷ்டமான காரியத்தைச் செய்ய

யாரையும் தூண்டுவதில்லை. எதிர்க்கக் கூடிய ஒரு சுதந்திரக் குணம் மனிதனுக்கு உண்டு என்பதையேமறக்க வைத்துவிடும்' என்பது தமிழவனது வாதம்.

வெகுசனக் கலாச்சாரத்துக்கும் நாட்டுப்புறக் கலாச்சாரத்துக்கும் உள்ள தொடர்பைக் கவனித்து அதில் ப்ராப்பின் 'தேவதைக் கதைகளின் கட்டமைப்பு' என்ற நூலின் கருத்தாக்கங்களைப் பயன்படுத்தி தமிழவன் ஆய்வு செய்தார். வெகுசனக் கலாச்சாரத்தினுள் புகுந்துள்ள கிராமிய மக்களின் நாட்டுப்புறக் கலாச்சார அம்சங்களைக் கணித்துள்ளார். குமுதம் பத்திரிகையின் வணிகக் கலாச்சாரக் கதையாடலின் உள்தளமாக நாட்டுப்புறக் கலாச்சாரம் அமைந்துள்ளது. "மேலோட்டமான பார்வைக்கு ஜெயராஜ் ஓவியம், ஜோக், மினி கதை ஆகிய மூன்றும் வெவ்வேறு தன்மையுடன் காட்சி தந்தாலும் உள்ளமைப்பைப் பொறுத்தவரையில் ஒரே வெகுசனக் கலாச்சாரவடிவத்தைக் கொண்டிருக்கின்றன. அது கிராமியப் பண்பாட்டின் கதை சொல்லல் கூறுகளைத் தள ரீதியிலும் இயங்குமுறை ரீதியிலும் கொண்டு அமைந்துள்ளது. கதை சொல்லல் என்பது நாட்டுப்புறவியல் தன்மையைத் தாண்டி ஜனநாயகவடிவம் பெற்று மொத்த மனித சிந்தனையையும் மாற்றும் வல்லமை பெற்றுள்ளது' என்பது தமிழவனின் முடிவு.

'தமிழ்-கன்னட நாட்டுப்புறக் கதைகளின் அமைப்பியல் ஆய்வு' என்பது 1984-ல் தமிழவன் முனைவர் பட்டத்துக்காக எடுத்துக் கொண்ட தலைப்பு. முதலில் நாட்டுப்புறக் கதைகளின் பண்புகளை எடுத்துச் சொல்லி பிறகு ஆய்வுக்குரிய அமைப்பியல் கோட்பாடுகளைப் பற்றிய விளக்கங்களை எடுத்துரைக்கிறார். தமிழ்-கன்னட நாடோடிக்கதைகளில் இக்கோட்பாடுகள் பயன்படுத்தப் படுகின்றன.

'விருதும் தண்டனையும்' என்ற பொருளின் அடிப்படையில் அமைந்த கதைகளைத் தமிழ் கன்னடம் ஆகிய இருமொழிகளிலுமிருந்து சேகரித்து ஆராய்கிறார்.

ஆய்வின் பகுப்புகள் கீழ்க்கண்டவாறு உள்ளன

1. அமைப்பியல் ஆய்வு என்றால் என்ன ?

2. நாட்டுப்புறக் கதைகளின் இரு கோட்பாடுகள்.

3. ப்ராப் மற்றும் டண்டிஸ் ஆய்வுமுறைகள்.

4. தமிழ்-கன்னடநாடோடிக் கதைகளின் பின்புலம்.

5. தமிழ்க் கதையாடல்களின் அமைப்பியல் ஆய்வு.

6. தமிழ்-கன்னட நாட்டுப்புறக் கதைகளின் அமைப்பியல் ஆய்வுகள்.

7. நாட்டுப்புற மக்களின் படைப்புமனம்.

'இந்தியக் கதையாடல் சூழலில் 'கிரிம்' மின் நாட்டுப்புறக் கதைகள்' என்பது தமிழவன் ஆங்கிலத்தில் எழுதிய ஒரு கட்டுரை. கிரிம் சகோதரர்களின் நாட்டுப்புறக் கதைத் தொகுப்பை வைத்து இந்தியச் சூழலில் அதன் இடத்தை ஆராய்கிறார். இதற்காக ஐந்து கன்னட நாட்டுப்புறக் கதைகளைப் பயன்படுத்தியுள்ளார். ஒரு கதை ஐந்து மாற்று வடிவங்களில் பரவியுள்ளது. தங்கம் தேடுதல், மூன்று மகன்கள், தேடலில் வெற்றி, துரோகிகளின் சகோதரர்கள், முடிவு என் ஐந்து பிரிவுகளில் ஆராய்கிறார்.

'இதன் மூலம் கதைகள் தம் பொருளுக்கு ஏற்ப முரண் கூறுகளோடு அமைந்துள்ளன. ஒரு கதையிலிருந்து இன்னொரு கதையும் இரண்டும் சேர்ந்த மூன்றாவது கதையும் உருவாகி விடுகின்றன. கதைக்கூறுகள் வட்டார அளவிலும் பிரபஞ்ச அளவிலும் கலக்கின்றன. ஆனால் நாட்டுப்புறத்தார் தம் கதைகள்மூலம் உலகைப் புதிதாக அணுகுகிறார்கள். இவ்வாறு கதை சொல்லலானது பல்வேறு பண்பாடுகளில் எண்ணம், தர்க்கம். பாரம்பரியம் ஆகியவற்றை ஏற்பதன் மூலம் பூட்டவும் திறக்கவும் செய்கிறது' என்பது தமிழவனின் ஆய்வு முடிவு.

1985-இல் தமிழவன் எழுதிய நாவல் ஏற்கனவே சொல்லப்பட்டமனிதர்கள். ஏற்கனவே.... சொல்லப்பட்ட வாய்மொழிக் கதைமரபின் பாணியில் இந்நாவலின் கதையாடல் அமைத்திருந்தது. 'ஒரு புதுமையானநாவல்' என்றுஅக்காலக்கட்டத்தில் இது போற்றவும் பட்டது. நாட்டுப்புறவியலில் நாட்டம் கொண்ட இவர் நாட்டுப்புறக் கதையாடலைக் கையாண்டதில் வியப்பேதுமில்லை. நாகார்ஜுனன் தனது முன்னுரையில் இதைப்பற்றிவி—ரிவாகப் பேசுகிறார். "பொதுவாக தொல்கதைகள் (மித்) இயற்கையையும், கலாச்சாரத்தையும் இணைக்கின்றன என்று க்ளாட்லெவிஸ்ட்ராஸ் என்கிற பிரெஞ்சு அறிஞர் கூறுகிறார். தொல்கதைகளில் இயற்கையின் அம்சங்களான விலங்குகள், பறவைகள், தாவரங்கள் ஆகியவை மனிதர்களுடன் உறவு

கொண்டவையாக இருக்கின்றன. மனிதர்கள் விலங்குகளாக மாறுகிறார்கள், தாவரத் தன்மை உள்ளவர்களாக இருக்கிறார்கள். வனதேவதைகளுடன் நட்புக் கொள்கிறார்கள்; மந்திரவாதம் செய்கிறார்கள். எந்த ஒரு கலாச்சாரமும் தன்னிடமுள்ள தொல்கதை போன்ற வரலாற்றைத் தனக்கே கதையாகச் சொல்லிக் கொள்வது உண்டு. அந்தக் கலாச்சாரமக்களின் கூட்டு மனத்தை வெளிகாட்டுவதாகஅக்கதைஅமைந்து விடுகிறது' என்பது அவரது அறிமுகம்.

'இப்படி ஏற்கனவே நமக்குத் தெரிந்த (சொல்லப்பட்ட) தமிழ்நாட்டு, இந்தியமனிதர்களின் கதையைத்தான் இங்குப் படிக்கப் போகிறோம். இவர்களை நீங்கள் மனசளவில், மற்றும் எழுத்தளவில் நமது கலாச்சாரத்தில் எங்கோ சந்தித்திருக்கலாம். இப்படிச் சந்தித்த பல பாத்திரங்கள் இங்கு வருகிறார்கள. இவ்விதத்தில் இந்தநாவல் எழுத்து நம்மிடமிருந்து கதை சொல்லும் மரபை மீண்டும் வெளிக்கொண்டு வருகிறது என்றே சொல்லலாம். "ஓ....ஆச்சரியமாகத்தான் இருக்கிறது. இதை மிகவும் வயதான ஒரு பாட்டி அல்லது ஒரு குழந்தை மட்டுமே எழுதியிருக்க முடியும்" என்று வியந்து பேசுகிறார் நாகார்ஜுனன்.

ஆக, தமிழவன் தமிழ்நாட்டுப் புறவியலில் பழமொழி, விடுகதை, கதை, நம்பிக்கை போன்றவற்றைத் தனித்தனியாக ஆராய்ந்துள்ளார். ஐங்குறுநூறு முதல் புதுக்கவிதைகள் வரை நாட்டுப்புறப் பாடலின் செல்வாக்கும் தாக்கமும் எப்படி இருக்கிறது என்றுவிரிவாகஎழுதியுள்ளார். நாட்டுப்புறவியல் தாக்கம் என்பது தமிழ்த் திரைப்படங்களில் குறிப்பாக பாரதிராஜா படமான புதிய வார்ப்புகளை விமர்சித்து எழுதினார். நாட்டுப்புறவியல் ஆய்வுத்துறையில் இவரது அமைப்பியல் ஆய்வுக் கோட்பாடு பெரும் வழிகாட்டுதலை ஏற்படுத்தியது. பாளையங்கோட்டையை விட்டு தமிழாசிரியராக வெளியேறிய கார்லோஸ், அமைப்பியல் அகராதியாக மீண்டும் பாளையங்கோட்டைக்குள் நுழைந்து செண்ட் சேவியர் கல்லூரியில் லூர்து சாரைக் கொடியேற்ற வைத்தார்.

பாளையங்கோட்டை சேவியர் கல்லூரி மூலம் இளம் அறிவியல் பட்டம், கேரளப் பல்கலைக் கழகம் வழி தமிழ் முதுகலைப் பட்டம், பெங்களூர் பல்கலைக் கழகம் தந்த முனைவர் பட்டம், வார்சாவில் கல்விப் பணி, திராவிடப் பல்கலைக் கழகத்தில் பணிநிறைவு என்று இவர் உலகத் தமிழவனாக உலா வந்தார்.

எனினும் இவர், தமிழ் நாட்டுப்புற வழக்காறுகள், மலையாள நாட்டுப்புறப் பாடல்கள், கன்னட நாட்டுப்புறக் கதைகள், (தெலுங்கில் ஏதாவது திரட்டியிருக்கக் கூடும்) எனத் தன் ஆய்வால் திராவிட நாட்டுப்புறவியலாளராகவும் மலர்ந்து மணம் வீசுகிறார்.

பகுதி ஐந்து
தமிழவனின் செவ்விகள்

தமிழவன் செவ்வி: 'மார்க்சியம் கற்றுவிட்டால் மற்ற துறைகளைப் புரிந்துவிடலாம்'

புத்தகம் பேசுது: இதழுக்காக செவ்வி எடுத்தவர் ப்ரதிபா ஜெயச்சந்திரன்

புத்தகம் பேசுது: வாசகர்கள் சார்பாக வணக்கங்கள், தமிழ் இலக்கிய விமர்சன உலகம் உங்களைப்போன்ற திறனாய்வாளர்களை, நாவலாசிரியர்களை, புறந்தள்ளிவிட்டுப் போகமுடியாத ஒரு இலக்கிய விமர்சன மேடையில் இருக்கிறீர்கள், உங்களுடைய இளமைக்காலங்கள் குறித்து எங்களுடன் பகிர்ந்து கொள்ளுங்கள்

தமிழவன்: நான் இப்போதைய குமரிமாவட்டத்தில் பிறந்தேன். மலையாளமும் தமிழும் கலந்து பேசும் கல்குளம் பகுதியில் உள்ள ஒரு மலையடிவாரக் கிராமம். அப்போது வளர்ச்சியடையாத ஊர். இன்று வளர்ச்சியடைந்த ஊர். அப்போது அது திருவிதாங்கூர் மன்னர் ஆட்சியில் இருந்தது. பிறந்தது மிகச்சாதாரண குடும்பம். ஊரில் கல்லூரிக்குச்சென்ற மூன்று நான்கு பேரில் ஒருவன். பதினொன்றாவது வயதில் அப்பகுதியைத் தமிழகத்தோடு சேர்க்க நடந்த, நேசமணி தலைமையிலான போராட்டத்தில், துப்பாக்கிச் சூடுகள், சிறைத்தண்டனைகள், சித்திரவதைகள் அனுபவித்தவர்களைக் கண்டு தமிழ் உணர்வு ஏற்பட்டது. அது நிலவுடைமையாளர்களான மலையாளம் பேசும் நாயர்களுக்கு எதிரான போராட்டமும் கூட. பனை ஏறும் தொழிலாளர்களும், கூலி விவசாயிகளும் அதிகம் நடமாடும் ஊர். ஏழை கிறிஸ்தவ மீனவர்களும் இருந்தனர். கிறிஸ்தவர்கள், இந்துக்கள், முஸ்லிம்கள் என எல்லா மதத்தவர்களும் ஒற்றுமையாக வாழ்ந்தனர். பொருளாதாரத்தில் முஸ்லிம்களும் மலையாள நாயர்களும் உயர்ந்த நிலையில் இருந்தனர். நான் பள்ளி இறுதி வகுப்பிலேயே யாப்புக்கற்று வெண்பா, ஆசிரியப்பா எல்லாம் எழுதுவேன். 1962-இல் பாளையங்கோட்டைக்குப் படிக்க வந்தேன். கிராமத்தில் மலையாளம் கலந்த தமிழைப்பேசிய நான், என் தமிழை

மாற்றுகிறேன். அது ஒரு புது உணர்வு. அதுபோல முதன் முதலாக மையத்தமிழத்துக்கு வந்த உணர்வு. முற்றிலும் வேறு உலகம். கல்லூரி மாகசினில் கவிதைகள் எழுதுவேன். விலங்கியலில் இளங்கலை மாணவன் நான். முதலாண்டு படிக்கும்போது என்கதை தினமலரில் வந்தது. என்விடுதி நண்பர் வலம்புரி ஜான், அக்கதையை நோட்டிஸ் போர்டில் கொண்டு செருகி வைத்து அக்கதை எழுதிய மாணவன் விடுதியில் எந்த அறை எண்ணில் இருக்கிறான் என தகவல் கொடுக்கிறார். திடீர் புகழ். அந்த விடுதிக்கு, பின்னர் இன்றைய காங்கிரஸ் தலைவர் பீட்டர் அல்போன்ஸ் வருகிறார். வைக்கோ அவர்கள் பக்கத்து விடுதி. நான் புதுமையாக 'காதலும் கத்தரிக்காயும்' என சிலேடை வைத்து எழுதிய வெண்பா அடுத்து தினமலரில் வருகிறது. தளை தட்டாத யாப்பில் கவிதைகள் பிரசுரித்துக் கொண்டேயிருக்கிறேன். விலங்கியல் படித்துவிட்டுக் கேரளப் பல்கலைக்கழகத்தில் தமிழ் முதுகலை முடித்தேன். பாளையங்கோட்டையில் படித்த கல்லூரியில் வேலை. ஆசிரியன் ஆன பின்பு கண்ணதாசன், தீபம், தாமரை, அப்போது வந்துகொண்டிருந்த தமிழ்நாடு என்ற நாளேடு என என் எழுத்துப் பயணம் தொடர்கிறது. ஆராய்ச்சி ஆசிரியர் நா.வானமாமலையைச் சந்தித்தல். அவர் என் திசையை மாற்றுகிறார். 1971-ல் இருந்து தொடங்கி, அவர் மரணம் வரை வந்த எல்லா ஆராய்ச்சி இதழ்களையும் வரிவரியாகப் படித்து விட்டுப் பெரிய உணர்வுக் கொந்தளிப்புக்கு ஆட்படுதல். மனம் மார்க்ச்சியத்தை அறிவதிலும் மேலும்மேலும் அறிவுப் பிரச்சினைகளையும் சமூகத்தின் வாழ்க்கைப் பிரச்சினைகளையும் இணைத்துப் பார்ப்பதிலும் தீவிரம் கொள்கிறது. இளமையில் கோவை ஞானியைச் சந்தித்தபோது மார்க்சியத்தில் வேறு சிலவற்றைப் புரிந்து கொள்கிறேன். எழுத்து இதழ்களைச் சந்தா (இரண்டு ரூபாய்) கட்டிப் படித்ததில் வேறு கோணங்கள் அறிமுகமாதல்.

உங்கள் பாளையங்கோட்டை ஆசிரியர் வாழ்க்கையின் போது என நினைக்கிறேன், என் ஞாபகம் சரியாக இருக்குமானால், ஆக்டோபஸ் என்ற ஒரு கவிதைத் தொகுப்பில் கூட உங்களது பங்களிப்பு இருந்ததாக பின்னாட்களில் படித்த ஞாபகம்...

அந்தக் கவிதைத் தொகுப்பின் பெயர் ஆக்டோபஸூம் நீர்ப்பூவும். அது 1972-ல் வெளிவந்தது. அதில் வேறுவேறு பெயரில் ஆறுபேர் புதுக்கவிதையாக யாப்பின் எல்லா மரபையும் உடைத்து எழுதியிருப்போம். சென்னைப்பல்கலையில் மொழியியல்

பேராசிரியராய் பின்னாளில் புகழ்பெற்ற தெய்வசுந்தரம், மேலும் சிவசு, இப்போது நாடகம், சினிமாவில் புகழ்பெற்றுள்ள மு.ராமசாமி, டெல்லிப் பல்லகலையில் தமிழ்ப்பேராசிரியராய்ப் பணியாற்றிய மாரியப்பன், மற்றும் நான் ஆகியோர் அதில் முற்றிலும் மாறுபட்ட புதுக்கவிதைகளை எழுதினோம். அதன் புதுமை என்னவென்றால் அப்போது தமிழில் வந்த புதுக்கவிதை சமூக விமரிசனமாக இருக்காது. அது வெறும் அழுகுணிச்சித்தரின் வெளிப்பாடுதான் என்று எல்லோரும் கருதிய நேரத்தில் சமூக விமரிசனத்தை உணர்வு கலக்காமல், எல்லாக் கவிதைகளும் வெளிப்படுத்தியது தான். தேன்குரல், பன்னீர்புஷ்பம், இளநிலவு, வசந்தம், புல்லாங்குழல் என்று பலர் எழுதியபோது நாங்கள் இப்படி எழுதியது ஒரு மாற்று. மேலும் அப்போது பரவலாகத்தெரிந்திருந்த எழுத்து, மற்றும் கசடதபற போன்ற இதழ்களின் கவிதைகளுக்கு மாறாகவும் இன்னொரு பாதையை முதன்முதலில் இக்கவிதைகள் வெளிப்படுத்தின. எழுதியவர்கள் எல்லோரும், அன்று மாணவராய் இருந்தவர்கள் அல்லது இளம் ஆசிரியர்கள். இந்நூலுக்கு வேறு பெயரில் முன்னுரை எழுதிய நாச்சிமுத்துவையும் சேர்த்து, எல்லோரும் முப்பது வயதுக்கு உட்பட்டவர்கள். இப்படி ஒருபோக்கு மாற்றத்துக்குக் காரணமான இந்த நூல்பற்றி இன்று யாருக்கும் தெரியாவிட்டாலும், இது இலக்கிய வரலாற்றில் குறிப்பிடப்படும். எதிர்கால ஆய்வாளர்களுக்காக இத்தகைய ஆவணங்கள் பாதுகாக்கப்படவேண்டும் என்பது என்கருத்து. இப்படிப் புதிய புதிய கேள்விகள் தோன்றுகின்றன. சுருக்கமாய்ச் சொல்வதென்றால் அதுவரை ஆங்கிலமே தெரியாத ஒரு இளைஞனைத் தமிழ்ச்சமூகம் இப்படி உருவாக்கியது. இங்கே, 1965 – இல் நான் இளங்கலை படிக்கும்போது தமிழகத்தில் நடந்த இந்தி எதிர்ப்பின் தாக்கமும் மனதின் உருவாக்கத்தில் பங்கு வகிக்கின்றது என்ற உண்மையைச்சொல்ல நான் மறக்கக்கூடாது..

தமிழ் திறனாய்வு மற்றும் விமர்சன மரபு வரலாற்றில் நீங்கள் அறிமுகப்படுத்திய விமர்சன நோக்கு மிக முக்கியமானது. மரபான மார்க்சிய அடிக்கட்டுமானம் மேற்கட்டுமானம் என்கிற பொருளியல் வாதப்பார்வை போதாது என்று அமைப்பியல்வாதத்தை அடிப்படையாகக் கொண்ட ஒரு அழகியல் சார்ந்த சமூகநலன் விளைவுகளை வாசித்து வெளிப்படுத்தும் பார்வை அது. உங்களுடைய இந்தப் பார்வைக்கு அடிப்படையாக அமைந்த சூழல்கள் மற்றும் தூண்டிய நூல்கள் என்னென்ன?

அது ஐம்பண்டுகளுக்கு முன்பு இருந்த சூழ்நிலை. பொருளாதாரம், அதாவது, நீங்கள் சொல்லும் அடித்தளம்,

மேற்தளத்தின் அதாவது பண்பாட்டின் கூறுகளான, குடும்பம், கல்வி, அரசியல் போன்றவற்றைத் தீர்மானிக்கும் என்ற பார்வையை அன்று எல்லோரும் நம்பினார்கள். புதுக்கவிதையும் புதுவிதமான நாடகங்களும் கதைகளும் தமிழில் வந்தபோது தான் பிரச்சனை பெரிதானது. அறிவுப் பெருக்கமும் தமிழ்ச்சமூகத்தில் ஏற்பட்டது. பழமை மெதுமெதுவாக மாறியது. அதுவரை அறிவு மறுக்கப்பட்ட பிரிவினர் அறிவைப்பெருக்கினர். பொருளைப் பெருக்கும் முறையை அறிந்தனர். அதுபோல, சிந்திக்கும் துறைகளுக்கு வந்தார்கள். மத்தியதர வர்க்கமானார்கள். படைப்புக்கும் வந்தார்கள். புதிய தமிழ்ச்சமூக விரிவாக்கப்பரிமாணத்தை அறிந்துகொள்ள புதிய சிந்தனைகள் வேண்டும். புதிய இதழ்கள், கசடதபற, நடை, பரிமாணம், மீட்சி, பிரக்ஞை, நீலக்குயில், சதங்கை போன்றன தமிழில் தோன்றுகின்றன. இந்தச் சூழலில் பொருளாதாரம், பிற எல்லாத்துறைகளையும் எந்திர கதியில் தீர்மானிக்கும் என்பது கேள்விக்குள்ளானது. அல்தூசர் பற்றி நான் அக்காலத்தில் மலையாளத்தில் முதன்முதலாக ஒரு கட்டுரை படித்தேன். பின்பு அவரை விரிவாய் அறிந்துகொள்ள பல நூல்கள் படித்தேன். அவர் அப்போது பாரிஸ் பல்கலையில் தத்துவத்துறைப் பேராசிரியர். பொதுவுடைமைக் கட்சி உறுப்பினர். அவர் பொருளாதார அடித்தளம் கடைசியாகத் தான் மேற்கட்டுமானத்தைத் தீர்மானிக்கும் என மார்க்ஸ் கூறுகிறார் என்றார். அதன் பின்பு அவருடைய விளக்கத்தைச் சொன்னார். பொருளாதாரத்தால் மேற்கட்டுமானம் அப்படித் தீர்மானிக்கப்படாமலும் போகும் வாய்ப்புண்டு என்று அவர் சொன்னது முக்கியமான கருத்து. உதாரணத்துக்குக் கல்வி இருந்தால் பொருளாதாரம் பெருகுமே. தொழில்நுட்பத்தால் பெருகுமே. அப்படியென்றால் மேற்கட்டுமானமல்லவா அடித்தளத்தைத் தீர்மானிக்கிறது. இப்படி விவாதித்தார். நான் குமரிமாவட்ட மலைக்கிராமத்தில், அப்போது நிலத்தை வைத்திருந்த நாயர்களை மற்றவர்கள்'எசமான் எசமான்' என்று குனிந்து நின்றபடி பேசியதைக் கேட்டவன். எனக்கு முதலில் அல்தூசர் சொன்னது ஏற்றுக்கொள்ளும்படி இருக்கவில்லை என்பது தான் உண்மை. தொடர்ந்து சர்ச்சை செய்தபடியும் வாசித்தபடியும் இருந்தேன். இப்படி ஓரளவு ஆங்கிலமும் விருத்தி செய்து பலவற்றைப் படித்தேன். அமைப்பியல் பற்றி முதலில் ஸ்ட்ரக்சுரலிசம் என்ற என் நூல் வந்தது. அதில் இக்கருத்துக்களை எழுதினேன். முதல் பதிப்பு 1982-ல் பாளையங்கோட்டையில் அப்போது இருந்த பேராசிரியர் லூர்து தன் ஆர்வத்தால்

அச்சிட்டார். அதில் அமைப்பியலை மானுடவியல், மொழியியல், இலக்கியம் போன்றன எந்த முறையில் பயன் படுத்துகின்றன என ஓரளவு விரிவாகப் படித்து விளக்கினேன். மூலநூல்களைப் படித்தேன். மார்க்சியம் கற்றுவிட்டால் மற்ற துறைகளைப் புரிந்து கொள்ளலாம். பல துறைகளில் அமைப்பியல் முறை விளக்கப்படுகிறது என அதன் சிந்தனையைப் புரிந்து எழுதினேன். அது விரிவான நூலாக வந்து இப்போதும் பல பதிப்புகளாய் தமிழில் விற்கப்படுகிறது. அப்போது பத்மநாப ஐயர் இலங்கையிலிருந்து வந்திருந்தபோது பாளயங்கோட்டைக்குச் சென்று 25 படிகள் விலை கொடுத்து வாங்கிச் சென்றார். அது ஈழப்போராட்டம் நடந்த காலகட்டம். பல குழுக்கள் அதனைப்பயன்படுத்தின என ஒரு முறை நான் லண்டன் போனபோது கூறினார்கள். இனவிடுதலை எப்படி வர்க்க விடுதலையோடு தொடர்புடையது என அங்குப் பல குழுக்கள் விவாதித்த நேரம். அந்நூலில் உள்ள கருத்துக்கள் வழி இது பற்றிச் சிந்திக்க முடியும். தமிழகத்தில் அப்போது உள்ளொளியும் மூடநம்பிக்கைகளும் படைப்புக்குக் காரணம் என பரவலான கருத்து இருந்தது. தாங்கள் பாரதியின் தொடர்ச்சி என உரிமை கொண்டாடிய மேல்தட்டினர் இந்த நூலின் இலக்கியக் கருத்துக்களால் எரிச்சலுற்றனர் அவர்களுக்குக் காலம் மாறுகிறது என்பதும் வேறு பிரிவினர் கல்வி கற்று வருகிறார்கள் தமிழகத்தில் என்பதும் புரியவில்லை. மீண்டும் லட்சுமி கடாட்சத்தால் தான் கவிதை எழுதுகிறேன் என்றார்கள். அப்படிக் கூறியவர்கள், முதலாளியம் என்பது முதலாளிகள் மனம் மாறி எல்லோருக்கும் சமமாய்ப் பகிர்ந்துகொடுக்கும் போதுதான் ஒழியும் என்றார்கள். அவர்கள் இது போன்ற நூல்களின் விவாதத்தைச் சரியாய் எதிர்கொள்ளவில்லை. படித்தால் புரியாது என்று ஒரு கருத்தைப்பரப்பினார்கள். புரியாதபடி எழுதுகிறவர்கள் என்று பகடி செய்தனர். படித்தவர்களால் இலக்கியம் படைக்கமுடியாது என இன்னொரு புதுக்கரடியைக் கொண்டுவந்தார்கள். உள்ளொளி இருந்தால் தான் படைக்கமுடியும் என்றும் உள்ளொளி இருப்பவர்கள் படைப்பு ரகசியம் அறிந்தவர்கள் என்றும் கூறினார்கள். நடக்கும் போது இரண்டு அடிக்கு ஒரு முறை நின்று வானத்தைப் பார்ப்பவர்கள் அந்த படைப்பு ரகசியத்தை அறிந்தவர்கள் என்றனர். சில வேளை பிறப்பிலேயே அது தீர்மானிக்கப்படுகிறது என்றும் கூறி முத்தாய்ப்பு வைத்தனர். இங்குத்தான் பிரச்சினை வருகிறது. படைப்பு ஓர் ரகசியம். என்னதான், மேற்கத்திய அறிவோ, விஞ்ஞானமோ, பெற்றாலும் பயன் இல்லை. படைப்பு ரகசியத்தைக்கற்க முடியாது.

சிலவேளைகளில் கலை என்ற சொல்லையும் பாவித்தனர். அதாவது இவ்விவாதங்களுக்குள் இரு சமூகத்தட்டினரின் முரண்பாடுதான் வெளியாயிற்று என்று தோன்றுகிறது. இருபதாம் நூற்றாண்டின் ஆரம்பத்திலிருந்து தற்கால இலக்கியத்தை ஆக்கிரமித்து வந்தவர்களுக்கும் எழுபதுகளில் திராவிட மற்றும் முற்போக்குக் கட்சிகள் உதவியால் விழிப்புப்பெற்று கல்விக்கூடங்களில் சேர்ந்து புதிதாய்ப்படிப்பு பெற்றவர்களுக்கும் நடந்த போராட்டம். அமைப்பியலைச் சுற்றியும் பொதுவான இலக்கியத்தைச்சுற்றியும் தமிழில் நடந்த சர்ச்சைகளை இப்படித்தான் பார்க்கிறேன். அதுவரை படிப்பு மறுக்கப்பட்டவர்கள் விழிப்புற்று, புதிதாய் எழுச்சி பெற்றபோது நடந்த இலக்கிய உலகப் போராட்டம். அயோத்திதாசர் சிந்தனைகள், சிங்காரவேலர் சிந்தனைகள், சுய மரியாதைச்சிந்தனைகள் போன்றன தமிழ்ச்சமூகத்தில் இருபதாம் நூற்றாண்டின் தொடக்கத்தில், அதாவது முதல் இருபதுகளில், பரவுகின்றன. அதற்கிடையில் மேற்தட்டினர் பிரதான பங்கு வகித்த அனைத்திந்தியச் சுதந்திரப் போராட்டச் சிந்தனைகள் ஆரம்பிக்கின்றன. அக்காலத்தில் ஈனப்பறையர்கள் என்ற சொல்பிரயோகம் பற்றிய அயோத்திதாசரின் பாரதிக்கு விரோதமான கருத்து வெளிப்படுகிறது. இது பற்றிய, சில மாதங்களுக்கு முன்பு வெளியான, ஸ்டாலின் ராஜாங்கத்தின் கட்டுரை முக்கியமானது. நல்ல மனிதரான ஆஷ் துரையைக் கொன்ற வாஞ்சிநாதன் துஷ்டன் என அயோத்திதாசர் எழுதுகிறார். அயோத்திதாசர் படைப்பு எழுத்தாளர் அல்ல. ஆனால் பரதியாரைவிட அயோத்திதாசருக்கு விரிவான புரிதலும் அறிவும் இருந்திருக்கிறது. இதனை ப. மருதநாயகம் தனது அயோத்திதாசர் பற்றிய நூலில் கூறுகிறார். பாரதியார், அன்றைய அனைத்திந்திய சுதந்திரப் போராட்டத்தில் வேதத்தைக் கொண்டுவந்து கலந் திலகர் வழி அரசியல் கவிஞராகவும் சித்தராகவும்/பித்தராகவும் ஆக அன்றைய சூழல் பயன்பட்டது. அரவிந்தரால் பாரதி தன்னையொத்த அவதார புருஷர் என பிரகடனப் படுத்தப்பட்ட செய்தியை போன புத்தகம் பேசுது இதழில் இரா.மீனாட்சி கூறுகிறார். பாரதி, திருவனந்தபுரத்தில் உள்ள மிருக காட்சிச்சாலையில் போய் புலியிடம் ஆபத்தை உணராமல் பேசப்போவதை அவருடைய கவிஞர் ஸ்தானத்துக்கு சான்றிதழாய்ப் பயன் படுத்துபவர்கள் அவரை பித்தர் என்றுகூறி, பித்துநிலை படைப்பாளிகளின் தகுதி என்பார்கள். இப்படித்தமிழ் நவீன இலக்கியம் சித்தர்/பித்தர் வழியில் போகத் தடம் போடும் பாதையில் வேறு பலவும் பின் தள்ளப்படுகின்றன. அறிவு

வழியை நாடும் அயோத்திதாசரும் அடுத்த அறுபது, எழுபது ஆண்டுகள் மறக்கப்பட பல காரணங்கள் இருந்தன. இந்த சித்தர் வழிபாடும் ஒரு காரணம். அயோத்திதாசர் மிகவும் கறாரான அறிவைப் போற்றுபவர். பாரதியின் அறிவுத் தோற்றவியலுக்கு (எபிஸ்டெமாலஜி) எதிர்மாறான பௌத்தச் சிந்தனையாளர். ஆனால் தமிழில் வெற்றி பெற்றது பாரதியின்/திலகரின் ஆரியரைப் போற்றும் மரபு. சங்க இலக்கியத்தில் ஆரியர்கள் அந்நியர்.. நபிச்சமூர்த்தியிலிருந்து எழுபதுகள் வரை மணிக்கொடியாகட்டும் எழுத்து இதழாகட்டும் மதத்தையும், நவீன இலக்கியத்தையும் எல்லைக்கோடிட்டுப் பிரிக்கவில்லை. இது பெரிய பிழை. இன்று இந்திய அரசியல் போகும் பாதையின் ஆபத்திலிருந்து பார்த்தால், இது சாதாரணப்பிழை மட்டுமல்ல என்பது புரியும். எனவே தான் சொல்கிறேன். தற்கால இலக்கிய வரலாற்றில் எழுபது வரை ஆதிக்கம் செலுத்திய சக்திகள் எழுபதுகளுக்குப் பிறகு தோன்றிய முற்போக்கு சக்திகளின், திராவிட சக்திகளின் கூட்டால் உருவான மனநிலைகளைக்கொண்ட புதிய இளைஞர்களின் உலகப் பார்வையோடு முரண்பட்டன. இன்றின் சூழலிலிருந்து பழையதை மீள்பார்வை மூலம் பார்க்கும்போது இப்படித்தான் தோன்றுகிறது. இவற்றை நேரடியாக வறட்டுத்தனமாய் வரையறுக்கக் கூடாது. சில கூறுகள் இரண்டு தரப்பாரிடமும் பொதுவாயும் காணப்படும். இலக்கியமும் பாண்பாட்டு உருவாக்கமும் மிகவும் சிக்கலானவை. எனினும் சமயச்சார்பும் அதற்கு மாறான செக்குலர் மரபும் தயவு தாட்சண்யமில்லாமல் வேறு படுத்திப் பார்க்கப்படவேண்டும். ஏற்கனவே இருந்த மரபு மார்க்சியத்துடன் சில புதிய கூறுகளைக் கொண்டு வந்துசேர்க்க அமைப்பியல் பயன்பட்டது. நீங்கள் அமைப்பியல் பற்றிக் கேட்டதால் இவ்வளவும் சொன்னேன். இன்று தமிழகத்தில், எதிர்காலத்தில் வரப்போகிற பாசிச சக்திகள் பற்றிய ஆழ்ந்த கவனம், இல்லை. அவை மதத்தைப்பயன்படுத்திக் கொண்டுள்ளன. அவை மறைமுகமாய் இலக்கியத் தையு ம் பயன்படுத்துகின்றன. சில விஷயங்கள் நான் இப்போது சொல்ல முடியாது.. பாரதி மரபைத்தான் அவர்கள் எடுக்கப் போகிறார்கள். ஆகையால் முன் யோசனையாக சிலவற்றைச்சொன்னேன். ஏனெனில் மார்க்சிய அமைப்பியலாளரான அல்தூசர் அன்றைய பிரான்சின் பொதுவுடைமைச்சிந்தனையாளர் மட்டுமல்லாது இரண்டாம் உலகப்போர் சமயத்தில் பாசிச எதிப்பு அணிகளோடு இருந்தவர். பாசிசம் வேறு வேறு உருவத்தில்வரும். இன்னொரு உண்மையையும் கூறவேண்டும். இதுவரை பார்த்த தமிழ் இலக்கிய உலகப் போராட்டம் இப்போதும் தமிழில் நடந்து

கொண்டிருக்கிறது. ஆனால் அன்று தோற்றவர்கள் இன்று வேறு நிறுவனங்களை உருவாக்கிக் கொண்டிருக்கிறார்கள். வேறுவித உத்திகளைப்பயன் படுத்துகின்றனர். அவர்களினஇன்றைய விவாதங்கள் வேறு.

1972-ல் கசடதபற இதழில் வெளியான ஞானக்கூத்தன் கவிதைகளுக்கு நீங்கள் எழுதிய விமர்சனத்திற்கு எவ்வாறு எதிர்வினைகள் வந்தன ? அவற்றை எவ்வாறு எதிர்கொண்டீர்கள் ?

நீங்கள் நன்றாக நினைவில் வைத்திருக்கிறீர்கள். நான் 1971 இல் பெங்களூருக்கு வேலையின் பொருட்டு வந்த புதிது. அப்போது வந்துகொண்டிருந்த கசடதபற இதழைப் படித்தபோது எட்டு க்கவிதைகள்' என்ற தலைப்பில் ஞானக்கூத்தன் என்ற பெயரில் அப்போது எனக்குத்தெரியாத யாரோ ஒருவர் புதுக்கவிதை எழுதியிருந்தார். 'விழிக்கிறான் முழங்காலொன்று காணலை', என்றும் 'ஒளித்துவைத்த மூக்கு' என்றும் வரும் வரிகளைத் தமிழ் எம்.ஏ. படித்திருந்த எனக்கு அந்த வயதில் புரிந்துகொள்ள முடியவில்லை. பெரிய குழப்பம். ஆனாலும் அவை என்னை விட்டுவிடவில்லை. நான் ஒரு கட்டுரை இரண்டு பக்க அளவில் எழுதி தாமரை க்கு அனுப்பினேன். உடனே அழகான கையெழுத்தில் தி.க.சி.யிடமிருந்து ஒரு அஞ் சல் அட்டை வந்தது. அதனை விரிவாக எழுதுங்கள் என்று. நான் விரிவாய் எழுதி அனுப்ப அக்கட்டுரை வெளிவந்து முற்போக்கு அணியினர் பேசுபொருளாய் அக்கட்டுரை ஆனது. நான் அக்கவிதைகள் ஏற்கத்தக்கன அல்ல எனவும், மனித உடலை அவை கூறுபோடும் பார்வை என்றும் எழுதினேன். ஆனால் பின்னர் சுமார் நான்கு ஆண்டுகள் கழித்து அக்கவிதைகளை ஏற்றுக்கொள்ளவேண்டும் என்று நீலக்குயில் என்ற இதழில் எழுதினேன். எனக்கு இந்தமாதிரி கவிதைகளைப் புரிந்து மதிப்பிடுவதில் தேர்ச்சியில்லை, தடுமாறுகிறேன் என்பதை உணர்ந்தேன். அதற்கான காரணம், இந்தவித உத்தி அல்ல. உத்திக்குப்பின்னால் இருக்கும் தத்துவப்புரிதல். இலக்கியம் மனிதக் கூறுபோடலைச் சொல்லலாம், அது தவறு அல்ல என்று என்பார்வையைத் திருத்திக்கொண்டேன். அதன் பின்பு காஃப்காவின் கரப்பான்பூச்சியாக மனிதன் மாறும் கதையையும் ஏற்றுக்கொள்ளலாம் என்ற நிலைப்பாட்டை எடுத்தேன். இது ஒரு நிலைபாட்டில் உள்ள தத்துவ மாற்றம். இந்தமாதிரி, நிலைபாட்டை மாற்ற மார்க்சியத்தில் இடமுண்டு என்றும் விவாதிக்கலாம். அதை ஐரோப்பிய மார்க்சியத்தினர் மேற்கொண்டனர். உதாரணமாய்

ஜெர்மன் மார்க்சிய விமரிசகர், லூசியன் கோல்ட்மன் அக்கருத்துக் கொண்டவர். வாசகர்கள் தேடிப்பிடித்தால் தான் இவர் அறிமுகம் கிடைக்கும். பரவலாகத்தெரிந்தவர் அல்லர். மார்க்சிய விமரிசகர், வால்டர் பெஞ்சமின் கூட காஃப்காவை ஏற்பார். 'மூக்கை ஒளித்துவைத்தேன்' என மனித உடல்கூறு போடுதலுக்கு, மார்க்சியத்தில் இடமில்லை என்றும் விவாதிக்கலாம். அதை உடையாமல் இருந்த சோவியத் யூனியன் அன்று மேற்கொண்டது. அந்த ஞானக்கூத்தன் கவிதைகளை, சோவியத் விமரிசகர்களிடம் கொடுத்தால் இது நல்ல இலக்கியம் இல்லை என்று கூறிவிடுவார்கள். நான் இப்படி முரண்பட்ட இரண்டு நிலைபாடுகளுக்கு இடையில் தெளிவில்லாமல் தடுமாறி, பின்பு ஒரு நிலைபாடு எடுத்து என்னைத் திருத்திக்கொண்டதை, அன்று வேகமாகவும் வசைச்சொற்களையும் தயங்காமல் பயன்படுத்தும் ஒரு விமரிசகர் பல்டி என்று வருணித்தார். அவருக்கு அவர் பயன்படுத்தும் இம்மாதிரிச்சொற்கள் தத்துவம், இலக்கியம் போன்ற துறைகளில் பயன் படுத்தக்கூடாது என்று தெரியவில்லை. நான் எண்பதுகளில் இருந்த சூழலைச்சொல்கிறேன். மார்க்சியத்தில் பல விளக்கங்கள் எப்படி ஏற்பட்டன? மார்க்சியம் சமூக அறிவியல். இயற்பியல் அல்ல. விலங்கியல் அல்ல. சமூக அறிவியலுக்கு ஒரு தனித்தன்மை உண்டு. சூழலுக்குத்தக்க வேறுவேறு விளக்கங்களை மேற்கொள்ளும். ரஷ்யாவில் ஒரு வகையும் லத்தீன் அமெரிக்காவில் இன்னொரு வகையும், சீனாவில் இன்னொரு வகையும் அவரவர் கலாச்சாரத்துக்கு ஏற்ப இருக்கும். நம் புராதன தமிழ்க் கலாச்சாரத்துக்கு ஏற்ப நாம் ஒருவித தமிழ்க்குணம் உள்ள மார்க்சிய இலக்கிய விமரிசனத்தை ஏற்கவேண்டும். இப்போது யோசித்துப் பார்க்கும்போது நாங்கள் எல்லாம் எப்படி இளமையில் இலக்கியம் படித்தோம் என்று எண்ணுகையில் வேடிக்கையாகத் தெரிகிறது

சங்க இலக்கியங்கள் குறித்து உங்களுடைய நவீன விமர்சனங்களை எவ்வாறு வைக்கலாம்? சங்க இலக்கியங்களின் மீட்டுருவாக்கம் தொடர்பான உங்களின் பங்களிப்பு அல்லது திட்டங்கள் என்னென்ன?

சங்க இலக்கியம், தொல்காப்பியம், இவை அமைப்பியலின் வெளிச்சத்தில் பார்க்கப் படவேண்டும் என்று நான் தொடர்ந்து கூறி வருகிறேன். காரணம் மேற்கத்தியக் கருத்துக்களைத் தமிழால் உரசிப்பார்த்து எவை தமிழுக்குப் பொருந்தும், எவை பொருந்தாது என அறியவேண்டும். ஏதோ ஒரு அனைத்துலகத்

தத்துவம் வருகிறது என்று வைத்துக் கொள்ளுங்கள். பின் நவீனத்துவம் ஆகட்டும், அல்லது வேறொன்று ஆகட்டும். அதன் தத்துவத்தளமோ அல்லது இன்னொரு கூறோ தமிழோடு ஏதோ ஒரு அம்சத்தில் ஒப்பிடக்கூடியதாக இருக்கும். அந்த அம்சத்தை விரிவாக்கி நாம் தமிழில் பேசவேண்டும். நான் பழந்தமிழில் அமைப்பியல் மற்றும் குறியியல் என ஒரு நூலில் இதைத்தான் செய்தேன். தொல்காப்பியத்தின் மொழிபற்றிய சிந்தனைக்கும் அமைப்பியலை அறிமுகப்படுத்திய சசூரின் சிந்தனைக்கும் தொடர்பிருப்பது தெரிந்தது. மேற்கில் சசூரின் சிந்தனை— யிலிருந்து மானுடவியல், மார்க்சியம், இலக்கியம் என ஒவ்வொரு பிரிவிலும் புதுச்சிந்தனைகள் தோன்றி உலகை வியப்பிலாழ்த்தின. தொல்காப்பியம் சசூரைப்போன்று மொழிபற்றிய சிந்தனை. சசூரை எப்படி மறுவிசாரணை செய்து ஐரோப்பியர் வளர்த்தெடுத்துள்ளனரோ அது போல உரையாசிரியர்கள் தொல்காப்பியத்தை மறுவிசாரணை மட்டும் செய்துள்ளனர். சிந்தனையையை வளர்த்தெடுக்க முடியவில்லை. அதனால் தமிழிலிருந்து புதுவித சிந்தனைகள் வரவில்லை. சசூரை மறு சிந்தனைக்கு உட்படுத்திய 'மாதிரி'யில் உரையாசிரியர்கள் தொல்காப்பியத்தை மறுவிசாரணைக்கு உட்படுத்தவில்லை. உரையாசிரியர்கள் ஒன்றில் சேனாவரையரின் சமஸ்கிருத 'மாதிரி'யில் அல்லது இளம்பூரணர் போல தமிழ் 'மாதிரியில்' மறுவிசாரணை, அல்லது மறுவாசிப்புச் செய்தனர். ஒரு விசயத்தை ஒத்துக் கொள்ளவேண்டும். நம்மிடம் கேள்விகேட்கும் சிந்தனைப் பின்னணி இல்லை. எனவே நம் கேள்வி இலக்கணத்துக் குள்ளேயே சுற்றிச்சுற்றி வந்தது. உதாரணத்துக்கு இன்றைய மேற்கத்திய மரபில் வந்த அமெரிக்கத் தமிழ் ஆய்வாளர் ஜார்ஜ் ஹார்ட் போன்றோரின் கேள்வி சார்ந்த சிந்தனைக்கு வருவோம். அவர் இந்தியாவுக்கு இரண்டு பாரம்பரிய மாதிரிகள் உள்ளன என்கிறார். ஒன்று சமஸ்கிருத மாதிரி, இன்னொன்று தமிழ் மாதிரி என்கிறார். தமிழ், சமஸ்கிருதத்துக்கு மாற்று. இதை விளக்குகிறார் ஜார்ஜ் ஹார்ட்... அவரைத்தொடர்ந்து நாம் இன்னும் சிலவற்றைக்கூற முடியும். சமஸ்கிருதம் வேரில்லாமல் தன் நிறத்தை மாற்றி மாற்றிப் பரவும் குணம் கொண்டது. ஷெல்டன் போலக் என்பவர் இது பற்றி விளக்கிக்கூறுகிறார். இக்கருத்தை எடுத்து வந்து தமிழ் பற்றி வேறு கோணத்தில் பேசலாம். தமிழ் பிராந்திய மண்மணத்தை விடாமல் வேரை வலிமைப்படுத்தும் மொழி. தெற்காசியா முழுதும் தமிழ் அரசர்கள் போனாலும் அவர்களும் சமஸ்கிருதத்தையே அங்கு நிலை நாட்டினார்கள். சோழர்கள்

சமஸ்கிருதப் பெயரையே வைத்துக் கொண்டிருந்தனர். வடமொழி வேதம் பரவ, பிரம்மதேயக் கிராமங்களை, எல்லாச் சோழ மன்னர்களும் ஆதரித்துக் காவேரி தீரங்களில் உருவாக்கினர். அப்போது தமிழ், சோழர்களுக்கு நாடு பிடிக்கப்பயன் படவில்லை எனத்தெரிகிறது. நாடுகளைப் பிடிக்க காற்றுப்போல எல்லா இடங்களிலும் வேரில்லாமல் பரவும் சமஸ்கிருதம் வேண்டும். சமஸ்கிருதம் தெற்காசியா முழுதும் பரவியதை, ஷெல்டன் போலக் மிகவிரிவாக எடுத்துரைக்கிறார். தமிழ் அப்படிப்பட்ட மொழி அல்ல. தமிழின் வேர் ஆழமானது. பிடுங்கமுடியாது. அதன் மீது சமஸ்கிருதக் காற்று வீசும். காற்று போனதும் மரம் பழையது போல நிமிர்ந்துவிடும். விஜயநகர மன்னர்கள், நாயக்கர்கள், யார்யாரோ சுமார் ஆயிரமாண்டுகளாய் தமிழரல்லாதவர்கள் தமிழகத்தை முழுதும் ஆண்டனர். தமிழ் அழிந்து போகவில்லை. தமிழ் எப்படிப்பட்ட மொழி யென்றால் அது சமஸ்கிருதத்தை மாற்றித் தமிழின் ஒரு பகுதியாக்கும். அது ஒரு வலிமை. நிறைய உதாரணங்கள் நான் சொல்லமுடியும். சமஸ்கிருதத்தில் இருந்த 'லோகதர்மி' என்பதை உலகவழக்கு என மாற்றுவதோடு அர்த்தத்தையும் தமிழ் மாற்றும். ரசக்கோட்பாட்டை, புதிதாக்கி தமிழண்ணல் கூறுவது போல வேறு ஒரு கருத்தாக்கமான மெய்ப்பாடு ஆக்கும். தொல்காப்பியம் அப்படி செரித்துக்கொண்ட பல சமஸ்கிருத கருத்தாக்கங்கள் உண்டு. இதுபற்றிய தெளிவில்லாத சிலர் சமீபத்தில், சமஸ்கிருதம் தொல்காப்பியத்திற்குள்ளே ஏறி அதை அரித்துவிட்டது என கெக்கெலி கொட்டிச் சிரித்ததை ஓரிதழ், சிறப்பு மலராய் வெளியிட்டு மகிழ்ந்திருந்தது. இப்படித் தமிழ் மாதிரியானது, திராவிடக் கலாசாரங்களின் பிரதிநிதி மட்டுமல்லாது ஆதிவாசிகள் பண்பாடு, நாட்டுப்புறவியல் போன்றவைகளுக்கும் பிரதிநிதி. அது மட்டு மின்றி, உலகமெங்கும் தன்மண்ணுக்காகப் போராடுகிறவர்களின் பிரதிநிதி. எனவே புதிய உலகச் சிந்தனைகளைத் தமிழ்த்துறைகள், புதிய தமிழ் விளக்கம் மூலம் கொண்டுவரவேண்டும் என்கிறேன். பாடத்திட்டங்கள், சமூகவியல், வரலாறு, தத்துவம், இலக்கியவியல் மொழியியல், போன்றவற்றின் மிகப்பிந்திய சிந்தனைகளோடு மறுகட்டமைப்புச் செய்யாவிடில் இன்றைய தமிழ்க்கல்வி பிரயோஜனமற்றது. இப்படிப்பட்ட சிந்தனைகளை உரையாசிரியர்களின் வழியில் ஆரம்பித்து, பின்பு, அவர்களைப் புதிதாக்கி மேற்செல்லவேண்டும். பாடதிட்டங்கள் மாற்றப்படவேண்டும். சங்க இலக்கியம், தொல்காப்பியம் போன்றன அப்போது சிந்தனையின் ஊற்றாக மாறும். இப்போது இருப்பதுபோல, சங்க இலக்கியமும்

தொல்காப்பியமும் மாணவர்களால் மேற்கோள் காட்டும், மனனம் செய்யும் வெறும் துண்டு துணுக்குகளாய் இருக்காது. அரசியல் அடிமைகளாக இருப்பதுபோல் சிந்தனைத்துறை அடிமைகளாகவும் இருக்கிறோம். தமிழ்க்கல்வி வெறும் பழமைநிலைபெற்ற கல்வியாக இல்லாமல் எதிர்காலம் நோக்கிய கல்வியாக வேண்டும். அதற்கு உலகமெல்லாம் உள்ள சிந்தனைகளைத் தொல்காப்பியர் அன்று அவரது உலக அறிவை வைத்துக் கொண்டுவந்ததுபோல செய்யவேண்டும். இதை விரிவாக இங்கே பேச இடம் இல்லை.

முந்தைய கேள்வியை ஒட்டி இன்னொரு கேள்வி: உங்கள் மொழிதல் கோட்பாடும் தமிழிலக்கியமும் என்ற நூல் பற்றியும் அதுபோல், திராவிடம், தமிழ்த்தேசம், கதையாடல் என்ற நூல் பற்றியும், சொல்லுங்கள்.

என்னுடைய மொழிதல் கோட்பாடு நூல்பற்றிச் சமீபத்தில் சில இளம் ஆய்வாளர்கள் ஒரு கல்லூரியில் ஒருவாரம் கணிணி வகுப்பு நடத்தினார்கள். அது தமிழ்த்துறைகள் மாறிவருவதைச்சுட்டின. மொழிதல் என்பது கூற்று என்று சங்க இலக்கியம் சொல்லுமே அதுதான். தலைவி, தோழி, தலைவன் போன்றவர்கள் பேசுவது போல் தான் அகப்பாடல்களை எழுதமுடியும் என்று ஒரு மரபு. இதனை மறுவிளக்கம் மூலம் அனைத்துலகச் சிந்தனையாக, மார்க்சியம், மொழியியல், வடிவவியல் போன்ற சிந்தனைகளில் பொதுச்சிந்தனையாக மாற்றலாம். இதற்கு ரஷ்யாவின் மைக்கேல் பக்தின் என்பவரின் சிந்தனைகள் தமிழில், தமிழுக்காகப் பயன் படுத்தப்பட்டன. பக்தின், ரஷ்யாவில் புரட்சி வந்தகாலத்தில் உரு வானவர். அவர் சிந்தனைகளை ஓரளவு விரிவாகப்படித்திருக்கிறேன். எனக்கு இன்றைய சூழலிருந்து பார்க்கும்போது அவரை வளர்மார்க்சிய முன்னோடி என்றே கூறத்தோன்றுகிறது. டெரி ஈகிள்டன் கூட அப்படித்தான் கூறுகிறார். இந்த, மேலே குறிப்பிட்ட, என் நூல் 27 ஆண்டுகளுக்கு முன்பு வந்தது. மீண்டும் புதிய பதிப்பு வெளிவந்து இப்போது விவாதிக்கிறார்கள்.

மொழிதல் (கூற்று) என்பது பரஸ்பரம் உரையாடுதல். இதை 'டைலாஜிக்' என அழைப்பார் பக்தின். தமிழில் வடிவமைத்த மொழிதல் கோட்பாடு பக்தின் கோட்பாடு மட்டும் அல்ல. பக்தினைச் சற்று மாற்றி வேறு சிலரைச்சேர்த்து, சங்க இலக்கியத்துக்கு ஏற்ப மறுவடிவமைப்புச் செய்யப்பட்டது. ஏனென்றால் நம் மரபு வேறு. இதன் மூலம் தமிழில் அப்போது

வந்த புதுக்கவிதைகளை விமரிசனம் செய்யலாம் என உதாரணம் கொடுப்பதன் மூலம் நீட்சிப்படுத்தப்பட்டது. கூற்றுக் கோட்பாடு, இப்படித் தமிழ்ப்புதுக்கவிதைக்கேற்ற மார்க்சிய அடிப்படை கொண்ட விமரிசனமாக மாற்றமுற்று உருவானது. அதற்கு வோலஷினொவின், மார்க்சியமும் மொழித் தத்துவமும் என்ற நூலின், சில தர்க்கங்கள் பயன் படுத்தப்பட்டன. மனித குல மொழிகளின் உள்ளே இருக்கும் உரையாடல் என்ற பண்பின் தத்துவமாய் மார்க்சியத்தை மறு வடிவமைப்பு செய்திருப்பார் வொலஷினொவ். மொழி என்றாலே உரையாடல் தானே. நம் தமிழன் கண்டுபிடித்த கூற்று, வெறும் காதல் சம்பத்தப்பட்ட சிந்தனை என்பதை மாற்றி, இப்படி உலகச்சிந்தனையான மார்க்சியமாக்க முடிந்தது. ஆனால் எனக்கு என்ன வியப்புத் தெரியுமா ? 27ஆண்டுகள் வரை ஏன் இந்த முயற்சியைத் தமிழில் மார்க்சியவாதிகள் கண்டுகொள்ளவில்லை ? அவர்கள் அளவு படித்தவர்கள் வேறு யாரும் இல்லையே. இப்போதும் கூட தமிழ்த்துறையினர்தான் இது பற்றி ஒரு 'வெபினார்' வகுப்பு நடத்தினார்களே ஒழிய மார்க்சியர்கள் அல்ல. இன்னும் தமிழ்ச்சூழலில் நாம் தீர்க்காத தத்துவப்பிரச்சனைகள் இருக்கின்றன என்பதைத் தான் இது காட்டுகிறது. தமிழர்கள் அளவு மொழிபற்றி அக்கறை காட்டுபவர்கள் உலகத்தில் யாருண்டு ? தமிழர்கள் ஒவ்வொரு காலத்திலும் தமிழ் மூலமாகவே உலகைப் புரிந்திருக்கிறார்கள். 'இருந்தமிழே உன்னால் இருந்தேன் இமையோர் விருந்தமிழ்தம் என்றாலும் வேண்டேன்' என்ற கூப்பாடு எதைக்காட்டுகிறது ? அந்நியர் ஆட்சிக் காலத்தில் ஒரு இலக்கிய வடிவத்தை உருவாக்கி தமிழ்த்தூது என்றார்கள். அதுபோல், வடவேங்கடம் தென்குமரி ஆயிடை தமிழ் கூறும் நல்லுலகம் என்று தமிழகத்துக்கு எல்லை வகுக்கிறார்கள். பிள்ளைத்தமிழ் என்று இன்னொரு இலக்கிய வகைக்கு பெயர் சூட்டுகிறார்கள். ஒன்றும் வேண்டாம், மொழிப்போராட்டத்தின் மூலம் தானே தமிழர்கள் ஒன்றிணைந்து அனைத்திந்தியக் கட்சிகள் இனி வேண்டாம் என்று முடிவெடுத்தார்கள். ஆனால் வொலஷினொவின் (இவரும் பக்தினும் ஒருவரே என்றும் பக்தின் ஓரிடத்தில் கூறுவார்.) இந்த, மார்க்சியமும் மொழியின் தத்துவமும் நமக்கு ஏன் இன்னும் மொழிபெயர்ப்பாக வரவில்லை ? இடது சாரிகளின் அக்கறைக்கு உள்ளாகவில்லை ? எவ்வளவு ரஷ்ய நூல்கள் மொழி பெயர்த்துள்ளோம். வொலஷினொவ் கூறும் மொழியல் மிகவும் வித்தியாசமான மொழியியல். தொல்காப்பியம் படித்த எனக்குத் தொல்காப்பியத்தின் தத்துவச்சாரம் உள்ள நூல்

அது என்று கூறத்தயக்கமே இல்லை. படிக்கவேண்டிய முறையில் படித்தால் நான் சொல்வது விளங்கும். நம் மொழியியல் துறைகள் அக்கறை காட்டாது. அதற்கு வேறுகாரணம் உண்டு

அடுத்து, திராவிடம், தமிழ்த்தேசம், கதையாடல் என்ற நூல் பற்றிக்கொஞ்சம் பேசுகிறேன். இக்கட்டுரைகளை 2009–ல் ஈழத்தில் போர்நடக்கும்போது ஒரு இதழில தொடராக எழுதினேன். தமிழ் பற்றி காலமெல்லாம் ஏன் தமிழர்கள் பேசிக்கொண்டே இருந்தார்கள் என அப்போது எனக்கு ஒரு கேள்வி உருவானது. அப்போதுதான் சங்க இலக்கியம் கூறிய, சிலப்பதிகாரம் வலியுறுத்திய, தமிழ் பேசும் அத்தனை பேருக்குமான ஒற்றைத் தமிழ் அரசியல் அடையாளம் தமிழர் வரலாற்றில் ஒருமைகொண்டு ஆயிரமாண்டுகளுக்கு மேல் இல்லாமல் இருந்தது தெரிந்தது. அதனைத் 'தமிழ் அரசியல்' என அண்ணா அழைத்து ஊரெல்லாம் போய் சொற்பொழிவாற்றி மீண்டும் ஆயிரமாண்டுகளுக்குப் பிறகு உருவாக்கினார். இத்தாலியின் விடுதலைக்குப் போராடிய மாஜினி, கரிபால்டி என்றெல்லாம் அவர் அன்று சொன்னதன் அர்த்தம் இதுதான். அதற்கு, பெரியாரின் பகுத்தறிவு அண்ணாவுக்குப் பயன்பட்டது தெரிந்தது. பெரியாரும் அண்ணாவும் மேற்கத்திய ரெனைசான்ஸ் சிந்தனையால் தாக்கம் பெற்றவர்கள். பகுத்தறிவை அளவுகோலாக வைத்துச் சிந்திப்பவர்கள். நிகரற்ற சிந்தனையாளர்கள். அத்துடன் பாரதிதாசன் 1930 இலிருந்து செய்த தமிழ் உணர்வு வலியுறுத்தல் அண்ணாவுக்குப் பயன் பட்டது. அடிக்கட்டுமானம் மேற்கட்டுமானம் என்று நாம் பார்த்த விஷயத்துக்கு வருவோம். அடிக்கட்டுமானம் இறுதியாகத்தான் தீர்மானிக்கும் என்ற மார்க்சின் வாசகத்தில் உள்ள, பொருளாதாரம் 'இறுதியில் தான் தீர்மானிக்கும்' என்ற சொற்களை விளக்க வேண்டும். தமிழ் உணர்வு என்பது கருத்துக் கலப்பு உள்ளது. கருத்தை, பொருள்தன்மை உள்ள கருத்தென்றும் பொருள்தன்மை இல்லாத கருத்து என்று பிரிக்கலாம். பொருள்தன்மை உள்ள தமிழ்உணர்வை மார்க்சிய தத்துவம் ஏற்கவேண்டும். அப்படி அது அடித்தட்டுச் சிந் தனையாகிவிடுகிறது. இது போன்ற சிந்தனை அல்தூசரிடமும் கிராம்ஷியிடமும் காணப்படுகிறது. இப்படிப்பட்ட சிந்தனைகள் அந்த எனது நூலில் உண்டு.

உங்களின் முதல் நாவல் ஏற்கனவே சொல்லப்பட்ட மனிதர்கள் தமிழ் இலக்கிய உலகில் ஏற்படுத்திய சலசலப்புகள், அந்த நாவலைப் புறக்கணிப்பதற்காக நிகழ்ந்த அறிவு ஜீவிகளின் முன்னெடுப்புகள் ஒரு பெருங்கதையாடலாக உலவிய காலங்கள் பற்றி...

ஏற்கனவே சொல்லப்பட்ட மனிதர்கள் நாவல் 1985-ல் வெளி வந்தது. அதன் வாக்கியங்கள் புதுமையானவை. அதுவரை அப்படிப்பட்ட வாக்கியங்களை ஒரு நாவலில் பயன்படுத்த முடியமா என யாரும் முயற்சி செய்யவில்லை. எனவே நிறைய சலசலப்பு ஏற்பட்டது. தமிழின் முதல் மாய எதார்த்த நாவல் என அழைக்கப்பட்டது. ஒரு பாத்திரம் தன் நிழலோடு சீட்டு விளையாடுகிறது. பீரங்கியை மந்திரவாதம் செய்து செயலிழக்க வைக்கமுடியும் எனப் பேசப்படுகிறது. ஒருவரின் உடலில் சிலந்தி வலைபின்னுகிறது. படுத்துக்கிடக்கிற முதியவரின் உடலில் இலைகள் முளைக்கின்றன. இப்படி படிமங்கள் மூலம் உருவான நாவல். சாகித்திய அகாடமியின் தமிழ்ப்பிரிவின் மேநாள் ஒருங்கிணைப்பாளர் நாச்சிமுத்து, இந்நாவல் குமரி மாவட்ட நாட்டுப்புறவியலில் இருந்து வந்தது என்றார்.

க.நா.சு. இந்த நாவல் மீது ஒரு கருத்தரங்கு வைக்க விரும்பியதாக அவரோடு டெல்லியில் பழகியிருந்த பெண்ணேஸ்வரன் ஒரு கூட்டத்தில் பேசினார். கோணங்கி அதனைப் படித்துவிட்டு என்னைப் பார்க்க பெங்களூருக்கு வந்தார். அவர் எழுத்துக்கள் வேறு முறையில் மாற அது காரணமாக இருந்தது. இன்னும் பலரும் நீளவாக்கியங்கள் வைத்து எழுதுவது, மாயங்களை வைத்து எழுதுவது போன்றவற்றைப் பயன்படுத்தி எழுத இந்த நாவல் பாதை உருவாக்கியது. நிறைய வாதவிவாதங்கள் வந்தன. அதிகமான விமரிசனங்கள் வந்தன. முப்பது நாற்பதுபேர் எழுதியிருப்பார்கள். இலக்கிய உலக சூது வாதுகள் பற்றி இன்று பேசுவதால் என்ன பயன்? இதுபோன்ற நாவல்கள் சங்கத்தமிழின் உள்ளுறை போன்றவற்றின் ஒரு புது வகைத் தொடர்ச்சி. இப்படி, மேலோட்டமான ஆங்கிலக் கதைசொல்லல் பாணியின் பலகீனம் தமிழ் வரலாற்றில் வெளிப்பட்டது. தமிழ் மரபிற்குள் இருக்கும் கதைமரபு இக்கட்டத்தில் வெளிப்பட்டது.

சரித்திரத்தில் படிந்த நிழல்கள் நாவலும் அரசியல் பின்புலத்தைக் கொண்டதுதான். இது பரவலாக தமிழ் வாசகர்களால் வரவேற்கப்பட்டதா?

நீங்கள் குறிப்பிடும் அந்த நாவலிலும் படிமமுறைக் கதைசொல்லலைப் பயன்படுத்தினேன். அது என் இரண்டாவது நாவல். ஒரு ராணி. அவள் தெகிமொலா என்றழைக்கப்படும் மக்களின் ராணி. கண்மூடியபடியே அவளால் பார்க்கமுடியும். அவளுக்கு இரண்டு குழந்தைகள், ஒருவன் ஒரே நேரத்தில்

இரண்டு இடங்களில் நிற்பான். இப்படிக்கதை போகும். இவை வித்தியாசமான நாவல்கள். இவை ஏன் இப்படி எழுதப்பட்டன? என்று ஒரு கேள்வி வரும். அதற்குப் போகவேண்டும். புதுக்கவிதை இன்று ஒரு ஐம்பதாயிரம் தமிழர்கள் எழுதமாட்டார்களா? ஐந்து இலட்சம் பேர் படிக்கமாட்டார்களா? புதுக்கவிதை வந்ததும் தமிழ் வாக்கியம், கருத்தைச் சொல்லும் முறை, தலைகீழாகிவிட்டது. பக்திக் காலத்தில் சொல் தான் கடவுள். சொல்லையும், அது குறிப்பிடும் பொருளையும் பிரிக்க முடியாது. புதுக்கவிதைக் காலத்தில் சொல் அது சுட்டும் பொருள் அல்ல. அதனால் ஒரு கவிஞர் மூக்கை ஒளித்து வைத்தேன் என்கிறார். இங்கு மூக்கு என்பது மூக்கு அல்ல. இன்னொருவர் கையைத் தோள்முனைத் தொங்கல் என்பார். கை என்ன என்பது அன்று அவருக்குத்தெரியவில்லை. இந்தக் கட்டத்தில் மரபான வாக்கியத்தில் நாவல் எழுதினால், வாக்கியத்தில் பொருள் தங்காது. அதனால் புதுவித புனைவுமொழி வருகிறது. நம் தினசரி வாழ்வில், எத்தனை பெட்டிசன் எழுதினாலும் அதிகாரிக்கு அதன் மொழி புரிவதில்லை. வேறு ஏதோ செய்யவேண்டியுள்ளது. கையூட்டு கோடுக்கவேண்டியுள்ளது. நூறு வருடங்களுக்கு முன்பு அப்படி இல்லை. புதுக்கவிதை வந்த போதே சமூகத்திற்குள் ஒருவித மொழிப்பிரச்சனை வந்துவிட்டது என்றேபொருள். காட்சியைப்படம் பிடிக்கும் படிமம் கவிதைக்குள் வரும் போதே எழுத்து, பயன் இல்லை மனதில் படம் போடுதலே முக்கியம் என்று ஆகிவிட்டது.

ஜி.கே எழுதிய மர்ம நாவல் என்ற உங்களின் நாவல் பௌத்த சமண முரண்பாடுகள் போன்ற கனமான விஷயங்கள் குறித்துப் பேசிய ஒரு நாவல் என்றாலும், அதன் தலைப்பு, நாவலின் கனத்தைக் குறைத்துவிட்டதாக நினைக்கிறீர்களா?

ஜி.கே.எழுதிய மர்ம நாவல் என்பது எனது மூன்றாவது நாவல். இந்த நாவல் பற்றிச் சொல்லு முன்பு சில விசயங்களைச் சொல்லவேண்டும். சங்க இலக்கியம் அறிவு மரபிலிருந்து வருகிறது. மணிமேகலை, சீவகசிந்தாமணி, திருக்குறள், சிற்றிலக்கியம் எல்லாம் அதே மரபு. அதற்குக்காரணம் சமணம், பௌத்தம் வலியுறுத்திய அறிவுமரபு. புறவயமாகச் சித்தரிக்கும் மரபு. கதையை இணைப்புக்கள் மூலம் உருவாக்கலாம். மாறாக, பக்தி மரபு பல்லவர் அறிமுகப்படுத்திய சமஸ்கிருத உணர்வு மரபிலிருந்து வருகிறது. அங்கு, தன்னை மறத்தல் முக்கியம். அறிவு மரபு தர்க்கத்தின் மரபு. அறிவு மரபை வலியுறுத்தும் என்

நாவல்கள் சங்க இலக்கிய அறிவு மரபின் தொடர்ச்சி எனலாம். குறிப்பாய் நீங்கள் கேட்கும் ஜி.கே.எழுதிய மர்மநாவல் பல விசயங்களின் குவி மையம். இந்த நாவல் வந்த நேரம் பாப்ரி மசூதி, வலதுசாரியினரால் உடைக்கப்பட்டது. என் நாவலில் மதக்கொலைகள் நடக்கும். ஒரு மிகப்பழங்கால கற்பனையான நாடு வரும். சுருங்கை எனப்பெயர். சிலப்பதிகாரத்தில் வரும் இச்சொல் கிரேக்கச்சொல் என்பார் வையாபுரிப்பிள்ளை. இந்த நாவல் தத்துவம், நூலாய்வு, மத ஆய்வு போன்றவற்றை அடிப்படையாய் வைத்து எழுதப்பட்டது. ஒரு பௌத்த துறவி கொலைகளைக் கண்டுபிடித்துக் கொண்டே வருவார். இத்தோடு இந்த நாவலை எழுதியது யார் என்ற கேள்வியும் வரும். இடை—யிடையே அக்கேள்வி குறிப்புகளாய் வந்துகோண்டே இருக்கும். கடைசியில் ஓர் இலங்கைத் தமிழர் தான் எழுதினார் என, இக்கேள்விகளைக் குறிப்புகள் வழியே கேட்கும் கதைசொல்லி முடிவுக்கு வருவார். இது நாவலுக்கு வெளியே மர்மநாவல் வடிவில் பல ஆயிரம் தகவல்களுடன் எழுதப்பட்ட அரசியல் நாவல். கட்டிடக்கலை பற்றி பல தகவல்கள் உண்டு. கட்டிடக்கலை தொடர்பான பல்வேறு கலைச்சொற்கள் வரும். கொலைகள், துப்பு துலக்கும் உத்திகள், கொல்லும் முறைகள் எல்லாம் உண்டு. இப்படி எழுதுவது இன்று ஓர் உலக மரபு. இந்த ஒரு நாவல் தான், இப்படித் தமிழில் உள்ளது, என்று கருதுகிறேன். படைப்பு எழுத்து ஒரு ரயில்பயண நேரப்போக்குக்காய் எழுதப்படுவது அல்ல. உடனடி வாசகர்களைக் கவராவிட்டாலும் அவை அந்த மொழியில் வரவேண்டும். உலகில் பல நாவல்கள் முக்கியமாய், ஜேம்ஸ் ஜாய்ஸ் போன்றோர் எழுதுவது உடனடியாக நுகர்வதற்காக அல்ல. மார்க்ஸ் சொன்னது போல நுகர்வது என்பது, சரக்கு உற்பத்தியோடு தொடர்பு கொண்டது. இலக்கிய உற்பத்தி, சரக்கு உற்பத்தி அல்ல. இலக்கியம் ஒரு வித புதிய அறிவு. மனிதகுலம் கண்டுபிடித்த எல்லா சாஸ்திரங்களையும் விட வித்தியாசமான கண்டுபிடிப்பு. ஏனெனில் ஒவ்வொரு புனைவும் முந்தியதிலிருந்து மாறுபடும். இந்த நாவலில் பல புத்தகங்களின் கதைகள் வரும். எழுத்தாளர் போர்ஹஸ், அவர் கதையில் கூறும் லாட்டரி சீட்டு வரும். போர்ஹஸும் ஒரு சிறந்த மர்மக்கதை எழுத்தாளர் தெரியுமா? ஊடும் பாவுமாய் பல நூல்களின் பகுதிகளில் இருந்து கொண்டுவந்தது போல சில இடங்களில் இந்த நாவலில் எழுதப்பட்டிருக்கும். பொய்நூல்கள் பற்றி வரும். எண் முந்நூற்றி அறுபத்தைந்தின் ரகசியம் வரும். இந்த நாவலில் மிகப்பல குடும்ப வரலாறுகள் வரும். பல அரசு குடும்பங்களின்

கதைகள் வரும். இவை எல்லாம் மதங்களின் போராட்டப் பின்னணியில், மதத்துக்குள் விழுந்துள்ள, இந்தியாவின் இன்றைய வரலாறுபோல் இருக்கும். ஆனால் புற வடிவத்தில் ஒரு மர்மக் கதை. இதன் தலைப்பு இதன் முக்கியத்துவத்தைக் குறைத்ததாக நான் நினைக்கவில்லை. இதை, அந்தக்காலத்தில் படித்த நண்பர் ஆதவன் தீட்சண்யா மிகக்குறுகிய காலத்தில் ஒரே அமர்வில் படித்ததாய் சொன்னார்.

வார்சாவில் ஒரு கடவுள் என்னும் உங்களது நாவல் ஒரு புலம்பெயர் இலக்கியம் எனக் கொள்ளலாமா? அந்த நாவலுக்கு எந்த வகையான வரவேற்பு கிடைத்தது? இந்த நாவல் தமிழ்வாசகர்களை விட கன்னட மொழி பெயர்ப்பு மூலம் கன்னட வாசகர்களை அதிகம் சென்றடைந்ததில்லையா?

எழுதும்போதும் எழுதிய பின்னும் வார்ஸாவில் ஒரு கடவுள் எனக்கு வேறுபட்ட அனுபவத்தைக் கொடுத்தது. பெரிய நாவல் சுமார் 450 பக்கங்கள். இது நீங்கள் சொல்வதுபோல புலம் பெயர்தல் பற்றிய நாவல். தமிழர்கள் எவ்வளவு சிக்கலான பாதையில் புலம் பெயர்கிறார்கள் எனக் கூறியது. வார்ஸாவில் நான் பேராசிரியனாக இருந்த போது ஆறுமாதங்கள் அதிகம் இருக்கவேண்டும் என்றனர். நிறைய ஓய்வு இருந்தது. அங்கு இருந்த பிரிட்டீஷ் நூலகத்தில் ஏற்கனவே பல ஆங்கில நாவல்களைப் படித்திருந்த சூழலில் நாவல் எழுதும் ஆசை வந்தது. இரண்டு நாவல்களை எழுதினேன். அதில் ஒன்று இது. இதில் கிழக்கும் மேற்கும் சந்திக்கிற கதை அமைப்பு வருகிறது. பர்மாவிலிருந்து இரண்டாம் உலகப்போரின் போது திரும்பிவரும் ஒரு கோயம்புத்தூர் தமிழர், தனியாய் விடப்பட்டு உயிருக்குப்போராடும் மூன்று வயது மங்கோலியப்பெண் குழந்தையைக் காப்பாற்றி எடுத்துக்கொண்டு வருகிறார். அக்குழந்தை, கோவையில் ஒரு தமிழ்க்குழந்தையாக வளர்கிறாள். அந்த நல்ல மனிதர் தன்னுடைய மற்ற பெண்களைப்போல எந்த வித்தியாசமுமற்ற விதமாக வளர்க்கிறார். தமிழ்பேசி வளர்ந்து ஒரு தமிழருக்குத் திருமணமாகிறாள் அப்பெண். அவள் பெற்றெடுத்த மகன் சந்திரன். சந்திரன் வளர்ந்து 2005 வாக்கில் வார்சாவுக்குப் போகிறான். இரண்டாம் உலக யுத்தத்தின் எச்சங்களுக்கு இடையில் வாழும் பலரைச் சந்திக்கிறான். இப்படிக் கிழக்கில் யுத்தத்தின் போது கண்டெடுக்கப்பட்ட ஒரு தாயின் வயிற்றில் பிறந்த ஒருவன், மேற்கில் யுத்தத்தால் உடைக்கப்பட்ட நகரில் சுற்றித்திரிகிறான். அப்போது தன்னை யாரென வினவாமல் தன்னுடன் வா என அழைக்கும் போலந்து நாட்டுப் பெண்ணான அன்னாவுடன்

செல்கிறான். தன் வரலாற்றைச் சொல்கிறான். சமஸ்கிருதம் படித்து இந்தியவியல் அறிஞனாகி, வார்சா பல்கலைக் கழகத்தில் கற்பித்துக் கொண்டிருக்கும்போது கொல்லபடுகிற ஒருவனின் தங்கையையும் சந்திக்கிறான். அவளை அடிக்கடி சந்திக்கும் போது போலந்தின் சரித்திரம் அப்பெண்ணின் உளவியல் மூலம் புரிகிறது. தமிழ்நாட்டிலிருந்து மாஸ்கோ வழியாக போலந்துக்குச் சட்டவிரோதமாக வரும் போது ஜெர்மனியில் மாட்டிக்கொண்டு சிறையில் இருந்தவர் சிவநேசம். அவர் இன்னொரு பாத்திரம். சந்திரன், அவருடன் நெருக்கமாகப் பழகுகிறான். சிவநேசம், அகதியாய், ஜெர்மன் சிறை மருத்துவமனையில் சயரோகத்துக்கு சிகிச்சை பெறும் போது ஹிட்லரின் நாசிவதை முகாமில் நர்சாக இருந்த பார்வையிழந்த மூதாட்டியின், இரவில் மட்டும் பணிசெய்பவர், அன்புக்கு ஆளாகிறார். அம்மூதாட்டி, நாசி வதை முகாமில் பல ஜெர்மனியர் போல ஒரு காலத்தில் பணியில் இருந்தாலும் சயரோகத்தால் பீடிக்கப்பட்ட சிவநேசத்தின் தலையை வருடி சிவநேசத்துக்கு உயிர் வாழும் ஆசையை ஏற்படுத்துகிறார். சந்திரன், தன் இறந்த மனைவியின் கதையைப் போலந்தில் பத்திரிகை ஒன்றில், தான் அங்கு முதலில் சந்தித்த அன்னா உதவியோடு பிரசுரிக்கிறான். ஆதிவாசிகளுக்கு உதவிய தீவிரவாதி எனபோலீஸ் என்கௌண்டரில் கொல்லப்பட்ட மருத்துவ மாணவனான, மனைவியின் தம்பி பற்றியும் அப்பத்திரிகையில் கதைபோல் எழுதப்படுகிறது. இப்படி கிழக்கும் மேற்கும் தொடர்ந்து நாவலில் கொண்டுவரப்படுகின்றன. இது ஒரு அனைத்துலக மதிப்பீடுகளைக் கொண்ட நாவல். யுத்தம், நாசிசம், நாசிசக் கொடுமைகள், அதுபோல, இந்தியாவிலிருந்து மேற்கு எதைத்தேடுகிறது போன்ற கேள்விகள் புனைவாக்கப்பட்டன. இழந்துபோன எதையோ கண்டடைய ஐரோப்பா ஏன் தனக்கான இந்தியாவைக் கட்டமைக்க விரும்புகிறது? அதுபோல வேறுபட்ட கதைக்கண்ணிகளும் வருகின்றன. இங்கிருந்து ஐரோப்பா போன சந்திரன், சிவநேசம் அதீத ஆற்றல் உள்ளவரா இல்லையா என யோசித்து முடிவுக்கு வர முடியாமல் இறுதிவரை, தடுமாறுகிறான். இந்த நாவல் கனடாநாட்டு இலக்கியத் தோட்டம் அமைப்பால் 2008-இல் வெளிவந்த சிறந்த தமிழ் நாவல் விருதுபெற்றது. நான் நாவல் பிரதி அனுப்பாவிட்டாலும் அவர்களே வாசித்துப் பார்த்து விருது அளித்தனர். கன்னடத்தில் மொழி பெயர்க்கப்பட்டபோது மிகச்சிறந்த மொழிபெயர்ப்பு நாவலுக்கான விருதை கர்நாடக அரசிடமிருந்து 2016 இல் பெற்றது. அதுபோல் ஒரே ஆண்டில் கர்நாடகத்தில் ஆயிரம் பிரதிகள் விற்றன. அப்போது தான் தமிழ்

வாசகர்கள் பற்றி யோசித்தேன். நம் நாவல் வாசகர்கள் கல்கி, ஆனந்தவிகடன் பத்திரிகை நாவல்களால் தீர்மானிக்கப்பட்ட பெண்களின் வாசிப்புப் பழக்கத்தால் தாக்கம் பெற்றவர்கள். அவர்களை ஜெயகாந்தன் அதே பத்திரிகைகளில் எழுதி மாற்றப்பார்த்தார். அதற்குள் சுஜாதா வந்துவிட்டார். இலக்கிய நாவல் வேறுவகை வாசகர்களைக்கொண்டது. சிறு பத்திரிகைகள் இத்தகைய வாசகர்களை உருவாக்கத் தொடர்ந்து முயற்சித்தது. சமூகச் சூழல் தான் எல்லாவற்றையும் தீர்மானிக்கிறது. தமிழிலும், சிறுவட்ட வாசகர்கள் வாசிக்கும் படைப்புகள், பெருவாரி வாசகர்கள் படிக்கும் நூல்கள், என்ற பாகுபாடு வந்துவிட்டது. இத்தாலியின் எழுத்தாளரான இட்டாலோ கால்வினோ இத்தாலிய பத்திப்பகம் ஒன்றில் வேலைபார்த்தார். அவருடைய 'பார்க்க முடியா நகரங்கள்' என்ற சிறுநாவல் உலக அளவில் விற்பனையில் சாதனை படைக்கும் என்று அவர் எதிர்பார்க்கவில்லை. அவர் பதிப்பக அளவு கோல் தெரிந்தவர். அதனால் அது சாதனை படைத்தது. நாம் படித்தாலும் அந்த நாவலில் அனைத்துல விற்பனை சாதனை புரியும் எனச்சொல்ல எந்த அம்சமும் அதில் இல்லை என்பதறிவோம். கால்வினோவின் மார்க்கோபோலோவும் குப்ளாய்கானும் நாவலில் பல நகரங்களைப்பற்றி பேசிக்கொண்டே யிருக்கிறார்கள். ஆனால் அது சிறந்த நாவல். ஒரு வாசகன் நிறைய இலக்கியம் படிக்கும்போது இலக்கிய அளவுகோல் மனதில் உருவாகும். இலக்கியச் சிறப்பை அளந்து கூறும் அளவு கோல் சிக்கலானது. இதற்கு, கலைஞனாக இருந்தால் போதும், நமக்கு அந்த அளவுகோல் பிடிபடும் என்று சிலர் கூறுகின்றனர். கலைஞனாக இருப்பது என்றால் என்ன? வேறு என்ன? கலைஞன் பிறக்கிறான் என்றுதானே பொருள். யார் நேரடியாகவோ மறைமுகமாகவோ பிறவி பற்றிக் கூறுகிறானோ அவன் யார் என்பது நமக்குத் தெரியாதா? சரி, விடுவோம். இத்தாலியில் இட்டாலோ கால்வினோ எழுதிய முதல் நாவல் ஒன்று உண்டு. அது வேறு வகையானது. நான் அதைப்படித்தேன். அகிலன் பாணியில் அதை எழுதலாம். இத்தாலியில் இன்னொரு நாவலாசிரியர் இருந்தார். உம்பெர்த்தோ இக்கோ என்று பெயர். அவரும் உலகப்புகழ் பெற்ற நாவல்களை எழுதினார். அவர் அங்குப் பேராசிரியர். அவரும் கால்வினோ போல அறிவை வைத்து நாவல் எழுதலாம் எனக்காட்டுபவர். ஆனால் இருவரின் நாவல்களுக்கும் எந்த சம்பந்தமும் இல்லை. இப்போது சொல்லுங்கள் வாசகர்களைக் கணிக்கமுடியுமா? கன்னடத்தில் கூட ஏற்கனவே ஆங்கிலப் பேராசிரியர்கள்

கூட்டாக கன்னடத்தில் எழுதி, ஒரு ஐம்பது ஆண்டுகளாக தரமான வாசகர்களை உருவாக்கினார்கள். அடிப்படையில் ஒரு மொழியின் சூழல் முக்கியம். எனக்கு மொழியின் ஆழத்தில் சரடு போல ஓடும் மரபு, தமிழ் போன்ற மொழியில் முக்கியம் என்று படுகிறது. அது சங்க இலக்கிய அறிவு மரபா, மத்தியகால பக்தி மரபா? எதன் அடிப்படையில் தரமான வாசகர்களை உருவாக்குவது? இது வரை தமிழில் இருந்த, இலக்கியத்தை மட்டும் வலியுறுத்தும் ஒரே அளவு கோல் க.நா.சு. உருவாக்கியது. அது எண்பதுகளிலேயே காலாவதி ஆகிவிட்டது. அப்போது எட்டு மணிநேரப் பேட்டி ஒன்று அவருடன் எடுத்தோம். அதில் அவர் சமூகவியல் என்பது என்ன என்று தனக்குத்தெரியாது என்றார். அவருடைய தந்தை அந்த வார்த்தையைக் கேட்டிருந்தால் வெறுத்திருப்பார் என்றார். மார்க்சியமும் தெரியாது என்றார். அவர் ஐம்பதுகளின் உலக இலக்கியத்தை வைத்துத் தமிழில் சில வரையறைகளை உருவாக்கினார். தமிழில், இலக்கியத்துக்கு முக்கியத்துவம் கொடுக்கவேண்டும் எனவும் இலக்கியமே அளவு கோல், என்றும் கூறியவர்களும் இப்படி அத்தனைபேரும் அவரது கருத்துக்களைத்தான் கொஞ்சம் மாற்றி மாற்றிப் பயன்படுத்தினார்கள். அந்த வரையறை, உலக சிந்தனை மரபுகளை உள்வாங்கி உதித்த அமைப்பியலும் அதுபோல பல்வகை மார்க்சிய மற்றும் அழகியல் தத்துவப் போக்குகளும் தமிழில் வந்தவுடன் காலாவதியாகி விட்டன. அவற்றுடன் ஒட்டிக் கொண்டிருந்த மேல்தட்டுக்குரிய குணமும் காலாவதியாகி விட்டது. இறுதியாக ஒன்று கூறுகிறேன். இலக்கியம் என்பது ஏற்கனவே இருக்கும் சாரம்சம் அல்ல. அந்தந்த காலமும் சூழலும் உருவாக்குவது. அவற்றிற்கேற்ப பல்வேறு காரணிகள் மூலம் கட்டமைப்பது. ரசனை கொண்ட வாசகர்கள் இயல்பிலேயே இருக்கமாட்டார்கள். வாசகர்களும் இலக்கியக் கட்டமைப்புக்குத்தக உருவாகிறார்கள்.

முதல் இந்தி எதிர்ப்பு நாவல் என்று சொல்லக்கூடிய உங்களது ஆடிப்பாவை போல நாவலுக்கு தமிழ் நாட்டில் எந்த அளவிற்கு வரவேற்பு கிடைத்தது? அது வெளிவந்திருக்க வேண்டிய கால கட்டம் அதுதானா?

எனது ஆடிப்பாவை போல நாவல் இந்தி எதிர்ப்பைப் பற்றிப் பேசுகிறது. அந்த நாவலை தொடர்ந்தும் வாசிக்கலாம். ஒவ்வொரு அதிகாரத்தையும் தாண்டித் தாண்டியும் வாசிக்கலாம். வாசகர்களுக்குக் குறிப்புகள் கொடுக்கப் பட்டிருக்கும். ‘கிண்டிலில்’ வாசிக்க ஏற்ற விதமான உத்தியில் எழுதப்பட்டிருக்கும். காலம்

மாற மாற இலக்கிய மாதிரியும் மாறும். இதன் உள்ளடக்கம் 1965–ல் நடந்த இந்தி எதிர்ப்பின் போது தமிழகத்தின் தென் பகுதியிலுள்ள இரு வேறு கல்லூரிகளில் படிக்கும் மாணவனுக்கும், மாணவிக்கும் ஏற்படும் காதல் பற்றியது. அக்காலகட்டத்தில் தி.மு.க. ஆட்சிக்கு வரவில்லை. காங்கிரஸின் மதிப்பீடுகள் தமிழ்ச்சமூக மதிப்பீடுகளாய் இருந்த காலம். இப்போது பெரிய பேருந்து நிலையமாய் இருக்கும் இடம் அப்போது சிறிய பேருந்து நிலையம். மாணவ மாணவியர் பழக்க வழக்கங்கள் அன்று வேறுபட்டவை. காதல் புரிவார்கள். ஆனால் சாதி அன்றும் பெரிய தடை தான். சதித்திட்டங்கள் அதுவரை ஆட்சிக்கு வராத புதிய கட்சியிலும் உண்டு. விடுதி மாணவர்கள் வேறுவிதமானவர்கள். பணப்புழக்கம் இல்லை. ஒரு ரூபாய் இரண்டு ரூபாய் மிகப்பெரிய தொகை. சாதி வேறுபாடு இன்று போல் அன்றும் உக்கிரமாக இருந்து. மேடைப்பேச்சுத் திறமை ஒருவரை பாராளுமன்ற உறுப்பினராக்கிவிடும். ஆனால் அரசியல் தந்திரங்கள் மிகவும் முக்கியம். உறவுமுறைகளும் அரசியலில் முக்கியம். ஒரு ஊர்வலம் நடக்கிறது. அது துப்பாக்கிச்சூட்டில் முடிந்த போது அடுத்து ஆட்சிமாறும் என்று சந்தேகிக்கப்படுகிறது. ஆனால் பல துப்பாகிச் சூடுகள் நடக்கின்றன. அரசியலில் உறவு முறைகள் தான் தத்துவத்தை விட பலமானவை. அதாவது குடும்பம் தமிழ்ச்சமூகத்தில் முக்கியமானது. தமிழும் குடும்பமும் பின்னிப்பிணைந்திருக்கும் சமூகம் தமிழ்ச்சமூகம் என பல நிகழ்ச்சிகள் விளக்குகின்றன. அப்போதே திரைப்படமும் அரசியலும் கலக்க ஆரம்பித்துவிட்டன. இடதுசாரிகள், நக்சல்பாரி அனுதாபிகள் கொல்லப்படுகின்றனர். ஆனால் இடதுசாரிகளுக்கு ஆட்சியைப் பிடிக்கமுடியாது. எப்போதும் தியாகம் செய்பவர்கள் அவர்கள். அமரன் என்ற மாணவன் வருகிறான். இடதுசாரி ஒருவரே அமரனின் பேச்சுத்திறமையைப் புகழ்கிறார். வேறு ஒரு பேராசிரியர் வருகிறார். தனித்தமிழ் நாடு பற்றிப்பேசுபவர். அமரனை ஓரிடத்தில் ப்ளாட்ப்பாரம் ஸ்பீக்கர் என கேவலப்படுத்துகிறார். பிளாட்ப்பாரம் ஸ்பீக்கர் பெரிய குடும்பத்தாரிடம் தோற்கிறான். அக்குடும்பத்தார் எந்த கட்சி வந்தாலும் முக்கியமானவர்கள் ஆகிறார்கள். அது போலவே அவனைக் கேவலப்படுத்திய பேராசிரியரும் இழுத்து இழுத்துப் பேசும் அடுக்கு மொழிகள் நிறைந்த சொற்பொழிவு ஒன்றைக்கேட்டுவிட்டு இனி தாக்குப்பிடிக்க முடியாது என்று ஊரைக்காலி செய்கிறார். தலித்துகள் அன்றும் எரிக்கப்பட்டனர். கட்டுரைகள் எழுதும், இலக்கிய ஆசையுள்ள கதைத்தலைவனுக்கு சொற்பொழிவுக்குப் பரிசு வாங்குபவளாய் அறிமுகமாகும் அவன்

காதலி திடீரென இந்தி எதிர்ப்புக்குப் பிறகு ஏன் கல்லூரியைத் தொடரவில்லை என்பது புரியவில்லை. அவன் படிப்பை முடித்து, டெல்லியில் பத்திரிகையாளனாய் மாறி, போராட்டம் நடந்து கொண்டிருக்கும் இலங்கைக்குச் செல்கிறான். இடையில் பிரிகிற கதைத் தலைவனும் லண்டனிலிருந்து வரும் அவன் காதலியும் வயதான பிறகு திடீரென ஐரோப்பாவில் சந்திக்கிறார்கள். இந்தி எதிர்ப்பின் மூலம், அப்போது தமிழகத்தில் மேலெழுந்து வந்த, மக்கள் பிரிவுகளில் நடைபெற்ற சமூக மாற்றம் எத்தகையது என அலசும் நாவல்.

இந்த நாவல் வெளிவரவேண்டிய காலம் இது தானா என்ற உங்கள் கேள்விக்கு வருகிறேன். 1965 இந்தி எதிர்ப்பு நேரத்தில் சாதாரண மக்களும் அரசியல்வாதிகளும் மாணவர்களும் எப்படி இருந்தனர் என்று இந்த நாவல் பார்க்கிறது. இன்று இந்தி எதிர்ப்புப்பற்றிப் பேசினால் சிலர் எரிச்சல் அடைகின்றனர். அதுபோல எண்பதுகளின் மேல் தட்டு அழகியல், அதன் அடுத்த கட்டமாக லத்தீன் அமெரிக்க மாதிரியில் இலக்கியம் எழுதுவதற்கு அனுமதிக்கும். ஆனால் இந்தி எதிர்ப்பு பற்றி எழுதுவதற்கும் வலதுசாரிகளை எதிர்த்து அரசியலை எழுதுவதற்கும் யாரையும் அது உந்தவில்லை பார்த்தீர்களா? இலக்கியத்தூய்மை வாதம் பல மாதிரிகளில் கடந்த முப்பது ஆண்டுகளாக முகமூடி இட்டு இங்கே உலவுகிறது. புதுக்கவிதைகளில் இருந்தும் அரசியலை கடந்த முப்பது ஆண்டுகளாய் ஒதுக்கிவிட்டிருக்கிறது. ஆத்மாநாமைச் சிலர் பேசுகின்றனர். அவருடைய எமர்ஜென்சிக்கான எதிர்ப்பு நிலைபாடு அவர்களுக்கு மறந்துபோயிற்று. இந்தி எதிர்ப்புப் பற்றிப்பேசும் போது, அது நாவல் வடிவம் எடுக்கும் போது, ஏதாவது ஒரு அரசியல் கட்சியை ஆதரிப்பதோ எதிர்ப்பதோ முக்கியம் அல்ல. அன்று இந்தி எதிர்ப்பை நடத்திய சமூகம் எப்படிப்பட்டது என்று பார்ப்பது முக்கியம். இந்த நாவலில் ஒரு வரலாற்றுப்பார்வை உள்ளது. இன்றைய கோணத்தில் இந்தி எதிர்ப்பு நோக்கபடுகிறது. இன்றைய சமூகத்துக்கும் அந்த சமூகத்துக்கும் என்ன ஒற்றுமை, வேற்றுமைகள் உள்ளன என்ற பார்வையும் முக்கியம். அதுபோல் இந்தி எதிர்ப்பு என்பது மொழி எதிர்ப்பு மாத்திரமல்ல. தமிழ் மொழி இருக்கும் வரை அது ஆதிக்கம் செலுத்தும் எல்லா மொழிகளையும் மனோபாவங்களையும் எதிர்க்கத்தான் செய்யும். தமிழ், முன்பு நான் சொன்னது போல ஒரு பிராந்தியத்தின் வலிமையின் பெயர். அசாம், கர்நாடகா, கேரளா கூட தம் உரிமையைப் பெற தமிழ் உதவ வேண்டும்.

மாநில சுயாட்சி அரசியல் என்பது, அதுதான். கர்நாடகத்தில் இந்தியை எதிர்க்க தொடங்கிவிட்டார்கள் பார்த்தீர்களா? பிரதமர் திருக்குறள் சொல்லிவிட்டால் தமிழர்கள் அவர்களை வர விட்டு விடுவார்களா? அவர்கள் தமிழை ஆதரிப்பவர்கள் ஆகி விடுவார்களா? அதுபோல், மார்க்யெஸ் என்றும் சரமாகோ என்றும் சில பெயர்களைச் சொல்வதால் எழுத்துக்குள்ளே இருக்கும் சனாதனம் மூடி மறைக்கப்பட்டுவிடுமா? இப்படிப்பட்ட கேள்விகளையெல்லாம் ஆடிப்பாவை போல நாவல் கேட்கிறது.

உங்களின் நாவல் முயற்சிகள் எல்லாம் உங்கள் இலக்கியப் பயணத்தில் போதிய அங்கீகாரத்தைப் பெற்றதாக நினைக்கிறீர்களா? இவைகள் பல்கலைக்கழக வளாகங்களுக்குள் விவாதிக்கப் பட்டனவா?

என் நாவல்கள் நகுலன் நாவல்களுக்கு எதிரிடையானவை. நகுலனைப் பலர் ஏற்றுக் கொள்ளவில்லை. நகுலன் தீவிரமான உளவியலுக்குள் போவார். குறிப்பிட்ட நான்கைந்து பேர் ரசிகர்கள் அவரிடம் நேரம் போக்குவதற்காகப் போவார்கள். அவரை நான் பல முறை சந்தித்திருக்கிறேன். ஆங்கில மாடர்னிச நாவல்கள் படித்து அந்த தாக்கத்தில் எழுதியவர். கதையம்சம் அதிகம் அவர் நாவல்களைத் தீர்மானிக்காது. உணர்வோட்டமே அவருடைய கதைப்பாத்திரங்கள். ஆனால் என் நாவல்கள் மாறானவை. அவற்றை, புற வயமான நாவல்கள் என்று கூறலாம். புறநானூறு இப்படிப்பட்டது. மணிமேகலையின் அழகியல் இப்படிப்பட்டது. பதிற்றுப்பத்து வெளியீட்டு முறை இப்படிப்பட்டது. பிரதாபமுதலியார் சரித்திரத்தின் நாட்டுப்புறவியல் இப்படிப்பட்டது. சிலப்பதிகாரம் இப்படிப்பட்டது. அம்ஷன் குமார் என் ஏற்கனவே சொல்லப்பட்ட மனிதர்களை சிலம்புடன் சேர்த்து எழுதியிருப்பார். தெ.பொ.மீ. சிலப்பதிகாரம் பற்றி எழுதியதைப் படித்தபோது என் நாவல்களில் வரும் பாத்திரங்களின் அறிமுகம் போல சிலப்பதிகாரம் இருந்தது விளங்கியது. ஏன் தமிழில் காவிய மரபுக்கதைகள் எல்லாம் புறவயக் கதைகளைக் கொண்டிருக்கின்றன? இக்குணத்தைக் கவனித்து நாகார்ச்சுனனும், எஸ். சண்முகமும் என் நாவல்கள் பற்றி விரிவாய் எழுதியுள்ளார்கள். இந்த எல்லா நாவல்களும் மாத நாவல்கள் போல வாசிக்கப்படாது. என் சில நாவல்கள் வாசகர்களே என்று அழைத்துக்கதை சொல்லும். சரித்திரத்தில் படிந்த நிழல்கள் நாவல், விநாயகர் வணக்க வெண்பாவுடன் தொடங்கும். ஜி.கே.எழுதிய மர்ம நாவலில் இயல்களுக்கு

இடையிடையே குறிப்புக்கள் வரும். ஜெர்மன் நாடக ஆசிரியர் பிரக்ட் தன் நாடகங்களில் குறிப்புகள் எழுதி இது நாடகம் தான் என உணர வைப்பார். வாசகன் படைப்போடு ஐக்கியப்படக் கூடாது என்பார். அதை அந்நியமாக்கும் உத்தி என்பார். என் நாவல்கள் இந்த உத்தியைப் பிரதானமாகக் கொண்டவை. மேலும் நாவல் இலக்கியம் என்பது அந்த மக்கள் கூட்டத்தின் ஆதி மொழியுடன் ஒன்றிணைந்தது என்று கூறுவது என் நாவலின் கலைக்கோட்பாடு எனலாம். சங்க இலக்கியமும் சிலம்பும் அந்த ஆதி மொழியின் குரல்கள். இன்றைய நாவல் அதன் தொடர்ச்சி என்பது என்கருத்து. இப்படிப்பட்ட ஒரு கருத்து, சிறுபத்திரிகையில் எப்போதும் ஒலித்ததே இல்லை. சங்க இலக்கியமும் சிலம்பும் தற்கால இலக்கியத்தை எழுதும் புனிதக் கைகளில் படுவதே பாவம் என்றுதான் அன்று முதல் எல்லோரும் நினைத்தார்கள். இன்றும் அப்படியே நினைக்கிறார்கள். மரபு வேண்டாம் என்பதே எல்லோரின் ஏகோபித்த குரல். முக்கியமான காரணம், தற்கால இலக்கியம் வேறு கைகளில் மாட்டிக்கொண்டிருந்தது என்று ஏற்கனவே சுட்டிக் காட்டியுள்ளேன். இதுபோல ஒரு சுட்டிக்காட்டல் தொ.மு.சி. ரகுநாதனின் ஒரு நூலில் வந்தபோது பெரிய பரபரப்பு ஏற்பட்டது. சிலருக்கு ஞாபகமிருக்கலாம். தமிழ் நாவல் இலக்கியத்துக்குச் சங்க கால மரபு வேண்டும் என்று கூறிவது பெரிய பாவம் ஏதும் இல்லை. ஜேம்ஸ் ஜாய்ஸ் அவரது நாவலான யுலிசஸில், ஹோமர் காவியத்தைப் பயன்படுத்துகிறார். இந்தச் சங்கதி இவர்களில், ஓரிருவருக்குத் தெரிந்தாலும் இவர்கள் சங்க இலக்கியம் படிக்க அது தூண்டுதலாகாது. தமிழன் மரபில் இவர்களுக்கு மதிப்புமில்லை, அறிவுமில்லை. இன்னொருவிஷயம். எண்பதுகளில் வாசகர்கள் ஒரு குறுகிய வட்டத்தினர் தான். பொது வாசகர்கள் இல்லை. பொது வாசகர்களைப் பெரும் பத்திரி கைகள் வியாபாரத்துக்காகப் பயன்படுத்தின. இலக்கியத் தரத்தில் எழுதப்பட்ட நாவல்கள் சிறு பதிப்பகங்களால் வெளி—யிடப்பட்டன. நகுலன் கைச்செலவு செய்து வெளியிடுவதாய் தன்னை நையாண்டி செய்வார். சுந்தர ராமசாமி படைப்புக்கள் க்ரியா மூலம் வந்தன. இவர்கள் யாருடைய நாவலும் கல்கி, குமுதம், வாசகர்களால் வாசிக்கப்படவில்லை. அகிலனுக்கு ஞானபீடம் வந்தபோது சு.ரா. ஒரு கட்டுரை எழுதி அகிலனைக் காலிசெய்தார். இந்திராபார்த்தசாரதியின் குருதிப்புனல் வந்தபோது அம்பை ஒரு கட்டுரை எழுதி அவரை ‘ஆண்மை நாவலாசிரியர்’ என விளக்கினார். நகுலன் பொதுசன படைப்பாளி அல்ல. இப்படி அன்று யாரும் பொதுவாசகர்களால் வாசிக்கப்படவில்லை. இது

பற்றிக்கொஞ்சம் பார்ப்போம். நம்மிடம் வாசகர் சர்வே எதுவும் கிடையாது. அது சமூகவியலாளர்களின் வேலை. நம் பல்கலைகளில் அப்படிப்பட்ட சமூகவியல் என ஒரு துறை இருக்கிறதா என்றே யாருக்கும் தெரியாது. கர்நாடகத்தில் பெரும்பாலான கல்லூரிகளில் அது ஒரு முக்கியமான பாடம். வாசகர் சர்வே அவர்கள் எடுப்பது உண்டு. சரி, வாசகர்கள் நம்மிடமும் அதிகம் உண்டுதான். அவர்கள் நேரப்போக்குக்காய் நாவல் வாசிப்பைக் கருதுபவர்கள். ஒரு காலத்தில் நா.பார்த்தசாரதிக்கும் மு.வ.வுக்கும் இருந்த வாசகர்கள் எழுபது எண்பதுகளில் இரண்டாய்ப் பிரிந்து, ஒரு பிரிவு சிறு பத்திரிகைக்குப் போயிற்று. கநா.சு. போன்றவர்களின் தீவிர இலக்கியம் வேண்டும் என்ற பிரச்சாரமும் அதுபோல, திராவிடப் பரம்பரை ஆட்சிக்கு வந்த பின்பு திராவிட வாசகர் கூட்டம் இலக்கியத்திலிருந்து வெளியேறியதும் ஒரு புதிய சூழலைத் தமிழில் உருவாக்கியது. குறுங்குழுவினர் சிலர் மேல்சாதி சார்ந்து மாடர்னிசத்தைத் தமிழுக்குக் கொண்டுவரமுயன்றனர். அபத்தநாடகம் (அப்ஸர்ட் தியேட்டர்) போன்றன வந்தன. அதற்கு எதிராக அப்போது தி.க.சி.ஆசிரியத்துவத்தில் செயல்பட்ட தாமரை பத்திரிகை எழுதிற்று. இப்படி ஒருவித சிறுவாரி (ஜமாலனின் தத்துவச் சொல்லாட்சி இது) எழுத்தும் வாசிப்பும் தமிழைத் தீர்மானிக்கும் சரித்திரம் உருவாயிற்று. அதுவே இலக்கியச் சூழலாயும் ஆயிற்று. இது 21 ஆம் நூற்றாண்டின் முதல் ஐந்தாண்டுகள் வரை ஒரு குறிப்பிட்ட குணத்தைத் தமிழுக்கு அளித்தது. இக்கட்டத்தில் நாவல்களுக்கு வாசகர்கள் கிடையாது. பத்திரிகை தொடர்கதையின் வாசகர்களைப் பற்றி நாம் பேசவேண்டாம். அவர்கள் எப்போதும் இருப்பார்கள். ஆனால் எதையும் தீர்மானிக்க மாட்டார்கள். ஆனந்தவிகடன் வாசகர்களாய் ஐம்பதுகளில் இருந்தனர். இவர்கள் வருவார்கள் போவார்கள். எனவே என்போன்றவர் எழுத்துக்களுக்கோ, வேறு சீரிய எழுத்துக்களுக்கோ, கன்னடம் போல, தமிழில் இலக்கிய நாவல் வாசிப்பவர்கள் பேரளவில் இருக்கமாட்டார்கள்.

தமிழ்த்துறையினர் தற்கால இலக்கியத்திற்கு ஏனோ வரவில்லை. மு.வ. நாவல்கள் வந்தபோதும் பாடமாக இருக்குமே தவிர அவற்றின் மீது, அந்தக் காலத்தில் இங்கிலாந்தில் ஆங்கிலப்பேராசிரியர் எஃப்.ஆர்.லீவிஸ் நாவல் இலக்கியம் மீது எழுதியதுபோல 'பெருமரபு' (Great Tradition) இது என விளக்கிச்சொல்லும் ஒரு நூல் வராது. நாவல்களைப் பெரும்பாலும் கற்பிக்கமாட்டார்கள். மாணவர்களே படிக்கவேண்டும்.

தமிழ் இலக்கிய உலகில், வாசக எண்ணிக்கை ஒரு புறம் குறைந்துகொண்டே இருக்கையில், தினமும் மலம் கழிப்பதுபோல் இன்றைய எழுத்தாளர்கள் நிறைய எழுதிக் குவிக்கிறார்கள்; பெரிய பெரிய புத்தகங்களாக எழுதுகிறார்கள்; இது ஒருவகையான பைத்தியக் காரத்தனமாக காணப்படுகிறது. இப்படிப்பட்ட இலக்கிய வகைமைகளை நீங்கள் எப்படிப் பார்க்கிறீர்கள்? ஏனென்றால், பொதுவாக உங்களுக்கான இலக்கியக் களமாடல் நாவல் வடிவத்தில் இருக்கிறது. அதனால்தான் இந்தக் கேள்வி.

ஆமாம், இப்போது வந்துகொண்டிருக்கும் எழுத்துக்கள் எழுபதுகளில் ஆரம்பித்து, தொன்னூறுகள் முடிய வந்த இலக்கியச்சூழலுக்கு மிகவும் மாறாக உள்ளன. உங்களைப்போல நானும் கவனித்துள்ளேன். அதாவது இவை பெரும்பாலும் முகநூல் வந்தபின்பு தீர்மானிக்கப்பட்டது. இது ஏற்கனவே நான் சொன்னதுபோல கடந்த சுமார் இருபது ஆண்டு கால நிகழ்வு. 2005- க்கு பிந்திய நிகழ்வு. முகநூலில் 'லைக்' வாங்குவதற்காக ஒருவர் எழுதுவார். அடுத்து ஏதும் வராது. அவர் காணாமல் போவார். அதுபோல விருதுகள். விருது பெற்றவர் இனி நிறைய எழுதுவார், தமிழுக்கு அடித்தது யோகம் என்று நாம் நினைத்தால் அவரும் முகநூலில் சில போட்டோக்கள் போட்ட பின்பு காணாமல் போவார். முகநூல் புறரீதியான அடையாளம். சிறுபத்திரிகைபோல, அகரீதியான அடையாளம் அல்ல. ஆனால், மொத்தத்தில் பெரிய மா ற்றம் நடந்து கொண்டிருக்கிறது. நாம் இவைகளைக் கவனிக்கவும் அவற்றின் மூலம் வெளிப்படும் பாடங்களைக் கற்கவும் தவறக்கூடாது. அந்தக்காலத்தில் கையெழுத்துப் பத்திரிகை நடத்துவது போல இப்போது முகநூல் பயன்படுகிறது. உயர்நிலைப்பள்ளி மாணவர்கள் அதிகம் முகநூலில் பங்கெடுக்கிறார்கள். அவர்களைக் கவர சீப்பான செக்ஸ் உத்திகளைச் சிலர் பயன் படுத்தினார்கள். டிஜிட்டல் குற்றம் பற்றிய சட்டங்கள் வந்தபின்பு அவை குறைந்திருக்கின்றன. அறுபது வயது எழுத்தாளர் நாற்பது வருடங்களாக எழுதிய அனுபவம் சார்ந்து இறுதியாக அவர் வந்தடைந்த ஒரு கருத்தை முகநூலில் எழுதுகிறார் என்று வைத்து கொள்வோம். பத்து 'லைக்' இருக்கும். அடுத்து அவர் நன்றாக முகச்சவரம் செய்து ஒரு போட்டோ பதிவேற்றுகிறார் என்று வைத்துக்கொள்வோம். சுமார் ஐந்நூறு லைக் இருக்கும். இதிலிருந்து என்ன முடிவுக்கு வர? அவர் கருத்தை விட அவர் முகம் நன்றாக இருக்கிறது என்றுதானே. இது அவரைக் கேலி செய்வது ஆகாதா? சிலர்

முகநூலில் தமக்கிருக்கும் மனநோயை இறக்கிவைக்கவும் வெளிநாட்டில் இருப்பவர்கள் என்றால், குடித்தபின்பு தோன்றுவதையெல்லாம் கிறுக்கவும் பயன் படுத்துகின்றனர். ஒரு முறை ஒரு ஆங்கிலப்பேராசிரியர் கவித்துவம் என்பது ஒரு நிகழ்த்துதல், (பெர்ஃபார்மென்ஸ்) என்று எழுதினார். அது ஒரு ஆழமான சிந்தனை. அதை முக நூலில் படித்த பலர் நாடக நிகழ்த்துதல் எனப்பொருள்கொண்டு நாடகம் பற்றி எதிர்வினை ஆற்றினார்கள். ஆங்கிலப் பேராசிரியரும் தான் எழுதியது நாடகம் பற்றித்தானோ என்று ஐயம் கொண்டு கடைசியில் தன்னையே மாற்ற ஆரம்பித்துவிட்டார். இது ஒரு பெரிய தமாஷ். அதாவது புதியது தோன்றுவதற்குப் பதில் பெருவாரியானது தீர்மானச் சக்தியாகிறது. இது இப்படியே போனால் கடைசியில் பாசிசத் துக்கு வழி வைக்கும். கூட்டம் தான் பாசிசத்தை உருவாக்குவது. ஹிட்லர் பாசிசத்தை உருவாக்கியதை விட கூட்டத்தினர் தான் அவரைக் கொலைகாரராக்கினார்கள். இது இப்போது இந்தியாவிலும் பாசிசமாக வந்து கொண்டிருக்கிறது. வங்கிகள் முன்பு கால்கடுக்க நின்று செத்துப்போன மக்களைப் பார்த்த பின்பும் அதற்குக் காரணமான அதே கூட்டத்தினர் இன்னும் அதிக பலத்துடன் வெற்றிபெறுவது எப்படி? கணினி வந்தபின்பு இதெல்லாம் மிக எளிது. ஒருவர் ஆஹா, மக்கள் அதிகாரம் பெற ஆரம்பித்துவிட்டார்கள் என மகிழ்ந்தார். கூட்டத்துக்கும்' மக்களுக்குமுள்ள வித்தியாசம் அவருக்குத் தெரியவில்லை. இலக்கியத்தை இந்தச் சூழல் எப்படிப் பாதிக்கிறது என்பது இன்னும் ஆழமாகப்பேச வேண்டியது. நூல் விமரிசனமும் கேள்விமரபும் மழுங்கியுள்ளன. பாராட்டுரைகள் மட்டும் பரவுகின்றன. சமீபத்தில் ஒரு நாவலுக்கு பெரிய விருது வந்தது. விருது பெற்றவரை எல்லோரும் பாராட்டினர். ஏழாயிரம் பிரதிகள் விற்றன. ஏழாயிரம் பேர் படித்திருப்பார்கள் என்று நினைக்கிறீர்களா? சுமார் இருநூறுபேர் முழுதும் படித்திருந்தால் மிகப்பெரிய விசயம். வீடுகளில் அடையாளப்பொருளாய் வைக்க வாங்கினார்கள். அடையாளங்கள் ஊடகங்கள் மூலம் உருவாகின்றன. அடையாள உருவாக்கம் வேறு ஒரு சமூக வெளிப்பாடு. அதனை உடைத்து அதன் உள்ளே இருக்கும் பொருள் என்ன எனப்பார்ப்பது இன்னொரு விதமாய் சமூக அர்த்தத்தைத் தேடும் காரியம். விரிவாய் இவற்றை இங்கே பேசமுடியாது. தமிழில், கணினி, முகநூல், இவை மூலம் கொஞ்சம் நல்லதும் நடக்கிறது, மறுப்பதற்கில்லை. பரவலாய்ச் செய்திகளைக் கொண்டுபோக முடிகிறது. பெரும்பான்மையாதல், பரவுதல்,

வேகமாக தொடர்புறுத்துதல் நடக்கின்றன. இத்தன்மைகள் நல்லதும் கெட்டதும் கொண்டவை. முகநூலில் எழுதியதைப்பலர் நூலாக்குகின்றனர். சில நல்ல நூல்கள் அப்படி வந்துள்ளன. மறுப்பதற்கில்லை. முகநூல் பற்றி முழுஆய்வுகள் வந்த பின்புதான் இறுதியான முடிவு எடுக்கவேண்டும். நான் எதிர்மறைகளை அதிகம் பேசிவிட்டேன். முற்றிலும் எதிர்மறையான தீர்ப்பும் வழங்கக்கூடாது. புதிய ஊடகம் இது.

உங்களின் சமீபத்திய நாவல் ஷம்பாலா இன்றைய மோடி அரசின் நடவடிக்கைகளை நையாண்டி பண்ணும் ஒரு அரசியல் நாவல். இப்படி நேரடியாக விமர்சித்து எழுதும் மன நிலைக்கு நீங்கள் தள்ளப்பட்டீர்களா? அல்லது இயல்பாக இன்றைய அரசியல் நடவடிக்கைகளால் ஏற்பட்ட அழுத்தத்தால் எழுதினீர்களா?

இனி நான் இறுதியாக எழுதிய ஷம்பாலா என்ற நாவல் பற்றிச்சொல்கிறேன். என் நாவல் எழுத்து முறையின் தொடர்ச்சியும் விலகலும் இந்த நாவலில் உண்டு. 2014-க்கு பின் வந்துள்ள வலதுசாரி அரசியலில் பாசிசத்தின் இந்திய முகம் தெரிந்தது.14-7-20அன்று வரலாற்றாய்வாளர் ராமச்சந்திரா குஹாவின் மோடி-ஷா ஆட்சிபற்றிய மதிப்பீடு வந்துள்ளது. அவர் சொல்லும் விஷயங்கள் மிகுந்த கவனத்துக்குரியவை. அதில் இந்திராவின் நெருக்கடி பிரகடனத்துடன் இணைத்து, இன்றைய வலதுசாரிகளின் பாசிசப்போக்கை உணர்த்துகிறார். இன்று ஊடகங்களும் நீதிமன்றமும், அதிகாரிகளும் தோற்றுப்போனதோடு, மிலிட்டரி, சிவில் ஆட்சித்துறை, இன்கம் டாக்ஸ், வங்கித்துறை போன்ற நிறுவனங்கள் பலவும் அதனதன் தன்னுரிமையை இழந்து சனநாயகம் இனி பெரிய ஆபத்தைச்சந்திக்கும் என்கிறார். மக்களால் தேர்ந்தெடுக்கப்பட்ட மாநில அரசுகளைக் கோடிக் கணக்கில் பணம் கொடுத்து கவிழ்க்கிறார்கள். அவர்கள் எல்லாவற்றையும் தங்கள் பிடிக்குள் கொண்டு வருகிறார்கள் என்று சுட்டிக் காண்பிக்கிறார். இந்த ஆபத்து எல்லோரும் அறிந்தது போல படைப்பு மனத்திலும் படும். அது வேறு வடிவத்தில் இருக்கும். எல்லாவற்றையும் இந்து முஸ்லிம் பிரச்சினை ஆக்குவது என்பது பெரிய பாசிச உத்தி. அது மிகுந்த மன உளைச்சலைத் தந்தது. அவர்கள் உருவாக்கிய சொல்லாட்சி, அர்பன் நக்சல். அதுபோன்ற சூழலுக்கு முகம் கொடுக்கும் ஒரு கதைப்பாத்திரம் இந்த நாவலில் வருகிறது. பாசிசத்தின் அடையாளச் சொல் ஹிட்லர். அது இன்னொரு பாத்திரம். இப்படி ஒரு தற்கால அரசியல் நாவல் எழுத எண்ணிய போது என்ன வடிவம் கொடுப்பது என்று

யோசித்தேன். என் பல நாவல்களில் வரும் இரண்டு அடுக்கு கதைமுறை எனக்குத் தெரியாமலே உருவானது. ஒரு சுவாமிஜி வருகிறார். ஷம்பாலா என்ற இடத்தில் உலகின் அதிகாரம் எல்லாம் கிடைக்கும் என்ற புராணக்கதை உள்ளது. சுவாமிஜி, நாவலில் வரும் நவீன ஹிட்லருக்கு அந்த இடம் பற்றிக்கூறுகிறார். அரசியலும் மதவழிபாடும் எப்படிப்பின்னிப் பிணைந்துள்ளன எனக்காட்டுவதற்காக அப்பாத்திரம் படைக்கப்பட்டது. அழகியலைப் பொறுத்தவரையில் இந்த நாவல் என் முந்தைய நாவல்களில் இருந்து முற்றிலும் வேறுபட்டது. அதில், நேரடியாக வாசகரைத் தொடுவதற்காக நேரடி அரசியல் வரும். 2014-லிருந்து 2018 வரை இங்கு நடந்த பல சம்பவங்களை நேரடியாகத் தந்து அவற்றைச்சுற்றி உலக அளவில் அரசியல் எதிர்ப்பு நாவல்கள் பலதில் வருவதுபோல ஒரு உருவகத்தன்மையை உருவாக்கினேன். உருவகம் என்றால், கதை அமைப்பில் இந்த எல்லா உண்மைகளையும் அடக்கிய ஒரு வடிவம் வரும்படி கற்பனை செய்து பாத்திரம், பேச்சு, சம்பவம் என எழுதுதல். அதனால் தான் நாவலில் அறிவை உளவு பார்க்கும் நிகழ்ச்சிகள் வந்தன. அறிவை உளவு பார்த்தல், பாசிசம் செய்வது. உருவகமும் யதார்த்தமும் அப்படி இணைத்தேன். பாசிசமும் இன்று உடலைப்பேணுங்கள், யோகா செய்யுங்கள் என்று கூறும். அது பற்றி நான் நேரடியாகக் கூறாமல் குஸ்தி பயிற்சிபெற்ற பள்ளிக்கூட சிறுவனை ஹிட்லர் பெயர் கொண்டவனாய் அறிமுகப்படுத்தினேன். இதன் மதிப்புரை இந்து தமிழில் வந்தபோது மிகஅதிகமான அழைப்புக்கள் எனக்கு வந்ததைப்பார்த்து வியந்தேன். லண்டனின் இருக்கும் ஒரு மருத்துவர் ஊருக்கு வந்தபோது கிடைத்த மதிப்புரையை படித்துவிட்டு தன்னை அறிமுகப்படுத்திவிட்டுக் கொஞ்சநேரம் பேசினார். அவர் மதிப்பீட்டில் தமிழகத்தில் வலதுசாதி அமைப்புக்கள் பலப்பல பெயரில் கோயில் சார்ந்து செய்யும் காரியங்கள் இன்னும் பயங்கரமானவை. அதுபோல் தமிழ்ப்பண்பாட்டு வெளியில் பாசிசத்தை அகவயப்படுத்தும் காரியங்களைப் பெருநிறுவனங்களின் கட்டுப்பாட்டில் இருக்கும் காட்சி ஊடகங்கள் மிகத்திறமையாகச் செய்வது புரிந்தது. சினிமாவும் ‘மாயைப்படுத்தலைச்’ சிறப்பாகச் செய்து இளைஞர்களை அரசியலற்றவர்களாக்குகிறது. என் ஷம்பாலா நாவல்போல, பல நேரடியான அரசியல் நாவல்கள் தமிழில் வரவேண்டும். சமீப காலங்களில் தமிழ்ப்பண்பாடும் இலக்கியமும் அரசியல்மயப்படுத்தாத போக்கைக் கையாள்கின்றன. அரசியல் மயப்படுத்தப்படாமல் உள்ளதால் பண்பாடு என்றால் சினிமா

பற்றிப்பேசுவதுதான் என்றாகிவிட்டிருக்கிறது. இது எப்படிப்பட்ட ஆபத்து என பலருக்கும் தெரியவில்லை. உலக இலக்கியத்தில் அரசியல் நாவல்கள் பல உள்ளன. அதற்கு ஒரு மரபு உள்ளது. பிரிட்டிஷ் எழுத்தாளர் ஜார்ஜ் ஆர்வெல்லின் விலங்குப்பண்ணை முக்கியமானது. அது முற்றிலும் உருவகம். ஷம்பாலா சற்று மாறுபட்டது. இந்த நாவலுக்கு நிறைய எதிர்வினைகள் வந்தன. மாலன் ஒரு கட்டுரை எழுதி எனக்கு அனுப்பினார். ஹிட்லருக்குப் பதிலாக ஸ்டாலின் வரக்கூடாதா என்பது போல எழுதினார். அவரிடம் என்குறி தப்பவில்லை என்றேன்.

படிகள் மற்றும் சிற்றேடு இதழ்கள் குறித்து ஓரிரு வார்த்தைகள்........

படிகள் இதழ் பற்றிப் பலர் கேட்கிறார்கள். ஜி.கே. இராமசாமி, மற்றும் சிவராமன் என்ற இரண்டு சமூகவியல் பேராசிரியர்களுடன் இணைந்து செயல்பட்டேன். அவர்களின் சமூகவியல் அறிவு அவ்விதழில் பிரதிபலித்தது. சிற்றேடு இதழ் தமிழ்த்துறையையும் சிறுபத்திரிகையையும் இணைக்கும் இலட்சியத்தில் பல இளம் பேராசிரிய நண்பர்கள் துணையுடன் தொடங்கப்பட்டது

இலக்கு இலக்கியப் போக்குகள் வீரியத்துடன் எழும்பி கொஞ்சம் கொஞ்சமாக நீர்த்துப் போனதாக உணர்கிறீர்களா ?

ஓ! நீங்கள் இலக்குக் கூட்டங்களில் கலந்திருப்பீர்கள் அல்லவா ? இலக்கு அமைப்பு, பத்தாண்டு தமிழிலக்கியப் போக்குகளை மதிப்பிடுவதை ஒரு திட்டமாக வைத்திருந்தது. அப்படி மூன்று நாள் கருத்தரங்கு சென்னை வில்லிவாக்கத்தில் நடந்தது. அது ஒரு முக்கியமான இலட்சியத்தை வைத்திருந்தது. 'மாஸ் கல்ச்சர்' என்று சொல்லப்படும் பெரும் பத்திரிகை மற்றும் பொது சன மாயையை மக்களிடம் உருவாக்கும் சக்திகளை அடையாளம் காண்பது. அப்போது மாதநாவல் தமிழில் உச்சத்தில் விற்ற சமயம். சுஜாதா பெரிய பத்திரிகை வியாபாரத்திற்குப் புது வேகம் கொடுத்தார். இலக்கியம் வணிகப்பொருள் அல்ல என்ற முழக்கத்துடன் பல மாறுபட்ட கருத்துள்ளவர்களை – கோவை ஞானி, திருச்சி ஆல்பர்ட், அக்னிபுத்திரன், பெங்களூர் படிகள் நண்பர்கள், திருச்சி மானுடம் நண்பர்கள், பு.வ.மணிக்கண்ணனின் நீலமலைப் பனிமலர் குழுவினர் போன்று அமைப்புகளும் தனிநபர்களும் இணைந்து சிலகாலம் கருத்தரங்குகள் நடந்தன. சென்னையில் நடந்தது. மதுரைப் பல்கலைக்கழகத்தில் மூன்றுநாள் கருத்தரங்கம் நடந்தது. அப்போது இளைஞராக இருந்த இன்றைய நீதியரசர் மகாதேவன் சென்னையிலிருந்து அதற்காகவே மதுரைக்கு வந்து

கலந்து கருத்தரங்கில் கலந்து கொண்டார். கோவை, பெங்களூர், திருச்சி, ஹோசூர் என்றெல்லாம் பல இடங்களில் கருத்தரங்குகள் ஏற்பாடாயின. ஒவ்வொரு கருத்தரங்க உரைகளும் நூல்களாக வந்தன. பல தகவல்கள் மறந்துவிட்டன. இந்தச் செயல்களைத் தொடர்வீர்களா எனக்கேட்கிறீர்கள். இளைஞர்கள் தான் இதை முன்னெடுக்க வேண்டும்.

பிறமொழிகளைப்போலல்லாது, தமிழில் தலித் இலக்கியப் படைப்புக்கள் பெரிய அளவில் வரவில்லை என்றே தோன்றுகிறது; உங்களுடையபார்வையில் எவ்வாறு கணிக்கிறீர்கள்?

பிற மொழிகளான கன்னடம், மராத்தி போன்றவற்றில் தலித் இலக்கியம் முக்கியத்துவம் பெற்றிருக்கிறது. நான் கூட சாகித்திய அகாடமி மூலம் கன்னட தலித் இலக்கியம் என்று ஒரு தொகுப்பு நூலை அறிமுகம் செய்துள்ளேன். பல மொழிபெயர்ப்பாளர்கள் மொழி பெயர்த்த கன்னட இலக்கிய மாதிரிகளை அந்த நூல் அறிமுகம் செய்திருந்தது. பிரதிபா, நீங்கள் எல்லாம் கவிதை எழுதிய அக்கால கட்டத்தில் தலித் இலக்கியம் தமிழில் பிற மொழிகள் போல முக்கியமாகும் என நினைத்தோம். 1980 வாக்கில் தமிழ்ப் பல்கலைக்கழகம் ஒரு கருத்தரங்கு நடத்தியபோது எதிர்காலக் கவிதை எனத் தலைப்புத் தந்தார்கள். நான் தமிழில் எதிர்காலத்தில் தலித் கவிதை வரப்போகிறது என கட்டுரை வாசித்தேன். தமிழில் முற்போக்கு இயக்கம் சார்ந்து இலக்கியம் உள்ளது. பெண்ணிய இயக்கம் சார்ந்து கவிதை உள்ளது. இன்னும் சிலகாலம் போனபிறகு தான் தமிழில் தலித் இயக்கம் ஒரு இயக்கமாக வரையறுக்கப்படுமா எனக்கூறமுடியும். ஆனால் வரையறை பெறவேண்டும். பரியேறும் பெருமாள் போன்ற திரைப்படம் இப்போது எல்லோர் கவனத்தையும் கவர்கிறது. தலித் பிரச்சனையை வேறு கோணத்தில் அது அணுகுகிறது.

இந்திய கம்யூனிச வரலாற்றை எவ்வாறு பார்க்கிறீர்கள்? அதன் இயல்பூக்கங்கள் உயிரோட்டத்துடன் இன்னும் இருப்பதாகக் கருதுகிறீர்களா? கம்யூனிசச் சித்தாந்தம் சார்ந்த புனைவுகள் தமிழில் போதுமான அளவில் வெளிவந்துள்ளனவா?

உலக கம்யூனிசம் இன்று மாறிவிட்டது. புதுக்கம்யூனிசம் என்று பெயருடன் ஒரு போக்கைச் சிலர் உருவாக்க முன்று வருகின்றனர். அலென் பதயூ (Alain Badiou.), ஸ்லவாய் ஷிஷெக் (Slavoj Zizek) போன்றோர் இதில் அடங்குவர். முதலாமவர் பிரான்ஸ்நாட்டுத் தத்துவப்பேராசிரியர். அல்தூசரின் மாணவர். இரண்டாமவர்

ஸ்லோவொக்கியா என்று இன்றைக்கு அழைக்கப்படும் சிறிய ஐரோப்பிய நாட்டவர். பழைய யுகோஸ்லாவாகியா பல துண்டுகளாக உடைந்த போது உருவான நாடு. இரண்டாமவர், லக்கான் என்ற தத்துவவாதியைப் பயன்படுத்துகிறார். தத்துவவாதி ஹெகலையும் கூட. இவர்கள் எல்லோரும் ஸ்டாலினை ஏற்பதில்லை. நான் புதுக் கம்யூனிசம் என்ற தலைப்பில் சில ஆண்டுகளுக்கு முன்பு ஓர் கட்டுரையைச் சிற்றேடு இதழில் வெளியிட்டேன். பழைய தவறுகளை, அடையாளம் கண்டு ஒதுக்கிப் புதுக் கம்யூனிசம் இன்று மனித குலத்தைக் காப்பாற்றும் போக்கில் சிந்தனைத் துறையில் ஒரு போக்காய் வருகிறது. சமீபத்தில் அமெரிக்காவில் கறுப்பினத்தைச் சார்ந்த ஜார்ஜ் ப்ளாய்ட் கொல்லப்பட்டபோது எதிர்ப்புத்தெரிவிக்க உருவான எதிர் பாசிச (ஆன்டிஃபா) அமைப்புக்கள் இத்தகைய சிந்தனைகளால் ஊக்கம் பெற்றவை. இப்படி மார்க்சியச் சிந்தனைகளின் மாற்றுவழி பற்றி சோவியத் யூனியன் உடையாமல் இருந்தபோதே பலர் சிந்தித்தனர். அவர்கள் ஆரம்பத்தில் பிராங்பர்ட் மார்க்சியர் எனப்பெயரிட்டுக்கொண்டு உருவானார்கள். அவர்களில் ஒருவர் மாக்ஸ் ஹொர்ஹேமர், இன்னொருவர் ஊடகங்கள் பற்றி ஆய்ந்த தியோடர் அடார்னோ, வேறொருவர் ஹெர்பர்ட் மார்க்யூஸ். மார்க்சியத்தில், உளவியலாளரான இவர் பிராய்ட் சிந்தனைகளை இணைத்தவர். இன்னும் பலர். இவர்கள் எல்லோரும், மார்க்சியத்தில் வந்து சேர்ந்த அதிகமான பகுத்தறிவுப் போக்குத்தான், ஸ்டாலினிசமும் இறுக்கமான எதேச்சாதிகாரப் போக்கும் கம்யூனிச இயக்கத்தில் உருவாகக் காரணங்கள் என்றனர். அப்போக்கை எந்திரமயவாத பகுத்தறிவு என்று பெயரிட்டு அழைத்தனர். அது மிகையான விஞ்ஞானத்தை வலியுறுத்திப் பேசியதால் வந்த ஆபத்து என்றனர். அதற்கு எதிராக இவர்கள் சிந்தித்தனர். பகுத்தறிவுத் தத்துவத்துக்குக்கு எதிரான தத்துவங்களையும் சமூகச்சிந்தனைகளையும் மார்க்சியத்தில் கொண்டுவந்து அந்தந்த நாடுகளுக்கும் சூழலுக்கும் தக இணைத்தனர். ஆனால் இரண்டாம் அலை பிராங்ஃபர்ட் சிந்தனையாளரான, யுர்கன் ஹேபெர்மாஸ் என்பவர், இவர்கள் அவர்களில் பலரைவிட இளையவர். அவர் பகுத்தறிவும் அதனால் சமூகத்தில் உருவான வளர்ச்சியும் தன் பயன்பாட்டை முடித்துக்கொள்ளவில்லை என ஒரு கருத்தை முன்வைத்தார். இவர்களுக்குமாற்று. ஒரு வகையில் பெரியார் கருத்துக்கள் இன்னும் வேண்டும் என்று கூறுவது போன்ற விவாதம் இது. பெரியாரில் மேற்கத்திய அறிவுவாதம் அதிகம் உண்டு. இவர்கள்

எல்லோரும் தங்களை 'விமர்சனச் சிந்தனையாளர்கள்' என்று அழைத்துக்கொண்டனர். எதிர்த்து, கேள்வி கேட்டு, விவாதித்துச் சிந்தனையை உருவாக்கவேண்டும் என்பது இவர்களது கருத்து. இவர்களிடமிருந்து நாம் பெறவேண்டிய பாடம் என்ன என்றால் இவர்கள் பலரும் இலக்கியத்தை மிக முக்கியமான சிந்தனை என எடுத்துக்கொண்டனர் என்பதுதான். இவர்களில் ஹேபர்மாஸை அதிகம் நாம் கற்க வேண்டும் என்பேன். அவர் நவீன பெருமுதலாளியம் இன்றைய அரசுகளிடம் ஏற்படுத்தும், பண்பு மாற்றம் பற்றி ஆய்கிறார். ஊடகங்கள் பற்றி ஆய்கிறார். நவீன முதலாளியம் உருவாக்கும் புதுத் தன்மைகள் பற்றிச் சிந்திப்பவர். சமயம், சட்டத்துறைச் சிந்தனைகள், மொழியியலின் பொருண்மையியல் (Semantics) போன்ற மிக நவீனமானவற்றைச் சிந்திக்கிறார். இந்தியாவில் வலதுசாரி மௌடீக வாதம் வளரும்போது பெரியார் வேண்டும் என்று எல்லா இடங்களிலும் பலர் பேசுகிறார்கள். பகுத்தறிவை அடிப்படையாக்கியுள்ள ஹேபர்மாஸையும் நாம் இங்குக் கொண்டு வரவேண்டும். அதேநேரத்தில் நம்முடையது மரபுரீதியான சமூகம். எனவே நமக்கு வேண்டியது, முழு அறிவுவாதமா, அதற்கு எதிர்ப்பான எதிர்-அறிவுவாதமா, என்றால் நம் சூழலுக்குப் பொருத்தமானதைக் கொண்டுவந்து வடிவமைக்கவேண்டும் என்பதே என் பதிலாகும். அது போல இன்று நம் முன்புள்ள கடமை, வலதுசாரிகள், அடையாளத்தோடும் அடையாளமில்லாமலும் தமிழுக்குள் ஊடுருவுவதைத் தடுப்பது. அவர்கள் அறிவைப் பயன்படுத்தாமல் கூட்டத்தையும் தேசப்பற்றையும் உபயோகப்படுத்தும் அரசியலைச் செய்கிறார்கள். 'நாமா, அல்லது அந்நியரா' என்ற இருமையில் ஒன்றைத் தேர்ந்தெடு எனக்கேட்கும் சிந்தனையைப் பயன்படுத்துகின்றனர். பெரியாரை மட்டும் அவர்களால் சாயம் மாற்றிப் பயன்படுத்த முடியவில்லை. அம்பேத்கரை கூட உள்ளே இழுத்துக் கொண்டனர். ஏன் பெரியாரை மறுக்கின்றனர்? சிலை மீது காவிச்சாயம் பூசுகின்றனர்? கோயில் கட்டினால் எல்லாம் சரியாகிவிடும் என்ற மாயையும் உருவாக்குகின்றனர். பெரிய ஆபத்துக்கள் காத்திருக்கின்றன. இதற்கு மார்க்சிய மரபின் குறிப்பிட்ட விளக்கங்களை மட்டும் ஏற்பது என்ற எண்ணத்தை விட்டு நம் பார்வையை அகன்றதாக்கவேண்டும். அமெரிக்காவில் உள்ள ஃப்ரடரிக் ஜேம்சன், இங்கிலாந்தின் டெரி ஈகிள்டன் போன்றோர் விரிவாக்கப்பட்ட மார்க்சிய மரபில் வருபவர்கள். இடதுசாரி அறிவை விசாலமாக்குகின்றனர். பாரதி புத்தகாலயம், டெரி ஈகிள்டனின் நூலையும், ஜார்ஜ் லூக்காச்சின் வரலாறும்

வர்க்க உணர்வும் என்ற நூலையும் எர்னஸ்ட் பிஷரின் கலையின் அவசியம் என்ற நூலையும் வெளியிட்டுள்ளது. இம்முயற்சிகள் பாராட்டுக்குரியன.

தற்போது சாகித்ய அகாடமியில் என்ன பொறுப்பு வகிக்கிறீர்கள்? இப்பொறுப்பின் மூலம் தமிழ் இலக்கிய உலகில் நீங்கள் செய்ய நினைத்திருக்கும் செயற்பாடுகள் என்னென்ன?

சாகித்ய அகாடமியின் இப்போதுள்ள ஐந்து பொதுக்குழு உறுப்பினரில் நானொருவன். ஒருங்கிணைப்பாளர் கவிஞர் சிற்பி. ஆரம்பத்தில் இந்தியாவின் இருபத்திரண்டு மொழிகளிலிருந்து வருபவர்களைப் பார்த்து மகிழ்ச்சி ஏற்பட்டது. இந்தியாவின் பல மொழிகளின் பிரதிநிதிகள் ஒரே இடத்தில் கூடுவது எவ்வளவு முக்கியம். அப்படிப்பட்ட அமைப்பு இது ஒன்றே. ஆனால் ஒவ்வொரு மொழியும் வேறு வேறானது. இந்திய மொழி என்று ஒன்றும் இல்லை. இலக்கியத்தைப்பொறுத்த அளவில் இந்தி கூட பிராந்திய மொழியே. இந்திய இலக்கியம் என்று ஒன்று இல்லை. ஒவ்வொரு மொழியிலும் வேறு வேறு இலக்கியங்கள் அந்தந்த பிராந்தியத்துக்கு ஏற்ற விதமாய் இருக்கின்றன. இரண்டு விசயங்களில் அம்மொழிகளுக்குள் ஒற்றுமை உண்டு. ஒன்று தற்கால இலக்கியத்தைப் பொறுத்தமட்டில், அவை பெரும்பாலும் ஆங்கில இலக்கியத்தின் நிழல்கள். இரண்டு, அவை இராமாயண, மகாபாரதத்தின் நிழல்கள். சங்க மரபும், சிலப்பதிகார, மணிமேகலை கதை மரபும் அவர்கள் அறியாதவை. நம் தூய தமிழ் மரபை நம் தொடக்க கால நாவலாசிரியர்களும் படைப்பாளிகளும் உதாசீனப்படுத்தி ஆங்கிலம் வழி வரும் நாவல், படைப்பு மரபுக்குப் போயினர். மணிமேகலை மரபில் நாம் கதை எழுதினால் நம் படைப்பு, புதிய இந்திய மரபை நவீன இலக்கியத்தில் கொண்டுவரும். அசோகமித்திரனின் ஆகாசத்தாமரை என்ற நாவல் மற்றும் கதைகள், காஃப்கா போல இருக்கும். நகுலனின் நாவல் வர்ஜினியா வுல்ஃப், போல இருக்கும். இது போல அனைத்திந்தியாவிலும் இலக்கியப்போக்குகளைப்பார்க்க முடியும். இது மாறி நம் தமிழ் மரபின்வழி நவீன இலக்கியம் வர வேண்டும். அப்போது இந்திய மரபாய்த் தமிழ் மரபு எல்லா இடத்திலும் பரவும். இது நடக்கக் கூடியது அல்ல. இரண்டா— யிரம் ஆண்டுகளாய் வற்றாத ஆறுபோல பாயும் இலக்கிய மரபு சமஸ்கிருதம் தவிர எந்த இந்திய மொழிக்கும் கிடையாது. சமஸ்கிருதத்தில் தற்கால இலக்கியம் இல்லை. பழமையும் தற்கால இயல்புத்தன்மையும் கொண்டது தமிழ் மொழி. பிற மொழி—

யினர் பின்பற்றும் போலி ஆங்கிலமாதிரியும் மீண்டும் மீண்டும் பின்பற்றப்படும் போலி இராமாயண, மகாபாரத மாதிரியும் இனிமேல் ஒதுங்கும். இதற்கு மிகப் பல காலம் எடுக்கும். நம் மாநில அரசுகளும் பிற மொழிகளில் இருந்து பிரதிநிதிகளை அழைத்துத் தமிழின் பல்வேறு போக்குக்களை அவர்களின் மொழிகளுடன் ஒப்பிட வேண்டும். அப்போது தமிழின் தனித்தன்மை விளங்கும். சமீபத்தில் கன்னடத்தில் தொல்காப்பியம் மொழிபெயர்ப்பு வந்துள்ளது. அவர்கள் அதற்கு ஏங்கிக் கொண்டிருந்தனர். அவர்கள் சமஸ்கிருதம் அல்லாத கூறுகளைத் தேட ஆரம்பித்துள்ளார்கள். தமிழுக்கும் கன்னடத்துக்கும் ஒரு ஆழமான தொடர்பு உண்டு. வலதுசாரிகளால் கொல்லப்பட்ட முன்னாள் துணை வேந்தரான கல்புர்கி, சங்க இலக்கியம் மீதும் தமிழ் மீதும் மிகவும் அன்பு கொண்டவர். பெரியார் சிந்தனைகளின் தேர்ந்தெடுத்த தொகுப்பையும் கன்னடத்தில் கொண்டு வந்துள்ளனர். இதுபோல பிற மொழிகளோடு நம் மொழியை ஒப்பிட சாகித்ய அகாடமியைப் பயன் படுத்திக்கொள்ளலாம்.

புத்தகம் பேசுது – ஆகஸ்டு 2020இல் வெளிவந்தது. புத்தகம் பேசுது இதழுக்கு நன்றி.

தமிழவன் செவ்வி: 'சினிமாக்காரர்கள் பெரியாரைத் தொலைத்துவிட்டார்கள்'

தீராநதி இதழுக்காக செவ்வி எடுத்தவர் கடற்கரய்

(தமிழ் சமகால இலக்கிய உலகில் தமிழவன் குறிப்பிடத்தக்க படைப்பாளி. அமைப்பியல் தத்துவத்தை தமிழ்ச் சமூகத்திற்குள் கொண்டு வந்தவர். ஏற்கெனவே சொல்லப்பட்ட மனிதர்கள், ஜி.கே. எழுதிய மர்ம நாவல், சரித்திரத்தில் படிந்த நிழல்கள் போன்ற நாவல்களை நவீன வடிவத்தில் எழுதி வெளியிட்டவர். இதன் மூலம் புது வகையான நடையை மேற்கொண்டவர். வார்ஸா பல்கலைக்கழகத்தில் நான்கு ஆண்டு தமிழ் போதித்துவிட்டுத் தற்சமயம் ஆந்திர மாநிலம் திராவிடப் பல்கலைக்கழகத்தில் தமிழ்த் துறையைத் தோற்றுவித்து அதன் தலைவராக இருந்து வருகிறார். இவரது சமீபத்திய நாவல், வார்ஸாவில் ஒரு கடவுள். இவரின் அசல் பெயர் கார்லோஸ். தீராநதி க்காக ஆந்திர மாநிலம் குப்பத்தில் உள்ள திராவிடப் பல்கலைக்கழகத்தில் பதிவு செய்யப்பட்ட நேர்காணல் இது)

தீராநதி: இந்த வருடம் புத்தகக் கண்காட்சிக்கு வெளிவர இருக்கும் *வார்ஸாவில் ஒரு கடவுள்* என்ற உங்களின் புதிய நாவலை தோதாக வைத்துக் கொண்டு நமது பேச்சைத் தொடங்கலாம் என்று நினைக்கிறேன். நாவலின் வடிவம், கதைக்களம், பின்புலம் பற்றி முதலில் சுருக்கமாகச் சொல்லுங்கள்?

தமிழவன்: வார்ஸாவுக்கு நான் 2001 இல் தமிழ்ப் பேராசிரியராக வேலை செய்யச் சென்றேன். எனக்கு முன்னால் தி.சு. நடராஜன், இராமசுந்தரம், க. சுப்பிரமணியம், நாச்சிமுத்து, இந்திரா பார்த்தசாரதி போன்றவர்கள் அங்குச் சென்று தமிழ்ப் பேராசிரியராகப் பணிபுரிந்து விட்டுத் திரும்பி இருக்கிறார்கள். அதில் இந்திரா பார்த்தசாரதி மட்டும்தான் நாவலாசிரியர். நானும் சென்று வழக்கமான தமிழ்ப்பேராசிரியர் வேலையைத்தான் செய்துகொண்டு இருந்தேன். கடைசியில் ஆறுமாதம் பணி

நீட்டிப்பு எனக்குக் கொடுத்தார்கள். அங்கு இருந்த காலங்களில் 'பொலிஷ்' மொழி இலக்கியம் பற்றி நிறைய தெரிந்து கொள்ள ஆசைப்பட்டேன். 'பொலிஷ்' மொழியில் வேகமாக வாசிக்கக் கூடிய ஆற்றல் எனக்கு இல்லாததால் ஆங்கிலப் புத்தகங்களை வாங்கி வாசித்துக் கொண்டிருந்தேன். அங்கு ஆங்கிலப் புத்தகங்களை விற்பனை செய்யும் கடைகள் மிகவும் குறைவு. ஒரு சில கடைகளில் மட்டும்தான் ஆங்கில நூல்கள் விற்பனைக்கு இருக்கும். 'அமெரிக்கன் புக் சென்டர்' என்ற ஒரு ஆங்கிலப் புத்தக விற்பனையகத்திலிருந்துதான் நான் புத்தகங்கள் வாங்கிப் படிப்பேன். இந்தியாவில் இருந்த காலங்களில் வேலைப் பளு காரணமாக எந்தெந்தப் புத்தகங்களை வாசிக்க நேரம் இல்லாமல் தவித்தேனோ அந்தப் புத்தகங்களையெல்லாம் வாங்கி அங்கிருக்கும்போது படிக்கத் தொடங்கினேன். குறிப்பாக எல்லாவிதமான, ஆங்கிலத்தில் உள்ள, 'கிளாசிக்' நூல்களையும் வாங்கி வாசித்தேன்.

அப்படிப் படிக்கும் சமயத்தில் அதற்கான சிந்திப்பிலேயே சதாசர்வகாலமும் இருந்தேன். என்னைப் பொறுத்த அளவில் நான் இரண்டு துறைகளிலும் கால் ஊன்றிக் கொண்டிருப்பவன். ஆழமான ஆய்விலும் என்னுடைய பங்களிப்பு இருக்கிறது என்று நான் கருதுகிறேன். தற்கால இலக்கியத்திலும் எனக்குத் தொடர்ச்சியான ஈடுபாடு இருக்கிறதென்றும் நினைக்கிறேன். இப்படி வாசித்துக் கொண்டிருக்கும்போது இன்றைய சமகால உலக நாவல் உலகம் எப்படிச் செயல்படுகிறது என்பதைப் புரிந்துகொண்டேன். இந்தப் புரிதலால் எனக்குள் ஒரு நாவல் எழுத வேண்டும் என்ற உத்வேகம் உண்டானது. ஏற்கெனவே இந்தியாவில் நான் நாவல் எழுதிக் கொண்டிருந்தவன் என்பதால் இந்த ஆவல் இயல்பானதொன்றாகவே உணர்ந்தேன்.முதலில் காதலோடு கூடிய போர்க் காலம் என்ற ஒரு ஸ்கிரிப்டைத்தான் தயார் செய்தேன். 1965-ல் பாளையங்கோட்டையில் நடந்த இந்தி எதிர்ப்புப் போராட்டத்தை மையமாக வைத்து அந்த நாவலை எழுதி இருந்தேன். இன்றைக்குள்ள பல இளைஞர்களுக்கு இந்தி எதிர்ப்புக் காலகட்டத்தில் நடந்த போராட்டங்கள் பற்றி போதுமான புரிதல் இல்லாததனால் அந்தத் தகவல்களை இலக்கியத்திற்குள் கொண்டு வர வேண்டும் என்று கருதி அந்த நாவலை எழுதி முடித்தேன். மொத்தம் இருநூறு பக்க அளவில் முடிந்தது அந்நாவல். அதற்குப் பிற்பாடு எனக்கு நாவல் எழுத வேண்டும் என்ற ஆர்வம் இல்லாது போனது. இந்தச் சமயத்தில்

பார்த்துத் திடீரென்று ஆறுமாதம் நீட்டிப்பு கிடைத்ததால் சரி, நாம் இன்னொரு, ஏதாவது ஒரு நாவலை, எழுதி முடிக்க வேண்டும் என்று தீர்மானித்தேன். நாவல் எழுதுவததற்கு மன ஒருமைப்பாடு என்பது ரொம்ப முக்கியம். இந்த சமயத்தில் கிடைக்கின்ற ஓய்வு நேரத்தை நாவல் எழுதுவதற்கு ஒதுக்கி விடவேண்டுமென்று திட்டமிட்டுக் கொண்டேன். அங்கிருந்துகொண்டே, தமிழில் வெளியாகும் 'ஆன் லைன்' வெப் சைட்டுகளில் ஒரு சில அனுபவ ரீதியிலான சின்னச் சின்ன கட்டுரைகளை எழுத மட்டுமே நேரம் கிடைத்த எனக்கு, இந்தப் பெரிய ஓய்வு என்பதை உருப்படியான காரியத்திற்குச் செலவிட்டாக வேண்டும் என்ற எண்ணம் உதித்தது. இந்த நேரத்தில் இன்னொன்றையும் நான் சொல்லியாக வேண்டும். தமிழ்நாட்டுச் சிறுபத்திரிகைச் சூழலிலிருந்து சென்றவன் என்ற வகையில் எனக்கு இங்கிருந்து வெளிவருகின்ற பத்திரிகைகளோடு உள்ள உறவு இந்தக் காலத்தில் தடைப்பட்டுப் போனது. சுத்தமாக தொடர்பே இல்லாமல் உறவு அறுந்து போய்விட்டது. ஆகையால் இங்கே உள்ள இலக்கியச் சூழலில் என்ன நடக்கிறது என்பதே எனக்குத் தெரியாமல் போய் விட்டது. வருடத்தில் ஒன்பது மாதங்கள் வெறும் பனி மட்டுமே பொழிகின்ற ஒரு நாட்டில் நான்கு வருடங்களைக் கழிக்க வேண்டியதாகிவிட்டது. ஒரு இலை தழைகளைக் கூட நீங்கள் பார்க்க முடியாது. எங்குப் பார்த்தாலும் வெறும் பனி மட்டுமேதான் கண்களுக்குத் தெரிகின்ற ஒரு சூழலில், நமக்குச் சிறு வயது ஞாபகங்கள் மிதந்து வரும். எல்லாம் சேர்த்து இரண்டாவது நாவலை எழுதினேன். அனைத்துலக வாசகர்களை மனதில் வைத்து ஒரு தமிழ் நாவல் எழுத வேண்டும் என்பதற்காகவும் அந்நாவலை எழுதினேன். அனைத்துலக வாசகர்களைக் கருத்தில் வைத்த தமிழ் நாவல்கள் எதுவும் வெளிவருவதில்லை என்ற எண்ணம் எனக்கிருந்ததனால் (இதை தற்பெருமைக்காக நான் சொல்லவில்லை. அதற்கான கட்டத்தை நான் தாண்டிவிட்டேன். சிறு வயதில் சில காரியங்களை அகங்காரமாக எடுத்துக்கொண்டு எடுத்தேன் கவிழ்த்தேன் என்று பேசியிருக்கிறேன். இப்போது நான் அப்படி நிச்சயமாக பேசுவதில்லை) இந்த இரண்டாவது நாவலையும் அப்படி எழுதி முடித்தேன். அந்த இரண்டாம் நாவல்தான் வார்ஸாவில் ஒரு கடவுள். முதல் நாவல் இன்னும் பிரசுரமாகவில்லை.(குறிப்பு: இந்த செவ்வி வெளியான போது வெளிவராவிட்டாலும் பிறகு ஆடிப்பவை போல, என்ற பெயரில் வெளியாயிற்று.) நான் கன்னட மொழிச் சூழலில் இருந்த காலத்தில் அப்போது கன்னடமொழி நாவல்கள்

நோபல் பரிசுக்குத் தேர்ந்தெடுக்கப்படுமா? என்ற ஒரு விவாதம் தொடர்ந்து நடந்து கொண்டிருந்ததைக் கவனித்திருக்கிறேன். இந்தக் காலத்தில் தான் சல்மான் ருஷ்டி போன்றவர்கள் இந்திய நாவல்கள் எதுவும் சரியாக இல்லை. அனைத்துலக வாசகர்களை மனதில் கொண்டு நாவல் வெளி வருவதில்லை என்ற கருத்தைச் சொல்லிக் கொண்டிருந்தார்கள். ஒரு விதத்தில் சல்மான் ருஷ்டி சொல்வதென்னவோ உண்மைதான். இந்திய மொழிகளில் வெளிவருகின்ற நாவலை அனைத்துலக வாசகனுக்கு மொழி பெயர்த்துக் கொடுத்தால் அவன் அதை அனைத்துலக நாவலாக எடுத்துக் கொள்ளமாட்டான். இன்றைக்கு உதாரணமாக ஹாருக்கி மொரகாமி என்பவர் எழுத ஆரம்பித்திருக்கிறார். ரொம்ப கவனத்திற்குரிய ஒரு எழுத்தாளர் அவர். ஜப்பானிய பின்னணி— யிலிருந்து அவர் எழுதுகிறார். ஆனால் அனைத்துலக வாசகர்களை இலக்கு வைத்து எழுதுகிறார். நமது இந்திய மொழிகளில் இந்த மாதிரி இலக்கு வைத்து எழுதுகின்ற எழுத்தாளர்கள் இல்லை. ஏனென்றால் நமது கலாசாரத்தில் நாவல் எழுவதற்கு ஒரு எல்லையை உருவாக்கி இருக்கிறார்கள். அதற்குள்ளாகத்தான் நாம் எழுதுகிறோம். இப்படி எழுதவில்லை என்றால் நமது வாசகன் அதற்குப் பழக்கப் படமாட்டான். இவனுக்குப் பழக்கப்பட்ட விதத்தில்தான் நீங்கள் சொல்ல வேண்டும். இதற்காக நாம் ஒரு சின்ன எல்லையை உருவாக்குகின்றோம். ஆனால் இதற்கும் மேல் அனைத்துலக வாசகர்கள் என்ற ஒரு பெரிய எல்லை இருக்கிறது. தமிழிலக்கியத்தில் அனைத்துலக வாசகர்களைக் குறி வைத்து எழுதக்கூடிய எழுத்து ஒன்றை முயற்சி செய்து பார்ப்போமே என்றுதான் வார்ஸாவில் ஒரு கடவுள் என்கின்ற இந்த நாவலை நான் எழுதினேன்.

இந்த நாவலின் உள்ளடக்கம் என்ன?

இதுவரை நான் பேசியது முழுக்க இந்நாவல் எழுதுவதற்கான உந்துதல் எப்படி ஏற்பட்டது என்பதை ஒட்டியது. இங்கிருந்து வார்ஸாவுக்கு ஆசியவியல் நிறுவனத்திற்கு தமிழ் போதிக்கும் ஆசிரியராக போய் சேர்ந்தேன் இல்லையா? அப்போது இரண்டு வகையான பாதிப்புகள் எனக்குள் ஏற்பட்டன. ஒன்று, நான் கர்நாடகத்தில் முழுக்க தமிழ்ப் பேராசிரியனாக இருந்தவன். யாராவது என்ன பேராசிரியர் நீங்கள் என்று கேட்டால் தமிழ்ப்பேராசிரியர் என்று சொல்லமாட்டேன். ஏனென்றால் என்னை குறைவாக எடை போட்டு விடுவார்களோ என்ற தாழ்வு மனப்பான்மை. இப்படி ஒரு தாழ்வு மனப்பான்மையோடு

வார்ஸாவுக்குச் சென்றால் என்னைத் தமிழ்ப்பேராசிரியன் என்பதற்காகவே முதன்முதலாக பெருமைப்படுத்தியது அந்த வார்ஸா பல்கலைக்கழகம். அங்கிருந்த வெள்ளைக்கார மாணவர்கள் என்னிடம், 'நான் தமிழ் படிக்கின்றேன்' என்று பெருமிதத்தோடு சொன்ன போது குற்ற உணர்வில் குமைந்தேன். இது நாள் வரை தமிழ் ஒரு சிறு பிராந்திய மொழி எனக்கருதிக் கொண்டு முட்டாள் தனமாகத் தாழ்வு மனப்பான்மையில் உழன்று இருக்கிறோமே என்று சங்கடப்பட்டேன். அனைத்துலகப் புகழ் பெற்ற தமிழ்மொழிப் பேராசிரியன் நான் என்று பெருமைப்பட்டல்லவா இருக்க வேண்டும் என்று சிந்தித்தேன். தமிழ் மொழி மற்ற இந்திய மொழிகளைப் போன்ற ஒரு மொழியல்ல; இந்தி என்ற செயற்கையான மொழி ஒன்றைச் செயற்கையாக பிரபலப்படுத்தி ஃபிரெஞ்ச், ஆங்கிலம், ரஷ்யன் போன்ற மொழிகளுக்கு இணையாக யுனஸ்கோ உள்ளிட்ட அளவில் மதிப்புக் கொடுத்து உலகம் முழுக்க உள்ள பல பல்கலைக்கழகங்களின் மூலம் இன்றைக்குப் பரப்புகிறார்கள். இதற்காக மத்திய அரசு கோடிக் கணக்கில் பணத்தைச் செலவிடுகிறது. என்னுடைய பேராசிரியர் பணி என்பது இந்தியத் தூதரகத்துடன்தான் இணைக்கப்பட்டிருந்தது. வெளிநாட்டுக்கு வேலைக்குச் செல்லும் இந்தியப் பிராந்திய மொழிப் பேராசிரியர்கள் எல்லோருக்கும் இந்தியத் தூதரகம்தான் மாதச் சம்பளத்தினை வழங்கும். உலகம் முழுக்க உள்ள 110 இந்தியத்தூதரகங்களில் இந்தி மொழியைப் பரப்புவதற்கென்றே கலாச்சார செயலாளர் என்ற பதவி ஒன்று இருக்கிறது. அந்தப் பதவியில் இருக்கின்ற ஐ.எஃப்.எஸ். அதிகாரிகளின் தலையாய வேலைகளில் ஒன்று இந்தி மொழியைப் பரப்புவது. இந்தி எதிர்ப்பு என்பதெல்லாம் இனித் தேவையில்லை. அதற்கான காலகட்டங்களெல்லாம் போய்விட்டது என்று பல அரசியல் தலைவர்கள் சமீபகாலமாக தமிழ் நாட்டில் நினைத்துக் கொண்டிருக்கிறார்கள். ஆனால் அந்த நினைப்புகளெல்லாம் தவறானவை. இந்தி மொழி ராஜஸ்தான் என்ற மொழியைக் கொன்று கொண்டிருக்கிறது. 'மைதிலி' என்ற மொழியின் இருப்பையே இன்றைக்கு கேள்விக்குள்ளாக்கி இருக்கிறது. ஆக இந்தி மொழி என்பது வருங்காலங்களில் பிராந்திய மொழிகளைப் பயங்கரமாக கொல்லப் போகிறது. அதனால் இந்தி எதிர்ப்பு என்பது ஒவ்வொரு மொழியிலும் இருந்தால் தான் அந்தந்த மொழிகளும், வட்டார கலாச்சாரங்களும் உயிர் பெற முடியும் என்பது எனக்குப் புரிய வந்தது. போலந்து நாட்டில் முப்பது

ஆண்டுகளாகத் தமிழ் படிக்கும் பாரம்பர்யம் இருக்கிறது. இதனைத் தொடங்கி வைத்தவர் இராமசுந்தரம். இரண்டாம் உலகப்போரின் போது முதன்முதலாகக் குண்டு போடப்பட்ட நகரம் வார்ஸா நகரம். புதிய உலகத்தினுடைய ஒரு வரலாறு படைக்கப்பட்ட ஒரு இடத்தில் நான் இருக்கிறேன். வார்ஸா பல்கலைக்கழகத்தில் இருக்கின்ற புத்தி ஜீவிகள் எல்லோரும் கம்யூனிஸ வீழ்ச்சியை எப்படிப் பார்க்கிறார்கள் என்று தெரிந்து கொண்டபோது நான் அதிர்ந்துபோனேன். ஏனென்றால் நான், தென் இந்தியாவைப் பொறுத்தளவில் குறிப்பாக தமிழகத்தைப் பொறுத்த அளவில் மார்க்ஸிய மரபின் வழியிலிருந்து பல விஷயங்களைப் புரிந்து கொண்டு உருவான ஒரு புத்திஜீவி. மார்க்ஸியத்தின் மூலமாகத்தான் உலகத்தைப் பார்க்கிறேன். நான் வார்ஸாவுக்குச் சென்றபோது மார்க்ஸியம் என்ன ஆயிற்று என்ற கேள்வியோடுதான் அங்குச் சென்றேன்.முதன் முதலாக நான் வார்ஸா கடைத்தெருவிற்குத் சென்றபோது என் அருகாமையில் நின்ற காரைப் பார்த்து ஒருவன் 'அதை பார்க்காதே. அது கம்யூனிஸ காலகட்டத்தினுடையது. நன்றாக இருக்காது. ஆகவே பார்க்காதே?!' என்றான். அதே போல ஒரு இடத்திலிருந்து இன்னொரு இடத்திற்கு நான் காரில் சென்றபோது அந்த வண்டியின் டிரைவர் வலது பக்கம் கை காட்டி 'அதோ தெரிகிறதே பார் ஒரு கட்டிடம். அது ஒரு காலத்தில் எங்களை பயங்கரமாக பயமுறுத்திய கட்டடம்' என்றான். என்ன கட்டடம் என்று நான் கேட்டதற்கு 'கம்யூனிஸ்ட் கட்சியின் தலைமைச் செயலகம்' என்றான். அதே போல வார்ஸாவில் மிக பிரமாண்டமான ஒரு டவர் இருக்கிறது. அந்தப் பக்கம் செல்லும் எல்லோருமே அதைப் பார்த்து 'இதை நாங்கள் வெறுக்கிறோம்' என்பார்கள். ஏன்? என்று நான் விசாரித்த போது 'ஸ்டாலின் கொடுத்த கொடை இது. அந்த ஆள் எங்களுக்குக் கொடை வழங்குகிறானாம்?!' என்று கிண்டல் செய்தார்கள். போர்டிங் ஸ்கூல்களில் நமது பிள்ளைகளை கொண்டு போய்ச் சேர்த்தால் நமது பிள்ளைகள் அந்தப் பள்ளியை வெறுப்பார்கள். அங்குள்ள ஃபாதர்கள் பிள்ளைகளை நடத்துகின்ற முறையைப் பார்த்துக் குழந்தைகள் அப்படி நினைக்கும். அது போல ஒரு ஆட்சி போலந்தில் நடந்து இருக்கிறது. பல்கலைக் கழகங்களிலெல்லாம் ஒற்றர்கள் இருப்பார்களாம். யாரை எப்போது கைது செய்வார்கள் என்பதே தெரியாதாம். இந்த மாதிரியான ஒரு கம்யூனிஸ ஆட்சி தான் ஐரோப்பாவில் இருந்திருக்கிறது. இது ஒரு வரலாற்று ரீதியிலான திருப்பம். இதற்குப் பின்புலமாக அவர்களுக்கு மதத்தை நோக்கிய ஓர் ஈர்ப்பு இருந்திருக்கிறது. இதையெல்லாம்

வார்ஸாவில் ஒரு கடவுள் என்ற என்னுடைய நாவலுக்குள் கொண்டு வந்திருக்கிறேன். கிழக்கத்திய கலாச்சாரத்தை நோக்கி அவர்களுக்கு எப்படி ஓர் ஈர்ப்பு வருகிறது என்பதை நாவலில் சொல்லி இருக்கிறேன். வார்ஸா பல்கலைக்கழகத்தில் எனக்குச் சொல்லப்பட்ட பல நிஜக் கதைகளையெல்லாம் கற்பனையான பாத்திரங்களின் மூலமாக இங்குக் கொண்டு வந்திருக்கிறேன். வடிவத்திலேயும், உள்ளடக்கத்திலேயும் புதிதாய், முற்றிலும் புதிய வகையான வாசகர்களை மையமாக வைத்து நாவலை எழுதி இருக்கிறேன். இதை மொழிபெயர்த்து போலீஷ்காரர்களுக்குக் கொடுத்தால் இதை அவர்கள் எங்களுடைய நாவல் என்று சொல்ல வேண்டும். அதே நேரத்தில் நமது வாசகர்களின் வாசக ஈர்ப்பும் குறையக் கூடாது. இந்தப் புள்ளியை மையமாக வைத்து இதை நான் எழுதி இருக்கிறேன்.

நீங்கள் குறிப்பிட்ட ஹாருக்கி மொரக்காமி என்ற எழுத்தாளர் ஜப்பானிய கலாச்சாரத்தில் பிறந்து வளர்ந்து தற்சமயம் அமெரிக்காவில் வாழ்ந்து வருபவர். அவர் அங்கிருந்துகொண்டு சர்வதேச பின்புலத்தோடு ஜப்பானிய கலாச்சாரத்தை முன்வைக்கிறார். ஆனால் இந்தியாவிலிருந்து அமெரிக்கா போன்ற பல நாடுகளுக்குக் குடியேறிய நமது எழுத்தாளர்கள் அங்கு சென்றும் இந்தியாவில் தாங்கள் கழித்த பால்ய பருவத்தையே ஒரு (நோஸ்டால்ஜிக் ?) மனநிலையில் நின்று எழுதிக் கொண்டிருக்கிறார்கள். ஒட்டுமொத்த தமிழ் எழுத்துக்களில் இந்த (நோஸ்டால்ஜிக் ?) குரல் கேட்டுக் கொண்டே இருக்கிறது. தமிழ் எழுத்தாளர்கள் இந்த மனநிலையைத் தாண்டவே முடியாதா? ஏன் இந்த விபத்து நிகழ்கிறது?

இது ஒரு முக்கியமான கேள்வி. இந்தக் கேள்வியை இரண்டு விதங்களில் நான் பார்க்கிறேன். ஹாருக்கி மொரக்காமியை பொறுத்த அளவில் அவர் எழுதி, சமீபத்தில் வெளிவந்திருக்கும் நாவல் வரை எல்லா எழுத்துக்களையும் நான் படித்துவிட்டேன். அதே போல போர்ஹெஸின் சகல எழுத்துக்களையும் நான் வாசித்துவிட்டேன். மொரக்காமி மதுவைக் கலந்து விற்பனை செய்கின்ற ஒரு சின்ன கடையை நடத்திக் கொண்டிருந்தவர். அவர் மெத்தப் படித்த படிப்பாளியோ அல்லது பெரிய எழுத்தாள குடும்பப் பின்னணியிலிருந்து வந்தவரோ இல்லை. திடீரென்றுதான் அவர் நாவல் எழுத ஆரம்பித்து உலகப் புகழ் பெற்றார். அதற்குப் பிற்பாடு பெரிய செல்வந்தராகி அமெரிக்காவில் இப்போது தான் குடியேறி இருக்கிறார் போலுள்ளது. அதற்கப்புறம்தான்

ஆங்கிலத்தில் மொழிபெயர்த்து அவரது எழுத்துக்கள் அமெரிக்காவிலும் புகழடைந்தன.இதற்கு என்ன காரணம் என்றால் அவர் நவீன ஜப்பானைத்தான் எழுதுகிறார். சிறுவயதிலிருந்தே பழைய கடைகளில் அவர் வாசித்திருந்த அமெரிக்க நாவல்களின் தாக்கத்தினால் அவரது எழுத்துக்கள் இயல்பாகவே உலககளாவிய வடிவத்தில் வெளிப்பட்டன. ஐரோப்பிய கலாச்சாரத்தைப் போல ஒரு ஜப்பானிய கலாச்சாரம் இன்று வளர்ந்து கொண்டு வருகிறது பாருங்கள், அந்த நவீன வாழ்க்கையைத்தான் அவர் தனது எழுத்தின் மையமாக எடுத்துக் கொள்கிறார். மரபார்ந்த ஜப்பானிய கலாச்சாரத்தை எடுத்துக் கொள்ளும் மொரக்காமி அனைத்துலக விஷயங்களையும் தனது நாவல்களில் சேர்த்துக் கொள்கிறார்.அடுத்து நீங்கள் கேட்ட நோஸ்டால்ஜிக் விஷயத்திற்கு வருவோம்?! வெளிநாடுகளுக்கு புலம் பெயர்ந்த இலங்கை எழுத்தாளர்களை மொத்தமாகச் சேர்த்து ஈழத்தமிழ்க் கவிதைகள் என்ற முழுதொகுப்பை நான் கொண்டு வந்திருக்கிறேன். இதை கன்னடத்தில் மொழிபெயர்த்து கொண்டு வந்தேன். அவர்களின் போராட்டம் பிற மொழிக்காரர்களுக்கும் தெரிய வர வேண்டும் என்பதற்காக இதைச் செய்தேன். அதில் எல்லா கவிதைகளும் இந்த நோஸ்டால்ஜிக் தன்மையைச் சேர்ந்ததாகவே இருந்தன. நமது வீட்டை விட்டு ரொம்பக்காலம் வெளியில் சென்றவுடன் நம்மை இரண்டுவிதமான மனோபாவங்கள் விரட்டுகின்றன. ஒன்று நமது சிறு பருவமும், நாம் பிறந்து வளர்ந்த ஊரின் நினைவுகளும். அதுதான் நம்மை நோஸ்டால்ஜியா விற்குள் இழுத்துக் கொண்டு வந்து தள்ளுகிறது. இரண்டு தாய் வழிபாடு என்கின்ற ஒரு மரபு நமக்கு இருக்கிறது இல்லையா, அதுவுந்தான் சேர்ந்து நம்மை தொடர்ந்து நோஸ்டால்ஜியாவிற்குள் ஆட்படுத்துகிறது. தாய்வழிபாடு என்று வேறு தேசத்து எழுத்தாளர்களும் எழுதினாலும் அவர்கள் நோஸ்டால்ஜியா என்கின்ற அம்சத்தில் அப்படியே விழுந்துவிடுவதில்லை. அதைத் தாண்டிச் செல்கிறார்கள். இது தமிழ் மற்றும் இந்திய எழுத்தாளர்களுக்குள் நடப்பதில்லை.நமது எழுத்துக்கள் வட்டார எழுத்துக்களாக சுருங்கிப் போவதற்கான காரணம் இதுதான். இது ஒரு கலாச்சாரப் பிரச்னை என்று எனக்குத் தோன்றுகிறது. என்னைப் பொறுத்தளவில் ஒரு எல்லைக்கு மேல் சென்று என்ன சொல்வேன் என்றால், நாவல் இலக்கியம் என்பது மேற்கைப் பார்த்து இந்திய மொழிகள் எல்லாவற்றிலும் வந்தது. அப்படி உருவான நாவல்கள் இந்தியத் தன்மைக்கு ஏற்ப மறு வடிவம் கொண்டது. பாருங்கள் அங்கேயே பிரச்னை ஆரம்பித்துவிட்டது.

நமது இந்தியத் தன்மைக்கு ஏற்ப ஜோக்ஸ் அது இது என்று எல்லாவற்றையும் சேர்த்து நம் வாசகர்களைக் கவரும்படியான ஒரு வடிவத்தில் நாவலை முதன்முதலில் கொடுத்தார்கள். பிரதாப முதலியார் சரித்திரம் நாவலில் இதற்கான எல்லா அம்சங்களின் வேர்களையும் நீங்கள் தேடிப்பிடிக்கலாம். நமது வாசகர்களைக் கவரும்படியாக இருக்க வேண்டுமென்றால் நமது பிரச்னைகளைக் கொண்டு வர வேண்டும் என்று முடிவெடுத்து நாவலைச் செய்தார்கள். நமது பிரச்னைகளை எழுதும் போது நாவல் வடிவத்தில் ஏதோ ஒரு அனைத்துலகத் தன்மை குறைபட்டுப் போய்விட்டது. ஆக, நாம் எழுதுவது எல்லாம் நம் நாவல்களே ஒழிய அனைத்துலக நாவல்கள் அல்ல; ஒரு விதத்தில் நாவல் அல்லாத நாவல்களை நாம் எழுதிக் கொண்டிருக்கிறோமா? என்ற கேள்வியும் இதற்குள் வருகிறது.

அனைத்துலக நாவலுக்கான தன்மையை நோக்கி நாம் நகர்ந்து செல்ல வேண்டிய கட்டாயம் இன்றைக்கு இருக்கிறது என்பதை மறுப்பதற்கில்லை. அந்த மாதிரியான அம்சம் என்பது ஆரோக்கியமானதொன்று. ஆனால் அலெக்ஸ் ஹேலி, சினுவா ஆச்சிப்பி போன்றவர்கள் அவர்களின் மரபார்ந்த விஷயங்களை, கலாச்சாரங்களை, பிரச்னைகளை ஒரு நாவலாகச் சொல்லும் போதுகூட அதில் அனைத்துலக வாசிப்புத்தன்மை என்பது இருக்கிறது. இந்தச் சிக்கலை எப்படிப் பார்க்கிறீர்கள்?

இந்தச் சிக்கலுக்கு முக்கியமான காரணம் தமிழ் நாவல்களுக்கு 'எடிட்டிங்' என்பது இல்லாமல் இருப்பதுதான் என்று நினைக்கிறேன். இதுவரை எந்தப் பதிப்பகமும் ஒரு நாவலை 'எடிட்டிங்' செய்து முறையாக வெளியிட்டதாக தகவலே இல்லை. "லிட்ரரி எடிட்டிங்" என்பது நமது கலாச்சாரத்திலேயே இல்லை. வெளிநாடுகளில் உள்ள பதிப்பகங்கள் ஒரு நாவலை 'எடிட்டிங்' செய்து வெளியிடுவதில் அக்கறை காட்டுகின்றன. அப்படி எடிட்டிங் செய்யக் கொடுக்கும் போது எடிட்டர் என்பவர் இதுவெல்லாம் அனைத்துலக வாசகனுக்கு வேண்டாதது என்று முடிவு செய்வார். இந்த மாதிரி நாமும் நமது நாவலை 'இன்டர்நேஷனல் எடிட்டிங்'கிற்கு உட்படுத்தினாலே அது நாவலுக்கு இன்னொரு வடிவத்தைக் கொடுக்கும். சினுவா ஆச்சிபியின் நாவலில் செய்திருப்பது இதைத்தான். ஹாருக்கி மொரக்காமியின் பெரிய நாவலொன்று சமீபத்தில் வெளியாகி இருக்கிறது. அந்த நாவலை ஆங்கிலத்தில் மொழிபெயர்த்துக் கொண்டு வரும்போது பாதிக்குமேல் வெட்டித் தள்ளிவிட்டார்கள்.

ஜெர்மன் மொழியில் அது மொழி பெயர்க்கப்பட்டு வெளியான போது தொலைக்காட்சிகளில் பெரிய விவாதத்தைக் கிளப்பியது. அப்போது அவர்கள் சொன்னார்கள் ‘இது அசலான ஜப்பானிய நாவல் அல்ல; நமக்காக மறு உருவாக்கம் செய்யப்பட்ட நாவல்’ என்று. தமிழ் நாவலில் ஏன் ‘எடிட்டிங்’ என்பதே இல்லை என்றால் இவை எல்லாம் தமிழனுக்காக எழுதப்படுகின்ற நாவல்கள். மனதிற்குள் நான் ராஜராஜசோழன் என்றோ, பாண்டியன் என்றோ, சங்ககாலத்துப் பெருமை இது என்றோ பேசிக் கொண்டிருக்கலாம். ஆனால் இவை உங்களுக்குப் பயன்படாது. இந்தியாவிற்குள் நாம் இருக்கின்றவரை நாம் அடிமைகள்தான். நமது அடிமைத் தனத்தைப் புரிந்து கொள்வதற்கு முயற்சிக்க வேண்டும்.சமீபத்தில் கலைஞர் ‘ராமர் பாலம்’ பிரச்னை தொடர்பாக உண்ணாவிரதம் இருந்தபோது அனைத்திந்திய மீடியாக்கள் முழுவதும் கலைஞருக்கு எதிரான கருத்துக்கள் வெளியிட்டன. ஏதோ தமிழ்நாட்டில் பயங்கரமான பிரச்னை ஒன்று நடந்துவிட்டதைப் போல சித்திரித்தார்கள். இதற்கு என்ன காரணம் என்றால் தமிழர்கள் தங்களுடைய அனைத்துலக அடையாளத்தை மறு உருவாக்கம் செய்து பார்க்கின்ற ஓர் அறிவுப்பூர்வமான அரசியல் இங்கு வராமல் போனதால்தான். தமிழகத்தில் உள்ள எந்த ஒரு அரசியல் கட்சியின் பிரதிநிதிகளும் மனிதவள மேம்பாட்டு துறைக்கான அமைச்சர் பதவியைக் கேட்டுப் பெற மாட்டார்கள். கலாச்சாரத் துறை அமைச்சராக இருக்க வேண்டும் என்று ஆசைப்பட மாட்டார்கள். அதே போல என்.பி.டி.னுடைய தலைவராக ஒரு தமிழன் இருக்க வேண்டும் என்று ஒருவர் கூட ஆசைப்பட்டதில்லை. கன்னட மொழிக்காரர்கள் அந்தத் துறை தனக்குத்தான் வேண்டுமென்று சண்டை போட்டு வாங்குகிறார்கள். சாகித்ய அகாடமியின் தலைவராக வரவேண்டும் என்று இந்தி மொழிக்காரனும், பெங்காலி மொழிக்காரனும், கன்னட மொழிக்காரனும்தான் சண்டைபோட்டுக் கொண்டு இருக்கிறானே ஒழிய, தமிழனுக்கு அந்த மாதிரி ஒரு பதவி இருக்கிறதென்றே தெரியாது. கலாச்சாரம் என்பது உங்களுடைய வரலாற்றை எப்படித் தீர்மானிக்கிறது என்பதை கட்டாயம் நீங்கள் புரிந்து கொண்டே ஆக வேண்டும். இன்றைக்கு படு வேகமாக மாறிவரும் நவநாகரிகமான விஷயமாகட்டும் அல்லது வேறு எந்தவிதமான விஷயமாகட்டும் அதைப் புரிந்து கொள்வதற்குக் கலாச்சாரம் மிக முக்கியமானது. ஒரு மத்திய மந்திரியாக இருப்பவரைவிட நாவல் எழுதுகின்ற ஒருவர், தமிழனுக்கு முக்கியமானவர்

என்பேன். அரசியல்வாதி என்பவர் இரண்டாம் பட்சம்தான். கலாச்சாரவாதி என்பவர் பெரிய ஆளுமை. ஆனால் தமிழ்நாட்டில் குட்டி நடிகர்களும் நடிகைகளும்தான் கலாச்சாரவாதிகளாக முன் நிறுத்தப்படுகிறார்கள். இதுவெல்லாம் துக்ககரமான விஷயமில்லாமல் வேறென்ன? நாவல் என்கின்ற ஒன்றை எடுத்துக் கொண்டால் அரசியலுக்குப் போகவேண்டும். வரலாற்றுக்குப் போகவேண்டும். அரசியலும் வரலாறும் அரசியல்வாதியிடம் இல்லை; நாவலாசிரியனிடம் தான் உள்ளன. அதனால்தான் சொல்கிறேன், அரசியல்வாதியை விட நாவலாசிரியன் முக்கியமானவன். இப்படியெல்லாம் ஒரு விவாதத்தை நாம் முன்னெடுத்துக் கொண்டுபோக வேண்டும்.

இலக்கியம் என்பது கலாச்சாரத்தின் செய்தியாகவும் அதே சமயம் அதனுடைய கூச்சலாகவும் இருக்கிறது. அது கலாச்சாரத்தின் தலைநகரமாகவும் அதே சமயம் அது சீர்குலைவுக்கான ஆற்றலாகவும் கூட இருக்கிறது. அது வாசிப்பைக் கோருவதும், அர்த்தம் தொடர்பான பிரச்னைகளில் வாசகர்களை ஈடுபடுத்துவதுமான ஒரு எழுத்து முறையாகவே உள்ளது என்று ஜானதன் கல்லர் குறிப்பிடுகிறார். உங்களின் தத்துவப் பின்புலத்திலிருந்து ஒரு படைப்புக்கு கலாச்சாரம் முக்கியமானதா? அழகியல் முக்கியமானதா? என்றால் நீங்கள் இதற்கு முன்னால் கலாச்சாரம்தான் முக்கியமானது என்ற முடிவை எட்டி இருக்கிறீர்கள்! அழகியலை விட கலாச்சாரத்தின் முக்கியத்துவத்தை எப்படி முக்கியமானதாக நீங்கள் நிறுவுகிறீர்கள் என்று சொல்ல முடியுமா?

ரொம்ப ஆழமான ஒரு பிரச்னை இது. இதை நீங்கள் சரியாக கேட்டிருக்கிறீர்கள். கலாச்சாரத்திற்கும் அரசியலுக்கும் இடையில் ஓர் இடைவெளி இருந்தாலும், ஒரு சில குறிப்பிட்ட கட்டங்களில் இரண்டிற்கும் முரண்பாடு இருந்தாலும் இரண்டிற்கும் ஒரு தொடர்பு என்பது எப்போதும் உண்டு. உதாரணமாக ஒன்றைச் சொல்கிறேன். தி.மு.க. வின் காலகட்டத்தில்தான் கலாச்சாரத்திற்கும் அழகியலுக்குமான ஒரு தொடர்பு இல்லாமல் போனது. தி.மு.க.வின் அரசியல் காலகட்டத்தில் இந்த இரண்டிற்குமான தொடர்பு இல்லாமல் போனதற்கான வரலாற்றுக் காரணம் என்னவென்று பார்த்தால், அழகியலை முன்வைத்தவர்கள் பிராமணர்களாக இருந்தார்கள் என்பதுதான். மணிக்கொடி, எழுத்து, கசடதபற போன்ற பத்திரிகைகள் அழகியலை வலுவாக முன்வைத்தன. தி.மு.க.வைப் போலவே

இடதுசாரிகளும் அழகியலுக்கு எதிரானவராக தங்களை முன் நிறுத்திக் கொண்டார்கள். இந்த காலகட்டத்தில்தான் க.நா.சு.வை நான் ஆதரிக்கிறேன். நான் க.நா.சு.வை ஆதரித்தவுடன் தி.மு.க.வினரும், இடதுசாரிகளும் அவரை ஒரு பிராமணர் என்று சொல்லி ஒரு போர்வையைப் போட்டு அமுக்கப் பார்த்தார்கள். தமிழ்க் கலாச்சாரத்திற்குள் வரலாற்று ரீதியாக தொடர்ந்து நீங்கள் ஒரு விஷயத்தைக் கவனித்துப் பார்த்தீர்களென்றால் அழகியலை எல்லோருமே கொலை செய்திருக்கிறார்கள். எழுத்து வில் தொடங்கிய சிறுபத்திரிகை மரபுதான் தொடர்ந்து அழகியல் பக்கம் நின்று கொண்டிருந்தது. சென்னையில் முற்போக்கு எழுத்தாளர்களின் தேர்தல் நடந்தபோது, க.நா.சு. அவர்கள் எதிரி அணியில் நின்றார் என்று சொல்லி அவரை ஒரு ஃபாஸிஸ்ட்டாக சித்திரித்தார்கள். அழகியல்வாதிகள் எல்லாம் இடதுசாரிகளுக்கு எதிரானவர்கள் என்ற ஒரு நிலைப்பாட்டை க.நா.சு.வே எடுத்திருக்கிறார். எனவே இந்த விஷயத்தில் க.நா.சு.வும் விமர்சிக்கப்பட வேண்டியவர்தான் என்பதில் ஐயமில்லை. வரலாற்றின் காலகட்டத்தில் க.நா.சு எதிரிகளின் பக்கமாகச் சாய்ந்துவிட்டார். கடைசி கட்டத்தில் இந்த நிலைப்பாட்டை மாற்றினார். ஆனால் க.நா.சு.வின் இன்னொரு முகமான அழகியல் முகத்தை தமிழர்கள் பாதுகாக்க வேண்டும். அதற்காக நாம் அவருக்கு விழா எடுக்க வேண்டும். இதை நான் ரொம்ப முக்கியமான செய்தியாகச் சொல்ல விரும்புகிறேன். 1980-களில் வெளியான படிகள் போன்ற பத்திரிகைகளும் வேறு சில நண்பர்களும் அழகியலுக்கு முக்கியத்துவம் கொடுக்க ஆரம்பித்தோம். ஆக பிராமணர்களின் வகுப்பிலிருந்து அழகியலை நாங்கள் மீட்டு வெளியில் கொண்டு வந்தோம். இதற்கு அவர்களின் மத்தியிலும் பல எதிர்ப்புகள் இருந்தன. அழகியல் என்பது பிராமணர்களுக்கு உரியது. அதனால் அதை நாங்கள் ஆதரிக்க மாட்டோம் என்ற பேச்சுகள் எல்லாம் இருந்தன. அழகியல் என்பது அப்படி யாருக்கும் எழுதி வைக்கப்பட்ட ஒன்றல்ல. அழகியலையும் கலாச்சாரத்தையும் இணைக்க வேண்டும் என்பது என்னுடைய கருத்து. நீங்கள் மேற்கோள் காட்டிய ஜானதன் கல்லர் விஷயத்திற்குள் வருவோம். அழகியலுக்கும் கலாச்சாரத்திற்கும் சில வேளைகளில் முரண்பாடு வரும். ஆனால் இரண்டுமே இணைந்து போகக்கூடிய கூறுகள் இன்றைக்கு வந்திருக்கின்றன. பின்நவீனத்துவம் என்று சொல்லக் கூடிய புதிய கலாச்சாரம் இன்றைக்கு வளர்ந்து வந்திருக்கிறது. குறிப்பாக இந்த இருபத்தொன்றாம் நூற்றாண்டில் கலாச்சாரமும் அழகியலும்

ஒன்றாக இணைகின்றன. இணைந்தால்தான் சரியான ஓர் உலகப்பார்வை உங்களுக்குக் கிடைக்கும்.

அப்போது நீங்கள் உங்களின் பழைய நிலைப்பாட்டிலிருந்து மாறி வந்து இருக்கிறீர்கள் இல்லையா?

உங்களின் பார்வை சரியானதுதான். ஆரம்பகட்டத்தில் நான் வெறும் கலாச்சாரத்தின் மட்டத்திலேயே நின்றால் போதும் என்று நினைத்துக் கொண்டிருந்தேன். கலாச்சாரத்திற்குள் அழகியல் இல்லை என்று நினைத்துக் கொண்டிருந்தேன் ஏனென்றால் நானும் எனது கருத்துக்களை இடதுசாரிகளிடமிருந்து கற்றுக் கொண்டவன் என்பதால் இந்த நிலைப்பாட்டைக் கொண்டிருந்தேன்.

நாம் இதற்கு முன் நாவலைப் பற்றி விவாதித்துக் கொண்டிருந்தோம். ரொலாண்ட் பார்த் தனது 'பிரதி தரும் இன்பம்' என்ற கட்டுரையில் கற்பனையில் உருவாக்கப்பட்ட கதா பாத்திரங்களுக்காக ஆசிரியன் கண்ணீர் வடிப்பதும், அதைப் படித்துவிட்டு வாசகர்களும் கண் கலங்குவதும் ஒருவித தற்காலிக மனச்சிதைவு நோய் என்கிறார். நமது மொழியில் வருகின்ற பல நாவல்கள் இந்தத் தன்மையோடுதானே வெளிவருகின்றன?

இந்தக் கேள்வியும் ஒரு ஆழமான விஷயத்தை எழுப்பக்கூடிய ஒன்றுதான். இலக்கியத்திற்கு என்ன பயன்பாடு இருக்கிறது? இலக்கியத்திற்கு நவீன வாழ்க்கையில் என்ன இடம் இருக்கிறது? இப்படிப்பட்ட பிரச்னைகள் சார்ந்த விஷயம் இது. உங்களை ஏதோ ஆழ்ந்த கனவுக்குள்ளாக ஆழ்த்துவது, ஏதோ ஒரு மாய இன்பத்தை வழங்குவது என்று இலக்கியத்திற்கு ஒரு தன்மை இருக்கிறது. இந்தக் காலகட்டத்தில் பின் நவீனத்துவத்திற்கு முக்கிய இடமிருக்கிறது என்று ஏன் சொல்கிறோம் என்றால் இந்தக் குறைகளையெல்லாம் பின் நவீனத்துவம் தான் கண்டுபிடித்திருக்கிறது. 'சுய பிரதிபலிப்பு' என்ற ஒரு கருத்தாக்கம் பின் நவீனத்துவத்தில் இப்போது வந்திருக்கிறது. அது என்னவென்றால் நீங்கள் நாவல் எழுதும்போது 'இது நாவல்' என்று சொல்லிக் கொண்டே போக வேண்டும். எம்.ஜி.ஆரின் படத்தைப் பார்த்துவிட்டு அவருக்கு ஓட்டுப்போடப் போகிற மனோபாவம்தான் இலக்கியத்திற்குள்ளும் நடக்கிறது. இலக்கியத்திற்குள் இருக்கின்ற அழுகுணித் தன்மையை எப்போதுமே பரிசோதிக்கவும் அதிலிருந்து மனிதர்களை பாது காக்கவும் கூடியதுதான் இலக்கிய விமர்சனம். அந்தப் பாதுகாப்பும் விமர்சனமும் நமக்குத் தேவையாகிறது. இந்த மாதிரியான கும்பல் இலக்கியத்திற்கும் நல்ல இலக்கியத்திற்குமான வேறுபாட்டை

க.நா.சு.தான் முதலில் சொன்னார். அதற்காக அவர் "நான் சொல்கின்ற பட்டியலை மட்டுமே படி" என்றார். அப்படி ஒரு பட்டியலை அவர் வெளியிட்டதுகூட நல்ல காரியம் என்றுதான் எனக்குத் தோன்றுகிறது. தமிழ்ச் சமூகத்தைப் பொறுத்த அளவில் நீங்கள் எழுப்பிய இந்தப் பிரச்னையை ரொம்ப ஆழமான ஆராய்ச்சிக்கு உட்படுத்தி இருக்க வேண்டும். ஏனென்றால் தமிழர்கள் எல்லோரும் உணர்ச்சி மயமானவர்கள் என்று அரசியல்வாதிகளிலிருந்து சாதாரண ஆட்கள் முதற்கொண்டு சொல்கிறார்கள். உணர்ச்சிவசமான இந்த மனிதக் கூட்டத்திற்கு முன்பு, இந்த விவாதம் ரொம்ப முக்கியமனதென்று கூறி, நாம் சர்ச்சித்திருக்க வேண்டும். ஆழமாக விவாதித்திருக்க வேண்டும். எனவே இந்த ஒருவகையிலான, 'பிரதி தரும் இந்த இன்பம்' இருக்கிறதல்லவா இது பல கொடூரங்களுக்கு நம்மை கொண்டு செல்லும். ரொலாண்ட் பார்த் சொல்வது உண்மைதான். என்னுடைய நாவல்களில் வாசகனை நோக்கிக் கேட்கக்கூடிய ஒரு குரலைக் கொண்டு வருவதை நான், முக்கியமான விஷயமாக முயற்சித்திருக்கிறேன்.

உங்களுடைய பிரதிகளை வாசிக்கும் போது ஒரு வாசகன் என்பவன் இவ்வளவு முயற்சிகளை இவர் மேற்கொண்டிருக்கிறார் என்ற மைய இழையைப் பிடிக்க முடியும். இதை கட்டமைப்பதற்கான சகல வேலைகளையும் நுட்பமாகச் செய்திருக்கிறீர்கள். ஜி.கே. எழுதிய மர்ம நாவல் பௌத்தம் பற்றிய எதிர் கருத்துக்களை இலங்கைத் தமிழன்தான் எழுதுவதாக சொல்கிறது. மைய இழையாக, உட்பொருளாக, ஆழமாக நீங்கள் வைத்த பிரதியை அதே ஆழத்தோடு கூடிய ஒரு வாசிப்பு இங்கு நடந்திருக்கிறதா?

ஒரு வகையில் தோல்வியுற்ற விமர்சகன் என்று என்னை நான் சொல்லிக்கொள்கிறேன். பல காலங்கள் கழித்து இப்போதுதான் தமிழ்த்துறைத் தலைவராக வந்திருக்கிறேன். நான் என்றைக்கும் தமிழ்த்துறை பக்கம் தலை காட்டியவனே கிடையாது. என்னுடன் இங்குப் பணிபுரிகின்றவர்கள், நண்பர்கள் யாருமே என்னுடைய எழுத்தைப் படித்தவர்கள் கிடையாது. அனந்தமூர்த்தி போன்றவர்கள் என்னிடம் "உங்களுடைய எழுத்தையெல்லாம் தமிழர்கள் புரிந்து கொள்கிறார்களா? ஏதாவது அங்கீகரிக்கிறார்களா?" என்று கேட்பார்கள். அதற்கு, அதைப் பற்றி நான் கவலைப்படவில்லை என்று பதில் சொல்லி இருக்கிறேன். இந்த மாதிரியான புதிய குரல்களை ஏதோ ஒரு வகையில் இவர்கள் அங்கீகரிக்கவில்லை. நானும் சங்க இலக்கியத்தைப் பற்றி எழுதி

இருக்கிறேன். நச்சினார்க்கினியரைப் பற்றி எழுதி இருக்கிறேன். ஆனால் அந்த எழுத்தில் ஒரு மாறுபட்ட தன்மை இருக்கிறது. யாருமே அதை எடுத்துக் கொண்டு பிரச்னைக்கு உட்படுத்தி அறிவுபூர்வமாக விவாதித்ததில்லை. ஒரு சிலர் நான் திருப்பாவை பற்றி எழுதியதைப் படித்துவிட்டு 'இவன் அபாயகரமான மனிதன்' என்று சங்கேதமாக பேசி அக்கருத்தைப் பரப்பி இருக்கிறார்கள். வைஷ்ணவப் பிரிவைச் சார்ந்தவர்கள் இந்தக் காரியத்தைச் செய்தார்கள்.

அமைப்பியல் என்ற தத்துவ பின்புலத்திலிருந்து தொடங்கிய உங்களின் சிந்தனை படிப்படியாக வளர்ந்து இன்றைக்கு பின் நவீனத்துவம் வரைக்கும் வந்து சேர்ந்திருக்கிறது. தமிழவன் என்றாலே ஞானக்கூத்தன் கவிதைகளை முதலில் விமர்சித்து பிறகு அந்நிலைப்பாட்டை மறுபரிசீலனை செய்து ஆதரித்து எழுதியதுதான் நினைவுக்கு வருகிறது. தற்கால தமிழ்க் கவிதைகளின் தொடர் வாசகனாகவும், விமர்சகனாகவும் இருந்து வருகிறீர்கள். பின் நவீனத்துவ கோட்பாடு கவிதைகளை நிராகரிக்கின்றது. கவிதை என்பது குறியீடுகளாலும், ஏகப்பட்ட அர்த்தங்களின் சுமையாலும் ஆனது. மரபார்ந்த கவிதைகள் வித்தியாசமான மொழிப் பிரயோகத்தால் ஆனவை என்றால் நவீன கவிதையோ மொழியை வன்முறையாக்கிக் கொண்டுதான் தோன்றி இயங்கிக் கொண்டிருக்கிறது என்று ரொலாண்ட் பார்த் சொல்கிறார். கூடவே பொதுப்படையாகப் பார்த்தால் கவிதை என்பது பொருட்களின் அந்நியப்படுத்தப்படாத அர்த்தங்களைத் தேடிக் கொண்டிருப்பதே என்றும் எழுதுகிறார். நீங்கள் பின் நவீன கருத்தாக்கத்தைக் கொண்டு கவிதை என்ற வடிவத்தை நிராகரிக்கிறீர்களா? ஆதரிக்கிறீர்களா?

சமீப காலமாக கவிதைகளைப் பற்றி எழுதுவதை தவிர்த்துக் கொண்டு வருகிறேன். புதுக் கவிதைகள் தோன்றிய காலத்திலிருந்து தொடர்ந்து கவனித்து வருபவன் என்ற வகையில் எங்குப் புதுக் கவிதைகள் பற்றி எழுதுகின்ற வாய்ப்புக் கிடைத்தாலும் உடனடியாக அதைப் பயன்படுத்தி எழுதிக் கொண்டேதான் இருந்திருக்கிறேன். வார்ஸாவுக்குச் சென்ற நான்கு ஆண்டுகளில் தமிழில் நடந்திருக்கும் பெரிய மாற்றத்தை நான் புரிந்துகொள்ள முடியாமல் போய்விட்டது. சமீப காலமாக, குறிப்பாக நான்கு ஆண்டுகளாக பெண்கள் தமிழ்க் கவிதைகளில் செய்திருக்கின்ற மாற்றத்தை முக்கியமானதொன்றாக நான் பார்க்கிறேன். ஆழமாக இதைப் புரிந்து கொண்டு இவற்றைப் பற்றி நாம் ஆராய்ச்சி செய்ய வேண்டும்.

ரொலாண்ட் பார்த் சொல்வது பற்றி என்ன நினைக்கிறீர்கள் என்று கேட்கிறேன்?

தமிழில் இதுவரை இல்லாத ஒரு பெரிய மாற்றம் கவிதைகளில் நடந்து கொண்டிருக்கிறது. இந்தியாவில் பல மொழிகளில் யாப்பைத் துறந்த சமயத்திலும் கூட விடாமல் பிடித்துக் கொண்டிருந்த தமிழ் மொழியில் இந்த மாற்றம் அதிரடியானது. புதுக்கவிதைக்குள் ஏதோ ஒரு ரகசியம் நிகழ்ந்து கொண்டிருக்கிறது. ரொலாண்ட் பார்த்துக்கு வேண்டுமென்றால் ஃபிரெஞ் ச் மொழிகளில் நடக்கின்ற ரகசியங்களை மனதில் பிடிக்க முடியாமல் போய் இருக்கலாம். ஃபிரெஞ்ச்சை விட ஆழ்ந்த பாரம்பரியம் கொண்ட தமிழ் மொழியில் பரிச்சயம் உள்ள எனக்கு இப்போது தமிழில் நடந்து கொண்டிருக்கிறதில் ஏதோ ஒரு தொடர்ச்சி இருக்கிறது என்றே படுகிறது. 1980-களில் இருந்த இலக்கிய விமர்சனத்தை இன்றைக்கு எல்லோரும் அழித்து விட்டார்கள். அன்று அடிதடி, தகராறுகள் எல்லாம் நடக்கும். ஆனால் அதோடு கூடிய தத்துவ விவாதமும் இருந்துகொண்டேயும் இருக்கும். சண்டை போட்டுத்தான் பல விஷயத்தை நாம் கற்றுக் கொள்வோம். சமீபத்தில் இப்போது எம்.எல்.ஏ.யாக இருக்கும் ரவிக்குமாரிடம் பேசிக் கொண்டிருந்த போது அவர் கூட இதைத்தான் வலியுறுத்தினார்.

தமிழில் சமகாலமாக வெளிப்பட்டுக் கொண்டிருக்கும் கைனோகிரிடிசிஸம் என்பது செழுமையாக வெளிப்பட்டுக் கொண்டிருக்கிறது என்று நினைக்கிறேன். (கைனோ கிரிடிசிஸம் என்பது பெண் எழுத்தாளர்களிடத்திலும் பெண்களுடைய அனுபவத்தைச் சித்திரிப்பதிலும் அக்கறை கொண்ட பெண்ணிய விமர்சனமாகும்) ஆனால் இங்கு அந்தப் பெயர்களில் பெண்ணிய எழுத்துக்கள் அணுகப்படுவதில்லை...

கைனோகிரிடிசிஸம் என்பதெல்லாம் இங்கே வராது. அமைப்பியலை நாங்கள் இங்குக் கொண்டு வந்தபோது கூட தமிழுக்கு ஏற்ற தன்மையில் அது வலியுறுத்தப்பட்டது. பின்அமைப்பியலுக்கும் இது பொருந்தும். தமிழ் மக்களுக்கு வாழ்க்கை என்பது முக்கியம். வாழ்க்கைக்கான சில விஷயங்கள் கலாச்சாரத்தில் இருக்கிறது. அதோடு இணைத்துதான் நம்முடைய சிந்தனையும் போக வேண்டும். அதற்காகத்தான் தொல்காப்பியத்தை நான் தேடிப் போனேன். அமைப்பியலை முன் வைத்த மேலை நாட்டவர்களுக்கும் நமது தொல்காப்பியத்திற்கும்

என்ன சம்பந்தம் இருக்கிறது? அமைப்பியலும் மொழி—யியலிலிருந்து வந்தது என்று சொல்கிறார்கள். நமக்கும் மொழியியல் பற்றிய ஆழ்ந்த பார்வைகள் தொல்காப்பியத்தில் இருக்கிறது. அவர்களைவிட பழைமையான சிந்தனை நமது தொல்காப்பியத்தில் இருக்கிறதே! அதையெல்லாம் தெரியாமல் உடனே அவர்கள் சொல்வது போல் அதே பாதையில் செல்லக் கூடாது. இல்லையென்றால் நமது பார்வை போலித்தனமாக மாறிவிடும். ஆக, மேற்கத்திய பெண்ணியவாதிகளின் அதே தன்மைகள் இங்கேயும் வேண்டும் என்றெல்லாம் சொல்ல முடியாது. தமிழ்த் தன்மை கொண்ட பெண்ணியக் கவிதைகள்தான் இங்கே உருவாகும்.

பெண்ணியக் கோட்பாடு இருவிதமான இழைகளை உள்ளடக்கியுள்ளது. ஒன்று அது உளப் பகுப்பாய்வை அதனுடைய உறுதியான பாலியல் அடிப்படைகளுக்காகப் புறக்கணிக்கிறது. மற்றது ஜாக்குலீன் ரோஸ், மேரி யெ கொபஸ் மற்றும் காஜா சில்வர்மன் போன்ற பெண்ணிய அறிஞர்கள் உளப்பகுப்பாய்வைச் சிறப்புற மறுவெளிப்பாடு செய்திருப்பதை இணைத்துக் கொள்கிறது. ஏனென்றால் அவர்களைப் பொறுத்தவரை உளப்பகுப்பாய்வு நெறிமுறைகளை இயல்பாக்கிக் கொள்வதில் உள்ள சிக்கல்களைப் புரிந்து கொள்கிறார்கள். அந்த அம்சத்தைக் கொண்டுள்ள உளப்பகுப்பாய்வின் மூலமே பெண்களின் இக்கட்டை ஒருவரால் புரிந்து கொள்ளவும் மறு கற்பனை செய்து பார்க்கவும் நம்பிக்கை கொள்ளவும் முடியும். இலக்கியப் பெரும் திரட்டை விரிவாக்கியதன் மூலம் புதிய விவாதப் பொருள்களின் பரப்பு ஒன்றை அறிமுகப்படுத்தியதன் மூலம் பெண்ணியம் அதனுடைய பல்வகைத் திட்டவரைவுகளினூடே அமெரிக்காவிலும் இங்கிலாந்திலும் இலக்கியக் கல்வியில் முக்கியமான மாற்றத்தைத் தோற்றுவித்துள்ளது. ஆனால் இங்கு பெண்ணியம் சார்ந்த கவிதைகள் வெளியான அளவிற்கு அதன் தத்துவங்கள் எழுதப்படவில்லை. அறிமுகப்படுத்தப்படவில்லை. தத்துவப் பார்வை இல்லாததனால் இவை மலினமான அணுகுமுறையோடு அலசப்படுகின்றனவா? அதைப் பற்றி கேட்கிறேன்?

நீங்கள் சொல்வது சரியானது. 'உடல் அரசியல்' என்ற சொல் இருக்கிறதில்லையா அதை ஆங்கிலத்தில் 'பாடி பாலிடிக்ஸ்' என்று குறிப்பிடுகிறார்கள். அந்த ஆங்கில வார்த்தையைத்தான் இவர்கள் தங்களுக்குத் தெரிந்த பொருளில் எடுத்து மொழிபெயர்த்து எழுதிக் கொண்டிருக்கிறார்கள். மேற்கத்திய தத்துவப் பரப்பில்

நீங்கள் குறிப்பிட்டுச் சொல்லும் பேர்கள் எந்தளவுக்கு முக்கியமானவை என்பது எனக்குத் தெரியவில்லை. லூசி ஈரிகரே என்பவரின் புத்தகத்தை வார்ஸாவில் நான் இருந்த போது வாசித்தேன். அவர் கிழக்கு மற்றும் மேற்கு கலாச்சாரத்தைப் பற்றி அதில் எழுதி இருக்கிறார். அவர் ஒரு உளப்பகுப்பாய்வாளர். தீவிரமான யோகாவில் ஈடுபட்டு, அதில் பெண்களுக்கு ஏற்படும் மனோநிலை என்ன? அதனால் உண்டாகும் பிரச்னைகள் என்ன? என்று ஆராய்ந்து பெண்ணிய நோக்கில் ஒரு புதுப் புத்தகத்தை வெளியிட்டு இருக்கிறார். பெண்ணியத்தில் கிழக்கத்திய சமூகங்கள் எப்படி யோக நிலையில் ஈடுபாடு கொள்கிறார்கள் என்று நுட்பமாக ஆராய்ந்திருக்கிறார். ஆண் பெண் உறவில் ஏற்படும் அழுத்தத்தை நமது நாட்டில் சமணம் வந்த பிறபாடு அடக்கி இருக்கிறது. இவர் அதைப் பற்றி தரவாக வைத்து ஆராய்ந்து அந்த அழுத்தத்தை முழுவதுமாக வெளியேற்றிவிட வேண்டும் என்கிறார். மனித மனநிலை நாகரிகத்தினால் இறுக்கப்பட்டிருக்கிறது. கிறிஸ்துவத்திலும் கூட அது இறுக்கப்பட்டிருக்கிறது. சிறையில் அடைப்பதைப்போல மனித உணர்வுகள் கட்டுப்படுத்தப்பட்டுக் கிடக்கிறது. அந்தக் கட்டுப்பாட்டைக் கொஞ்சம் நெகிழ்த்தினாலும் கூட பெரிய எதிர்ப்புகள் நமது கலாச்சாரத்தில் ஏற்படுகின்றன. சமீபத்தில் நடிகை குஷ்புவின் பிரச்னையில் அதுதான் நடந்திருக்கிறது. சங்க இலக்கியம் என்பது இந்தக் கட்டுப்பாட்டை மீறியதொரு வாழ்க்கை. தொல்காப்பியத்தில் ‘களவியல்’ என்பது இயல்பானதொன்று. பரத்தையிடம் போதல் என்பது இயல்பானதொன்றாகச் சொல்லப்படுகிறது. ‘கள்’ உண்ணுதல் என்பதும் கூட, சங்க இலக்கியத்தில் அங்கீகரிக்கப்பட்டதொன்றாகவே இருந்திருக்கிறது. மகிழ்வான ஒரு நிகழ்வு அது. சமணக் கருத்துகளுக்குத் தமிழ்ச் சமூகம் ஆட்பட்ட பிற்பாடு தொல்காப்பியக் கருத்துகளிலிருந்து முற்றிலும் மாறுபட்ட தன்மையான கருத்துகள் இங்கு ஏற்பட்டிருக்கின்றன. சமண மரபில் வந்த வள்ளுவர் ‘கள்ளுண்ணாமை’ என்ற தனி அதிகாரத்தையே எழுதுகிறார். ஆக, ‘மகிழ்வு’ என்பதைப் பெண் கவிதைகளில் பார்க்கும் போது முதன் முதலாக நம் பெண்கள், இந்தப் பிரச்னையைத் தொடத்துவங்கி இருக்கிறார்கள். பெண்களும் தங்களுடைய உடலை மகிழ்ச்சியோடு பார்க்கலாம் என்று ஒரு புதுக் குரல் உள்ளே வந்திருக்கிறது. அது ஆழமாக சிந்திக்கக் கூடிய ஒரு விஷயமாக எனக்குப் படுகிறது. நமது சமூகத்தில் இந்தக் குரல்கள் இப்போதுதான் உள்ளே வந்திருக்கின்றன. இதை முற்றிலும் ‘போலி’

என்று ஒதுக்கவும் முடியாது. அதே சமயத்தில் விமர்சன தளம் ஒன்று, இதற்கெல்லாம் இங்கே இல்லாதிருப்பதுதான் பெரிய ஆபத்தென்றும் நினைக்கிறேன்.

இதுவரை கல்விப்புலத்தில் இது வளர்த்தெடுக்கப்படாமல் இருக்கிறதல்லவா அந்தச் சிக்கலைப் பற்றி கேட்கிறேன்?

இந்தத் தோல்விக்கு முதற் காரணம், 'போலி' பல்கலைக் கழகங்கள் தான். கோடிக்கணக்கான மத்திய தரவர்க்கத்தினுடைய பணம், அரசினால், இங்கே அனுப்பப்பட்டுக் கொண்டே இருக்கிறது. இந்தப் பல்கலைக் கழகங்கள் எல்லாம் மக்களுடன் இணைந்த ஆய்வுகளோ ஆராய்ச்சிகளோ நடத்துவதே இல்லை. ஒரு சிறுபத்திரிகைக்காரனையாவது அழைத்து எந்தப் பல்கலைக்கழகமாவது ஆராய்ச்சி செய்கிறதா? பெண் கவிதைகளில் நடந்திருக்கும் மாற்றங்கள் நமது சமூகத்தில் தற்காலத்தில் நடந்து கொண்டிருக்கும் நேரடி பிரச்னைகள். இந்த விவாதங்களையெல்லாம் பல்கலைக்கழகங்கள்தான் எடுத்துக் கொண்டு விவாதித்திருக்க வேண்டும். ஆனால் இந்த விஷயத்தில் பல்கலைக் கழகங்கள் தோற்றுப் போய்விட்டன. துணை வேந்தர்கள் தோற்றுப்போனார்கள். நமது கல்வி அமைச்சர்கள் தோற்றுப் போனார்கள். அகாடமிகள் தோற்றுப் போயின. சிறுபத்திரிகைகள்தான் இதைத் தூக்கிக்கொண்டு கடினமாக உழைக்கின்றன. பல மொழி பெயர்ப்புகளைச் சொந்தச் செலவில் வெளியிடுகின்றன. முழுச் சுதந்திரம் கொடுத்துப் பல்கலைக் கழகம் ஒரு துறையை உருவாக்குவதற்கு இன்றைக்கு எனக்கு வாய்ப்புக் கொடுத்திருக்கும் நேரத்திலும் கூட, முழுவதுமாக நான் கூறும் இந்தக் குரலை என்னால் உள்ளே கொண்டுவந்து சேர்க்க முடியவில்லை. அதில் பல சிக்கல்கள் இருக்கின்றன.

தத்துவ அறிவு என்பது வாழ்க்கைக்குத் தேவையானதொன்று. தத்துவம் என்பது குழப்பமடைந்த மனித இனம் மீண்டும் சரியாகச் சிந்திப்பதற்குச் செய்யும் முயற்சியாகும் என்று சமகால தத்துவ ஆய்வாளரான எட்வர்டு கிரெய்க் சொல்கிறார். நீட்ஷேவோ தத்துவவாதியை 'ஒரு பயங்கரமான வெடி மருந்து; அவனிடமிருந்து எதுவும் பாதுகாப்பாகத் தப்பிக்க முடியாது' என்கிறார். தத்துவ அறிவை நீங்கள் எப்படி அணுகுகிறீர்கள்?

இது ஒரு மையமான பிரச்னை. சிறுபத்திரிகைகள் சூழலில் இயங்குகின்ற நண்பர்கள் மத்தியில் தத்துவம் பற்றிய ஆராய்ச்சி விவாதமெல்லாம் மீண்டும் வந்திருக்கிறது. முன்பெல்லாம் நான்

மேலைக் கலாச்சாரத்தில் இருக்கிற தத்துவ கருத்தாக்கங்களை அப்படியே கொண்டு வந்து இங்கே வைத்து விவாதித்துக் கொண்டிருந்தேன். இன்றைக்கு எனக்கு என்ன தோன்றுகிறது என்றால், தமிழ்த் தேசிய மனோபாவத்திற்குள் (சுமார் ஆறுகோடித் தமிழர்கள் மத்தியில் இயங்கக் கூடிய மனோபாவத்தின் அடையாளத்தை நான் தமிழ்த் தேசிய மனோபாவம் என்று குறிப்பிடுகிறேன்) தத்துவம் பற்றிய விவாதம் மிக மிக முக்கியமானது. சைவ சித்தாந்த மரபு, பௌத்த மரபு, சமண மரபு என்று பல தத்துவ மரபுகள் தமிழ்ச் சமூகத்திற்குக் கண்டிப்பாக இருந்திருக்கிறது. தற்கால தத்துவ மரபு என்பதை நாம் மேற்கத்திய சிந்தனையாளர்களோடு இணைத்து வைத்து இன்றைக்கு விவாதித்துக் கொண்டிருக்கிறோம். தத்துவத்தைப் பொறுத்தவரை இரண்டு விதமான போக்குகள் உண்டு. ஒன்று: தத்துவம் வாழ்க்கைக்குத் தேவையானது என்பது. இரண்டு: தத்துவம் அழிவைக் கொண்டு வந்துவிடும் என்பது. உலகத் தத்துவ மரபில் நீட்ஷேவின் தத்துவம் மிக முக்கியமானது. தன் வாழ்நாள் முழுவதும் தத்துவத்திற்கே செலவழித்த ஒரு தத்துவவாதியான நீட்ஷேதான் நீங்கள் குறிப்பிட்ட அந்தக் கருத்தையும் சொல்லி இருக்கிறார் என்பது கவனிக்கத்தக்கது. ஆகையால் தான் தெரிதா கூட தனது சிந்தனைகளை விளக்க இலக்கியத்தைக் கையில் எடுக்கிறார். போகப்போக தெரிதா தத்துவவாதியா? இலக்கியவாதியா? என்ற சந்தேகம் எழுகிறது. நமது தத்துவத்தைத் (தமிழ் அடிப்படையில்) தேசியமயப்படுத்த வேண்டும் என்பது என்னுடைய கருத்து. சைவசித்தாந்தத்தில், மணிமேகலையில், பக்தி இலக்கியத்தில் இருக்கக் கூடிய வைஷ்ணவம் போன்ற தத்துவ மரபுகளை ஆழமாக மீண்டும் நாம் வாசிக்க வேண்டும். தொல்காப்பியம் இன்று மறுபடியும் ஒரு ஃபேஷனை போல மேலெழுந்திருப்பதின் அர்த்தம் அதுதான். இன்றைக்கு எல்லோரும் உரைமரபுகள் மிகவும் முக்கியமானவை என்று சொல்லத் தொடங்கி இருக்கிறார்கள். 1980-களில்தான் இந்தப் பார்வை வலியுறுத்தப்பட்டது. அதற்குக் காரணம் என்னவென்றால் தெரிதாவினுடைய கருத்துக்களை நம்முடைய உரைமரபுகளோடு இணைத்துத்தான் புரிந்துகொள்ள முடியும் என்ற ஒரு குரல் இங்கு உருவானது. ஆக, நான் என்ன சொல்கிறேன் என்றால், தத்துவத்தைத் தமிழர்கள் மிகவும் தீவிரமான ஒரு விஷயமாக எடுத்துக் கொள்ள வேண்டும். இதில் பரிதாபம் என்னவென்றால் சென்னைப் பல்கலைக்கழகத்தில் உள்ள தத்துவத்துறையில் எந்த மாணவர்களும் சேர்வதேயில்லை. பெங்களூர் பல்கலைக்கழகத்திலுள்ள தத்துவத்துறையைச்

சமீபத்தில்தான் மூடினார்கள். சிறுபத்திரிகைகளின் தத்துவ இயக்கத்திற்கு எந்த அரசும் பணஉதவி செய்வதில்லை. ஆனால், சாகித்ய அகாடமியில் கோடிக்கணக்கில் பணம் இருக்கிறது. டெல்லியிலிருந்து சாகித்ய அகாடமியின் உயர் அலுவலர் ஒருவர் சென்னைக்கு வருகிறார் என்றால் சுமார் 30 ஆயிரம் ரூபாய் விமானச் செலவுக்காக வழங்கப்படுகிறது. இந்தச் செலவில் அடிக்கடி விமானத்தில் பலர் பறந்து கொண்டிருக்கிறார்கள். யாராவது கணக்கெடுப்பு நடத்தினால் சாகித்ய அகாடமியின் பரிசுக்கு எவ்வளவு பணம் செலவாகிறது, விமானச் செலவுக்கு எவ்வளவு பணம் செலவாகிறது என்று பார்த்தால் 90 சதவீதப் பணம் விமானச் செலவுக்காக மட்டுமே செலவழிக்கப்படுவது தெரிய வரும். வருடத்திற்குப் புத்தகத்திற்கு வழங்கப்படும் பரிசுத் தொகை இருபத்தைந்தாயிரத்தை அதிகப்படுத்தச் சொல்லி விவாதம் நடந்து கொண்டிருக்கிறது. (குறிப்பு: தற்சமயம் ஒரு இலட்சம்.)இன்றைக்கு இருக்கக் கூடிய நிர்வாகத்தினர் அதற்கு ஒப்புதல் வழங்க மறுக்கிறார்கள். இதையெல்லாம் ஏன் நாம் பொது தளத்திற்குள் விவாதிக்கத் தொடங்கவில்லை என்பது எனக்குப் புதிராகவே இருக்கிறது.

உங்களின் தொடர் பேச்சில் மைய இழையாக ழான் பொத்திரியாரின் ஹைபர் ரியாலிட்டி என்ற கருத்தாக்கம் வந்துகொண்டே இருக்கிறது. "உண்மை இறந்து விட்டது. இங்கு எதுவுமே நிஜம் இல்லை. நகல்களின் பிம்பங்களை பொழிந்த படிதான் டி.வி. கம்ப்யூட்டர், சினிமா, பத்திரிகை, விளம்பரங்கள் யாவுமே இருக்கின்றன. இந்த நகல்கள்தான் நமது கலாச்சாரத்தின் உண்மைகள்" என்று அவர் சொல்கிறார். நமது தமிழகத்தில் கூட சமீப காலமாக 'சேகுவேரா' என்ற டி ஷர்ட் பிம்பம், உண்மை பிம்பத்தைவிட கவர்ச்சியாகவும், வியாபார நுகர் பொருளாகவும் மாற்றப்பட்டிருக்கிறது. இதையெல்லாம் நீங்கள் எப்படி புரிந்து கொள்கிறீர்கள்? இன்றைய அரசியலை நீங்கள் புரிந்து கொள்ள இவை உங்களுக்கு எப்படி பயனுள்ளதாக இருக்கின்றன?

ஒரு விதமான பின் நவீனத்துவ அரசியல் என்பது இங்கேயும் செயல்படுகின்றது என்பது உண்மைதான். இந்தியாவிலேயே இந்தப் பிம்பங்களின் கவர்ச்சியில் அதிகமாக சிக்கி கலாச்சாரத்தை இழந்தவர்கள் நமது தமிழர்கள்தான். சினிமாவில் வருகின்ற பிம்பங்களை நிஜமெனக் கருதி அவர்களைத் தங்களின் விடுதலையைப் பெற்றுத்தரக் கூடிய தலைவர்களாக பார்த்துப் பிரமித்தார்கள். தொலைக்காட்சியைப் பார்த்து அதில் பேசுகின்ற

மொழியை இன்றைக்கு நமது பிள்ளைகள் பழகத் தொடங்கி இருக்கிறார்கள். இதுபோல வாழ்க்கையே சினிமாவாக மாறி இருக்கிறது. வரலாற்று ரீதியாக விஜய நகரப் பேரரசு தமிழகத்திற்கு வந்தபோது பெரும்பாலான தெலுங்கர்கள், பிறமொழியினர் எல்லாம் நம் சமூகத்திற்குள் வருகிறார்கள். இவர்களிடம் ஒரு சாராம்சத்தன்மை என்பது இல்லை. வீட்டுக்குள் ஒரு மொழியைப் பேசிக்கொண்டு வெளியில் ஒரு மொழியைக் கையாண்டார்கள். இன்றைக்குப் பிறமொழி பேசுகின்றவர்களை நான் தமிழர்கள் இல்லை என்று சொல்லமாட்டேன். இவர்களும் தமிழர்கள்தான். இவர்களை நாம் பாதுகாக்க வேண்டும். இதை ஏன் குறிப்பிடுகிறேன் என்றால் இவர்களெல்லாம் சேர்ந்து ஒரு தமிழ் அடையாளத்தைக் கட்டி உருவாக்கி இருக்கிறார்கள் இல்லையா அதுதான் பின் நவீனத்துவ அடையாளத்தின் அடிப்படை. தமிழர்கள் அல்லாதவர்கள் கூட தன்னை வெளிச்சமூகத்திற்குள் 'தமிழன்' என்று அடையாளப்படுத்திக் கொள்வது ஒரு பின் நவீனத்துவ 'ஐரனி.' இங்கே ஒரு மலையாளி முதல்வராக வரலாம், கர்நாடகத்தைச் சேர்ந்த ஒருவர் முதல்வராக ஆட்சி செய்ய முடிந்திருக்கிறது. இந்த மாதிரி பின் நவீனத்துவ 'ஐரனி' தமிழ்ச்சமூகத்திற்கு பலமாக செயல்பட்டுக் கொண்டிருக்கிறது. இதையெல்லாம் பின் நவீனத்துவக் கோட்பாடு இல்லாமல் வேறு எந்த அடிப்படையிலும் நம்மால் புரிந்துகொள்ள முடியாது. அதேபோல சினிமாவும் அரசியலும் பின்னிப் பிணைந்திருக்கிறது. அதுவும் இதன் அடிப்படைதான். பழைய காலத்தில் பெரியார் சொன்னதுபோல இவர்களைக் கூத்தாடிகள் என்று சொல்லி ஒதுக்க முடியாது. பெரியாரும் சினிமாக்காரர்களை தொலைத்துக்கட்டப் பார்த்தார். ஆனால் நடக்கவில்லை. கடைசியில் சினிமாக்காரர்கள் பெரியாரைத் தொலைத்து விட்டார்கள். இன்று பெரியாரைக் காணவில்லை. அவரைத் தேட வேண்டியதாக இருக்கிறது. இதுவெல்லாம் பொத்திரியார் சொல்லும் 'உண்மை இறந்துவிட்டது' என்ற கருத்தோடு பொருந்திப்போகக்கூடிய ஒன்றுதான்.

தீராநதி பிப்ரவரி 2008 இதழில் வெளியான செவ்வி. தீராநதி இதழுக்கு நன்றி.

***

தமிழவன் செவ்வி: தமிழ்த்துறைகள் தொழிற்சங்கங்கள் போலச் செயல்படுகின்றன'

செவ்வி எடுத்தவர் ப.சகதேவன்

ப. சகதேவன்: நீங்கள் ஒரு கத்தோலிக்கக் கிறித்தவக்குடும்பத்தில் பிறந்தவர் என்பதால் கிறித்தவம், கத்தோலிக்கம் பற்றிய உங்கள் கருத்துக்கள்.......

தமிழவன்: இது சமயம் பற்றிய ஒரு கேள்வியாக இருப்பதால் அந்தக் கோணத்திலிருந்தே பதில் சொல்கிறேன். சடங்கு வழிப்பட்ட மத ஒட்டுதலை நான் இளமையிலேயே விட்டுவிட்டேன். என்னைப் பொறுத்த வரை எல்லா மதங்களும் ஒன்று தான். இலக்கியம், தத்துவம் என்ற தளங்களில் தீவிரமான சிந்தனையை மேற்கொள்ளும் யாரும் மதத்தில் இருக்க முடியாது. இலக்கியம் மதம் கடந்தது. எளிமையானது, ஆனால் மதம் சிக்கலானது. அதன் ஒரு பகுதியான சடங்குகள் மூலம், வழிபடுமுறைகள் மூலம் மனிதர்கள் வித்தியாசம் கொள்வது போல(மனிதக் கொலைகளுக்கு, அரசியல் வாதிகள் மதத்தைப் பயன்படுத்துவது உள்பட) தீவிர உணர்வும் அடைகிறார்கள். நெருப்பு குப்பையை எரிக்கவும் பயன்படும். குழந்தையை எரிக்கவும் பயன்படும். நான் இலக்கியத்தில் தீவிரமான ஈடுபாடு கொண்டவன். அதனால் எனக்கு மதச்சார்பு இல்லை. அதே சமயம், யாருக்கும் என்னை மறுத்துப் பேசவும் உரிமை உண்டு. இப்போது ஆர்.எஸ்.எஸ் இந்திய ஒன்றியத்தை மதவழிப்பட்ட ஒரு பெரிய ஆபத்திற்குக் கொண்டுசெல்கிறது. என் ஷம்பாலா நாவல் அதைப்பற்றியது தான். அது அதிகம் பேசப்பட வேண்டும் என்று விரும்புகிறேன்,

நீங்கள் மத அடையாளத்தை எப்போதோ விட்டுவிட்டீர்கள் என்பது நாங்கள் அறிந்தது தான். ஒரு சிந்தனையாளராக, சமூக நலம் விரும்பியாக இதற்குப் பதில் தாருங்கள். பல நூற்றாண்டுகளாக மதம் மக்களுக்கு வழிகாட்டியாக இருந்து வந்திருக்கிறது. புராதனகாலத்தைக் கடந்து கிறித்தவ காலத்திற்கு வந்த போது கூட

கிறித்தவம் புராதன காலத் தத்துவங்களையும், நம்பிக்கைகளையும் சுவீகரித்துக் கொண்டது.. புனித அகஸ்டின் பிளேட்டோவையும், அக்வினாஸ் அரிஸ்டாட்டிலையும் உள்ளிழுத்துக் கொண்டார்கள். கிறித்தவத்தின் இருபெரும் பிரிவுகளான கத்தோலிக்கம் பகுத்தறிவு நோக்கம் கொண்டதாகவும், சீர்திருத்தக் கிறித்தவம் நம்பிக்கை வழிப்பட்டதாகவும் விளங்கி வந்திருக்கின்றன, அத்தோடு பல இருத்தலியல் வாதிகள், கீர்க்கேகார்டு உள்பட மத நம்பிக்கை கொண்டவர்களாக இருந்திருக்கிறார்கள். எனவே மதத்தை, கடவுளை நாம் அவ்வளவு எளிதாக ஒதுக்கித்தள்ள முடியுமா?

நீங்கள் சொல்வது சரிதான். கிராமத்தில் பின்பற்றப்படும் கிறித்தவத்தில் இயற்கை வழிப்பட்ட நாட்டுப்புற வழிபாடுகள் இருக்கின்றன. அது சாதாரணமக்களின் கிறித்தவம். அதற்கும் இந்து வழிபாட்டுக்கும் நிறைய தொடர்புகள் உள்ளன. இத்தாலி—யிலிருந்து வந்த பெஸ்கி வீரமாமுனிவர் ஆனதற்கும் இது தான் காரணம்.. அதைப் போன்று சிந்திப்பது இன்று முக்கியம். சாதிக்கட்டுமானம் தமிழ்க்கிறித்தவத்தில் வேரூன்றியிருக்கிறது. அது தான் மண்டைக்காட்டில் திட்டமிடப்பட்ட கலவரத்தைச் சமாதானத்தின் வழியில் கொண்டு செலுத்தியது. தமிழ்ப்பற்றாளர், கஸ்பார் போன்ற பாதிரியார்களுக்கு இது நன்கு தெரியும். அங்கே மத வழியிலல்லாமல் சாதி வழியில் தீர்வு கண்டார்கள். பெரும்பான்மையினர் சாதி வழித்தீர்வை ஏற்றுக்கொண்டனர். என் குடும்பத்திலேயே இந்துக்களும் கிறிஸ்தவர்களும் உண்டு. நடைமுறையில் பிரச்சினையைத் தீர்க்கப் பார்ப்பார்களே ஒழிய மதத்தைப் பார்க்க மாட்டார்கள். இது கவனிக்கப்படவேண்டிய ஒரு விஷயம். இஸ்லாத்திலிருக்கும் சூஃபி வழிபாடு இந்து மதத்துடன் தொடர்புடையதில்லையா? காந்தியின் ஈஷ்வர் அல்லா தேரெ நாம் என்பது இப்படிப்பட்ட தத்துவம் தானே?. நான், மேற்கு வழி கிழக்குக்கும் கிழக்கு வழி மேற்குக்கும் பயணப்படும் குறுக்கு மறுக்கு பாதையைச்சேர்ந்தவன்.

படிகள் காலத்தை இப்போது நீங்கள் திரும்பிப் பார்த்தால்...

இப்போதும் அந்த இதழ்களைப்பார்க்கும்போது திருப்தியாகத் தான் இருக்கிறது. அப்போது தமிழில் இல்லாமலிருந்த ஒரு சிந்தனைப்போக்கை சமூகவியல் ஆசிரியர்களான ஜி.கே. ராமசாமியும், சிவராமனும் (ஜி.சிவராமகிருஷ்ணன் என்கிற ஜி.எஸ்.ஆர். கிருஷ்ணன்) உருவாக்கினார்கள். பின்னர் வந்த நாகார்ஜுனன், மற்றும் காவ்யா சண்முகசுந்தரம், நீங்கள், கிழார்

என ஒரு குழு இருந்தது. ராமசாமியுடனும், சிவராமனுடனும் விவாதித்ததின் பலனாக பல கட்டுரைகளையும், குறிப்புகளையும் நான் எழுதினேன். அப்போது தமிழில் பரவ ஆரம்பித்திருந்த கும்பல் கலாச்சாரத்தைக் கவனித்து அதற்கு எதிரான ஒரு கருத்தியலை உருவாக்க அதைத் தொடர்ந்த விவாதங்களை இலக்கு கலாச்சார இயக்கம் மூலமாக நடத்தினோம். அந்த விவாதங்களில் ராமசாமிக்கும் சிவராமனுக்கும் பெரும் பங்கு உண்டு. கோவை ஞானி, திருச்சி ஆல்பர்ட் ஆகியோரும் அதில் பங்கு கொண்டிருந்தார்கள். அந்தந்த இடத்தில் கூட்டம் நடக்கும்போது அங்கிருந்து பலர் சேர்ந்தனர்.ஒரு முறை உலகத்தமிழ் மாநாட்டை எதிர்த்துச் சென்னையில் கூட்டம் போட்டோம். போலீஸ், சிவராமன் வீட்டுக்கு வந்தது. அந்த இயக்கம் தமிழில் முழுமையாய் பரவியிருந்தால் திராவிடக் கலாச்சாரம் பற்றியும், கேளிக்கை வழிப்பட்ட சினிமாக் கலாச்சாரம் பற்றியும் காத்திரமான தொடர்ந்த கேள்விகள் எழுப்பப் பட்டிருக்கும். கட்சி சார்ந்த இடதுசாரிகள் கூட அதனைக் கண்டுகொள்ளாமலிருந்தது தமிழ்ச்சமூகத்திற்குப் பெரிய இழப்புத்தான். அப்போது உருவாகி வளர்ந்து வந்துகொண்டிருந்த தமிழ்த் தேசியக்கலாச்சாரம் கூட ஒரு வேறுபட்ட வடிவத்தை அடைந்திருக்கும். மிக விரிவாக விவாதிக்கப்பட வேண்டிய விஷயம் இது.

வரலாற்றுப் பின்னணியில் வைத்துப் பார்க்கும்போது படிகள் அப்போது செல்வாக்குச் செலுத்தி ஓய்ந்திருந்த கசடதபற வுக்கு மாற்றாகத் தோன்றியதாகச் சொல்லலாம். (கசடதபற வே எழுத்து வுக்கு மாற்றாக வந்ததாகலாம்) படிகளை ஒட்டி அல்லது அதற்கு முன்பாக பிரக்ஞை இருந்தது. ஞானியின் பரிமாணம் இருந்தது. ஆனால் படிகள் முன் வைத்த பிம்பம் இவை எல்லாவற்றையும் விட வேறுபட்டதாக இருந்தது. பிற பத்திரிகைகள் ஒரு காலகட்டத்திய ஒட்டுமொத்த சிந்தனையின் வெளிப்பாடாக இருந்ததாகச் சொல்லமுடியாது.. ஆனால் படிகளை அப்படிச் சொல்லலாம். அத்தனை காலமாகச் சொல்லுவதற்கு ஏங்கிக்கொண்டிருந்த ஆனால் சொல்ல முடியாமலிருந்த பல குரல்கள் படிகள் மூலமாக வெளிப்பட்டன. படிகள் வெளிக்காட்டிய 'மெல்லிய தாராளவாதம்' அதற்குக்காரணமாக இருந்திருக்குமா?

சிறுபத்திரிகை மரபுவழி பார்க்கையில் அப்படிச் சொல்லலாம். சிறுபத்திரிகை மரபில் சிந்தனை வெளிப்பாட்டில் ஒரு தேக்கம் கண்டபோது ஒருவகையான புறவகைச் சிந்தனை தேவைப்பட்டது. அதை படிகள் அழுத்திச்சொன்னது. அதுவரை

அகவகைச்சிந்தனையை எல்லோரும் மிகவும் அழுத்திப் பேசினார்கள். பெயர்களை இங்கே குறிப்பிட வேண்டாம். புதுக்கவிதை அகவயமாய் இருந்தது உங்களுக்குத் தெரியும். அதுவரை புறவயத்தை மரபு மார்க்சியர்கள் கூறினாலும் அது படைப்பு, பிரதி, போன்றவற்றில் தெரிய ஆரம்பித்த தமிழ்சார் மாற்றத்தைப் புதிய வகையில் விளக்கும் இடத்தில் எங்கோ தோற்றது. படிகள் முன்வைத்த சமூவியல் நோக்கிலான விளக்கம் இதைக் கண்டு சொன்னது.

படிகளுக்குப் பிறகு இங்கே இன்று. மேலும், வித்யாசம், சிற்றேடு என்று உங்கள் பயணம் தொடர்ந்து கொண்டிருக்கிறது.. இவற்றுக்குள்ளிருக்கும் 'ஊடு சரடை' எவ்வாறு அடையாளப்படுத்துவீர்கள்? நிச்சயமாக அது ஒற்றை அடையாளமாக இருக்காது இல்லையா?

பதில்: படிகளுக்குப்பிறகு நான் தொடர்புகொண்டிருந்த இந்த இதழ் முயற்சிகளில் படிகளில் இருந்த சில பண்புகளும் தமிழ் பண்பாட்டிற்குத் தேவைப்பட்ட பிற பண்புகளும் அதுபோல, சில சோதனைத் தன்மைகளும் இருந்தன. மேலும் இதழ் கட்டத்தில் தமிழ்க்கல்விக்குத் தேவையான அமைப்பியல் விளக்கம் என்று சிவசுவுடன் சேர்ந்து ஒரு புது அம்சத்தைக் கொண்டுவர ஆசைப்பட்டோம். வித்யாசம் இதழில் நாகர்ஜுனன், சண்முகம், நஞ்சுண்டன், பார்வைகளின் வெளிப்படல் அதிகம் இருந்தது என்று ஞாபகம். இங்கே இன்று வேறு வகையானது. அதில் உங்கள் 'கோணல் அகராதி' ஒரு புதுவகையான எழுத்து வகையானதாக இருந்தது. அதுபோன்ற புது அம்சத்தைத்தர என்னுடைய சிறுபத்திரிகை தேடலை அகலப்படுத்தினேன். அதற்கு சந்திரசேகர், சண்முகசுந்தரம், மோகன்ராஜ் ஆகியோர் உதவினார்கள். அவர்களின் பங்கு அதில் கணிசமாக இருந்தது

உங்களது அறிவுருவாக்கப்பயணத்தில் (எபிஸ்டெமலாஜிகல் ஜேர்னி) திராநதி இதழ் கட்டுரைகள் ஒரு பெரும் பாய்ச்சலை அல்லது ஆச்சரியப்படத்தக்க (அதிர்ச்சி அடையத்தக்க?) திருப்புமுனையை ஏற்படுத்தியிருக்கின்றன. நீங்கள் அப்படி நினைக்கிறீர்களா?

ஆம். அது மிகவும் புதுப்பாதை.'இந்த ஆள் திமுகவில் எப்போது சேர்ந்தார்?' என்ற மாதிரியான கேள்விகள் எழுந்தன. நான் முதலில் சொன்ன நம் மண்ணின் பார்வையின் வளர்ச்சி தான் இது. .நான் ஒரு தமிழிலக்கிய மாணவன். ஆனால் தற்காலத்துவம் இல்லாத தமிழ்மரபுப்பார்வையில் எனக்கு உடன்பாடில்லை.

விலங்கியல் போல பிறதுறை இளங்கலை படித்த முல்லை ஆதவன், அக்னிபுத்திரன் போன்றவனே நானும். அவர்கள் வானம்பாடி யோடு தொடர்புடையவர்களாக இருந்தார்கள்., அண்ணாவையும் பாரதிதாசனையும் எது இணைக்கிறது என்று பார்த்தேன். அத்துடன் க.நா.சு பார்வைக்குள் அரசியல் உண்டா என்றும் ஆய்ந்தேன். உலகத்தமிழர்களின் வரலாறு ஒரு சிக்கலில் (ஈழப்போர்) இருந்த கால கட்டத்தில் எனக்குத்தோன்றிய திராவிடப்பார்வை மற்றும் அனைத்துலகப்பார்வையின் விளைவு தான் இது. தீராநதி கட்டுரைகளைச் சமீபத்தில் தம்பித்துரை ஐம்பது படிகள் வாங்கி பாராளுமன்ற உறுப்பினர்களுக்குக் கொடுத்ததாய் அடையாளம் சாதிக் சொன்னார். ஐரோப்பாவில் நான் கழித்த சில ஆண்டுகள் தமிழ்த்தேசீயம் பற்றிய எனது பார்வையை வலுப்படுத்தின. தீராநதி யில் எழுத எனக்கு தளவாய்சுந்தரம், இரா. மணிகண்டன் என்று இரண்டு ஊடகவியலாளர்கள் ஊக்கம் தந்தார்கள். அவர்களில்லையென்றால் இப்படிச் சிந்தித்திருக்கமாட்டேன்.

கடவுச்சீட்டு இருக்கிற வரை தேசீயவாதம் இருக்கும் என்பது ஒரு வாதம். இரண்டாம் உலகப்போருக்குப் பிறகு தேசீயவாதம் முனைமழுங்கிபோயிருக்கிறது என்பதுவும் சொல்லப்படுகிறது.. 2009-ன் இனப்படுகொலை பற்றிய ஆதங்கம் தேசீயவாதம் சார்ந்ததா அல்லது மனித இனத்திற்கு எதிரான ஒரு கொடுஞ்செயலாகப் பார்த்ததா? இலங்கைத் தமிழர்களைப் போலவே பாலஸ்தீனியர்களும் ஆதிக்கக் கொடுமையை அனுபவிப்பவர்கள் தான். தேசீயம் தாண்டிய அறிவுசார் வாழ்வி (குளோபல் இண்டெலக்சுவல்) என்ற முறையில் அதுவும் நமது கவனத்திற்கு உரியது தானே!

ஆமா... நல்ல கேள்வி.'மனித இனத்துக்கு ஏற்பட்ட கொடுஞ் செயல்' என்று பொதுவாய் பார்த்தால் அதில் ஒரு தமிழ்த்தன்மை இருக்காது.. எனவே பிராந்தியப்பண்பை ஏற்றிப்பேசினால், அதாவது ஏற்கனவே இருந்த பிராந்தியச் சொல்லாடலுடன் இணைத்துப்பேசினால், அம்மக்கள் மத்தியில் கூடுதல் கவனிப்புப்பெறும்.இது தான் அண்ணா அவர்கள் ஒன்றிய அரசுக்கு ஏற்படுத்திய, தமிழ் அரசியலின் அழுத்தம். இதை அசாமிலும் ஓரளவு கர்நாடகம் போன்றவற்றிலும் பண்பாட்டு அரசியலாய் பார்க்கலாம். இந்த மாற்று அரசியலைத்தான், அண்ணாவின் இந்தி எதிர்ப்புப் பிற மாநிலங்களுக்குக் கற்பித்தது. கன்னடப்போராளியாகவும் என் முனைவர் பட்ட நெறியாளராகவும் இருந்து என்னுடன் பணியாற்றிய பெங்களூர் பல்கலைக்கழகப் பேராசிரியர் சிதானந்தமூர்த்தியின்

பிராந்தியப்பற்று அவரை இந்துத்துவாவுக்குள் கொண்டு போய்ச்சேர்த்தது. அவர் அண்ணாவைப் பற்றி மேலும் தெரிந்து கொண்டிருந்தால் அப்படிப் போயிருக்கமாட்டார் என்பது என் எண்ணம். கன்னடப்பல்கலைக்கழகம் ஏற்படுத்த அவர் பேராசிரியர் வி.ஐ.சுப்பிரமணியத்தைக்கூட அழைத்துக்கொண்டு போய் அது தொடர்பான கர்நாடக அமைச்சரைப் பார்த்தவரும் கூட. தமிழ்த்தேசியத்துக்கு வருவோம். எனவே ஈழ அழிவை, கொடுஞ்செயல் என்று பார்ப்பது பொத்தாம் பொதுவான பார்வை. தமிழ்த்தேசியம் எனப்பார்ப்பது ஒருகொடுஞ்செயலைத் தமிழ்க் கண்ணால் பார்க்கும் முறை. தமிழ்த்தேசியம் என்பது, பாலஸ்தீனியர்களை அன்போடு பார்க்கும் பார்வையின் மறுபெயர் என்பதையும் நினைக்க வேண்டும். எங்கு இனத்துயர் நடந்தாலும் தமிழர்கள், அக்கறை காட்டவேண்டும். அதுதான் தமிழ்தேசியம். நான் இதனை 'காஸ்மபாலிட்டன் தமிழ்தேசியம்' என்று கோட்பாட்டு விரிவாக்கமாய் விளக்கி ஒரு கட்டுரை எழுதியுள்ளேன். தமிழர்களிடம் இருந்த 'யாதும் ஊரே யாவரும் கேளிர்' என்ற பார்வையின் அரசியல் பரிமாணம் இது. தமிழ்த்தேசியம் உலகப்பார்வை என்பதை மறக்கக்கூடாது. சமீபத்தில் கதிர் நம்பி என்ற பெயரில் ஒரு தம்பி, இப்படி வ.உ.சி.பற்றி உலகப் பார்வையின் முறையில் தமிழ்த்தேசியத்தைப் பொருளாதாரம், சூழலியல், வணிகம், கிராமவளர்ச்சி, என்றெல்லாம் விளக்கி ஒரு நூல் எழுதியுள்ளார். குளோபல் என்பது பிரச்சனையின் தத்துவக்கோணம் சார்ந்த பார்வை. தத்துவத்தை இன்னும் மேற்குத்தான் ஏகபோகமாக வைத்துக்கொண்டு இருக்கிறது. சாம்ஸ்கிக்கு அப்பார்வை இருந்தாலும் அவருக்கு ஈழப்பிரச்சினை புரியவில்லை. அப்போது எனக்கு மானுடவியலாளர் கிளிஃபோர்ட் கீட்ஸ் கூறுவது போல, பிராந்திய அறிவு மூலம் தான் சில விசயங்களைப் புரிந்துகொள்ளமுடியும் என்று பட்டது. சாம்ஸ்கி போல, குளொபல் இன்டலெக்சுவல் நிலைப்பாடு அடிமைகளான தமிழர்கள் எடுக்க முடியாது. 'அண்ணா பன்னாட்டுப் பல்கலைக்கழகம்' என்ற ஒன்றை எதிர்காலத்தில் தமிழர்கள் உருவாக்கினால், இவை பற்றியெல்லாம் சர்ச்சிக்கப் படக்கூடும்.

சிற்றேடு இதழ் எதை நோக்கிப் போகிறது? பெரியார் அதன் கரிசனத்தில் வருகிறாரா?

சிற்றேடு இதழ் தமிழ் மாணவர்களைக் குறி வைக்கிறது. நவீன இலக்கியத்தில் ஈடுபாடு கொள்ள வைப்பதற்காக

அவர்களை ஆசிரியர் குழுவில் இணைத்திருக்கிறது. இது தமிழில் புதுவகைமையை அறிமுகப்படுத்தும் முயற்சி. வங்கியில் வேலை செய்பவர்கள் தான், நவீன இலக்கிய கர்த்தாக்களாக இருக்க முடியும் என்பது மாறிவிட்டது. அதுபோல, விமரிசனம் என்பதன் வரையறை மாறி, கோட்பாடு (theory) என்ற ஒன்று தோன்றி—விட்டது. மரபாக தமிழ் படித்த மாணவர்கள் நவீன எழுத்துக்குள் வந்துவிட்டனர்.சமீபத்தில், ஒரு லட்சம் ரூபாய் மதிப்புடைய 'ஆத்மாநாம் விருது' வை சிற்றேடு இதழ் மூலம் உருவான ஒரு தமிழ் மாணவன் பெற்றிருக்கிறான். தமிழின் இந்த மாற்றத்தை பிரதிநிதித்துவப்படுத்தியது சிற்றேடு இதழ்.

மற்றபடி பெரியாருக்கும் சிற்றேடு இதழுக்கும் தொடர்பில்லை. ஓரிரு கட்டுரைகளை வைத்து ஓரிதழின் ஒரு பொது போக்கை நாம் விளக்க முடியாதல்லவா? பொதுவாய் பெரியார் தான் தமிழகத்தை வலது சாரிகளிடமிருந்து காத்தார் என்று பல கன்னட அறிவு ஜீவிகள் என்னிடம் சொன்னார்கள். பெரியார் அறிவுவாதம் (Rationalism) என்ற மகத்தான உலக, தத்துவ மரபின் தமிழ்த் தொடர்ச்சி.மேற்கில் தெக்கார்தே அதைத்தொடங்கினார். தெகார்தேவுக்கு கடவுள் நம்பிக்கை உண்டு. பெரியாருக்கு அந்த நம்பிக்கை இல்லை. மேலும் ஒரு தகவல். கன்னடத்தில் பெரியார் சிந்தனைகளைத் தொகுத்துத் தரும்படி என்னிடம் கேட்ட கர்நாடக அரசு நிறுவனத்தைச் சார்ந்த கே.வி.நாராயணா, 'கன்னடத்தில் பெரியார் என்றால் பிராமணர்களைத் திட்டுபவர் என்று தான் நினைத்துக் கொண்டிருக்கிறார்கள். இந்த உங்கள் தொகுப்பு அவரது பிற பரிமாணங்களைக்காட்ட வேண்டும்' என்று கேட்டுக்கொண்டார். அதற்குத் தகுந்தபடி நான் பெரியார் சிந்தனைகளைத் தொகுத்துக் கொடுத்தேன். முதல் பதிப்பு ஆறு மாதத்திற்குள்ளேயே விற்றுத் தீர்ந்து விட்டது. கர்நாடகம் ஒரு வித்தியாசமான பெரியாரை அடையாளம் கண்டு கொண்டது.. அம்பேத்காரோடு இணையும் பெரியார் தான் அந்த அடையாளம். படிகள் தொடங்கி வைத்த சமூகவியல் பார்வையும் புறவயப்பார்வையும் நவீன இலக்கிய விவாதத்தின் முக்கியப் போக்குகளாகின்றன. பெரியார் காட்டிய அறிவுவாதம் மேலும் பக்குவப்பட்டுச் சமூகவியல் மற்றும் புறவயம் (objectivity) போன்றவற்றை உட்கொண்டதாக ஆகிறது. எழுத்து இதழில் வந்த அகவயப் புதுக்கவிதைப் பாதை மாறுகிறது. அதுவரை—யிருந்த அகவயப்பார்வைசார் நவீன இலக்கியத்தில் மாற்றங்கள் ஏற்படுகின்றன. புதிய சமூகப்பிரிவுகள் இலக்கியத்திற்குள்

வருகின்றன. இது இருதாம் நூற்றாண்டு செய்த மிகப்பெரிய தமிழ் இலக்கியப்பார்வை மாற்றம். சங்காலத்திலிருந்து பக்திகாலத்திற்கு மாறியபோது ஏற்பட்ட சட்டக மாற்றம் (பாரடைம் ஷிப்ட்) போன்றது இது. அப்போது திடீரென்று கடவுள் இலக்கியத்தில் நுழைகிறார். சங்காலம் (திருமுருகாற்றுப்படை தவிர) கடவுளரை ஏற்காத காலமல்லவா? நான் பாரதிதாசன்பற்றி தீராநதி யில் எழுதியதற்கு வருகிறேன். அவர் கடவுளற்ற சங்கக் கவித்துவத்தின் தொடர்ச்சி. பாரதி ஏக இந்திய, திலகர், அரவிந்தர் வழிப்பட்ட வேதகால புனருத்தானத்தின் பாதையில் சென்றவர். தனக்கு வாய்த்த, கையில்பட்ட தமிழ் கொடுத்த, கவித்துவம் கொண்ட பிரதிநிதி. பாரதிதாசன் முற்றிலும் வேறு வகையானவர். தமாஷுக்காகப்பாரதியின் தாசன் எனப் பெயர்வைத்து எல்லோரையும் பாரதிதாசன் ஏமாற்றிவிட்டார். புறநானுற்று மொழிநடையின் இரண்டாயிரமாண்டு வரலாற்றின் வாரிசு அவர். என் தீராநதி கட்டுரையில் இதை விவாதித்திருக்கிறேன். பாரதிதாசன் பாணி மாறி, புதுக்கவிதை வருகிறது. அதற்குள் ந.பிச்சமூர்த்தி மரபை ஒதுக்கி, மெதுமெதுவாக புறவயப் பார்வை வருகிறது. ஞானக்கூத்தன், சி.மணி போன்றோர் இந்த புறவகைமையைத் தொடங்குகின்றனர். இவை ஒரு வகையில் பாரதிதாசனின் தொடர்ச்சி. பின்பு காலப்போக்கில், புதுக்கவிதையில் தமிழச்சி போன்ற பல புதிய கவிஞர்கள் வேறு முறையில் பாரதிதாசனிலிருந்து கிளைத்து வருகிறார்கள். பாரதியின் தொடர்ச்சியான ந.பிச்சமூர்த்தி போன்றோருக்குத் தொடர்ச்சி இன்று புதுக்கவிதையில் இல்லை. நான் தொகுத்த இளையவர்களின் கவிதை பற்றி முழுசாகத் தெரிந்தபின்பு சொல்கிறேன். இன்றைய கவிதை மொழி, பாரதிதாசனைத் தலையைத் திருப்பிப் பின்புறமாய் நோக்கித் தன் மரபாக்கி விட்டது. எனது புதுவகை நாவல்களில் வரும் மொழியின் அகாலச் சுழற்சியைக் (ahistorical jump) கவனித்ததால் இதைக்கண்டுபிடிப்பது எனக்கு எளிதாக இருந்தது. தமிழ்க்கவிதை வரலாற்றில் நடந்த மிகப்பெரிய புரட்சி இது. இந்த உள்மொழிப்புரட்சி, பாரதியையும் அவரது திலகரையும் வேதத்தையும் புறக்கணித்துவிட்டது. பாரதிதாசனைத் தொடர்ந்து, ஒரு பெரிய 'எபிஸ்டமாலஜிக்கல் பிரேக்' தமிழில் நடக்கிறது. பாரதிதாசன் கவிதைகளைப் படித்துப்பார்த்தேன், ஆனால் பாரதிதாசன் பெரிய புரட்சியைக்கொண்டுவந்தார் என தனக்கு ஏற்கமுடியவில்லை என்கிறவர்களுக்கு நான் ஒன்று சொல்லவிரும்புகிறேன். தாசனின் கவிதைக்குள் மட்டுமல்லாமல் வேறு வகைகளிலும் இதைப் பார்க்கவேண்டும்.

பாரதி தாசனை உருவாக்கித் தமிழில் இந்தா பிடி என்று கூறிய யுகசுழற்சியைக்கூறவேண்டும். கவிதையை உருவாக்குவது கவிதையின் மொழி உந்துதலாகும்.

புனைகதையில் நனவிலி மனம் செயல்படுவதால் பின் நவீனத்துவம் செயல்படாமல் போகிறதா?

நனவிலி என்பது நவீனகால சிந்தனையின் குணம் என்பது நீட்ஷேயின் கருத்து என டெரிடா கூறுவார். சமீபத்தில் ஓர் உரை நிகழ்த்துவதற்காக மூன்று மாத காலம் தொடர்ச்சியாக டெரிடாவைப் படித்தேன். நனவிலி என்பது, பிரக்ஞாபூர்வ மனதின் மாற்று. இவை ஃப்ராய்ட் மற்றும் லக்கான் போன்றோர் கூறும் அடிப்படைகள். பின் நவீனத்துவம் என்பது ஒரு லேபல். மேற்கிலிருந்து நாம் எடுத்தது. பின் நவீனத்துவம் நனவிலியை ஏற்கும். போர்ஹெஸ் எழுத்தைப் படிக்கும் போது நனவிலியின் எழுத்து அது எனத்தெரியும். பிரக்ஞாபூர்வமான எழுத்தல்ல அது. இது புறநானூறுவில் உள்ளது. பௌத்த தாக்கத்தால் புறத்திலும் மணிமேகலையிலும் மொழியை subjectivity அற்றதாய் மாற்றியுள்ளது. இதுதான் நவீனத்தமிழில் புனைகதை எழுத்து உருவாகிய விதம்.பாரதியின் மரபு முற்றிலும் உடைந்து அவருடைய மரபு, போய்விட்டது. அதனால் அதற்குப்பின் வந்த தமிழ், பின்நவீனத்தும் போல காட்சி தருகிறது, அகவயமற்ற எழுத்து இது தான். அகநானூறு, நற்றிணை, குறுந்தொகை போன்றவற்றில் அகத்தை விளக்க புறவகைமொழி பயன்படுத்தப்படுகிறது. இது, சமீபத்தில் பிரதி என்று ஜமாலன் போன்றோர் விளக்குவதில் உள்ள சிந்தனையின் நீட்சி.. பாரதிதாசன் ஒரு பெரிய கூட்ஸ் ரயில் போல தமிழர்கள் மறந்த மொழிசார் ஞாபகங்களை பெட்டிபெட்டியாகப் பல நூற்றண்டுகளைத்தாண்டி இழுத்துவந்து, இந்தாப்பா என்று பத்துகோடி தமிழர்கள் முன்பு வைத்துவிட்டார். அதிலிருந்து இன்றைய தமிழ் எழுத்துத் தப்புவது கஷ்டம்.புறநானூறு மொழியும் அகில உலக பின் நவீனத்துவத்தின் ஒரு பகுதியும் இணந்தபடி இன்று புனைவு எழுதப்படுகிறது. அதனால் இனியுள்ள தமிழ் வேறு என்று உணர்ந்து, மரபுத் தமிழ் படித்தவர்கள் களத்தில் இறங்கியுள்ளார்கள். வங்கியில் வேலை பார்த்துக்கொண்டு இடையில் ஓய்வுநேரத்தில், பொழுதுபோக்குக்காகத் தமிழில் எழுதியவர்கள் மறைந்து விட்டனர். அது இயற்கை நியதி.

தற்போது உங்கள் கவனம் புனைகதையின் மீது இருக்கிறது.. விமர்சனக் கட்டுரைகளிலிருக்கும் அதே அக்கறை தான்

புனைகதைகளிலும் தெரிகின்றன. படைப்புமொழியின் வல்லமை மீது உங்களுக்கு அதிக நம்பிக்கை ஏற்பட்டிருக்கிறதா?

ஷம்பாலா என்னுடைய ஏழாவது நாவல். நான் கடைசியாக எழுதியது. விரைவில் தெலுங்கில் வரவிருக்கிறது. இப்படிச் சொல்லிக் கொள்கிறேன். இன்றுள்ள ஒன்றிய அரசியலின் கீழ்மையை மொழிகடந்து எதிர்கொள்ளும் அரசியலிய - அழகியல் அது என்பேன். இது புது வகைமை. புதுமை என்பது படைப்பாக்கத்திற்கான (creativity) வேர்த்தன்மை. வெறும் மேற்கத்தியம் என்பது 'பிக் பாஸி'ல் கறுத்த ஒரு பெண் வெள்ளை அடித்த முடியுடன் வருவது போன்றது. அஞ்சல் அலுவலகத்தில் அல்லது வங்கியில் வேலை பார்ப்பவர்களுக்கு மேற்கத்திய வார்த்தைகள் போதை தரலாம். நான் மேல்நிலை சார்ந்த தர்க்கத்தை விமரிசனத்திலும் படைப்பிலும் ஒருமித்ததாய்ப் பார்க்கிறேன். அது அழகியல் தர்க்கம். ஆம், அழகியலுக்கும் தர்க்கம் உண்டு தான். நான் அழகியலை வலியுறுத்தும் ஷில்லரிலும் அதுபோல, மார்க்ஸிலும் ஒருமிக்க பயணம் செய்பவன். விஞ்ஞானத்துக்கும் தர்க்கம் உண்டு. அத்துறைகளுக்கு இடையில் ஊடாட்டம் இருப்பதை நான் மொத்த இரண்டா— யிரமாண்டுத் தமிழ்ப்பிரதிகளின் வெளிச்சத்தின் உதவியுடன் இனம் காண்கிறேன். அறிவுக்கும் அழகியலுக்கும் நடுவில் ஓர் இடைமொழியை எப்போதும் தேடுகிறேன். விமரிசனமும் படைப்பும் ஒரு மன ஊக்கத்தின் வெவ்வேறு வெளிப்படல்கள். தமிழ்ச்சமூகம் ஒரு நூறு ஆண்டு மட்டும் பழக்கப்பட்ட படைப்புமொழியில் நாவல், சிறுகதை வந்தால் போதும் என நினைக்கிறது. என் சக எழுத்தாளர்கள் பெரும்பாலும் அப்படி நினைக்கிறார்கள். அந்தளவுக்கு அவர்களுக்கு மறதி நோய் (amnesia) இருக்கிறது. மணிக்கொடியிலிருந்து இன்று வரை சங்க இலக்கியம் சரியாகத்தெரிந்த எத்தனை எழுத்தாளர்கள் நாவல் எழுதினார்கள்? நான் இரண்டாயிரமாண்டுத் தமிழில் எழுதுவதால் அவர்களுக்கு நான் புரியமாட்டேன். எனக்கு எதிராக எவ்வளவு சதிசெய்தார்கள்? பந்துலுவின் கட்டப்பொம்மன் சினிமாவை வழிபடுபவர்கள் அவர்கள். ரஜனியை வழிபடுபவர்கள் அவர்கள். (இந்த வாக்கியத்தை பல அர்த்தங்கள் கொண்டதாய் பயன்படுத்துகிறேன், மன்னிக்கவும்) உங்கள் கேள்விக்குக் கவனமாய் பதில் தருகிறேன் தானே! இன்னொரு விஷயம். என்போல, உலக அளவில் சிலரின் எழுத்துக்கள் உண்டு. உம்பர்த்தோ எக்கோ மற்றும் இத்தாலிய எழுத்தாளர் இட்டாலோ கால்வினோ ஆகியோர்

எழுத்துக்கள் உள்ளன. இருவரும் இருவிதமாய் கட்டுரைகளும் கதைகளும் எழுதினாலும் அவர்கள் எழுத்துக்குள் (விமரிசனம், படைப்பு) உள் ஓடும் சில விஷயங்களைக் கூர்ந்து அறிந்த இலக்கிய மாணவன் நான்.

தமிழ்க்கல்விப்புலத்தை நோக்கிய உங்கள் விமர்சனமும், போராட்டமும் கிட்டத்தட்ட அரை நூற்றாண்டாகத் தொடர்ந்து வந்து கொண்டிருக்கின்றன.. அரசின் உதவி குறைந்து, தனியார் கல்லூரிகள் பெருகிவிட்ட சூழ்நிலையில் எதிர்காலத்தில் இத்தகைய போராட்டங்கள் எப்படி முன்னெடுத்துச் செல்லப்படும்?

உங்கள் அக்கறை மிகச்சரியானது தான். தமிழ்க்கல்வியில் பாரிய மாற்றங்கள் வர வேண்டும் என்று நீண்ட காலமாகக் குரல் எழுப்பிக் கொண்டிருக்கிறேன். ஒரு சமயம் கேரளப் பல்கலைக்கழகத்தில் ஐம்பதுக்கும் மேற்பட்ட தமிழாசிரியர்கள் முன்பு சூம் மூலம், உரையாடும் சந்தர்ப்பத்தில் 'உங்களை எப்போதும் விமர்சனம் செய்வதாகச் சொல்கிறீர்கள் இப்படி உங்களை எப்போதும் எதிர்த்துக்கொண்டிருக்க எனக்கு என்ன பைத்தியமா?' என்று கூடக் கேட்டிருக்கிறேன். தமிழ்த்துறைகள் மொத்தமும் ஒரு தொழிற்சங்கம் போலச் செயல்படுகின்றன. கல்வியின் அடிப்படையான பண்பாகிய கேள்விகேட்கும் மரபைத் தமிழ்த்துறை வளர்த்தெடுக்கவில்லை. ஏழை மாணவர்களை ஏமாற்றிக் கொண்டிருக்கிறோமா என்ற ஒரு குற்ற உணர்வு இருக்கிறது. நீங்கள் சொல்கிற மாதிரி தனியார் கல்லூரிகளில் தமிழ்ச்சிந்தனைக்கு எதிர்காலமில்லை. இன்றைய தமிழ்சார் கட்சி அரசியலும் போதாது. உள்ளீடற்ற அக்கறை, தத்துவமற்ற அக்கறை காற்றில் கரைந்து போய்விடும். நானும் சிவசு போன்றவர்களும் சிற்றேடு இதழில் ஒரு மாணவர் குழுவை இதற்குத் தயார்செய்ய முயன்றோம். படிகளில் இருந்து, இலக்கு இயக்கத்திலிருந்து தொடரும் அக்கறை தான் இது. ஜி.கே. ராமசாமி சிற்றேடு இதழில் தொடர்ந்து சமூகவியல் நோக்கிலான கட்டுரைகள் எழுதிக்கொண்டிருக்கிறார். அது மாணவர்களின் அறிவார்த்தப் பார்வையை விரித்துக்கொள்ள உதவும்.

உங்கள் சிறுகதைகள் நல்ல கவனம் பெற்றுக் கொண்டிருக்கின்றன...

சுமார் ஐம்பது கதைகள் மூன்று தொகுதிகளாய் வந்துள்ளன. சமீபத்தில் சிவசு என் கதைகள் பற்றித் தொடர்ந்து திருவள்ளுவர் கல்லூரி வழியாகக் கருத்தரங்குகள் ஒழுங்கு செய்கிறார்.

அங்கிருந்து கிடைக்கும் எதிர்வினைகள் எனக்கு அதுவரை தெரியாத என்னெழுத்தைப் புரியவைக்கின்றன. படைப்பு எழுத்தின் உள்ளே இருக்கும் ஒரு வித பின்வாங்கல் பற்றியதும் அவற்றில் ஒன்று. நாம் முன்போக்குப்பற்றித்தான் பேசுகிறோம். மார்க்சியம் அரசமைப்பின் சிதைவு (Withering away of the State) பற்றிப்பேசும். படைப்பு என்பது இருப்பதை எதிர்ப்பது. இருப்பதை இல்லாமலாக்குவது. சிறப்பு எனச் சொல்லப்படுவதை அழித்து, சகஜமானதை, சாதாரணத்தை நிலவ விடுவது. அதிகாரத்தை உள்ளிருந்து இல்லாமலாக்குவது. சாதாரணத்தின் ஆட்சியைக் கொண்டுவருவது. ரஷ்யாவில் ஆட்சிக்கு வந்தவுடன் மார்க்சீயத்தின் உள்ளடக்கம் அதிகாரத்தைக் கைப்பற்றுவது என்று நினைத்தார் ஸ்டாலின். ஆனால் அதிகாரத்தை எதிர்ப்பது என்பது இழப்பது என்பதல்ல. அது சன்யாசம். க.நா.சு.வின் சோமுப்பண்டாரம் தெருவில் செத்துக்கிடப்பார். கன்னட எழுத்தாளர் மாஸ்தி வெங்கடேச ஐயங்கார் நாவலிலும் அப்படி ஒரு கட்டம் வருகிறது. நமக்கு வேண்டியது, துறவறமல்ல. இல்லறம். என் நடனக்காரியான முப்பத்தைந்து வயது எழுத்தாளர் சிறுகதைத் தொகுப்பு இந்தப் புதிய தத்துவத்தைக் கொண்டுள்ளது. அந்த நூல், பலரைச் சிறிய வடிவில் கதை எழுத வைத்திருக்கிறது. அவர்களுக்கு என் கதைகள் மாற்று அழகியலை அறிமுகப்படுத்தியிருக்கிறதா எனத் தெரியவில்லை. புதிய அழகியலைப் பற்றித் தெரிந்துகொள்ளாவிடில் அது காப்பி அடிப்பது போல ஆகிவிடும். உலகம் இன்று கண்டடைய முடியாத, ஃபூக்கோ கூறும், அம்பேத்கார் கூறும், அதிகாரத்துக்கு எதிரான அழகியலை என் கதைகளில் பயன்படுத்தியிருக்கிறேன். ஒரு வகை பௌத்த அழகியல் அது. இதை நாட்டுப்புறவியலில் இருந்தும் எடுத்துள்ளேன். எழுபதாம் வயதிற்குப்பிறகு என் உடல் தரும் அறிவு மூலம் இவ்விஷயங்களை அறிந்து எழுதுகிறேன் என்பதை நண்பர்கள் புரிந்து கொள்ள வேண்டுகிறேன். அவர்களின் ஐம்பதாம் வயதில் இதை அவர்கள் அறியமுடியாது.

நாட்டுப்புறவியலில் உங்கள் ஆய்வுகள் பற்றி?

என் முனைவர் பட்ட ஆய்வு நாட்டுப்புறவியல் பற்றியது தான். ஆங்கிலத்தில் கட்டுரையை சமர்ப்பிக்க வேண்டியதாக இருந்தது. தொடர்ந்து ஆங்கிலத்திலேயே பல கட்டுரைகள் எழுதினேன். ஜெர்மனி, பின்லாந்து போன்ற நாடுகளில் நடந்த பல பன்னாட்டுக் கருத்தரங்குகளில் பங்கெடுத்ததன் மூலம் இது தொடர்பான சிந்தனைகளை செம்மைப்படுத்திக் கொள்ள

முடிந்தது. தொழில் ரீதியாக இது என்னுடைய துறையாக ஆகிப்போயிருந்தது. கன்னட நாட்டுப்புறவியல் தலைப்புகளில் முனைவர் பட்ட ஆய்வு செய்ய பலருக்கு ஆய்வு நெறியாளனாய் இருந்திருக்கிறேன். இப்போது பின் நோக்கிப் பார்க்கும்போது உலக நாட்டுப்புறவியலின் பொதுக்குணம் தெளிவாகிறது. டெரிடாவின் தத்துவ அறிவுப்படி கூறுவதென்றால், பேச்சுக்கும் எழுத்துக்கும் நடுவிலிருந்து வருவது நாட்டுப்புறவியல்.இதை அவர் சொல்லவில்லை. நான் என் ஐம்பதாண்டு கால ஆய்வின் மூலம் கண்டறிந்தேன்.இந்தப் புள்ளியில் இலக்கியப்படைப்பையும் இனம் காண முடியும். ஒரு ஐம்பது பக்க அளவில் எழுதவேண்டிய விஷயம் இது. எழுத முடியுமா என்று சந்தேகமாக இருக்கிறது. எல்லா மனிதகுல ஞானமும் ஒன்றினுள்ளே ஒன்று புதைந்து இருக்கிறது. ஒவ்வொரு அறிதலும் எல்லைகட்டி வேறுபடுத்தப்பட்டவை அல்ல. இதை ஒரு அகண்ட வானவெளியாகப் பார்க்கிறேன். ஒரு பறவையைப்போல எல்லை இல்லாமல் இதில் பறந்துகொண்டே இருக்கலாம்.

தமிழ் அறிவு என்று ஒன்று உண்டா?

நிச்சயமாக உண்டு. வெறும் மொழி அறிவு மட்டுமல்ல அது... சங்க நூல்கள் முதற்கொண்டு இன்று கவிதை எழுதும் றாம் சந்தோஷ், நிதாஎழிலரசி போன்ற இளம் கவிஞர்களின் கவிதை வரை மொழியில் ஓர் அறிவு ஓடுகிறது. அதற்கு எதிரான ஒரு சக்தியும் தமிழில் இருக்கிறது. எனக்கு மொழியில் ஓடும் அறிவு பற்றித்தான் அக்கறை. அது பல தாரைகளில் தமிழுக்குள் வருகிறது. இரண்டாயிரமாண்டு சரித்திரமல்லவா? தமிழின் மரபு, அவற்றை வடிகட்டி அடுத்த தலைமுறைக்கு அளிக்கிறது. அந்த நுட்பமான சாராம்சம் தான் தமிழ் அறிவு. தமிழே அறிவு, அறிவே தமிழ். ஈழத்தலைவரிடம் இருந்தது அதுதான்.

தற்போது படைப்பு மற்றும் சிந்தனை வெளிப்பாடுகள் பெரும்பாலும் எண்ம (டிஜிட்டல்) வழியாகி விட்டன. காண்வழி ஊடகங்களின் தாக்கம் கடுமையாக இருக்கிறது.. இது பண்பாட்டுத் தளத்தில் எத்தகைய மாற்றங்களை ஏற்படுத்தும்?

நவீன காலத்திலிருந்து நாம் ஒருபோதும் தப்பி ஓடமுடியாது. உங்கள் வீட்டில் வைத்துத்தான் க.நா.சு.விடம் ஒரு பேட்டி எடுத்தோம். அந்தப் பெரிய ஆளுமையிடம், மார்க்சியம் தந்த தைரியத்தில், அவரைப்பற்றிக் கைலாசபதி எழுதிய தாக்குதல் சார்ந்த தத்துவக் கட்டுரையை மேற்கோள் காட்டிக்கேட்டேன்.

நவீனகாலத்தை விடமுடியாது என்பதனால் தான் இந்தக் கேள்வியைக் கேட்டேன். அவரும் இதை ஒத்துக்கொண்டார். அவருடைய தந்தை, சமூகவியல் என்ற வார்த்தையைக் கேட்டிருந்தால் மிகவும் வருத்தப்பட்டிருப்பார் என்பது போல பதில் தந்தார். அவருக்குத் தந்தையின் ஞாபகம் வந்துவிட்டது. படைப்பை நுட்பமாய் உணர்ந்தவருக்குள் இப்படி ஒரு பழமை இருந்திருக்கிறது! நவீன டிஜிட்டல் தாக்கம் இன்று தவிர்க்க முடியாதபடி வந்துவிட்டது. முகநூல் பற்றி, மிகுந்த அக்கறையுடன் பேசவேண்டிய காலம் இது. அதுபோல் காண்வழி ஊடகங்கள் இலக்கியத்தின் மீது செலுத்தும் தாக்கம், உள்ளடக்கத்தைப் பாதிக்கத் தொடங்கியுள்ளன. ஒரு நூறு ஆண்டுகளுக்குப் பிறகு எனது நாவல் எழுத்துக்கள் மைய நீரோட்ட எழுத்துக்களாகும் என்று கருதுகிறேன். எனது ஆடிப்பாவைபோல நாவல் கிண்டிலில் வாசிக்கப்படுவதுபோல ஒவ்வொரு அத்தியாயத்தையும் தாண்டித்தாண்டி வாசிக்கலாம். அவ்வக்காலத்தின் நவீனப்பிரக்ஞையும் பழமையின் ஓர்மையும் ஒருங்கே கொண்டவனாய் இருக்கவே நான் விரும்புகிறேன்.

இன்றைய தமிழ்ப் பண்பாட்டைத் தீர்மானிக்கக்கூடிய தொலைக்காட்சித்தொடர்கள், பிற சமூக ஊடகங்கள், பல்வேறு அரசியல் கட்சிகளின் செயல்பாடுகள், அறிவுப் புலங்களைத் தமிழர்கள் கையாளும் விதம் இவையெல்லாம் நமது அக்கறைக்குள் வருகின்றன. பெரியாரை குண்டுச்சட்டிக்குள் அடக்கும் முயற்சிகளும் நடக்கின்றன. தமிழ்த்தேசியம் எப்படிப்பட்ட திரிவுகளைக் கொண்டிருக்கும்? அயல்வாழ் தமிழர்களின் தமிழ்ப்பண்புகள் பற்றியும் பேச வேண்டும். மடிசஞ்சி இலக்கியத் தூய்மைவாதிகளைப் போல இலக்கியமன்றி வேறு எதையும் ஏறெடுத்தும் பார்க்கக்கூடாது என்று கண்ணை மூடிக்கொண்டிருக்க நான் விரும்பவில்லை. இது ஒரு தனியான தலைப்பாகவே ஆகி விடும். பேசுவோம்.

நன்றி.. தமிழவன் அவர்களே! உங்கள் பணி தொடரட்டும்.

(இந்த செவ்வி 2021 ஆகஸ்டு – அக்டோபர் மாதங்களில் இடையிடையிட்டு எடுக்கப்பட்டது)

***

பிற்சேர்க்கை: ஒன்று
தமிழவன் எழுதிய நூல்கள் பட்டியல்

புனைவிலக்கியம்

(இதில் குறிப்பிடப்பட்டிருக்கும் வருடங்கள் முதல் பதிப்பு வெளியான வருடங்களாகும். பல புத்தகங்கள் தொடர்ந்த பதிப்புக்களைக் கண்டிருக்கின்றன)

தமிழவன் (1985) ஏற்கனவே சொல்லப்பட்ட மனிதர்கள் (நாவல்) காவ்யா:பெங்களூர்

-------------- *(1992) தமிழவன் கதைகள் (சிறுகதைத் தொகுப்பு) காவ்யா: பெங்களூர்*

-------------- *(1993) சரித்திரத்தில் படிந்த நிழல்கள் (நாவல்), காவ்யா : பெங்களூர்*

-------------- *(1999) ஜி. கே. எழுதிய மர்ம நாவல் (நாவல்) அலைகள்: சென்னை*

--------------*(2008) வார்ஸாவில் ஒரு கடவுள் (நாவல்) உயிர்மை: சென்னை*

-------------- *(2011) இரட்டைச் சொற்கள் (சிறுகதைத் தொகுப்பு) அடையாளம்: புத்தாநத்தம்*

-------------- *(2012) முஸல் பனி (நாவல்), அடையாளம்: புத்தாநத்தம்*

-------------- *(2015) நடனக்காரியான 35 வயது எழுத்தாளர் (சிறுகதைத்தொகுப்பு), புது எழுத்து: காவேரிப்பட்டினம்.*

-------------- *(2017) ஆடிப்பாவை போல (நாவல்) எதிர்: பொள்ளாச்சி*

-------------- *(2020) ஷம்பாலா – ஓர் அரசியல் நாவல் (நாவல்) பாரதி புத்தகாலயம்: சென்னை*

திறனாய்வு நூல்கள் மற்றும் கட்டுரைத்தொகுப்புகள்

தமிழவன் (1971) இருபதில் கவிதை, ஜெயகுமாரி ஸ்டோர்: நாகர்கோவில்

-------------- (1977) புதுக்கவிதை நாலு கட்டுரைகள், சிவசு: பாளையங்கோட்டை

-------------- (1982) ஸ்டர்க்சுரலிசம், பாரிவேள்: பாளையங்கோட்டை

-------------- (1990) படைப்பும், படைப்பாளியும், காவ்யா: பெங்களூர்

-------------- (1992) தமிழும் குறியியலும், உலகத்தமிழாராய்ச்சி நிறுவனம்: சென்னை

--------------(1992) தமிழ்க்கவிதையும், மொழிதல் கோட்பாடும், காவ்யா: பெங்களூர்

-------------- (2000) இருபதில் விமர்சனம், காவ்யா: பெங்களூர்

-------------- (2009) தமிழுணர்வின் வரைபடம், உயிர்மை: சென்னை

--------------(2009) பழந்தமிழில் அமைப்பியல் மற்றும் குறியியல் ஆய்வுகள், உலகத்தமிழாராய்ச்சி நிறுவனம் : சென்னை

-------------- (2010) இலக்கிய விமர்சனங்களும் இதர கட்டுரைகளும், (பல்வேறு இலக்கிய வகைகள் பற்றிய 57 கட்டுரைகள்), காவ்யா பதிப்பகம்:, சென்னை

-------------- (2014) திராவிடம் – தமிழ்த்தேசியம் – கதையாடல், அடையாளம் பதிப்பகம்: புத்தாநத்தம்.

தொகுப்பாசிரியராக

தமிழவன்(தொகுப்பாசிரியர்) (1976) நாட்டுப்புற நம்பிக்கைகள், கிறித்து கல்லூரி: பெங்களூர்

--------------(தொகுப்பாசிரியர்) (2003) கன்னட தலித் இலக்கியம் (நவீன கன்னட இலக்கிய மொழி பெயர்ப்புகள்) சாகித்ய அகாதெமி: புதுதில்லி

-------------- (தொகுப்பாசிரியர்) (2005) ஈழத்தின் புதிய தமிழ்க்கவிதைகள், காவ்யா பதிப்பகம்: சென்னை

------------- (தொகுப்பாசிரியர்) (2010) சங்க இலக்கியக் கருத்தரங்கக்கட்டுரைகள், திராவிடப் பல்கலைக் கழகம்: குப்பம்,

-------------(தொகுப்பாசிரியர்) (2020) தமிழ் நாவல் எழுத்தில் அண்மைக்காலப் போக்குகள், சாகித்ய அகாதமி: புது தில்லி

------------- (தொகுப்பாசிரியர்) (2021) இளையவர்களின் புதுக்கவிதைகள், சாகித்ய அகாதமி: புது தில்லி

இன்னும் தொகுக்கப்படாத கட்டுரைகள்

தமிழவன் (2012) 2009–க்குப் பிறகு உருவாகும் தமிழுடையாள இலக்கிய விமர்சனம், இதழ் கட்டுரை, சிற்றேடு எண்: 06, ஏப்ரில்– ஜூன் 2012, பக்: 27–35

------------- (2013) க. வை. பழனிச்சாமியின் 'ஆதிரை' ஒரு தீவிரமான நாவல்: இதழ் கட்டுரை, சிற்றேடு எண்: 7, ஜூலை– செப்டம்பர் 2012, பக்: 39

------------- (2013) மலேசிய எழுத்தாளர் மஹாத்மனின் சிறுகதைகள்: இதழ் கட்டுரை, சிற்றேடு எண்: 7, ஜூலை–செப்டம்பர் 2012, பக்: 42–48

------------- (2013) பழைய, புதிய இலக்கியம் பற்றிச் சிந்தித்தல்: இதழ் கட்டுரை, சிற்றேடு எண்: 11, ஜூலை–செப்டம்பர் 2013, பக்: 22–27

-------------2014) இலக்கியம் என்றால் என்ன ? இதழ் கட்டுரை, சிற்றேடு எண்: 13, ஜனவர்–மார்ச் 2014, பக்: 36–40

------------- (2014) கா. சிவத்தம்பியின் 'பின் நவீனத்துவமும்' அவரது அரசியலும், : இதழ் கட்டுரை, சிற்றேடு எண்: 14, ஏப்ரில்– ஜூன் 2014, பக்: 36–45

------------- (2014) என் முதல் நாவல்: மறதிக்கிருந்த ஆற்றல், இதழ் கட்டுரை, சிற்றேடு எண்: 15, ஜூலை-செப்டம்பர் 2014, பக்: 12-5

------------- (2014) யு. ஆர். அனந்தமூர்த்தி, இதழ் கட்டுரை, சிற்றேடு எண்: 16, அக்டோபர்-டிசம்பர் 2014, பக்: 03-06

------------- (2015) உலகம் எங்கும் காட்டுத்தீயாய்ப் பரவும் புதுக்கம்யூனிசம், , இதழ் கட்டுரை, சிற்றேடு எண்: 17, ஜனவரி-மார்ச் 2015, பக்: 53-62

-------------- (2015) தொல்காப்பிய வழியில் நாவல் விமரிசனம் செய்ய முடியுமா?: இதழ் கட்டுரை, சிற்றேடு எண்: 18, ஏப்ரில்-ஜூன் 2015, பக்: 18-31

-------------- (2016) என் சிந்தனையும், பாதை மாற்றமும்: 1, இதழ் கட்டுரை, சிற்றேடு எண்: 24, அக்டோபர்-டிசம்பர் 2016, பக்: 58-59

-------------- (2017) என் சிந்தனையும், பாதை மாற்றமும்: 2, இதழ் கட்டுரை, சிற்றேடு எண்: 25, ஜனவரி-மார்ச் 2017, பக்: 19-20

-------------- (2017) என் சிந்தனையும், பாதை மாற்றமும்: 3, இதழ் கட்டுரை, சிற்றேடு எண்: 26, ஏப்ரில்-ஜூன் 2017, பக்: 08-11

-------------- (2017) என் சிந்தனையும், பாதை மாற்றமும்: 4, இதழ் கட்டுரை, சிற்றேடு எண்: 27, ஜூலை-செப்டம்பர் 2017, பக்: 07-10

-------------- (2017) மொழிச்செயல் எந்திரத்தின் இயக்கம்: இதழ் கட்டுரை, சிற்றேடு எண்: 28, அக்டோபர்-டிசம்பர் 2017, பக்: 38-45

-------------- (2018) கவிதையில் கதையாடல் படிமத்தின் உள்ளுலகு, இதழ் கட்டுரை, சிற்றேடு எண் 31, ஜூலை-செப்டம்பர் 2018, பக்: 18—22

-------------- (2018) சிந்தனைத் தோற்றமும், கருத்துத் திரட்டும், இதழ் கட்டுரை, சிற்றேடு எண் 31, ஜூலை-செப்டம்பர் 2018, பக்: 38—42

-------------- (2019) ஒலித்தத்துவம், நோக்கு, சிறுகதை, இதழ் கட்டுரை, சிற்றேடு எண் 33, ஜனவரி-மார்ச் 2019, பக்: 18-22

-------------- (2019) எதிர்வினைக்கொரு எதிர்வினை, இதழ் கட்டுரை, சிற்றேடு எண் 33, ஏப்ரில்-ஜூன் 2019, பக்: 30-34

-------------- (2019) காஸ்மாபாலிட்டன் தமிழ்த்தேசீயம், இதழ் கட்டுரை, சிற்றேடு எண் 35, ஜூலை-செப்டம்பர் 2019, பக்: 49-55

-------------- (2021) நோம் சாம்ஸ்கியின் மொழி குறித்த சிந்தனைகளும் அரசியலும்: அவர் தத்துவத்தின் மூலவேர்கள், 2000 - 2020 சிறந்த படைப்பாக்கங்கள் (தொகுப்பு: எஸ். சண்முகம் மற்றும் பலர், பிப்ரவரி 2021, பக்: 228-232

தமிழவனின் எழுத்துக்களைப் பற்றிய கட்டுரைகள் மற்றும் கட்டுரைத்தொகுப்புகள்

சிவசு (தொகுப்பாசிரியர்), (2009) கட்டுரைத்தொகுப்பு, வார்ஸாவில் ஒரு கடவுள்: தமிழவனின் நாவல் மீதான விமர்சனங்கள், மேலும் வெளியீட்டகம்: பாளையங்கோட்டை

சா. தேவதாஸ் (2013) கட்டுரை, 'முஸல்பனி புரியவேண்டுமானால் தமிழ்மரபு தெரிந்திருக்க வேண்டுமா?', சிற்றேடு: எண் 12, ஏப்ரில்–ஜுன் 2013, பக்: 64–65

சிவசு (பதிப்பாசிரியர்), (2014) கட்டுரைத்தொகுப்பு, 'இலக்கியத்தைப் புதிதாய் எழுதுவது எப்படி?: தமிழவனின் முஸல்பனி நாவல் பற்றிய வாசிப்புகள்', மேலும் வெளியீட்டகம்: பாளையங்கோட்டை

பஞ்சாங்கம் (2015) கட்டுரை, 'இலக்கியக்கல்வியும் தமிழ்த்துறைகளும்: தமிழவனின் 'அமைப்பியலும் அதன் பிறகும்' நூலை முன்வைத்து. . சிற்றேடு: எண் 19, ஜுலை–செப்டம்பர் 2015, பக்: 56–61

ஜி. கே. ராமசாமி (2016) கட்டுரை, 'தமிழவனின் "திராவிடம் – கதையாடல் – ஒரு நூற்றாண்டுச் சிந்தனை வரலாறு" .'சிற்றேடு: எண் 23, ஜுலை –செப்டம்பர் 2016, பக்: 16–20

க. வை. பழனிச்சாமி (2016) கட்டுரை, 'தமிழவனின் நடனக்காரியான 35 வயது எழுத்தாளர், . 'சிற்றேடு: எண் 23, ஜுலை-செப்டம்பர் 2016, பக்: 49–51

க. பஞ்சாங்கம் (2017) கட்டுரை, சரித்திரத்தில் படிந்த நிழல்கள்: அர்த்தங்களைத் தள்ளிப்போடும் பிரதி . 'சிற்றேடு: எண் 26, ஏப்ரில்–ஜுன் 2017, பக்: 35–36

சிவசு (தொகுப்பாசிரியர்) (2018) கட்டுரைத்தொக்குப்பு, 'சொல்லாட்டம்: 'ஆடிப்பாவை போல' நாவலை முன்வைத்து', மேலும் வெளியீட்டகம்: பாளையங்கோட்டை

வெங்கடேஷ் நெல்லிகுண்டே (2018) கட்டுரை,' கன்னடத்தில் வார்ஸாவில் ஒரு கடவுள் 'சிற்றேடு: எண் 29, ஜனவரி–மார்ச் 2018, பக்: 38–45

ஜமாலன் (2019) கட்டுரை, சரித்திரத்தில் படிந்த நிழல்களை முன் வைத்து சில பனுவலாக்க உத்திகள், சிற்றேடு: எண் 34, ஏப்ரில்–ஜுன் 2019, பக்: 22–29

மொழிபெயர்ப்பு *(தமிழவன் மொழி பெயர்த்தவை)*

தமிழவன் (1996) அவஸ்தை (யு. ஆர். அனந்தமூர்த்தி எழுதிய கன்னட நாவலின் தமிழ் மொழிபெயர்ப்பு), அன்னம் பதிப்பகம்: கும்பகோணம்

-------------- (2013) ஜார்ஜ் லூயிஸ் போர்ஹெஸின் இரண்டு மீ புனைவு நாவல்கள் (கட்டுரை), சிற்றேடு: எண் 06, ஏப்ரில்-ஜூன் 2013

--------------(2013) இரண்டுதுரோகி மற்றும் நாயகன் என்றொரு உள்ளடக்கம், (ஜார்ஜ் லூயிஸ் போர்ஹெஸின் சிறுகதை மொழிபெயர்ப்பு) சிற்றேடு: எண் 12, அக்டோபர்-ஜூன் 2013.

கன்னடத்தில் வெளியான நூல்கள்

(தமிழவன் எழுதியவை, தொகுத்தவை மற்றும் அவரது படைப்புகளின் கன்னட மொழிபெயர்ப்புகள்)

தமிழவன் (1995) தமிளு காவ்ய மீமாம்சே (தமிழ்க்கவிதையியல் பற்றிய கன்னடக்கட்டுரைகள்), அக்ஷரா: ஹெக்கோடு

தமிழவன்(2010) சுப்ரமண்ய பாரதி (பாரதியார் பற்றிய கன்னடக்கட்டுரைகள்), கர்நாடக சாகித்ய அகாதமி: ஹெக்கோடு

ஜயலலிதா (2015), (மொழிபெயர்ப்பாளர்), (2000), வார்சா தல்லொப்ப பகவந்த, (வார்ஸாவில் ஒரு கடவுள் நாவலின் கன்னட மொழிபெயர்ப்பு), அபிநவா பிரகாஷனா: பெங்களூர்

தமிழவன் (தொகுப்பாசிரியர்), (2016) பெரியார் விச்சாரகளு (சிவலிங்கம் மற்றும் நல்லதம்பி கன்னடத்தில் மொழிபெயர்த்த பெரியாரது கட்டுரைகள்), குவேம்பு பாஷா பாரதி ப்ராதிகாரா: பெங்களூர்

செவ்விகள்

தமிழவன், 2003, நேர்காணல், செவ்வி கண்டவர்: மணி. மு. மணிவண்ணன், தென்றல், எண்:3, தொகுதி:3, பிப்ரவரி 2003, வட அமெரிக்கத் தமிழர் பேரவை, சேன்ஃபிரான்சிஸ்கோ. இதே செவ்வி 'தமிழிலக்கியம் உலகு தழுவ வேண்டும்' என்ற தலைப்பில் நாகார்ஜுனன் வலைப்பூவில் 15-06-2008-ல் வெளியானது

-------------- 2008, 'சினிமாக்காரர்கள் பெரியாரைத் தொலைத்துவிட்டார்கள்', செவ்வி கண்டவர்: கடற்கரய், தீராநதி, பிப்ரவரி 2008, சென்னை

-------------- 2016, 'நவீன இலக்கிய வரலாறு: 'ஏற்கனவே சொல்லப்பட்ட மனிதர்கள்' நாவலுக்கு முப்பது ஆண்டுகள் நிறைவு', செவ்வி கண்டவர்: கே. சேகர், 'சிற்றேடு', எண்:21, ஜனவரி-மார்ச் 2016, பக்: 21-26, பெங்களூர்

-------------- 2016, 'புது எழுத்து' வெளியிட்டுள்ள குறுங்கதை நூல் பற்றிய தமிழவனுடனான ஒரு உரையாடல்', செவ்வி கண்டவர்: கே. சேகர், 'சிற்றேடு', எண்:22, ஏப்ரில்-ஜூன் 2016, பக்: 44—48 பெங்களூர்

-------------- 2020, 'மார்க்சியம் கற்று விட்டால் மற்ற துறைகளைப் புரிந்து விடலாம்', செவ்வி கண்டவர்: பிரதிபா ஜெயச்சந்திரன், புத்தகம் பேசுது, எண்: 06, ஆகஸ்டு 2020, சென்னை

-------------- 2021, 'தமிழ்த்துறைகள் தொழிற்சங்கங்கள் போலச் செயல்படுகின்றன', செவ்வி கண்டவர்: ப. சகதேவன்

***

பிற்சேர்க்கை: இரண்டு
'வக்கிரங்கள்'

வியாபாரம்: சமீபகாலமாக நமது தமிழ்ப் பத்திரிக்கைக்காரர்களிடையே வியாபாரப் போட்டி கடுமையாகி வருகிறது. இவர்களது நோக்கம் பணம் பண்ணுவது மட்டுமே. அதற்காக இவர்கள் என்ன வேண்டுமானாலும் செய்வார்கள். இவர்களது செயல்கள் சமுதாயத்தில் ஏற்படுத்தும் விபரீத பாதிப்பைப் பற்றி எல்லாம் இவர்களுக்கு அக்கறை இல்லை. தங்கள் வியாபாரத்திற்கு இவர்கள் பயன்படுத்தும் ஒரு முக்கிய சாதனம் "செக்ஸ்" – குறிப்பாக பெண்கள்.

செக்ஸ்: ஆம். அனைவரிலும் காம உணர்வு இருக்கத்தான் செய்கிறது. ஆனால். அந்த உணர்வு யாரால், யாரிடம், எங்கு காட்டப்படுகிறது என்பதை வைத்துத்தான் புனிதத்தை பெறுகிறது, அல்லது இழக்கிறது. இவர்களது சந்தை வியாபாரத்தில் பெண்மையையும், ஆண் – பெண் உறவையும் கொச்சைப்படுத்தி வாசகர்கள் இடையேயும் வக்கிர பார்வையை உருவாக்குகிறார்கள். பெண்களைப் போகப் பொருளாக சித்தரிக்கும் இவர்கள் மனித உறவையே அசிங்கப்படுத்துகிறார்கள்.

அபத்தம்: இவர்களின் வியாபாரத்திற்கு ஈடு கொடுக்க என்று எழுத்தாளர்கள், ஓவியர்கள். இவர்கள் பணத்திற்காக எப்படி வேண்டுமானாலும் எழுதுவார்கள், வரைவார்கள், "சுஜாதா"க்களின் கதைகளில் புகுத்தப்பட்ட வக்கிர வருணனைகளையும், ஜோக்குகளையும், "ஜெஞ்ஞ்"க்களின் ஆபாச ஓவியங்களையும், இந்த ஓவியங்களுக்காகவே எழுதப்பட்ட "கதை"களையும் வாரந்தோறும் சந்தித்துக் கொண்டுதான் இருக்கிறோம். இது யாருடைய இடை? அது யாருடைய சடை? இந்தப் பெண்ணுக்கு வயது என்ன? இது எந்த எழுத்தாளரின் கால்கள்?...................... போன்ற "அறிவு" போட்டிகளில் வாசகர்களை ஈடுபடுத்தி இழிவுபடுத்துகிறார்கள்.

பெங்களூரின் சிறப்பு: சமீபத்தில் "குங்குமம்" என்ற வார இதழ்காரர்கள் "பெங்களூர் சிறப்பு இதழ்கள்" வெளியிட்டார்கள். அதை பார்த்து, படித்து, சிந்தித்தவர்களுக்கு, பெங்களூர்வாசிகளும், பெங்களூரும் இங்கேயே வசிக்கும் சில "எழுத்தாளர்களால்" எந்த அளவு அசிங்கப்படுத்தப்பட்டுள்ளார்கள் என்பது புரிந்திருக்கும். இரவிச்சந்திரன் என்பவர் "பெண்களூர்" என்ற தலைப்பில் எழுதியதைப் படிக்கும் போது அவரது எண்ணங்கள் எந்த அளவு வக்கிரப்பட்டிருக்கிறது என்று தெரிகிறது. "மல்லேச்சுவர மாமி"கள் புடவையை இழுத்து மூடிக்கொண்டு இருந்தாலும், அவர்களின் வனப்பை தேடும் இவர் பஸ்ஸில் "ஒற்றை கன்னி"யின் அருகே அமர்ந்து, திருட்டு உரசலில் இன்பம் காண நினைக்கிறார். யார் உள்ளாடை அணியவில்லை, எங்கேயேனும் ஆடை விலகி—யிருக்கிறதா என்ற தேடலில் ஈடுபட்டிருக்கும் இவரது கோணல் பார்வையிலிருந்து மாற்றான் மனைவிகளும் தப்புவதில்லை. உடற்பயிற்சி செய்யும் பெண்களைப் பார்க்கும்பொழுது கூட அவர்களின் உடம்பு சூட்டைப் பற்றி நினைக்கத்தான் புத்தி போகிறது. "ஆலிலை அடிவயிற்று பெண்கள்" என்று வர்ணிக்கிறார். இதே எழுத்தாளர் முன்பு ஒருமுறை "சாவி" வார இதழில் "ப்ரிகேட் ரோடை" பற்றி எழுதுகையில் ரெக்ஸ்தியேட்டர் வாசலில் "இந்த இரவை என்னுடன் கழிக்க விரும்புகிறீர் களா?" என்று பெண்கள் கேட்டுக்கொண்டு நிற்பதாக மிகைப்படுத்தி எழுதியிருந்தார் (இது இவரைக் கவர்ந்த பகுதியாம்).

"ஸிந்துஜா" எழுதிய "மாடர்ன் கைடு" இவரது கோணல் புத்தியையும், குறுக்குப் பார்வையையும் தெளிவாக்குகிறது. இவர் பெங்களூரில் பார்க்கப்பட வேண்டியவை இருட்டில், புதர்களின் பின்னால்தான் இருக்கிறது என்று அழைத்துச் செல்கிறார். விலைப் பெண்களைப் பற்றிய குறிப்புகளைத் தொகுத்துத் தருகிறார். சிட்டி மார்க்கட்டில் – காமம் எழுதப்பட்ட கண்களுடன் பகலில் மட்டும் காய்கறி வியாபாரம் செய்யும் பெண்கள் இருக்கிறார்கள் என்கிறார். "தொப்புள் தெரியாமல் புடவைக்கட்டிய ஒரு மங்களூர் பெண்ணைக் காட்டினால் ஆயிரம் ரூபாய் பரிசு" என்று சவால் விடுகிறார்.

இதைப்போல வக்கிரப் பார்வை உள்ளவர்களைப் பெங்களூரைப் பற்றி எழுதச் சொன்னால் வேறு எப்படி எழுதுவார்கள்? இது போன்ற எழுத்துக்கள் கன்னடிகரிடமிருந்து எதிர்ப்புக்கு வித்திடலாம்.

மாற்றம்: இந்தப் பத்திரிகைகள், எழுத்தாளர்கள், ஓவியர்களின் செயல்களும், போக்கும் ஆபாசமானது மட்டுமல்ல "அபாயமானதும்" கூட. இதை வாசகர்கள் உணர்ந்து, நியாயமான முறையில் தமது எதிர்ப்புணர்ச்சியை தெரிவிக்க வேண்டும். என்ன எழுதினாலும் வாசகர்கள் ஏற்றுக்கொள்வார்கள், வரவேற்பார்கள் என்ற சொல்லை மாற்ற வேண்டும்.

வாசகர் வட்டம். பெங்களூர்.

1981-ம் ஆண்டின் இறுதியில் பெங்களூரில் அப்போதைய வார இதழான சாவி ஒரு வாசகர் கூட்டத்திற்கு ஏற்பாடு செய்திருந்தது. வணிகப்பத்திரிகையான அதில் வெளி— யிடப்பட்டு வந்த வக்கிரமான பகுதிகளுக்கு எதிர்ப்புத் தெரிவித்து கூட்டத்தினரிடையே விநியோகிக்கப்பட்ட துண்டுப்பிரசுரம். இது படிகள் முன்னெடுத்து நடத்திய ஒரு போராட்டம்.

தமிழவனின் மாற்றுக்குரல்
கட்டுரையாளர் குறிப்பு
(அகர வரிசைப்படி அமைந்தது)

அழகிய சிங்கர் – நூறு இதழ்களுக்கும் மேல் தொடர்ந்து வரும் இலக்கிய இதழ் நவீன விருட்சம் மின் ஆசிரியர். நாவல் மற்றும் சிறுகதைகள் எழுதுபவர். அவரது ஆளுமையும், படைப்புகளும் எளிமையானவை

கடற்கரய் – ஊடகவியலாளர்... கவிஞர்... ஏ.கே. செட்டியார் படைப்புகளைத் தொகுத்திருக்கிறார். பாரதி விஜயம் மற்றும் காந்தி பற்றி நூல்கள் எழுதியிருக்கிறார்

கனல்மைந்தன் – வானம்பாடி கவிதை இயக்கத்தில் பங்கு கொண்டிருந்தவர். சிந்தனையில் பொதுவுடமையையும், திராவிடத்தையும் விடாமல் பற்றிக்கொண்டிருப்பவர்.

கிருஷ்ணன், ஜி. எஸ். ஆர் – படிகள் இதழின் நிறுவனர்களில் ஒருவர். இலக்கு கலாச்சார இயக்கத்தில் தீவிர ஈடுபாடு கொண்டிருந்தவர். பெங்களூர்ப் பல்கலைக்கழகத்தில் சமூகவியல் பேராசிரியராக இருந்து ஓய்வு பெற்றவர். காலனியாதிக்கத்திற்கு முந்தைய பாரதப்பண்பாட்டின் அனைத்து அம்சங்களிலும் ஈடுபாடுடையவர்.

குப்புசாமி, ஜி – தமிழகத்தின் முன்னணி மொழிபெயர்ப்பாளர்களில் ஒருவர். துருக்கிய எழுத்தாளர் ஓரான் பாமுக்கின் முக்கியப் படைப்புக்களைத் தமிழுக்குக் கொண்டு வந்தவர். அருந்ததி ராயின் எழுத்தும் இவர் மூலம் தமிழுக்கு வந்தது.

கோணங்கி – கல்குதிரை என்னும் புதுமைத் தமிழிதழின் ஆசிரியர். மதினிமார்கள் கதை யிலிருந்து தொடங்கி புனைவு மொழியின் எல்லாக் குகைகளின் வழியாகவும் பயணித்துக்கொண்டிருப்பவர்

சண்முகம், எஸ் – கவிஞர் – தமிழ் பிம்பம் என்பது தொல்காப்பியத்திலிருந்து கறுப்பர் நகரம் வரை எல்லாவற்றையும் உள்ளடக்கியது தான் என்று நம்புபவர். தமிழில் புதிய படைப்பு மொழியையும், விமர்சன மொழியையும் உருவாக்குவதிலும், அவற்றை அடையாளம் காண்பதிலும் அக்கறை உடையவர். தமிழவன் எழுத்துக்களைப் பற்றி நிறையக் கட்டுரைகள் எழுதியிருக்கிறார்.

சண்முக சுந்தரம், காவ்யா – தமிழ்ப்பேராசிரியர். நாட்டுப்புறவியல் என்னும் பெயரை உருவாக்கி அதை இன்று வரை வளர்த்துக்கொண்டிருப்பவர். மரபுத்தமிழ் ஆய்வாளர்களின் நூல்கள் உள்பட பல தரமான நூல்களை தனது 'காவ்யா' பதிப்பகத்தின் மூலம் வெளியிட்டு வருபவர். குறைவாக எழுதிய நல்ல கதை சொல்லர்

சிவகுமார். ஆர் – ஆங்கிலப்பேராசிரியர். மொழி பெயர்ப்பாளர். மீட்சி வெளியீடாக வந்த 'லத்தீன் அமெரிக்கச்சிறுகதைகள்' மற்றும் 'சோஃபியின் உலகம்' இவரது குறிப்பிடத்தக்க மொழிபெயர்ப்புகள்.

சிவசு, மேலும் – தமிழவனின் கல்லூரிக்கால நண்பர். திறனாய்வாளர். ஆரம்பகாலம் தொட்டு அவரது எழுத்துக்களில் கவனம் கொண்டிருப்பவர். எழுபதுகளிலிருந்து நல்ல தமிழ் நூல்களைப் பதிப்பித்துக் கொண்டிருப்பவர். மேலும் இதழ் மூலம் தமிழ் ஆய்வுக்குப் பெரும்பங்களிப்புச் செய்தவர்

நாகார்ஜுனன் – சர்வ தேச ஊடகங்களில் பணியாற்றியவர். கோட்பாடு சார்ந்த விமர்சனத்திற்கு பங்களித்தவர்களில் ஒருவர். மொழியில் புதுமை செய்யும் ஆர்வமும் உண்டு.. இவரது விமர்சனக்கட்டுரைத் தொகுப்பு கலாச்சாரம்: அ-கலாச்சாரம்: எதிர் கலாச்சாரம் பண்பாட்டு விமர்சனத்தில் ஒரு குறிப்பிடத்தக்க நூல். நளிர் என்பது இன்னொரு கட்டுரைத்தொகுப்பு

நாச்சிமுத்து, கி. தமிழ்ப்பேராசிரியர் – தமிழக ஊர்ப்பெயர்கள் ஆய்வுக்கு முன்னோடியாக இருந்தது இவரது ஆய்வு. கேரளப்பல்கலைக்கழகம், ஜவஹர்லால் நேரு பல்கலைக்கழகம் முதலிய பல்கலைக்கழகங்களில் பணிபுரிந்திருக்கிறார். தமிழிலக்கியத்தின் அனைத்துக் கால இலக்கியங்களைப் பற்றியும் திறனாய்வு செய்திருக்கிறார்.

நிதா எழிலரசி – கவிஞர். மரபிலக்கிய ஆய்வாளர். தமிழவன்

எழுத்துக்களைப் பற்றியும், தற்கால இலக்கியம் பற்றியும் கட்டுரைகள் எழுதியுள்ளார்.

நிதின் திருவரசு – சங்க இலக்கியத்தின் மீதும், தற்கால இலக்கியத்தின் மீதும் ஒரே தரத்திலான ஆர்வம் உடையவர். தமிழவனின் கோட்பாடு சார்ந்த திறனாய்வின் தாக்கம் கொண்டவர். சிற்றேடு இதழின் ஆசிரியர் குழுவில் ஒருவர்.

ப்ரதிபா ஜெயச்சந்திரன் – கவிஞர். கதைகாரர். கரசேவை என்னும் கதைத் தொகுப்பு வெளிவந்துள்ளது. புத்தகம் பேசுது இதழுக்காக இவர் எடுக்கும் நீண்ட செவ்விகள் அறிவார்த்தமானவை.

பஞ்சாங்கம் – ஒட்டுப்புல் என்னும் கவிதைத் தொகுதியின் மூலம் கவிஞராக வெளித்தெரிந்த தமிழ்ப்பேராசிரியர். சங்க இலக்கியம் முதல் தற்கால இலக்கியம் வரையிலான திறனாய்வுப் பரப்பு இவருடையது.

பாலசுப்ரமணியம் பொன்ராஜ் – நீண்ட கவிதைகள் எழுதும் புதுக்கவிஞர். சிறுகதை எழுத்தாளர். துரதிர்ஷ்டம் பிடித்த கப்பலின் கதை இவரது கதைத் தொகுப்பு. லத்தீன் அமெரிக்க இலக்கியத்தில் ஈடுபாடுடையவர்

முத்தையன், ஆ – தமிழ்ப்பேராசிரியர். திறனாய்வாளர். இலக்கியக் கோட்பாடுகளை மறு உருவாக்கம் செய்வதன் அவசியம் குறித்து அக்கறை கொண்டிருப்பவர்.

முபீன் சாதிகா – தமிழிலும், ஆங்கிலத்திலும் கவிதைகள் எழுதுகிறார். பெண்ணியச் சிந்தனையாளர். இவரோடு கவிஞர் எஸ். சண்முகம் நடத்திய செவ்வி உறையும் மாயக்கனவு மிகவும் வித்தியாசமான ஒன்று.

ரங்கராஜன், வெளி – நாடகத்தமிழுக்காக பல்லாண்டுகளாக ஓங்கி ஒலித்துக் கொண்டிருக்கும் ஒற்றைக்குரல். நாடகத்துக்கென்றே வெளி என்னும் இதழை நீண்ட காலம் நடத்தினார். ஆழமான தற்கால இலக்கியப் பரிச்சயம் உண்டு

ரஹமத் தரீகெரே – கன்னடப்பேராசிரியர். பெயர் பெற்ற விமர்சகர். மறையியலிலும், சூஃபி தத்துவத்திலும் நாட்டம் கொண்டவர். மானுட விரோதிகளின் நடுவே (லோக விரோதிகள ஜொதெயல்லி.) என்பது இவரது விமர்சனக் கட்டுரைத்தொகுப்புகளில் ஒன்று

ராகவேந்திர ராவ், ஹெச். எஸ். - கன்னடத்தின் முன்னணி விமர்சகர்களில் ஒருவர். சம்வாதத்தில் பெருவிருப்புடையவர். பகுப்பாய்வு *(விஸ்லேஷணே)*, பாட்டில் தெரியுது பாதை *(ஹாடே ஹாதியு தோரிது)* முதலியவை விமர்சனக்கட்டுரைத் தொகுப்புகள்

ராமகிருஷ்ணன், எஸ் - இவரது உப பாண்டவம் பரவலான கவனத்தைப் பெற்றது. தேசாந்திரி, சஞ்சாரி முதலிய படைப்புகள் தமிழுக்கு புதிய வரவாக இருந்தன. சிறு பத்திரிகைச் சூழலில் வளர்ந்த இவரது படைப்புகள் பொது வெளியிலும் நல்ல வரவேற்பைப் பெற்றிருக்கின்றன

ராமசாமி, ஜி. கே - சமூகவியல் பேராசிரியர்.. படிகள் ஆசிரியர் குழுவில் ஒருவர். தமிழக விவசாயிகள் போராட்டம், சமூகவியல் நோக்கில் எம். ஜி. ஆர் என்பவை இவரது ஆய்வுக்களங்கள். மனித உரிமை ஆர்வலர். சந்தனக் கடத்தல் வீரப்பன் மரணம் பற்றிய உண்மை அறியும் குழுவில் இடம் பெற்றிருந்தார்.

வினோதா - கவிஞர். தில்லிப்பல்கலைக் கழகத்தில் தமிழ் விரிவுரையாளராக இருக்கிறார். இளம் திறனாய்வாளர்

வெங்கடேஷ் நெல்லிகுண்டே - கர்நாடக அரசுவில் ஓர் உயர்நிலை அலுவலர். இலக்கியத்திலும், பண்பாட்டியலிலும் ஆர்வமுடையவர். உலக இலக்கியப் பின்னணியில் இந்திய இலக்கியத்தைப் பார்க்கவேண்டும் என்கிற விருப்பமுடையவர்.

ஜமாலன் - தமிழ் விமர்சன வெளியிலும் இடதுசாரி பண்பாட்டு அரசியலிலும் ஈடுபாடு கொண்டு தொடர்ச்சியாக செயல்பட்டு வருபவர். காலத்துக்கும், சூழலுக்கும் தகுந்த விமர்சனங்கள் இவருடையவை. விளிம்பு நிலை மக்கள் மீது கரிசனம் கொண்டவர், மொழியும் நிலமும், குறிப்பிடத்தக்க விமர்சன நூல்

ஜெயமோகன் - புனைகதையாசிரியர், சிந்தனையாளர், பண்பாட்டு விமர்சகர், இளைய சமுதாயத்தினருக்கான கலை, இலக்கிய வழிகாட்டி. விஷ்ணுபுரம், ரப்பர், முக்கியமான புனைகதைப் படைப்புகள். தற்போது மகாபாரதக் கதையை வெண்முரசுவாக ஆக்கிவருகிறார். திரைப்பட வசனங்களும் எழுதுவதுண்டு